தீரமிக்க இந்தியர்கள்

இராணுவ நாயகர்களின் உண்மைக் கதைகள்

தொகுதி — 2

தீரமிக்க இந்தியர்கள்

இராணுவ நாயகர்களின் உண்மைக் கதைகள்

தொகுதி – 2

கற்பனை செய்ய முடியாத அச்சமின்மையும், தியாக உணர்வும் கொண்ட
இந்திய இராணுவ ஹீரோக்களின் கதைகள்

ஷிவ் அரூர் • ராஹுல் சிங்

தமிழில்: P. ராம்கோபால்

எழுத்து பிரசுரம்

Title : Dheeramikka Indhiyargal - 2
Author's Name: Shiv Aroor, Rahul Singh
First published in Ebury Press by Penguin Random House India 2019

Translated by: P. Ramgopal
Published by Ezutthu Prachuram

Zero Degree Publishing
No. 55(7), R Block, 6th Avenue,
Anna Nagar,
Chennai - 600 040

Website: www.zerodegreepublishing.com
E Mail id: zerodegreepublishing@gmail.com
Phone: 89250 61999

Ezutthu Prachuram First Edition: July 2022
ISBN: 978-93-93882-22-6
TITLE NO EP : 350

Rs.

Issustratios: Sandeep Unnithan
Cover Photograph: Associated Press
Cover Design: Ahlawat Gunjan
Layout: Vijayan

பொருளடக்கம்

முன்னுரை

"ஒன்று நான் மூவர்ணக் கொடியை ஏற்றிவிட்டு வருவேன், அல்லது அது என் மேல் போர்த்தப்பட்டுத் திரும்பி வருவேன், எப்படியும், ஏதாவது ஒரு வழியில் நான் திரும்ப வருவேன்!"

– கேப்டன் விக்ரம் பத்ரா,
பரம் வீர் சக்ரா விருது பெற்றவர்

சாகாவரம் பெற்ற இந்த வார்த்தைகள், இந்தியாவின் மிகச் சிறந்த வீரர் ஒருவருக்குச் சொந்தம். அவை இந்திய இராணுவத்தின் ஆன்மாவை வெளிப்படுத்துகின்றன. நம் வீரர்களும், வீராங்கனைகளுமே நாட்டின் கௌரவத்திற்கும், வீரத்திற்கும், கடமை உணர்ச்சிக்கும் மிகச் சிறந்த எடுத்துக்காட்டு. எப்போதும் கனன்று கொண்டிருக்கும் நம் நாட்டின் பாதுகாப்புச் சூழலில், நாட்டைக் காக்க அவர்கள் எப்போதும் எதையும்- தங்கள் இன்னுயிர் உட்பட - தரத் தயாராக இருக்கிறார்கள்!

கடந்த நாற்பது ஆண்டு காலமாக, நம் முப்படையையும் சேர்ந்த வீரர்களும், வீராங்கனைகளும் தங்கள் வீரத்தைப் பல வழிகளிலும் வெளிப்படுத்தி இருக்கின்றனர். கடலில் நம் கடற்படை வீரர்கள், சவால்கள் மிக்க அசாதாரணமான சூழ்நிலைகளை வென்றிருக்கின்றனர். அதேபோல், நம் காலாட் படையினரைப் பற்றியும், விமானப் படையினரைப் பற்றியும் பல சாகஸக் கதைகள் உலா வருகின்றன. இந்த உண்மைக் கதைகளுக்குப் பஞ்சமே இல்லை. நம் பண்பாடு, செய்யும் செயலில் நம்பிக்கை, எது வரினும் எடுத்துக்கொண்ட காரியத்தைச் செய்து முடிப்பது என்ற அசைக்க முடியாத உறுதி, ஆகியவற்றின் மிகச் சிறந்த எடுத்துக்காட்டுகள் அவை.

தீரமிக்க இந்தியர்கள்: தொகுதி-1-ன் தொடர்ச்சியான இந்தப் புத்தகம், வீரம் மிக்க கதைகளின் ஒரு பகுதி. இதன் ஒவ்வொரு கதையிலும் ஒளிரும் அச்சத்தைப் புறந்தள்ளிவிட்டு மனித முயற்சியின் உச்ச எல்லையையே எட்டிப் பார்க்கும் ஆவல் மிக்க தீரம் வாசகர்களின் மனங்களில் அழியா இடம் பெறும் என்பதில் எள்ளளவும் சந்தேகமில்லை. சிறிதும் பகிரச் சாதகமற்ற சூழ்நிலைகளில், ஆரவாரமில்லாமல் அமைதியாகப் பணியாற்றும் நம் நீர்மூழ்கிக் கப்பல் வீரர்களின் சாகஸக் கதைகள் பற்றியும் வாசகர்கள் இந்தப் புத்தகத்தில் அறிந்து கொள்ளலாம்.

வாசகர்கள் நம் இராணுவத்தின் தலைசிறந்த பண்புகளைப் பற்றி ஆழமாக அறிந்து, புரிந்து, அவற்றை வெளிப்படுத்தும் வீரர்களைப் பாராட்டலாம். அடுத்தடுத்து ‘பிரேக்கிங் நியூஸ்’கள் வந்து கொண்டிருக்கும், மனிதனின் நினைவாற்றல் மிகவும் குறுகிப்போய்விட்ட சூழல் இப்போது. இந்த மாதிரி வரலாறுகள் நம் நாட்டிற்காகவும், நம் எதிர்காலத்திற்காகவும் எண்ணற்ற, அளப்பரிய தியாகம் செய்தவர்கள் பற்றிய நினைவுகளைத் தூண்டிவிடும். இந்தத் தூண்டுதல் இல்லயென்றால், நாம் அவர்களை எளிதாக மறந்துவிடுவோம்.

நம் வீரர்கள், தங்கள் தியாகத்தாலும் வீரத்தாலும் நம் நாட்டின் அடித்தளத்தைத் தொடர்ந்து உறுதியாகக் கட்டமைத்துக் கொண்டிருக்கிறார்கள். அவர்களை நினைவுகூருவதன் மூலம், நாம் நம் வாழ்க்கையைச் செம்மைப்படுத்திக் கொள்கிறோம்.

ஜெய் ஹிந்த்!

அட்மிரல் சுனில் லன்பா
PVSM, AVSM, ADC
தலைவர், பணியாளர்கள் குழுத் தலைவர் மற்றும்
கப்பல் படை ஊழியர்கள் தலைவர்

உங்கள் கீழ் பணிபுரிபவர்கள் என்ன செய்ய வேண்டும் என்று நீங்கள் நினைக்கிறீர்களோ அதை முதலில் நீங்கள் செய்யுங்கள்.

– ஜெனரல் ஜார்ஜ் எஸ். பேட்டன் Jr

1999-ம் வருடம் ஜூன் மாதம் 3-ம் தேதி, நேற்றுப்போல் எனக்கு நினைவிருக்கிறது. நானும், என் ஃப்ளைட் கமாண்டரும், இரண்டு MIG-21 ஜெட் விமானங்களில் ஸ்ரீநகரிலிருந்து புறப்பட்டோம். ட்ராஸ்-கார்கில் மேல் பறந்து, டைகர் ஹில் பகுதி மேல் நாங்கள் 250 கிலோ எடையுள்ள குண்டுகளைப் போட்டோம். பதினைந்து நாட்களுக்கு முன், எங்கள் அணி பஞ்சாபிலிருந்து காஷ்மீர் பள்ளத்தாக்கிற்கு வந்திருந்தது. ஊடுருவல்காரர்களின் நிலையறிந்து வேட்டையாடி அழிப்பதற்கு உதவுவதே எங்கள் வேலை.

போரில் ஈடுபடுவது ஒரு கனவு. என் அணியும் நானும், இந்த ஆபத்தான வேலையில் ஈடுபடத்தான் பயிற்சியளிக்கப்பட்டிருந்தோம். நீங்கள் எதற்காக இந்திய விமானப் படையில் சேர்ந்தீர்களோ, அந்த வேலையைச் செய்ய நீங்கள் அழைக்கப்படுவதைவிட எது உங்களுக்கு மன நிறைவைத் தரும்?

அந்தச் சில வாரங்கள், இந்தியாவின் தலைசிறந்த வீரர்களில் சிலரை உலகிற்கு அடையாளம் காட்டியது. அவர்களின் வீரமிக்க தீரச் செயல்கள், நாட்டு மக்களிடையே பெரு மதிப்பை அவர்களுக்கு ஏற்படுத்திக் கொடுத்தன. தன் வீரர்களின் வீரத்தையும், தீரத்தையும் வெளி உலகிற்குக் காட்ட, இந்தியாவிற்கு ஒரு முழுப் போர் என்றுமே தேவைப்பட்டதில்லை என்று நான் எப்போதும் சொல்லி வந்திருக்கிறேன். இந்தியா, தொடர்ந்து பல்வேறு விதமான தாக்குதல்களைச் சந்தித்து வரும் ஒரு நாடு. இப்படிப்பட்ட நாட்டில் வீரத்தையும், தீரத்தையும் வெளிப்படுத்த கிடைக்கும் சந்தர்ப்பங்கள் ஏராளம். நம் நாட்டின் சரித்திரத்தில் இப்படிப்பட்ட சம்பவங்கள் ஏராளமாக விரவிக் கிடக்கின்றன.

ஒரு போரில் விமானப் படையின் பங்கு அடிக்கடி தவிர்க்க முடியாததாகிவிடும். இதன் வீரர்கள் தங்கள் கடமைகளை ஆற்ற இடைவிடாமல் அழைக்கப்படுகிறார்கள். எரிந்து கொண்டிருக்கும் போர் விமானத்தின் காக்பிட்டிலிருந்து, ஒரு சிறிய விமானத்தளத்தை நோக்கி, ஆபத்தான நிலையில் பறந்துவரும் போக்குவரத்து விமானம் வரை, வெள்ளத்தில் சிக்கித் தவித்துக்கொண்டிருக்கும் மக்களை மீட்கும் பணியில் ஈடுபட்டிருக்கும் ஹெலிகாப்டரிலிருந்து, விரிவான கள தாக்குதல்கள் வரை, கடமையின் அழைப்புகளுக்கு எப்போதுமே பஞ்சம் இருந்ததில்லை.

தீரமிக்க இந்தியர்கள் 2-ல் வழக்கத்திலிருந்து மாறுபட்ட செயலொன்றில் ஈடுபட்ட ஒரு போர் விமானியின் கதையையும் படிக்கப் போகிறீர்கள், மற்ற கதைகளுடன். அந்த அசாதாரண செயல், தீவிரவாதிகளுக்கு எதிரான தாக்குதல். மற்ற கதைகளும் உங்கள் மனதில் சில கேள்விகளை எழுப்பும். எது ஒரு வீரரைத் தன் உயிரையும் துச்சமாக எண்ண வைக்கிறது, ஒரு பெரிய நன்மை நாட்டிற்குக் கிடைக்குமானால், அதற்காகத் தன் உயிரையும் துணிந்து தியாகம் செய்ய அவரை எந்தச் சக்தி தூண்டுகிறது என்பன போன்ற கேள்விகள்.

இந்த இரண்டாவது பாகத்தை வெளிக்கொண்டு வந்ததற்காகவும், நம் வீரர்களின் வீரத்தையும், அச்சமின்மையையும் வெளிப்படுத்தியதற்காகவும் இதன் ஆசிரியர்களை நான் மனதார வாழ்த்துகிறேன், மீண்டுமொருமுறை.

ஜெய் ஹிந்த்

விமானப் படைத் தளபதி பி. எஸ். தனோா,
PVSM, AVSM, YSAM, VM, ADC
தலைவர், விமானப் படை.

தீரமிக்க இந்தியர்கள்: தொகுதி-2 வாசகர்களிடம் பெற்ற பெரும் வரவேற்பை அறிந்து, இந்திய இராணுவம் அகமகிழ்ந்து போனது. மிகச் சிக்கலான, சவால்கள் நிறைந்த சூழ்நிலைகளில் வீரத்துடனும், தீரத்துடனும், அச்சம் சிறிதுமின்றி, தங்கள் உயிரைத் துச்சமாக மதித்து நாட்டிற்காகப் போராடிவரும் வீரர்கள் சிலரின் கதைகளை இந்தப் புத்தகம் ஒளிரச் செய்கிறது.

மனதைத் திசை திருப்பித் தடுமாறச் செய்யும் நவீன வாழ்க்கைச் சூழலிலும், இந்தப் புத்தகம் பெற்றிருக்கும் வெற்றி, இன்னும் லட்சக்கணக்கான மக்கள், இராணுவச் சீருடையில் பணியாற்றும் வீரர்கள், வீராங்கனைகள் மேல் வைத்திருக்கும் மட்டற்ற மரியாதைக்குச் சிறந்த எடுத்துக்காட்டு. தொழில் முறையில், நம் இராணுவத்தினர், தொடர்ந்து தங்களை நவீனப்படுத்திக்கொண்டு வருகின்றனர். தேசம் எப்போது அழைத்தாலும், இந்த மாபெரும் நாட்டின் இறையாண்மையையும், கௌரவத்தையும் காக்க அவர்கள் பணியாற்றச் செல்லத் தயார்.

இராணுவத்தின் மிகச் சிறந்த பண்பாட்டில் புடம் போடப்பட்ட நம் வீரர்களும், வீராங்கனைகளும் தேசத்தை ஒருபோதும் கைவிட்டதில்லை. இந்திய இராணுவத்தின் பல்வேறு சவால்கள் நிறைந்த பணிகளையும் பார்த்தவன் என்ற முறையில் மிகுந்த நம்பிக்கையுடன் சொல்கிறேன்; இவர்களுக்கு நாட்டின் நலம்தான், தங்கள் உயிரைவிட முக்கியம், எப்போதும்.

எங்கள் பணியைத் தொடர்ந்து அங்கீகரித்து வரும் இந்த நாட்டின் குடிமக்களுக்கு நாங்கள் நன்றிக்கடன் பட்டிருக்கிறோம்.

இவர்கள் எங்கள் வீரத்தையும், தியாகத்தையும் தங்களால் முடிந்த பல்வேறு வழிகளில்-குறுஞ்செய்திகள், கடிதங்கள், வாழ்த்து அட்டைகள், சமூக வலைதளங்கள், பொதுவெளிகளில் செய்யப்படும் உற்சாகமிகு கைதட்டல்கள்- தொடர்ந்து பாராட்டி வருகிறார்கள். இவர்களுக்கு எங்கள் நெஞ்சார்ந்த நன்றி. இவர்கள் தொடர்ந்து எங்களுக்கு உற்சாகமூட்டுவார்கள் என்பதில் எள்ளளவும் சந்தேகமில்லை.

வீரமும், தீரமும் நிறைந்த நம் இராணுவத்தின் கதைகளை இரண்டாவது பாகமாக வெளிக்கொணர்ந்திருக்கும் ஆசிரியர்களுக்கு என் மனமார்ந்த பாராட்டும், நன்றியும்!

ஜெய் ஹிந்த்!

ஜெனரல் பிபின் ராவத்
PVSM, UYSM, AVSM, YSM, SM, VSM, ADC
முப்படைகளின் தலைமைத் தளபதி.

முகவுரை

26, பிப்ரவரி, 2019. மணி 3.30-க்கு சற்று நேரம் கழித்து இந்திய விமானப்படையைச் சேர்ந்த ஒரு போர் விமானி, ஒற்றை இருக்கை கொண்ட தன் MIRAGE 2000 ஜெட் விமானத்தில், 27,000 அடி உயரத்தில், இருண்ட வானத்தில் பாகிஸ்தான் ஆக்கிரமிப்பு காஷ்மீர் மீது பறந்து கொண்டிருந்தார். அவர் தன் 'ஃப்ளைட் ஸ்டிக்'கிலிருந்த ஒரு பொத்தானை அழுத்தினார். துடித்துக் கொண்டிருந்த விமானத்தின் வயிற்றுப் பகுதியிலிருந்து இஸ்ரேல் நாட்டுத் தயாரிப்பான ஒரு குண்டு தன்னைக் கழற்றிக்கொண்டு, கீழ்நோக்கிய தன் பயணத்தைத் துவக்கியது. அது முதலில் மிதந்து, 70 கி.மீ தொலைவிலிருந்து தன் இலக்கை நோக்கிச் சீறிச் சென்றது. அந்தக் குண்டில் செயற்கைக்கோள் ஒருங்கிணைப்புகள் பொருத்தப்பட்டிருந்தன. அவற்றுடன் ஒரு ஆன்- போர்ட் வழி நடத்தும் சிப்பும் பொருத்தப்பட்டிருந்தன. இலக்கை பற்றிய விவரங்கள் அனைத்தும் அதற்குத் தெரியும்.

அந்த MIRAGE 2000 விமானம், தன் வீட்டிலிருந்து வெகு தூரத்திலிருந்தது. 1000 கி.மீட்டருக்கு அப்பாலிருந்த குவாலியர் தளத்திலிருந்து அன்றிரவு, வெகு நேரத்திற்கு முன்பே, இன்னும் ஆறு ஜெட் விமானங்களுடன் அது கிளம்பிவிட்டிருந்தது.

அடுத்த ஒரு மணி நேரத்திற்கு, இந்தியாவின் வட பகுதியில் அவை பறந்தன. அவற்றைத் தொடர்ந்து, இன்னும் ஐந்து *MIRAGE-2000* ஜெட்டுகள் பஞ்சாபிலிருக்கும் இன்னொரு தளத்திலிருந்து பறந்தன.

இந்த விமானங்கள் மூன்று தனித்தனி அணியாக, சீரற்ற வரிசைகளில் பறந்தன. அவை வானில் தனித்து இல்லை. இரண்டு எச்சரிக்கை விமானங்களும்-ஒன்று பதிந்தா தளத்திலிருந்து புறப்பட்ட எம்ரேர் நேத்ரா, இன்னொன்று ஆக்ராவிலிருந்து கிளம்பிய மிக அதிக சக்தி வாய்ந்த பால்கன் ஜெட்- ஏற்கனவே வானில் பறந்து கொண்டிருந்தன. செய்ய வேண்டிய வேலையைப் பற்றி உணர்த்தும் சென்ஸார்களும், ராடார்களும் அவற்றில் பொருத்தப்பட்டிருந்தன. பறந்து கொண்டிருந்த மற்ற விமானங்களுக்கும், இவற்றிற்கும் இடையேயான தகவல் தொடர்பு, மிகக் குறைந்த அளவே வைக்கப்பட்டிருந்தது. செயல் திட்டத்தில் மாற்றம் எதுவும் செய்யப்படாது, அது அத்தியாவசியமென்றால் தவிர. அதுவும் மிகக் குறைந்த அளவே.

அந்த மூன்று *MIRAGE* வரிசைகளும், குறைந்த உயரத்தில், ஒரு சுழல் வட்டப்பாதையில் பறந்தன. அப்படித்தான், படைப்பிரிவுகள் தங்கள் இரவுப் பயணங்களை நடத்தும். அப்போது இன்னும் பத்து விமானங்கள் இரண்டு தளங்களிலிருந்து கிளம்பின. அவற்றுள் ஹல்வாரா தளத்திலிருந்து, கிளம்பிய *sukhoi su-30 MKI* போர் விமானங்களும் அடக்கம். அடுத்து வரும் நிகழ்வில் இந்த *sukhoi* விமானங்கள் முக்கியப் பங்காற்றப் போகின்றன.

இப்போது வானில் பறந்து கொண்டிருந்தவை, மொத்தம் இருபத்தி இரண்டு விமானங்கள். இவற்றின் வரிசைகள் ஒன்றுடன் ஒன்று கலந்து, மூன்று அணிகளாகத் தனித்தனியாகப் பிரிந்தன. அவற்றில் இரண்டில் *MIRAGE 2000* விமானங்களும், *su-30* விமானங்களும் இருந்தன. இதைப் படிக்கும்போது அவை ஒரு சீரான வரிசையில் பறந்தன என்று நீங்கள் நினைத்துக்

கொள்ளலாம். ஆனால், உண்மையில் அப்படி இல்லை. அவை ஒவ்வொன்றும் பல கிலோ மீட்டர்கள் இடைவெளியில் பறந்தன. அவற்றுக்குள் பொதுவாக இருந்தது, அவை பறக்கும் பாதையும், அவற்றின் திட்டம் மட்டுமே.

அதிகாலை 3 மணி தாண்டி சிறிது நேரம் கழிந்திருக்கும். திட்டம் செயல்பட ஆரம்பித்தது, ஏற்கனவே திட்டமிடப்பட்டிருந்த ஒரு 'மாற்று' வேலையுடன்.

கனமான su-30 ரக விமானங்கள் கொண்ட மூன்றாவது அணி தெற்கே திரும்பி, பஞ்சாபை விட்டு விலகி, ராஜஸ்தான் பகுதியை நோக்கிப் பறக்க ஆரம்பித்தது. அப்படிப் பறக்கும்போது அவை, சர்வதேச எல்லையின் அடுத்த பக்கமிருந்த பாகிஸ்தான் ராடார்களில் தாங்கள் தெரியுமாறு பார்த்துக் கொண்டன. ஜோத்பூர் தாண்டியதும், அவை சந்தன் சுடும் பயிற்சித் தளத்திற்கு வடக்கே இருக்கும் சர்வதேச எல்லைப் பகுதியை நோக்கி பாகிஸ்தானைச் சீண்டும் விதமாகப் பறந்தன. அவை பாகிஸ்தானிலிருந்த பஹாவல்பூர் நகரை நோக்கி, தங்களின் மூக்குகள் இருக்குமாறு பறந்தன. வடக்கிலிருக்கும் இந்த நகரம் பாகிஸ்தானால் கடும் கண்காணிப்புக்குள் வைக்கப்பட்டிருக்கும். இந்த நகரம்தான் ஜெய்ஷ்-இ- மொஹமதுவின் தலைமையகம். இங்கேதான் அந்த அமைப்பின் மிகப் பெரிய பயங்கரவாதப் பயிற்சிக்களம் இருந்தது. இதை நோக்கித் தன் விமானங்கள் பறந்தால், பாகிஸ்தானின் மூக்கில் வேர்க்கும் என்று இந்திய விமானப் படை நம்பியது. அது எதிர்பார்த்தது நடந்தது, சில நிமிடங்களிலேயே.

பஹாவல்பூருக்கு வடக்கே 320 கி.மீ. தொலைவிலிருக்கும் சர்கோதாவின் முஷாப் விமானத் தளத்திலிருந்து பாகிஸ்தான் விமானப்படை f-16 ரக ஜெட்டுகளை நம் விமானங்களை வரவேற்க அனுப்பியது. அதே சமயம், su-30 மற்றும் MIRAGE 2000 ரக விமானங்களைக் கொண்ட நம் இரண்டாவது அணி தன் பாதையை விட்டு விலகி, தெற்கில் ஜம்மு நோக்கிப்

பறக்க ஆரம்பித்தன. சியால்கோட்டையும், லாஹூரையும் நோக்கிப் பறப்பது அவற்றின் திட்டம். இவை இரண்டும் பெரிய வணிக நகரங்கள். இந்த இரண்டாவது அணி மேலும் பிரிந்து, அவற்றில் ஒன்று, பாகிஸ்தானின் ஒகாரா வழியாக, மீண்டும் பஹாவல்பூரை நோக்கிப் பறந்தன.

இப்படி இரண்டு அணிகளாகப் பிரிந்து நம் விமானங்களால் *JeM* என்ற தீவிரவாதக் குழுவின் 'தலைமையகத்திற்கு' ஏற்படும் ஆபத்து இருமடங்காயிற்று. மேலும் அதிக அளவில் சர்கோதாவிலிருந்து வானில் ஏவப்பட்டன. எச்சரிக்கை விமானங்களில் இருந்த சென்ஸார் ஆபரேட்டர்களுக்கும், ரேடார் கண்காணிப்பாளர்களுக்கும் இது ஆச்சரியமளிக்கவில்லை. 26/11-ல் நடந்த மும்பைத் தாக்குதலுக்குப் பின் இந்திய விமானப் படை மிக அதிகபட்ச உஷார் நிலையில் வைக்கப்பட்டிருந்தது. இரத்தக்களரி ஏற்பட்ட அந்தப் பயங்கரத் தாக்குதல், இந்திய விமானப் படை வரலாற்றில் முதல் முறையாக, பழிவாங்குதலைப் பற்றி யோசிக்க வைத்தது.

இப்போது, பாகிஸ்தான் இராணுவம் தன் உஷார் நிலையைத் தொடர்ந்து பன்னிரண்டு நாட்கள் எந்தத் தொய்வுமின்றி, அதிகபட்சமாக வைத்திருந்தது.

பதினொரு நாட்களுக்கு முன், 2019 பிப்ரவரி 15-ம் தேதி காலை 9.30 மணிக்கு இந்தியாவின் முப்படைத் தலைவர்களும், தேசியப் பாதுகாப்பு ஆலோசகரும், உளவுப் பிரிவின் உயர்ந்த அதிகாரிகளும், முக்கிய அமைச்சர்களும் எண் 7, டெல்லியிலிருந்த மரங்கள் சூழ்ந்த ரம்மியமான வளாகமான லோக் கல்யாண் மார்க்-ல் கூடியிருந்தனர். அங்கேதான், இந்தியப் பிரதமர் வசிக்கிறார். சில சமயம் அவர் அங்கேயே தன் அலுவல் சம்பந்தமான முக்கிய முடிவுகளையும் எடுப்பது உண்டு. தேசத்தின் பாதுகாப்பு பற்றிய ஆலோசனைக் கூட்டம் அங்கே வாராவாரம் நடைபெறுவது உண்டு. ஆனால், இப்போது கூடியிருப்பது வேறொரு விஷயத்திற்காக.

பதினெட்டு மணி நேரத்திற்கு முன்பு, 800 கி.மீட்டர் வடக்கில் ஜம்மு, காஷ்மீரின் புல்வாரா மாவட்டத்தின் லெதாபொரா பகுதியில், வெடிபொருட்களுடன் ஒரு வாகனத்தை அஹமத் தர் என்ற இளைஞன் ஓட்டிச் சென்றான். அவன் ஸ்ரீநகர் நோக்கிச் சென்று கொண்டிருந்த 2,500 வீரர்கள் கொண்ட ஒரு பெரும் வாகன வரிசையினூடே எப்படியோ புகுந்து விட்டிருந்தான். இவை CRPF படையினரைச் சுமந்து சென்றன. அவன் ஏற்படுத்திய குண்டுவெடிப்பு, நாற்பது வீரர்களைக் கொன்று, நெடுஞ்சாலை முழுவதும் அவர்கள் உடல் உறுப்புகளையும், ரத்தத்தையும் வாரி இறைத்தது. இது நடந்த சில நிமிடங்களிலேயே, உள்ளூர்க்காரர்களால், அலைபேசிகளில் எடுக்கப்பட்ட சிதைந்த வாகனங்கள், உடல்களின் புகைப்படங்கள் சமூக வலைதளங்களில் நிறைந்து விட்டன.

பாகிஸ்தானால் பயிற்சியளிக்கப்பட்ட JeM தீவிரவாதக் குழு இதற்குப் பொறுப்பேற்றுக் கொண்டது. இதற்கு எப்படி பதிலடி கொடுப்பது என்பதை விவாதிப்பதற்காகவே பிரதம மந்திரி, பாதுகாப்பிற்கான இந்த அமைச்சரவைக் கூட்டத்தைக் கூட்டி இருந்தார். நாற்பது நிமிடங்கள் கழித்து கூட்டம் முடிந்தது. விமானப் படை கொண்டு இலக்குகளைத் தாக்க முடியுமா என்று விமானப் படைத் தலைவரான ஏர் சீஃப் மார்ஷல் பிரேந்திர் சிங் தனோவிடம் கேட்டபோது, ‘முடியும்’ என்று அவர் பதில் சொன்னார். ஒருசில நாட்களிலேயே, தன் விமானப் படையினால், இலக்குகளைத் தாக்க முடியும் என்று அவர் சொன்னார். அவருக்கு இரண்டு வாரங்கள் அவகாசம் கொடுக்கப்பட்டது.

பிப்ரவரி 16 முதல் 20 வரை, இந்திய விமானப் படை உளவுப்பிரிவுடன் ஆலோசித்தது. இந்த ஆலோசனை, டெல்லியிலிருந்த வாயு பவனில் நடந்தது. தேசியப் பாதுகாப்பு ஆலோசகர், அஜீத் தோவலுக்கு அன்றாடம் தகவல்கள் தரப்பட்டுக்கொண்டிருந்தன. இவை, செயற்கைக்கோள்

படங்கள், தினமும் கட்டுப்பாட்டுக் கோட்டை ஒட்டிப் பறந்த ஒரு ஜோடி ஹிரோன் ட்ரோன்கள், பாகிஸ்தான் மற்றும் பா.ஆ. காஷ்மீரிலிருக்கும் இந்திய உளவாளிகள் அளித்த தகவல்கள் ஆகியவற்றுடன் ஒப்பிட்டுச் சரிபார்க்கப்பட்டன.

பிப்ரவரி 21, தேசியப் பாதுகாப்பு ஆலோசகர் மூலமாக, இலக்குகளின் அட்டவணையை இராணுவம் அரசுக்கு சமர்ப்பித்தது.

இந்த அட்டவணையில் முதலிலிருந்தது *JeM* தீவிரவாதப் பயிற்சி வளாகம். பாகிஸ்தானின் கைபர் பக்த்துன்த்வா மாவட்டத்தில், பாலாகோட் நகருக்கு வெளியே, ஜபா டாப் என்ற மலையின் மேல் அமைந்திருந்தது. இந்திய விமானப் படை பாலாகோட்டை இலக்காகத் தேர்ந்தெடுத்திருந்தது. காரணம், அது ஒரு ஒதுக்குப்புறமான இடம். அங்கே தாக்குதல் நடத்தினால் தீவிரவாதிகளல்லாத, சாதாரண குடிமக்கள் தாக்கப்படுவது கணிசமாகக் குறையும். அரசுக்குப் பரிந்துரைக்கப்பட்ட மற்ற இரண்டு இலக்குகள், பா.ஆ. காஷ்மீரில் இருந்தன. ஒன்று, பாலாகோட்டிலிருந்து, 23 கி.மீட்டர் தொலைவில் தென்கிழக்கில் இருந்த முஜாபர்பாத். இன்னொன்று, சுமார் 70 கி. மீட்டர் தொலைவிலிருந்த சகோத்தி. இவை இரண்டையும், பஹாவல்பூரையும் தாக்குவதில் ஒரு சிக்கல் இருந்தது. இவை தாக்கப்பட்டால், பாகிஸ்தானின் விமானப் படை திருப்பித் தாக்கும். இவற்றைத் தவிர, இன்னுமொரு இலக்கு, லாகூருக்கு வடக்கிலிருந்த முரிடிக்த். இந்தியாவின் நிம்மதியைக் கெடுக்க கங்கணம் கட்டிக் கொண்டிருந்த இன்னொரு தீவிரவாத அமைப்பான லஷ்கர்-இ-தொய்பாவின்(*L E T*) தலைமையகம் இங்கேதான் இருந்தது. இதைத் தாக்குவதும் ஆபத்தானதே.

பிப்ரவரி 22 அன்று, இந்தியாவின் மேல் மட்டத்தில், முதல் இலக்கை இந்திய ஜெட்டுகள் தாக்க வேண்டும் என்று முடிவு செய்யப்பட்டது. இது பாகிஸ்தானிலிருந்த பாலாகோட்டிற்கு வெளியே இருந்தது. குழுவில் இருந்த அனைவருக்கும் தெரியும்,

அப்படி ஒரு தாக்குதல் நடைபெறுமானால், அது 1971 போருக்குப் பிறகு பாகிஸ்தான் மண்ணில் இந்தியா நடத்தும் முதல் தாக்குதல் என்று. ஆனால், ஒரு பிரச்னை. தாக்குதல் நடக்கவிருந்த வருடமான 2019-ல் இரண்டு நாடுகளுக்குமிடையே எந்தப் போரும் நடைபெறவில்லை. நடத்தப்படும் தாக்குதல் அந்த நிலையை மாற்றிவிடுமோ?

பாலாகோட்டைத் தேர்ந்தெடுத்ததற்கு இன்னொரு முக்கியக் காரணம் இருந்தது. முஸாபராபாத், சகோதி பா.ஆ.காஷ்மீரில் இருந்தன. ஆனால், பாலாகோட்டோ பாகிஸ்தானில் இருந்தது. ஆக அதைத் தாக்குவது, ஒரு சர்வதேச சவால். இறையாண்மையுள்ள ஒரு நாட்டின் மீது நடத்தப்படும் தாக்குதல். பா.ஆ. காஷ்மீரை இந்தியா தன்னில் ஒரு பகுதியாகவே கருதி வந்தது. ஆக உலக நாடுகளின் பார்வையில் மாற்றம் ஏற்படும்.

அரசுக்கு அளிக்கப்பட்ட கோப்பில், ஒவ்வொரு இலக்கிலும் ஏற்படும் சேதம் பற்றிய விவரமான உளவுத் தகவல்கள் இருந்தன. பாலாகோட்டைப் பொறுத்தவரை, செயற்கைக்கோள் புகைப்படங்கள் தவிர, மின்னணு பிரிவு அனுப்பிய உளவுத் தகவல்களும் பாலாகோட்டிலிருந்து மனித உளவாளிகள் சேகரித்த தகவல்களும் கிடைத்திருந்தன. மனித உளவாளிகள் சேகரித்த தகவல்கள் மிகப் பயனுள்ளவையாக அமைந்தன. இவை, பின்னாளில் பெரும் சர்ச்சையைக் கிளப்பிவிட்டன. இந்த உளவாளிகள் சொன்ன தகவல்கள்- 300 தீவிரவாதிகளும், அவர்களின் பயிற்சியாளர்களும் எப்போதுமே ஜபா டாப் என்ற இடத்திலிருக்கிறார்கள் என்று சொல்லின. அதாவது, அங்கே கணிசமான அளவிற்கு, தீவிரவாதிகளும், பயிற்சியாளர்களும், தீவிரவாதத்தை ஒரு சித்தாந்தமாகவே ஏற்றுக்கொண்டவர்களும் இருந்தனர். எனவே, அதன் மீது தாக்குதல் நடத்தும் முடிவு மிகச் சரியானதே.

முற்றிலும் உளவுத் தகவல்களின் அடிப்படையிலேயே நடத்தப்பட வேண்டிய தாக்குதல் என்பதால், தீவிரவாதிகளின் மீது

தாக்குதல் நடத்தினால் மட்டும் போதாது; கணிசமான அளவு தீவிரவாதிகளையும் அது அழிக்க வேண்டும். NDRO கொடுத்த உளவுத் தகவல்கள் மட்டுமல்லாமல், மனித உளவாளிகள் அளித்த தகவல்களும் இலக்கை நிர்ணயிப்பதில் பெரும் பங்கு வகித்தன.

ஒரு எதிரி நாட்டில், மனித உளவாளிகள் கொடுத்த தகவல்களின் அடிப்படையில், ஒரு தாக்குதலை நடத்துவது இது முதல்முறையல்ல. 2016 செப்டம்பரில், இந்திய இராணுவத்தின் சிறப்புப் படையினர் நடத்திய, 'சர்ஜிகல் ஸ்ட்ரைக்'கின் போது, JeM-ன் உள்ளேயிருந்த இந்திய 'நண்பர்கள்', தீவிரவாதிகளின் ஏவுதளங்கள் தாக்கத் தகுந்த இலக்குகள் எனத் தகவல் சொல்லியிருந்தனர். இதைப்பற்றி விரிவாக இந்தப் புத்தகத்தின் முதல் பகுதியில் காணலாம்.

இந்திய உளவுத்துறையைச் சேர்ந்த ஒரு 'டேடா அனலிஸ்ட்' இந்தப் புத்தகத்தின் ஆசிரியர்களிடம் சொன்னார்: "தரை மீதிருக்கும் மனித உளவாளிகளின் உதவியின்றி இந்த வகைத் தாக்குதலை நடத்துவதென்பது இயலாத காரியம். மற்ற வகைகளில், செயற்கைக்கோள், மின்னணு போன்ற முறைகளில் கிடைத்த தகவல்களை, மனித உளவாளிகள் அளிக்கும் தகவல்களுடன் ஒப்பிடாமல் ஒரு தாக்குதலை நடத்துவது பேராபத்தில் முடியும்!"

2016-ல் எல்லைக் கட்டுப்பாட்டுக் கோட்டைத் தாண்டித் தகவல் சேகரித்து இலக்கை நிர்ணயித்த அணியைச் சேர்ந்த ஓர் அதிகாரி சொல்கிறார்: "தரையிலிருக்கும் உளவாளிகள் அணி அளிக்கும் உளவுத் தகவல்களைப் பயன்படுத்துகிறோமா இல்லையா என்பதல்ல பிரச்சனை. ஏனெனில், அவை 100 சதவீதம் உபயோகமானவை. பிரச்சனை என்னவென்றால், தற்போது தகவல் அளிக்கும் அணி, 2016-ல் தகவல்கள் அளித்த அணிதானா அல்லது அதே போன்றதா அல்லது முற்றிலும் வேறானதா- புதியதா என்பதுதான். இதை ஊகத்தின்

அடிப்படையிலேயே தீர்க்க முடியும். படங்களும், புத்தகங்களும் ஊகிக்கட்டும்."

பிப்ரவரி 24-ம் தேதி குவாலியரிலிருந்த *MIRAGE 2000* படைப்பிரிவுகள் விமானிகளுக்குத் தாக்குதல் பற்றிச் சுருக்கமாக எடுத்துச் சொல்லப்பட்டது. அதே நாளில், ஒரு மாதிரித் தாக்குதலுக்காக ஜெட் விமானங்கள் மத்திய இந்தியா மீது பறந்தன. அவற்றுடன், ஒரு பால்கன் *AWACS* ஜெட்டும், நடு வானில் எரிபொருள் நிரப்பும் *ilyushin - 78* விமானமும் பறந்தன. இந்தப் பயிற்சியில் ஈடுபட்ட இரண்டு ஜெட்டுகள் குவாலியர் திரும்பாமல், பஞ்சாபிலிருந்த ஒரு தளத்தில் தரை இறங்கின. அவை அடுத்த நாள் வரை அங்கே தங்கியிருக்கும்.

வரலாற்றிலிருந்து சற்றே பார்த்தால் இந்திய விமானப்படை முடிவெடுக்கவிருந்த நேரம். டெல்லியில் அது ஒரு வழக்கமான நடைமுறைதான் என்ற சித்திரத்தைத் தோற்றுவிக்க அனைத்து முயற்சிகளும் மேற்கொள்ளப்பட்டன. பிப்ரவரி 25-ம் தேதி, *MIRAGE* விமானங்கள் வானில் சீறிப்பாய சற்று நேரம் இருக்கும் முன்பு, மூன்று நாட்களில் பணியிலிருந்து ஓய்வு பெறும் மேற்குப் பகுதி விமானத் தளபதி, ஏர் மார்ஷல் ஹரி குமாரைக் கௌரவிக்க ஒரு விருந்தை இந்திய விமானப் படை நடத்தியது. அந்த விருந்து டெல்லியின் இந்தியா கேட்டுக்கருகில் உள்ள ஆகாஷ் விமானப் படை அதிகாரிகளின் உணவு விடுதியில் ஏற்பாடு செய்யப்பட்டிருந்தது. அங்கு ஒரு சில மணி நேரத்திற்கு முன்புதான், இந்தியப் பிரதமர் நரேந்திர மோடி, தேசியப் போர் நினைவுச் சின்னத்தை திறந்து வைத்திருந்தார்.

இந்திய விமானப் படையின் தலைவர் தன்னுடைய உரையில் எவ்வாறு தானும், ஏர் மார்ஷல் ஹரி குமாரும் ஒரே பள்ளியில்- டேராடூனிலிருந்த ராஷ்டிரீய இந்திய இராணுவக் கல்லூரியில் படித்ததை நினைவுகூர்ந்து, கூடியிருந்தவர்களை மகிழ்வித்தார். அது பழைய நினைவுகளால் சூழப்பட்ட ஒரு மாலைப் பொழுது. விருந்தில் எண்பதிற்கும் மேற்பட்ட மூத்த

விமானப் படை அதிகாரிகள் கலந்து கொண்டனர். ஆனால், அவர்களில் ஒரு சிலரே என்ன நடக்கப்போகிறது என்று தெரிந்துகொள்ளும் ஆர்வத்தில் இருந்தார்கள். ஆர்வமற்று இருந்தவர்கள் இந்தப் புத்தகத்தின் ஆசிரியர்களிடம் பின்னால் சொன்னார்கள், தங்கள் சகாக்கள் சிலர் பாகிஸ்தான் மீது பறந்து குண்டுகள் வீசப்போகிறார்கள் என்ற விஷயம் அந்தச் சமயத்தில் தங்களுக்குத் தெரியாது என்று.

பிரியாவிடை பேச்சுகள் முடிந்த பின், இரவு 11 மணிக்கு விருந்து முடிந்தது. இந்திய விமானப் படையின் தலைவர் தனோ டெல்லியின் அக்பர் சாலையிலிருக்கும் தன் வீட்டிற்கு அழைத்துச் செல்லப்பட்டார். அவர் இந்தப் புத்தகத்தின் ஆசிரியர்களிடம் சொல்கிறார்: "எனக்குத் தாக்குதல் பற்றி அண்மைத் தகவல்கள் கிடைத்தன." அதன்பின், அவர் ஓர் இரண்டு மணி நேர குறுந்தூக்கம் தூங்கினார். எல்லாம் திட்டமிட்டபடி நடந்தன. பொறுப்புகள் அனைத்தும் அவர் நம்பிக்கைக்குப் பாத்திரமான ஒரு குழுவிடம் ஒப்படைக்கப்பட்டிருந்தன. குவாலியரிலிருந்து MIRAGEகள் புறப்பட முப்பது நிமிடங்கள் இருக்கும்போது அவர் எழுந்து தன் ரகசிய வேலைகளில் மீண்டும் ஈடுபட்டார்.

நான்கு கி.மீட்டர்கள் தொலைவில், லோக் கல்யாண் மார்க்கிலிருந்த 7-ம் எண் வீட்டில், பிரதம மந்திரி நரேந்திர மோடியும் விழித்துக்கொண்டுதானிருந்தார். குவாலியரிலிருந்து ஜெட்டுகள் புறப்படும் 20 நிமிடங்களுக்கு முன்பு, அவருக்கு அண்மைத் தகவல்கள் சுருக்கமாகத் தெரிவிக்கப்பட்டன. அடுத்த அரைமணி நேரத்திற்கு எந்தத் தகவல் தொடர்புமின்றி அமைதி நிலவும். அந்த அரை மணி நேரம்தான் தாக்குதல் திட்டத்தின் முக்கியச் செயல் நிகழும் நேரம். அதாவது, ஊடுருவல்.

இரண்டாவது மற்றும் மூன்றாவது அணி போர் விமானங்கள், ஜோத்பூர்-பஹாவல்பூர் மற்றும் ஜம்மு-சியால்கோட் பாதைகளில் சென்றபோது, முதலாவது அணியைச் சேர்ந்த MIRAGE 2000 ஜெட்டுகள், குப்வாராவின் கீரன் பகுதியில் தாழப் பறந்தன.

பா.ஆ. காஷ்மீரிலிருந்த அத்முகா மேல் அவை பறந்தன. அந்த ஆறு ஜெட் விமானங்கள் மேலும் தங்களுக்குள் இடைவெளி விட்டு விரிந்து மேலேறி, எதிரியின் பரப்பு மேல் பறந்தன.

இப்போது ஜபா ஹில் பகுதி தாக்குதல் எல்லைக்குள் வந்து விட்டது. பால்கோன் ஜெட்டின் ராடார் கன்ட்ரோல்களிலிருந்து அனுமதி கிடைத்ததும், விமானங்கள் குண்டுகளை ஒன்றன் பின் ஒன்றாக வீசின. கும்மிருட்டில் ஐந்து விமானங்கள், பா.ஆ.காஷ்மீர் பகுதியிலிருந்து விலகி, இறையாண்மை கொண்ட பாகிஸ்தானின் மேற்கு வான் பரப்பில் பறந்தன.

ஜபா டாப் நெருங்க நெருங்க குண்டுகளை வானிலிருந்து விமானிகளும், தரையிலிருந்து கட்டுப்பாட்டாளர்களும் கண்காணித்தபோது அவர்களுக்குத் தெரிந்துபோனது புதியதொரு வரலாறு படைக்கப்பட்டு விட்டது என்று. இந்திய விமானப் படையின் குண்டுகள், பாகிஸ்தான் மண்ணில் நாற்பத்தி ஏழு வருடங்களில்- அதுவும் இரண்டு நாடுகளும் முழு மூச்சில் போரில் ஈடுபடாதபோது-முதல் முறையாக இலக்குகளைத் தொட இருந்தன. பொத்தானை அழுத்தி, குண்டுகளை விடுவிக்கும் அந்தச் செயல்கூட, ஒரு செய்திதான். அதைப்பற்றி, இந்திய விமானப் படையின் தலைமை அதன் விமானிகளுக்குப் பிற்பாடு சொன்னது.

குண்டுகள் வீசப்பட்ட சில நொடிகளிலேயே, *MIRAGE* விமானங்கள் அவற்றை அகச் சிவப்புக் கதிர்கள் கொண்டு கண்காணித்துக் கொண்டிருக்கும்போதே, அவற்றுக்கு ஓர் எச்சரிக்கை அழைப்பு வந்தது. “பாகிஸ்தானின் கம்ரா நகரிலிருக்கும் மின்ஹாஸ் தளத்திலிருந்து மூன்று ஜெட் விமானங்கள் புறப்பட்டுவிட்டன.” இந்தத் தளம், இஸ்லாமாபாத்திலிருந்து வட மேற்கில் 60 கி. மீட்டர் தொலைவில் இருந்தது. அவை இந்திய பால்கன் ஜெட்டால் கண்காணிக்கப்பட்டு வந்தன. பாகிஸ்தான் விமானங்கள் சீனாவின் *JF-17* தண்டர் ஜெட்டுகள் என்று நம்பப்பட்டன. அவை பா.ஆ.காஷ்மீர் பகுதியை நோக்கி சீறிப்

பாய்ந்தன. பாலாகோட்டை நோக்கி, இந்திய குண்டுகள் பாய்ந்து வருமென்று பாகிஸ்தான் கனவிலும் நினைக்கவில்லை.

பாகிஸ்தான் விமானங்கள் பறக்க ஆரம்பித்ததுமே, பால்கோன் ஜெட்டிலிருந்த இந்தியக் கட்டுப்பாட்டாளர்கள், MIRAGE விமானிகளுக்குத் தங்கள் விமானங்களை உடனே திருப்பிக்கொண்டு கட்டுப்பாட்டுக் கோட்டின் இந்தப் பக்கம் வந்துவிட ஆணையிட்டனர். இப்போது பாகிஸ்தான் விமானங்கள் 50 கி.மீ.-க்கு அப்பால் இருக்க, நம் ஆறு ஜெட்களும் சௌகிபாலுக்கும், லீபா பள்ளத்தாக்கிற்கும் இடையிலும் சகோதிக்கு வெகு அருகிலும் பறந்தன. முதலில் சகோதி மேல்தான் குண்டு வீசுவதாகத் திட்டமிருந்தது. ஆனால், பாலாகோட் மேல் குண்டு வீசுவதாக இறுதியில் முடிவு செய்யப்பட்டதால், அத்திட்டம் கைவிடப்பட்டது.

எதிரியின் வான் பரப்பில் பறந்தது ஒரு சில வினாடிகளே. ஆறு MIRAGE விமானங்களும் பால்கோன் விமானத்தால் கண்காணிக்கப்பட, பத்திரமாக ஸ்ரீநகரில் தரை இறங்கின. இரண்டு மற்றும் மூன்றாவது அணியைச் சேர்ந்த மிரேஜ்களும், su-30-களும் பஞ்சாபிலிருந்த தளத்திற்குத் திரும்புமாறு அறிவுறுத்தப்பட்டன. இரண்டாவது, மற்றும் மூன்றாவது அணியைச் சேர்ந்த விமானங்கள், முதல் எதிர்-நடவடிக்கை எடுத்த பாகிஸ்தானின் F-16 விமானங்களின் கவனத்தைத் தாக்குதல் களத்திலிருந்து, வடக்கில் வெற்றிகரமாகத் திசை திருப்பி விட்டன. தாக்குதல் முடியும் வரை, அவை களத்திற்கு வரமால் கவனித்துக் கொண்டன. பதிந்தாவிலிருந்து பறந்த நேத்ரா ஜெட், இவர்களின் ஏமாற்றுத்தனத்தைப் பதிவு செய்து கொண்டது. இவற்றின் செயல்பாடுகள் ஓர் அறிக்கையாகவும் தயார் செய்யப்பட்டது. இது, தாக்குதலுக்குப் பின் நடைபெறும் விவாதங்களுக்கு பெரும் உதவியாக இருக்கும்.

பாலாகோட்டின் மேல் நடைபெற்ற தாக்குதலுக்குப் பின் முப்பது மணி நேரம் கழித்து, கட்டுப்பாட்டுக் கோட்டருகில், ஜம்முவின்

சுந்தர்பாணிப் பகுதியில், பாகிஸ்தான் திருப்பியடித்ததில் நம் தாக்குதல் காணாமற் போய்விட்டது. பாகிஸ்தான் *F-16, MIRAGE-III, JF 17* விமானங்கள் என ஒரு பெரும் படையையே இறக்கிவிட்டது. அவை சர்கோதா மற்றும் ரஃபிக்யூ தளங்களிலிருந்து கிளம்பி வந்தன. பாலாகோட் தாக்குதலில் ஈடுபட்ட விமானிகளின் பெயர்கள் ஊடகங்களில் வரமால் கவனமாகப் பார்த்துக் கொள்ளப்பட்டாலும், ஒரு பெயர் மட்டும் வெளியே வந்துவிட்டது. விங் கமாண்டர் அபிநந்தன் வர்தமான் தன் *MIG -21* பைசன் ஜெட்டில், கட்டுப்பாட்டுக் கோட்டருகில் ஒரு பாகிஸ்தான் ஊடுருவல் விமானத்தைத் துரத்தியபோது அவர் விமானம் சுடப்பட்டது. அவரை *48* மணி நேரத்தில் இந்தியாவிடம் ஒப்படைக்க வேண்டிய நிலை பாகிஸ்தானுக்கு ஏற்பட்டது. இந்திய விமானப் படை பாகிஸ்தான் *F-16* ஜெட்டை சுட்டு வீழ்த்தியதற்காக அவரைப் பொது வெளியில் பாராட்டியது. ஆனால், இது இரண்டு நாடுகளிலும் பெரும் புயலைக் கிளப்பிவிட்டது.

ஆனால், உண்மையான 'வேலை'யை, அந்தக் குளிர்மிகுந்த வாரத்தில் இருட்டில் செய்தது ஓர் இந்திய இளம் விமானிகள் குழு. அவர்கள், தங்களுக்கு இடப்பட்ட ஆணையின்படி முன்னெப்போதும் செய்திராத ஒரு வேலையில் இறங்கினர். அவர்கள் ஒவ்வொருவருக்கும் தங்கள் வேலையில் இருக்கும் ஆபத்து பற்றி நன்றாகத் தெரியும். தாங்கள் சுடப்படுவதற்கான வாய்ப்புகள் மிக அதிகம் என்றும் அவர்களுக்குத் தெரியும். ஏனெனில், அவர்கள் 'பாய்ந்த' பகுதி அதீத கண்காணிப்பில் இருக்கும் பகுதி. எனவே, தாங்கள் தரையிலிருந்தோ அல்லது தரையிலிருந்து வானில் பாயும் ஏவுகணையாலோ சுடப்படும் வாய்ப்புகள் மிக அதிகம் என்பது அவர்களுக்குத் தெரியும். பாகிஸ்தான் இராணுவம், இந்த ஊடுருவலை இந்திய விமானங்கள் எப்படிச் செய்தன என்று சற்று மெல்லிய குரலிலேயே விவாதித்தது. அதுபோலவே, அடுத்த நாள் காலையில் நடந்த நிகழ்வுகளும் இந்திய விமானப் படையால் அடக்கப்பட்ட தொனியில் விவாதிக்கப்பட்டன.

இந்தப் புத்தகத்தின் ஆசிரியர்கள், பிப்ரவரி 26-ல் நடந்த தாக்குதலில் சம்பந்தப்பட்ட அதிகாரிகள் பலரை பேட்டி கண்டிருந்தாலும், விமானிகளின் பெயர்களை வெளியே சொல்ல முடியாது. இந்தப் புத்தகம் வெளிவரும் வேளையில் வரலாற்றுச் சிறப்பு மிக்க பாலாகோட் தாக்குதல் ஓர் இராணுவ ரகசியத் தாக்குதலாகவே வகைப்படுத்தப்பட்டது.

அறிமுகவுரை

2019 ஜனவரி 11-ம் தேதி, பிற்பகல் 2.45 மணிக்கு, இந்தப் புத்தகம் எழுதி முடிக்கப்பட்டபோது, நவ்ஷாராவிலிருந்த கட்டுப்பாட்டுக் கோட்டருகில், -*improved explosive device (I E D)*- மேம்படுத்தப்பட்ட வெடிக்கும் சாதனம் ஒன்று தொலைவிலிருந்து வெடிக்க வைக்கப்பட்டது. ஜம்முவின் வடக்கிலிருக்கும் இந்தப் பகுதி, பாகிஸ்தானின் அமைதி ஒப்பந்த மீறல்களுக்குப் பெயர் போனது. ரோந்து சென்று கொண்டிருந்த இரண்டு இந்திய வீரர்கள் அந்தக் குண்டுவெடிப்பில் உடனடியாகக் கொல்லப்பட்டனர்.

'பார்டர் ஆக்சன் டீம்' என்று அறியப்பட்ட இதை நடத்திய குழுவில், பாகிஸ்தான் இராணுவ கமாண்டோக்களும், தீவிரவாதிகளும் இருந்தனர்.

இந்தக் குண்டுவெடிப்பில் இறந்த ஒரு வீரர், வாழ்க்கைப் பாதையில் அப்போதுதான் அடியெடுத்து வைத்திருந்த இருபத்தி நான்கு வயதேயான ரைஃபிள் மேன் ஜிவான் குரூங். இன்னொருவர், அதிகாரியான மேஜர் சசிதரன் விஜய் நாயர். இவருக்கு வயது முப்பத்தி மூன்று. சில நாட்களில்

அவர் மரணம், அந்தப் பகுதியில் நடைபெற்ற மரணங்களில், பத்தோடு பதினொன்றாகப் பதிவு செய்யப்படும். ஆனால், நான்கு நாட்களுக்குள், ஜனவரி 15–ல், பத்திரிகையாளர்கள் அவர் மரணத்திற்குப் பின் இருக்கும் கதையைத் 'தோண்டி' எடுத்து, அவர் மீது புகழ் ஒளி வீசச் செய்தனர். அவர் பத்திரிகைகளின் தலைப்புச் செய்தி ஆனார்.

இந்த உண்மைக் கதை, முதலில் புனேயிலிருந்த போர் நினைவுச்சின்னத்தில் சக்கர நாற்காலில் உட்கார்ந்து கொண்டிருந்த ஒரு இளம் பெண்ணிடமிருந்து கிளம்பி, நகரத்திலிருந்த வைகுந்த் மயானத்தில் முடிந்தது. மேஜர் சசிதரன் ஆறு ஆண்டுகளுக்கு முன்பு, திருப்தியைச் சந்தித்துக் காதலில் விழுந்தார். அவர்கள் திருமண நிச்சயதார்த்தம் முடிந்து சில மாதங்களே ஆகியிருக்கும். அப்போதுதான் திருப்திக்கு மத்திய நரம்பு மண்டலத்தில் 'ஆட்டோ இம்யூன் டிஸீஸ்' நோய் இருப்பது தெரிய வந்தது. நோயின் அறிகுறிகள் பரவலாகத் தெரிய ஆரம்பித்தன. இந்த நோயைக் கட்டுப்படுத்தலாமேயன்றி, முழுமையாகக் குணப்படுத்த முடியாது. திருமணம் நடப்பதற்குச் சில காலம் முன்பு, சசிதரனின் நண்பர்களும், உறவினர்களும் அவரிடம் அவருக்கு அப்போது வயது இருபத்தியேழுதான்– திருமணம் பற்றிய அவருடைய முடிவை மறுபரிசீலனை செய்யுமாறு கேட்டுக் கொண்டனர். திருப்தியே கூட, சசி தன் முடிவை மாற்றிக் கொண்டால், அவரைத் தான் தவறாகப் புரிந்துகொள்ள மாட்டேன் என்று சசியிடமே கூறியதாக அவர் நண்பர்கள் சொன்னார்கள்.

ஆனால் சசி எதையும் காதில் போட்டுக் கொள்ளவில்லை. சில வாரங்கள் கழித்து அவர்கள் திருமணம் நடந்தது. திருமணம் நடந்து பல வாரங்கள் கழித்து, திருப்தியின் உடல் நலம் மிகவும் சீர்கெட்டுப்போய், இடுப்புக்குக் கீழே எந்தப் பகுதியும் இயங்கவில்லை. அவர் நிரந்தரமாக சக்கர நாற்காலி வாழ்க்கைக்கு மாறவேண்டிய கட்டாயம் ஏற்பட்டது. அந்த இளம் அதிகாரி தன் மனைவியைக் கண்ணும் கருத்துமாகக்

கவனித்துக் கொண்டார். இராணுவ வாழ்க்கையின் சகல பரிமாணங்களையும் அவர் தன் மனைவிக்குக் காட்டினார். சாவதற்குச் சில நாட்களுக்கு முன்பு, விடுமுறையிலிருந்தபோது, தன் கணவர் கட்டுப்பாட்டுக் கோட்டிற்கருகே பணியாற்ற வேண்டியிருந்ததை நினைத்துக் கவலைப்பட்ட திருப்தியை அவர் ஆறுதல் படுத்தினார்.

அவரைப் பற்றி ஒரு செய்தித்தாள் சொன்னது: "வாழ்விலும், சாவிலும் ஒரே மாதிரி!"

சொந்த வாழ்க்கையின் சோகம் மட்டும் வெளிவராமல் போயிருந்தால், மூவர்ணக் கொடி போர்த்தப்பட்டு வரும் உடல்களில் சசியுடையதும் பத்தோடு பதினொன்றாக இருந்து, வெளிச்சத்திற்கு வராமலேயே போயிருக்கும். அவருடன் இறந்துபோன இளம் ரைஃபிள் மேன் குரூங்கின் கதை என்ன? அவருக்கும், சசிக்கு இருந்தது போலவே ஏதேனும் சோகமான சொந்தக் கதை இருக்கிறதா? இப்படிப்பட்ட சொந்தக் கதைகள், நமது வீரர்களின் வீரத்தையும், தீரத்தையும், வெளிக்கொணர அவசியம்தானா? இந்தப் புத்தகத்தை எழுதும்போது, இப்படிப்பட்ட கேள்விகள் எங்கள் இதயங்களைக் குடைந்தன.

பிப்ரவரி 14-ம் நாள், மேஜர் சசிதரனையும், ரைஃபிள் மேன் குரூங்கையும் கொன்ற குண்டுவெடிப்பு நடந்து ஒரு மாதம் முடிந்த பின்பு, பொதுத் தேர்தலைச் சந்திக்க இருந்த இந்தியாவின் அமைதி ஒரு தற்கொலை வாகனத் தாக்குதலால் சிதைக்கப்பட்டது. தாக்குதல், ஜம்மு -காஷ்மீரின் புல்வாமாவில் ஒரு CRPF-வாகன வரிசை மீது நடத்தப்பட்டது. தொடர்ந்து, பாகிஸ்தான் உரமூட்டி வளர்க்கும் தீவிரவாதத் தாகுதல்கள் இந்தியாவின் பொறுமையைச் சோதித்து வந்தன. இதற்கு முன், இந்தியா இதைவிட மோசமான பல தாக்குதல்களைச் சந்தித்திருக்கிறது. அப்படியிருக்க, இந்தத் தாக்குதல் ஏன் இவ்வளவு புகைச்சலைக் கிளப்புகின்றது என்று யாரும் கேள்வி எழுப்பவில்லை. தாக்குதலின் பயங்கரத் தன்மையா?

அல்லது இந்தியா 2016 ல் பா.ஆ. காஷ்மீர் பகுதியில் நடந்த தாக்குதலுக்கு சரியான பதிலடி கொடுத்த நாடு என்பதினாலா? அல்லது எதிர்வரும் தேர்தல்களால் குரல்கள் இவ்வளவு உரத்து ஒலிக்கின்றனவா? காரணம் எதுவாக இருந்தபோதும், பன்னிரண்டு நாட்கள் கழித்து, இலக்குமணன் கோட்டைத் தாண்டி, பாகிஸ்தானுள்ளே நுழைந்து JeM தீவிரவாத அமைப்புகள் மீது வான்வழித் தாக்குதலை இந்தியா நடத்தியது.

பாகிஸ்தானும், இந்தியாவும் தொடர்ந்து வார்த்தைப் போரில் ஈடுபட்டிருந்தாலும், பாலாகோட் தாக்குதல் ஒரு புராண கதையின் அந்தஸ்தையே எட்டி விட்டது. இந்த விதமான சொற்போர் வழக்கமானதுதான் என்றாலும், இந்தத் தாக்குதல், இந்திய இராணுவத்தைப் பொறுத்தவரை, பகிரங்கத் தாக்குதலாக வகைப்படுத்தப்படவில்லை. கும்மிருட்டில், எதிரி வான்பரப்புக்குள் பாய்ந்து சென்று, துணிச்சலாகத் தாக்குதலில் ஈடுபட்ட விமானிகள் யார் பெயரும் வெளியில் வராது என்பதே இதன் பொருள். இந்தப் புத்தகத்தின் முகவுரை பாலாகோட் தாக்குதல் பற்றி விரிவாகப் பேசுகிறது. இதற்குப் பெயர்களை வெளியே சொல்ல முடியாத பலர் சொன்ன உண்மைத் தகவல்கள்தான் அடிப்படை. ராடார் இயக்குபவர், தாக்குதல் நடத்த உறுதுணையாக நின்ற விமானிகள், தாக்குதலைத் திட்டமிட்டவர்கள் இவர்களின் செயல்கள் பல்லாண்டு காலம் நிலைத்திருக்கும், இருட்டிலேயேயானாலும்.

அவர்களைப் போலவே தரையிலும், வானிலும், கடலிலும், நூற்றுக்கணக்கானவர்கள் சாகஸம் புரிந்திருக்கிறார்கள். அவர்கள் செய்த வேலையின் தன்மை கருதி, அவர்களின் பெயர்களை வெளியே சொல்ல முடியாத நிலையிலிருக்கிறோம்.

தீரமிக்க இந்தியர்கள்: தொகுதி-1 மற்றும் 2 புத்தகங்களை எழுதிக் கொண்டிருக்கும்போது, நாங்கள் எதிர்கொண்ட அசைக்க முடியாத உண்மை ஒன்று உண்டென்றால் அது இதுதான்: “நீங்கள் போதுமான அளவு ஆழமாகத் துருவித் துருவிப் பார்த்தால், மனதை உருக்கும் கதை ஒன்று ஒவ்வொரு

வீரரிடமும் இருக்கிறது. ஆனால், மேஜர் சசிதரனுக்கு நேர்ந்தது போல் மரணம் இவர்களை முத்தமிட்டால்தான், எல்லாம் வெளி உலகத்திற்குத் தெரியவருமா?"

ஜிம் மோரிஸன் 'தி டோர்ஸ்' என்ற கவிதையில் இப்படிக் குறிப்பிடுகிறார்:

மரணம் நம் எல்லோரையும் தேவதைகளாக்கி
நம் தோள்களுக்குப் பதிலாக
அண்டங்காக்கையின் நகங்களைப் போன்ற
மிருதுவான சிறகுகள் தந்து விடுகிறது!

(A Feast of friends- The Doors)

ஆனால், இன்னொன்றும் உண்மை: யாராவது கேட்டால் மட்டுமே நம் வீரர்களின் கதைகள் சொல்லப்படும். இந்தத் தொகுதியின் முதல் பாகம் போலவே, பகுதி 2-ல் பேசப்பட்டிருக்கின்ற பல 'ஹீரோக்கள்' இன்று உயிருடன் இல்லை. ஆனால் இந்தப் புத்தகத்தின் பக்கங்களைப் புரட்டப் புரட்ட நீங்கள் தெரிந்துகொள்வீர்கள். தொடர்ந்து சாகஸங்களில் ஈடுபட்டு வந்த அவர்களுக்கு, மரணம் என்பது கடைசியில் கிடைத்த மணிமகுடம்.

தங்கள் பணி வாழ்க்கை முழுவதையும் பத்திரிகையாளர்களாகவே கழித்த இருவர், நம் இராணுவ வீரர்களின் கதைகளைக் கேட்டு, அவற்றை ஆவணப்படுத்த வேண்டிய நேரம் வந்து விட்டது என்ற முடிவில் ஆரம்பித்தது இந்தப் பயணம். இந்த முடிவை ஏதோ பெரும் கடமை உணர்ச்சியால் உந்தப்பட்டு நாங்கள் எடுக்கவில்லை. இந்தக் கதைகள் எல்லோர் கவனத்திற்கும் கொண்டு செல்லப்பட வேண்டியவை என்று நாங்கள் நினைத்ததே இந்தப் புத்தகங்கள் உருவாகக் காரணம். 2017-ல் தீரமிக்க இந்தியர்கள்: தொகுதி-1 வெளிவந்தபின் வாசகர்களிடமிருந்து வெளிப்பட்ட ஒரு பொதுவான உணர்ச்சி: அகத் தூண்டுதல் அல்லது உத்வேகம். அதற்கு

வாசகர்கள் எங்களுக்கு நன்றி சொன்னார்கள். நாங்கள் அவர்களுக்குச் சொல்லிக் கொள்கிறோம், நன்றிக்கு உரியவர்கள் நாங்களல்ல; நம் வீரர்கள்தாம். வாசகர்களின் மனங்களில் எந்த உத்வேகத்தையும் தூண்டிவிடுவதற்காக இந்தப் புத்தகங்களை நாங்கள் எழுதவில்லை. அவர்கள் மனது தூண்டப்பட்டிருக்கிறது என்றால், நன்றிக்கு உரியவர்கள், நாங்கள் எந்த வீரர்களைப் பற்றி எழுதி இருக்கிறோமோ அந்த வீரர்களன்றி, நாங்கள் அல்ல.

உங்கள் கைகளில் இப்போது தவழும் இந்தப் புத்தகம், 2017-ல் வெளியிடப்பட்ட இந்தியாவின் நெ. 1 அச்சமற்ற வீரர்கள்-ன் வேர். அந்தப் புத்தகம் வாசகர்களிடையே இவ்வளவு பெரிய வரவேற்பைப் பெறும் என்று நாங்கள் கனவிலும் நினைக்கவே இல்லை. பல்வேறு மொழிகளிலும், இலட்சக்கணக்கான வாசகர்களால் இந்தக் கதைகள் வாசிக்கப்பட்டு, போற்றப்படும் என்றோ, அவர்கள் தாகத்தை இந்த அளவிற்குத் தூண்டிவிடும் என்றோ நாங்கள் நினைக்கவே இல்லை. பல்லாயிரக்கணக்கான வாசகர்கள் குறுஞ்செய்திகள் வழியாகவும், இன்னும் பல்வேறு வழிகளிலும் எங்களிடம் வைத்த வேண்டுகோள்களின் விளைவே இந்தப் புத்தகம். நம் வீரர்களைப் பற்றி இன்னும் மேலதிகத் தகவல்களைத் தெரிந்து கொள்ளும் அவர்களின் பேராவலை, அவற்றின் மூலம் வெளிப்படுத்தினார்கள்.

2019-ன் முன் பகுதியில் நாங்கள் இந்தப் புத்தகம் பற்றிய அறிவிப்பை வெளியிட்டதும், ஒரு வாசகர் இப்படி ஒரு செய்தியை வெளியிட்டிருந்தார்: இந்தியாவின் நெ.1 அச்சமற்ற வீரர்கள்-தொகுதிகளுக்கு முடிவே இல்லை, ஏனெனில் இந்தியாவில் வீரர்களுக்கு பஞ்சமே ஏற்படாது. இது உண்மைதான்; ஆனால் மனதை நெருடும் உண்மை. இந்தியாவில் தொடர்ந்து நிலவிவரும் அதன் சிக்கலான பாதுகாப்பு நிலையே அந்த ஹீரோக்களை உருவாக்குகிறது என்பது அப்படியொன்றும் நினைந்து நினைந்து ஆனந்தப்படும் விஷயம் அல்ல.

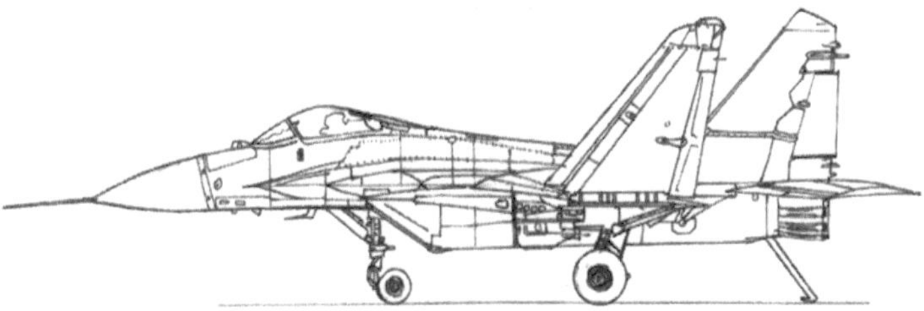

MiG-29K

கார்கில் போரின்போது பிறந்திராத ஒரு தலைமுறைக்கு, பாலாகோட் தாக்குதல் ஓர் ஆழமான நினைவூட்டல். அதுமட்டுமல்ல, இந்திய இராணுவத்தில் வீரதீரச் செயல்கள் ஒரு தொடர்கதை என்பதையும் அவர்களுக்கு அது எடுத்துச் சொல்லும். நம் போர் முனைகளிலிருந்தும், கொந்தளிப்பு நிறைந்த பகுதிகளிலிருந்தும், பல வழிகளிலும் வீரச் செயல்கள் பற்றிய செய்திகள் வெளிவந்துகொண்டே இருக்கின்றன. தீரமிக்க இந்தியர்கள் கற்பனைக் கதைகள் அல்ல. இந்தக் கதைகளை எழுதும்போது நாங்கள் தெரிந்துகொண்ட ஒரு விஷயம்:

'அவசியமேற்பட்டாலொழிய, இந்தியா தன் வீரர்களை போர்முனைக்கு ஒருபோதும் அனுப்பாது. தங்கள் வீரத்தை வெளிப்படுத்த அவர்கள் கொடுக்கும் விலை மிக அதிகம். இந்தியா, ஒரு போர் வீரரை, வாழ்வா, சாவா என்று முடிவெடுக்கும் சூழ்நிலைக்குத் தள்ளுவதை விட, அவரின் உயிர் முக்கியமென்று கருதுகிறது.'

இந்தப் புத்தகத்தில், தனிப்பட்ட வீரர்களுக்கு முக்கியத்துவம் அளிக்கப்பட்டிருந்தாலும், இராணுவத்தின் நடவடிக்கைகள் மீது வீசப்படும் சரியான கேள்விக் கணைகளையும் இது பதிவு செய்யத் தவறவில்லை. தலைமை, முடிவெடுத்தல், யுத்த தந்திரங்கள், பயிற்சி, உந்துதல், முனைப்பு இவை பற்றிய கேள்விகள்தாம் ஒரு வீரரை அவரின் இறுதி முடிவிற்கு இட்டுச் செல்கிறது என்பதால், இந்தக் கேள்விகளைக்

கேட்பதற்கு யாருக்கும் உரிமையில்லை என்று நினைத்து விட வேண்டாம். நம் வீரர்களுக்கு இருக்கும் மேலான உரிமை, தகுதி, அவர்கள் களத்திற்கு அனுப்பப்பட்ட சூழ்நிலைகள் பற்றிக் கேட்கப்படும் கேள்விகளே இந்தப் புத்தகம். இவற்றுள் சில கேள்விகளுக்குப் பதில் சொல்வதோடு மட்டுமல்லாமல், மேலும் பல கேள்விகளையும் கேட்கிறது. ஆனால், அவற்றின் அடிநாதமாக, வீரம் ஒலிப்பதையும் நீங்கள் அறிவீர்கள்.

2016-ல் நடந்த சர்ஜிகல் ஸ்ட்ரைக் பற்றிய அதிகாரபூர்வமான தகவல்களைத் தொகுத்து வழங்கியதற்காக, இந்தத் தொகுதியின் முதல் பகுதி, நாளிதழ்களில் முன்பக்கச் செய்தியானது. இப்பொழுது உங்கள் கைகளில் இருக்கும் புத்தகம், அந்தத் தாக்குதலுக்குப் பின் நடந்த பல்வேறு சம்பவங்களை விவரிக்கிறது. இந்திய இராணுவத்தின் சிறப்புப் படை நடத்திய அந்தத் துணிச்சல் மிக்க பழிவாங்கும் நடவடிக்கைக்குப் பின் நடந்த, இந்திய பாதுகாப்பு அமைப்பு எவ்வளவு வலிமையானது என்று உலகிற்கு வெளிச்சம் போட்டுக் காட்டிய, பல நடவடிக்கைகளை-2019 பிப்ரவரி 26-ல் நடந்த பாலாகோட் தாக்குதல் உட்பட இந்தப் புத்தகம் விவரிக்கிறது.

முதல் பகுதியைப் போலவே, இந்தப் புத்தகத்திலும், கடமையின் கட்டளைக்கு அப்பாலும் சென்று, பிறரைக் காப்பாற்றும் பணியில் ஈடுபட்ட பல வீரர்களைப் பற்றி நாங்கள் சொல்லியிருக்கிறோம். அந்த வாய்ப்புக் கிடைத்ததை எண்ணி நாங்கள் பெருமைப்படுகிறோம். பல கதைகளால் நாங்கள் எங்கள் தூக்கத்தைத் தொலைத்திருக்கிறோம். உங்களுக்கும் அந்த அனுபவம் ஏற்படும்; ஏற்பட வேண்டும் என்பதே எங்கள் அவா.

தீரமிக்க இந்தியர்கள் எங்களுக்கு உணர்த்திய ஓர் உண்மை- இந்த மாதிரி தியாகமும், தீரமும் கொண்ட கதைகளை மிக விரிவாகவும், விளக்கமாகவும் அறிந்துகொள்ள மக்கள் தணியாத

தாகம் கொண்டிருக்கிறார்கள் என்பதே. இந்தத் தாகமே, மற்ற புத்தகங்களிலும், ஆவணப் படங்களிலும், பாலிவுட் திரைப்படங்களிலும் பிரதிபலிக்கிறது. எனவே, ஒன்றை நாங்கள் உங்களுக்கு உறுதியாகச் சொல்கிறோம்: நாங்கள் இப்போது ஒரு நிறுத்த முடியாத புகைவண்டியில் பிரயாணம் செய்து கொண்டிருக்கிறோம். இந்தப் பயணத்தில் நீங்களும் கூட வருவது எங்களுக்கு இரட்டிப்பு மகிழ்ச்சி.

தீரமிக்க இந்தியர்கள்: தொகுதி-1-ன் முதல் பகுதியின் அறிமுகத்தை நாங்கள் இப்படி முடித்திருந்தோம்:

ஒரு நிதர்சன உண்மை: ஹீரோக்கள் நம்மிடையே உலாவத்தான் செய்கிறார்கள்.

அந்த உண்மை நிரந்தரமானது!

1

"என்னைக் கொன்றாலும் கொல்லலாம்;
ஆனால், உயிரோடு பிடிக்கவே முடியாது!"

மேஜர் மோஹித் ஷர்மா

ஷோபியன் அருகில் ஓர் ரகசிய இடம், ஜம்மு, காஷ்மீர்

மார்ச் 2004

"ஏதோ சரியில்லை!" அபு தோராரா கட்டிலில் தன் அருகே படுத்திருந்தவனின் காதில் கிசுகிசுத்தான். பாதி திறந்திருந்த ஜன்னல் வழியாக வெயிற்காலத்தின் மாலைக் கதிரவனின் ஒரு ஜோடிக் கதிர்கள் அவர்கள் ஒளிந்திருந்த சிறிய மறைவிடத்தில் நுழைந்தன. அந்த இடம் ஷோபியனிலிருந்து அருகே இருந்தது. ஷோபியன் ஸ்ரீநகரிலிருந்து 50 கி.மீ. தூரத்திலிருந்தது.

அபு சப்சார் தன் வாயிலிருந்த சிகரெட்டை ஒரு முறை வேகமாக இழுத்து, தன் நாசி வழியே புகையை விட்டான். தன் தாடியை வேகமாகச் சொறிந்து கொண்டே, சுவரில் சாய்ந்து நின்றிருந்த தோராராவைப் பார்த்தான். கட்டிலின் காலடியில் ஒரு ஜோடி ஏ கே 47 அஸால்ட் ரைஃபிள்கள் கிடந்தன. அடுத்த அறைக்குச் செல்லும் ஒரு சிறிய நுழைவாயிலை, தோராரா பார்த்தான். அது, எதிரே இருந்த காட்டைப் பார்த்தவாறு இருந்த பால்கனியுடன் கூடிய ஒரு சிறிய சமையலறை. அந்தப் பக்கமிருந்து தண்ணீர் கொதிக்கும் சத்தமும், 'காவா'வின் நறுமணமும், கிளாஸ் தம்ளர்களில் நுரை பொங்கும் திரவம் நிரப்பப்படும் ஓசையும், அவை ஒரு தட்டின் மேல் வைக்கப்படும். 'கிளாங்' என்ற ஓசையும் கேட்டன.

தன் அருகே இருந்த ஜன்னலின் விளிம்பில் தன் சிகரெட்டைத் தேய்த்தவாறே, சப்சார் கேட்டான், “இன்னும் அவனுடன் பேச வேண்டுமா?” தோராரா பதில் சொல்லவில்லை. சில வினாடிகள் கழித்து, தட்டில் தேநீர் நிறைந்த கோப்பைகளுடன் இஃப்திகார் பத் அந்தச் சிறிய வாயில் வழியாக அறைக்குள் நுழைந்தான்.

ஆறு அடி, இரண்டு அங்குலம் உயரமுள்ள பத்தின் புதர் போன்ற அடர்ந்த முடி தோள் வரை தொங்கியது. அந்த இரண்டு தீவிரவாதிகளுக்கும் தேநீர் கொடுத்தபோது பத்தின் முகம் கல்லாக இறுகிப்போயிருந்தது. அவன் துப்பாக்கி கழுத்திலிருந்து தொங்கிக் கொண்டிருந்தது. அவர்கள் இருவரும் தங்கள் கோப்பைகளை எடுத்துக் கொண்டபின், பத் தன் கோப்பையுடன் கட்டிலின் விளிம்பில் உட்கார்ந்து கொண்டு அவர்களை நேரே உற்றுப் பார்த்தான்.

அவர்கள் சூடான டீயை உறிஞ்ச ஆரம்பித்து, சில நிமிடங்கள் ஆகியிருக்கும். முன்னால் வந்து ஒரு கையில் டீ கோப்பையை வைத்துக் கொண்டு, இன்னொரு கையை பத்தின் முழங்கால் மேல் வைத்துக் கொண்டு தோராரா கேட்டான்: “இஃப்திகார், நீ யார்?”

பத்திடமிருந்து பதிலேதுமில்லை. அவன் முகம் இறுகிப் போயிருந்தது. கைகள் தேநீர்க் கோப்பையை உதட்டருகே கொண்டு சென்றன. ஷோபியனுக்கு அருகிலிருந்த ஒரு கிராமத்தில் அவன் அந்த இரண்டு தீவிரவாதிகளையும், இரண்டு வாரங்களுக்கு முன்புதான் சந்தித்திருந்தான். அவர்கள் அவனை அதற்கு முன் பார்த்ததேயில்லை. தான் எந்தக் கிராமத்தைச் சேர்ந்தவன் என்று சொன்னதைத் தவிர அவர்கள் கேள்விகளுக்கு வேறு பதிலேதும் அவன் சொல்லவில்லை. சில நாட்கள் கழித்து அவன் இன்னும் கொஞ்சம் மனம் திறந்தான். அப்போது தன் சகோதரன் மூன்று வருடங்களுக்கு முன் ஒரு ‘என்கவுன்ட்டரில்’ கொல்லப்பட்டதாகச் சொன்னான்.

அவர்கள் நினைத்தார்கள்: 'இவன் தீவிரவாதக் குழுவுடன் சேர்ந்து பழிவாங்கத் துடிக்கும் இன்னொரு இளைஞன்.' ஒரு வாரம் முற்றிலும் கழிந்த பிறகு, அவன் முழு வாக்கியங்களில் பேச ஆரம்பித்தான். அப்போது அவன் ஓர் இராணுவ 'செக் போஸ்ட்'டைத் தாக்க அவர்கள் உதவியைக் கேட்டான். அதிகம் அறியப்படாத ஒரு மலைப்பகுதியில் இராணுவம் ரோந்து வருவதைக் காட்டும் வரைபடத்தை அவர்களிடம் காட்டினான். அது, அந்த இளைஞன் ஏற்கனவே உளவு பார்க்க ஆரம்பித்துவிட்டான் என்பதைக் காட்டியது. ஒரு பாதுகாப்புப் படையின் மீது தாக்குதல் நடத்தத் தேவைப்படும் மிக அடிப்படையான விஷயம் அதுதான்.

தோராராராவுக்கும், சப்சாருக்கும் அவன் மேல் ஓரளவுக்கு நம்பிக்கை வந்தது. பத் தன் இருபதுகளின் ஆரம்பத்திலிருந்தான். ஆனால் அவன் தாடி அவன் இளமையைப் பெரிதும் மறைத்திருந்தது. அவன் தன்னிச்சையாகச் செயல்படும் நிலையிலிருந்தான் என்பதும் அவர்களுக்குத் தெரிந்தது; பாதி வேலை முடிந்தது என்று அவர்கள் நினைத்தனர். உயரமாகவும், நல்ல உடற்கட்டுடனும் இருந்த அந்த இளைஞன், காஷ்மீர் பகுதியில் அவனை எதிர்கொள்ளவிருக்கும் கரடுமுரடான, காரிருள் வாழ்க்கைக்குச் சரியான ஆள் என்பது அவர்கள் எண்ணம். அடுத்து வந்த இரண்டு வாரங்களில் அந்த இரண்டு ஹிஜ்புல் தீவிரவாதிகள் அவனிடம் பல கேள்விகள் கேட்டனர்; சில சூழ்நிலைகளைப் பற்றி அவனிடம் விளக்கி, அவற்றை அவன் எப்படி எதிர்கொள்வான் என்று கேட்டனர். எல்லா கேள்விகளுக்கும் பத்தின் பதில்; "நான் கற்றுக்கொள்வேன்; உங்கள் உதவி எனக்குத் தேவை!"

தோராராராவும், சப்சாரும் சாதாரண தீவிரவாதிகள் அல்ல; தெற்குக் காஷ்மீரில் தங்கள் அணிக்கு ஆள் சேர்ப்பதில் கில்லாடிகள் என்று புகழ் பெற்றிருந்தனர். பத் துப்பாக்கி ஏந்தி, களத்தில் இறங்க, அவர்களைப் போன்ற ஆட்களின் அறிமுகம்தான் அவசியம். அவன், தங்களைப் பற்றித்

தெரிந்துதான் தங்களை நாடி வந்திருக்கிறான் என்பதில் அவர்களுக்கு எந்தச் சந்தேகமும் இல்லை.

இரண்டாவது வாரத்தின் இறுதியில் தோராராவும் சப்சாரும் ஷோபியனின் வடக்குப் பகுதியில் கால்நடையாக வரும் ரோந்து வீரர்களின் மீது தாக்குதல் நடத்த அவனுக்கு உதவத் தாங்கள் தயாராக இருப்பதாகச் சொன்னார்கள். தாக்குதல் களங்களைத் துல்லியமாகத் தேர்ந்தெடுத்து ஒன்றிணைக்க, தாங்கள் சில காலம் 'மறைந்திருக்க' வேண்டியதின் அவசியத்தைப் பற்றியும் அவனிடம் எடுத்துச் சொன்னார்கள். அவர்கள் உதவினாலும் சரி, உதவாவிட்டாலும் சரி, தன் வேலையை முடிக்காமல் கிராமத்திற்கு திரும்பப் போவதில்லை என்று தன் முடிவைச் சொன்னான். இதுதான் அவர்கள் மறைவிடத்திற்கு அவன் வந்து சேர்ந்து, இப்போது சூடான தேநீர் குடித்துக் கொண்டிருக்கும் கதை.

தாக்குதல் பற்றி விரிவான திட்டம் தீட்டப்பட்டு விவாதிக்கப்பட்டது. அன்றிரவு, ஒரு மூட்டை கையெறி குண்டுகள் வரவிருந்தன. பத் இன்னும் மூன்று ஹிஜ்புல் தீவிரவாதிகளுடன் இணைந்து பணியாற்ற வேண்டும். அவர்கள் மறுநாள் காலை இன்னொரு கிராமத்திலிருந்து வந்து சேர்ந்து கொள்வார்கள். அதன்பின் அவர்களுடன் சேர்ந்து பத் தாக்குதலைத் தொடங்க வேண்டும். ஒரு குறுகிய பாதையில் எதிரி வீரர்கள் நடந்து வரும்போது அவர்களைத் தாக்கி, முடிந்தவரை அதிக எண்ணிக்கையில் அவர்களைக் கொல்ல வேண்டும். ஆனால் தோராராவுக்கு இன்னும் முழுமையாகத் திருப்தியில்லை. ஏதோ ஒன்று எங்கோ இடித்தது. பத்தின் முன் குத்துக்காலிட்டு அமர்ந்திருந்த அவன் கேட்டான்:

"நீ யார்?"

இதுவரை மிருதுவான தொனியிலும், சுற்றி வளைத்தும் பேசிக்கொண்டிருந்த பத் தன் தேநீர் தம்ளரை கோபத்துடன் தரையில் வீசியெறியாத குறையாக வைத்தான். அதிலிருந்து

தேநீர் சிறிது தரை மீது கொட்டியது. தன் கழுத்திலிருந்த துப்பாக்கியைத் தரையில் போட்டான். அது கீழே விழுந்து ஓசையை எழுப்பியது. பின் அவர்கள் இருவரையும் பார்த்து உரக்கக் கத்தினான்: "உங்களுக்கு இன்னும் என் மீது சந்தேகம் இருந்தால், என்னை இப்போதே கொன்று போடுங்கள். என்னை நீங்கள் நம்பவில்லையானால் இந்த வேலையை என்னிடம் நீங்கள் தர முடியாது. எனவே உங்களுக்கு என்னைக் கொல்வதைத் தவிர வேறு வழியில்லை!"

தோராரா எழுந்து நின்று, பத்தை இன்னும் அருகில் சென்று பார்த்தான். என்ன செய்யலாம் என்று அவன் சப்சாரைக் கேட்கத் திரும்பிய அந்தக் கணத்தில், பத் தான் ஒளித்து வைத்திருந்த *9 MM* கைத்துப்பாக்கியை எடுத்து அந்தத் தீவிரவாதிகள் இருவரையும் தலையில் சுட்டான். சப்சார் கட்டிலின் மீது சரிந்தான். தோராரா சுவரின் அருகே சரிந்து, இரத்தம் சொட்டச் சொட்டக் கீழே விழுந்தான். பத் இன்னும் இரண்டு ரவுண்டுகள் சுட்டான்.

குண்டுகளிலிருந்து புகை வருவது நின்றுபோய், எல்லாம் தெளிவாகத் தெரிய ஆரம்பித்ததும் பத் கட்டிலின் மேல் உட்கார்ந்து கொண்டு, தரையில் தான் வைத்த தம்ளரை எடுத்து, மீதமிருந்த தேநீரைப் பருகினான். பின் அந்த இருட்டிலிருந்து வெளியேறி தான் வந்த இடம் நோக்கிச் செல்வதற்காக சூரிய அஸ்தமனத்திற்காகக் காத்திருக்கத் தொடங்கினான். அங்கேதான் பதினைந்து நாட்களுக்குப் பிறகு தன் உண்மைப் பெயரை முதன் முதலில் அவன்(ர்) பயன்படுத்தப் போகிறார்: அவர் உண்மைப் பெயர்: மேஜர் மோஹித் ஷர்மா. அவர் இராணுவத்தின் 1 பாரா சிறப்புப் படை அணியைச் சேர்ந்தவர்.

★★★

மறுநாள் பொழுது புலரும் முன்பே, அவர் தன் தளத்திற்குத் திரும்பினார். காலை உணவு உண்ணும்போது, அவர் தோழர் ஒருவர் அவரிடம் சொன்னார்: "நீ அந்த வேஷத்தை அடுத்த

முறை போடும்போது, இராணுவம் உன்னைத் தீவிரவாதி என்று நினைத்துப் பிடித்து விடலாம்; அல்லது யார் கண்டது, கொன்றாலும் கொன்றுவிடலாம்! ஜாக்கிரதை!"

"என்னைக் கொன்றாலும் கொல்லலாம்; ஆனால், உயிரோடு பிடிக்கவே முடியாது!"

இரண்டு மாதங்கள் கழித்து, அந்த இருபத்துஆறு வயது இளம் அதிகாரி விடுமுறையில் சென்றார். தில்லியின் புறநகர் பகுதியான காஷிதாபாத்தில் வசித்து வந்த தன் பெற்றோரைப் பார்க்கச் செல்ல அந்த விடுமுறையை அவர் எடுத்திருந்தார். சிறப்புப் படை அணியில் சேர்ந்த கடந்த ஒரு வருடத்தில் அவர் எடுத்த முதல் விடுமுறை அது. அவர் மூத்த சகோதரர் மாதூர் அவரை வரவேற்க புகைவண்டி நிலையத்திற்கு வந்திருந்தார். ஆனால் புகைவண்டி வந்து நின்ற பிறகும் அவரால் மோஹித்தைக் கண்டுபிடிக்க முடியவில்லை. மனதில் பெருங்குழப்பத்துடன் அவர் ஒவ்வொரு பெட்டியாகத் தேடினார். ஒருவேளை, மோஹித் புகைவண்டியைத் தவறவிட்டிருப்பானோ, அல்லது தவறுதலாக வேறு ஏதாவது புகைவண்டி நிலையத்தில் இறங்கியிருப்பானோ என்று அவருக்குச் சந்தேகம் வந்துவிட்டது. அப்போதுதான் மோஹித் தன் முன்னால் ஒருசில அடிகள் தொலைவிலேயே நின்று கொண்டிருப்பதை உணர்ந்தார். ஆம். அவர் சகோதரன் அமைதியாகக் கொஞ்சம்கூட அடையாளம் தெரியாதவாறு அவர் முன்னால் ஒருசில அடிகள் தூரத்திலேயே நின்று கொண்டிருந்தார். அவர் ஒரு காஷ்மீர் பர்தாவை அணிந்து கொண்டிருந்தார். அவர் தாடி முகத்தை முழுவதுமாக-கண்களைத் தவிர-மூடியிருந்தது. தன் சகோதரனால் தன்னை அடையாளம் கண்டுகொள்ள முடியுமா என்று எண்ணியவாறு அவர் நின்று கொண்டிருந்தார். தன் பெயரைச் சொல்லி மோஹித் அழைக்கும் வரை அவர் சகோதரனால் அவரை அடையாளம் கண்டுகொள்ளவே முடியவில்லை. விலகிய தாடி அவர் பற்களை வெளிச்சம் போட்டுக் காட்டியது.

அந்த இளம் அதிகாரி அப்போதுதான் தன் கனவான, சிறப்புப்

படையில் ஒரு கமாண்டோவாகச் சேர்ந்து பனிரண்டு மாதங்கள் ஆகியிருந்தன. அன்று மாலை சாப்பாட்டு மேஜை அருகில் அமர்ந்திருக்கும்போது அவர் அம்மா சுசீலா-இவர் *'Delhi Jal Board'* ல் பணியாற்றுபவர்- அவரிடம் கேட்டார். "காஷ்மீரில் நீ என்ன வேலை செய்கிறாய்?" மேஜர் மோஹித் ஒரு குறும்புச் சிரிப்புடன் சொன்னார்: "அம்மா. கவலைப்படாதீர்கள். நீங்களும் அப்பாவும் எடுத்த முடிவை ஏற்றுக்கொள்ளாமல் நான் என் வழியில் போக முடிவு செய்தது சரிதான்!"

ஒன்பது வருடங்களுக்கு முன்பு, *1995*-ல் காஷியாபாத்திலிருந்த தில்லி பப்ளிக் ஸ்கூலிலிருந்து தன் படிப்பை முடித்துவிட்டு வெளியே வந்ததும் மோஹித்தின் பெற்றோர் அவரைப் பொறியியல் படிக்குமாறு வற்புறுத்தினர். மோஹித்தை விட ஒரு வயது பெரியவரான மாதூர் ஏற்கனவே ஒரு பொறியியல் கல்லூரியில் சேர்ந்திருந்தார். எல்லா மத்தியதரக் குடும்பத்துப் பெற்றோர்களைப் போலவே அவர்களும் தங்கள் பிள்ளைகள் பொறியியல் படித்து ஏதாவது ஒரு தொழில் செய்து, குடும்பத்தைக் காப்பாற்ற வேண்டுமெனவும், வாழ்க்கையில் 'செட்டில்' ஆவதற்கு அதுதான் சிறந்த வழி என்றும் நினைத்தனர்.

அவர்கள் குடும்பத்திற்கும் இராணுவத்திற்கும் இதுநாள் வரை எந்தச் சம்பந்தமும் இல்லை. அப்படியிருந்தும், அதிசயமாக அவர்களின் இரண்டு பிள்ளைகளும் இராணுவத்தில் சேர விரும்பினர். ஒரு போர் விமானியாக மாதூர் பேரார்வம் கொண்டிருந்தார். ஆனால், அதற்கான தேர்வில் அவர் மூன்று முறை தோல்வியையே தழுவினார். எனவே, ஒரு போர் விமானியாகும் கனவை மூட்டை கட்டி வைத்துவிட்டு பொறியியல் படிப்பில் சேர்ந்தார். மோஹித்திற்கு என்ன முடிவெடுப்பது என்று தெரியவில்லை. கடைசியில் அவர் தன் பெற்றோர்கள் சொன்னபடியே கேட்டார். கல்லூரிக்குப் புறப்படும் முன்பு, தன் பெற்றோர்களிடம் ஆசி பெற்றுக்கொண்ட பின், மோஹித் தன் சகோதரன் மாதூரின் காதுகளில் கிசுகிசுத்தார்.

“கவலைப்படாதே சகோதரா. நம்மிருவருக்கும் சேர்ந்து நான் ஒருவனே சேவை செய்துவிடுகிறேன்!”

பின் அந்தப் பதினேழு வயது இளைஞர் மஹாராஷ்ட்ராவிலிருந்த அமராவதிக்கு ரயில் ஏறினார். அங்கிருந்து அவர் ஷெகானுக்குப் பேருந்தில் சென்றார். அங்கே, அவர், ஸ்ரீசந்த் கஜ்னான் மஹராஜ் பொறியியல் கல்லூரியில் சேர்ந்தார்.

ஆனால், சேர்ந்த நாள் முதலே, அவர் எப்படியாவது கல்லூரியிலிருந்து விலகி விட வேண்டும் என்றே நினைத்தார் என்று மாதூர் சொல்கிறார். “வீட்டைவிட்டுப் போகும் முன்பே அவர் NDA நுழைவுத்தேர்வு எழுதியிருந்தார். அதன் முடிவுகள் வந்தபோது, அவர் பெற்றோர்கள் அவரிடமிருந்து அதை மறைத்து விட்டனர், அவர் பொறியியல் படிப்பைத் தொடர வேண்டும் என்பதற்காக! ஆனால் மோஹித்திற்குச் சந்தேகம் வந்து விட்டது. அவர் UPSC க்கு போன் செய்து தன் தேர்வு முடிவுகளைப் பற்றி விசாரித்தார். எங்கள் யாரிடமும் சொல்லாமல், தன் நண்பர்களிடம் தன் விடுதி சாவிகளைக் கொடுத்துவிட்டு, அமராவதியிலிருந்து தன் சென்டரான போபாலுக்கு அவர் இரயில் ஏறினார். அங்கே அவர் இறுதித் தேர்வை எழுதினார். அதில் தேறிய பின் மருத்துவத் தேர்வுக்கு டெல்லி வருமாறு அவருக்கு அழைப்பு வந்தது. அப்போதுதான் அவர் தன் பெற்றோர்களிடம் விஷயத்தைச் சொல்லி, மூட்டை முடிச்சுகளோடு தான் வீட்டுக்கு வருவதாகவும், இனிமேல் தான் கல்லூரிக்குச் செல்லப் போவதில்லை என்றும் சொன்னார்.”

திடீரென்று நடந்துவிட்ட சம்பவங்களால் திகைத்துப் போயிருந்த மோஹித்தின் அம்மா சுசீலாவை, அவர் தந்தை இராஜேந்திர சர்மா சமாதானப்படுத்தினார். அவர்கள் இருவரும் மோஹித்தை, உணர்ச்சிவசப்படாமல் அறிவுபூர்வமாக சிந்திக்குமாறு கேட்டுக் கொள்வது என முடிவு செய்தனர். ஆனால், முதல் நிலைத் தேர்வுகள் தன் மகனின் ஆர்வத்தைத் தூண்டி, அவர் முடிவை நோக்கி உற்சாகத்துடன் இவ்வளவு தூரம் உந்தித் தள்ளியிருக்கும்

என்று அவர்களுக்குத் தெரியாது, பாவம்! அவர் வீட்டிற்குள் நுழைந்ததும் தன் பெற்றோரை வணங்கிவிட்டு, தன் முடிவை மாற்ற அவர்கள் வார்த்தைகளை வீணடிக்க வேண்டாமென்று கேட்டுக் கொண்டார். பெற்றோர்கள் இதற்கு முன் எப்போதும், தங்கள் மகனை இப்படிப் பார்த்ததில்லை. அவர் முடிவை மாற்றச் செய்யப்படும் எந்த முயற்சியும் விழலுக்கு இறைத்த நீர்தான் என்ற முடிவுக்கு அவர்கள் வந்தனர்.

மருத்துவத் தேர்வுக்கு ஒரு மாதம் இருக்கும்போது, ஒரு சவாலை எதிர்கொள்ள மோஹித் தன் அம்மாவின் உதவியை நாடினார். தேர்வில் தேர்வதற்கான உடல் எடையில் அவர் 6 கிலோ குறைவாக இருந்தார். தினமும் 6 லிட்டர் பால், புரதம் நிறைந்த உணவு, ஒரு நாளைக்கு ஒரு டஜன் வாழைப்பழங்கள் அவருக்குக் கொடுக்கப்பட்டன. இதனால் அவர் எடை நான்கே வாரங்களில் 8 கிலோ அதிகரித்தது.

நன்றாக மழிக்கப்பட்ட முகத்துடன் மோஹித் புனேவிலுள்ள NDA நுழைவாயிலில் நுழைந்தார். தாடி வளர்த்ததெல்லாம் அப்புறம்தான். இராணுவத்தில் சேர தனக்கிருந்த ஆழமான விருப்பத்தை அவர் விரைவில் வெளிப்படுத்தினார். குத்துச் சண்டை, நீச்சல், குதிரையேற்றம் ஆகியவற்றில் கோப்பைகளை வென்று, அவர் சிறந்த ஆல்-ரவுண்ட் மாணவனாகத் தேறினார். மோஹித் NDA-வில் மூன்றாண்டுகள் படிப்பை முடித்து, டெராடூனிலிருந்த IMA-வில் 1999-ம் ஆண்டு பட்டம் வாங்கினார்.

அவர் IMA-விலிருந்தபோதுதான் இந்தியா பாகிஸ்தான் கார்கில் போர் நடந்தது. அது இரண்டு நாடுகளையும் பொறுமையின் விளிம்பிற்கே தள்ளிய ஐம்பது நாட்கள் மோதல். மோஹித்தும், அவர் நண்பர்களும் தினமும் மாலையில் பொது அறையில் கூடி தொலைக்காட்சி ஊடகவியலாளர்கள் கார்கில் மற்றும் ட்ராஸ்லிருந்து சொல்லும் செய்திகளைக் கேட்டார்கள். இவை, முதலில் அவர்களுக்கு அதிர்ச்சியளித்து, மனமொடிந்து போகச் செய்தாலும் இறுதியில் அவை மன உறுதிமிக்கவர்களாக

மாற்றின. போர்முனைக்கு உடனே செல்ல வேண்டும் என்ற ஆவலை அவர்களுக்குள் தூண்டிவிட்டன.

சில வருடங்களுக்கு முன் மோஹித்தின் சகோதரர் மாதூர் அவர் இராணுவத்தின் எந்தப் பிரிவில் சேர விரும்புகிறார் என்று கேட்டபோது மோஹித் சொன்னார்: "காலாட்படைதான். வேறு எதில்?"

கார்கிலிருந்து வந்த தகவல்கள், வீரர்கள் மற்றும் இளம் அதிகாரிகளின் நேர்காணல்களைப் பார்த்த மோஹித்துக்குத் தன் பெற்றோர்களுக்கு வருத்தமளித்தாலும், தேர்ந்தெடுத்த பாதை சரியானதுதான் என்ற முடிவுக்கு வந்தார். அந்தச் சமயத்தில் தன்னுடன் படித்த தோழர்களைப் போலவே மோஹித்தும் பாகிஸ்தான் மேல் கடும் கோபத்திலிருந்தார். அவர்களைப் போலவே, காஷியாபாத்திலிருந்து வந்திருந்த அந்த இளம் அதிகாரியும் தன் முறை வருவதற்காகக் காத்திருந்தார்.

1999 டிசம்பர் 11-ல் லெப்டினென்ட் மோஹித் ஷர்மா மதராஸின் 5-வது படைப்பிரிவில் சேர்த்துக் கொள்ளப்பட்டார். இதுதான், இராணுவத்தின் மிகப் பழமை வாய்ந்த படைப் பிரிவாகும். இந்தப் பிரிவு பதினெட்டாம் நூற்றாண்டில் தொடங்கப்பட்டது. அதன் மிகப் பிரபலமான போர் முழக்கம்: "வீர மதராஸி. தாக்கு, கொல், தாக்கு, கொல்!"

இந்தப் போர் முழக்கத்திற்கு இப்போதுவிட ஒரு பொருத்தமான சந்தர்ப்பம் இருக்க முடியாது. பயிற்சியின் இறுதி நாளன்று விருந்து கொண்டாட்டத்தின் போது மோஹித்தின் தோழர் ஒருவர், அவரிடம் கேட்டார்: "உன்னை எங்கே அனுப்ப வேண்டும் என்று நீ விரும்புகிறாய்?"

"தீவிரவாதிகளைக் கொல்ல வாய்ப்புள்ள எந்த இடத்திற்கும்!"

"அப்படியானால், நீ சிறப்புப் படையில்தான் சேர வேண்டும்! அதுதான் கத்தி முனை- உனக்குச் சரியான இடம்!"

மோஹித் தன் கிளாஸை உரசிக்கொண்டே சொன்னார், "என் திட்டமும் அதுதான்! நான் அதில் சேர்ந்தே தீருவேன்!"

தன் கனவு நிறைவேற ஐந்தே ஐந்தே மாதங்கள்தான் அவர் காத்திருக்க வேண்டியிருந்தது. 2000-ம் வருட மத்தியில் அவர் அணி ஜம்மு-காஷ்மீரிலிருந்த பூன்ஞ்-ரஜோரி பகுதிக்கு அனுப்பப்பட்டது. அவர் 38 ராஷ்டிரீய ரைஃபிள்கள் RR அணியின், கிளர்ச்சிக்காரர்களை ஒடுக்கும் பிரிவில் பணியாற்ற வேண்டும். கட்டுப்பாட்டுக் கோட்டை ஒட்டியிருந்த பகுதியில் அவர் பணியாற்ற வேண்டியிருந்தது. அப்போது இராணுவத்தின் பாரா சிறப்புப் படையின் வீரர்களுடனும், அதிகாரிகளுடனும் பல முறை சேர்ந்து பணியாற்றினார். கால்நடையாக ரோந்து வந்தும், உளவு பார்த்தும், மிக அதிக உயரத்திலிருந்து தீவிரவாதிகளைத் தேடி, அவர்களைச் சுற்றி வளைப்பது முதல் வேட்டையாடுவது வரை மோஹித் மிக உற்சாகத்துடன் தன் திறமையை நிரூபித்தார். தன் திறமையால், அவர் கிளர்ச்சிக்காரர்களை ஒடுக்குவதிலுள்ள சிக்கலான நுட்பங்களில் மிக விரைவில் தேர்ச்சி பெற்றார்.

இராணுவத்தில் அவர் சேர்ந்து ஏறக்குறைய இரண்டு ஆண்டுகள் ஆனபோது (இதில் பாதி காலம் அவர் ஜம்மு காஷ்மீரில் பணியாற்றியிருந்தார்) ஒரு செய்தி வெடித்தது. 2001-ம் ஆண்டு டிசம்பர் 13-ல் இராணுவ உளவுப் பிரிவு சொன்ன அந்தச் செய்தி: "JeM மற்றும் LET-யைச் சேர்ந்த ஐந்து தீவிரவாதிகள் பாதுகாப்பு வளையத்தை ஊடுருவி, இந்தியப் பாராளுமன்றத்திற்குள் நுழைந்து விட்டனர். நடந்த கடும் துப்பாக்கிச் சண்டையில், ஒன்பது பேரை -இதில் ஆறு பேர் டெல்லி போலீஸ் படையைச் சேர்ந்தவர்கள்- இருவர் பாதுகாப்புப் படையைச் சேர்ந்தவர்கள்- ஒருவர் தோட்டக்காரர். இழந்த பிறகே அந்தத் தீவிரவாதிகளைத் தடுத்து நிறுத்த முடிந்தது. ஐக்கிய அமெரிக்க நாடுகளில் நடந்த செப். 11 தாக்குதலுக்குப் பிறகு, மூன்று மாதங்கள் கழித்து இது நடந்தது. பாகிஸ்தானின் பிரசித்தி பெற்ற, பாகிஸ்தான் அரசின் செல்லக் குழந்தைகளான தீவிரவாதக் குழுக்களால்

இந்தத் தாக்குதல் நடத்தப்பட்டது. சொல்லப்போனால் அது பாகிஸ்தான் நம்மை போருக்கு இழுக்கும் அறைகூவல்!

மோஹித்தும் அவருடன் ஆயிரக்கணக்கான வீரர்களும் பணியாற்றிக் கொண்டிருந்த ஜம்மு, காஷ்மீர் பகுதியில் நிலைமை கைமீறிப் போய்க் கொண்டிருந்தது. இந்தியப் பாராளுமன்றத்தின் மீது நடத்தப்பட்ட தாக்குதல் இரு நாடுகளிடையேயும் பெரும் பதற்றத்தை ஏற்படுத்தியது. இதனால் இரு பக்கமும் பெரும் அளவில் போர் வீரர்கள் குவிக்கப்பட்டனர். ஏவுகணைகளும், பீரங்கிகளும், கவச வாகனங்களும், இன்னும் வேறு பல ஆயுதங்களும் கட்டுப்பாட்டுக் கோட்டை ஒட்டியும் சர்வதேச எல்லையை ஒட்டியும் குவிக்கப்பட்டன. இரண்டு நாடுகளும் அணுகுண்டு சோதனை நடத்தி, மூன்று ஆண்டுகள் கழித்து நடந்த முதல் பெரும் படை குவிப்பு இதுதான். இந்தியா இதற்கு 'ஆபரேஷன் பராக்ராம்' என்று சங்கேதப் பெயரிட்டது.

போரின் நுழைவாயிலில், மோஹித்தும் அவர் தோழர்களும் தங்கள் செயல்திறனை மேம்படுத்த வேண்டியிருந்தது. கட்டுப்பாட்டுக் கோடு நெடுகிலும் பூன்ஞ்- ரஜோரி பகுதி மிக அதிக சண்டைகளைக் கண்டது. இப்படி ஓயாது சண்டை நடந்ததால், அதைத் தீவிரவாதிகள் தங்களுக்குச் சாதகமாக்கிக் கொண்டு, தங்கள் நடமாட்டங்களை அந்தப் பகுதியில் அதிகப்படுத்திக் கொண்டனர். இதனால் கண்காணிப்பையும், தேடுதல் வேட்டையையும் தீவிரப்படுத்த வேண்டி வந்தது.

2002-ன் ஆரம்பத்தில், பூன்ஞ்-மெந்தார் சாலையில் அப்படி ஒரு தேடுதல் வேட்டையில் ஈடுபட்டிருந்தபோது மோஹித்தும், மேஜர் ஒருவரும் ஓய்வெடுத்துக் கொண்டிருந்தனர். மோஹித் அவரிடம், தனக்குச் சிறப்புப் படையில் (S F) பணியாற்ற வாய்ப்புக் கிடைக்குமா என்று கேட்டார்.

மேஜரின் பதில்: "தம்பி! இங்கே எவனெவனோ வருகிறான். ஆனால் ஒரு பயலும் சோபிப்பதில்லை. ஆனால், பார்த்தால் அப்பிராணியாக இருக்கும் சிலர் சாதனைகள் புரிவதையும்

நான் பார்த்திருக்கிறேன். நான் என்ன சொல்ல வருகிறேன் என்று உனக்குப் புரிகிறதா? யார் எப்படி என்று அறிந்துகொள்ள ஒரெயொரு வழிதான் இருக்கிறது!"

சில வாரங்கள் கழித்து மோஹித்துக்கு முதல் அங்கீகாரம் கிடைத்தது. அப்போது தலைமைத் தளபதியாக இருந்த ஜெனரல் சுந்தரராஜன் பத்மனாபன் அவர்களிடமிருந்து கிடைத்த பாராட்டு அது. மோஹித் ரஜோரி பகுதியில் தலைமையேற்று நடத்திய தீவிரவாதிகளுக்கு எதிரான தாக்குதலுக்குக் கிடைத்த பாராட்டு அது. ஆனாலும், தீவிரவாதிகளுக்கு எதிரான போரை இன்னும் முடிவுக்குக் கொண்டுவர முடியவில்லை. கிடைக்கும் ஒவ்வொரு சிறிய வெற்றிக்கும் பின்னால் ஒரு பேரிடி தாக்கியது.

14 மே 2002-ல் பெரும் படைகளைக் களத்தில் இறக்கியும் எதிர்பார்த்த பலன் கிடைக்கவில்லை என்பதை உணர்த்தும் சம்பவம் ஒன்று நடந்தது. மூன்று பாகிஸ்தான் தீவிரவாதிகள் கட்டுப்பாட்டுக் கோட்டை ஊடுருவி, ஜம்முவின் விஜய் புரா பகுதியில் பேருந்தில் ஏறி, இராணுவ வீரர்களும் அவர் குடும்பங்களும் வசித்த கலுசாக்குக்கு வந்து பலரையும் கொன்று குவித்தனர். பத்துக் குழந்தைகள், (இதில் ஒரு குழந்தையின் வயது நான்கு) எட்டுப் பெண்கள் உட்பட மொத்தம் முப்பதியொரு பேர் உயிர் இழந்திருந்தனர். இந்தத் தாக்குதல் மோஹித்தை மிகவும் பாதித்துவிட்டது. நான்கு நாட்கள் கழித்து சண்டிகரிலிருந்த தன் நண்பருடன் பேசும்போது தன்னால் சுத்தமாகத் தூங்க முடியவில்லையென்றும், எப்படித்தான் தீவிரவாதிகளால் தவழும் குழந்தைகளையும் கூட கொல்ல முடிகிறதென்று நினைத்தே பார்க்க முடியவில்லையென்றும் சொன்னார். அப்போதைய பிரதமர் அடல் பிஹாரி வாஜ்பாய், "அதி மிருகத்தனமான, மனிதாபிமானமற்ற செயல்" என்று அதைக் குறிப்பிட்டார். கார்கில் போர், பாராளுமன்றத் தாக்குதல் இவற்றுக்குப் பிறகு, பாகிஸ்தான் -இந்திய உறவு சீர் குலைந்துவிட்டது என்பது ஒருபுறமிருந்தாலும், கலுசாக்குத் தாக்குதல் இந்தியர்களை நிலைகுலையச் செய்து, கோபத்தின்

உச்சிக்கே அழைத்துச் சென்றுவிட்டது என்றுதான் சொல்ல வேண்டும்.

எல்லையோரம் முழுவதும், பராக்ராம் தாக்குதலின் போது இரு நாட்டு வீரர்களும் குண்டுகளால் தாக்குதல் நடத்தினர். ஆனாலும் இந்திய வீரர்களின் பொறுமையும், சர்வதேச நாடுகளின் அழுத்தமும் இரு நாடுகளுக்கிடையேயான உரசலைக் கொஞ்சம் குறைத்தன. இதனால் 2002, ஜூன் முதல் கொஞ்சம் கொஞ்சமாக இரு நாடுகளும் தங்கள் படைகளை விலக்கிக் கொண்டன.

ஒரு வருடம் கழித்து, ஜூன் 2003-ல் கேப்டனாகப் பதவி உயர்வு பெற்றிருந்த மோஹித் 1 பாரா சிறப்புப் படை அணியில் சேர்த்துக் கொள்ளப்பட்டார்; அவரின் முதல் முயற்சி, அவர் நோய்வாய்ப்பட்டிருந்ததால் வெற்றி பெறவில்லை.

அப்போது அந்த அணியில் ஓர் இளம் அதிகாரியாக இருந்த பிரிகேடியர் நம்பியார் (இவர் பின்னாளில் அதன் C.O வாக நியமிக்கப்பட்டார்) மோஹித் சேர்ந்த நாளை இன்றும் நினைவுகூருகிறார்.

“மோஹித் சிறப்புப் படையில் ஒரு சோதனைப் பயிற்சியாளராக பாரா 1-ல் சேர்ந்தார். அவர் உடல்நிலை சரியில்லாததால் முதலில் தேர்வாகவில்லை. நாங்கள் அவரைத் தேர்வு செய்யாமல் திருப்பியனுப்பிய போது அவர் சொன்னார், ‘நான் திரும்பி வருவேன்’. சாதாரணமாக இப்படி நிகழ்ந்தால், பெரும்பாலானோர் தங்கள் முயற்சிகளைக் கைவிட்டு விடுவார்கள். சோதனைக் காலம் உங்களை முறித்துப் போட்டுவிடும். ஆனால் மோஹித் உடல் நலம் பெற்று, அதே அணியில் மீண்டும் சேர்ந்தார். பாரா 1-ன் மேல் அவர் அபார நம்பிக்கையும் மதிப்பும் வைத்திருந்தார். முதல் முயற்சியில் தோல்வியுற்றாலும், மிகுந்த பணிவுடன் அவர் திரும்பி வந்தார். ஒதுக்கித் தள்ளிவிட்ட ஒரு அணியில் மீண்டும் சேர யாரும் யோசிப்பார்கள். மீண்டும் ஒதுக்கித் தள்ளப்படும்

அவமானத்தை தவிர்க்க, அவர் வேறேதாவது அணியைத் தேர்ந்தெடுத்திருக்கலாம். என்னைப் பொறுத்தவரை அவரின் முடிவு, அவர் மன உறுதியின் உரைகல். தோல்விகளைக் கண்டு அச்சப்படாத தன்மையையும், சவால்களை மீண்டும் எதிர்கொள்ளும் மன உறுதியையும் அது காட்டுகிறது. அதுமட்டுமல்ல, அவருக்கு பாரா 1-ன் மேலிருந்த காதலையும் அது காட்டுகிறது. முதல் முறை திருப்பி அனுப்பப்படும்போது அவர் சொன்னார்: 'என்ன நடந்தாலும் சரி, நான் திரும்பி வந்தே தீருவேன்!'"

தியாகத்தின் அடையாளமான அந்தப் பழுப்பு நிற 'பெரெ' தொப்பியை அணிந்த முதல் நாள். விருந்துகளும், கொண்டாட்டங்களும் முடிந்த பிறகு, பழைய நினைவுகளில் மூழ்கியவாறே, தினமும் தன்னை நினைத்துக் கவலைப்பட்டுக் கொண்டிருக்கும் தன் தாயாரை மோஹித் தொலைபேசியில் அழைத்தார். அப்போது அவர் தாயார் கேட்டார், "நீ ஜம்மு காஷ்மீரில் பணியாற்றிக் கொண்டிருந்தபோதே நான் தினமும் கவலைப்பட்டுக் கொண்டிருந்தேன். அப்படியிருக்க, இப்போது ஏன் இன்னும் ஆபத்தான சிறப்புப் படை அணியில் சேர்ந்தாய்?" அப்போது அவருக்கு ஆறுதல் அளிக்க மோஹித்திடம் ஒரு செய்தி இருந்தது. சண்டிகரின் புறநகர்ப் பகுதியான சண்டிமந்திரிலிருந்த இராணுவத்தின் மேற்குப் பகுதி தலைமையகத்திற்குப் பணியில் சேர, அவர் செல்ல வேண்டும் என்பதே அந்தத் தகவல். தன் மகன் எப்போதும் போர் முரசு கொட்டிக் கொண்டிருக்கும் ஜம்மு காஷ்மீருக்கு உடனே செல்ல வேண்டியதில்லை என்பதை நினைத்து அந்தத் தாயார் சற்று ஆறுதலடைந்தார். மோஹித் நினைத்தது சரிதான்; அவர் தாயாருக்குக் கொஞ்சம் நிம்மதிதான். ஆனாலும், தன் மகன் விரைவில் அங்கே அனுப்பப்படுவார் என்பதில் அந்தத் தாய்க்கு எந்தச் சந்தேகமில்லை.

அவர் சொன்னார்: "மோஹித் உன்னைப் பொறுத்தவரை காஷ்மீரில் உன் கடமையை முடித்து விட்டாய். நீ ஏன்

வேறெங்காவது பணியில் சேர உன் அதிகாரிகளிடம் பேசக் கூடாது?"

சன்மந்திரில் மோஹித், கேப்டன் ரிஷ்மா சரீனைச் சந்தித்தார்; காதலில் கரைந்தார். ரிஷ்மா இராணுவ சேவைப் படையில் ஓர் அதிகாரியாக இருந்தார். இது நடந்து சில மாதங்கள் கழித்து, காஷ்மீருக்குச் செல்லுமாறு மோஹித்திற்குக் கட்டளை பிறப்பிக்கப்பட்டது. அபு தோராரா மற்றும் அபு சப்சார் என்ற இரண்டு பயங்கரமான, ஹிஜ்புல் முஜாஹுதீன் குழுவுக்கு ஆள் சேர்க்கும் தீவிரவாதிகளைத் தீர்த்துக்கட்ட அவர் ஆழமாகவும், விரிவாகவும் திட்டமிட வேண்டியிருந்தது. இவர்கள் ஷோபியன் அருகில் 'குடி' கொண்டிருந்தார்கள். மயிர்க்கூச்செறிய வைக்கும் இந்தப் பணிக்காக அவருக்கு சேனா பதக்கம் கிடைத்தது. அவருக்கு அளிக்கப்பட்ட சான்றிதழில் அவர் பணி பற்றித் தெளிவாகக் குறிப்பிடப்படவில்லை. இது அவர் ஆற்றிய பணியை எதிரிகளிடமிருந்து மறைப்பதற்காக வேண்டுமென்றே செய்யப்பட்ட முயற்சியாகும். அவர் சாகஸம் வெகு விரைவில் ஒரு இதிகாசமாயிற்று.

"சில வாரங்கள் கழித்து என்னைப் பார்க்க வந்தபோது, அவர் என்னிடம் தன் சாகசம் பற்றிச் சொன்னார்" என்கிறார் ரேஷ்மா. இதற்கிடையில் அவருக்கு ஹரியானாவிலுள்ள இராணுவ அணியில் லெப். கர்னலாக பதவி உயர்வு கிடைந்திருந்தது. "அவர் சாகஸம் என்னை அதிர்ச்சிக்குள்ளாக்கியது. உண்மையில் அதைக் கேட்பவர் யாராயிருந்தாலும் அதிர்ந்துதான் போவார்கள். ஜாக்கிரதையாக இருக்குமாறு நான் அவரிடம் சொன்னேன். அவர் தன் வேலையில் கில்லாடி என்பதை நான் அறிவேன். இயல்பாகவே அவர் எந்த விஷயத்திலும் மிகக் கவனமாகவே இருப்பார். அதே மாதிரி அவர் தன் வேலையிலும் நிபுணர். எனவே நான் பதறவில்லை. இருப்பினும் நான் அவரை மிக ஜாக்கிரதையாக இருக்குமாறு கேட்டுக் கொண்டேன்!"

2004, நவம்பர் 19-ல் மோஹித்திற்கும் ரேஷ்மாவிற்கும் சண்டிகரில் திருமணம் நடந்தது. இரண்டு மாதங்கள் கழித்து, மோஹித் வடக்குக் கர்நாடகாவிலுள்ள பெல்காவி (பெல்காம்)ற்கு அனுப்பப்பட்டார். அங்கே அவர் ஒரு பயிற்சியாளராக இரண்டு ஆண்டுகள் பணியாற்றினார். காலாட்படையின் பிரசித்தி பெற்ற கமாண்டோ ட்ரெய்னிங் விங்கில் அவருக்கு வேலை. அதன் பின், ஹிமாசலப் பிரதேசத்தின் மலைப்பகுதியிலிருந்த நாஹனில் இரண்டு ஆண்டுகள் பணியாற்ற வேண்டும். அதுதான் பாரா 1 மற்றும் இந்திய இராணுவச் சிறப்புப் படை பயிற்சிக் கூடம். மேலும் இதுதான் நாட்டின் மிக நவீனமான பயிற்சிப் பள்ளியாகும். அவர் அங்கே இருந்தபோது ஒவ்வொரு வாரமும் தன் மனைவி ரிஷ்மாவைப் பார்க்கச் செல்வார். ரிஷ்மா பாட்டியாலாவிலிருந்த இராணுவத் தளத்தில் பணியாற்றி வந்தார். அங்கே செல்ல இரண்டு மணி நேரம் சாலையில் பயணிக்க வேண்டும். இரண்டு பயிற்சிப் பள்ளிகளிலும் தங்கள் மகன் பணியாற்றுவதை அவர் பெற்றோர் விரும்பினர். அவர் ஏற்கனவே தீரச்செயல்களுக்கான இரண்டு பதக்கங்களை வென்றிருந்தார். இனிமேல், அவர் தன் வீரத்தையும் தீரத்தையும் யாருக்கும் நிரூபிக்க வேண்டும் என்ற அவசியமில்லை என்று அவர்கள் நினைத்தனர்.

நாஹனில் அளிக்கப்படும் பயிற்சிக்கு ஒரேயொரு நோக்கம்தான். அது என்னவென்று அவர் பெற்றோர்களுக்கு நன்றாகத் தெரியும். அதனாலேயே, அவர்கள் பயப்பட்டார்கள். 2008, அக்டோபரில் சீதோஷ்ண நிலை தொடர்ந்து மோசமாகிக் கொண்டிருந்தபோது மோஹித்தும் (தற்போது இவர் ஒரு மேஜர்), அவர் சிறப்புப் படை அணியும் காஷ்மீரின் பனி பொழிந்து கொண்டிருந்த கரடுமுரடான பிரதேசங்களில் தங்கள் வேட்டையைத் தொடங்கினர்.

2009 வசந்த காலத்தில் பனி அரைமனதுடன் கரைந்து போக ஆரம்பித்திருந்தது. மோஹித்தும் அவர் அணியினரும் குப்வாராவிலிருந்த தங்கள் முகாமிலிருந்தனர். மார்ச் 20-ன்

பிற்பகல். மோஹித்தின் ஜோடியாகவும் (buddy)[1], ஒரு பாரா ட்ரூப்பராகவும் இருந்த 22 வயது ஹவில்தார் ராஜீவ் குமார் அந்த நாளை இன்னும் மறக்கவில்லை.

“அது நடந்து பத்து ஆண்டுகள் ஆகிவிட்டன. ஆனால், நேற்றுதான் நடந்தது போலிருக்கிறது. சில விஷயங்களை உங்கள் வாழ்நாளில் மறக்கவே முடியாது. சம்பவங்களின் தொடர்ச்சியை நான் இன்னும் ஞாபகத்தில் வைத்திருக்கிறேன். குப்வாராவில், எங்கள் அணித்தலைவர் மோஹித் பாங்கஸ் பள்ளத்தாக்கில்[2] நடத்தவேண்டிய ஒரு தாக்குதல் பற்றி எடுத்துச் சொல்லிக் கொண்டிருந்தார். மோஹித் சார் தன்னிடம் மிக வலுவான ஒரு ‘நெட் ஒர்க்கை’ வைத்திருந்தார். அந்தப் பகுதியில் தீவிரவாதிகளின் செயல்கள் பற்றி அவருக்கு நம்பத்தகுந்த தகவல் கிடைந்திருந்தது. நாங்கள் குப்வாராவில் 7 RR செக்டரில் பணியாற்ற வேண்டியிருந்தது. மேஜர் சார் எங்களுடன் பேசிக்கொண்டிருந்தபோதே, அவருக்கு ஒரு தொலைபேசி அழைப்பு வந்தது. அவர் எங்களுடன் பேசுவதை நிறுத்திவிட்டு, உடனே தொலைபேசி அழைப்பை ஏற்க விரைந்தார். அது மிக முக்கியமான அழைப்பு என்பதை நாங்கள் உணர்ந்தோம்.

---

1 ஜோடி அமைப்பு (buddy system): இரண்டாம் உலகப்போரிலிருந்து செயல்பட்டுக் கொண்டிருக்கிறது. இது அதிகாரிகளையும், வீரர்களையும் ஜோடி ஜோடியாக இணைக்கிறது. இந்த அமைப்பு போரின் போது, ஜோடி சேர்க்கப்பட்ட வீரர்களின் திறமையை வளர்த்து, போரிடும் ஆற்றலையும் பன் மடங்கு பெருக்கி, உயிரையும் கொடுக்கும் நட்பை வளர்க்கிறது (உயிர் காப்பான் தோழன்!). தோழமை உணர்வு, போரில் ஈடுபடும் வீரர்களின் வீரத்தையும், பாதுகாப்பையும் மேம்படுத்தும் என்ற சித்தாந்தத்தின் அடிப்படையில் இந்த அமைப்பு ஏற்படுத்தப்பட்டது.

2 குப்வாராவிலிருக்கும் பாங்கஸ் பள்ளத்தாக்கு, 10,000 அடி உயரத்தில் அமைந்திருக்கும் ஒரு மிக ரம்மியமான இடம். அதில் பல்வேறு மிருகங்கள் வசிக்கின்றன. பலவிதமான தாவரங்களும் இருக்கின்றன. அங்கிருக்கும் மலைகளெங்கும் சூரியன் முத்தமிடும் புல்வெளிகள் நிரம்பி வழிகின்றன. பாதுகாப்புக் காரணங்கள் மட்டும் இல்லையென்றால், அது ஒரு மிகச் சிறந்த சுற்றுலாத்தலமாக இருக்கும். இப்போது அங்கே இன்னும் அதிக அளவில் கட்டுமானப் பணிகள் நடந்து வருகின்றன

செக்டர் கமாண்டர், மோஹித் சாரிடம், ஒரு தீவிரவாதிகளின் குழு கட்டுப்பாட்டுக் கோட்டைக் கடந்து, ஹப்ரூதா காட்டில் ஒளிந்துகொண்டிருப்பதாகச் சொன்னார். எங்கள் தலைவர், பாங்கஸ் திட்டம் உடனடியாகக் கைவிடப்படுவதாக அறிவித்தார். நாங்கள் உடனே ஹப்ரூதா நோக்கிச் செல்ல வேண்டும் என்று அவர் சொன்னார்."

ஹப்ரூதாவில் ஏதோ பெரிதாக நடக்கப்போகிறது என்று அவர் அணியினருக்கு உடனே தெரிந்துபோயிற்று. அந்த அறையிலிருந்த அனைவருக்கும் மேஜர் மோஹித்தின் குரல் நன்கு பரிச்சயம். இது மிகவும் அவசரமானது, ஒத்திப்போட முடியாதது என்றும் அவர்கள் உணர்ந்தார்கள். அவர்களிடம் இன்னும் போதுமான தகவல்கள் இல்லை. இருப்பினும் விரைந்து செயலாற்ற எந்நேரமும் அவர்கள் தயாராக இருக்க வேண்டும் என்று அவர்களுக்குத் தெரிந்து போயிற்று. ஆணை கிடைத்த சில நிமிடங்களில் அவர்கள் புறப்பட வேண்டும் என்பது இதன் பொருள்.

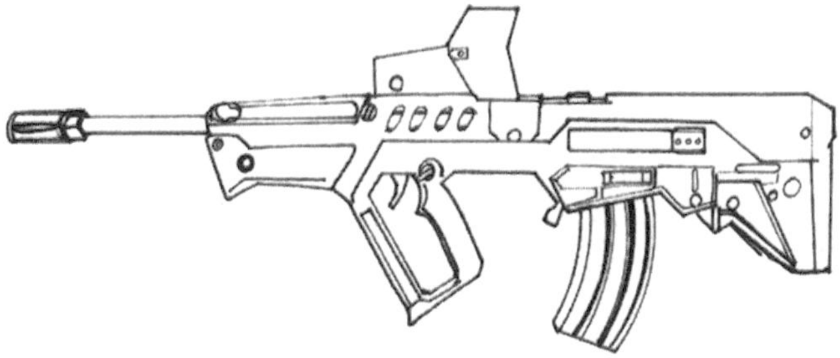

படம்: டவோர் டி ஏ ஆர் -21 அஸால்ட் ரைஃபிள்

"செக்டர் கமாண்டரிடமிருந்து கட்டளை வந்த சில நிமிடங்களிலேயே நாங்கள் எங்கள் முகாமிலிருந்து பிற்பகல் 3 மணியளவில் கிளம்பி, வில்காமிலிருந்த RR பட்டாலியனின் தலைமையகத்தை நோக்கிச் சென்றோம். நாங்கள் எப்போதுமே தயார்நிலையிலேயே இருப்போம். ஆணை கிடைத்த ஒரு

சில நிமிடங்களிலேயே நாங்கள் செயலில் இறங்கிவிடுவோம். அப்போது இரவு 9 மணி. நாங்கள் உணவு அருந்தும் வேலை. மேஜர் மோஹித்துடன் சேர்ந்து, நாங்கள் இருபத்தி ஐந்து பேர் இருந்தோம்!" என்கிறார் ஹவில்தார் ராஜீவ்.

RR முகாமை அடைந்ததும் மேஜர் மோஹித் விரைந்து சென்று, RR–ன் C.O–வைச் சந்தித்தார். அவர் ஊடுருவல்காரர்களைப் பற்றிய தகவல்களையும் செயல் திட்டம் பற்றியும் மேஜர் மோஹித்திடம் சுருக்கமாகச் சொன்னார். அவர் தன் அணியினரிடம் விரிவாகச் சொல்லி, காட்டிலிருந்து வந்த தகவல்களையும் சொல்லி அவர்களை ஆயத்தப்படுத்தினார். ஒரு மணி நேரத்திற்கு முன்புதான், 6 RR அணியின் ஒரு குழு, ஹப்ரூதா காடுகளில் தீவிரவாதிகளின் நடமாட்டத்தைக் கண்டறிந்திருந்தது. அவர்கள் தீவிரவாதிகளை நோக்கி இரண்டு முறை சுட்டிருந்தார்கள். ஆனால், தீவிரவாதிகள் தங்களைச் சுட்டவர்கள் கண்களில் மண்ணைத் தூவிவிட்டு, காட்டினுள் மறைந்துவிட்டனர்.

மேஜர் மோஹித்தின் குழு அழைக்கப்பட்டதற்கு ஒரு முக்கியமான காரணம் இருந்தது. அவர்கள் 6 RR அணியினரிடமிருந்து தப்பிய தீவிரவாதிகளைக் கண்டுபிடித்து அவர்களைத் தீர்த்துக்கட்ட வேண்டும். ஆனாலும் தீவிரவாதிகள் எத்தனை பேர், அவர்கள் நடமாட்டம் பற்றிய சரியான தகவல்கள் இன்னும் கிடைக்கவில்லை. தெளிவாகத் தெரிந்த ஒரே தகவல், தீவிரவாதிகள் 2 நாட்களுக்கு முன்பு வட காஷ்மீருக்குள் ஊடுருவியிருந்தனர்.

ஏறக்குறைய அன்றிரவு முழுவதும் தகவல்களை ஆராய்வதிலேயே கழிந்தது. விடியும் முன்பு 2.30 மணியளவில், வில்காமிலிருந்து மேஜரும் அவர் அணியினரும் கால்நடையாகவே கிளம்பினர். ஹப்ரூதா காட்டை நோக்கி அவர்கள் RR ன் ஆல்பா அணியின் அடிப்படைத் தளத்திற்குச் சென்றனர். மார்ச் 21–ம் தேதி அதிகாலை 4 மணிக்கு தாங்கள் சென்றடைய வேண்டிய

இடத்தை அடைந்தனர். அங்கிருந்த RR அணியினருக்கு சிறப்புப் படை அணி வருவதைப் பற்றித் தெரியும். அவர்கள் மேஜரின் அணிக்காகக் காத்திருந்தனர். ஹப்ரூதா காட்டின் இருளில் மேஜர் மோஹித் 6 RR ஆல்பா அணியின் கமாண்டரைச் சந்தித்தார்; இவரும் ஒரு மேஜரே!

தீவிரவாதிகளைச் சுட்டவர்கள் 6 RR அணியின் ஆல்ஃபா பிரிவைச் சேர்ந்தவர்கள். தீவிரவாதிகளைச் சுட்ட இடத்திற்குத் தன்னையும், தன் அணியினரையும் அழைத்துச் செல்லுமாறு மேஜர் ஆல்ஃபா அணியின் அதிகாரி மற்றும் இரண்டு வீரர்களிடம் கேட்டுக் கொண்டார். அந்த இடம் காட்டுக்குள்ளே 700 மீட்டர் தொலைவிலிருந்தது. அங்கே சென்ற பிறகு, அவர் 6 RR ஆட்களிடம் தங்களை அதே இடத்தில் விட்டுவிட்டு அவர்கள் போகலாமென்றும், தீவிரவாதிகளைக் கவனித்துக்கொள்ள வேண்டியது இனி தன் அணியினரின் பொறுப்பு என்றும் சொன்னார். ஹப்ரூதா காட்டிற்குள் இன்னும் உள்ளே செல்வதற்கு முன் அவர்கள் தங்கள் ஆயுதங்களைச் சோதித்துக் கொண்டனர்.

மேஜர் மோஹித் அணியின் இன்னொரு வீரரும், அப்போது பாரா ட்ரூப்பராகவும் இருந்த நாயக் ஹஜாரி லால் குர்ஜார் அடுத்த சில மணிகளில் என்ன நடந்தது என்று நினைவு கூருகிறார்:

“கதிரவன் தென்படத் தொடங்கிவிட்டான். ஆனால், ஹப்ரூதா காடு மிகவும் அடர்த்தியானது. அதனிடம் சூரியனின் பாச்சா பலிக்கவில்லை. பல இடங்களைக் கதிரவனின் கதிர்களால் தொடக்கூட முடியவில்லை. அந்த அடர்ந்த காடு பல கிளைகள் விட்டுப் பிரிந்து, தீவிரவாதிகள் ஒளிந்துகொள்ள ஏகப்பட்ட மறைவிடங்களை அள்ளித் தந்தது.

காலை 8 மணி. ஆனால், நள்ளிரவு போல் இருந்தது. சில நிமிடங்கள் கழித்து ஏதோ ஒன்று எங்கள் கண்ணில் பட்டது. அதை ஒரு தடயம் என்றும் சொல்லலாம். பனியில் கால்

தடங்களை எங்களால் பார்க்க முடிந்தது. அது எங்களுக்குக் கிடைத்த முதல் தடயம். மோஹித் சார் எங்களை மிக எச்சரிக்கையாக இருக்கச் சொன்னார். நாங்கள் ஒவ்வொரு அடியையும் கவனத்துடன் எடுத்து வைக்க வேண்டுமென்றும், ஒரு இண்டு இடுக்கு விடாமல் நாங்கள் தேட வேண்டுமென்றும் அவர் சொன்னார். விரிந்து பரந்திருந்த அந்தக் காட்டில் தீவிரவாதிகளை எங்கென்று தேடுவீர்கள்?"

கீழே, தரை முழுவதும் பனிப் போர்வை இரண்டரை அடி ஆழத்திற்கு மூடியிருந்தது. கீழே பதிந்திருந்த கால்தடங்களைப் பார்த்ததும் எங்கள் அணி அப்படியே நின்றுவிட்டது.

இதற்குள் மேஜர் மோஹித்தின் அணி மூன்று பிரிவுகளாகப் பிரிக்கப்பட்டிருந்தது. ஒவ்வொரு அணியிலும் எட்டு வீரர்கள் இருந்தனர். அணியிலிருந்து ஒருவர். *6 RR* ஆல்பா அணியின் அடிப்படைத் தளத்தில் இருக்க வேண்டும். அவர் ஸ்ரீநகரிலிருந்த *1* பாரா பெட்டாலியனுடன் தொடர்பிலிருக்க வேண்டும். ஒருவேளை அதிக ஆட்கள் தேவைப்பட்டால் சம்பந்தப்பட்டவர்களுடன் தொடர்பு கொண்டு அதற்கு வேண்டிய ஏற்பாடுகள் செய்ய வேண்டியது, அவருடைய முக்கிய வேலை.

ஓர் அணிக்கு மேஜர் மோஹித்தே தலைமை தாங்கினார். அவருடன் அவர் ஜோடி ஹவில்தார் ராஜீவும் இருந்தார். இரண்டாம் அணிக்குத் தலைமை தாங்கியவர் நைப் சுபேதார் உத்தம் சந்த். அவர் ஜோடி நாயக் ஹஜாரி லால். மூன்றாவது அணிக்குத் தலைமை தாங்கியவர் ஹவில்தார் ராகேஷ். சுபேதார் உத்தம் சந்த் அணிக்குச் சற்றே உயர்ந்த முகட்டை ஒட்டியே காட்டிற்குள் செல்லுமாறு உத்தரவிடப்பட்டிருந்தது. இதனால் இன்னும் சற்றே கீழ் மட்டத்தில் நகர்ந்து கொண்டிருக்கும் அணிகளும் அவர்கள் கண் பார்வையிலேயே தொடர்ந்து இருப்பார்கள். தேவைப்பட்டால் அவர்களை எச்சரித்து, அவர்களுக்குப் பாதுகாப்பும் அளிக்க முடியும். மேஜர் மோஹித்

மற்றும் ஹவில்தார் ராகேஷ் அணிகள் பனிவிரிப்பின் மேல் கால்களை வைத்து மிக ஜாக்கிரதையாகவும் மெதுவாகவும் நகர்ந்தனர்.

“தலைமை தாங்கிச் சென்ற தீவிரவாதியின் கால்தடங்கள் மீது, வேண்டுமென்றே மற்ற தீவிரவாதிகளும் தங்கள் கால்களை வைத்துச் சென்றிருப்பது நன்றாகத் தெரிந்தது. இதனால் நாங்கள் அன்று வேட்டையாட வேண்டிய தீவிரவாதிகள் எத்தனை பேர் என்று எங்களால் கணிக்க முடியவில்லை. இது மிகச் சிறிய விஷயமென்றாலும், அவர்களுக்கு அளிக்கப்பட்ட பயிற்சி எந்த அளவிற்குத் துல்லியமானது என்பதையும் இது எடுத்துக் காட்டியது” என்கிறார் ஹவில்தார் ராஜீவ்.

கீழே, தங்களுக்கிடையே சிறிது இடைவெளி விட்டு முன்னேறி நகர்ந்து கொண்டிருந்த இரண்டு அணிகளும் சில நிமிடங்களில் ஒரு மலைமுகட்டைக் கடந்து, சற்றே ஓய்வெடுத்துக் கொண்டிருந்தனர். அப்போது மேஜர் மோஹித் மூன்றாவது அணியைச் சத்தம் ஏதும் எழுப்பாமல் விரைந்து முன்னேறுமாறு பணித்தார். அன்று காட்டிலிருந்த ஒவ்வொரு வீரருக்கும் தெரியும், அன்று காலை காட்டில் எப்படிப்பட்ட மயான அமைதி நிலவியதென்று.

பனி உருகியிருந்த ஓரிடத்தை வீரர்கள் அடைந்தனர். பனி உருகிப் போனதால் அங்கே கால்தடங்கள் காணாமற் போயிருந்தன. அவர்கள் பின்பற்றி வந்த கால்தடங்கள் திடீரென்று நின்று போயின. வீரர்கள் அங்கேயே நின்றுகொண்டு, தங்கள் கண்களை எல்லா திசைகளிலும் சுழலவிட்டனர்-காலடித் தடங்கள் எங்கேயாவது தென்படுகிறதா என்று பார்ப்பதற்காக.

அந்தச் சமயத்தில், மோஹித் சார் திருப்பி அனுப்பிய 6 RR ஆல்பா அணியிடமிருந்து ஓர் அழைப்பு வந்தது. எங்கள் அனைவரிடமும் ரேடியோ இருந்தது. எனவே, எங்கள் எல்லோராலும் செய்தியைக் கேட்க முடிந்தது. அந்த அணியின் மேஜர், ஹப்ரூதாவின் உட்பகுதியில் காலடித் தடங்கள்

காணப்படுவதாகத் தகவல் சொன்னார். எனவே நாங்கள் உடனே 6 RR அணியினருடன் இணைந்துகொண்டோம். நாங்கள் இப்போது இரண்டு அணிகள் + மூன்று RR வீரர்களுடன் இருந்தோம். மூன்றாவது அணி, சற்று உயரத்தில் எங்களுக்கு மேலே நகர்ந்துகொண்டிருந்தது. நாங்கள் மீண்டும் காலடித் தடங்களைப் பின்பற்ற ஆரம்பித்தோம். அவை திடீரென்று முடிந்துபோயின. அங்கே பனி சுத்தமாக இல்லை. ஒரேயொரு சிற்றோடை மட்டுமே இருந்தது. காலடித் தடங்கள் காற்றில் கரைந்து போயிருந்தன. இந்தச் சிற்றோடைகள் காஷ்மீர் முழுவதும் நிறைந்திருந்தன. இவை, தங்கள் எதிரிகளின் கண்களில் மண்ணைத் தூவிவிட்டு தீவிரவாதிகள் ஊடுருவ அவர்களுக்கு உதவிக்கரம் நீட்டின.

எங்கே செல்வதென்று திக்குத் திசை தெரியாமல் திண்டாடிக் கொண்டிருந்த அணிகளுக்கு ஒரு ஒளிக்கீற்று தெரிந்தது.

மேஜர் மோஹித்தின் அணியைச் சேர்ந்த ஸ்கவுட், பாரா ட்ரூப்பர் நேத்ரா சிங் திடீரென்று தன் பாதையில் உறைந்து போய் நின்றார். தான் இரண்டு தீவிரவாதிகளின் கால் தடங்களைப் பார்த்ததாக அவர் ரேடியோ செய்தி அனுப்பினார். அதே சமயம் தீவிரவாதிகளும் தன்னைப் பார்த்து விட்டதாகவும் சொன்னார்.

களம் சூடு பிடிக்க ஆரம்பித்து விட்டது.

“நேத்ரா சிங்கிடமிருந்து தகவல் வந்த சில வினாடிகளிலேயே, எங்கள் அணியை நோக்கி தானியங்கித் துப்பாக்கிகளிலிருந்து குண்டு மாரி பொழிந்தது. நேத்ராவின் நடு நெற்றியை ஒரு குண்டு துளைத்தது. அவர் இறந்துவிட்டார். அந்தத் தாக்குதலில் அவர்தான் முதல் பலி. நடு நெற்றியில் காயம் பட்டிருந்ததால் எங்களால் எதுவும் செய்ய முடியவில்லை” என்கிறார் ஹவில்தார் ராஜீவ்.

“ஒரு சில வினாடிகளிலேயே நிலைமை கைமீறிப் போய்விட்டது.

எங்களை நோக்கி எல்லாப் பக்கமிருந்தும் குண்டுகள் சீறிப் பாய்ந்தன."

"குண்டு மழையின் அடர்த்தியை விவரிக்க வார்த்தைகள் இல்லை. எங்களைச் சுற்றிலும் குண்டுகள்தான். நாங்கள் அனைவரும் குப்புறப் படுத்துக் கொண்டோம். முடிந்தவரை நாங்கள் எங்களை மறைத்துக் கொண்டோம். சிலர் மரங்களின் பின்னால் மறைந்து கொண்டனர்; இன்னும் சிலர் ஒரு பாறையின் பின்பக்கம் மறைந்து கொண்டனர்" என்று ஹவில்தார் ராஜீவ் சொல்கிறார். காலை மணி 11. தீவிரவாதிகள் பல இடங்களிலும் மறைந்திருந்தனர். குண்டுகள் முன்பக்கமிருந்து சீறி வந்தன. வலதுபக்கமிருந்து சுடுமாறு, மேஜர் மோஹித் தன் ஆட்களுக்குக் கட்டளை இட்டார். அந்தப் பக்கம் செல்ல இரண்டு வீரர்கள் முயன்ற வினாடியே பின் வாங்க வேண்டி வந்தது, அவர்களை நோக்கிக் குண்டுகள் பாய்ந்ததால். இப்போது ஒரு விஷயம் தெள்ளத் தெளிவாகப் புரிந்து போயிற்று: தீவிரவாதிகள் ஒரு குழு மட்டுமல்ல!

இடது பக்கமிருந்து தீவிரவாதிகளைத் தாக்க முயன்ற எல்லோருக்கும் ஏறக்குறைய இதே நிலைதான். தீவிரவாதிகளுக்கு நாங்கள் இருக்குமிடம் தெரிந்து போயிற்று. அதனால் அவர்கள் எங்களை நோக்கித் துல்லியமாகச் சுட்டனர்.

அப்போது ஒரு மரத்தின் பின்னால் மறைந்து கொண்டிருந்த ஹவில்தார் ராஜீவ் சொல்கிறார், "எங்களை நோக்கி குண்டுகள் தொடர்ந்து வந்த வண்ணம் இருந்தன. நாங்கள் தீவிரவாதிகளால் சூழப்பட்டுவிட்டோம் என்றே நினைத்தோம். குண்டுகள் சீறிப்பாய்ந்து வந்த விதத்தைப் பார்க்கும்போது அவர்கள் எங்கள் முன்னால் ஓர் அரை வட்டமாக நின்றிருந்தார்கள் என்றே நாங்கள் நினைத்தோம். அதனால்தான் குண்டுகள் எல்லா திசைகளிலிருந்தும் வருவதாக எங்களுக்குத் தோன்றியது. நாங்கள் நினைத்தது சரிதான் என்று சிறுது நேரத்தில் தெரிந்து போயிற்று. எங்களிடமிருந்து சுமார் 60-70 மீட்டர்கள் தள்ளி

அவர்கள் அரைவட்டமாக நின்றிருந்தார்கள். எல்லோருடைய கைகளிலும் ஏகே 47 துப்பாக்கிகள். அவை அந்த ரேஞ்சில் மிக ஆற்றலுடன் இயங்கக்கூடியவை. அவர்கள் இராணுவப் பயிற்சி பெற்ற தீவிரவாதிகள். எங்களை அவர்கள் தாக்கும் விதத்திலேயே இது தெள்ளெனப் புரிந்தது.”

மேஜர் மோஹித் தரையில் இரண்டாவது அணிக்குத் தலைமை தாங்கி நடத்திக் கொண்டிருந்த ஹவில்தார் ராஜீவிடம் இடது பக்கம் சென்று ஒரு முகட்டின் மேலேறி தீவிரவாதிகளைத் தாக்குமாறு சொன்னார். அவர்கள் அந்தத் திசையில் செல்ல ஆரம்பித்த உடனேயே, தீவிரவாதிகள் அவர்களை நோக்கிச் சுட ஆரம்பித்தனர். அவர் அணி நான்கு ஜோடிகளாகப் பிரிந்தது. அவர்கள் தங்கள் *Isreli Tavor DAR-21* துப்பாக்கிகளால் அவர்களைத் திருப்பித் தாக்கினர்.

“என் கண் முன்னாலேயே ராகேஷின் தொடையில் குண்டுகள் பாய்ந்தன. அவர் கால் உடைந்துவிட்டதைப் போல் தோற்றமளித்தது. உடனே அவர் சிறப்புப் படை வீரர்கள் அணியும் கவசத்தை எடுத்துவிட்டார். இரத்தம் அதிகம் சேதமாவதைத் தடுக்க அவர் தனக்குத்தானே முதலுதவி செய்து கொண்டார். இது ஒருபுறம் நடந்து கொண்டிருக்க, அவர் தன் ஒரு கையால் தீவிரவாதிகளை நோக்கிச் சுட்டுக் கொண்டே இருந்தார்” என்கிறார் ஹவில்தார் ராஜீவ்.

மேஜர் அணியில் ஒருவர் இறந்து போயிருந்தார்; இன்னொருவர் பலத்த காயம் பட்டிருந்தார். மேஜர் தாங்கள் சுட்டுத் தள்ளப்படும் சாத்தியம் பல மடங்கு பெருகிவிட்டதை உணர்ந்தார். வேகமாக சூழ்நிலையை எடைபோட்ட அவர், தாங்கள் சிறிது தூரமேனும் பின்வாங்குவதுதான் புத்திசாலித்தனம் என்று முடிவெடுத்தார். திருப்பித் தாக்குவதைப் பற்றித் திட்டமிட இது அவசியம் என்று அவர் நினைத்தார்.

ஹவில்தார் ராஜீவ் சொல்கிறார்: “தீவிரவாதிகள் தங்களுக்கு மிகச் சாதகமான நிலையிலிருந்தார்கள். நான் மோஹித் சாரிடம்

கேட்டுக் கொண்டேன், அவரையும் எங்களுடன் பின்வாங்கி வந்துவிடும்படி. ஆனால் தான் தீவிரவாதிகளை நோக்கிச் சுட்டுக் கொண்டிருந்து அவர்கள் கவனத்தைத் தன் பால் வைத்திருந்தால் மட்டுமே, அணியின் மற்றவர்கள் மறைவிடம் தேடிக்கொள்ள முடியும் என்று அவர் பதில் சொன்னார். நான் அவரிடம் சொன்னேன், 'சாஹிப்! அவர்களை நான் கவனித்துக் கொள்கிறேன்; நீங்கள் முதலில் மறைவிடம் தேடிச் செல்லுங்கள்.' ஆனால் மோஹித் சார் சொன்னார், 'நானல்ல, நீங்கள்தான் முதலில் மறைவிடம் தேட வேண்டியவர்கள். நான் கடைசியில் வந்து சேர்ந்து கொள்கிறேன்.' "

ஹவில்தார் ராஜீவின் அணி முகட்டின் பாதியிலிருந்து சுட்டுக்கொண்டே இருந்தது. மேலே சென்று கொண்டிருந்த, நாயக் சுபேதார் உத்தம் சிங் தலைமை தாங்கிய அணி இன்னும் தங்களுக்குக் கீழே நகர்ந்து கொண்டிருந்த இரண்டு அணிகளுடனும் இணைந்துகொள்ள முடியவில்லை. பின் வாங்கிக் கொண்டிருந்த தன் நண்பர்களைப் பாதுகாக்க மேஜர் மோஹித் சுட்டுக்கொண்டிருந்த பொழுது, ஒரு குண்டு அவர் இடது கையைத் துளைத்தது. ஹவில்தார் ராஜீவ், தலைவர் தன் பாதுகாப்புக் கவசத்தை எடுத்து, பாயும் இரத்தத்தை நிறுத்துவதற்காகக் காயத்துக்கு கட்டுப் போடுவதைப் பார்த்தார். அதன்பின் அவர் தீவிரவாதிகளை நோக்கி நிறுத்தாமல் சுட்டுக்கொண்டே இருந்தார்.

ஹவில்தார் ராஜீவ் சொல்கிறார், "நான் அவரிடம் சொன்னேன். ஸார்... பின்வாங்கி வந்துவிடுங்கள். ஆனால் அவர் சொன்னார். 'எனக்கு ஒன்றுமில்லை! என் கையில் சிறு காயம் ஏற்பட்டிருக்கிறது. அவ்வளவுதான் ராஜீவ். நீங்கள் தொடர்ந்து சுட்டுக்கொண்டே பின்வாங்குங்கள். என்னைப் பற்றிக் கவலைப்படாதீர்கள். சுடுவதை நிறுத்த வேண்டாம்!'"

இப்போது சூரியன் உச்சிக்கு வந்துவிட்டான். ஆனால் யாராலும் அதைப் பார்க்க முடியவில்லை.

முடிந்தவரை விரைவில், சிற்றோடையை நெருங்கி மறைந்து கொள்வதுதான் திட்டம். நேத்ரா சிங் இறந்து விட்டார்; ராகேஷூம், மோஹித்தும் பலத்த காயம் பட்டிருந்தார்கள்.

தன் முன்னால் குறிபார்த்து சுட்டுக்கொண்டிருக்கும்போதே, மேஜர் மோஹித் தன் அணியின் வீரரான லான்ஸ் நாயக் சுபாஷ் சிங்கிடம் அவர் தன் கையெறி குண்டு ஏவுகணை கொண்டு தீவிரவாதிகளைச் சுடுமாறு ஆணையிட்டார். அவர் எதிரியை நோக்கிச் சுட தன் ஏவுகணையை நிலை நிறுத்திக் கொண்டிருக்கும்போதே, அவர் முழங்கையை ஒரு குண்டு குத்திக் கிழித்து அவரை செயலிழக்கச் செய்தது. அவரால் தன் ஆயுதத்தை இயக்கவே முடியாது.

“மோஹித் சார், சுபாஷ் சிங் அடிபடுவதைப் பார்த்தார். அவரைப் பின்னால் நகரச் சொல்லிவிட்டு, தானே கையெறி குண்டு ஏவுகணை கொண்டு தீவிரவாதிகளை நோக்கிச் சுட ஆரம்பித்தார். குண்டுகள் எந்தத் திசையிலிருந்து அதிகமாக வந்தனவோ அந்தத் திசையை நோக்கிச் சுட ஆரம்பித்தார். சிறிது நேரம் கழித்து, எதிரிகளிடமிருந்து குண்டுகள் வருவது கணிசமாகக் குறைந்து போயிற்று. நாங்கள் பொழிந்த குண்டு மழை நான்கு தீவிரவாதிகளைத் தீர்த்துக்கட்டிவிட்ட விஷயம் எங்களுக்கு அப்போது தெரியாது!” என்கிறார் ஹவில்தார் ராஜீவ்.

கையெறிகுண்டுகளிலிருந்து கிளம்பிய புகை அடங்கியதும், மேஜர் மோஹித் தன் ஆட்கள் மறைந்திருந்த இடத்திற்கு வந்தார், எதிரிகளின் கண்களில் படாமல் இருக்க. அவர்களை நெருங்கும்போது, ஒரு குண்டு அவர் மார்பின் வலது புறம் தாக்கியது. அவர் அணிந்திருந்த குண்டு துளைக்காத அங்கி, முன்னும் பின்னும் பாதுகாப்பளித்தது. ஆனால், பக்கவாட்டில் அவருக்கு எந்தப் பாதுகாப்பும் இல்லை. துப்பாக்கிக் குண்டு அந்தப் பகுதியை ஊடுருவிச் சென்றது. ஒரு கணம் தடுமாறிய போதும், விரைந்து சமாளித்துக் கொண்டார். ஹவில்தார் ராஜீவ் தன் தலைவரை நோக்கி ஓடினார்.

"ராஜீவ்! நான் நன்றாகத்தான் இருக்கிறேன். இந்தக் காயங்கள் ஆபத்தானவை அல்ல. அவர்களை நோக்கித் தொடர்ந்து சுட்டுக்கொண்டே இருங்கள். இன்றைக்கு அவர்களை நாம் தப்பவிடக் கூடாது!" மோஹித் தன் தோழரிடம் சொன்னார்.

இதற்குள் சற்று உயரத்தில் நகர்ந்து கொண்டிருந்த அணி, துப்பாக்கிச் சண்டை நடக்கும் இடத்திற்கு வந்து சேர்ந்தது. காயம்பட்டிருந்த மேஜர் மோஹித் ஒரு மரத்தின் மீது சாய்ந்துகொண்டே, தீவிரவாதிகளை நோக்கிச் சுட்டுக் கொண்டிருப்பதைப் பார்த்தார் அந்த அணியிலிருந்த நாயக் ஹஜாரிலால்.

"மோஹித் சார் என் அணியினரிடம் சொன்னார், 'தீவிரவாதிகளைத் தப்பிக்க விட்டு விடாதீர்கள். அவர்களைத் தொடர்ந்து சுட்டுக்கொண்டே இருங்கள்.' தீவிரவாதிகள் தப்பித்துவிடக் கூடாது என்பதில் அவர் உறுதியாக இருந்தார். குண்டுகளின் எண்ணிக்கையிலிருந்து அவர்கள் எட்டு முதல் பத்துப் பேராக இருக்கலாம் என்று நாங்கள் கணக்குப் போட்டோம்!"

"இரத்தம் அதிகமாக வெளியேறியதால் மோஹித் சார் மிகவும் வெளிறிப் போனவராகக் காணப்பட்டார். ஆனாலும் அவர் சுடுவதை நிறுத்தவில்லை. குண்டுகள் மாறி மாறி, இந்தப் பக்கமிருந்தும், அந்தப் பக்கமிருந்தும் வந்து கொண்டிருக்கும் போதே, ரேடியோவில் எங்கள் தலைவரின் குரல் கேட்டது, அவர் மூச்சு வாங்கிக் கொண்டே பேசினார்."

"சுடுவதை நிறுத்தாதீர்கள். இந்தச் சந்தர்ப்பத்திற்காகத்தான் நாம் சிறப்புப் படையில் சேர்ந்தோம். இதற்காகத்தான் நமக்குக் கடுமையான பயிற்சி அளிக்கப்பட்டது."

ஹவில்தார் ராகேஷின் அணி இப்போது இராக்கெட் லான்ஞ்சர்களைத் தயார் செய்து, தீவிரவாதிகளை அவற்றால் தாக்கத் தொடங்கியது. இதனால் வீரர்கள் இன்னும் மேலேறிச்

சென்று, தங்களுக்கு சாதகமான ஓர் இடத்தை அடைந்துவிட முடியும் என்பது அவர்கள் நம்பிக்கை. இதற்குள் மேஜர் மோஹித் தான் சுடுவதை நிறுத்தியிருந்தார். தன் மறைவிடத்தில் ஒரு மரத்தில் தன் முதுகைச் சாய்த்தவாறு, அவர் உட்கார்ந்திருந்தார்.

“மிகப் பலமாக காயம் பட்டிருந்த போதிலும், தீவிரவாதிகளின் கவனத்தைத் தன் மீதே அவர் தொடர்ந்து வைத்திருக்குமாறு செய்து, எங்கள் அணி முழுவதற்கும் அவர் பாதுகாப்பு அளித்தார்” என்கிறார் ஹவில்தார் ராஜீவ்.

சூழ்நிலை மிக மோசமாக இருந்தது.

ராஜீவ் மேலும் தொடர்ந்தார்: “எங்கள் அணியில் நான்கு பேர் காயம் பட்டிருந்தார்கள். நேத்ரா எங்களை விட்டு விட்டுப் போய்விட்டார். அவருக்குப் பின்னாலிருந்தவரும் காயம் பட்டிருந்தார். சுபாஷுக்கும் பலத்த காயம் ஏற்பட்டிருந்தது. மோஹித் சாரையும் குண்டுகள் ஒரு கை பார்த்திருந்தன. பலமாகக் குண்டடி பட்டிருந்த போதிலும், தன்னால் முடிந்தவரை எதிரிகளைச் சுட்டுக்கொண்டே, எங்கள் மறைவிடத்திலிருந்து வெளியேற வேண்டாம் என அவர் கேட்டுக் கொண்டார். அவர் சுடுவதை நிறுத்த உறுதியாக மறுத்துவிட்டார்.”

சில நிமிடங்களிலேயே, ஹவில்தார் ராகேஷும் கொல்லப்பட்டார். அவர் பாதுகாப்பான இடத்திற்கு இழுத்துச் செல்ல மற்ற வீரர்கள் செய்த முயற்சிகள் விழலுக்கு இறைத்த நீராயின. அவர் உடலை ஒரு துருப்புச் சீட்டாகப் பயன்படுத்திக் கொண்ட தீவிரவாதிகள் அதை நெருங்கியவர்களையெல்லாம் சுட்டனர்.

மேஜர் மோஹித் இப்போது முழுவதுமாகச் செயலிழந்துவிட்டார். ஆனால் அவர் கண்கள் இன்னும் திறந்திருந்தன. தீவிரவாதிகளிடமிருந்து வந்த குண்டுமழை நம் வீரர்களை, அவரை நெருங்கவிடாமல் அடித்தது.

“அவர் சொல்லிக் கொண்டே இருந்தார், என் காயம் சாதாரணமானதுதான். இரண்டே இரண்டு விஷயங்களில் மட்டுமே அவர் உறுதியாக இருந்தார்: 1) எங்களில் யாரும் உயிர் இழந்துவிடக் கூடாது 2) தீவிரவாதிகள் தப்பித்து விடக் கூடாது. கடைசிவரை அவர் தான் நன்றாக இருப்பதாகவும், காயம்பட்ட எங்கள் சக கமாண்டோக்களைப் பத்திரமாகப் பார்த்துக் கொள்ள வேண்டும். கடைசிவரைக்கும், எங்களில் ஒவ்வொருவரும் பாதுகாப்பான மறைவிடத்தைத் தேடிக் கொள்வதில் அவர் உறுதியாக இருந்தார்.”

மாலை 4 மணியளவில், ஹவில்தார் ராஜீவால் தன் அணியின் தலைவரை நெருங்க முடிந்தது. அவர் இன்னும் மரத்தில் சாய்ந்து கொண்டு, தன் ரைஃபிளைக் கையில் பிடித்துக் கொண்டிருந்தார். அதிலிருந்த குண்டுகள் காலியாகி விட்டன.

மேஜர் மோஹித், அவர் அணியைச் சேர்ந்த இன்னும் மூவர், மற்றும் நால்வர் என சிறப்புப் படை அணியில் ஆக மொத்தம் எட்டுப் பேர் ஹப்ரூதா தாக்குதலில் தங்கள் இன்னுயிரை இழந்திருந்தனர். சண்டை மார்ச் 21 வரை, நான்கு நாட்கள் நீடித்தது. 12 தீவிரவாதிகள் கொல்லப்பட்டனர்.

“நெருப்பைக் கக்கும் கடும் சண்டையிடையே அவர் தொடர்ந்து எங்களை வழிநடத்திக்கொண்டே இருந்தார். அவர் பட்ட காயங்கள் எவ்வளவு ஆபத்தானவை என்று கூட எங்களுக்குத் தெரியாது. அவர் தன் உயிரைப் பற்றிக் கிஞ்சித்தும் கவலைப்படவில்லை. அன்று பின்னிரவில் எங்கள் அணியின் வேறு பல குழுக்கள் எங்களுடன் வந்து சேர்ந்துகொண்டு, ஹப்ரூதா காட்டை வேறு யாரும் நெருங்க முடியாமல் ஒரு பாதுகாப்பு வளையத்தை அமைத்தன. ஹெலிகாப்டர்கள் எங்கள் தலைகளுக்கு மேல் சுழன்று காயம் பட்டவர்களை அப்புறப்படுத்த இடம் தேடின. ஆனால் அந்த அடர்ந்த காட்டில், ஹெலிகாப்டர்கள் இறக்குவதற்குப் போதுமான வெற்றிடம் இல்லை.”

ஹவில்தார் ராஜீவும் இன்னொரு வீரரும் தங்கள் தலைவனின் உடலை 6 RR ஆல்பா அணியின் தளத்திற்கு தூக்கிச் சென்றனர்.

"அவர் உடல் இன்னும் வெதுவெதுப்பாகத்தான் இருந்தது. அவர் உயிர் பிழைத்து விடுவாரென்றே நம்பிக் கொண்டிருந்தேன். அவர் இறந்துவிட்டிருப்பாரென்று எங்களால் நினைத்துக்கூடப் பார்க்க முடியவில்லை. அவர் உடம்பை நான் சுமந்து கொண்டிருக்க, அவர் கால்களை இன்னொரு சகா சுமந்து கொண்டிருந்தார். ஸ்ட்ரெட்சர் கொண்டு வருவதற்கு நேரமில்லை. உடலில் உயிர் இருக்கிறதா என்று பார்ப்பதற்குக் கூட எங்களுக்கு நேரமில்லை. அவர் கண்கள் மூடியிருந்தன. அவருக்கு நினைவும் இல்லை. ஏறக்குறைய ஒரு கிலோ மீட்டருக்கும் அதிகமான தூரத்திற்கு நாங்கள் அவரைச் சுமந்து சென்றோம். இறுதிவரை எப்படி அவர் எங்களை வழி நடத்தினார் என்பதையே நான் நினைத்துக் கொண்டிருந்தேன். குண்டுகள் பல பாய்ந்தபோதும், அவர் கவனமெல்லாம் எங்கள் மீதுதான் இருந்தது. எங்கள் பாதுகாப்பைப் பற்றியே அவர் அதிகம் கவலைப்பட்டுக் கொண்டிருந்தார். நான் அவரைச் சுமந்து கொண்டிருந்தபோது, கூடியவரை விரைவாக அவரை ஹெலிகாப்டருக்குக் கொண்டு செல்ல வேண்டும் என்று நான் நினைத்தேன். ஸ்ரீநகரிலிருந்த 92-வது ஆரம்ப மருத்துவமனைக்கு அவர் நேரடியாகக் கொண்டு செல்லப்பட்டார். எங்கள் அணியுடன் மீண்டும் சேர்ந்துகொள்ள காட்டிற்குத் திரும்பி விட்டோம் நாங்கள். அடுத்த நாள் காலையில்தான் எங்களுக்குத் தெரியவந்தது, மோஹித் சிங் இறந்துவிட்டாரென்று. அன்று அவரை ஹெலிகாப்டருக்கு நான் சுமந்து சென்றதுதான் என் வாழ்க்கையில் நான் சுமந்த மிகக் கனமான சுமை" என்கிறார் ஹவில்தார் ராஜீவ்.

மேஜர் மோஹித்தின் C.0 கர்னல் வினோத் குமார் நம்பியார் காட்டிற்கு வந்து, அருகே ஓரிடத்தில் இருந்து கொண்டு நிலைமையை உன்னிப்பாகக் கண்காணித்து வந்தார்.

கர்னல் நம்பியார் சொல்கிறார், "அந்த ஐந்து நாள் சண்டையின் வெற்றிக்கு மோஹித்தான் அடித்தளமிட்டவர். அவர் தன்

கையெறி குண்டு ஏவுகணையால் நான்கு தீவிரவாதிகளைக் கொன்றார். அவர் அணியினர் இன்னும் மூன்று, நான்கு தீவிரவாதிகளைக் கொன்றிருப்பர். மோஹித் சாரால்தான் தீவிரவாதிகள் சண்டையை நடுவில் நிறுத்திவிட்டுத் தப்ப முடியாமல் போயிற்று. அவர் தன் அணியினரை பல இடங்களில் திட்டமிட்டு நிறுத்தியிருந்தார். பலத்த காயம் பட்ட பின்பும் தொடர்ந்து தாக்குதலில் ஈடுபடுவதென்பது அவர் எடுத்த முடிவுதான். அதனாலேயே, எங்கள் வீரர்கள் மிச்சமிருந்த தீவிரவாதிகளை ஒழித்துக்கட்ட முடிந்தது!"

நாயக் ஹஜாரி லால் சொல்கிறார்: "எங்கள் அணியினரிடம் சோகத்தைவிட, சீற்றமே மிகுந்திருந்தது. மோஹித் சிங்கின் மரணத்திற்குப் பழி வாங்க வேண்டும். நாங்கள் உயிர் பிழைத்திருக்கிறொமென்றால் அதற்கு அவர்தான் காரணம். ஒரு கடும் சண்டையின்போது நடந்த எல்லா விஷயங்களையும், தகவல்களையும் நினைவு கூற இயலாது. ஆனால் அவரின் கடைசி ஆணை, தீவிரவாதிகள் தப்பித்துவிடக் கூடாது என்பதுதான். அதுதான் அவரின் கடைசி வார்த்தைகள். அதில் மட்டுமே நாங்கள் எங்கள் கவனத்தை முழுமையாகக் குவித்தோம். அவர் கடைசி வினாடி வரை அவருடன் இருந்தேன். அவருக்குத் தெரியும்; அதுதான் தன்னுடைய கடைசிச் சண்டையென்று. இருப்பினும் இறுதி வரை அவர் எங்களை வழி நடத்திச் செல்வதிலேயே குறியாக இருந்தார். சாஹிப் ஓ.கே யாக இருக்கிறார் என்றே நாங்கள் நினைத்துக் கொண்டிருந்தோம்!"

ஹவில்தார் ராஜீவ் கண் கலங்கச் சொல்கிறார்: "அன்று மட்டும் மோஹித் சார் எங்களைச் சரியான பாதையில் வழி நடத்தி இருக்காவிட்டால், நானும் வீட்டுக்குத் திரும்பியிருப்பேன் ஒரு சவப்பெட்டியில். அப்போது எனக்கு வயது 22. அவர் தன் இறுதி மூச்சுவரை எங்களைச் சரியாக வழி நடத்தினார் ஒரு வீரமிக்க கமாண்டரைப் போல!"

அந்தச் சண்டைக்குப் பிறகு, மோஹித் அணியின் வீரர்கள் அவர் செயலாற்றிய விதம் பற்றிச் சொன்ன தகவல்களை அவரின் C.Oவால் மறக்கவே முடியவில்லை!

"அவரின் மூன்று சகாக்கள் இறந்தபோது, அவருக்கும் அடிபட்டது. இருந்தும் சண்டைக் களத்திலிருந்து அவர் வெளியேறாமல் தொடர்ந்து சண்டையிட்டுக் கொண்டே இருந்தார். அது மிகப் பெரிய விஷயம்; அது எங்களை மிகவும் உற்சாகப்படுத்தியது. அதுமட்டுமல்ல; பலத்த காயம் பட்டிருந்தபோதும், அவர் களத்திலேயே இருந்தது எங்கள் அணியினரை மட்டுமல்ல, மற்ற அணியினரையும் உற்சாகப்படுத்தியது!"

அன்று கொல்லப்பட்ட 12 தீவிரவாதிகளும் பாகிஸ்தானிகள். L.E.T அமைப்பைச் சேர்ந்தவர்கள். அவர்கள் இந்தியாவின் வல்லமை மிக்க ஓர் அணியுடன் மோதியலிருந்தே தெரிந்தது, அவர்களுக்கு எவ்வளவு கடுமையாகவும், சிறப்பாகவும் பயிற்சி அளிக்கப்பட்டிருக்கிறதென்று. அவர்களிடமிருந்த வரைபடங்கள் மிகத் துல்லியமானவை. நம் இராணுவத்தினரிடம் கூட அந்த மாதிரி வரைபடங்கள் இல்லை. அவர்களிடம் வழித்தட வரைபடங்களும் கூட இருந்தன.

கர்னல் நம்பியார் வியக்கிறார்: "நாங்கள் எட்டுப் பேரை இழந்திருந்தோம்; இவர்களில் சிலர் இந்திய இராணுவத்தின் மிகச் சிறந்த வீரர்கள். ஒரு போரில் வீரர்களை இழப்பது சகஜமானதுதான். ஆனால் 1 பாரா அணியில் அது எப்படி நிகழலாம்? எனக்கு எங்கள் அணி பற்றி கொஞ்சம் செருக்கிருந்தது உண்மைதான். உயிரிழப்பை நாங்கள் எப்படி சாதாரணமாக எடுத்துக்கொள்ள முடியும்? நாங்கள் மிகச்சிறந்த பயிற்சியைப் பெற்றிருந்தோம். நாங்கள் கடுமையாக உழைத்தோம். இந்த மாதிரி சூழ்நிலைகளை எதிர்கொள்ள நாங்கள் நன்கு பயிற்றுவிக்கப்பட்டிருந்தோம். நாங்கள் கடந்த காலங்களில் காஷ்மீர் பகுதியில் சிறப்பாகச் செயல்பட்டிருந்தோம். நாங்கள் மிகத் திறமைசாலிகள் என்று எங்களைப் பற்றி நினைத்துக்

கொண்டிருந்தோம். இப்படிப்பட்ட பின்னணியில் இருந்த எங்களுக்கு, இந்த மாதிரி ஒரு விஷயம் நடந்தால், ‘எங்களுக்கு இது எப்படி?’ என்றுதான் கேட்கத் தோன்றும். இன்னும் அதை என்னால் மறக்க முடியவில்லை. அடிக்கடி நான் நடந்தவற்றை என் மனதில் ஓடவிட்டுப் பார்ப்பேன். தீவிரவாதிகள் சற்று உயரத்திலிருந்து இயங்கினார்கள். அவர்களுக்குச் சில சாதகமான அம்சங்கள் இருந்தது உண்மைதான். அவர்களிடம் குறி தவறாமல் சுடக்கூடிய ஒருவராவது இருந்திருக்க வேண்டும். அவர்தான் குறி தவறாமல் சுட்டுக்கொண்டே இருந்திருக்க வேண்டும். மற்றவர்கள் சுட்டுக்கொண்டிருந்தபோது, இந்த ஆள் போதுமான கால அவகாசம் எடுத்துக்கொண்டு தன் குறிகளைத் தேர்ந்தெடுத்திருக்க வேண்டும். பெரும்பாலான உயிரிழப்புகள் காயம்பட்ட வீரர்களை அப்புறப்படுத்தும்போதுதான் ஏற்படுகின்றன. இந்த ‘நிபுணன்’தான் பெரும்பாலான உயிரிழப்புகளுக்குக் காரணமாக இருந்திருக்க வேண்டும். என் மனத்திரையில் நடந்துவிட்ட நிகழ்ச்சிகளைத் திரும்பத் திரும்ப ஓடவிட்டுப் பார்க்கிறேன், இப்போதும் கூட!”

மேஜர் மோஹித் காயம் பட்டிருக்கிறார்; அவர் எந்த அசைவுமின்றி அமர்ந்திருக்கிறார் என்ற செய்தி 1 பாரா அடிப்படை முகாமிற்குக் கிடைத்தபோது அதைக்கேட்ட ஓர் அதிகாரி நினைவுகூருகிறார்: “அவர் அசைவின்றி அமர்ந்திருக்கிறார் என்பதை எங்களால் நினைத்தே பார்க்க முடியவில்லை. நான் செய்தி சொன்ன ஜவானை அவர் உண்மையைத்தான் சொல்கிறாரா என்று திரும்பத் திரும்பக் கேட்டேன். மோஹித்தால் எப்படி இறக்க முடியும்? ஆனால், அவர் மோஹித் அசைவின்றி இருப்பதாகத் திரும்பத் திரும்பச் சொன்னார். நடந்துவிட்டதை ஒப்புக்கொள்ள எங்களுக்கு நீண்ட நேரம் பிடித்தது.”

நடுநிசி தாண்டி 1 மணியளவில், 1,000 கி.மீ தொலைவிலிருந்த காஷியாபாத்தில், ஷர்மாவின் வீட்டில் தொலைபேசி ஒலித்தது. போனை எடுத்துவர், மேஜர் மோஹித்தின் தந்தை.

“அடுத்த முனையில் இருந்தவர்கள் இரண்டு அதிகாரிகள். அவர்கள் எங்கள் வீட்டிற்கு வருவதாகச் சொன்னார்கள். நான் மோஹித்தின் அம்மாவை எழுப்பி அவரிடம் விஷயத்தைச் சொன்னேன். மோஹித்தின் நண்பர்கள் இரவில் இவ்வளவு நேரம் கழித்து ஏன் வருகிறார்கள் என்று அவருக்கும் புரியவில்லை. மேலும், மோஹித் தன் நண்பர்கள் வருவதைப் பற்றித் தன்னிடம் தகவல் எதுவும் சொல்லவில்லையே என்று அவர் குழம்பினார். அவருக்கு எல்லாமே கொஞ்சம் வினோதமாகவே இருந்தது. பின், நாங்கள் பாட்டியாலாவிலிருந்த அவர் மனைவி ரிஷ்மாவை அழைத்தோம். போனை எடுத்தது அவருடன் பணிபுரிந்து கொண்டிருந்த பாஷ்கர் தொமர். விஷயம் அவருக்குத் தெரிந்திருந்த போதும் அவர் எங்களிடம் மூச்சுவிடவில்லை. அரை மணி நேரம் கழித்து, அந்த இரண்டு அதிகாரிகளும் எங்கள் வீட்டிற்கு வந்தனர். கடைசியில் அவர்கள் செய்தியை எங்களிடம் சொன்னார்கள். செய்தியைக் கேட்டதும் சுசீலா ஷர்மா சுய நினைவை இழந்துவிட்டார். பாட்டியலாவிலும் செய்தியைக் கேட்டதும் அவர் மனைவி ரிஷ்மாவும் மயக்கமடைந்து விட்டார்.”

மேஜர் ரிஷ்மா சொல்கிறார்: “21-ம் தேதி மார்ச் இரவில் அவருடைய அணி அதிகாரிகள் செய்தியைச் சொன்னார்கள். அவர்கள் என் வீட்டிற்கு வந்திருந்தார்கள். நான் ஸ்தம்பித்துப் போய்விட்டேன். கேட்ட செய்தியை என்னால் நம்பவே முடியவில்லை. நான் மயக்கமடைந்துவிட்டேன். என்னை உடனே தீவிர சிகிச்சைப் பிரிவுக்குக் கொண்டு சென்றனர். அங்கு அன்றிரவு முழுவதும் இருந்தேன். அடுத்த நாள் மார்ச் 22-ம் தேதி ஓர் அவசரகால மருத்துவ ஊர்தியில் காஷியாபாத் மருத்துவமனைக்கு என்னைக் கொண்டு சென்றார்கள்.”

ஒவ்வொரு வருடமும் மார்ச் 21-ம் தேதி, மேஜர் மோஹித் அணி 2 நிமிடங்கள் அவருக்காகவும், அவருடன் உயிர்நீத்த அவர் தோழர்களுக்காகவும் மௌன அஞ்சலி செலுத்துகிறது.

ஹவில்தார் ராஜீவ் சொல்கிறார்: "அந்த யூனிட்டில் இருந்த ஒவ்வொருவருக்கும் அந்தத் தாக்குதல் பற்றி நன்கு தெரியும். அவர் எப்போதும் எங்களுடைய சீனியர் என்று தன்னைக் காட்டிக் கொண்டதே இல்லை. இதுதான் பாரா 1-ன் பண்பாடு. இதில் அதிகாரிகளும், வீரர்களும் வித்தியாசம் பாராட்டாமல் பழகுவார்கள். நாங்கள் ஒன்றாகச் சாப்பிடுவோம்; ஒன்றாகவே வாழ்வோம்; ஒன்றாகவே போராடுவோம்!"

இந்தச் சம்பவம் நடந்து பத்து ஆண்டுகள் கழிந்துவிட்ட போதிலும், சிறப்புப் படை அணியிலிருக்கும் யாரும் ஹப்ரூதா தாக்குதல் பற்றியோ, இஃப்திகார் பத் மாறுவேடமிட்டுத் தாக்கியதைப் பற்றியோ மறக்கவே இல்லை.

1 பாரா சிறப்புப் படையின் செகண்ட்-இன் -கமாண்டாக இருந்த லெப். கர்னல். விகாஸ் துரியா சொல்கிறார்: "2004-ல் 1 பாரா சிறப்புப் படையில் என் சோதனைக் காலப் பயிற்சியின் போதுதான் மோஹித் சாரைச் சந்தித்தேன். எங்கள் அணியைத் தவிர வெளியிலிருந்தவர்களுக்கு விஷயம் தெரியாது. ஆனால் 1 பாரா சிறப்புப் படையில் அணியிலிருந்த ஒவ்வொருவருக்கும் ஷோபியனில் நடந்தது என்னவென்று தெரியும். அப்படி ஒரு தாக்குதலை நடத்த வேண்டும் என்பது எங்கள் கனவு. அதில் ஆபத்துகள் அதிகம். வெகு சிலரே அந்த மாதிரி செயலில் ஈடுபட முடியும். மோஹித்தைத் தவிர வேறு எவராலும் அப்படிப்பட்ட செயலைச் செய்திருக்கவே முடியாது."

மேஜர். சந்தனு சின்ஹாவுக்கு 28 வயது, இப்போது அவர் 1 பாரா அணியின் துணையாக இருக்கிறார். இவர் மோஹித்தின் மரணத்திற்குப் பிறகு, மூன்றாண்டுகள் கழித்து. 2012-ல் இந்த அணியில் சேர்ந்தார். இவர் சொல்கிறார்: "1 பாரா அணியில் ஒருவர் சேர்ந்ததும், அவர் முதலில் அறிந்துகொள்வது, மேஜர் மோஹித்தின் வீரதீரச் செயல்கள் பற்றித்தான். சோதனைப் பயிற்சியில் இருப்பவர்கள் முக்கிய வேலைகளில் ஒன்று அணியின் முக்கியச் செயல்பாடுகள் பற்றித் தெரிந்துகொள்வதுதான்.

மோஹித்தின் செயல்கள் இன்னும் எங்களுக்கு உந்துசக்தியாக இருக்கின்றன."

"பல சமயங்களில், சண்டையின் உச்சகட்டத்தில் நீங்கள் திடீரென்று வீரராக மிளிர்வீர்கள். மோஹித்தின் விஷயம் அப்படியில்லை. ஒவ்வொரு சண்டையின் போதும் அவர் வீரத்துடன் செயல் புரிந்தார். அது அவர் இரத்தத்திலேயே ஊறிப் போயிருந்தது. நாங்கள் அனைவரும் அவர் வீரத்தைக் கண்கூடாகக் கண்டிருக்கிறோம். சண்டைகளின் போது மட்டுமே அவர் வீரம் வெளிப்பட்டது என்று சொல்ல முடியாது. அது அவர் பயிற்சி பெறும்போதும், மற்ற நேரங்களிலும் வெளிப்பட்டது. அவரின் மன உறுதியும், உடல் உறுதியும் அசாதரணமானவை!" என்கிறார் அவரின் C.O-வான கர்னல் நம்பியார்.

இஃப்திகார் பத் தாக்குதல் பற்றி நாயக் ஹஜாரி லால் சொல்கிறார்: "அதில் அவர் எளிதாக உயிர் இழந்திருக்கலாம். அப்படி ஏதாவது நடந்திருந்தால், அவர் உடல்கூட எங்களுக்குக் கிடைத்திருக்காது. இதையெல்லாம் தெரிந்தே அவர் அந்த முயற்சியை மேற்கொண்டார். அவர் இதயம் போலவே அவர் தைரியமும் பெரிது. மோஹித் சாருக்கு 24 மணி நேரமும் தாக்குதல் பற்றிய நினைப்புதான். ஏதாவது சிறிய தகவல் கிடைத்தாலும் போதும், ஒரு சிங்கத்தைப் போல சீறிக்கொண்டே அவர் தாக்குதலுக்குக் கிளம்பி விடுவார். தாக்குதல்களை விரைந்து ஆரம்பித்துவிட வேண்டும் என்பதில் அவர் மிக உறுதியாக இருந்தார். தாக்குதல்களை நடத்துவதற்காகவே அவர் காஷ்மீரில் பணியாற்றினார். அவர் போல அதிகம் பேரைப் பார்க்க முடியாது. அவருக்கு அந்தப் பகுதி முழுவதும் நன்றாகத் தெரியும்; அவர் தனக்கு தகவல் தருபவர்களை அதிக அளவில் வைத்திருந்தார்."

மேஜர் மோஹித்தின் இணை ஹவில்தார் ராஜீவ் சொல்கிறார். "மோஹித்தின் கிடார் பற்றிப் பேசாமல், அவர் கதை

முடியாது. அவர், ஒன்று தன் கைகளில் *Tavour* துப்பாக்கியை வைத்திருப்பார்; அல்லது ஒரு கிடாரை வைத்திருப்பார்!”

1 சிறப்புப் படை பாரா அணியினரால் மேஜர் மோஹித்தின் நகைச்சுவையை மறக்க முடியாது. நாயக் ஹஜாரி லால், 2009 தாக்குதலுக்குப் பல மாதங்களுக்குப் பின், தான் மருத்துவ படிப்பை ஒன்றை எப்படி முடித்தார் என்பதை நினைவு கூருகிறார்.

“மோஹித் சார் என்னிடம் நான் என்ன கிரேடு வாங்கியிருக்கிறேன் என்று கேட்டார். நான் *B* கிரேடுதான் என்று சொன்னேன். அவர் சொன்னார், ‘*B*’ கிரேடைப் பற்றிக் கவலைப்படாதே. இந்தக் கிரேடை வைத்துக்கொண்டு, எனக்குக் காயம் பட்டால், நீ என்னைக் காப்பாற்ற மாட்டாயா, என்ன?’ ”

மார்ச் 23-அன்று காலை 6.45 மணியளவில், மேஜர் மோஹித்தின் உடல் காஷியாபாத்தை வந்தடைந்தது. அவர் அம்மாவும், அப்பாவும், அன்பு மனைவியும், மற்றும் ஏராளமானோரும் அவர் உடலை வாங்கிக் கொள்ளவும் அதற்கு மரியாதை செலுத்தவும் காத்திருந்தனர். பின்பு அவர் உடல் டெல்லி கண்டோன்மென்டிலுள்ள பிரார் ஸ்கொயரிலிருந்த மயானத்திற்கு எரியூட்ட எடுத்துச் செல்லப்பட்டது. அவர் அணியின் மூத்த அதிகாரிகளும் மற்றவர்களும் கூடியிருக்க, அவரின் சகோதரர் மாதூர் கொள்ளி வைத்தார். மோஹித்திற்கு இராணுவத்தில் சேர இருந்த அளவற்ற ஆவலைப் பார்த்த அவர், மென்பொருள் பொறியாளராக வெளிநாடு செல்லவிருந்த தன் திட்டத்தை மாற்றிக் கொண்டார்.

பத்து ஆண்டுகள் கழிந்த பின்பும் அவர் இழப்பின் சுவடுகள், மோஹித்தின் பெற்றோர்கள் மனதில் மறையவில்லை.

அவர் அம்மா சுசீலா கதறுகிறார், “மோஹித்தைப் பற்றிப் பேசும்போது, என்னால் கண்ணீரை அடக்க முடியவில்லை. அவர் ஓர் அற்புதமான மனிதர்; அருமையான மகன். அவன்

எங்களைப் பிரிந்து பத்து ஆண்டுகள் ஆகிவிட்டன. இருந்தாலும் எங்கள் வீடெங்கும் அவன் நிறைந்திருக்கிறான், எங்கள் கண்ணீர் இன்னும் நிற்கவில்லை. எல்லா பெற்றோர்களுக்குமே தங்கள் குழந்தைகள் அருமையானவர்கள்தான். ஆனால் எங்கள் மோஹித் மிக வித்தியாசமானவன். இன்றைக்கும்கூட அவனைப் பற்றிப் பேசும்போது கண்ணீர் பெருகுவதை எங்களால் கட்டுப்படுத்த முடியவில்லை. நாங்கள் அவனைப் பெற்றவர்கள். இளம் வயதில் மகனை இழந்துவிட்ட எங்கள் துயரத்தை உங்களால் புரிந்துகொள்ள முடியும். நாங்கள் எல்லாவற்றையும் இழந்துவிட்டோம். எங்கள் மீது அவன் அளவற்ற மதிப்பும், மரியாதையும் வைத்திருந்தான். யாராவது எங்களைப் பற்றித் தவறாகப் பேசிவிட்டால், அவனால் பொறுத்துக் கொள்ளவே முடியாது. அவனைப் போல இன்னொருவர் இருக்கவே முடியாது. அவன் தன் நாட்டிற்கு தன் வீரத்தாலும், தியாகத்தாலும் பெருமை சேர்த்திருக்கிறான். ஆனாலும், ஒரு மகனின் இழப்பை எப்படி, எது ஈடுகட்ட முடியும்? ஒரு தாய்க்கு, அவர் மகனின் இழப்பை எதுவும் ஈடு செய்து விட முடியாது. இறந்துபோன ஒரு மகன் ஒருபோதும் திரும்பிவர மாட்டான்!”

சுசீலா ஷர்மா, மோஹித்தின் சிறுவயது புகைப்படத்தையும், நேபாளிலிருந்து, அவனின் அப்பா ஒரு ‘காஸியோ கீ போர்டை’ அவனுக்காக வாங்கி வந்தபோது அவன் முகம் பிரகாசமடைந்தபோது எடுக்கப்பட்ட புகைப்படத்தையும் அடிக்கடி பார்த்துக்கொள்வார்.

மோஹித்தின் தந்தை ராஜேந்தர் ஷர்மா பஞ்சாப் நேஷனல் வங்கியில் பணியாற்றி ஓய்வு பெற்றவர். அவர் நெஞ்சம் நிறைந்த சோகத்துடன் சொல்கிறார்: “மோஹித் போனதும் எங்கள் வாழ்க்கை அசையாமல் அப்படியே நின்றுபோனது. அவர் விட்டுச்சென்ற வெற்றிடத்தை யாராலும் நிரப்ப முடியாது. எங்கள் வாழ்க்கையின் ஒவ்வொரு நொடியிலும் அவன் இழப்பை நாங்கள் உணர்கிறோம். அது ஆறாத காயம். என் மனைவியும்

நானும் அவன் சிறார் பருவத்தை நினைத்துப் பார்த்துக் கொள்வோம். அப்போது எடுக்கப்பட்ட புகைப்படங்களையும் திரும்பத் திரும்ப பார்ப்போம். மோஹித் அடிக்கடி சொல்வான்; 'நான் உயிரோடிருந்தால். ஒரு ஜெனரலாவேன்; ஒருவேளை களத்தில் இறந்துபோனால், இந்திய நாட்டின் மிக உயரிய விருது எனக்கு வழங்கப்படும்.' "

2009, ஆகஸ்டு 15-ல், தன் கணவரின் இறப்புக்குப் பின் அவருக்கு வழங்கப்பட்ட, அசோக சக்ரா விருதினை, (அமைதிக் காலத்தில் வழங்கப்படும் இந்தியாவின் மிக உயரிய விருது) மேஜர் ரிஷ்மா, அப்போதைய குடியரசுத் தலைவி பிரதிபா பட்டேலிடமிருந்து பெற்றுக்கொண்டார். ரிஷ்மா தன் கணவருடன் கடைசியாகப் பேசியது, அவர் இறந்த நாளின் காலையில்.

ரிஷ்மா சொல்கிறார்: "அது சிறிது நேரமே நீடித்த உரையாடல். அவர் எப்போதும் சூழ்நிலையை விரிவாகச் சொல்ல மாட்டார். தன்னால் தொலைபேசியில் கொஞ்சகாலத்திற்கு உரையாட முடியாதென்று மட்டும் அவர் சொன்னார். அவருக்கு மிகவும் பிடித்தமான வேலையில்-தாக்குதலில்- அவர் ஈடுபட்டிருப்பதாக நான் புரிந்து கொண்டேன். இன்னும் ஒரு வாரத்தில், மார்ச் கடைசி வாரத்தில் அவர் விடுமுறையில் வரவிருந்தார். தன் சக அதிகாரிகளும், தன் அணியின் வீரர்களும் ஹோலி பண்டிகையின்போது தங்கள் குடும்பத்தினருடன் இருக்க அவர்கள் விடுமுறையில் செல்வதற்கு வசதியாக, அவர் தான் விடுமுறை எடுப்பதை ஒத்திப் போட்டார். அவர் தன் சகாக்களை, அவர்கள் குடும்பத்தினரிடமிருந்து பிரித்துப் பார்த்ததில்லை. நாங்கள் நொய்டாவில் ஒரு வீட்டை வாங்கியிருந்தோம். மோஹித் விடுமுறையில் வரும்போது, அங்கு குடியேற நினைத்திருந்தோம். இந்தப் பத்து வருடமும் எனக்கு மிகக் கடினமாக இருந்தது. அவரை நான் நினைக்காத நாளில்லை. அவர் கிடார் வாசித்துக்கொண்டே எனக்காகப் பாடின பாடல்களை என்னால் எப்படி மறக்க முடியும்? அவருக்கு மிகவும் பிடித்த இரண்டு பாடல்கள்: 'பல் பல்

தில் கி பாஸ்', 'பியார் ஹூயுமெய்ன் கிஸ் மோட் பி லி ஆயா'. எங்களிருவருக்கும் இடையே இருந்த அளப்பறிய அன்பு எனக்குப் பெரும் சக்தியைக் கொடுத்தது. அவர் மிகச் சிறந்தவர். நீங்கள் மிகச் சிறந்த ஒருவருடன் இருக்கும்போது, உங்களால் மற்ற எதைப் பற்றியும் சிந்திக்க முடியாது. நான் அவரை மிகவும் 'மிஸ்' பண்ணுகிறேன். அவர் எப்போதும் மகிழ்ச்சியாகவே இருப்பார். அந்தக் கோபம், அடித்து துவம்சம் செய்ய வேண்டுமென்ற வெறியெல்லாம், தாக்குதல்களின் போது மட்டுமே வெளிப்படும்."

"பியார் ஹூயுமெய்ன் கிஸ் மோட் பி லி ஆயா அவரின் மனதிற்கினிய பாடல். விருந்துகளின் போது, அவர் நினைவு மேலோங்கும் போது, அந்தப் பாடலை நாங்கள் பாடுவோம்" என்று சொல்கிறார் அவர் அணியைச் சேர்ந்த மேஜர் சந்தனு சின்ஹா.

இப்போது விருது பெற்ற கமாண்டராகவும், பிரிகேடியராகவும் இருக்கும் கர்னல் நம்பியார் சொல்கிறார்: "மோஹித் ஷர்மாவை, சிறப்புப் படை ஒருபோதும் மறக்காது!"

"பல சமயங்களில் அவர் நண்பர்கள் குழுக்களாக வந்து என்னைச் சந்திப்பார்கள், அவரைப் பற்றிய நினைவுகளை என்னுடன் பகிர்ந்துகொள்வதற்காக. இப்படிப்பட்ட உரையாடல்களில் நாங்கள் அவர் இறப்பை மட்டுமே நினைவுகூரவில்லை. அந்தச் சமயங்களில் நாங்கள் அவர் வாழ்ந்த வாழ்க்கையையும், அவர் விட்டுச்சென்ற உயர்ந்த நெறிகளையும் நினைவுகூர்ந்து புளகாங்கிதம் அடைந்தோம். அப்போதெல்லாம் நாங்கள் கண்ணீர் மட்டுமே சிந்தவில்லை; அவரின் வீரத்தையும் நினைத்து, எங்களை உற்சாகப்படுத்திக் கொள்வோம். நாங்கள் மரணத்தின் கண்களை தினமும் உற்றுப் பார்க்கிறோம். மோஹித் ஒரு பிரமாதமான செயலைச் செய்துவிட்டுச் சென்றிருக்கிறார்; அவரை, நாங்கள் மிஞ்சுவதுதானே அவருக்குப் பெருமை?"

மோஹித்தின் பெருமை பல வழிகளிலும் போற்றிப்

பாதுகாக்கப்படுகிறது. சிறப்புப் படையில் அவரின் எண்ணிடலங்கா சாகசங்களை நினைவுகூரப்படுவது மட்டுமல்ல; காஷியாபாத்தில் ஒரு மெட்ரோ நிலையத்திற்கும் ஒரு சாலைக்கும் அவர் பெயர் வைக்கப்பட்டிருக்கிறது. அவர் குடும்பத்தினர் ஓர் அறக்கட்டளையை நிறுவி, உதவித் தொகைகளையும் வழங்கி வருகின்றனர்; ஒவ்வொரு வருடமும் மருத்துவ முகாம்களையும் நடத்தி வருகின்றனர்.

தற்போது, 1 பாரா-வின் C.O-வாக இருக்கும், கர்னல் சுரேந்திர சிங் ராஜ்புரோஹித் சொல்கிறார்: "1 பாராவில் இருக்கும் நாங்கள் ஒவ்வொருவரும், அவர் நடந்த பூமியில் நாங்களும் கால் பதித்திருக்கிறோம், அவர் வாழ்ந்த காலத்தில் நாங்களும் வாழ்ந்திருக்கிறோம் என்பதை எண்ணி மகிழ்கிறோம்; பெருமை கொள்கிறோம். 1 பாரா அணியினரையும், இந்திய இராணுவத்தினரையும் தொடர்ந்து மோஹித் உற்சாகப்படுத்தி வருகிறார். மனிதர்கள் வருவார்கள்; மறைந்தும் போவார்கள். ஆனால் மோஹித் நினைவுகூரப்படும் விதம்தான், ஒரு வீரனுக்குக் கிடைக்கும் மிகப் பெரிய கௌரவம்."

2004, மார்ச்சில் அவர் ஷோபியன் தாக்குதலுக்குப் புறப்பட்டுக் கொண்டிருந்தார். அப்போது ஒரு வீரர் மோஹித்தைப் பெயர் சொல்லி அழைத்ததை நினைவுகூருகிறார். அதைக் கேட்டதும் மோஹித் (அவர் தலைமுடியையும், காடு போல் வளர்ந்திருந்த தாடியையும், ஒரு கட்டம் போட்ட சற்றே பெரிய கைக்குட்டை மறைத்திருந்தது) உடனே திரும்பிச் சொன்னார்:

"மோஹித் இல்லை சார். இஃப்திகார்!"

2

அவர்களைப் பழிவாங்கிவிட்டார்... இல்லையா?

கார்பொரல் ஜோதி பிரகாஷ் நிராலா

மனாஸ்பால், ஜம்மு - காஷ்மீர்

17 நவம்பர் 2017

காஷ்மீரின் மனாஸ்பாலிலிருந்த கருடா சிறப்புப் படையின் ரகசியமான இருட்டறையில் நடந்துகொண்டிருந்த விவாதத்தை வழக்கமான ஒரு வாட்ஸ்அப் வீடியோ அழைப்பு இடைவெட்டியது. அது மூன்று வயது ஜிக்யாசாவிடமிருந்து வந்த அழைப்பு. அறையின் ஒரு மூலையில், ஒரு கமாண்டோ தன் பாக்கெட்டிலிருந்து அலைபேசியை எடுத்து, அழைத்தது யாரென்று பார்த்தார். உடனே அழைப்பைத் துண்டித்தார். 500 கிலோமீட்டர் தொலைவில், சண்டிகரிலிருந்த அந்தக் குழந்தை, அடுத்த ஐந்து நிமிடங்களில் தன் அப்பாவை மூன்று முறை தொடர்பு கொள்ள முயன்றாள். ஆனால், அவள் தந்தை தொடர்பை ஏற்கனவே துண்டித்து விட்டிருந்தார்.

கார்ப்போரல் ஜோதி பிரகாஷ் நிராலா அந்த அழைப்பை ஏற்றிருக்கவே முடியாது. அவர் ஒவ்வொரு முறை தன் குழந்தையிடம் தொடர்புகொண்டு பேசும்போதும் நவீனத் தொழில் நுட்பத்திற்கு மனதுக்குள் நன்றி சொல்வார். ஆனால் அந்த 2017-ம் ஆண்டு, நவம்பர் 17-ல் அவர் குழந்தை ஜிக்யாசா தன் அப்பாவிடம் பேச முயன்றபோது, அவர் ஒரு மிக

முக்கியமான கூட்டத்திலிருந்தார். அந்தக் கூட்டம் நடந்து கொண்டிருந்தபோது, ஒரு நிமிடம் கூட வெளியே சென்று வர முடியாது. கூட்டம் முடிந்தவுடன் அவர் தன் குழந்தையிடம் பேச நினைத்திருந்தார்.

மங்கலான வெளிச்சத்திலிருந்த அந்த இராணுவ அறையின் சுவர்கள் முழுவதும், வரைபடங்கள் தொங்கிக் கொண்டிருந்தன. அதன் ஒரு மூலையில், 36 வயதான ஸ்குவாட்ரன் லீடர் ராஜீவ் சௌஹான் நின்று கொண்டிருந்தார். அந்த அறையிலிருந்தவர்களில் அவர்தான் மூத்தவர்; அவர் 617 கருடா விமானப்படையைச் சேர்ந்த I.A.F சிறப்புப் படையின் C.O ஆவார். பதினெட்டுக் கமாண்டோக்கள் அவர் எதிரே அமர்ந்திருந்தனர். அவர் சொன்ன உளவுத்தகவல்களின் ஒவ்வொரு வார்த்தையையும் மிக உன்னிப்பாகக் கவனித்துக் கேட்டனர். அந்த உளவுத் தகவல்களை, அவர்கள் பல வாரங்களாக எதிர்பார்த்துக் காத்திருந்தனர்.

ஸ்குவாட்ரன் லீடர் ராஜீவ் சொன்னார்: "ஒஸாமா ஜுங்கியும், மெஹமத் பாயும் சண்டர்கீரில் ஒரு வீட்டில் ஒளிந்து கொண்டிருப்பதாக இப்போதுதான் எனக்குத் தகவல் வந்தது. இது நம் ஆட்களிடமிருந்தே வந்த மிகவும் நம்பத்தகுந்த தகவல். நாம் நம் வேட்டையை உடனே தொடங்க வேண்டியதுதான்!"

அவர்களின் பெயர்களை அவர் இரண்டு முறை சொல்ல வேண்டிய அவசியமே ஏற்படவில்லை. அறையிலிருந்த ஒவ்வொருவருக்கும் தெரியும், ஒஸாமா ஜுங்கி மிகவும் 'ஸ்பெஷல்' என்று. அவன் உடலில் தீவிரவாதிகளின் 'அரச' ரத்தம் ஓடுகிறது. இந்தியாவால் தீவிரமாகத் தேடப்பட்டு வரும், பாகிஸ்தானின் தீவிரவாதி ஹஃபிஸ் முஹமது சையித்திற்கு மிக நெருக்கமானவன். இவன்தான் L.E.T-யை நிறுவியவன். மேலும் அதன் முன்னணி அமைப்பான ஜமாத்-உத்-தாவாவையும் தோற்றுவித்தவன் இவனே!

காஷ்மீரில் தன் மறு பெயரால் ('உபைது') அறியப்பட்ட ஜுங்கி, ஹஃபீஸ் சையிதின் மைத்துனான அப்துல் ரெஹ்மான் மக்கியின் மகன் ஆவார். மக்கி, *L.E.T*-யின் இரண்டாம் நிலை கமாண்டர். இவன் *L.E.T*-ன் கமாண்டர் ஜாகீர் ரெஹ்மான் லக்வியின் மருமகன். லக்வி, பாகிஸ்தான் தீவிரவாதிகளில் மிக முக்கியமானவன். இவன்தான், மும்பையில் *26/11*-ல் நடந்த தாக்குதலின் சூத்திரதாரி. மும்பைத் தாக்குதலில் உயிரோடு பிடிக்கப்பட்ட ஒரே தீவிரவாதியான அஜ்மல் அமீர் கஸாப் குறுக்கு விசாரணயின்போது அவனை 'சாச்சா ஜகி' என்றே குறிப்பிட்டான். இதிலிருந்து மும்பையைத் தாக்கிய தீவிரவாதிகளுக்கு அவன் எவ்வளவு நெருக்கமானவன் என்று தெரிந்தது. ஒசாமா ஜுங்கிக்கு, லக்வி சொந்த மாமா.

கூட்டத்தில் குறிப்பிடப்பட்ட இன்னொரு தீவிரவாதி அவ்வளவு பயங்கரமானவன் அல்ல. இருப்பினும் இவனும் 'புகழ்' பெற்றவன்தான். மெஹமது பாய் வட காஷ்மீரின் *L.E.T* - பிரிவின் தலைவன். இவர்கள் இருவர் பெயர்களும் காஷ்மீரில் தேடப்படும் தீவிரவாதிகளின் ரகசியப் பட்டியலில் முதல் பக்கத்திலேயே இடம் பெற்றிருந்தன.

அறையில் இருக்கும் ஒவ்வொருவரும் என்ன நினைத்துக் கொண்டிருக்கிறார்கள் என்பது கார்ப்பொரல் ஜோதிக்குத் தெரியும். சொல்லப்போனால், அவர்களுக்குக் கடந்த ஒரு மாதமாக வேறு நினைவே இல்லை.

37 நாட்களுக்கு முன்புதான் அவர்கள் அணியைச் சேர்ந்த இருவர்-சார்ஜெண்ட் கரினார் மிலிந்த் கிஷோர், கார்ப்பொரல் நிலேஷ் குமார்-மிகச் சிரமப்பட்டு, *L.E.T*-ன் இரண்டு மூத்த தீவிரவாத கமாண்டர்களைத் தேடிக் கொன்றிருந்தனர். பண்டிபோராவின் ராக் ஹஜன் கிராமத்தில் எட்டே நிமிடங்களில் நடந்து முடிந்த ஒரு மூர்க்கத்தனமான தாக்குதல் அது. *I.A.F* இதற்கு முன்னெப்போதும் ஈடுபடாத, புதுவிதமான தாக்குதல் அது. அதன் திறமையையும், பலத்தையும் பரிசோதித்த

ஒரு தாக்குதலும்கூட. அதன் கருடா கமாண்டோ அணி தீவிரவாதிகளுக்கு எதிரான தாக்குதலில் சிறிது காலத்திற்கு முன்புதான் களம் இறக்கப்பட்டது. 2017, அக்டோபர் 11-ம் தேதி அதிகாலை 4. 40 மணிக்கு, சார்ஜென்ட் மிலிந்த் தன்னைச் சுற்றி வளைத்துக்கொண்ட தீவிரவாதிகளில் ஒருவனை மிக நெருக்கமாக நின்று சுட்டிருந்தார், அவர் உடலைப் பல துப்பாக்கிக் குண்டுகள் துளைத்திருந்த போதிலும்! அவர் இணை கார்ப்போரல் நிலேஷ் அசாத்தியமான தைரியத்துடன், நேருக்கு நேர் குண்டு மழையை எதிர்கொண்டு, தன் அணித்தலைவருக்கு பாதுகாப்பு அளித்தார். தன் காயங்களுக்குப் பலியாகும் முன்பு, அவர் இரண்டாவது தீவிரவாதியைச் சுட்டுக் கொன்றார்.

இந்த இரண்டு தீவிரவாதிகளை- அபு பக்கர் மற்றும் நஸருல்லா மிர்- தீர்த்துக் கட்டுவதற்கு, நம் கருடா அணி கற்பனைக்கும் எட்டாத பெரும் விலையைக் கொடுக்க வேண்டி வந்தது. நம் வீரர்கள் இருவரும் அடுத்த நாள், தங்கள் கிராமங்களுக்குத் திரும்பினர், தேசியக் கொடி போர்த்தப்பட்ட சவப்பெட்டிகளில்! இருவருக்கும் மரணத்திற்குப் பின் வழங்கப்படும் தேசத்தின் மூன்றாவது உயரிய விருதான ‘சௌரிய சக்ரா’ வழங்கப்பட்டது. தாக்குதலை முன்னின்று நடத்துவதில் மிலிந்த் மிக்க தீரத்துடன் போராடினார் என்று அவருக்கு வழங்கப்பட்ட சான்றிதழ் குறிப்பிடுகிறது. தன் உயிருக்கு ஏற்பட்ட ஆபத்தைக் கொஞ்சமும் பொருட்படுத்தாமல், அதிசயத்தக்க வகையில் தோழமையையும், வீரத்தையும் நிலேஷ் வெளிப்படுத்தினாரென்று அவருக்கு வழங்கப்பட்ட சான்றிதழ் புகழ்கிறது. ‘ஒரு தாய் வயிற்றுப் பிள்ளைகள்’ என்பதற்கு அவர்கள் சிறந்த உதாரணம். இந்தச் சொற்கள், இராணுவத்திற்கு அப்பால் வழக்கொழிந்து போனவை.

இந்த இழப்பிற்குப் பின் 617 கருடா விமான அணியைச் சேர்ந்த யார் மனதிலும், L.E.T- ஐ பழிவாங்கும் எண்ணம் ஒரு கணமேனும் நீங்கவில்லை.

“நாம் நடத்தத் திட்டமிட்டிருக்கும் தாக்குதல் காஷ்மீரில், கருடா அணி மேற்கொள்ளும் பெரும் தாக்குதல்களில் ஒன்று. மிலிந்தும், நிலேஷும் இவர்களால்தான் உயிரிழந்தனர். கருடா அணியைக் கண்டு அவர்கள் பயப்பட வேண்டும். அவர்களுக்கு நாம் எப்படிப்பட்டவர்கள் என்று காட்ட வேண்டிய காலம் வந்துவிட்டது” C.O தன் வீரர்களிடம் சொன்னார்.

ஒரு மணி நேரம் நடந்த அந்தக் கூட்டத்தில் சகல விஷயங்களும் விவரமாக விவாதிக்கப்பட்டன. சண்டர்கீரின் ஒவ்வொரு சதுர அடி நிலப்பரப்பும், இரண்டு தீவிரவாதிகள் ஒளிந்திருக்கும் கிராமம், அதில் எத்தனை வீடுகள் இருக்கின்றன, எத்தனை பேர் அங்கே வசிக்கிறார்கள், அங்கே செல்லும் பாதை இவற்றைப் பற்றி தெளிவான படங்கள் திரையில் காட்டப்பட்டன. கமாண்டோக்களுக்கு சண்டர்கீர் பற்றி விவரமாகத் தெரியாது என்றல்ல இதற்குப் பொருள். அக்டோபர் 11-ம் தேதி தாக்குதல் முதலே ராடாரில் அது தென்பட ஆரம்பித்தது. அந்தத் தாக்குதலில் கருடா அணியுடன், இராணுவத்தின் 9 பாரா சிறப்பு அணியும், கிளர்ச்சிக்காரர்களை ஒடுக்கும் அணியான RR அணியும் ஈடுபட்டிருந்தன.

உயிர்பலி வாங்கின ராக் ஹாஜீன் தாக்குதலுக்கு வெகு காலம் முன்பே, ஒஸாமா ஜுங்கி மற்றும் மெஹமத் பாயை வேட்டையாடும் செயல் தொடங்கி விட்டது. அந்த இரண்டு தீவிரவாதிகளும் கருடா மற்றும் இராணுவ சிறப்புப் படையினருக்கு பல சமயம் டிமிக்கி கொடுத்திருந்தார்கள். அது L.E.T-ன் உளவாளிகளின் வலைப்பின்னல் எவ்வளவு உறுதியானது என்று தெள்ளத் தெளிவாக்கியது. அவர்கள் உளவு சொல்பவர்களை மூளைச்சலவை செய்தும், அவர்கள் குடும்ப உறுப்பினர்களைக் கொன்றுவிடுவதாக மிரட்டியும், தங்களுக்காக வேலை செய்ய வைத்தனர். தங்கள் சகாக்கள் இரண்டு பேர் இறந்து போனது, விமானப்படையின் வேட்டை வேட்கையைத் தீவிரப்படுத்தியது. அவர்களின் C.O தீவிரவாதிகள் சண்டர்கீரில் ஒளிந்துகொண்டிருக்கிறார்கள் என்று நம்பத்தகுந்த தகவல்

கிடைத்திருப்பதாகச் சொன்னதும், அந்த அறையிலிருந்த ஒவ்வொருவரும் பழிவாங்கத் துடித்தனர்.

அதிலும் கார்ப்போரல் ஜோதி மிகத் தீவிரமாக இருந்தார். மிலிந்த், நிலேஷ் இறந்த பிறகு, தீபாவளியைத் தன் குடும்பத்தினருடன் கொண்டாடுவதற்காக அவர் சண்டிகர் சென்றார்.

“விடுமுறையில் இருந்த மூன்று நாட்களும் அவர் வேறெதைப் பற்றியும் பேசவில்லை. அந்த அக்டோபர் 15, தீபாவளியன்று, திடீரென்று அவர் எங்கள் வீட்டில் குதித்து, எங்களை ஆச்சரியத்தில் மூழ்கடித்தார். நண்பர்கள் இழப்பின் காரணமாக அவர் முற்றிலும் மாறிப்போயிருந்தார் என்பதை உடனே புரிந்துகொண்டேன். அவர் மிலிந்த், நிலேஷ் புகைப்படங்களை எங்களிடம் காட்டி, அவர்களைப் பற்றியே மணிக்கணக்காகப் பேசிக் கொண்டிருந்தார். மிகவும் உணர்ச்சிவசப்பட்ட நிலையிருந்த அவரால் தன் கண்ணீரை அடக்கவே முடியவில்லை. ‘கணக்கை நேர் செய்ய’ வேண்டும் என்று நினைத்த அவர் இன்னும் தன் சோகத்தில் மூழ்கி இருந்தார். அவர்கள் சகோதரர்களாகவே வாழ்ந்தார்கள்; பணியாற்றினார்கள்” என்கிறார் அவர் மனைவி சுஷ்மா.

அவர் மனைவி பல முறை அன்பாகக் கடிந்து கொண்டதால், அவர் வேறு விஷயங்களைப் பற்றிப் பேச ஆரம்பித்தார். அவர் மகள் ஜிக்யாசா அவரிடம் கதை சொல்ல நச்சரித்த பொழுது அவர் கொஞ்சம் சிரித்த முகம் காட்ட ஆரம்பித்தார். அவள் அவர் வேலையைப் பற்றி அளவற்ற கேள்விக்கணைகளைத் தொடுத்துக் கொண்டே இருப்பாள். அதனாலேயே அவளுக்கு, ‘ஜிக்யாசா’ என்ற காரணப் பெயர் வைக்கப்பட்டிருந்தது. ‘ஜிக்யாசா’ என்றால் எதையும் துருவவும் பேராவல் என்று பொருள்.

“தன் நண்பர்களை இழந்து விட்டதை அவரால் பொறுத்துக் கொள்ளவே முடியவில்லை. அது தீபாவளி சமயம். நாங்கள் எங்கள் குடும்பத்தினருடன் மகிழ்ச்சியாக இருந்தோம். ஆனால்

ஜோதி மட்டும் மனமொடிந்து போயிருந்தார். பல முறை அவர் நடு நிசியில் படுக்கையில் எழுந்து உட்கார்ந்து கொண்டு கண்ணீர் விட்டதை நான் பார்த்திருக்கிறேன். பழிவாங்குவதை தவிர வேறெதுவும் தன்னைத் திருப்திப்படுத்தாது என்று அவர் சொன்னார். அவருக்கு நான் என்ன பதில் சொல்ல?" ஜோதியின் மனைவி சுஷ்மா கேட்கிறார்.

ஒரு மாதம் கழித்து, தான் தொடுத்த வீடியோ அழைப்புகளைத் தன் அப்பா ஏன் ஏற்கவில்லை என்று ஜிக்யாசா ஆச்சரியப்பட்டார். அவர் அம்மா, அப்பா வேலையில் மிகவும் 'பிஸி'யாக இருப்பார். மாலையில் அவளிடம் பேசுவார் என்று சமாதானப்படுத்தினார்.

தன் அலுவலறையிலிருந்து, வசிப்பிடத்திற்குத் திரும்பிய ஜோதி தன் அலைபேசியை உயிர்ப்பித்து, 'வாட்ஸ்அப்' பக்கத்தைப் பார்த்தார். அவர் தன் மனைவியை அழைத்தார். ஜிக்யாசா வினாடிகளில் திரையில் தோன்றினார்.

குழந்தை கேட்டாள், "அப்பா! எப்போது வீட்டிற்கு வருவீர்கள்? எனக்கு எப்போது புதிய கதை சொல்லப்போகிறீர்கள்?"

"நான் சீக்கிரமே வந்துவிடுவேன் செல்லம். காலை 4 மணிக்கு நான் எழுந்திருக்க வேண்டும். இப்போதே நேரம் அதிகமாகி விட்டது." பல நிமிடங்களுக்குப் பிறகே தன் மகளை அவள் தாயாரிடம் அலைபேசியைக் கொடுக்குமாறு அவரால் செய்ய முடிந்தது.

"அவர் மிகவும் களைத்துப் போயிருந்தார். சோர்வாக இருந்ததும் எனக்குத் தெரிந்தது. நாங்கள் இரண்டு நிமிடங்கள்கூட பேசியிருக்க மாட்டோம், அவர் இரவு வணக்கம் சொல்லிவிட்டு அலைபேசியை வைத்து விட்டார்."

அந்த இரவில் கார்போரல் ஜோதியும் கருடா அணியினரும் மூன்று மணி நேரம் கூட தூங்கி இருக்க மாட்டார்கள். மறுநாள் அதிகாலை வெளிச்சம் தெரிவதற்கு முன்பே, பாதுகாப்பு மிகுந்த

தளமான 13 RR -ல் அவர்கள் இருந்தனர்.

13 RR இந்திய இராணுவத்துடன் இணைக்கப்பட்டிருந்த கருடா அணி, மூன்று மாதங்களுக்கு முன்புதான் காஷ்மீருக்கு வந்திறங்கியிருந்தது. அது அங்கு ஆறு மாத காலம் பணியாற்ற வேண்டும். தீவிரவாதிகளுக்கு எதிரான தாக்குதலில் இந்திய விமானப் படை களத்தில் இறக்கப்படுவது பத்தாண்டுகளுக்குப் பிறகு இதுதான் முதல்முறை. கார்ப்பொரல் ஜோதி கருடா கமாண்டோவாகப் படையில் சேர 2006-ல் தன் விருப்பத்தை தெரிவித்தபோது அவருக்கு வயது இருபது. பிஹாரின் ரோத்தாஸ் மாவட்டத்தின் பத்லாதி கிராமத்திலிருந்து வந்த அந்த இளைஞன் விமானப் படையில் சேர்ந்து அப்போது ஒரு வருடம்தான் ஆகியிருந்தது.

2004-ம் வருடம் ஒரு சிறப்பு அணியாக கருடா தோற்றுவிக்கப்பட்டது. இராணுவ விமானத் தளங்களைப் பாதுகாப்பது, இந்திய விமானத் தளங்கள், மற்றும் 'ஸென்சிடிவ்' இடங்கள் ஆகியவற்றைப் பாதுகாப்பது உள்ளிட்ட பல்வேறு வேலைகளை அது செய்து வந்தது. இராணுவத்தின் பாரா சிறப்பு அணிகள் போலவே ஒரு தாக்கும் அணியாகவும் பயிற்சி பெற்றிருந்த கருடா, ஐ நா அமைதிப்படையில், வெளிநாடுகளில் அங்கம் வகித்தது. இதுமட்டுமல்லாமல், மனிதாபிமான செயல்களிலும் அது இறங்கியது. 2017-ல் அதன் ஒரு பிரிவு, காஷ்மீர் பள்ளத்தாக்கில் ஊடுருவல்காரர்களுக்கு எதிரான தாக்குதல்களிலும் இறங்கியது. ஸ்குவாட்ரன் லீடர் சௌஹானே நேரிடையாக, கார்ப்பொரல் ஜோதியைத் தேர்வு செய்திருந்தார்.

மானாஸ்பாலிலிருந்த 13 RR அணியின் தளத்தில் இன்னும் திட்டம் விரிவாக விவாதிக்கப்பட்டது. ஒசாமா ஜுங்கியையும், மெஹமத் பாயையும் பகல் நேரத்தில் வேட்டையாட இரண்டு அணிகள் அமைக்கப்பட்டன. ஸ்குவாட்ரன் லீடர் ராஜீவ் பதினொரு பேர் கொண்ட ஒரு கருடா அணிக்கும், ஒரு இராணுவ மேஜர் இன்னொரு பதினொரு வீரர்கள் கொண்ட

அணிக்கும் தலைமை தாங்கினர். கடந்த மாதம் அபு பக்கர், நஸ்ருல்லா மிர் ஆகியோரைத் தீர்த்துக்கட்ட ராக் ஹாஜீனில் நடந்த சண்டையில் மிலிந்த், நிலேஷ் கொல்லப்பட்டனர். தீவிரவாதிகளிடமிருந்து கைப்பற்றப்பட்ட அலைபேசிகளும். தஸ்தாவேஜுகளும், இடைமறித்துக் கேட்கப்பட்ட அலைபேசி உரையாடல்களும் ஒரே ஒரு இடத்தைத்தான் சுட்டிக்காட்டின. அது பண்டிபோராவிலிருந்த சண்டர்கீர்.

அந்தப் பிற்பகலில் இரண்டு பழைய டிரக்குகள் *13 RR* தளத்திலிருந்து புறப்பட்டன. அவை மெதுவாக சண்டர்கீரை நோக்கி நகர்ந்தன. மஞ்சள் தார்பாலின் மூடியிருந்த டிரக்கில் பதினொரு கருடா கமாண்டோக்கள் இருந்தனர். அணியின் தலைவர் வழக்கமான காஷ்மீர் உடையை அணிந்துகொண்டு வண்டியின் முன்புற இருக்கையில் அமர்ந்திருந்தார். அந்த அங்கி அவர் போர் சீருடையை முழுவதுமாக மறைத்தது. எல்லா மனிதர்களும் வெவ்வேறு அளவுகளில் தாடிகள் வைத்திருந்தனர்.

அந்த நாளின் ஆரம்பத்திலிருந்தே கார்ப்பொரல் ஜோதி, அமைதியாக, இறுக்கமாகவே இருந்தார். "மிலிந்தையும், நிலேஷையும் கொன்றவர்களை இன்று நாம் சும்மா விடக்கூடாது; அவர்களை நாம் பழிவாங்கியே ஆகவேண்டும். நாம் ஏற்கனவே அதிக காலம் வீணடித்து விட்டோம். அவர்கள் எவ்வளவு விரைவாகச் சிக்குகிறார்களோ அவ்வளவுக்கவ்வளவு நல்லது!" என்று தன் அருகே அமர்ந்திருந்த கமாண்டோ சார்ஜென்ட் சந்தீப் குமாரின் காதுகளில் கிசுகிசுத்தார்.

சார்ஜென்ட் சந்தீப் தலையசைத்தார். அவரின் இஸ்ரேல் தயாரிப்பான *Tavor TAR-21* துப்பாக்கியின் முனை, 'தரை'யை நோக்கி நீட்டிக் கொண்டிருந்தது. கார்ப்போரலின் கைகளில், அந்த அணியிடமிருந்த ஆயுதங்களிலேயே மிக பயங்கரமான ஆயுதமான இஸ்ரேல் தயாரிப்பான *Negev* லைட் மெஷின் கன்னும் இருந்தது. அவர் 150 ரவுண்டுகள் சுடக்கூடிய குண்டுகள் நிறைந்த ஒரு பெல்ட்டையும் வைத்திருந்தார்.

இரண்டாவது ட்ரக்கில் இருந்தது RR அணி! இரண்டு ட்ரக்குகளும் 100 மீ. இடைவெளியில் சென்றன. அது முப்பது நிமிடப் பயணம். இரண்டு ட்ரக்குகளுக்கும் இடையேயிருந்த இடைவெளி முக்கியம், ஏனெனில், அந்தக் கிராமம் ஒரு குன்றின் மேலிருந்தது. சாலையில் நடக்கும் எந்த நடமாட்டமும் இரண்டு கி. மீட்டருக்கு முன்னாலேயே தெரிந்து போய்விடும். அந்த வண்டிகள் மிகக் கவனமாகத் தேர்ந்தெடுக்கப்பட்டிருந்தன. அம்மாதிரி வண்டிகள் அந்தச் சாலைகளில் அடிக்கடி நடமாடுவது வழக்கம். இந்த வண்டிகள் அறுவை ஆலைகளிருந்து அறுக்கப்பட்ட மரங்களை அந்தச் சாலையில் ஏற்றிவரும்.

சண்டர்கீரை அடையும் பயணத்தைத் துவங்க தேவையான தகவல்களை அணியின் தலைவர் பெறும் முன்பே, அவரின் கருடா அணி தேவையான அனைத்து முன்னேற்பாடுகளையும் செய்திருந்தது. அந்தக் கிராமத்திலிருந்த சில வீடுகள் கருடா அணியினரால் தொடர்ந்து கண்காணிக்கப்பட்டு வந்தன. தீவிரவாதிகளின் நடமாட்டத்தைக் கண்காணிக்க ரோந்து சுற்றி வருதலும் நடத்தப்பட்டது. ரோந்து சுற்றி வந்தவர்கள் எடுக்கப்பட்ட புகைப்படங்களும், வீடியோக்களும் தாக்குதல் நடத்த வேண்டிய இடம் பற்றித் தெளிவாகத் தெரிந்துகொள்ள வீரர்களுக்குப் போட்டுக்காட்டப்பட்டன.

“சாதாரண குடிமக்களைப் போல உடையணிந்த என் ஆட்கள் வண்டிகளிலும், கால்நடையாகவும் சென்று உளவு பார்த்துத் தகவல்கள் சேகரித்தனர்” என்கிறார் ஸ்குவாட்ரன் லீடர் ராஜீவ். அவர்கள் கடைசியாக உளவு பார்த்தது, நவம்பர் 14-ல். என் ஆட்கள் சண்டர்கீரின் மூலை முடுக்கெல்லாம் சென்றனர். அந்தக் கிராமத்தில், சுமார் 150 வீடுகள் இருந்தன. வழக்கமாக எனக்குத் தகவல் தருபவர், ஒஸாமா ஜுங்கி, மெஹமத் பாய் இவர்களின் இருப்பிடம் பற்றித் தகவல் சொன்னபோது, அது, ஏற்கனவே எங்களிடமிருந்த தகவல்களை உறுதிப்படுத்தியது.

ஸ்குவாட்ரன் லீடர் ராஜீவ் தனக்குக் கிடைத்த தகவல்களை சிறிதளவும் சந்தேகப்படவில்லை. இருப்பினும் ஒன்றுக்கு

இரண்டு முறை அவற்றை உறுதிப்படுத்திக்கொள்ள விரும்பினார். காஷ்மீரில் தீவிரவாதிளை ஒடுக்கும் பணியில் ஈடுபட்டுள்ளவர்களுக்குத் தெரியும் துல்லியமான மற்றும் விரிவான தகவல்கள் எவ்வளவு முக்கியத்துவம் வாய்ந்தவை என்று. கிடைத்த தகவல்கள் தன் அணி தேடிக்கொண்டிருக்கும் தீவிரவாதிகளைப் பற்றி என்பதால், அணியின் சி ஓ வான தான், தன் அணியினரை ஒரு மரணப் பொறியில் சிக்க வைத்துவிடக் கூடாது என்பதில் ராஜீவ் மிகக் கவனமாக இருந்தார்.

கிடைத்த தகவல்களை மற்றுமொரு வழியில் சரிபார்க்கும் முயற்சிக்கு ஒரு முக்கியப் பலன் கிடைத்தது. ட்ரக்குகளில் அணிகள் கிளம்ப சற்று நேரம் இருக்கும் முன்பு புதிய முக்கியமான தகவல் கிடைத்தது. ஒசாமா ஜுங்கியும், மெஹமத் பாயும் தனியாக இல்லை என்பதே அது. குறைந்தபட்சம் அவர்களுடன் நான்கு பேர் புதிதாகச் சேர்ந்து கொண்டிருப்பார்கள் என்பதே அந்தத் தகவல். ஆகவே இப்போது எதிர்த்துப் போராட வேண்டியவர்கள் ஆறு பேர். கிடைத்த தகவல்கள் *LET*-யைச் சேர்ந்த இரண்டு மூத்த தீவிரவாதிகள் ஒளிந்து கொண்டிருப்பதை உறுதிப் படுத்தினாலும், அவை நடக்கப் போகும் தாக்குதல் மிகக் கடினமான ஒன்றாக இருக்கக்கூடும் என்றும் எச்சரித்தது.

கருடா அணி தன் ட்ரக்கில் ஏறும்போது, அதன் தலைவர் அவர்களிடம் சொன்னார்: “ஒரே அடியில் *LET*-ன் தலைவனை வீழ்த்த நமக்கு நல்ல சந்தர்ப்பம் கிடைத்திருக்கிறது. இதைவிட அருமையான வாய்ப்பு வாய்க்காது. இந்த முறை நம் பக்கம் எந்த உயிர்ச் சேதமுமில்லாமல், காரியத்தை முடிப்போம். ஒரு சாகஸத்தைச் செய்வோம்.”

தாக்குதல் பிற்பகல் 1 மணிக்குத் துவங்க முதலில் திட்டமிடப்பட்டது. ஆனால் தீவிரவாதிகள் அந்தச் சமயத்தில் கிராமத்திலிருக்கும் மசூதிக்குத் தொழுகைக்காகச் சென்றாலும் செல்லலாம் என்பதைக் கருத்தில் கொண்டு தாக்குதல் நேரம் மாற்றியமைக்கப்பட்டது.

“அவர்கள் தங்கள் பிற்பகல் பிரார்த்தனையை முடிக்கட்டும்; மதிய உணவு உண்ட பின் சிறிது ஓய்வும் எடுத்துக் கொள்ளட்டும். பின் நாம் தாக்குதலைத் தொடங்கலாம்” என்று சொன்னார் ஸ்குவாட்ரன் லீடர் ராஜீவ்.

ஒரு நடன மங்கையின் அசைவுகளைப் போல, மேலும் கீழும் ஏறியும் இறங்கியும் சென்ற சாலையில் ட்ரக்குகள் சென்றன. பண்டிபோராவின் கிராமம் நடக்கவிருந்த பயங்கரமான தாக்குதலைப் பற்றி ஏதும் அறியாமல் அமைதியாக இருந்தது. “பண்டிபோரா மூன்று ‘ஏ’ களுக்கு பெயர் பெற்றது: ஆலிம் (அறிவு), ஆடாப் (நல்ல பழக்கங்கள்) ஆப் (நீர்). ஆனால் நாம் இன்று இன்னொரு விதமான ‘ஆ’ க்களில் ஆர்வமாக இருக்கிறோம்-அதாவது ஆ+++தீவிரவாதிகள்!” ட்ரக்குகளில் இருந்த ஒரு கமாண்டோ ஜோக்கடித்தார்.

சண்டிகர் செல்லும் 30 நிமிடங்களில் அதிகமாக யாரும் பேசிக் கொள்ளவில்லை. அப்படியே யாராவது பேசினாலும், அது விரைவில் ஆரம்பிக்கப்போகும் தாக்குதல் பற்றியே இருந்தது.

தீவிரவாதிகள் எந்த அளவுக்கு அதிகமாக இருக்கிறார்களோ அந்த அளவிற்கு நமக்கு நல்லது என்று ட்ரக்கிலிருந்த இன்னொரு கமாண்டோவான தேவேந்திரா சொன்னார். அவர் வார்த்தைகள் அப்படியே கார்ப்பொரல் ஜோதியின் எண்ணத்தைப் பிரதிபலித்தன.

சண்டர்கீரை பிற்பகல் 3.27 மணிக்கு அடைந்த ட்ரக்குகள் மெதுவாக கிராமத்தினூடே ஊர்ந்து, சில வீடுகளைக் கடந்து போய், தீவிரவாதிகள் ஒளிந்து கொண்டிருக்கிறார்கள் என்று நம்பப்பட்ட இடத்திற்குச் சற்று தூரத்தில் நின்றன. ட்ரக்குகளிலிருந்து அதிக அரவமில்லாமல் இறங்கிய அணியினர் ஆறு வீடுகள் சேர்ந்திருந்த ஒரு தொகுதியை முற்றுகையிட்டனர்.

அந்த வீடுகளைச் சுற்றித் தங்கள் ஆட்களை ஸ்குவாட்ரன் லீடர் ராஜீவும், 13 RR இராணுவ மேஜரும் நிறுத்தினர். வீட்டிலிருந்து

தீவிரவாதிகள் தப்பிச் செல்லும் வழி என்று நம்பப்பட்ட இடத்தில் கார்ப்பொரல் ஜோதியும் கார்ப்பொரல் தேவேந்திராவும் நிறுத்தி வைக்கப்பட்டனர். எத்தனை தீவிரவாதிகள் ஒளிந்து கொண்டிருக்கிறார்கள் என்பது இன்னும் சற்று நேரத்தில் தெரிந்துபோய்விடும். முற்றுகையினால் அவர்கள் தப்பிச் செல்லும் வழிகள் எல்லாம் செவ்வனே அடைக்கப்பட்டன.

ஸ்குவாட்ரன் லீடர் ராஜீவ் சொல்கிறார்: "சிறிதும் கால விரயம் செய்யாமல், எங்களுக்கென்று ஒதுக்கப்பட்ட இடத்தில் நாங்கள் நின்று கொண்டோம். இந்த இடங்களைத் தீவிரவாதிகளால் பார்க்க முடியாது. எனவே அவர்கள் குண்டுகளும் எங்களைத் தாக்காது. முற்றுகை அமைக்கப்படும் போதுதான் எதிரிகள் தாக்குவதற்கான வாய்ப்புகள் அதிகம். வீரர்கள் சரியான இடத்தில் நின்றுகொண்டபிறகு, அவர்களை எதிரிகள் தாக்குவது கடினம்."

முற்றுகையை ஆரம்பிக்கும் முன்பே C.O அந்த இடத்தை நன்கு அலசி ஆராய்ந்துவிட்டார். ஒரு சிறந்த முற்றுகை என்பது, முற்றுகையிடும் அணிக்குத் தாக்கப்படுபவர்களை நன்றாகப் பார்க்க வாய்ப்பளிக்கும் வகையில் அமைய வேண்டும். ஒரு வீட்டைச் சும்மா சூழ்ந்து கொள்வதை விடவும் அதில் பல சிக்கலான விஷயங்கள் இருக்கின்றன. தாக்குபவர்களைப் பாதுகாக்க அதிக ஆட்களை நிறுத்தினால், அதுவே எதிரிக்கு சாதகமாக அமைந்துவிடும். அப்போது எதிரியை நன்றாகப் பார்க்கவும் முடியாது; அவர்களால் சுலபமாகத் தப்பித்துவிட முடியும். அதேபோல் பாதுகாப்பு குறைந்த அளவு இருந்தாலும், அது எதிரிகளுக்குத் தங்கள் இலக்கை எளிதாக அடையாளம் காண உதவிவிடும். ஏனெனில், வீட்டிற்குள் இருந்து தாக்குவது அவர்களுக்கு எளிது.

ஸ்குவாட்ரன் லீடர் ராஜிவ் சொல்கிறார்: "எங்கள் இலக்குகளைக் குறி பார்க்க ஏதுவாகத் தகுந்த இடங்களைத் தேர்ந்தெடுப்பது எனக்குச் சற்று சிரமமாக இருந்தது. விரைவாகவும், எளிதாகவும் என் வீரர்கள் தங்கள் இலக்குகளை நோக்கிச் சுட வேண்டும்

என்று நான் நினைத்தேன். நான் நினைத்த வழியில் தீவிரவாதிகள் தப்ப முயன்றார்கள் என்றால் அவர்கள் கண்டிப்பாக நிராலாவிடமும், மேத்தாவிடமும் சிக்கிக் கொள்வார்கள்!"

முற்றுகை ஆரம்பித்த பின், நம் வீரர்கள் காத்திருந்தனர். இரண்டு அணிகளும் யார் கண்ணிலும் படாமல், அந்த வீடுகள் இருந்த இடத்தைச் சுற்றி வளைத்துக் கொண்டனர். ஆனால் யாரும் திடீரென்று எதுவும் நடந்துவிடும் என்று எதிர் பார்க்கவில்லை. ஏனெனில், தீவிரவாதிகள் வீட்டிற்குள் ஒளிந்து கொண்டிருக்கிறார்கள் என்றால், அவர்களுக்கு எப்படியும் செய்தி போயிருக்கும். கிராமத்திலிருக்கும் அவர்கள் நண்பர்கள் இந்த வேலையைக் கண்டிப்பாகச் செய்திருப்பார்கள். காஷ்மீரின், *LET*-ன் உளவுப் பிரிவு உலகப் பிரசித்தி பெற்றது.

நம் வீரர்கள் அதிக நேரம் காத்திருக்க வேண்டிய அவசியம் ஏற்படவில்லை. முற்றுகை ஆரம்பித்த அறுபது வினாடிகளுக்குள்ளேயே எதிர்களிடமிருந்து குண்டுகள் சீறிப்பாய ஆரம்பித்துவிட்டன. அவை ஒரு வீட்டினுள்ளே இருந்து, ஏ.கே 47 துப்பாக்கிகளிலிருந்து பாய்ந்து வந்தன. முதல் வரிசைக் குண்டுகள் பாய ஆரம்பித்ததும் நம் வீரர்களுக்கு ஒரு வித நிம்மதி ஏற்பட்டது. அவர்களுக்கு வந்த உளவுத்தகவல்கள் உண்மையானவை என்று அவை நிரூபித்தன. தாங்கள் முற்றுகையிடப்பட்டோம் என்பது, நம் வீரர்கள் எதிர்பார்த்தது போலவே தீவிரவாதிகளுக்குத் தெரிந்திருந்தது. நம் வீரர்கள் எதிர்பார்த்தது போலவே அவர்கள் தாக்க ஆரம்பித்து விட்டார்கள்.

பிற்பகல் 3.40 மணிக்கு 13 RR அணி தன் முற்றுகையை இறுக்கியது. அப்போது ஒரு வீட்டின் பின்வாசல் வழியாக ஒரு தீவிரவாதி வெளியே வந்து தன் அஸால்ட் ரைஃபிளுடன் நம் வீரர்களை நோக்கிப் பாய்ந்து, சரமாரியாகச் சுட்டான். கருடா அணியின் கமாண்டோ ஒருவர் அடுத்த வினாடியே திருப்பிச் சுட்டதில் அவன் வேரற்ற மரம் போல் சாய்ந்தான். வரிசையாக அமைந்திருக்கும் வீடுகளுக்குள் இன்னும் எத்தனை

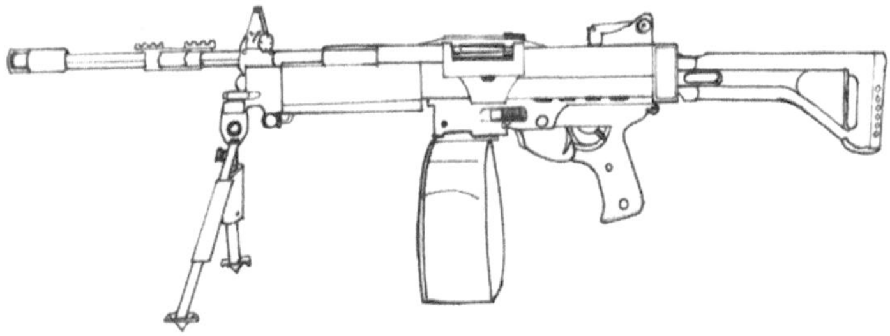

படம்: நெஜெவ் லைட் மெஷின் கன்

தீவிரவாதிகள் ஒளிந்திருக்கிறார்கள் என்று தெளிவாகத் தெரியவில்லை. ஆனால், கிடைத்த உளவுத் தகவல்கள் 100% சரியானவைதான் என்றால், இன்னும் குறைந்தபட்சம் ஐந்து பேர்களாவது வீடுகளுக்குள் ஒளிந்திருக்க வேண்டும். முற்றுகை மெதுவாக இன்னும் இறுக்கப்பட்டது.

முதல் தீவிரவாதி சுட்டு வீழ்த்தப்பட்டு, 90 வினாடிகள் கழிந்து, ஐந்து தீவிரவாதிகள் அதே வீட்டைவிட்டு வெளியே வந்தனர். அவர்கள் ஒவ்வொருவரும் அப்போது 20 மீட்டருக்கும் குறைவான தூரத்தில் நின்று கொண்டிருந்த கருடா மற்றும் RR அணி வீரர்களை நோக்கிச் சுட்டனர். இரண்டு தீவிரவாதிகள் அவர்கள் துப்பாக்கிகளுடன் இணைக்கப்பட்டிருந்த கையெறி ஏவுகணையைப் பயன்படுத்திச் சுட்டனர். இதனால் குண்டு மழையுடன், கையெறிகுண்டுகளும் வெடித்தன. குண்டுச் சிதறல்கள் எல்லா திசைகளிலும் பாய்ந்தோடின.

நம் வீரர்களின் தலைகளுக்கு மேல் ‘க்ராக்’ சத்தத்துடன் குண்டுகள் பறந்தன. கார்ப்பொரல் ஜோதிக்கும் அவர் ஜோடிக்கும் அருகிலேயே ஒரு கையெறிகுண்டு வெடித்தபோது அவர்கள் மறைந்துகொள்ள ஒரு வினாடிக்கும் குறைவான அவகாசமே கிடைத்தது. சண்டர்கீரின் வானம் முழுவதும் குண்டுகள் ஓசையால் நிரம்பி வழிந்தது.

அந்த ஐந்து தீவிரவாதிகளும் கார்ப்பொரல் ஜோதியை நோக்கி, ஒற்றை வரிசையில் வந்தனர். தாங்கள் தாக்கப்படாதிருக்க அனைத்து திசைகளிலும் சுட்டனர். மிக அருகில் அவர்களை எதிர் கொண்டவர்கள் கமாண்டோ ஜோதியும், தேவேந்திராவும்தான். அவர்கள் C.O சரியாகத்தான் கணித்திருந்தார். அவர் எதிர்பார்த்த வழியைத்தான் அவர்கள் தப்பிச் செல்ல தேர்ந்தெடுத்திருந்தனர்.

தன் முன்னால் பத்து மீட்டருக்கும் குறைவான தூரத்தில் முன்னேறி வரும் தீவிரவாதிகளை கார்ப்பொரல் ஜோதி பார்த்தார். இன்னும் சில நொடிகளில் அவர்கள் ஒருவர் மூச்சுக்காற்று இன்னொருவர் மீது படும் அளவுக்கு முன்னேறி வந்துவிடுவர். முற்றுகையிலிருந்து தப்பித்து ஓட, தீவிரவாதிகளின் சிறு குழுக்கள் இப்படி கண்டபடி இலக்கில்லாமல் சுடுவார்கள் என்பதை கார்ப்பொரல் ஜோதி எத்தனை முறை கேள்விப்பட்டிருக்கிறார்? ஒரு வினாடி தாமதித்தாலும், பழி வாங்கும் வாய்ப்பு கைநழுவிப் போய்விடுமே என்று ஜோதி நினைத்தபோது, அவர் மனதில் மின்னல் போல் நிலேஷும், மிலிந்தும் தோன்றி மறைந்திருக்க வேண்டும். அவர் தன் ஜோடியைத் திரும்பிப் பார்த்தார். அவர்கள் கண்கள் ஒரு வினாடி சந்தித்துக் கொண்டன. தன் ஜோடி, சற்றும் எதிர்பாராத ஒரு காரியத்தைச் செய்வதை தேவேந்திரா பார்த்தார்.

பாதுகாப்பான தன் மறைவிடத்தை விட்டு ஜோதி சட்டென்று மேலெழுந்தார். எதிரே நெருங்கி வந்து கொண்டிருந்த தீவிரவாதிகளின் அணி மேல் நேரே சீறிப்பாய்வது என்று அவர் முடிவு செய்துவிட்டார்.

“கார்ப்பொரல் ஜோதியின் கண்களில் வீசிய ஒளியை இன்னும் என்னால் மறக்க முடியவில்லை. அவற்றில் கோபாக்கினி கொழுந்துவிட்டு எரிந்தது. அவர் ஒரு முடிவுக்கு வந்து விட்டார்; இனி யாரும் அவரைத் தடுத்து நிறுத்த முடியாது என்று உணர்ந்துகொண்டேன்” என்கிறார் கார்ப்பொரல் தேவேந்திரா.

ஜோதி தீவிரவாதிகளைத் தன் லைட் மெஷின் துப்பாக்கியால்

சுட்டார். இது ஒரு நிமிடத்தில் 150 ரவுண்டுகள் சுடக்கூடிய அதி பயங்கரமான ஆயுதம். துப்பாக்கியின் விசையை அழுத்தியதுமே ஒரு சில வினாடிகளிலேயே இந்த 150 ரவுண்டுகளும் மளமளவென்று தீர்ந்து போகும்.

கார்ப்பொரல் தேவேந்திரா அலறினார்: "ஜோதி! நீங்கள் என்ன செய்து கொண்டிருக்கிறீர்கள்?"

ஆனால் நினைத்தபடியே, அவர் ஜோடி ஒரு முடிவுக்கு வந்திருந்தார். தீவிரவாதிகள் தன்னருகே வந்து, தன் பார்வையில் நன்கு தென்படும்போது, ஜோதி தன் இயந்திரத் துப்பாக்கியை இறுகப் பற்றியவாறு பல 5.56 MM ரவுண்டுகளைப் பொழிந்தார். அவரின் வலது பக்கத்தில், சில மீட்டர் தொலைவில், அவர் C.O நின்றிருந்தார்.

ஸ்குவாட்ரன் லீடர் சொல்கிறார்: " ட்க் ட்க் ட்க் ட்க் ட்க் ட்க் ட்க் என்னால் கேட்க முடிந்ததெல்லாம் LMG-ன் ராட்-அ-டார் ஓசைதான். அவர் தான் சுடுவதை நிறுத்தவே இல்லை. அது வேற லெவல்!"

முன்னேறி வந்து கொண்டிருந்தவர்களில் மிக அருகில் இருந்தவன், சந்தேகமில்லாமல் ஒஸாமா ஜுங்கிதான். ஒரு உல்லன் தொப்பியுடன், டீ-ஷர்ட் அணிந்து கொண்டு காமிராவைப் பார்க்கும் புகைப்படத்தை நம் வீரர்கள் பார்த்திருந்தனர். இப்போது அவன் ஒரு கரும் பச்சை உடை மேல் ஒரு காஷ்மீரி போர்வை அணிந்திருந்தான். அவன் கழுத்தை கறுப்பும் பழுப்பும் கலந்த ஒரு ஸ்கார்ப் சுற்றியிருந்தது. 26/11-ல் நடந்த தாக்குதலின் மூளையான ஜாகீர் ரெஹ்மான் லக்வியின் மருமான் இவன். அவன் கார்ப்பொரல் ஜோதியை நெருங்கும்போது, தன் ஏ கே 47 துப்பாக்கியால் நிறுத்தி நிறுத்திச் சுட்டான்.

கார்ப்பொரல் ஜோதி குண்டுகள் வரும் திசையை விட்டு அசையவே இல்லை. அப்படிச் செய்தால் எதிரியைக் கொல்ல

தனக்குக் கிடைத்த வாய்ப்பை இழந்து விடுவோம் என்று அவர் அஞ்சினார். கார்ப்பொரல் ஜோதி, ஜுங்கியின் நெஞ்சை குறி வைத்துத் திருப்பிச் சுட்டார். அடுத்த ஆறாவது நிமிடத்தில், கருடா அணிக்கு குறைந்தபட்சம் ஒரு டஜன் தடவையாது 'டிமிக்கி' கொடுத்த அந்தத் தீவிரவாதி தீர்த்துக் கட்டப்பட்டான்.

ஜுங்கி கீழே சரிந்ததும், மற்ற நான்கு தீவிரவாதிகளும் முன்னால் வந்து தங்களை வெளிப்படுத்திக் கொண்டனர். இந்தச் சமயத்தில், கார்ப்பொரல் ஜோதி தன் மறைவிடத்திற்கு திரும்பி இருக்கலாம், தன் பாதுகாப்பைக் கருதி. ஆனால் அவர் அவ்வாறு முடிவு செய்யவில்லை. தான் அவ்வாறு செய்தால் மீதமிருக்கும் தீவிரவாதிகள் தப்பிவிடக்கூடும் என்று அவர் நினைத்திருக்கலாம்.

கார்ப்பொரல் ஜோதி முதலில் சுட்டபோது அவர் குண்டுகளில் பாதி தீர்ந்து போயிருந்தது. ஆனால், அவரிடம் இன்னும் போதுமான குண்டுகள் இருந்தன. தீவிரவாதிகளை நோக்கி தன் தோழர் முன்னேறிச் செல்வதை, கார்ப்பொரல் தேவேந்திரா செய்வதறியாது பார்த்துக் கொண்டிருந்தார்.

தன் தோழரைப் பார்த்து தன்னை மறைக்குமாறு கேட்டுக் கொண்டே, ஜோதி தீவிரவாதிகளை நோக்கி முன்னேறினார். சண்டையின் போது ஒரு கணம், அவர் பார்வையில் மெஹமது பாய் சிக்கினான். ஜுங்கியைப் போலல்லாமல், *LET*-ன் வடக்குக் காஷ்மீரின் தீவிரவாதத் தளபதியான இவன், இராணுவச் சீருடையில் இருந்தான். தப்பிக்க தீவிரவாதிகள் மேற்கொள்ளும் வழக்கமான செயல்தான் இது.

துப்பாக்கிக் குண்டுகள் துளைத்திருந்த உடலைத் தாண்டி தட்டுத் தடுமாறிச் சென்று, மெஹமது கார்ப்பொரல் ஜோதியை நோக்கிச் சுட ஆரம்பித்தான். அவன் குண்டு மயிரிழையில் குறி தவறியது. அவன் தன்னை நிலைபடுத்திக்கொள்ளும் முன்பு, ஜோதியின் இயந்திரத் துப்பாக்கியிலிருந்து சீறி வந்த குண்டுகள் மெஹமதைப் பதம் பார்த்து, அவனைக் கீழே சாய்த்தன.

மூன்று நிமிடங்களுக்கும் குறைவான நேரத்தில் காஷ்மீர் பகுதியில் தீவிரமாகத் தேடப்பட்டு வந்த அந்த இரண்டு தீவிரவாதிகள் தீர்த்துக் கட்டப்பட்டனர். ஆனால் ஆட்டம் இன்னும் முடியவில்லை.

ஆறு பேர் கொண்ட தீவிரவாதிகளின் அணியில் மூன்று பேர் ஒழித்துக் கட்டப்பட்டு விட்டனர். இன்னும் இருவர். கார்ப்பொரல் ஜோதியின் துப்பாக்கிக் குண்டுகளால் பலத்த காயம் அடைந்திருந்தனர். முன்னேறி வரும் கமாண்டோக்களை எதிர்கொள்ள முடியாமலும், குண்டுகள் தீர்ந்துபோனதாலும் அந்த மூன்று தீவிரவாதிகளும், தங்கள் வலது பக்கமிருந்த ஒரு சாக்கடையில் ஒளிந்து கொண்டனர்.

மீண்டும் ஒருமுறை தேவேந்திரா, ஜோதியிடம் அவர் ஜோடி வரும்வரை காத்திருக்குமாறு வேண்டிக் கொண்டார். ஆனால் ஜோதியை யாராலும் தடுத்து நிறுத்த முடியாது என்பதும் அவருக்கு நன்கு தெரிந்திருந்தது. அவர் ஒரு வினாடி தேவேந்திராவைத் திரும்பிப் பார்த்தார். வியர்வை வழிந்த அவர் முகத்தில் இதுவரை இல்லாத அளவுக்கு ஒரு பலவீனமான முறுவல்.

"அவர் எதுவும் பேசவில்லை. என்னைத் திரும்பிப் பார்த்தார் அவ்வளவே. மிலிந்த், நிலேஷின் மரணத்திற்கு அவர் பழி வாங்கிவிட்டார்" என்கிறார் கார்ப்பொரல் தேவேந்திரா.

வலது பக்கமிருந்து, ஸ்குவாட்ரன் லீடர் ராஜீவ், கார்ப்பொரல் ஜோதியை நோக்கிக் கத்தினார். அவரின் வேகத்தைக் குறைத்துக் கொள்ளுமாறும் அவர் ஜோடி அவரை வந்து சேரும் வரை பொறுத்திருக்குமாறும் சத்தமிட்டார். தன் துப்பாக்கி நெருப்பைக் கக்கிக்கொண்டிருக்க, நம் கமாண்டோ சாக்கடையை நெருங்கினார். அப்போது ஒரு தீவிரவாதி ஒரு வினாடி சாக்கடையிலிருந்து தன் தலையைத் தூக்கி, முன்னேறிவரும் ஜோதியை நேருக்கு நேர் சுட்டுவிட்டான்.

ஒரு குண்டு கார்ப்பொரல் ஜோதியின் தலையைத் தாக்கியது. அவர் கீழே விழுந்தபோதும் அவர் கையில் இருந்த இயந்திரத் துப்பாக்கிக் குண்டுகளைக் கக்கிக் கொண்டே இருந்தது. அவர் விரல் துப்பாக்கியின் சுடு விசையை அழுத்தியவாறே இருந்தது.

தேவேந்திரா நினைவுகூருகிறார். "அந்தக் கணம் இன்னும் எனக்கு நன்றாக நினைவிருக்கிறது. ஜோதி கீழே விழுந்த பின்பும் அவர் கையிலிருந்த *LMG* குண்டுகளைப் பொழிந்து கொண்டே இருந்தது. என்னால் ஒருபோதும் அந்தக் காட்சியை மறக்க முடியாது."

சூரியன் சோம்பித் திரிந்துகொண்டிருந்த ஒரு குளிர்காலக் காலைப் பொழுதில், புல் படுக்கையில் படுத்தவாறே ஜோதி தன் இறுதி மூச்சை விட்டார்.

ஜோதியின் தோழரை இன்னும் முன்னேறி வந்து அவருடன் சேர்ந்துகொள்ளுமாறு அழைத்துக் கொண்டிருந்த ஸ்குவாட்ரன் லீடர் ராஜீவ் சொல்கிறார், "ஐயோ! அந்தக் கொடூரமான காட்சியை என் கண்களால் பார்த்தேன். அந்த மாதிரி அஞ்சாமையைப் பார்ப்பது அரிதினும் அரிது. என் வாழ்நாளில் அப்படி ஒரு காட்சியை நான் பார்த்ததே இல்லை. அப்படி ஒரு காட்சியை இனியும் பார்ப்பேனா? ஒரு சில மனிதர்கள்தாம் இப்படிப்பட்ட அஞ்சா நெஞ்சர்களாக இருக்க முடியும். அன்று என் அணியில் இருந்த ஒவ்வொரு வீரருக்கும் ஜோதியுடன் சேர்ந்து போரிட்டது ஒரு மிகப் பெரிய கௌரவம்!"

அவர் மனதில் என்ன ஓடிக்கொண்டிருந்தது என்று எனக்குத் தெரியாது. அந்தத் தாக்குதல் அவரைப் பொறுத்தவரை ஒரு வெறியாகவே மாறிவிட்டது. அந்த ஒருசில நிமிடங்களில் அவர் வேறு ஒரு ஆளாகவே மாறிவிட்டார். தன் உயிர் அவருக்கு ஒரு பொருட்டாகவே இல்லை. மேலிருந்து ஏதோ ஒரு குரலை அவர் கேட்டிருக்க வேண்டும், மிலிந்திற்காகவும், நிலேஷிற்காகவும்.

தாக்குதல் இன்னும் முடியவில்லை. சாக்கடையிலிருந்த மூன்று

தீவிரவாதிகளும் கருடா வீரர்களைத் தொடர்ந்து சுட்டுக் கொண்டே இருந்தார்கள். ஒஸாமா ஜுங்கியையும், மெஹமத் பாயையும் கொன்றவனைத் தீர்த்துக்கட்டியதால் அவர்கள் தைரியமும் அதிகரித்திருந்தது. அவர்கள் குண்டுகள் வேகமாகத் தீர்ந்து கொண்டு வந்ததால், அந்தத் தவிர்க்க முடியாத முடிவு வருவதற்குள், முடிந்த அளவு அவர்கள் நம் வீரர்களைக் கொல்ல முயன்றனர்.

தன்னை நோக்கி நேராக வந்து கொண்டிருந்த குண்டுகளைப் பொருட்படுத்தாமல், கார்ப்பொரல் தேவேந்திரா முன்னால் பாய்ந்தார், ஜோதியைக் களத்திலிருந்து வெளியே இழுக்க. தன் தோழர் எப்படியாவது இன்னும் உயிருடனிருப்பார் என்ற அவர் நம்பினார். கார்ப்போரல் ஜோதியின் கண்கள் இன்னும் ஜுவாலையுடன் ஒளிர்ந்து கொண்டிருந்தன. குண்டுகள் தாக்கும் எல்லையை விட்டு ஜோதியின் உடலை இழுத்துக்கொண்டே வந்து, தேவேந்திரா தன் தோழரின் கண்களை மூடினார். அவர் தன் *TAR-21* ரைஃபிளை ஜோதியின் உடலருகே வைத்துவிட்டு, அவருடைய இயந்திரத் துப்பாக்கியை எடுத்துக்கொண்டார். அதில் பத்து ரவுண்டுகள் மேல் குண்டுகள் இல்லை. அதை வைத்துக்கொண்டு, ஒரேயொரு முறை மட்டுமே விரைந்து சுட முடியும். அந்தத் துப்பாக்கியை முன்னால் நீட்டியபடி தேவேந்திரா சாக்கடையை நோக்கி, கத்திக்கொண்டே வேகமாக ஓடினார்.

அதே சமயத்தில், ஸ்குவாட்ரன் லீடர் ராஜீவும் தீவிரவாதிகளைத் தன் துப்பாக்கியால் சுட்டுக்கொண்டே, கையெறிகுண்டுகளையும் சாக்கடையை நோக்கி வீசி எறிந்தார். இந்தத் தாக்குதலிலிருந்து தீவிரவாதிகள் தப்பிக்க முடியவில்லை. ஒஸாமா ஜுங்கி இறந்த பிறகு, பன்னிரண்டு நிமிடங்கள் கழித்து, தாக்குதல் ஒரு முடிவுக்கு வந்தது.

அடுத்த இரண்டு மணி நேரம் 'சுத்தம்' செய்யும் பணி வழக்கமான நடைமுறைகளைப் பின்பற்றி நடந்தது தீவிரவாதிகளின் அருகே சென்று அவர்கள் ஒவ்வொருவரின் தலையும் குறி வைத்துத்

தாக்கப்பட்டது. இது அவர்கள் இறந்துவிட்டதை சந்தேகமின்றி உறுதிப்படுத்திக் கொள்வதற்காக. சாக்கடையில் இறந்து கிடந்த தீவிரவாதிகளில் இருவர் *LET* கமாண்டோக்களான அபு க்யுடால் மற்றும் அபு ஜர்காம்!

“தாக்குதல் ஒருவேளை நீடித்திருந்தால் என்ன நடந்திருக்கும் என்று எண்ணிப் பார்க்கிறேன். இந்த உலகத்திற்கு அப்பாற்பட்ட ஏதோ ஒரு அசாத்தியமான நிராலாவின் வீரத்தால்தான் எங்களால் தீவிரவாதிகளை ஒழித்துக் கட்ட முடிந்தது. அவர் பின்வாங்க உறுதியாக மறுத்து, பல உயிர்களைக் காப்பாற்றியிருந்தார். அந்தத் தாக்குதல் முழுவதும் அவரை நான் கவனித்து வந்தேன். அவரிடம் கொஞ்சம்கூட பயமே இல்லை. அவர் தன் வேலையில் மிகுந்த திருப்தியுடன் ஈடுபட்டார்” சொல்வது ஸ்குவாட்ரன் லீடர் ராஜீவ்.

தாக்குதல் முடிந்தவுடன், அணி வீரர்கள் கார்ப்பொரல் ஜோதியின் உடலை, காத்திருந்த ட்ரக்குகளில் ஒன்றில் ஏற்றினர். *LET* தலைவரின் குடும்ப உறுப்பினர் உட்பட ஆறு தீவிரவாதிகள் அன்று பிற்பகல் தாக்குதலில் கொல்லப்பட்டனர். தீவிரவாதிகளுக்கு எதிராக முதன்முதலாகக் களம் இறக்கப்பட்ட ஓர் அணிக்கு இது பெரும் வெற்றிதான். ஆனால், யாரும் வெற்றியைக் கொண்டாடவில்லை. வீரர்கள் துக்கம் காத்தனர். *617* கருடா அணியின் *C.0*-வுக்குத் தெரியும் இதைத் தன்னால் மறக்கவே முடியாதென்று. ஒரு மாதத்தில் கருடா வாங்கிய இரண்டாவது பெரிய அடி அது.

“உயிரிழப்புகள் ஏதும் ஏற்படாத தாக்குதல் வெற்றித் தாக்குதல்தான். நாங்கள் ஆறு பேரைக் கொன்றோம். ஆனாலும் நாங்கள் ஜோதியை இழந்து விட்டோம். அந்த இழப்புடன் வாழ நான் கற்றுக்கொள்ள வேண்டும். அந்தத் தாக்குதல் எங்களுக்கு வெற்றியைத் தரவில்லை. பல வருடங்களாகப் பயிற்சி பெற்ற ஒரு வீரரை நாங்கள் இழந்து விட்டோம்.”

கருடாவின் குறுகிய வரலாற்றில் நவம்பர் *18* வெற்றி

பொன்னெழுத்துகளால் பொறிக்கப்பட வேண்டிய ஒன்று. இரண்டு மாதங்கள் கழித்து இந்திய அரசு, அமைதிக்காலத்தில் நாட்டில் வழங்கப்படும் மிக உயரிய விருதை 31 வயதேயான ஜோதிக்கு வழங்கியது. போரில் இந்திய விமானப் படை பெற்ற முதல் அசோக சக்ரா விருது அது. இந்த உயரிய விருதை அதற்கு முன் இருவர்தான் பெற்றிருந்தனர். 1952-ல் போக்குவரத்து விமானி ப்ளைட் லெப். சுஹாஸ் பிஸ்வாஸ் அதைப் பெற்றிருந்தார். பின்னால் விங் கமாண்டராகப் பதவி உயர்வு பெற்ற ஸ்குவாட்ரன் லீடர் ராகேஷ் ஷர்மாவிற்கு அந்த விருது 1984-ல் வழங்கப் பெற்றது. நடுவானில் எரிய ஆரம்பித்துவிட்ட தன் டி ஹவிலாண்ட் டேவன் விமானத்தை பெல்லி லேண்ட் செய்து பெரும் விபத்தைத் தவிர்த்ததற்காக பிஸ்வாஸுக்கு இந்த விருது வழங்கப்பட்டது. ஒரு முக்கியமான விஷயம் அந்த விமானத்தில் இராணுவத் தலைவர் பயணம் செய்தார். ரஷ்யாவின் *Soyuz T 11* விண்கலத்தில் விண்வெளியில் பயணம் செய்த முதல் இந்தியர் என்பதற்காக ராகேஷ் அந்த விருது வழங்கிக் கௌரவிக்கப்பட்டார்.

ஸ்குவாட்ரன் லீடர் ராஜீவ் அச்சம் நிறைந்த மனதுடன் போன் செய்தபோது அந்தப் பக்கம் தொலைபேசியை எடுத்தவர் ஜோதியின் மனைவி சுஷ்மா. அவர் சில நிமிடங்கள் பேசவில்லை. பின் தட்டுத் தடுமாறி அவர் சொன்னார். "மிலிந்த், நிலேஷ் மரணத்திற்குப் பழி வாங்கிவிட்டார் இல்லையா? அப்படியானால் அவர் மகிழ்ச்சியாகவே இறந்திருக்க வேண்டும்!" அதற்குப்பின் அவர் அழ ஆரம்பித்துவிட்டார்.

அன்று மாலை தேசியக்கொடி போர்த்தப்பட்ட சவப்பெட்டியில் கார்ப்பொரல் ஜோதியின் உடல் சண்டிகார் கொண்டு செல்லப்பட்டது. அங்கே அழுதுகொண்டே, அதே சமயம் அமைதியாகத் தன் கணவரின் உடலுக்கு சுஷ்மா இறுதி வணக்கம் செலுத்தினார். ஜிக்யாசா விமானத் தளத்திற்குள் அனுமதிக்கப்படவில்லை. அடுத்த நாள் காலை, சுஷ்மாவும், அவர் தாயாரும் கார்ப்பொரல் ஜோதியின் சவப்பெட்டியுடன்

விமானத்தில் பிஹாருக்குச் சென்றனர். அங்கே துக்கத்திலிருந்து மீள முடியாத ஜோதியின் அம்மாவும், உறுதியான மனம் படைத்த அவர் அப்பாவும், இன்னும் பலரும் ஜோதிக்காகக் காத்திருந்தனர்.

2018-ம் வருடம். குடியரசுத் திருநாளன்று, குடியரசுத் தலைவர் ராம்நாத் கோவிந்திடமிருந்து அசோக சக்ரா விருதைப் பெறுவதற்காக ஜோதியின் மனைவியும், அவர் அம்மா மாலதி தேவியும் மேடை நோக்கி அழைத்துச் செல்லப்பட்டனர். ஜிக்யாசாவைத் தங்கள் தோள்களில் சுமந்தபடி இரண்டு தாத்தாக்களும் அந்தக் காட்சியை அவளுக்குக் காண்பித்தனர். அப்போது ஜூம் செய்யப்பட்ட காமிராக்கள் ஓர் அரிதான காட்சியைக் கண்டன. குடியரசுத் தலைவர் துக்கம் தாளாமல் பெருகி வரும் கண்ணீரைக் கைக்குட்டையால் துடைத்துக் கொண்டிருந்தார்.

தற்போது சுஷ்மாவிற்கு 31 வயது. "அந்தக் குளிரான ஜனவரி மாத காலைப் பொழுதை என்னால் மறக்கவே முடியாது. என் கண்ணீரை அடக்க நான் அரும்பாடுபட்டேன். ஆனால், என்னால் முடியவில்லை. நான் அந்த விருதை வாங்க ஜோதி மேடையிலிருக்கிறார் என்று நினைத்துக்கொள்ள முயன்றேன். இந்த நாடு அவரை நினைத்துப்

பெருமைப்படுகிறது. அந்த விருதை அவர் தன் கைகளால் வாங்கியிருந்தால், நாங்கள் எவ்வளவு சந்தோஷப்பட்டிருப்போம் என்று நினைத்துப் பாருங்கள்" என்கிறார் ஓர் இராணுவ சுபேதாரின் மகளான சுஷ்மா.

திருமணமாகி ஆறு ஆண்டுகள் கழிந்து விட்டிருந்தன. சார்ஜென்ட் மிலிந்தின் மரணமும், கார்ப்பொரல் நிலேஷின் மரணமும் தன் திருமண வாழ்க்கையை எப்படிப் புரட்டிப் போட்டுவிட்டன என்று சுஷ்மா நினைத்துப் பார்க்கிறார்:

"அவர், எப்போதும் நான் பிறரைச் சார்ந்திருக்கக் கூடாது,

சுயமாக இயங்கவேண்டுமென்று சொல்வார். ஆனால், மிலிந்தும், நிலேஷும் கொல்லப்பட்ட பிறகு ஜோதி அடியோடு மாறிப்போய்விட்டார். கண்ணுக்குத் தெரியாத ஏதோ ஒரு சக்தியின் பிடியில் அவர் சிக்கியிருந்தார் என்றுதான் சொல்லத் தோன்றுகிறது. அவர் ஒருமுக சிந்தனையற்றவராகவும், அமைதியற்றவராகவும் காணப்பட்டார். அவர் எங்களை மிகவும் நேசித்தார்; தினமும் எங்களுக்காக நேரம் ஒதுக்க அவர் தவறியதே இல்லை. ஆனாலும் தன் நண்பர்கள் இருவரின் மரணமும் அவரின் மனதை மிகவும் பாதித்து விட்டது. அவர் தன் மன உளைச்சலுக்கு ஒரு வடிகால் தேடினார். அந்த நிலையிலும் நான் கற்பனை செய்து பயப்படுவது போல, நிலைமை அந்த அளவுக்கு மோசமில்லை என்று சொல்லி அவர் என்னை ஆறுதல்படுத்துவார்" என்று கண்ணீர் உகுக்கிறார் சுஷ்மா.

சுஷ்மா, இரண்டு கமாண்டோக்கள் கொல்லப்பட்ட அந்த அக்டோபர் நாளை இன்னும் நன்றாக நினைவு வைத்திருக்கிறார். அன்று அவர் கணவர் அவரை வீடியோகாலில் அழைத்தார். அவருக்குத் தெரியும் நாடெங்கிலுமுள்ள கருடா குடும்பத்தினர் அனைவரும் தொலைக்காட்சிகளில் செய்திகளைப் பார்த்துக் கலவரப்பட்டுப் போயிருப்பார்களென்று.

சுஷ்மா சொல்கிறார், "நாங்கள் அனைவரும் கதிகலங்கிப் போயிருந்தோம். காஷ்மீரில் என்ன நடக்கிறதென்றே எங்களுக்குத் தெரியவில்லை. கருடாக்கள் தினமும்தான் தாக்குதலில் ஈடுபட்டுக் கொண்டிருந்தார்கள். மிலிந்த், நிலேஷ் இறந்த அன்று என்னை வீடியோவில் அழைத்து அவர் சொன்னார், 'என்னைப் பார்! நான் நன்றாகத்தான் இருக்கிறேன். அனாவசியமாகக் கவலைப்படாதே!' என்னைத் திருப்திப்படுத்தவே அவர் அவ்வாறு சொல்கிறார் என்று எனக்குத் தெரியும். அவரே கதிகலங்கித்தான் போயிருந்தார். தைரியமாக இருப்பதைத் தவிர அவருக்கு வேறு வழியில்லை."

சுஷ்மாவும் ஜிக்யாசாவும் தங்கள் வாழ்க்கையில் எதிர்பார்த்த ஒரே விஷயம் அந்த வீடியோ அழைப்புகள்தான். மனாஸ்பாலிலிருந்த இராணுவக் குடியிருப்புகளிலும் சண்டிகரிலிருந்த விமானதளத்திலும் மிகவும் இனிப்பான, இன்பமான விஷயம் அந்த வீடியோ அழைப்புகளின் 'கால் டோன்'தான்."

நவம்பர் 17 அன்று கார்ப்பொரல் ஜோதி அழைத்த அந்த அழைப்புதான் அவரின் கடைசி அழைப்பு. அன்று அவர் பலமுறை தன் செல்ல மகளிடமிருந்து வந்த அழைப்புகளை ஏற்கவில்லை. அதற்கு ஈடுகட்டும் விதமாக, அவர் மீண்டும் அவளை அழைப்பதாகச் சொன்னார்.

"அவர் மீண்டும் அழைக்கவே மாட்டார் என்று எனக்கு எப்படித் தெரியும்? அன்றிரவு இன்னும் கொஞ்ச நேரம் பேசியிருக்கலாமே என்று நான் இப்போது நினைக்கிறேன். 2018. ஜனவரியில் தன் காஷ்மீர் பணி முடிந்து திரும்ப வந்து எங்களுடன் இருக்கப் போவதாக அவர் சொன்னார். அதற்கு இன்னும் இரண்டே இரண்டு மாதங்கள்தான் இருக்கின்றன என்று எண்ணி மகிழ்ந்தேன்." என்கிறார் சுஷ்மா.

"2017-ன் ஆரம்பத்தில், முதன்முதலில் அவருக்கு காஷ்மீரில் பணி ஒதுக்கப்பட்டபோது, அவர் எவ்வளவு உற்சாகமடைந்தார் என்பதை நான் இன்னும் மறக்கவில்லை. நாட்டிற்கு உருப்படியாக ஏதாவது செய்ய வேண்டும் என்ற அவரின் கனவு ஈடேறியது" என்கிறார் சுஷ்மா. தன் கடைசி அழைப்பில், அடுத்த நாள் சண்டர்கீரில் நடத்தவிருந்த தாக்குதல் பற்றி அவர் எதுவும் மூச்சுவிடவில்லை.

குடியரசு தினக் கொண்டாட்டங்கள் முடிந்த பிறகு, சுஷ்மாவும், கார்ப்பொரல் ஜோதியின் தந்தை தேஜ் நாராயண் நிராலாவும் ஒரு செய்தித் தொலைக்காட்சியில் அவரை நினைவு கூறினர்.

பொங்கிவரும் கண்ணீரை அடக்கிக்கொண்டே, அந்தப்

பேட்டியில் சுஷ்மா கூறினார். “என் கணவர் சரித்திரம் படைத்திருக்கிறார்; நாடும், நானும் அவரை நினைத்துப் பெருமைப்படுகிறோம். தம் தாய்நாட்டிற்காகத் தாம் ஏதாவது செய்தாக வேண்டும் என்று அடிக்கடி என்னிடம் சொல்வார். அவர், அசாத்தியமான தைரியம் கொண்டவர்.”

“யாராலும் எங்கள் துக்கத்தைத் தீர்க்க முடியாது. ஆனாலும், நாங்கள் எங்கள் மகனை நினைத்துப் பெருமைப்படுகிறோம். நாடுதான் எல்லாவற்றையும் விட முக்கியமானது என்று அவன் நினைத்தான்” பெருமிதப்படுகிறார், உயிர்த் தியாகம் செய்த கமாண்டோவின் தந்தை.

கார்ப்பொரல் ஜோதிக்கு வழங்கப்பட்ட சான்றிதழ் சொல்கிறது: “அவர் எதிரிகள் ஒளிந்திருந்த இடங்களுக்கு அருகிலேயே நின்றுகொண்டு, அசாதாரணமான தைரியத்தை வெளிப்படுத்தினார். தீவிரவாதிகள் தப்பித்துச் செல்வதற்கான அனைத்து வழிகளையும் அவர் அடைத்துவிட்டார். எதிரிகளை அவ்வளவு அருகில் சென்று தாக்க அசாத்தியமான துணிச்சலும், போர்க்கலையில் மிகுந்த நிபுணத்துவமும் வேண்டும். அவர் அணி தாக்கக் காத்துக்கொண்டிருக்கும்போது, தீவிரவாதிகள் தங்கள் மறைவிடத்தை விட்டு வெளியே வந்து கருடா அணியினரை நோக்கி துப்பாக்கியால் சுட்டதுமல்லாமல், கையெறிகுண்டுகளையும் வீசித் தாக்கினர். கார்ப்பொரல் ஜோதி தன் பாதுகாப்பைப் பற்றிச் சிறிதும் கவலைப்படாமல், அசாதாரண தைரியத்தை வெளிப்படுத்தி, பயங்கரமாக எதிர்வினையாற்றி, இரண்டு ‘ஏ’ வகுப்புத் தீவிரவாதிகளைச் சுட்டுக் கொன்றார். நடந்த சண்டையில், கார்ப்பொரல் குண்டு மழையால் தாக்கப்பட்டார். ஆபத்தான காயங்கள் தனக்கு ஏற்பட்டிருந்தாலும், அவர் திருப்பிச் சுட்டார். கடைசியில் அவர் எதிரிகளின் குண்டுகளுக்குப் பலியானார். இதன் விளைவாகப் பின்தொடர்ந்த தாக்குதலில், ஆறு பயங்கரமான தீவிரவாதிகள் சுட்டுக் கொல்லப்பட்டனர்.”

அவரின் ஜோடி தேவேந்திரா மற்றும் அவர் C.O ஸ்குவாட்ரன் லீடர் ராஜீவ், சண்டர்கீர் சண்டைக்காக தீரப் பதக்கங்கள் வழங்கப்பட்டு கௌரவிக்கப்பட்டனர். சௌரிய சக்ரா விருது (இது அமைதிக்காலத்தில் வழங்கப்படும் விருதுகளில் மூன்றாவது இடத்திலிருப்பது) தேவேந்திராவுக்கும், வாயு சேனா பதக்கம் ராஜிவுக்கும் வழங்கப்பட்டன.

சௌரிய சக்ரா விருது வழங்கப்பட்ட தேவேந்திராவின் சான்றிதழ் இப்படிக் குறிப்பிடுகிறது: "தாக்குதலில் இவர் அச்சம் சிறிதுமின்றி ஈடுபட்டார். தன் உயிரை துச்சமெனக் கருதி, இறந்துவிட்ட தன் தோழரைக் களத்திலிருந்து அப்புறப்படுத்தினார். இந்த மோதலில் இவர் துப்பாக்கியிலிருந்து பாய்ந்த ஒரு குண்டுதான் தீவிரவாதி அபு க்விதாலைக் கொன்றது. மற்ற தீவிரவாதிகளைச் சமாளிக்க இவர் தன் துப்பாக்கி சுடும் கோணத்தைத் தக்கவாறு மாற்றிக்கொண்டு, LMG- ஐ இயக்கிக் கொண்டிருந்த வீரருக்குப் பாதுகாப்பு அளித்தார். எதிரிகளின் தானியங்கித் துப்பாக்கிகளிலிருந்து புறப்பட்டுவரும் குண்டுகள் தன்னைத் தாக்கிவிடக்கூடும் என்று இவருக்கு நன்றாகத் தெரியும். மிக அசாத்தியமான தைரியத்துடன் இவர், மோதலில் கடுமையான காயம்பட்டிருந்த கார்ப்பொரல் ஜோதியைக் களத்திலிருந்து அப்புறப்படுத்த மற்றவர்களுக்கு உறுதுணையாக நின்றார். மேலும், அவர் பாய்ந்து வரும் குண்டுகளுக்கு நடுவே தன் தோழரின் இயந்திரத் துப்பாக்கியைத் துணிச்சலுடன் எடுத்து, மற்ற தீவிரவாதிகளை அவர் சுட்டதையும் அது குறிப்பிடத் தவறவில்லை!"

ஸ்குவாட்ரன் லீடர் ராஜீவின் சான்றிதழ், முதல் நிலைத் தீவிரவாதியான அபு சர்காமைக் கொன்றதற்காக அவரைப் பாராட்டுகிறது. அபு, வட காஷ்மீரில் ஒரு முன்னணி லஸ்கர் தீவிரவாதியாவான். மிக நெருக்கத்தில் நடந்த மோதலில் ராஜீவ் பெரும் தைரியத்தையும், அரிதான தலைமைப் பண்பையும் காட்டியதைச் சான்றிதழ் பெரிதும் பாராட்டுகிறது.

2018-ம் ஆண்டு அக்டோபர் 8 அன்று, விமானப்படை நாளில், 617 கருடா அணிக்கு காஷ்மீரில் தீவிரவாதிகளுக்கு எதிரான தாக்குதலில் சிறப்பாகச் செயல்பட்டதற்காக விமானப்படைத் தலைவரின் சான்றிதழ் கிடைத்தது.

“நான் இப்போது ஜோதி ப்ரகாஷ் குடும்பத்தில் ஓர் அங்கம்” என்கிறார் சுஷ்மா. “நான் இப்போது ஜோதியின் பெற்றோர்களுடனும், சகோதரிகளுடனும், சண்டிகரிலிருக்கும் விமானப்படை குடியிருப்பில் வசித்து வருகிறேன். அவர் இருந்தால் அவர்களை எப்படி கவனித்துக் கொள்வாரோ, அப்படி நான் அவர்களை எந்தக் குறையுமின்றி கவனித்துக் கொள்ள வேண்டும்” என்று உறுதிபடச் சொல்கிறார் சுஷ்மா.

தன் மகள் ஜிக்யாசா விமானப் படையில் சேர வேண்டும் என்பதே கார்ப்பொரல் ஜோதியின் கனவு. அவளை, அவர் செல்லமாக, ‘டாக்டர். ஜிக்யாசா குமாரி’ என்றழைப்பார். இப்படி அவளை அழைப்பதன் மூலம் அவள் மனதில் தன்னம்பிக்கையை வளர்க்க முடியும் என்று நம்பினார்.

“எப்பாடு பட்டேனும் நான் ஜிக்யாசாவை ஒரு மருத்துவர் ஆக்குவேன்; அது அவரின் கனவு!”

ஒரு குறுகிய கால சர்வீஸ் அதிகாரியாக வேண்டும் எனபது சுஷ்மாவின் விருப்பம். படையில் சேருவதற்கு வேண்டிய வயது வரம்பை அவர் கடந்து விட்டிருந்தார். ஆனால், போர்களில் தங்கள் இன்னுயிர்களை ஈந்த வீரர்களின் மனைவியருக்கு வளைந்து கொடுக்க இந்திய இராணுவச் சட்டங்கள் தயங்கியதில்லை, எப்போதும்!

ஜிக்யாசாவிற்குத் தன் அப்பாவிற்கு என்ன நேர்ந்தது என்று புரிந்துகொள்ள விவரம் போதாது. யாராவது அப்பா எங்கே என்று அவளிடம் கேட்டால், அந்த அறியாக் குழந்தை தன் அப்பா சக்கரங்கள் வைத்த பெட்டியுடன் வெகு தூரம் போயிருப்பதாகச் சொல்வாள், அப்பாவித்தனமாக!

சுஷ்மா சொல்கிறார்: "அவள் தன் அப்பாவைப் பற்றி வண்ணக் கனவுகள் கண்டு கொண்டிருக்கிறாள். தன் அப்பாவுக்கு என்ன நேர்ந்தது என்று அவளுக்குக் கொஞ்சம் தெரியும்; ஆனால் அதன் விளைவுகளைச் சிந்திக்கும் அளவுக்கு அவளுக்கு வயது போதாது. அவளுக்குப் போதிய வயதாகும்போது, அவள் தந்தையின் தைரியம் அவளுக்கு வரும்போது, நான் அவளிடம் எல்லா விவரமும் சொல்வேன். இப்போதே பல வழிகளில் அவள் தன் அப்பாவைப் போல் தைரியமாகத்தான் இருக்கிறாள். என் நிலைமை யாருக்கும் வரக்கூடாது. அவரின்றி வாழ்வது பெரிய கொடுமை. எங்கள் வாழ்வின் ஒவ்வொரு வினாடியிலும் நாங்கள் அவர் இழப்பை உணர்கிறோம். 2017-ம் ஆண்டு தீபாவளியன்று அவர் திடீரென்று வீட்டிற்கு வந்து, எங்களை ஆச்சரியத்தில் ஆழ்த்தினார். ஏதாவது அதிசயம் நடந்து, அவர் மீண்டும் வந்து எங்களை ஆச்சரியத்தில் ஆழ்த்த மாட்டாரா என்று என் மனம் ஏங்குகிறது. அவர் எங்களை விட்டுப் போய்விட்டார் என்று இன்னும் என்னால் நம்பவே முடியவில்லை. நான் சந்தோஷப்படும் விஷயம் ஒன்றே ஒன்றுதான். அது அவர் தன் நண்பர்களைக் கொன்றவர்களை பழிக்குப் பழி தீர்த்துக் கொண்டார் என்பதே. என் இந்தச் சொற்களை, அவர் மேலிருந்தவாறே புன்முறுவலுடன் கேட்டுக் கொண்டிருப்பார்" கண்கலங்குகிறார் சுஷ்மா.

நடந்துவிட்ட சோகத்தை எதிர்கொள்ள, சுஷ்மா தன் மகளைத் தயார் செய்து கொண்டிருக்கிறார். எப்படி அவள் தந்தை, தன் நண்பர்களைப் பார்க்க இந்த உலகை விட்டுச் சென்றிருக்கிறார் என்று சுஷ்மா அவரிடம் சொல்ல ஆரம்பித்திருந்தார். தன் வழக்கமான கேள்விக் கணைகளுடன், அந்தக் குழந்தை கண் இமைக்காமல் தன் அம்மா சொல்வதைக் கேட்டுக் கொண்டிருக்கிறது.

ஆனால், அந்தக் கதையை எப்படி முடிப்பது என்றுதான் சுஷ்மாவிற்கு இன்னும் தெரியவில்லை.

3

கண்ணால் காணும்வரை காத்திரு! கண்டதும் சுட்டுவிடு!

லெப்டினெண்ட் நவ்தீப் சிங்

குரூஸ், ஜம்மு, காஷ்மீர்

18 ஆகஸ்ட் 2011

“அவர்கள் என்ன செய்துகொண்டிருக்கிறார்கள்? உன்னால் எதையாவது பார்க்க முடிகிறதா?”

2011 ஆகஸ்ட் 19. நடு நிசிக்கு பதினைந்து நிமிடங்களுக்கு முன்பு, அந்த வீரர் தன் இரவுக்கண்ணாடியை ‘போகஸ்’ செய்தார். அதன் வட்ட வடிவம், ஒருவித பச்சை வண்ணத்தில் ஒளிர்ந்த ஏதோ ஒரு பொருளைக் காட்டியது. அவர் தன் சகாவிடம் தான் பார்த்ததை நம்பமுடியாமல் கிசுகிசுத்தார்: “அவர்கள் ஏதோ ஒன்றில் காற்றை அடைத்துக் கொண்டிருக்கிறார்கள்!”

கிஷன்கங்கா நதியின் மேற்கு நோக்கி வளைந்திருந்த கரையில் அவர்கள் நின்று கொண்டிருந்தார்கள். அந்த இடம் வடக்குக் காஷ்மீரின் குரூஸ் செக்டாரிலிருந்த கட்டுப்பாட்டுக் கோட்டிற்கு 1 கி.மீட்டருக்கும் குறைவான தொலைவிலிருந்தது. அவர்கள் இருவருமே ஒரே திசையில்தான் பார்த்துக் கொண்டிருந்தார்கள். நதியின் ஊடே ஒரு குறிப்பிட்ட இடத்தைக் கண்ணாடிகள் வழியே பார்த்தபோது, மின்கலத்தால் இயங்கும் அவற்றின் லென்ஸுகள் நகரும் மெல்லிய ஓசை கேட்டது.

“இது எப்படி சாத்தியம்? உன்னால் நன்றாகப் பார்க்க முடிகிறதா?”

“இப்போது காட்சியைப் பெரிதாக்குகிறேன். அது ஒரு படகு போல் தெரிகிறது; அனேகமாக ரப்பர் படகாக இருக்கலாம்!”

காட்சி, கண்ணாடியில் மிகத் தெளிவாகத் தெரிந்தது. ஒரு டஜன் ஆட்கள் காற்றடைத்துப் பெரிதாக்கக்கூடிய ஒரு ரப்பர் படகைச் சுற்றி, கிஷன்கங்கா ஆற்றின் கிழக்குக் கரையில் நின்று கொண்டிருந்தார்கள். சிறிது நேரத்தில் இருவர் அதை ஆற்றில் தள்ள, மற்றவர்கள் ஒருவர் பின் ஒருவராக அதில் ஏறினார்கள்.

80 மீட்டர் அகலம் கொண்ட நதியை ஊடுருவிப் பார்த்தவாறே முதல் வீரர் சொன்னார், *“அது ஒரு படகுதான் சந்தேகமில்லை!”*

“இப்போதே ராணாவைக் கூப்பிடு!”

800 மீ தொலைவிலிருந்த ராணா, 15 மராத்தா லைட் காலாட்படையின் தலைமைச் செயலகம். அது குக்கிராமமான கன்ஸால்வனிலிருந்தது. அதிலிருந்த ஒரு சிறிய ‘மெஸ்’ஸில் இரண்டு அதிகாரிகள்- ஒருவர் மிக மூத்தவர், இன்னொருவர் மிக இளையவர்- அப்போதுதான் தங்கள் இரவு உணவை முடித்திருந்தனர். பின் அவர்கள் அன்றைய ரோந்து திட்டத்தை ஆராய்ந்து கொண்டிருந்தனர். அப்போதுதான், கிஷன்கங்காவின் மேற்குக் கரையிலிருந்து அந்த அபாய அழைப்பு வந்தது.

முப்பது நிமிடங்கள் கழித்து, 26 வயதேயான இராணுவத்தில் சேர்ந்து ஐந்தே மாதங்கள் ஆகியிருந்த, அந்த அணியின் செல்லக்குழந்தை லெப். நவ்தீப் சிங் தன் C.O கர்னல் கிரிஷ் உபாத்யாயாவிடம் பேசினார்.

*“சார்! பயனின்றி சும்மா சும்மா பதுங்கிப் பதுங்கித் தாக்குவதால் என்ன பயன்? நான் உங்களிடம் உண்மையைச் சொல்கிறேன். என்னால் தாங்கவே முடியவில்லை- எப்போதுதான் ஊடுருவல்காரர்கள் கும்பல் கும்பலாக வருவார்கள்?”*அவர் வாய் சிக்கன் சோற்றை மென்றுகொண்டிருந்தது.

கர்னல் கிரிஷ் ‘குட்டிப் பையன்’ நவ்தீப்பை தன்னுடனேயே வைத்துக் கொண்டிருந்தார்; தன் உணர்ச்சிகளைக் கட்டுப்பாட்டில் வைத்துக்கொண்டு நவ்தீப் தன் செயல் திறனையும் மேம்படுத்திக் கொள்ள வேண்டும் என்று அவர் விரும்பினார். அந்த மார்ச்சில்தான் நவ்தீப் சென்னையிலிருந்த ‘ஆபீஸர்ஸ் ட்ரெய்னிங் அகாடமி’யிலிருந்து தன் படிப்பு முடிந்து வெளியே வந்திருந்தார். இராணுவத்திற்கு ஆயுதங்களும், வெடிபொருட்களும், துணிகளும் வழங்கும் பிரிவில் அவர் சேர்க்கப்பட்டிருந்தார். அதன் ஒரு பகுதியான 15 மராத்தா லைட் காலாட்படையில் பணியாற்றிக்கொண்டிருந்தார். அங்கு அவர் மூன்று ஆண்டுகள் கட்டாயச் சேவை புரிய வேண்டும். இந்த அணிதான் இராணுவத்தின் பல்வேறு பிரிவினருக்கும் அவர்களின் முதல் கள அனுபவத்தை வழங்கும். அகாடமியிலிருந்து அப்போதுதான் வெளியே வந்திருந்த ஓர் அதிகாரியை ஊடுருவல்காரர்களின் தீப்பந்தம் எப்போதும் இடைவிடாமல் கொழுந்துவிட்டு எரிந்து கொண்டிருக்கும் கட்டுப்பாட்டுக் கோட்டை ஒட்டியிருந்த குரூஸிற்குப் பணிபுரிய அனுப்பியது, மலை முகட்டிலிருந்து ஒருவரைத் தலைகீழாகத் தள்ளிவிடுவதற்குச் சமம்.

தன் முன்னே அமர்ந்து சாப்பிட்டுக் கொண்டிருக்கும் ‘ஆசாமி’யைக் கையாள தன் முழு அறிவையும் கண்டிப்பையும் காட்ட வேண்டியிருக்கும் என்று கர்னல் கிரீஷிற்குத் தெரியும்.

“நவ்தீப் அவசரப்படாதே. கவலைப்படாதே. விரைவில் நீ எதிர்பார்த்த வாய்ப்பு உனக்குக் கிடைக்கும். அதுவரை பொறுமையாக இரு. இது குரூஸ் செக்டர் என்பதை மறக்காதே. விரைவில் காலம் கனியும்” என்றார் C.O

இரவு 11.15 மணிக்குத் தன் குடியிருப்புக்குத் திரும்பிய நவ்தீப் தன் பெண் சினேகிதிக்கு போன் செய்தார். சினேகிதி பஞ்சாபிலுள்ள குர்தாஸ்பூரிலிருந்தார். குர்தாஸ்பூர், பாகிஸ்தான் சர்வதேச எல்லையிலிருந்து பத்தே கிலோ மீட்டர் தூரத்திலிருந்தது.

அவர் தன் சிநேகிதியிடம் பத்து நிமிடங்கள் கூட பேசியிருக்க மாட்டார். ரோந்து சென்று கொண்டிருந்த அணியிடமிருந்து அவருக்கு அழைப்பு வந்தது.

அவர் சிநேகிதி போனை ஒரு பெருமூச்சுடன் வைத்தார். அவரால் யாரிடமும் புகார் தெரிவிக்க முடியாது; ஏனெனில், அவர் சிநேகிதர் ஏற்கனவே அவரிடம் சொல்லியிருந்தார். தான் திடீரென்று தொடர்பைத் துண்டித்துவிட்டால், அவர் மேலதிகாரி அவரை அவசரமாக அழைக்கிறார் என்று பொருள். தன் அம்மாவிடம் நவ்தீப் இன்னும் ஒரு படி மேலே போய், 'தான் தொடர்பு எல்லைக்கு அப்பால் நான்கைந்து நாட்கள் இருந்தால், அவர் கவலைப்பட வேண்டியதில்லை; ஏனெனில், அவர் வேலை பல நாட்கள் நீடிக்கக் கூடியது' என்றிருக்கிறார். "எப்போது இந்தக் கவலை தீரும்?" என்று அவர் அம்மா ஜக்தீந்தர் கௌர் சங்கடப்பட்டார். அவர் தந்தை சுபேதார் ஜோகீந்தர் சிங், முப்பது வருடம் இராணுவத்திலிருந்த அனுபவமிக்கவர். அவர் தன் மனைவியைச் செல்லமாகக் கடிந்துகொண்டு, அவரைச் சமாதானப்படுத்தினார். அவர் குரலில் வெளிப்படும் தொனி தன் மகனைப் பாதித்துவிடக் கூடாது என்று கவலைப்பட்டார்.

அலுவல் அறையில், நவ்தீப்பின் C.O அவருக்காகக் காத்திருந்தார்.

கர்னல் கிரிஷ் நவ்தீபிடம் சொன்னார்: "உளவுத் தகவல்கள் சொல்பவர்கள் முதலில் அழைத்தபோது, கிஷன்கங்கா அருகில் சந்தேகத்திற்கிடமான நடமாட்டம் தென்படுகிறது என்று சொன்னார்கள். பின் அவர்கள் மூன்று அல்லது நான்கு தீவிரவாதிகளைப் பார்த்தாகச் சொன்னார்கள். இது ஒன்றும் வழக்கத்திற்குப் புறம்பானதல்ல. பாகிஸ்தான் ஊடுருவல்காரர்கள் வரும் வழியை நாம் ஏற்கனவே ஊகித்திருந்தோமல்லவா? ஆனால் நதியைக் கடப்பது சுலபமல்ல; அதில் நீரோட்டம் வேகமாக இருக்கிறது."

முதல் நாள்தான் ராணாவின் ஓர் அணி, கயிறுகளைக்

கொண்டு நதியைக் கடக்க முயன்றபோது, அந்த முயற்சியைப் பாதியிலேயே கைவிட வேண்டி வந்தது. நதியின் தண்ணீர் மிகக் குளிர்ந்து காணப்பட்டதும், அதன் நீரோட்டம் மிக வேகமாக இருந்ததும்தான் காரணங்கள். அதனால்தான் இரண்டாவது தகவல், ஒரு காற்றடைத்த ரப்பர் படகு நதியில் இறக்கிவிடப்பட்டிருக்கிறது என்று தெரிவித்தபோது நம்ப முடியாததாக இருந்தது.

நவ்தீப் சிறிது கூட கால விரயம் செய்யாமல், பதுங்கிப் பாயும் அணிக்குத் தலைமையேற்று நடத்தத் தன்னை அனுப்புமாறு வேண்டினார்.

“இரவு 11.30 மணியளவில் எங்கள் வீரர் மனித நடமாட்டம் தென்படுவதை உறுதி செய்தார். கைகளில் வைத்துக்கொள்ளக்கூடிய ‘தெர்மல் இமேஜரையும்’ இரவிலும் எதிரில் இருப்பதைத் தெளிவாகக் காட்டும் கண் கண்ணாடிகளையும் பயன்படுத்தி ஊடுருவல்காரர்களை விடாமல் கண்காணிக்குமாறு அவரிடம் சொன்னேன். எங்களிடம் ஏற்கனவே பதுங்கிப் பாயும் அணிகள் சில இருந்தன. ஊடுருவல்காரர்களை எதிர்க்கும் வழக்கமான அணிகளான இவை அந்தப் பகுதி முழுவதும் விரவி இருந்தன. ஒவ்வொன்றிலும், எட்டுப் பேர் இருந்தனர். தகவல் கிடைத்த உடனேயே, நாங்கள் விரைந்து இன்னும் சில அணிகளை அனுப்பினோம். நான் நவ்தீப்பை ஓர் அணிக்குத் தலைமையேற்று நடத்துமாறு ஆணையிட்டேன்” கிரீஷ் சொல்கிறார்.

நவ்தீப் விரைவாகத் தன் அணியின் மற்ற ஏழு வீரர்களையும் ஒருங்கிணைத்தார். அவர் தன் ஏ கே 47 அஸால்ட் ரைஃபிளைக் கையில் எடுத்துக் கொண்டு, ராணா தலைமையகத்தை விட்டு உடனே வெளியேறினார்.

“இது தனக்கான வேலை என்று நவ்தீப்பிற்குத் தெரியும். இத்தனை காலம் காத்திருந்ததால் ஏற்பட்ட சலிப்பெல்லாம் ஒரே கணத்தில் காணாமற் போய்விட்டது. தன் அணியுடன்

அவர் கிளம்பியபோது அவரிடம் காணப்பட்ட உற்சாகம் அரிதானது; ஆச்சரியமானது" என்கிறார் கர்னல் கிரீஷ்.

ஆற்றின் ஒரு வளைவுக்கருகே நவ்தீப்பின் அணி நின்று கொண்டது. ஊடுருவல்காரர்களைக் கண்டுபிடித்த கண்காணிப்பு அணிக்கு மேலே 500 அடி உயரத்தில் நவ்தீப்பின் அணி இருந்தது. ஆற்றின் அந்தப் பகுதியில் இன்னும் மூன்று பதுங்கிப்பாயும் அணிகள் இருந்தன. இவை நவ்தீப்பின் அணிக்கும், கண்காணிப்பு அணிக்கும் இடையில் இருந்தன. நவ்தீப்பின் அருகிலிருந்த அணிக்கு நைப் சுபேதார் மென்கரே ஷங்கர் கணபதி தலைமையேற்றிருந்தார். அந்த அணி ஒரு சிற்றோடை அருகே இருந்தது. அந்தச் சிற்றோடை கிஷன்கங்காவிலிருந்து பிரிந்து வந்து, கன்ஸால்வன் நகரத்தினூடே ஓடியது. நவ்தீப் அணிக்கும், மற்ற அணியினருக்கும் இடையே இருந்த அணிகள் அந்தப் பகுதியை ஓர் அடிகூட விடாமல் கண்காணித்தன.

அணிகள் தங்கள் தங்கள் இடங்களில் நிலைகொண்டதும் அவற்றிடமிருந்த ரேடியோக்கள் 'கர்ர், புர்ர்' என்றன. ஒரு புதிய செய்தி!

"அவர்கள் பதினான்கு அல்லது பதினைந்து ஆட்கள் இருப்பார்கள். அவர்கள் ஆயுதங்களுடனும், முதுகுப் பைகளுடனும் இருக்கின்றனர்!"

கர்னல் கிரீஷ் சொல்கிறார்: "நான் அவர்கள் நகருவதைக் கண்காணித்துக் கொண்டிருந்தேன். ஆகையால் ராணா ஆபரேஷன்ஸ் அறையிலிருந்த எனக்கும் அந்தத் தகவல் கிடைத்தது. சந்தேகமில்லாமல் இது பெரிய எண்ணிக்கைதான். கண்காணிப்பு அணி தீவிரவாதிகளைத் தாக்கத் தங்களின் LMG - யைப் பயன்படுத்த அனுமதி கேட்டனர். அவர்கள் எதிரிகள் ஆற்றுக்கு அந்தப் பக்கம், 700 கி.மீ தொலைவிலிருந்தனர்."

அணிக்கு L M G - யைப் பயன்படுத்த அனுமதி ஏற்கனவே மறுக்கப்பட்டிருந்தது.

"அவர்களை இன்னும் அருகே வரவிடுங்கள். முடிந்தவரை அவர்கள் அருகே வரட்டும். அவர்கள் முகங்களை உங்களால் பார்க்க முடியும்போது நீங்கள் சுட ஆரம்பித்து விடுங்கள்" என்று கர்னல் கிரீஷ் ரேடியோ மூலம் கண்காணிப்பு அணியினருக்குக் கட்டளை இட்டார்.

இருட்டில் *LMG*-யைப் பயன்படுத்தி தூரத்தில் இருப்பவர்களை சுடுவதால் அதிகப் பலனேதும் கிடைக்காது என்பதால், அணியினருக்கு *LMG*-யைப் பயன்படுத்த அனுமதி மறுக்கப்பட்டிருந்தது. அதிகம் போனால், ஒன்றிரண்டு தீவிரவாதிகளைத்தான் சுட முடியும். மற்றவர்கள் தப்பி விடுவார்கள். 100 மீட்டர் தொலைவிலிருந்து சுட்டாலும் கூட அந்த இருட்டில் குறிதவறாமல் சுட்டுக் காரியத்தை முடிக்க முடியாது.

படகுகள் பற்றி 11.45 மணிக்கு வந்த செய்தி எல்லாவற்றையும் தலைகீழாக மாற்றி விட்டது. இதற்கு முன், ஒரு தடவைகூட நதியைக் கடந்து தீவிரவாதிகள் வந்து தாக்கியதில்லை. நதியின் மேற்பக்கம் அதைக் கடக்க ஒரு சிறிய பாலம் இருந்தது. அதைக் கிராமவாசிகள் நதியைக் கடக்கப் பயன்படுத்தி வந்தனர். தங்கள் கால்நடைகளை மேய்ச்சலுக்கு அழைத்துச் செல்லவும் நதியைக் கடந்து வந்து விறகு வெட்டவும் அவர்கள் அதைப் பயன்படுத்தினர். அந்தப் பாலம் இராணுவ வீரர்களால் எந்நேரமும் பாதுகாக்கப்பட்டு வந்ததால் கடுமையாகச் சண்டை போடாமல், தீவிரவாதிகள் அந்தப் பாலத்தைப் பயன்படுத்த முடியாது.

நடு நிசியில் ஊடுருவல்காரர்கள் தங்கள் ரப்பர் படகுகளால் கிஷன்கங்கா ஆற்றைக் கடக்க ஆரம்பித்தனர். அவர்கள் மீண்டும் மீண்டும் நான்கு நான்கு பேர்களாகப் படகில் ஏறினர். இரண்டு பேர் அதன் துடுப்பைப் பிடித்துக் கொண்டு இருந்தனர். அந்தப் படகு எதிர்க்கரையில் இரண்டிரண்டு பேராக இறக்கிவிட்டு, மீண்டும் இக்கரைக்குத் திரும்பி வந்தது.

பன்னிரண்டு வீரர்கள் இப்படி இக்கரையிலிருந்து அக்கரைக்கு அழைத்துச் செல்லப்பட்டனர். அங்கே அவர்களை வரவேற்க, நம் வீரர்கள் தயாராக இருந்தனர்.

அடுத்த பதினைந்து நிமிடங்களில் நடந்ததைப் பதுங்கிப் பாயும் அணியைச் சேர்ந்த வீரர் ஒருவர் இன்னும் நினைவு வைத்துக் கொண்டிருக்கிறார். நட்சத்திரங்களின் ஒளி வானத்தைக் கொஞ்சம் ஒளிரச் செய்திருந்தது. கடல் மட்டத்திலிருந்து 8,000 அடி உயரத்தில் அந்த இடம் இந்த அளவுக்குத்தான் ஒளிர்ந்தது.

“நாங்கள் பார்த்துக்கொண்டிருக்கும்போதே, ஒரு சில நிமிடங்களிலேயே ஊடுருவல்காரர்கள் நவ்தீப் மற்றும் நைப் சுபேதார் கணபதியின் அணிகள் இருந்த திசையை நோக்கி நகர ஆரம்பித்தனர். எங்களின் இரண்டு அணிகள் நிலை கொண்டிருந்த சிற்றோடையை நோக்கி அவர்கள் மெதுவாக நகர ஆரம்பித்தனர். சிற்றோடையின் ஒரு பக்கம் நைப் சுபேதார் கணபதி இருந்தார். அந்த இடத்திலிருந்து, நவ்தீப் 25 மீட்டர் தொலைவில் ராணாவுக்கருகில் இருந்தார். அவர் இருந்த இடத்திற்குப் பின்னாலேயும் ஒரு சிற்றோடை இருந்தது. இரண்டு சிற்றோடைகளுக்கும் இடையே அவர் அணி இருந்தது.”

உளவுத் தகவல்களைப் பெற்று, தாக்குதலை ஒருங்கிணைந்து வழி நடத்த C.O தன் அலுவல் அறையிலேயே இருந்தார்

கர்னல் கிரீஷ், ராணாவின் அலுவல் அறையிலிருந்து கண்காணிப்பு அணிகளிடமிருந்து தொடர்ந்து தகவல்களைச் சேகரித்துக் கொண்டிருந்தார். நவ்தீப் மற்றும் நைப் சுபேதார் கணபதியுடனும் ரேடியோ வழியாகத் தொடர்பிலிருந்தார்.

ரேடியோ வழியாக அவர் சொன்னார்: “நவ்தீப், கணபதி! உங்கள் அணிகளுக்கிடையே அவர்கள் வரும்போது, நீங்கள் தாக்க ஆரம்பியுங்கள். அப்படிச் செய்தால் இரு பக்கமுமிருந்தும் எதிரிகள் தாக்குதலை எதிர்கொள்ள நேரிடும்; அவர்களுக்கு பலத்த உயிர்ச்சேதம் ஏற்படும்.”

கர்னல் கிரீஷ் அறிவுறுத்தினார்: "நவ்தீப், அவசரப்படாதே; பொறுமையாக இரு. அவர்கள் உங்கள் அணிகளுக்கு நடுவே வந்து மாட்டிக்கொள்ளும்வரை அமைதியாக இரு. பொறியில் சிக்கிக் கொண்டதும், அவர்கள் தப்பிக்க வழியே இல்லை. ஆகவே அவர்கள் சிக்கிக்கொள்ளும்வரை பொறுமையாக இரு. எந்தக் காரணத்தைக் கொண்டும் அதற்கு முன்னே சுட ஆரம்பித்து விடாதே."

பதுங்கிப் பாயும் நம் இரண்டு அணிகளும் சங்கார்[3] களுக்குப் (கற்களாலும் மணல் பைகளாலும் தற்காலிகமாக அமைக்கப்பட்ட தடுப்புக்குப்) பின்னால் மறைந்து கொண்டனர். அவர்கள் தங்கள் ஆயுதங்களுடன் சுடத் தயாராக இருந்தார்கள். அரை கி.மீட்டருக்கு அப்பாலிருந்த அவர்களின் C.O அடுத்தடுத்து அவர்கள் என்ன செய்ய வேண்டும் என்று கோடிட்டுக் காட்டிக்கொண்டே இருந்தார். என்னதான் அறிவுரையும், ஆலோசனையும் வழங்கினாலும், களத்தில் இறங்கிப் போராட வேண்டியது தன் ஆட்கள்தான் என்றும் அவருக்குத் தெரியும்.

கர்னல் கிரீஷ் சொல்கிறார்: "நான் கண்காணிப்புப் பணியைச் செய்து வந்தவரையே முழுவதுமாக நம்பி இருந்தேன். அவர் நவ்தீப்பையும், கணபதியையும் முடிந்தவரை நெருங்க அனுமதித்திருந்தார். அவர்கள் மிக அருகே நெருங்கி வரும் வரை மோதலில் ஈடுபடக் கூடாது, மிக அருகே வந்ததும்தான் சுட வேண்டும் என்பதே அவர்களுக்குத் தரப்பட்டிருந்த ஆணை!"

சில வினாடிகளுக்குள்ளாகவே ஊடுருவல்காரர்கள் நைப் சுபேதார் கணபதியின் பதுங்கித் தாக்கும் அணியின் முன்னே தோன்றினர். நவ்தீப்பும் அவர்களைப் பார்த்தார்.

ஊடுருவல்காரர்கள் மிக புத்திசாலித்தனமாக ஒரே வரிசையில்

3 கற்களையும், மணல் மூட்டைகளையும் கொண்டு அமைக்கப்பட்ட ஒரு தற்காலிகத் தடுப்புச் சுவர். 19-ம் நூற்றாண்டில் இந்தச் சொல் பிரிட்டிஷ்-இந்திய இராணுவத்தால் முதன்முதலில் பயன்படுத்தப்பட்டு வந்தது என்று நம்பப்படுகிறது

ஒருவர் பின் ஒருவராக வந்தனர். உயர்த்திப் பிடித்த நிலையில் அவர்கள் தங்கள் ஆயுதங்களைத் தயார் நிலையில் வைத்திருந்தனர். மிக உயரத்திலிருந்த குரூஸ் செக்டாரில் பல கிராமங்கள் அங்கங்கே விரவிக்கிடந்தன. இந்தக் கிராமங்கள் நம் இராணுவத்தினரிடம் மிக சினேகிதமாக இருந்தன. அதனால் கட்டுப்பாட்டுக் கோட்டைக் கடந்து ஊடுருவும் தீவிரவாதிகளுக்கு அவை புகலிடம் அளிப்பது இல்லை. அதேபோல், தீவிரவாதிகள் காஷ்மீர் செல்லும் வழியில் தற்காலிகமாகத் தங்குவதற்கும் கிராம மக்கள் இடமளிப்பதில்லை. இந்தப் பகுதியில் தீவிரவாதிகள் ஊடுருவுவது ஒரு தொடர்கதை. வெற்றிகரமாக ஊடுருவும் தீவிரவாதிகள் குரூஸ் கிராமத்தில் அதிக நேரம் தங்க மாட்டார்கள். அவர்கள் அந்தப் பகுதியை விட்டு விரைவில் நீங்கி, காஷ்மீர் பள்ளத்தாக்கு செல்வதற்காக பண்டிபோராவின் பின்னால் இருந்த காடுகளுக்குச் சென்று மறைந்துவிடுவர்.

தன் ரேடியோவில் நவ்தீப் சொன்னார்: “கணபதி, சுடாதே. கொஞ்சம் பொறு. என் ஆணை வரும் வரை காத்திரு!”

தன் தடுப்புக்குப் பின்னாலிருந்த நவ்தீப் தீவிரவாதிகள் ஒவ்வொருவராக நடந்து வர வர அவர்கள் தன் முன்னால் 10 மீ. தூரத்தில் வந்தபோது - அவர்கள் எத்தனை ஆட்கள் என்று எண்ணினார்.

நடந்து வந்த தீவிரவாதிகள் எத்தனை பேர் என்று இப்போது தெளிவாகத் தெரிந்து விட்டது. அவர்கள் ஒன்பது பேர். அவர்களில் சிலர் தங்கள் தலைகளைச் சுற்றி ‘ஸ்கார்ஃப்’ அணிந்திருந்தனர். ஆனால் மற்றவர்கள் அவ்வாறு எதையும் அணிந்திருக்கவில்லை. அவர்கள் அனைவரும் முதுகுப்பைகளும் அஸால்ட் ரைஃபிள்களும் வைத்திருந்தனர். நம் இரண்டு அணியில் இருந்த வீரர்கள் அனைவரும் தங்கள் மூச்சை இறுகப் பிடித்துக்கொண்டு காத்திருந்தனர்.

எட்டே மீட்டர்கள்.

“அந்த இளம் அதிகாரி, தன் சுடும் எல்லைக்குள் தீவிரவாதிகள் வரும்வரை அசாத்திய பொறுமையைக் காட்டினார். அவர் இராணுவத்தில் சேர்ந்து ஐந்தே மாதங்கள்தான் ஆகியிருந்தன என்பதை என்னால் நம்பவே முடியவில்லை. அவர் சொல்லும் ஒவ்வொரு வார்த்தையிலும் நம்பிக்கை பொங்கி வழிந்தது. தன் ஆணை என்ன என்பதில் அவர் தெளிவாக இருந்தார். அவர் குரலில் தடுமாற்றம் என்பதே இல்லை!” இப்படிச் சொல்வது நைப் சுபேதார் கணபதியின் பதுங்கிப் பாயும் அணியிலிருந்த ஒரு வீரர்.

நவ்தீப்பின் வலது பக்கமிருந்து ஒரு குரல் கிசுகிசுத்தது: “சாஹிப் இப்போது நாம் சுடலாமா?” குரலுக்குச் சொந்தக்காரர், அவர் ஜோடி சிப்பாய் விஜய் கஜ்ரே. இவர் இராணுவத்தில் சேர்ந்து ஒரு வருடம்தான் ஆகியிருந்தது. சொல்லப்போனால் அவர் அணியின் இன்னொரு குட்டிக் குழந்தை.

நவ்தீப் அவரைப் பொறுத்திருக்குமாறு சைகை செய்துவிட்டுச் சொன்னார். “விஜய்... அவர்கள் இன்னும் முன்னால் வரட்டும். இன்னும் கொஞ்சம் அருகே... நாம் அவர்கள் முகங்களைப் பார்க்கும் அளவிற்கு முன்னேறி வரும்வரை காத்திருக்க வேண்டும்” என்று சொன்னார்.

ஐந்தே மீட்டர்கள்.

நவ்தீப் தன் தோழரைப் பார்த்துத் தலையை அசைத்தார். ஊடுருவல்காரர்கள் நம் இரண்டு அணியினருக்கும் இடையில் வகையாகச் சிக்கிக் கொண்டனர். அவர்கள் இப்போது 5 மீட்டர் தொலைவிலிருந்தனர். நடு நிசி கழிந்து ஐந்து நிமிடங்களுக்குப் பிறகு, நம் இளம் அதிகாரி சுடுவதற்கான ஆணையைப் பிறப்பித்தார்.

நிகழ்வுகளின் தொடர் இதோ: இரவு 11.30 மணியளவில் ஊடுருவல்காரர்கள் கண்டுபிடிக்கப்பட்டனர். 11.45-க்கு பதுங்கிப் பாயும் அணி பொருத்தமான இடங்களில் தங்களை நிலை

நிறுத்திக் கொண்டது. 12.30 மணியளவில் துப்பாக்கிக் குண்டுகள் பறக்க ஆரம்பித்தன.

கர்னல் சொல்கிறார்: “நவ்தீப் சுடுவதற்கான ஆணையைப் பிறப்பித்தபோது, தீவிரவாதிகள் 5 மீட்டருக்கும் குறைவான தூரத்திலேயே இருந்தனர். நான் ரேடியோவில் குண்டுகள் பாயும் ஓசையை என் காதால் கேட்டேன். மேலும், ஒரு கிலோமீட்டர் தொலைவிலிருந்து வந்த அவற்றின் எதிரொலியையும் நான் கேட்டேன். தீவிரவாதிகள், நைப் சுபேதார் கணபதியின் அணியிலிருந்து 20 மீட்டர் தொலைவிலிருந்தனர். நவ்தீப் சுட ஆரம்பித்ததும், மற்றவர்களும் சுட ஆரம்பித்தனர்.”

கடைசி நிமிடம் வரை காத்திருந்தது நல்ல பலனைத் தந்தது. நம் இரண்டு அணி வீரர்களிடமிருந்தும் கிளம்பிய குண்டுகள் அந்தக் கணமே எட்டுத் தீவிரவாதிகளைக் கொன்றன. நதியின் கீழ்ப்புறம் இருந்த பதுங்கிப் பாயும் அணியின் துப்பாக்கியிலிருந்து புறப்பட்ட குண்டுகள் இன்னும் மூன்று தீவிரவாதிகளைக் கொன்றன. இவர்கள் இன்னும் ரப்பர் படகில் இருந்தார்கள். சுட ஆரம்பித்ததுமே நதியின் குறுக்கே பாய்ந்து மூன்று தீவிரவாதிகள் கட்டுப்பாட்டுக் கோட்டை நோக்கி ஓடுவதை நம் அணியினர் பார்த்தனர்.

நவ்தீப் மற்றும் நைப் சுபேதார் கணபதியின் வீரர்கள் ஒன்பது தீவிரவாதிகளைச் சுட்டபோது அவர்களில் ஒருவன் குண்டு காயம் பட்டபோதும் உயிருடன் இருந்தான். அவன் தன்னைச் சமாளித்துக் கொண்டு எழுந்திருந்து, நதிக்கரையிலிருந்த இரண்டு பாறைகளின் இடுக்கில் மறைத்துக் கொண்டான். அந்த இடத்திலிருந்து, அவன் நவ்தீப்பின் அணியினரை நோக்கிச் சுட ஆரம்பித்தான்.

நைப் சுபேதார் கணபதி அணியின் ஒரு வீரர் சொல்கிறார்: “அவன் மறைந்திருந்த இடத்தை நோக்கி நாங்கள் நேரடியாகச் சுட முடியாது!”

அவன் ஒளிந்திருந்த பாறை இடுக்கை நோக்கிச் சுடுமாறு நவ்தீப் ஆணையிட்டார். சுட ஆரம்பித்ததுமே, பாறைகளின் இடுக்கில் ஒளிந்து கொண்டிருந்த தீவிரவாதி, நவ்தீப் இருந்த இடத்தை நோக்கி ஒரு கையெறிகுண்டை வீசினான்.

அது, நவ்தீப்பும் அவர் அணியினரும் ஒளிந்து கொண்டிருந்த தடுப்பைத் தாக்கி, அதைச் சிதறச் செய்தது. குண்டுச் சிதறல்கள் நாலா பக்கமும் தெறித்தன. நவ்தீப் அணி வீரர்கள் தாக்குதலில் இருந்து தப்பிக்க வேறிடம் நோக்கித் தாவிக் குதித்தனர். நவ்தீப்பின் ஜோடியான சிப்பாய் விஜயை ஒரு குண்டுச் சிதறல் தாக்கி, அவரைக் கீழே தள்ளியது. அவர் தோளில் பலத்த காயம் ஏற்பட்டது.

குண்டுகளின் ஓசைக்கிடையே, தன் ஜோடியை நோக்கி ஊர்ந்துகொண்டே நவ்தீப் அலறினார்: “விஜய் என்னாச்சு?” அவர் அணியிலிருந்த மற்ற ஆறு வீரர்கள் பாறைகளுக்குப் பின்னால் ஒளிந்து கொண்டிருந்த கடைசித் தீவிரவாதியை நோக்கிச் சுட்டனர்.

சிப்பாய் விஜய் சொன்னார்: “நான் காயம்பட்டிருக்கிறேன். ஆனால், காயம் பலமில்லை. நான் நன்றாகத்தான் இருக்கிறேன்.”

நவ்தீப் தன் ஜோடியைத் தடுப்பை நோக்கி இழுத்துக் கொண்டே சொன்னார்:

“விஜய்! இனி நீங்கள் தாக்குதலில் ஈடுபட வேண்டாம். நான் பார்த்துக் கொள்கிறேன்.” சிப்பாய் விஜய் தன் முதுகை தடுப்பின் சுவரில் சாய்த்துக் கொண்டார். அவர் காயத்திலிருந்து இரத்தம் பலமாக ஒழுகிக் கொண்டிருந்தது. மண்டியிட்டவாறு சுட்டுக் கொண்டிருந்த தன் மேலதிகாரியைப் பார்த்தார்.

அவர் சொன்னார், “ஸார்... ஜாக்கிரதை. எனக்கு இரண்டு நிமிடங்கள் கொடுங்கள்; என் துப்பாக்கியை நான் மீண்டும் எடுத்துக் கொள்கிறேன்!”

“நீங்கள் இருக்குமிடத்தை விட்டு அசைய வேண்டாம். இது விரைவில் முடிந்துவிடும்!” நவ்தீப் பதில் சொன்னார்.

நவ்தீப் தன் தலையைச் சற்றே மேலே உயர்த்தினார், கடைசி தீவிரவாதியை நன்றாகப் பார்ப்பதற்காக... அவன் சுட்டுக்கொண்டே தன் மறைவிடத்தை மாற்றிக் கொண்டானா என்று தெரிந்துகொள்வதற்காக. சரியாக அந்தச் சமயத்தில், ஒரு துப்பாக்கிக் குண்டு அவரின் குண்டு துளைக்காத பட்காவை உரசிச் சென்று, அவர் தலையைத் துளைத்தது. அவர் தாக்கப்படும்போதே, நவ்தீப் தன் ஏ கே–47–னின் விசையை இயக்கினார். அதிலிருந்து பாய்ந்த குண்டுகள், கடைசி தீவிரவாதியின் முகத்தைச் சின்னாபின்னப்படுத்தியது. ஒருவருக்கொருவர் ஐந்தடி தூரத்தில் ஒரே சமயத்தில் மண்ணில் சாய்ந்தனர்.

சில வினாடிகள் சென்றன. குண்டுகளின் சத்தம் நின்றுபோய்விட்டது. முதல் குண்டுகள் வெடிக்க ஆரம்பித்து, ஐந்து நிமிடங்கள் ஆகியிருந்தன. அங்கே ராணாவில் கர்னல் கிரிஷ், நவ்தீப் அணியைச் சேர்ந்த ஒரு ஹவில்தாரிடமிருந்து வந்த செய்தியைக் கேட்டார்: “நவ்தீப் சார் அடிபட்டுவிட்டார்!”

“அவருக்கு எங்கே அடிபட்டது?”

“தலையில் சார்!”

கர்னல் கிரீஷ், அந்த ஹவில்தாரிடம் கவலைப்படாதே என்று சொல்லிவிட்டு, ராணாவிலிருந்து நவ்தீப்பையும், அவர் ஜோடியையும் மோதல் நடந்த இடத்திலிருந்து மீட்டுக்கொண்டுவர ஓர் அணியை அனுப்பினார். நைப் சுபேதார் கணபதிக்கும் கையெறிகுண்டின் துண்டு ஒன்று தாக்கியதால் காயம் ஏற்பட்டிருந்தது. ஓர் அவசரகால மருத்துவ ஊர்தி அங்கே வர ஆணையிடப்பட்டது. ராணாவில், பதினைந்து நிமிடங்கள் கழித்து ஒரு மருத்துவர் நவ்தீப்பை சோதனை செய்தார். கிஷன்கங்கா நதிக்கரையிலிருந்து அவரை

அப்புறப்படுத்தியபோது, அவருக்கு நாடித் துடிப்பு இருந்தது.

12.30 மணிக்கு மருத்துவர் அவர் இறந்துவிட்டதாக அறிவித்தார்.

மாலை மயங்கும் வரை பதுங்கிப் பாயும் வீரர்கள் அவர்கள் இருந்த இடத்திலேயே இருந்தனர். கண்காணிப்பு அணி, இன்னும் சில தீவிரவாதிகள் அருகில் மறைந்திருந்தாலும் இருக்கலாம் என்று சொன்னதே காரணம். சுத்தம் செய்யும் போது பன்னிரண்டு தீவிரவாதிகளின் உடல்கள் இரண்டு இடங்களிலிருந்து கிடைத்தன. அந்த இரண்டு இடங்கள், நவ்தீப் இருந்த கிஷன்கங்கா நதிக்கரை மற்றும் நதியின் கீழ்ப் பகுதியில் இருந்த கரை- சுமார் 200 மீட்டர் தொலைவில்! அங்கேதான் அவர்கள் நதியைக் கடந்திருந்தார்கள்.

ஆகஸ்ட் 20-ம் தேதி, காலை 9 மணியளவில் தேடும் அணியொன்று ரத்தப் புள்ளிகள் கன்ஷால்வன் கிராமத்தின் மேற்குப் பகுதியை நோக்கிச் செல்வதாகத் தகவல் தந்தது. இதனால் சில தீவிரவாதிகள் தாக்குதலிலிருந்து தப்பித்துவிட்டனர் என்பது தெளிவாயிற்று. ரத்தப் புள்ளிகள், புல்வெளிகளும், காடுகளும், குன்றுகளும் நிறைந்த வழியே சென்று... பக்தூர், தார்பால் ஆகிய கிராமங்களில் முடிந்தன. இவை கட்டுப்பாட்டுக் கோட்டின் எல்லையிலிருந்தன.

கர்னல் கிரீஷ் சொல்கிறார்: "நாங்கள் மீண்டும் தேடுதல் வேட்டையைத் தொடங்கினோம். ஆனாலும் நான் என் வீரர்களை மோதல் களத்திலிருந்து அடுத்த இரண்டு நாட்களுக்கு அப்புறப்படுத்தவில்லை. அவர்களுக்கு அங்கேயே உணவு வழங்கப்பட்டது. யாராவது காயம்பட்டிருந்த தீவிரவாதிகள் இருந்தால், அவர்கள் கட்டுப்பாட்டுக் கோட்டைத் தாண்டி அந்தப் பக்கம் செல்லவே முயல்வார்கள்; அவர்கள் எங்கள் பக்கம் முன்னேறி வர மாட்டார்களென்று நான் நினைத்தேன். நாங்களிருந்த பகுதியைச் சுத்தப்படுத்த வேண்டியது முக்கியம்!"

அவர் சரியாகத்தான் கணக்குப் போட்டிருக்கிறார் என்பதைப்

பின்னால் நடந்த நிகழ்வுகள் நிரூபித்தன. இரண்டு நாட்கள் கழித்து கட்டுப்பாட்டுக் கோட்டுப் பகுதியில் ரோந்து போய்க் கொண்டிருந்த அணியினர் ஒரு 'பைன்' மரத்தின் மேல் ஒரு தீவிரவாதி சாய்ந்து கொண்டிருப்பதைப் பார்த்தனர். ஹவில்தார் ஜோர் பாபு பாகோஜி சற்று நேரமே நடந்த சண்டையில் அவனைச் சுட்டிருந்தார். இரண்டு நாட்களுக்கு முன்பு நடந்த அந்தச் சண்டையில், அவன் கையில் குண்டுக்காயம் பட்டிருந்தது.

"அவன் தன் சட்டையைக் கிழித்து இரத்தம் ஒழுகும் தன் காயத்திற்கு மருந்து போட்டிருந்தான். அவன் கை வீங்கியிருந்தது. அவன் தன் ஒரு கையால் சுட்டிருக்கிறான்" என்று தேடும் அணியிலிருந்த ஒரு வீரர் பின்னால் சொன்னார்.

நவ்தீப் தான் இறப்பதற்கு முன் அன்றிரவு, நான்கு தீவிரவாதிகளைச் சுட்டுக் கொன்றிருந்தார். கடைசி வினாடி வரை காத்திருப்பதற்கு அவர் முடிவு செய்ததே தீவிரவாதிகள் அனைவரையும் தீர்த்துக் கட்ட முடிந்தது. தாக்குதல் வெற்றிகரமாக முடிந்ததற்கு அதுவே முக்கியக் காரணம்.

நீண்ட நாட்கள் நடத்தக்கூடிய ஒரு தாக்குதலுக்குத் தேவையான பொருட்கள் தீவிரவாதிகளின் முதுகுப்பைகளில் இருந்தன. அவற்றில் பரோட்டாக்களும், பேரீச்சம் பழங்களும், விஷ முறிவு ஊசி மருந்துக் குப்பிகளும், மார்பைன் மருந்தும் இருந்தன. அவர்கள் ஒவ்வொருவரும் பத்து வெடிமருந்து குண்டுகளும், கையெறிகுண்டுகளும் இராணுவம் பயன்படுத்தும் இரவுக் கண் கண்ணாடிகளும் வைத்திருந்தனர். உள்ளூர்வாசிகளிடமிருந்து எந்த உதவியையும் எதிர்பார்க்காமல் அவர்களால் ஒரு வாரத்திற்குத் தாக்குப்பிடிக்க இவை போதுமானவை.

கர்னல் நவ்தீப் இறந்துவிட்டார் என்று அறிவிக்கப்பட்டுச் சில மணி நேரம் கழித்து அவர் உடல் 500 கி.மீ. தொலைவிலிருந்த குர்தாஸ்பூருக்கு விமானத்தில் கொண்டு செல்லப்பட்டது. ஒரு அதிகாரியும், ஒரு மூத்த வீரரும் உடன் சென்றனர்.

தேசியக்கொடி போர்த்தப்பட்ட நவ்தீப்பின் உடல், வீட்டின் முன் வந்து இறங்கியதும், அவர் தந்தை சுபேதார் ஜோகீந்தர் சிங், கண்ணீர் வற்றிப்போன கண்களுடன் வெளியே வந்தார்.

“என் மகன் நன்றாகப் போரிட்டானா? எத்தனை தீவிரவாதிகளை அவன் கொன்றான்?” என்று உடலுடன் வந்த இராணுவ வீரர்களிடம் அவர் கேட்டார். சுபேதார் ஜோகீந்தர் சிங் இராணுவத்தின் பொறியாளர் பிரிவிலிருந்து ஒரு கௌரவ கேப்டனாகப் பணி ஓய்வு பெற்றிருந்தார். ஹோட்டல் மேனேஜ்மென்ட் படிப்பு முடித்து, ஒரு MBA பட்டமும் பெற்று உப்புச்சப்பில்லாத வாழ்க்கையை வாழ்ந்துகொண்டிருந்த தன் மகன் கடைசியில் இராணுவத்தில் சேர முடிவு செய்தபோது அவர் பெரிதும் மகிழ்ந்தார். அவர் மகன் கரும் பச்சை சீருடை அணியும் மூன்றாவது தலைமுறை!

“நவ்தீப் தன் கடமையைச் சிறப்பாகச் செய்தான். ஆனாலும் ஒரு பெற்றோராக, நாங்கள் கதிகலங்கிப் போனோம். உங்கள் 26 வயது மகனை நீங்கள் இழக்கும்போது, உங்கள் உலகம் அசைவற்று நின்று போகிறது. ஒரு குழந்தையின் இழப்பைவிட கொடுமையானது உலகில் எதுவுமில்லை. அத்துடன் எல்லாமே முடிந்து போகிறது. அதன் பின் உங்கள் உலகம் முழுவதும் நிரம்பியிருப்பது வெற்றிடம்தான்; வெற்றிடத்தைத் தவிர வேறொன்றுமில்லை” கண்கலங்குகிறார் நவ்தீப்பின் தந்தை!

சுபேதார் ஜோகீந்தர் சிங்கிற்கு இன்னும் இரண்டு குழந்தைகள் இருக்கிறார்கள். அவர் மகன் சண்டிகரில் பணிபுரிகிறார். அவர் மகளுக்கு சிறிதுச் காலம் முன்புதான், ஒரு இராணுவ மேஜருடன் திருமணம் முடிந்திருந்தது. நவ்தீப்பின் அம்மா இப்போதுதான் கொஞ்சம் கொஞ்சமாக அதிர்ச்சியிலிருந்து மீண்டு வருகிறார். அவர் கடைசியாகத் தன் மகனிடம் பேசியது, அவர் தாக்குதலில் ஈடுபடுவதற்குச் சில நாட்களுக்கு முன்புதான்.

அவர் அம்மா சொல்கிறார்: “நான் நவ்தீப்பிடம் மூன்று நாட்களுக்கு முன்புதான் பேசினேன். அதுதான் நான் அவனுடன்

பேசிய கடைசிப் பேச்சு. தொலைபேசி அமைப்பு அந்தப் பகுதியில் சரியாக இயங்கவில்லை என்று அவன் சொன்னான். ஒருவேளை எங்களால் அவனைத் தொடர்புகொள்ள முடியவில்லை என்றால், நாங்கள் கவலைப்படக் கூடாது என்றும் அவன் சொன்னான். நாங்கள் அவனுக்குத் திருமணம் செய்து வைக்கத் திட்டமிட்டிருந்தோம். 2011 நவம்பரில் அவன் விடுமுறையில் வருவதாக இருந்தது. அப்போது அவன் நிச்சயதார்த்தத்தை முடிக்க நினைத்திருந்தோம். ஆனால், அவன் களத்தில் இரண்டு அல்லது மூன்று ஆண்டுகள் இருக்க விரும்புவதாகச் சொன்னான். தான் பணிபுரியும் இடத்தில் தன் மனைவியும் வந்து சேர்ந்துகொள்ளும் சூழ்நிலை அமையும்போது மணம் புரிந்து கொள்வதாக எங்களிடம் சொன்னான். ஆனால் எல்லாம் முடிந்து போய்விட்டது, ஒரே வினாடியில்!"

லெப். நவ்தீப் 2011 மார்ச்சில் இராணுவத்தில் சேர்த்துக் கொள்ளப்பட்டார்.

சுபேதார் ஜொகீந்தர் சொல்கிறார்: *"அவன் வேறு படிப்புகளையும் முடித்திருந்தான். ஆனால் இராணுவத்தில் பணியாற்றுவதே அவன் கனவாக இருந்தது. அவன் உயிரோடிருந்தால் இப்போது ஒரு மேஜர் ஆகியிருப்பான். அவனுடன் படித்தவர்கள் இப்போது மேஜர்களாகி இருக்கிறார்கள். அவர்கள் எங்களை அவ்வப்போது வந்து சந்திக்கிறார்கள். அப்போதெல்லாம் நாங்கள் நினைத்துக் கொள்வோம், எங்கள் மகனும் உயிரோடிருந்தால் இப்போது அவனும் ஒரு மேஜராகியிருப்பானே என்று. இராணுவத்தில் சேர்ந்து ஐந்தே மாதங்களில் அவன் செய்த சாதனைகளைப் பார்க்கும்போது, அவன் கண்டிப்பாக ஒரு ஜெனரலாகியிருப்பான். இராணுவத்தில் ஆயிரக்கணக்கான அதிகாரிகள் இருக்கத்தான் செய்கிறார்கள்; ஆனால், நவ்தீப் போன்றோர் அபூர்வம். என் மகன் என்பதற்காக நான் இதைச் சொல்லவில்லை. இராணுவத்தில் அவனைத் தெரிந்த யாரை வேண்டுமானாலும் கேட்டுப் பாருங்கள். அவன் இழப்பு எங்களுக்கு மட்டுமல்ல; அது ஒட்டுமொத்த இராணுவத்திற்கும்தான்!"*

தாக்குதல் நடந்தபோது, அவரைவிட பதிமூன்று வருடங்கள் பணியில் மூத்தவரான கிரீஷ் சொல்கிறார்: "இப்போது அவரை நினைத்தாலும் என் இதயம் துக்கத்தால் விம்முகிறது; பெருமையால் பூரிக்கிறது. நான் நவ்தீப்பை என் குட்டிச் சகோதரன் என்றே நினைத்துக் கொண்டிருந்தேன். அவன் ஒரு நல்ல மன வலிமை மிக்க பையன். அவனை இழந்தது எனக்குத் தனிப்பட்ட முறையில் பேரிழப்பு. எனக்கு இப்போது நாற்பத்தாறு வயதாகிறது. எப்போதும் நிரம்பி வழியும் அவர் உற்சாகத்தை வார்த்தைகளால் வர்ணிக்க முடியாது. பதுங்கிப் பாயும் வாய்ப்புகளைத் தேடிச் சென்றலைந்துவிட்டு, நடு நிசியில் தன் குடியிருப்பிற்குத் திரும்புவது அவன் வழக்கம். சில சமயம் பணிக்காக நான் சீக்கிரமாகச் செல்ல வேண்டி வந்தாலும் நான் நவ்தீப்பிற்காக அவன் இன்னும் சற்று நேரம் தூங்கட்டுமே என்று அவன் விழிக்கும்வரை காத்திருப்பேன். ஒருவேளை, நான் அவனிடம் சொல்லாமலே சென்றுவிட்டால் அவனுக்கு விஷயம் எப்படியோ தெரிந்துவிடும். உடனே எழுந்து அவன் வேகமாக வந்து என்னுடன் சேர்ந்து கொள்வான். அவன் ஒரு முழுமையான போர் வீரன், தலை முடி முதல் கால் நகத்தின் நுனி வரை." ஒன்றாகச் சாப்பிட்ட தங்கள் கடைசி இரவு உணவை உண்ணும்போது, அவரின் C.O அவரை நக்கலடித்தார்: "'எனக்கு ஒரு நல்ல உணவைச் சமைத்துத் தரவில்லையென்றால். நீ 'ஓட்டல் மேனேஜ்மென்ட்' படித்து என்ன பயன், தம்பி?' உடனே, அவன் சமையலறைக்கு ஓடிச் சென்று, பனீர் டிக்கா தயாரித்து எடுத்து வந்தான்."

"தாக்குதலுக்குச் செல்ல வேண்டும், கிளம்பு என்று நான் அவனை அழைத்தபோது, அவன் தன் சினேகிதியிடம் பேசிக் கொண்டிருந்தான். அவர்கள் பேச நினைத்துப் பேசாமல் போய்விட்ட விஷயங்கள் எத்தனையெத்தனையோ, யாருக்குத் தெரியும்? என் மனதில் நீங்காமல் இருப்பது இதுதான். அவனை நான் முதன்முதலில் சந்தித்தபோது என் மனதில் ஏதோ சொல்லியது, இந்தப் பையன் ஏதோ பெரிதாகச் சாதிக்கப் பிறந்தவன் என்று!" இப்படி வேதனைப்படுபவர் கர்னல் கிரீஷ்.

கர்னல் கிரீஷ் நினைத்தது சரிதான். அவ்வாறு எடைபோட அவருக்கு முழுத்தகுதி இருந்தது. தீரச் செயலுக்காக அவர் இரண்டு முறை சேனா பதக்கம் பெற்றவர். குரூஸ் தாக்குதலின் போது, அவர் தன் அணியைச் சிறப்பாகத் தலைமையேற்று நடத்தியதற்காக அவருக்கு 'விஷிஷ்ட் சேவா' விருது வழங்கப்பட்டது.

நைப் சுபேதா கணபதிக்கு 'சௌரிய சக்ரா' விருதும், கடைசித் தீவிரவாதியைச் சுட்டுக்கொன்ற ஹவில்தார் பகோஜிக்கு 'சேனா விருது'ம் வழங்கப்பட்டது.

தன் இளம் வயதில் அசாத்தியமான தைரியத்தையும், தலைமைப் பண்பையும் காட்டியதற்காக இராணுவம் லெப். நவ்தீப்பின் பெயரை அசோக சக்ரா விருதிற்குப் பரிந்துரைக்கச் சற்றும் தயங்கவில்லை!

2012-ம் ஆண்டு. குடியரசுத் திருநாள். ஜோகீந்தர் கௌர் விதான் மண்டபத்தில் தன் கண்களில் கண்ணீர் மல்க அமர்ந்திருக்க, நவ்தீப்பின் அப்பா தன் மகனுக்கு வழங்கப்பட்ட 'அசோக சக்ரா' விருதை, குடியரசுத் தலைவரின் கைகளிலிருந்து பெற்றுக்கொள்ள மேடைக்கு அழைத்துச் செல்லப்பட்டார்.

கர்னல் கிரீஷ் சொல்கிறார்: "அவர் அப்பா வீரமிக்கவர். அவர் மனம் உடைந்து அழவில்லை. அது என் வாழ்வின் மிகுந்த பெருமையான தருணம். ஆனால், இந்த விருதைப் பெறுவதற்காக நவ்தீப் உயிரோடு இருந்திருக்கக் கூடாதா என்று என் மனம் ஏங்கியது. அப்படி அவன் உயிரோடிருந்திருந்தால், எல்லோருடைய கவனமும் தன் மீது குவிந்திருப்பதை எண்ணி வியந்திருப்பான். அவன் வீரம் மிக்கவன்தான். சந்தேகமில்லை. ஆனால், அவனுக்குப் பூப் போன்ற குழந்தை மனசு!"

சுபேதார் ஜோகீந்தர் சொல்கிறார்: "அவன் அம்மாவும் நானும் அவனை மிகவும் 'மிஸ்' பண்ணுகிறோம். எங்களுக்குப் பெருமையாக இருப்பது உண்மைதான்; ஆனால் துக்கமும்

இருக்கிறது அதே அளவிற்கு. என்னால் எங்கள் பெருமையின் அளவு அதிகம் என்றும், சோகத்தின் அளவு குறைவு என்றும் சொல்ல முடியவில்லை, என்ன செய்ய? நாங்கள் அவனை ஒவ்வொரு கணமும் நினைத்துக்கொண்டே இருக்கிறோம். எங்கள் வீட்டில் ஒரு அறையை அவன் நினைவறையாக மாற்றி இருக்கிறோம். அதில் அவன் பெற்ற விருதையும் சான்றிதழையும் சீருடை, அவன் காலணிகள் மற்றும் அவன் புகைப்படங்கள் ஆகியவற்றையும் வைத்திருக்கிறோம்."

குருதாஸ்பூரில் அவர் நினைவாக ஓர் அழகான நுழைவாயில் கட்டப்பட்டிருக்கிறது. அந்த ஊரில், ஒரு கல்லூரியில், ஒரு 'ஸ்டேடியத்திற்கு' அவர் பெயர் சூட்டப்பட்டிருக்கிறது. நுழைவாயிலில் அவர் பிறந்த நாளான ஜூன் மாதம் 8-ம் தேதி விழா கொண்டாடப்படுகிறது. அவரின் பெற்றோர் அன்று ஒரு பந்தலை அங்கு அமைத்து, உணவும், இனிப்பு நீரும் எல்லோருக்கும் வழங்குகிறார்கள். அவர் இறந்த நாளான ஆகஸ்ட் 20-ல் அவர் பெற்றோர் அவர் பெயரில் அமைந்த 'ஸ்டேடியம்' இருக்கும் கல்லூரியில் ஒரு நினைவாஞ்சலிக் கூட்டமும் நடத்துவார்கள்!

சுபேதார் ஜோகீந்தர் சொல்கிறார்: "இராணுவ வாழ்க்கையை விட ஒரு சிறந்த வாழ்க்கை யாருக்கும் அமையாது. ஒரு வேளை நான் மீண்டும் பிறந்தால், அப்போதும் நான் இராணுவத்திலேயே சேர விரும்புகிறேன். இதே கேள்வியை நீங்கள் நவ்தீப்பிடம் கேட்டிருந்தாலும் அவனும் இதே பதிலைத்தான் சொல்லியிருப்பான் எனபதில் எனக்கு எந்தச் சந்தேகமும் இல்லை!"

2011-ம் ஆண்டு மத்தியில் நவ்தீப்பும், அவர் அணியான 15 மராத்தா லைட் காலாட்படையும் கான்பூரிலிருந்து, ஜம்மு காஷ்மீரிலிருந்த க்ரூவிற்கு அனுப்பப்பட்டனர், இராணுவத்தில் சேரும் முன்பு அளிக்கப்படும் பயிற்சியில் பங்கேற்பதற்காக. பயிற்சி அளிக்கப்பட்ட இடம், 15 கார்ப்ஸ் பள்ளி. கட்டுப்பாட்டுக்

கோடு இருந்த அதிக உயரத்தில் பணிபுரிவதற்கான பயிற்சியை அவர்கள் அங்கு பெற்றார்கள். அப்போதுதான் கர்னல் கிரீஷ் முதன்முதலில் லெப். நவ்தீப் எப்படிப்பட்ட ஆள் என்பதை உணர்ந்தார்.

கர்னல் கிரீஷ் சொல்கிறார்: "எங்களிடம் ஐந்து அல்லது ஆறு இளம் அதிகாரிகள் இருந்தனர். நவ்தீப்பின் சுறுசுறுப்பையும், உடல் வலிமையையும், தன்முனைப்பையும் பார்த்த நான் அவரை கடாக் ப்ளாட்டூனின் பொறுப்பாளராக நியமித்தேன். க்ரூவில் நடந்த பயிற்சியின்போது தன் திறமையை நவ்தீப் நன்கு வெளிப்படுத்தினார். பயிற்சியில் வேறு பல அணிகளும் பங்கு கொண்டன; சில போட்டிகளும் நடத்தப் பெற்றன. அவற்றில் பலவற்றில், நவ்தீப்பின் கடாக் அணி முதலிடத்தைப் பிடித்தது. க்ரூவில் அவர் தன் தலைமைப் பண்பையும், போர்வீரத்தையும் திறமையையும் வெளிப்படுத்தினார். அவர் தன் அணி தோழர்களிடம் நன்கு பழகினார். அவர்களும் அவரை மிகவும் நேசித்தனர். அவர் வெகு விரைவில் தாக்குதலின் நெளிவு சுளிவுகளை வெகு வேகமாகக் கற்றுத் தேர்ந்தார்.

சிக்கலான முடிவுகளை அவர் விரைந்து எடுப்பார். மூன்று மாதங்கள் கழித்து அவர் தன் திறமைகளை வாழ்வா, சாவா போராட்டத்தின்போது அற்புதமாக வெளிப்படுத்தினார். இதைப்பற்றிக் கொஞ்சம் நினைத்துப் பாருங்கள்!"

"க்ரூவில், நவ்தீப் குரூஸ் பகுதியில் பணியாற்றத் துடித்துக் கொண்டிருந்தார். அடிக்கடி தன் சினேகிதியைத் தொலைபேசியில் அழைத்து தான் கட்டுப்பாட்டுக் கோட்டருகே பணியாற்ற எப்படித் துடித்துக் கொண்டிருக்கிறேன் என்பதை அவர் சொல்வார். குரூஸில் பணியாற்ற ஆணை கிடைத்ததுமே அவர் துள்ளிக் குதித்தார். ஒரு கணமும் அவர் வீணடித்தார் இல்லை. அவர் தான் பணியாற்ற வேண்டிய களம் பற்றி விவரங்களைச் சேகரிக்க ஆரம்பித்து, அதைப் பற்றி ஆழமாகவும் விரிவாகவும் தெரிந்து கொண்டார். அந்தப் பகுதியின் ஒவ்வொரு

அங்குலத்தையும்-அங்கிருந்த மலை முகடுகள், சிற்றோடைகள், காடு- இவற்றைப் பற்றித் தெரிந்துகொள்ள வேண்டும் என்ற ஆர்வம் ஒரு வெறியாகவே அவருள் வளர்ந்து விட்டிருந்தது. ஆகஸ்ட் மாத முடிவில், அவர் அந்தப் பகுதியில் இதற்கு முன் நடந்த அனைத்துத் தாக்குதல்கள் பற்றிய விவரங்களைக் கரைத்துக் குடித்து விட்டிருந்தார். ஊடுருவல்காரர்கள் தேர்ந்தெடுக்கும் வழிகள் எல்லாம் அவருக்கு அத்துப்படி ஆகியிருந்தன. அடுத்த தாக்குதலை எப்படி இன்னும் சிறப்பாக நடத்த வேண்டும் என்றும் அவருக்குத் தெரிந்திருந்தது. C.O அவரைப் பல இடங்களுக்கும் தன்னுடனேயே அழைத்துச் சென்றார். அடிப்படை விஷயங்களில் நவ்தீப் நன்கு தேறிவிட்டார் என்று எங்களுக்கு விரைவிலேயே தெரிந்து போயிற்று. தன் இறுதி நிமிடங்களில், ஆழமான பயிற்சியும் அர்ப்பணிப்பும் இருந்தால் ஒருவரால் என்ன சாதிக்க முடியும் என்பதை அவர் வெளிப்படுத்தினார்" இப்படிச் சொல்பவர் நவ்தீப்பின் அணியில் அவருடனேயே பணியாற்றிய 15 மராத்தா லைட் அணியைச் சேர்ந்த ஒரு காலாட்படை வீரர்.

ஆகஸ்ட் தாக்குதல் நடந்து சில மாதங்கள் கழித்து, 15 மராத்தா லைட் காலாட்படை அணியின் C.O க்ரூஸில் உள்ள தன் அணியைப் பார்க்கவும், அவர் மகன் தாக்குதலில் வீர மரணம் எய்திய இடத்தைப் பார்க்கவும் வருமாறு நவ்தீப்பின் தந்தையை அழைத்தார்.

"சுபேதார் ஜோகீந்தர் வந்து சேர்ந்தபோது, நான் அவரை நவ்தீப் தன் கடைசி குண்டைச் சுட்ட தடுப்பின் அருகே அழைத்துச் சென்றேன். எங்கள் உள்ளங்களில் பல்வேறு விதமான உணர்ச்சிகள் அலைமோதின. நவ்தீப்பின் தந்தை தரையில் மண்டியிட்டு அமர்ந்து, தன் மகன் வீழ்ந்த இடத்திலிருந்து ஒரு பிடி மண்ணை அள்ளினார். இந்தக் காட்சி என்னை எப்படிக் கசக்கிப் பிழிந்தது என்று சொல்ல என்னிடம் வார்த்தைகள் இல்லை. அந்த வலி உணர்ந்தால்தான் தெரியும். நவ்தீப்பின் தந்தை தன் மகன் அங்கிருப்பதாகவே உணர்ந்தார். தலையைக்

குனிந்து, தரையில் தன் நெற்றியை வைத்து அழுத்தி அவர் முத்தமிட்டார்!" கண்ணில் நீர் மல்கச் சொல்கிறார் நவ்தீப்பின் C.O

நவ்தீப்பின் அப்பா தன் கையில் ஒரு பிடி மண்ணை நீட்டியவாறே தன் மகனின் C.O-வைப் பார்த்துச் சொன்னார் (ஐயோ! அந்தக் கண்கள்!):

"இந்த மண்ணில்தான் என் மகனின் இரத்தத் துளிகள் விழுந்தன. இதோ என் கையிலிருக்கும் இந்த மண் எனக்கு விலைமதிப்பற்ற பொக்கிஷம். ஏன், இதுதான் இனிமேல் நான் வணங்கும் தெய்வம்!"

அந்த மண் லெப். நவ்தீப்பின் வீட்டில், அவர் அறையில் ஒரு பாட்டிலில் வைக்கப்பட்டு வணங்கப்படுகிறது.

4

"நான் பிறந்த நாளிலிருந்தே தயாராக இருக்கிறேன்!"

மேஜர் டேவிட் மன்லுன்

‘கிரேட்டர்’ நொய்டா

ஜனவரி 2009

அந்த இரவு டேவிட் மன்லுன் நடனமாடியதைப் போல அதற்கு முன் அவர் அப்படி நடனமாடி யாரும் பார்த்ததே இல்லை. தன் கனவு நாயகனான சல்மான் கானை மனதில் நினைத்துக்கொண்டு, தன் டீ-ஷர்ட்டைக் கழற்றி எறிந்து விட்டு ‘ஓ ஓ ஜானே ஜானே’ பாட்டின் உற்சாகம் கொப்புளிக்கும் தாளத்திற்கேற்ப, பாடல் வரிகளைத் தப்பும் தவறுமாக உச்சரித்துக் கொண்டே, அந்த இளம் மணிப்பூரி துள்ளித் துள்ளி உன்மத்தம் பிடித்தவர் போல ஆடினார். ஓல்ட் மாங்க் ரம் நிறைந்த பிளாஸ்டிக் குவளைகள் நண்பர்களினூடே வலம் வந்தன. டெல்லியின் புறநகர்ப் பகுதியில் இருந்த அந்த விடுதி முழுவதும் அதன் மணத்தால் நிரம்பி வழிந்தது. உலகத்தையே ஈடாகக் கொடுத்தாலும் அவர்கள் தங்களின் அந்த மகிழ்ச்சியை விட்டுத்தரத் தயாராக இல்லை. அவர்கள் அனைவருக்கும் தெரியும், தாங்கள் ஒன்றாக இருக்கும் கடைசி இரவு அந்த இரவுதானென்று.

கொண்டாட்டத்தின் நடுவில் கையில் ஓர் ஏர் கிடாரை வைத்துக்கொண்டு திறந்த மார்புடன், கண்ணை மூடிக்கொண்டு

குதித்தாடிக் கொண்டிருந்த அந்த இருபத்து நான்கு வயது இளைஞனுக்கு அப்படி ஆட்டம் போடுவதற்குக் காரணம் இருந்தது. அவன் தன் கனவை நனவாக்கிக்கொள்ளும் முயற்சியில் இரண்டு முறை தோற்றுப்போய், கடைசியில் மூன்றாவது முறையாக வெற்றி பெற்றிருந்தான். அவன் ஒரு *NCC* மாணவனாக இருந்தபோதே அவன் மனதில் மலர்ந்த கனவு அது. இராணுவத்தில் சேர வேண்டும் என்பதே அந்தக் கனவு.

அவர் டெல்லியின் புறநகர்ப் பகுதியான கிரேட்டர் நொய்டாவிலிருந்த 'ஆர்மி இன்ஸ்டிடியூட் ஆஃப் மேனேஜ்மென்ட்' மற்றும் டெக்னாலஜியின் பரந்த வளாகத்தில் ஒரு வருடம் காத்திருந்தார். நண்பர்களுடன் கால்பந்து விளையாடியும், மற்ற பொழுதுபோக்குகளிலும் தன் பொழுதை அவர் கழித்துக் கொண்டிருந்தார். வாரந்தோறும் நடக்கும் கொண்டாட்டங்களில் கலந்துகொள்ளும் அவர் நண்பர்கள் அவரின் இன்னொரு பக்கத்தைக் கண்டிலர். எப்போதும் கலகலப்பாக இருக்கும் அவர் சுபாவத்தின் மறுபக்கம், ஏமாற்றத்தாலும் எரிச்சலாலும் இராணுவத்தில் சேர வேண்டும் என்ற தணிக்க முடியாத தாகத்தாலும் தகித்துக் கொண்டிருந்தது.

அவர் தந்தை மன்லுன் கம்ஜலாம் இராணுவத்தில் ஒரு சுபேதாராக இருந்தார். 2008—ல் அவரும், டேவிடின் அம்மா மன்னுஅம்னியாங் மன்லுனும் மனதில் தங்கள் மகனின் இராணுவக் கனவைப் பற்றிப் பெருமிதத்துடனும் அது இன்னும் கைகூடவில்லையே என்ற கவலையுடனும் அவரின் முயற்சிகளை உற்று கவனித்து வந்தனர். அவர்கள் மகன், தன் முயற்சி இரண்டு முறை தோல்வியடைந்தாலும், அதைப்பற்றிக் கவலைப்படாமல் மீண்டும் முயற்சி செய்து கொண்டிருந்தார். இரண்டு முறை தோற்றுப்போயிருந்தாலும் தங்கள் மகன் சிறிதும் உற்சாகம் குன்றாமல் இருப்பது அவர்களுக்கு மகிழ்ச்சியளித்தது. அவர்கள் தங்கள் மகனை இதுவரை எப்போதும் சிரித்துக்கொண்டிருக்கும் ஒரு சாதுவான பையனாகத்தான் பார்த்திருந்தனர். அவன்

தோல்விகளால் துவண்டுபோகாமல் இருக்க வேண்டுமே என்று கவலைப்பட்டனர். 2000 கி. மீட்டர் தொலைவிலிருந்து குறுஞ்செய்திகள் வழியாகவும், அடிக்கடி அவருடன் தொலைபேசியும் தங்கள் மகனை உற்சாகப்படுத்தி வந்தனர். ஷில்லாங்கிலிருந்து வெகு தூரத்திலிருந்த அவர்கள் மகன், தனக்குக் கிடைத்த அளவற்ற சுதந்திரத்தால் இன்னும் தன் முயற்சியைத் தீவிரப்படுத்தினார். இரண்டு முறை வந்த நிராகரிப்புக் கடிதங்கள் அவரைச் சோர்வடையச் செய்யவில்லை. அதற்குப் பதிலாக, அவை அவரின் ஆவலை ஒரு வெறியாகவே மாற்றிவிட்டன.

டேவிட்டின் நண்பரும், தோழருமான ரஜ்னி ரங்ரா சொல்கிறார்: "இராணுவத்திற்கு அவர் தேர்ந்தெடுக்கப்பட்ட செய்தி கிடைத்த நாள் இரவு அவர் போட்ட ஆட்டத்தை என்னால் மறக்கவே முடியாது. அவர் தேர்ந்தெடுக்கப்பட்ட செய்தியைக் கேள்விப்பட்டதும் நாங்கள் அனைவரும் மட்டற்ற மகிழ்ச்சியிலிருந்தோம். அன்றிரவு போல அவரை நாங்கள் கட்டுக்கடங்கா மகிழ்ச்சியுடன் என்றும் பார்த்ததே இல்லை!"

பல நாட்கள் கழித்து டேவிட் சென்னையிலிருந்த 'ஆபீஸர்ஸ் டிரெய்னிங் அகாடமியில்' (O T A) சேருவதற்காகத் தன் பொருட்களை மூட்டை கட்டிக்கொண்டிருந்தபோது, ரஜ்னியின் மனதில் ஒரு இனம் புரியாத சோகம் இழையோடியது.

"எனக்கு குளிர்காலத்தில் பைக் ஓட்டுவது மிகவும் பிடிக்குமென்று டேவிட்டுக்குத் தெரியும். அவர் யாரிடமிருந்தாவது ஒரு பைக்கை இரவல் வாங்கிக்கொண்டு என்னை அழைத்துச் செல்ல சரியாக இரவு 8.45 மணிக்கு விடுதிக்கு வந்துவிடுவார். 100 கி.மீ. வேகத்தில் பைக்கை ஓட்டிவிட்டு, சரியாகப் பத்து நிமிடங்கள் கழித்து, கதவு சாத்தப்படும் முன்பு என்னை மகளிர் விடுதியில் இறக்கி விடுவார். தன் நண்பர்களை உற்சாகப்படுத்தி, அவர்களை மகிழ்விப்பதற்கு டேவிட் என்ன வேண்டுமானாலும் செய்வார். அதில் அவருக்கு அளவற்ற மகிழ்ச்சி."

அவர் இராணுவத்தில் சேர்ந்ததை, அவர்கள் நன்றாகக் குடித்துவிட்டு கொண்டாடிக் கொண்டிருக்கும்போது, கொண்டாட்டம் அதன் உச்சியைத் தொட்டபோது சல்மான் கானின் 'ஏர் கிடார்' வழிவிட்டு ஒதுங்கிக் கொள்ள, அந்த இடத்தை டேவிட்டிற்கு மிகவும் பிடித்த கறுப்பு அகூஸ்டிக் கிடார் பிடித்துக் கொண்டது. அதை அவர் டெல்லியில் வாங்கியிருந்தார். அது அவரின் ஓர் அங்கமாகவே மாறிவிட்டதை அவர் நண்பர்கள் அனைவரும் அறிவார்கள். அவர் எங்கே சென்றாலும் தோளில் தொற்றிக் கொண்டு கூடவே வரும்.

தன் நண்பர்களைப் பிரிவது ஒரு பக்கம் சோகமாக இருந்தாலும், இன்னொரு பக்கம் தன் கனவு நிறைவேறிய மகிழ்ச்சியில், டேவிட் தன் வாழ்க்கையை O T A-வில் துவங்கினார். இந்த அகாடமிதான் 'ஷார்ட் சர்வீஸ் கமிஷன்' இராணுவ அதிகாரிகளுக்கான பயிற்சியை அளிக்கிறது. ஒரு வருடம் கழித்து, 2010-ல் அவர் பெற்றோர் தங்கள் மகனின் பயிற்சி நிறைவு பெறும் விழாவைக் கண்டுகளிக்க சென்னை வந்தனர். அவர்கள் மகன் நாகா ரெஜிமென்டின் முதல் பெட்டாலியனில் சேர்த்துக் கொள்ளப்பட்டார். இந்த அணி, அது நிறுவப்பட்ட முதல் வருடத்திலேயே தன் திறமையைக் காட்டி தான் யாரென்று நிரூபித்தது.

அகாடமியில் அவருடன் படித்த அவர் நண்பர் சொல்கிறார்: "தன் பயிற்சிக் காலத்தில் டேவிட் அமைதியின்றி, பரபரத்துக் கொண்டிருந்தார். டேவிட் விரும்பியது ஒன்றே ஒன்றுதான். போர் சீருடையணிந்து களத்திற்குச் செல்ல வேண்டும். அந்த வாழ்க்கையின் ஒவ்வொரு நொடியையும் அனுபவிக்க அவருக்குத் தீராப்பசி. அவருக்கு இதைவிட ஒரு நல்ல வேலை கிடைக்காது."

நாகா 1-ல் அவருக்கு முதல் வேலை வடக்குக் காஷ்மீரின் நௌகாமில் கிடைத்தது. அது பா.ஆ.காஷ்மீரின் கட்டுப்பாட்டுக் கோட்டுக்கு அருகிலேயே இருந்தது. அங்கு செல்லும் முன்பு,

மனுலன் தன் அப்பாவிடம் செய்தி சொல்வதற்காக அழைத்தார்.

கம்ஜலாம் தன் மகனை வாழ்த்தினார்: "ஜாக்கிரதையாக இரு. ஆண்டவன் அருள் உனக்குப் பரிபூரணமாகக் கிடைக்கட்டும். உன்னால் சிறந்ததை நாட்டுக்குக் கொடு. நாங்கள் பெருமைப்படும்படி நடந்துகொள். ஆனால் ஜாக்கிரதையாக இரு!"

நௌகாமில் லெப். டேவிட் மன்லுன் தன் அன்றாட வேலைகளான ஊடுருவல்காரர்களை எதிர்த்தல், தீவிரவாதிகளை எதிர்த்தல் போன்ற வேலைகளில் தன்னை முழுவதுமாக ஈடுபடுத்திக் கொண்டார். பல வருடங்களாகத் தம் மனதில் கண்ட கனவுப் பணியை ஓய்வேயின்றி செய்வதற்காக, அவர் எப்போதும் எந்த வேலையானாலும் அதை மனமுவந்து ஏற்றுக்கொண்டார். அவர் தனக்களிக்கப்பட்ட விடுமுறைகளையும் மறுதலித்தார், எங்கே தன் வாய்ப்புகள் பறிபோய்விடுமோ என்ற அச்சத்தில். அப்போது அவருடன் பணியாற்றிய ஒருவர் சொல்கிறார்: "இளம் டேவிட் எப்போதும் சண்டைக்குத் தயாராக இருந்தார்!" ஒவ்வொரு முறையும் அவர் தன் அப்பாவிடம் தொலைபேசியில் பேசும் போது தான் இப்போது பணிபுரியும் பிரதேசத்தை நன்கு அறிவார் என்று டேவிட்டிற்குத் தெரியும். கம்ஜலாம் பல வருடங்களுக்கு முன்பு நௌகாமில், *35 RR*[4] அணியில் பணியாற்றினார். அது இராணுவத்தின் அஸாம் ரெஜிமென்டுடன் இணைக்கப்பட்டிருந்தது. அவர் இந்த அணியைச் சேர்ந்தவர்.

நௌகாம் மற்றும் ஹிமாசலப் பிரதேசத்தின் பக்லோவிலிருந்த மறுசீரமைப்பு மையங்களில் ஐந்து வருடங்கள் பணியாற்றிய பிறகு, டேவிட்டிற்குத் தன் சொந்த மண்ணில் – நாகாலாந்தில்–

4 2016-ல் நௌவ்காமில் நடந்த தீவிரவாதிகளுக்கெதிரான மோதலில் வெற்றி பெற்றதற்காக ஹவில்தார் ஹங்பன் தாதாவிற்கு (35 ஆர் ஆர்), அமைதிக் காலத்தில் நாட்டில் வழங்கப்படும் மிக உயரிய விருதான 'அசோக சக்கரா' விருது அவர் மரணத்திற்குப் பின் வழங்கப் பட்டது. இதைப் பற்றி ஏற்கனவே தீரமிக்க இந்தியர்கள்: தொகுதி-1-ல் குறிப்பிடப்பட்டுள்ளது.

164 எல்லையோர இராணுவப் படையில்[5] பணியாற்ற வாய்ப்புக் கிடைத்தது.

வட கிழக்குப் பகுதிக்கு பணியில் சேரச் செல்லும்போது வழியில், தன் வீட்டிற்குச் செல்வதற்காக டேவிட் ஷில்லாங்கில் இறங்கினார். வடக்குக் காஷ்மீரில் பணிபுரிந்தபோது அவர் பலமுறை தாம் விடுப்பில் செல்வதை ஒத்திப்போட்டதால், அவர் அம்மாவும் அப்பாவும் அவரைச் சில நாட்கள் தங்களுடன் தங்கிச் செல்லுமாறு வற்புறுத்தினர். அவர் தன் பெற்றோர்களுடன் தங்கியிருந்த அந்தச் சில நாட்களில் இந்திய இராணுவம் முழுமையாக மாற்றிவிட்ட ஓர் இளைஞருடன் அவர்கள் அதிக நேரம் செலவழித்தனர். முன்பை விட 'சீரியசாக'வும். சீராகவும் மாறிவிட்ட டேவிட், தான் நேசிப்பவர்களுடனே அதிக நேரம் செலவழித்தார்.

தன் மகன் இராணுவப் பணியை மிகவும் நேசித்ததாக டேவிட்டின் தந்தை சொல்கிறார். காஷ்மீர் பணிக்குப் பின்பு அவர் நாகாலாந்து சென்றார். அது காஷ்மீரைப் போலவே, சிக்கலான சவாலான பிரதேசம். அங்கே டேவிட் உல்ஃபா தீவிரவாதிகளையும், *NSCN(K)*[6] *(National Socialist Council Of Nagaland)*

5 இந்திய இராணுவத்தின் ஓர் அங்கமான எல்லையோர இராணுவப்படை ஓர் இரண்டாம் கட்ட பாதுகாப்பு அணியாகும். அதில் தகுதியான பொது மக்களும், இராணுவத்தினரும் அங்கம் வகிப்பர். 164 காலாட்படை பெட்டாலியன் நாகா ரெஜிமென்டிலிருந்து அதிகாரிகளையும், வீரர்களையும் எடுத்துக் கொள்கிறது. இதன் தலைமையகம், நாகாலாந்திலுள்ள ஜக்ஹாமாவில் இருக்கிறது. ஒரு 'ஹோம் அண்ட் ஹார்த்' பெட்டாலியனான அது, உள்ளூர் இளைஞர்கள் தீவிரவாதிகளுடன் சேருவதைத் தடுக்கிறது; அதே சமயம், தீவிரவாதிகளுடனான நேரடித் தாக்குதல்களிலும் அது ஈடுபடுகிறது.

6 எஸ்.எஸ். கப்லாங் பிரிவு நேஷனல் சோசியலிஸ்ட் கவுன்சில்- நாகாலாந்து- (என் எஸ் சி என்[கே]) தடை செய்யப்பட்ட ஒரு பிரிவாகும். அது வட கிழக்குப் பகுதியில் இயங்குகிறது. 2015-ல் அது தன்னிச்சையாக, போர் நிறுத்த ஒப்பந்தத்தை மீறி, நாகாலாந்திலும், மணிப்பூரிலும் பெரும் தாக்குதல்களை நடத்தியது. சில நாட்களுக்கு முன் மணிப்பூரில் அது நடத்திய தாக்குதலுக்குப் பழிவாங்கும் விதமாக, இதை ஒழித்துக் கட்ட நம் இராணுவத்தின் சிறப்புப் படை, நடத்திய தாக்குதல் பற்றி விவராமாக, தீரமிக்க இந்தியர்கள்: தொகுதி-2-ல் சொல்லப்பட்டிருக்கிறது.

தீவிரவாதிகளையும் எதிர்த்துப் போராட வேண்டியிருந்ததால், அவர் தந்தை அவரை மிக ஜாக்கிரதையாக இருக்குமாறு மீண்டும் கேட்டுக் கொண்டார்.

உல்ஃபா தீவிரவாத அமைப்பு, 1979-ல் ஏற்படுத்தப்பட்டது. 1990- முதல் இந்திய அரசாங்கம் அதைத் தடை செய்திருக்கிறது. அது 1990- முதல் சிறியதாகவும் பெரியதாகவும் பல தாக்குதல்களை இடைவிடாது நடத்தியது. மியன்மாரிலிருந்த பயிற்சிக் களங்களும், நிரூபிக்கப்பட்ட சீனாவின் ஒத்துழைப்பும் இந்தத் தீவிரவாத அமைப்பை, வட கிழக்கில் ஒரு தவிர்க்க முடியாத சக்தியாக மாற்றியிருந்தன. மேலே குறிப்பிட்ட அணிகள் ஒன்றாக இணைந்து செயல்பட ஒரு காரணமும் இருந்தது. சமீபத்தில் நிறைவேற்றப்பட்ட இந்தியக் குடியுரிமை திருத்தச் சட்டம் தன் செயல்பாடுகளை மேம்படுத்திக் கொள்ள உல்ஃபாவிற்கு ஒரு உந்து சக்தியாக இருந்தது. உல்ஃபா அதை அஸாம் மக்களுக்கு எதிரானதாகக் கருதியது. டேவிட் சென்று கொண்டிருந்த இடம், பயங்கரமான இந்த இரண்டு தீவிரவாதிகளின் கொல்லைப்புறம்.

மோகோக்சுங் மாவட்டத்தின் எல்லை அஸாமின் வடக்கிலும் கிழக்கிலும் நெடுகப் பரவி இருந்தது. 2014-ம் ஆண்டு, டிசம்பர் 5-ம் நாள், தன் பைகளுடனும், கிடாருடனும் ஜக்ஹாமாவில் டேவிட் பணியில் சேர்ந்தார். நௌகாமில் ஊடுருவல்காரர்களுக்கு எதிரான மோதல்கள் பலவற்றை வெற்றிகரமாக நடத்திய கர்னல். கே.வி. கே. பிரகாஷ் அந்த அணியின் தலைவராக இருந்தார். அவர் உடனே டேவிட்டை மாகோக்க்ஷுங்கிலிருந்த காலாட்படைக்குத் தலைமையேற்க அனுப்பி வைத்தார்.

“இந்த மனிதர் இரண்டு மிக வித்தியாசமான குணாதிசயங்களைக் கொண்டவர். ஓய்விலிருக்கும்போது, பாடிக்கொண்டும், தன் கிடாரை வாசித்துக் கொண்டும் இருக்கும் அவர் ஒரு வேடிக்கையான மனிதர். ஆனால் களத்திலிறங்கிப் போராடும்போது அவரைப் போல ஒரு ஸீரியஸான ஆசாமியைப் பார்க்க முடியாது!” இப்படிச் சொல்பவர் நௌகாமிலும், நாகாலாந்திலும் அவருடன் பணியாற்றிய ஒரு நண்பர்.

அவர் நண்பர்கள் அடிக்கடி டேவிட்டைப் பார்த்துச் சொல்வார்கள்: "நீ இன்னும் வளர வேண்டும் தம்பி!" உண்மையில் இது அவரின் அளவற்ற உற்சாகத்திற்கு அளிக்கப்பட்ட சான்று. நண்பர்களின் வாக்கை நல்வாக்காக எடுத்துக் கொண்டு தன்னை சீர்படுத்திக் கொண்ட டேவிட், அடுத்த இரண்டு வருடங்களில் தீவிரவாதிகளுக்கெதிரான பல முக்கியத்துவம் வாய்ந்த தாக்குதல்களுக்குத் தலைமை ஏற்றார். மேஜராகவும் அவருக்குப் பதவி உயர்வு கிடைத்தது. தீவிரவாதிகள் சீண்டிப் பார்க்கும் பிரதேசம் முழுவதற்கும் அவர் இப்போது பொறுப்பேற்றிருந்தார்.

நாகாலாந்தின் திமாபூரிலிருக்கும் ரிவர் பெல்ட் காலனி மற்றும் தோபிநலா பகுதிகளில் நடந்த தாக்குதல்களும் இவற்றில் அடக்கம். இவற்றில் N S C K (K) வைச் சேர்ந்த மூன்று தீவிரவாதிகளும், N S C N (R)-யைச் சேர்ந்த இரண்டு தீவிரவாதிகளும் உயிரோடு பிடிக்கப்பட்டனர். அதோடு, பெரும் அளவில் ஆயுதங்களும், குண்டுகளும் சிக்கின. ஜுன்ஹிபொடொவில் இன்னொரு தீவிரவாதி வெடிகுண்டுகள் செய்யத் தேவையான பொருட்களுடன் சிக்கினான். டேவிட்டின் கொல்லைப்புறமான திஜிடியிலிருந்த நம்ஸா கிராமத்திலிருந்து இன்னொரு தீவிரவாதியும் மிரட்டிப் பணம் பறிக்கும் குறிப்புகளுடன் அகப்பட்டான்.

"மேகாலயாவைச் சேர்ந்த, மணிப்பூரியான டேவிட் நாகாலாந்தில் பணியாற்றினர். வட கிழக்கில் சில சமயம் பழங்குடியினருக்கும், அரசுக்குமான உறவுகள் இரத்தத்தில் வரையறுக்கப்படுவது உண்டு. டேவிட் இந்தப் பகுதிகளில்தான் பணிபுரிந்தார். நௌகாமிலிருந்ததைவிட இது இன்னும் மிக ஆபத்தான சூழ்நிலை. இங்கே தீவிரவாதிகள் 'தாக்கு-ஓடு' தந்திரத்தைக் கடைப்பிடித்தனர். உள்ளூர்வாசிகளைப் பயமுறுத்த அவர்கள் பெருமளவில் ஆள் கடத்தலையும் செய்தனர். டேவிட் அவர்களுடன் இரண்டறக் கலந்துவிட்டார் என்றே சொல்ல வேண்டும்- அதாவது, அவர் தீவிரவாதியா அல்லது இராணுவ

வீரரா என்ற சந்தேகம் புதியதாக அவரைப் பார்க்கும் யாருக்கும் வரும்.”

2015-ல் ஜூன் மாதம் இந்திய இராணுவத்தின் வீரர்களைச் சுமந்து சென்ற ஒரு வாகன வரிசையின் மீது N S C N (K) -ன் தீவிரவாதிகள் பதுங்கிப் பாய்ந்து தாக்குதல் நடத்தினர். இதில் பதினெட்டு வீரர்கள் அநியாயமாகக் கொல்லப்பட்டனர். இந்த மிருகத்தனமான தாக்குதல் டேவிட்டின் சொந்த மாவட்டமான சாந்தலில் (மணிப்பூர்) நடத்தப்பட்டது. இதனால் டேவிட் மிகவும் அதிர்ந்து போய்விட்டார். ஜூன் 4-ம் தேதி, மியான்மரின் உள்ளே நடந்த பாரா சிறப்புப் படையின் ஓர் அணி பங்கு பெற்ற தாக்குதலில் தானும் பங்கு பெற வேண்டும் என்று டேவிட் மிக விரும்பினார். ஆனால் டேவிட்டிற்கும், அவர் அணிக்கும் அவர்கள் தற்போது பணிபுரியும் இடத்திலேயே நிறைய வேலை இருந்தது. மியான்மர் ரெய்டிற்குப் பிறகு NSCN(K) மற்றும் உல்ஃபா தீவிரவாதிகள் அத்துமீறிவிடுவார்கள் என்று அவருக்கும் அவர் அணியினருக்கும் தெரியும்.

பத்து மாதங்கள் பணியாற்றிய பின் சில நாட்கள் விடுப்பில் தன் பெற்றோரைப் பார்க்க டேவிட் ஷில்லாங் சென்றார். அப்போது அவர் ஒரு புகைப்படம் எடுத்தார்.

புன்னகை விரியும் முகத்துடன் அவர் அதில் மிக மகிழ்ச்சியாக இருப்பார். இந்தப் புகைப்படம் இரண்டு வருடங்கள் கழித்து, ஊடகங்களில் நாடெங்கிலும் காட்டப்பட்டது. டேவிட்டும் அவர் சகோதரர்கள் ஜிம்மியும், சியாம்பும் ஒரு வீட்டின் கூரையிலிருந்து பொங்கும் உற்சாக வெள்ளத்துடன் கீழே குதிக்கும் வாக்கில் எடுக்கப்பட்ட புகைப்படம் அது. இந்தப் புகைப்படத்தை டேவிட் தன் ப்ரொஃபைல் படமாக முகநூலில் பதிவிட்டபோது, ஒரு நண்பர் ‘மூன்று முட்டாள்கள்’ என்று கமென்ட் செய்தார். இந்தப் புகைப்படம் இன்றும் அவர் ப்ரொஃபைல் படமாக இருக்கிறது.

ஆனால் டேவிட்டிற்குத் தெரியும், தான் விடுமுறையில்

வீட்டிற்கு வருவது நாளாக நாளாகக் குறைந்து போகும் என்று. வீட்டிலிருந்து திரும்பி வந்ததும், அவர் கால விரயம் செய்யாமல், உடனே தன் பணியைத் தொடங்கினார். தீவிரவாதிகள் பற்றிய உளவுத் தகவல்களுக்கு எப்போதும் பஞ்சமில்லை. கடினமான வேலை என்னவென்றால், அவற்றில் எது உண்மை, எது பொய் என்று கண்டுபிடிப்பதுதான். டேவிட் அணியையும் பிற அணியினரையும் குழப்பிவிட இந்த மாதிரி தீவிரவாதிகள் பொய்யான தகவல்களைப் பரப்புவது வழக்கம். நம் அணியினரைச் சோர்வடையச் செய்வதற்காக அவர்கள் செய்யும் போக்கிரி வேலை இது. ஆனால் தங்கள் பலவீனத்தைச் சிறிதளவேனும் காட்டிவிட்டால், *N S C N (K)* மற்றும் உல்ஃபா தீவிரவாதிகளுக்குக் கொண்டாட்டமாகிவிடும் என்று டேவிட்டிற்கு நன்றாகவே தெரியும். இதன் பொருள்: அந்தப் பகுதியைச் சேர்ந்த இளைஞர்களைத் தங்கள் வலைக்குள் விழ வைத்து, அவர்களைக் கொண்டு அந்தப் பகுதியின் அமைதியைச் சீர்குலைப்பதே!

அந்தப் பகுதியில் வசிக்கும் இளைஞர்களைத் தன்பால் திருப்ப, டேவிட் மருத்துவ முகாம்களும், தொழில் பயிற்சிப் பட்டறைகளும், வேலை வாய்ப்பு முகாம்களும் நடத்தினதோடல்லாமல், கால்பந்தையும் அவர்கள் உள்ளங்களைக் கொள்ளை கொள்ளப் பயன்படுத்தினார். தீவிரவாதத்திலிருந்து அவர்கள் மனதைத் திருப்ப இவற்றைப் பயன்படுத்தினார். இராணுவ வாழ்க்கைக்கு அடுத்தபடியாக அவருக்கு மிகவும் பிடித்த விஷயம் கால்பந்து. எனவே அவருக்கு அதில் எந்தச் சிரமமும் இல்லை. ஷில்லாங்கிலிருந்த செயின்ட் அந்தோணி பள்ளியில் படித்தபோது, டேவிட் ஒரு கால்பந்து வெறியராகவே இருந்தார். அவர் டெல்லிக்குச் சென்றபோது, கால்பந்தும் அவருடன் சென்றது எனலாம்.

நிர்வாக இயல் கல்லூரியில் அவருடன் படித்த அவர் வகுப்புத் தோழர், சாகர் பாண்டே சொல்கிறார்: “டேவிட் எப்படித் தலைமையேற்று, தன் அணியை வழிநடத்தினார் என்பதை

என்னால் மறக்கவே முடியாது. எல்லாவற்றிற்கும் அவர் பொறுபேற்றுக் கொள்வார் சிறிதும் தயங்காமல்! அவர் ஒரு அபூர்வமான 'சென்டர் ஃபார்வேட்' விளையாட்டு வீரர். அவர் பந்தை மைதானத்தில் உந்தித் தள்ளும் விதம் சில சமயம் ஆச்சரியமாக இருக்கும். மைதானத்தில் விளையாடும் ஒவ்வொரு வீரரும் தன் அதிகபட்சத் திறமையை வெளிப்படுத்த அவர் தன்னாலான அனைத்தையும் செய்வார்."

அவர் சர்வதேச கால்பந்து விளையாட்டின் அதி தீவிர ரசிகர். அதே சமயம் உள்ளூரில் நடக்கும் சிறிய விளையாட்டுகளிலும் அவர் அதே அளவு ஆர்வம் காட்டினார். வடகிழக்கிலிருந்த கால்பந்து 'கிளப்'புகளின் செயல்பாடுகளிலும் ஆர்வம் காட்டி வந்தார். அவர் முகநூல் பக்கமே இதற்குச் சான்று. திஜிட்டில் பொறுப்பேற்றுக் கொண்ட சிறிது காலத்திலேயே, அவர் கால்பந்து போட்டிகளை நடத்த ஆரம்பித்து, சுற்றியுள்ள கிராமங்களிலிருந்த இளைஞர்களைப் பங்கு பெற வைத்தார். இப்போட்டிகள் மிகக் கடுமையாக இருக்கும். அவை சில சமயம் அடிதடியில் கூட முடிவது உண்டு. ஆனால் இதையெல்லாம் கண்டு டேவிட் பயப்படவில்லை. அந்தப் பகுதியின் இளைஞர்களின் மனங்கள் தீவிரவாதம் தவிர மற்ற எதில் வேண்டுமானாலும் ஈடுபடட்டும் என்று அவர் நினைத்தார்.

டேவிட்டைப் பார்த்த உடனேயே, அவர் *C.O* கர்னல் பிரகாஷிற்குத் தெரிந்து போயிற்று, 'ஆசாமி வேற லெவல்'. அசாத்தியமான தன்முனைப்பாலும், அறம் தவறா செயல் திறனாலும், நாகாலாந்தில் பணியாற்றிய இரண்டே வருடங்களில் களத்தில் செயலாற்றுவதில் சிறிதளவே முன் அனுபவம் கொண்ட இளம் அதிகாரிகளால் ஆபத்தைக் கண்டு அஞ்சாமலும் அதே சமயம் மனதில் கருணையுடனும் எப்படி பணியாற்ற முடியும் என்பதை டேவிட் நிரூபித்தார். பிடிபடும் *NSCN*- ன் ஆட்கள் எண்ணிக்கை அதிகரிக்க அதிகரிக்க டேவிட்டின் உற்சாகம் அணியிலிருந்த மற்றவர்களையும்

தொற்றிக்கொண்டு அதை எப்போதும் உற்சாகம் வழிந்தோடும் ஓர் அணியாக மாற்றிவிட்டது. அந்த அணி பணியாற்ற வேண்டிய இடம் நாட்டிலேயே கிளர்ச்சிக்காரர்களாலும், பிரிவினைவாதிகளாலும் ஓயாமல் தாக்கப்பட்டு வந்த இடம் என்பதைப் புரிந்து கொண்டால் இது எவ்வளவு கஷ்டமான விஷயம் என்பது விளங்கும். 2016 ஆகஸ்டில் டேவிட் திமாபூரில் ஆற்றிய பணிக்காக, அவர் அணிக்கு இந்திய இராணுவத் தலைவரின் பாராட்டிதழ் கிடைத்தது. அப்போது இராணுவத் தலைவராக இருந்தவர் ஜென். தல்பீர் சிங். அவர் கிழக்குப் பகுதியின் இராணுவத் தலைவராகப் பணியாற்றியவர். எனவே, டேவிட்டின் பணி எவ்வளவு சிறப்பானது சிரமமானது என்று அவருக்குத் தெரியும்.

அந்தத் தாக்குதல் அணியின் பேசுபொருளாயிற்று. டேவிட்டும், இராணுவத்தின் பாரா சிறப்புப் படையைச் சேர்ந்த ஓர் அதிகாரியும் தன் தலைக்கு மிக அதிக விலை வைக்கப்பட்ட ஒரு NSCN(K) கமாண்டரை, பட்டப்பகலில் துரத்திச் சென்று உயிரோடு பிடித்தனர். மியான்மரிலிருந்து தீவிரவாதிகள் கிளம்பி வந்து எப்படி நாகாலாந்தைக் கடந்து, அஸாமிற்குள் நுழைகிறார்கள் என்பதைப் பற்றி ஏராளமான தகவல்களை அவனிடமிருந்து கறக்க முடிந்தது.

ஷில்லாங்கில் டேவிட்டின் பெற்றோர்களுக்குத் தன் மகனுக்குக் கிடைத்த அங்கீகாரம் பற்றி ஒரே பெருமை. அவர் தந்தை கம்ஜலாம் தன் மகன் முழுமூச்சில் பணியில் இறங்கிவிட்டதாக உணர்ந்தார். அவர் டேவிட்டிற்கு அலைபேசி வழியாக வாழ்த்துச் செய்தி அனுப்பினார்: “அன்பு மகனே தொடர்ந்து எங்களைப் பெருமைப்படுத்து. உன் அணிக்கு பெருமை சேர்க்கும் விதமாக நடந்துகொள். அதே சமயம் ஜாக்கிரதையாகவும் இரு; போதிய ஓய்வையும் எடுத்துக் கொள்!”

கிடைத்த பாராட்டு, டேவிட்டின் பணியை எந்த விதத்திலும் பாதிக்கவில்லை. அவர் எதுவும் நடக்காதது போல் தன்

பணியை அதே தன்முனைப்புடனும், சுறுசுறுப்புடனும் தொடர்ந்து செய்து வந்தார். பாராட்டு பற்றிய செய்தி அவருக்குக் கிடைத்தபோது, அவர் மியான்மர் எல்லையில் பணியிலிருந்தார். மோகோக்சுங்கிலிருந்து அவர் மன் மாவட்டத்திற்கு மாற்றப்பட்டிருந்தார். இது நாகாலாந்தின் முனையிலிருந்தது. அதன் மேற்கிலும் வடக்கிலும் அஸாமும், வட கிழக்கில் அருணாசலப் பிரதேசமும் இருந்தன. முக்கியமாக, அதன் கிழக்கில் பர்மாவின் சர்வதேச எல்லையிருந்தது.

தான் பணியாற்ற வேண்டிய புதிய இடம் டேவிட்டிற்கு மிகுந்த மகிழ்ச்சியைத் தந்தது. சர்வதேச எல்லையில் மோதல்களுக்கான வாய்ப்பு அதிகம் என்பதே அதற்குக் காரணம். ஆனால், அதே சமயம் இப்படி பணியாற்றிய பின் ஒரு வருடத்திற்குள்ளாகவே களப்பணியிலிருந்து விடுவிக்கப்பட்டு, ஏதாவதொரு அலுவலகப் பணிக்கு அனுப்பப்படும் நடைமுறை அவருக்கு எட்டிக்காயாகக் கசந்தது. இரண்டு முறை களத்தில் அவர் பணியாற்றிவிட்டதால் அவர் அலுவலகப் பணிக்கு மாற்றப்படுவார் என்பது உறுதி. அது அனேகமாக ஒரு 'பெஞ்சு தேய்க்கும்' வேலையாகத்தான் இருக்கும். உப்புச் சப்பில்லாத வேலை. அதில் சில ஆண்டுகள் பணியாற்றிய பின்பே அவர் மோதல்கள் மிக்க களப்பணிக்குத் திரும்ப முடியும். இந்த உண்மை அவருக்கு எரிச்சலூட்டியது.

அவருடன் பணியாற்றிய நண்பர் ஒருவர் சொல்கிறார்: "அவருக்கு அலுவலகப் பணி பிடிக்கவே இல்லை. எப்படியாவது, எதையாவது செய்து ஆடுகளத்தில் இருக்கவே அவர் விரும்பினார். அவருக்கிருந்த வாய்ப்புகளிலொன்று, *NSG* எனப்படும் தேசியப் பாதுகாப்புப் படை[7]. ஆகவே அதில்

---

7 என்எஸ்ஜி என்பது இந்திய உள்துறை அமைச்சகத்தின் கீழ் இயங்கும் ஒரு சிறப்புப் படையாகும். இதன் பிரிவான ஸ்பெஷல் ஏக்ஷன் க்ரூப் தன் வீரர்களை இராணுவத்திலிருந்து தேர்வு செய்கிறது. தீவிரவாதிகளுக்கெதிரான தாக்குதல் முறைகளில் சிறப்புப் பயிற்சி பெற்றிருக்கும் இந்த அணி, தீவிரவாதிகளுக்கெதிரான தாக்குதல்களிலும், கடத்தல்கார்களுக்கு எதிரான தாக்குதல்களிலும், கடத்தப்பட்டவர்களை மீட்கும் பணியிலும், வெடி குண்டுகளை அகற்றும் பணியிலும் ஈடுபடுகிறது

சேர அவர் விண்ணப்பித்திருந்தார். "ப்ரோ என்னால் அலுவலகப் பணியை ஏற்க முடியாது. சுத்த போர்" என்று அவர் சொன்னதை இன்னும் என்னால் மறக்க முடியவில்லை.

அவருக்குப் பாராட்டுக் கிடைத்து, நான்கு மாதங்கள் கழித்து வேறு ஒருவர் அணித்தலைவராகப் பொறுப்பேற்றார், கர்னல் பிரகாஷுக்குப் பதிலாக. கர்னல் மிஷ்ரா அந்தப் பொறுப்பிற்கு வந்தார்.

கர்னல். மிஷ்ரா சொல்கிறார்: "அவரைப் பார்த்தும் எனக்குத் தெரிந்து போயிற்று அவர் தன்னிச்சையாக இயங்கக்கூடிய ஒரு பிடிவாதக்காரரர் என்று. அவர் ஒரு 'சக்திமான்'. தான் செய்யும் வேலையிலேயே அவர் கவனம் முழுவதும் குவிந்திருக்கும். இது என்னை வியப்பில் ஆழ்த்தியது; அதே சமயம் அவரின் அசாத்திய ஆற்றலும், அளவுக்கு மீறிய தன் முனைப்பும் அவரை ஆபத்தில் தள்ளிவிடக் கூடாதே என்றும் நான் கவலைப்பட்டேன். என் மனதின் ஒரு மூலையில் என் வீரர்களைப் பற்றிய இந்தக் கவலை இருந்து கொண்டே இருக்கும் எப்போதுமே. டேவிட்டின் ஆற்றலை, அவருக்கோ அவருடன் பணியிலிருக்கும் மற்ற வீரர்களுக்கோ எந்த அபாயமும் நேர்ந்து விடாமல் பயன்படுத்திக் கொள்ள வேண்டும் என்பதில் நான் உறுதியாக இருந்தேன்."

மன் மாவட்டத்தில் திஜிட் கிராமத்தில் சவால்கள் மிக்க தன் புதிய பணியை ஏற்றுக்கொண்ட டேவிட், உடனே தனக்கு உளவு சொல்ல புதிய ஆட்களைத் தேடித்தேடிச் சேர்த்தார். அவர் பணியேற்ற இடம் தன் நிலப்பரப்பை அடிக்கடி மாற்றிக்கொள்ளும் தன்மை உடையது. எனவே உளவு சொல்ல அவ்வப்போது புதிய ஆட்களை நியமிப்பது அவசியமாயிற்று. அவர் பயப்பட்டது சரியே என்று விரைவில் நிரூபணமாயிற்று. 2015-ல் மியான்மர் தாக்குதலுக்குப் பிறகு, NSCN (K) யும், ULFA (I) யும் தங்கள் அணிகளுக்குப் புதிய ஆட்களைச் சேர்த்துக் கொள்வதில் முனைப்புக் காட்டின. அவர்களின் ஒவ்வொரு முயற்சியும் முறியடிக்கப்பட்டதால்

அவர்கள் பயங்கரக் கோபத்திலிருந்தனர். அவர்கள் இந்திய இராணுவத்திற்கெதிராகவும், அப்பகுதியில் நிறுவப்பட்டிருந்த பாதுகாப்புப் படைக்கெதிராகவும் ஒரு பெரிய தாக்குதலை நடத்தி பழிவாங்கத் திட்டமிட்டனர்.

2017-ம் வருடம் ஜூன் மாதம் 4-ம் நாள், ULFA (I) ஊடுருவல்காரர்கள் பெருமளவு ஆயுதங்களுடனும், வெடி பொருட்களுடனும் மியான்மரிலிருந்து வந்து, அஸாம் நோக்கி நகரப்போவதாக டேவிட்டிற்குத் தகவல் கிடைத்தது. கிடைத்த தகவல் வழக்கம்போல் தெளிவாக இல்லை; அதை வைத்துக்கொண்டு செயலில் இறங்குவது மிகவும் சிரமம்; இருப்பினும், டேவிட் தனக்குக் கிடைத்த தகவல்களை வைத்துக்கொண்டு ஒரு செயல் திட்டம் வகுக்க முயற்சி செய்தார்.

2017-ம் வருடம் ஜூன் மாதம் 6-ம் நாள் மாலையில் டேவிட் தன் முகாமில் தன் நண்பர்களுடனும் குடும்பத்தினருடனும் 'வாட்ஸ் அப்' பில் செய்தி அனுப்பிக் கொண்டிருந்தார். அவர் ஷில்லாங்கிலிருந்த தன் சிநேகிதியான ரிச்சாவிற்கு ஒரு குறுஞ்செய்தியை அனுப்பினார். அதில் தான் வீட்டிற்கு இன்னும் ஒரு வாரத்தில் விடுமுறையில் வரவிருப்பதாகத் தகவல் சொன்னார். தன் பெற்றோர்களிடம் தன் NSG திட்டம் வெற்றி பெற ஆண்டவனிடம் பிரார்த்தனை செய்யுமாறும் கேட்டுக் கொண்டார்.

அவர் தந்தை கம்ஜலாம் ஆசிர்வதித்தார்: "உன் திட்டம் வெற்றி பெறும். உன் வேலையில் முழுக்கவனம் செலுத்தி, எச்சரிக்கையுடன் இரு!"

இரவு 8.30 மணிக்கு டேவிட்டின் போன் ஒலித்தது. பேசினவன் ஓர் உள்ளூர் உளவாளி. இவனை அஸாம் எல்லையருகே டேவிட் பணியிலமர்த்தி இருந்தார். மன்னின் லாபா லெம்போங் மலைப்பகுதியில், ULFA (I) தீவிரவாதிகளின் நடமாட்டம் தென்படுவதாக அவன் தகவல் சொன்னான். டேவிட் தினமும்

கேட்கும் பல தகவல்களைப் போலில்லாமல் இந்தத் தகவல் தெளிவாகவும், குறிப்பாகவும் இருந்தது. அது தீவிரவாதிகளின் எண்ணிக்கையையும் குறிப்பிட்டு அவர்கள் போகும் வழியையும் குறிப்பிட்டு, அவர்களை எந்த இடத்தில் வழிமறித்துத் தாக்கலாம் என்றும் சொன்னது.

கர்னல். மிஷ்ரா சொல்கிறார்: "டேவிட் தனக்குக் கிடைத்த தகவல்களை மூன்று நாட்கள் தீவிரமாக ஆராய்ந்தார். அஸாமிற்குள் செல்ல தீவிரவாதிகள் முயன்று கொண்டிருக்கிறார்கள் என்பதில் அவருக்கு எந்தச் சந்தேகமுமில்லை. திஜிட்டை அவர்கள் கடக்கும் நேரம்தான் சரியாகத் தெரியவில்லை. அதைப் பற்றிச் சிந்தித்துக் கொண்டிருக்கும் போதுதான் அந்த அழைப்பு வந்தது." அது சொன்ன செய்தி: தீவிரவாதிகள் இரண்டு ஆட்டோ ரிக்ஷாக்களில் லாபா லெம்போங் செல்ல, திஜிட்டை நோக்கிச் சென்று கொண்டிருக்கிறார்கள். அப்போது டேவிட், பாரா அதிகாரிகளுடன் பேசிக் கொண்டிருந்தார். அந்த அழைப்பு வந்தபோது அவர் வீரர்கள் ஏற்கனவே தயாராகத்தான் இருந்தார்கள்.

டேவிட், தன் ஆட்களை இரண்டு அணிகளாகப் பிரித்து அவர்களை இரண்டு ஜிப்சி வாகனங்களில் ஏறிக்கொள்ளச் செய்தார். இரண்டு அணிகளில் ஒன்றில் அவர் ஆட்கள் இருந்தனர். இன்னொன்றில் 12 பாரா சிறப்புப் படையைச் சேர்ந்தவர்கள். இரவு 9.05 மணிக்கு, திஜிட்டை விட்டு நீங்கி, லாபா லெம்போங் செல்ல ஒரு தொங்கு பாலத்தை நோக்கி அவை சென்றன. ஒரு 'மொபைல் செக் பாயின்ட்டை' (MCP) நிறுவதுதான் அவர்கள் வேலை. லாபா-லெம்போல்-லுங்லாப்-ஊடிங் சாலையைச் சென்றடைய அந்த வழியாக வரும் இரண்டு ஆட்டோ ரிக்ஷாக்களைத் தடுத்து நிறுத்தி, அவற்றை எதிர்கொள்வதுதான் அவர்கள் நோக்கம்.

MCP யை அமைத்த பின், இரவு 10-03 மணிக்கு, அந்த இரண்டு ஆட்டோ ரிக்ஷாக்கள் லாபா லெம்போங் கிராமத்திலிருந்து இருட்டில் வெளியே வந்து, ஊடிங் சாலை நோக்கிச் சென்றன.

அவற்றை நிற்கச் சொல்லி, சைகை செய்தபோது, நிற்காமல் சட்டென்று திரும்பி, அருகிலிருந்த மலையை நோக்கி வேகமாகச் சென்றன. இப்படி அந்த ஆட்டோக்கள் சென்றது அவர்கள் எந்த நல்ல காரியத்திற்காகவும் வரவில்லை என்பதை உறுதி செய்தது. கிடைத்த தகவல்களும் அவர்கள் நோக்கத்தை உறுதி செய்ததால், டேவிட் துரத்த ஆரம்பித்தார்.

தன் மறைவிடத்தை விட்டு வெளியேறி, தன் ஏகே 47-னுடன் ஜிப்சியில் குதித்து ஏறி, முன் இருக்கையில் அமர்ந்த டேவிட் "அவர்களைப் பிடியுங்கள், பிடியுங்கள்!" என்று கூவினார். அவர் வாகனம் மலைப்பாதையில், அந்த இரண்டு ஆட்டோக்களையும் துரத்தியது.

200 மீட்டர் இடைவெளியில் பாரா அணியின் வீரர்கள் இன்னொரு ஜிப்ஸியில் தொடர்ந்தனர். அவர் நினைத்திருந்தால் ஆட்டோக்களை சுட்டுத் தள்ளியிருக்கலாம். ஆனால் அதிலிருப்பவர்கள் ஒருவேளை தீவிரவாதிகளாக இல்லாமலிருந்தால் என்ற நூலிழை சந்தேகம் அவரை அவ்வாறு செய்ய விடாமல் தடுத்தது. தவறுதலாக, பொதுமக்களைக் கொன்று விட்டால் இரண்டு ஆண்டுகளாக அவர் பட்ட பாட்டையெல்லாம் அது வீணடித்துவிடும். அவர் வென்ற இதயங்களையெல்லாம் அது இழக்கச் செய்துவிடும். அதிலும், நாகாலாந்தில் பணி புரிந்து கொண்டிருக்கும் நாகா அல்லாத அவர் அந்தத் தவறைத் தப்பித் தவறித் செய்துவிட்டால், அது சங்கிலித் தொடராக எதிர்வினைகளை 'கிளம்ப'ச் செய்து இராணுவத்தின் மீதும் இந்திய மக்கள் மீதும் தீரா வெறுப்பையும், பகைமையையும் வளர்த்துவிடும். டேவிட் தன் துப்பாக்கியைக் குறி பார்த்து ஆட்டோக்களை நோக்கி நீட்டிக்கொண்டே, எதற்கும் தயாராக தன் முன் இருக்கையில் முன் நோக்கிச் சாய்ந்தவாறே இருட்டில் விரைந்து சென்று கொண்டிருந்த ஆட்டோக்களை உற்றுப் பார்த்துக் கொண்டிருந்தார்.

"அது மிகவும் குறுகிய மலைப்பாதை. அவரால் துப்பாக்கியால் சுடவும் முடியவில்லை. ஏனெனில் தப்பித்தவறி கூட ஒன்றும்

அறியா அப்பாவிகள் மீது சுட டேவிட் விரும்பவில்லை. எனவே அவர் 25 மீட்டர் தொலைவில் ஆட்டோக்களைத் தொடர்ந்த வண்ணமிருந்தார். பின்பு மலைப்பாதையின் ஒரு முட்டுத் திருப்பத்தில் ஒரு ஆட்டோ நின்றுகொள்ள, இன்னொன்றோ தன் பயணத்தைத் தொடர்ந்தது. இருட்டில் குறைந்தபட்சம் மூன்று ஆட்கள் ஆட்டோவிலிருந்து இறங்கி வலப்புறம் ஓடி மலையில் ஏறுவதை டேவிட் பார்த்தார். ஓடிக்கொண்டிருக்கும்போதே அவர்கள் டேவிட்டின் ஜிப்ஸியை நோக்கிச் சுட்டார்கள்" என்கிறார் கர்னல் மிஷ்ரா.

ஓடிக்கொண்டிருந்த வாகனத்திலிருந்து தாவிக் கீழே குதித்த டேவிட், வண்டியை உடனே நிறுத்திவிட்டுக் கீழே குதிக்குமாறு தன் ஓட்டுநருக்குக் கட்டளை இட்டார். அதே சமயம் வாகனத்தில் பயணம் செய்து கொண்டிருந்த ஆறு வீரர்களையும் உடனே கீழே குதித்து, வாகனத்தின் பின்னால் ஒளிந்து கொள்ளுமாறு அவர் கத்தினார். வண்டியின் ஒரு கதவைக் கேடயம் போல் பயன்படுத்திக் கொண்டு, அவர் அந்த மூன்று தீவிரவாதிகளை நோக்கிச் சுட ஆரம்பித்தார்.

"இருட்டிலிருந்து பாய்ந்து வந்த குண்டுகளிலிருந்து தப்பிக்க டேவிட் மலைப்பகுதியில் கீழிறங்கி, தன் மறைவிடத்தை அங்கே தேடிக் கொண்டிருக்கலாம். ஆனால் அவர் அவ்வாறு செய்யவில்லை. குண்டுகள் பாய்ந்து வரும் பாதையிலிருந்து விலகி, வண்டியின் பின்னால் ஒரு பாதுகாப்பான மறைவிடத்தைத் தேடிக்கொள்ளுமாறு அவர் தன் ஆட்களுக்கு ஆணையிட்டார். அதே சமயம், அவர் வண்டியின் கதவின் பின்னாலிருந்து தீவிரவாதிகளை நோக்கிச் சுட்டுக்கொண்டே இருந்தார். அது ஒரு கடுமையான சண்டை!"

சில வினாடிகளில், கேப்டன். நிதிஷ் குமார் தலைமையிலிருந்த இரண்டாவது அணியை ஏற்றிக் கொண்டு வந்த ஜிப்ஸி, குண்டுகள் பாய்ந்து வந்து கொண்டிருந்த நேர் கோட்டிற்கிடையில் வந்து நிற்க, குண்டுகள் அதை துளைத்துச் சென்றன. அதிலிருந்த பாரா

வீரர்கள் உடனே தங்கள் வண்டியிலிருந்து கீழே குதித்து, நடந்து கொண்டிருந்த சண்டையில் சேர்ந்து கொண்டனர். ஆனாலும் வாகனத்திலிருந்து கீழே குதித்த மூன்று வீரர்களைப் பாய்ந்து வந்த குண்டுகள் தாக்கி, அவர்களுக்கு பலத்த காயங்களை ஏற்படுத்தின. நான்காவது வீரரான பாரா ட்ரூப்பர் மஞ்சு, காயம் பட்ட மூன்று வீரர்களையும் அந்த இடத்திலிருந்து, பாதுகாப்பான இடத்திற்கு அப்புறப்படுத்துவதற்காக அவர்களை நோக்கித் தவழ்ந்து சென்றார்.

குண்டுகள் தாக்கிய வாகனத்திலிருந்த வீரர்களைப் பார்த்து டேவிட் மீண்டும் கத்தினார்: “சீக்கிரம் வண்டியை விட்டுக் கீழே இறங்கி, ஒளிந்து கொள்ளுங்கள்!” அவர் அப்படிக் கத்திக் கொண்டிருக்கும்போதே பாய்ந்து வந்த ஒரு குண்டு, டேவிட் வந்த வாகனத்தின் கதவைத் துளைத்துக் கொண்டு, அவர் மார்பை குத்திக் கிழித்துச் சென்றது. உடனே தீவிரவாதிகள் ஒரு கையெறிகுண்டை இரண்டு வாகனங்களுக்கு இடையே இருந்த இடைவெளியை நோக்கி வீசினர். அதிலிருந்து சிதறிய ஒரு பகுதி, டேவிட்டின் தலையைக் காயப்படுத்தி, பாரா ட்ரூப்பர் மஞ்சுவின் இரண்டு கண்களையும், தோளையும் தாக்கியது. தன் பார்வையை இழந்துவிட்ட மஞ்சு, இப்போதும் முன்னேறி, காயம் பட்டிருந்த வீரர்களை வாகனத்தின் பின்புறத்திற்கு அப்புறப்படுத்த முயன்றார். தலையில் பலமாகக் காயம் பட்டிருந்தாலும், டேவிட் அதைப் பொருட்படுத்தாமல் திரும்பி நின்று மீண்டும் கத்தினார். அவர் அவர்களிடம் சொன்னார்: “வாகனங்களின் பின்புறத்தை விட்டு வரவே வராதீர்கள். குண்டுகள் வரும் நேர்க்கோட்டில் சிக்கிக்கொள்ளாதீர்கள்!”

கர்னல். மிஷ்ரா சொல்கிறார்: “டேவிட் மட்டும் சுடுவதை நிறுத்தியிருந்தால், அவர் தன் சகாக்களை ஒளிந்துகொள்ளுமாறு சொல்லாதிருந்தால், இரண்டு அணிகளின் கதையும் ஒரு சில வினாடிகளிலேயே முடிந்துபோயிருக்கும். கையெறிகுண்டுகளின் சிதறல் ஒன்று அவர் தலையைத் தாக்கியது. பின்னாலேயே வந்த இன்னொரு குண்டு அவர் தோளைத் தாக்கியது.

இருப்பினும் அவர் அஞ்சாமல் குண்டுகள் பாய்ந்து வரும் பாதையிலேயே நின்று கொண்டு எதிரிகளைத் திருப்பிச் சுட்டார். அவர் காயங்களிலிருந்து இரத்தம் அதிகமாக வெளியேறிக் கொண்டிருந்தது. இருந்தாலும் அவர் சுடுவதை நிறுத்தவில்லை!"

பல நிமிடங்கள் சுடுவதைத் தொடர்ந்த பிறகு, தீவிரவாதிகளைக் குறி பார்த்துச் சுடவில்லையெனில், தன் தாக்குதல் முயற்சி பயன் தராது என்று டேவிட் புரிந்து கொண்டார். மலைப் பக்கம் ஒளிந்து கொண்டிருந்த தீவிரவாதிகளுக்குப் பல விஷயங்கள் சாதகமாக இருந்தன. அவர்கள் உயரமான இடத்தில் நின்று கொண்டிருந்தார்கள். பாறைகளுக்குப் பின்னால் அவர்கள் ஒளிந்து கொண்டிருந்தார்கள். அதுமட்டுமல்ல; டேவிட் தன் ஒற்றைத் துப்பாக்கியால் சுட்டுக்கொண்டிருக்க அவர்கள் மூன்று பேரும் மூன்று துப்பாக்கிகளால் சுட்டனர். பாரா சிறப்பு அணியின் காயம்பட்ட வீரர்களை மீண்டும் ஒரு முறை திரும்பிப் பார்த்த டேவிட், தன் மார்புக் காயத்தையும் பார்த்தார். இரத்தம் மிகவும் சேதாரமாகியிருந்ததை உணர்ந்த அவர், எப்போது வேண்டுமானாலும் தன் முடிவு வந்துவிடும் என்று உணர்ந்து கொண்டார். ஆகவே தான் ஏதாவது செய்ய வேண்டுமானால், அதை அப்போதே உடனடியாகச் செய்தாக வேண்டும் என்று அவர் தீர்மானித்தார்.

இரண்டாவது ஜிப்ஸி வாகனத்திலிருந்த ஒரு வீரர் சொல்கிறார்: "டேவிட் தன்னைக் குண்டுத் திரையால் பாதுகாக்குமாறு எங்களைக் கேட்டுக் கொண்டார். ஆனால், அவர் நோக்கம்தான் எங்களுக்குப் புரியவில்லை!"

வாகனங்களின் பின்னால் பதுங்கிக்கொண்டிருந்த வீரர்கள் வெளியே வந்து, தீவிரவாதிகளை நோக்கிச் சுட ஆரம்பித்தனர். டேவிட் குப்புறப் படுத்தபடி, தன் ஜிப்ஸியின் பின்னாலிருந்து வெளியே வந்தார். கும்மிருட்டில் அவர் தீவிரவாதிகளை நோக்கி, பாம்பு போல வளைந்து வளைந்து ஊர்ந்து செல்ல ஆரம்பித்தார். தீவிரவாதிகளிடமிருந்து பத்து மீட்டர்

தொலைவிலிருந்த இடத்திற்கு வந்த அவர், மீதமிருந்த தன் கடைசித் துளி சக்தியையும் பயன்படுத்தி சட்டென்று அந்த இடத்தை விட்டு வெளியே வந்து, அந்த மூன்று தீவிரவாதிகளின் முகங்களை நோக்கி நேராகச் சுட்டார். பின் மலை முழுதும் எதிரொலித்த 'ஆ' வென்ற ஓசையுடன் அவர் சுய நினைவிழந்து கீழே விழுந்தார்.

"முழு தாக்குதலும் ஐந்தே நிமிடங்களில் முடிந்து விட்டது. தீவிரவாதிகளை நோக்கிச் சிறிதும் அச்சமின்றித் தவழ்ந்து சென்ற டேவிட்டின் அந்த ஒரு செயலால்தான் அணி உயிர் தப்பியது. ஆரம்பத்தில் டேவிட்டால் மட்டுமே சுட முடிந்தது. மற்றவர்கள் இருந்த இடம் சுடுவதற்கு ஏற்றாற்போல் இல்லை!" டேவிட்டிற்குக் குண்டுத் திரையிட்ட ஒரு வீரர் சொல்கிறார். இரவு 11 மணிக்கு கர்னல் மிஷ்ராவிற்குத் தாக்குதல் பற்றி தகவல் கிடைத்தது. டேவிட்டிற்கு பலத்த காயம் ஏற்பட்டிருப்பதைப் பற்றியும் அவருக்குச் சொல்லப்பட்டது.

"அந்தச் சூழ்நிலையில் டேவிட் தன்னால் அதிகபட்சமாக என்ன செய்ய முடியுமோ அதைச் செய்தார். அந்த இரவில் ஓர் அணியை அந்த மலைப் பிரதேசத்திற்கு அனுப்பி, டேவிட்டையும் காயம்பட்ட மற்றவர்களையும் அழைத்துவர நான் ஏற்பாடு செய்தேன்" என்கிறார் கர்னல் மிஷ்ரா.

மீட்பு ட்ரக் தாக்குதல் நடந்த இடத்திற்கு வந்ததும், டேவிட் அணியைச் சேர்ந்த மூன்று வீரர்கள் அவரை ஜிப்சிக்குத் தூக்கிச் சென்றனர். அவருக்கு முதல் உதவியும் அளிக்கப்பட்டது. அந்த இளம் அதிகாரிக்குச் சுய நினைவில்லை; ஆனால் அவருக்கு நாடித்துடிப்பு இருந்தது.

"அவர் நெஞ்சைத் துளைத்த முதல் குண்டு அவர் உயிரைக் குடித்திருக்கும் என்று எங்களுக்கு முதலில் சொல்லப்பட்டது. ஆனால், அவருக்கு நாடித்துடிப்பு இருந்தது. இருப்பினும் பலமான காயம். அவர் உயிரைக் காப்பாற்ற எடுக்கப்படும் எந்த முயற்சியும் பலன் தராது என்று எங்களுக்குப் புரிந்து

போயிற்று!" என்கிறார் கர்னல் மிஷ்ரா.

'மலையிலிருந்து கீழிறங்கும் வழியில் டேவிட்டின் உயிர் விடைபெற்றுக்கொண்டது. அவர் அணியினர் இன்னும் அந்த மலைப்பகுதியில்தானிருந்தனர். விடிந்ததும் அவர்கள் டேவிட் சுட்ட தீவிரவாதிகள் விழுந்து கிடந்த இடத்திற்குச் சென்று அவர்கள் ULFA (I) தீவிரவாதிகள்தான் என்பதை உறுதிப்படுத்திக் கொண்டனர். தீவிரவாதிகளின் குழுவில் அவர்களின் பெயர்கள்: பிபுல் அஷொம், சந்தோஷ் அஷொம் மற்றும் பனீந்திர அஷொம் என்று உறுதி செய்தது. அந்தக் குழுவின் தலைவன், ஆறு மாதங்களுக்கு முன்பு குடியரசுத் திருநாளில் அஸாமில் தொடர் குண்டு வெடிப்புகளை நிகழ்த்திய பயங்கர தீவிரவாதக் கும்பலினால் தேடப்பட்டு வந்த ஆள். அவர்கள் பயணம் செய்த ஆட்டோ ரிக்ஷாவில் குண்டுகள் செய்வதற்கான பொருட்கள் ஏராளமாக இருந்தன. கூடவே ஆயுதங்களும். அத்துடன் கடத்தப்பட வேண்டியவர்களின் பெயர்கள், கடத்தும் முறை ஆகியவை பற்றிய தகவல்களும் ஏராளமாக இருந்தன. தன் காயங்களிலிருந்து இரத்தம் வழிய வழிய தவழ்ந்தே சென்று டேவிட் தீர்த்துக்கட்டிய தீவிரவாதிகள் மூன்று பேரும் ULFA(I)-வின் முன்னணித் தீவிரவாதிகள்.

மறுநாள் விடிகாலை 5 மணிக்கு, மனதில் அச்சமும் பதற்றமும் சோகமும் நிறைந்திருக்க கர்னல் மிஷ்ரா ஷில்லாங்கிலிருந்த டேவிட்டின் தந்தையைத் தொலைபேசியில் அழைத்தார்.

கம்ஜலாம் சொல்கிறார்... "அன்று நான் கேட்ட முதல் செய்தி என் மகன் உயிரோடில்லை என்பதுதான். கர்னல் மிஷ்ரா சொன்னார், 'எனக்கு மிகவும் வருத்தமாக இருக்கிறது; ஆனால் இந்தச் செய்தியை நான் உங்களுக்குச் சொல்லியே ஆக வேண்டும்!' அவருக்கு நான் என்ன பதில் சொல்வேன்? ஒரு மனிதன் தன் தாய் நாட்டைக் காக்க முற்படும்போது இது நடக்கக் கூடியதுதான்!"

"டேவிட் உணர்ச்சிவசப்பட்டு அவ்வாறு நடந்து

கொண்டிருக்கலாம். இருப்பினும் அவர் எடுத்த முடிவு சரியானதுதான். தன் அணியினரைக் காப்பாற்றவும், தாக்குதலை முடிவுக்குக் கொண்டு வரவும், அந்தச் சூழ்நிலையில் அப்படித்தான் செயல்பட்டிருக்க முடியும். அவர் தன் இறுதி முயற்சியின்போது கூட ஒரு டஜன் வீரர்களைக் காப்பாற்றி இருக்கிறார்." இப்படிச் சொல்லும் மிஷ்ரா, டேவிட்டின் பெயரை ஒருவரின் மரணத்துக்குப் பின்னால் வழங்கப்படும் 'கீர்த்தி சக்ரா' விருதுக்குப் பரிந்துரைத்தார். அமைதிக்காலத்தில் வழங்கப்படும் நாட்டின் இரண்டாவது மிகப் பெரிய விருது இது. "அது ஒரு நன்கு திட்டமிடப்பட்ட தாக்குதல்தான். ஆனால், அது திடீரென்று நிகழும்படி ஆகிவிட்டது. அதை வேறு எப்படியும் நடத்தியிருக்க முடியாது. இரண்டு ஆட்டோ ரிக்ஷாக்களையும், இரண்டு ஜிப்ஸிகளில் 25 மீட்டர் இடைவெளியில் துரத்தியது ஒரு போலீஸ்தனமான நடவடிக்கை... அது ஒரு இராணுவ நடவடிக்கையே அல்ல என்று கூட சிலர் சொல்லலாம். ஆனால், நான் மோதல் நடந்த களத்திற்குச் சென்று பார்த்தேன். தாக்குதல் எவ்வாறு நடந்தது என்று புரிந்து கொண்டேன். டேவிட் தேர்ந்தெடுத்த வழியைத் தவிர வேறு எந்த வழியிலும் அந்தத் தாக்குதலை நடத்தியிருக்க முடியாது!" என்கிறார் டேவிட்டின் உயரதிகாரி மிஸ்ரா.

டேவிட்டின் அணியிலிருந்த அவர் தோழர்கள் அவருக்குப் பிரியாவிடை கொடுக்க, அடுத்த நாள் காலை அவர் உடல் ஷில்லாங்கிற்கு விமானத்தில் கொண்டு செல்லப்பட்டது. அங்கே, தேசியக்கொடி போர்த்தப்பட்ட சவப்பெட்டியில் அவர் உடல் முழு இராணுவ மரியாதையோடு அவர் பெற்றோர்கள் வசித்துவந்த ஹேப்பி வேலி பகுதிக்கு ஊர்வலமாக எடுத்துச் செல்லப்பட்டது. தன் இரு பக்கமும் இரண்டு உறவினர்கள் தாங்கிப் பிடித்துக்கொள்ள அவர் அம்மா மன்னுஅம்னியாங் கதறிக்கொண்டே வீட்டைவிட்டு வெளியே வந்தார். ஆனால் அவர் தந்தை கலங்கினாரில்லை. அவர் மிகவும் அமைதியாக இருந்தார். தன் மகனுக்கு இறுதி அஞ்சலி செலுத்த வந்த உறவினர்களையும், நண்பர்களையும் அதிகாரிகளையும் பார்த்து

அவர் லேசாக முறுவலித்தார் என்று கூடச் சொல்லலாம்!

கம்ஜலாம் சொல்கிறார், "எனக்குப் பெருமையாக இருக்கிறது. அதே சமயம், கொஞ்சம் குற்ற உணர்ச்சியும் இருக்கிறது. இராணுவத்தில் பணியாற்றுவதை அவன் தன் கடமையாகவே நினைத்தான், அது ஆபத்தான வாழ்வு என்ற போதிலும். கடவுள் ஒரு நல்ல காரியத்திற்காக எனக்கு ஒரு மகனைக் கொடுத்ததற்கு அவருக்கு நன்றி சொல்கிறேன். அவனை அனுப்பிய வேலை முடிந்ததும் ஆண்டவன் அழைத்துக் கொண்டான். அவனைப் போல நிறைய மனிதர்கள் இருந்தால் நம் நாட்டில் அமைதி இருக்கும்."

"என் மகன் போய்விட்டான்; ஆனால், நான் அவனுடனேதான் இருக்கிறேன் அப்போதும் இப்போதும் எப்போதும். என் மகனை நினைத்துப் பெருமைப்படுகிறேன்- அவன் ஒரு ஹீரோவாக இறந்திருக்கிறான்!" என்கிறார் மன்னுஅம்னியாங் கண்களில் கண்ணீர் மல்க!

தணலாய் தகித்துக் கொண்டிருந்த வெப்பத்தையும் பொருட்படுத்தாமல், டேவிட்டின் அம்மா வெகு விரைவில் தன்னை சமன்படுத்திக் கொண்டு, மைக்கைக் கையில் எடுத்துக் கூடியிருந்த கூட்டத்தைப் பார்த்துச் சொன்னார்: "வெளியே உட்கார்ந்து கொண்டிருக்கும் உங்களுக்கு இது கொஞ்சம் வெப்பமான வேளை என்று எனக்குத் தெரியும். ஆனால், எங்களுக்காகவும், என் மகனுக்காகவும் இந்த வெப்பத்தைச் சற்றுப் பொறுத்துக் கொள்ளுமாறு உங்களை நான் கேட்டுக் கொள்கிறேன்!"

ஓர் இராணுவ அதிகாரிக்கு வாழ்க்கைப்பட்டு டெல்லியில் வசித்து வந்த டேவிட்டின் சகோதரி மெலடி அஸாம் ரெஜிமென்டல் சென்டரில் நடந்த அவரின் இறுதிச் சடங்கிற்கு சரியான நேரத்தில் வர முடியவில்லை. தன் முகநூல் பக்கத்தில் அன்று அவர் பதிவிட்டார்: "என் ஹீரோ! நீ இந்த நாட்டின் மிகப்பெரிய கௌரவத்துடன்-தேசியக் கொடியுடன் வீடு திரும்பி

எங்களுக்குப் பெருமிதத்தைப் பரிசாகத் தந்திருக்கிறாய்!"

அவரின் நண்பர்கள், முதல் நாள் அவருடன் பேசியவர்கள் உட்பட, அவர் இறுதிச்சடங்கில் கலந்து கொண்டார்கள். ஹேப்பி வேலிக்குச் செல்லும் சாலைகளின் இருபுறமும் மக்கள் வரிசையாக நின்று அவர் உடலுக்கு மரியாதை செலுத்தினர். ஊர்வலத்தில் சென்ற அவர் நண்பர்களும், இராணுவத்தில் அவருடன் பணிபுரிந்த தோழர்களும் அவருக்கு ஒலிபெருக்கியில் புகழாஞ்சலி செய்த வண்ணம் சென்றனர். இந்தப் புகழாஞ்சலி பல மணி நேரம் நீடித்தது.

"அவர் இழப்பை நாங்கள் உணர்கிறோம். ஆனால் நம்மால் என்ன செய்ய முடியும்? அவர் நம் நாட்டிற்காகத் தன் இன்னுயிரைத் தியாகம் செய்தார். 'டேவிட், உன் ஆன்மா சாந்தி பெறட்டும். நானும் ஒருநாள் இந்த உலகை விட்டுப் போய்விடுவேன். ஆனால், உன்னைப் போல் உயிர் நீப்பது மிகவும் பெருமையானது!' இப்படிப்பட்டவர்கள் மிகவும் பெருமைக்குரியவர்கள். அவர்கள் ஆண்டவனால் ஆசிர்வதிக்கப்பட்டவர்கள். நான் மகிழ்ச்சியாக இருக்கிறேன். மனதிற்கு மிகப் பெருமையாக இருக்கிறது. அவர் ஆன்மா சாந்தி அடைந்திருக்கும் என்பதில் எனக்குத் துளியும் சந்தேகமில்லை. அவன் வீரத்தை நான் போற்றுகிறேன். ஆண்டவன் எனக்குக் கொடுத்து, மீண்டும் திரும்பி எடுத்துக் கொண்ட மகனை நினைத்து நான் மிகவும் பெருமைப்படுகிறேன். நான் கவலைப்படவில்லை; மாறாக நான் மகிழ்ச்சியாகவே இருக்கிறேன். தன் கடமையைச் செய்ததற்காக அவனை நான் வாழ்த்துகிறேன். ஆண்டவன் என் மகன் இந்தப் பூவுலகில் இனியும் இருக்க வேண்டாம் என்று நினைத்து, அவனைத் தன்னிடமே அழைத்துக் கொண்டாரோ?" என்று நம்மைக் கேட்கிறார் கம்ஜலாம்.

டெல்லியில் அவருடன் நிர்வாக இயல் கல்லூரியில் படித்த அவர் தோழர்களால் அந்தச் செய்தியை நம்பவே முடியவில்லை. மணிப்பூரைச் சேர்ந்த ஒரு நிமிஷம்கூட ஓரிடத்தில் அமைதியாக அமர முடியாமல் எப்போதும் சுறுசுறுப்பாக துருதுருவென்று

அலைந்து கொண்டிருந்த தங்கள் நண்பனை நினைவு கூருவதிலேயே அவர்களின் அன்றைய பொழுது கழிந்தது.

“பொதுவாகவே, அவரை மறக்க முடியாது; ஆனாலும் அவரின் ஒரு குணத்தை என்னால் மறக்கவே முடியாது. நானும், சில நண்பர்களும் ஊர் சுற்றிவிட்டு விடுதிக்கு நேரம் கழித்துத் திரும்புவது வழக்கம். இதனால், இரவு உணவைப் பல முறை நாங்கள் இழந்திருக்கிறோம். ஆனால் டேவிட் எங்களுக்கான உணவைத் தன் அறையில் வாங்கி வைத்திருப்பார். இரவு 10 மணிக்கு மேல் விடுதிக்குத் திரும்பினால் நாங்கள் நேராக அவர் அறைக்குச் சென்றுவிடுவோம். நாங்கள் ஒருநாளும் எங்களுக்கான உணவை வாங்கி வைக்குமாறு அவரைக் கேட்டுக் கொண்டதே இல்லை. அவராகவே மனமுவந்து அந்த வேலையைச் செய்தார். அந்தப் பெருங் கருணையை என்னால் எப்படி மறக்க முடியும், சொல்லுங்கள்?” என்று நம்மைக் கேட்கிறார் அவர் வகுப்புத் தோழர் சாகர் பாண்டே.

தற்போது மக்கள் தொடர்பு நிபுணராகப் பணியாற்றும் அவர் வகுப்புத் தோழர் பர்ணீத் ஹீரா சொல்கிறார்: “அவர் நம்மை விட்டுப் போய்விட்டார் என்பதை என்னால் நம்பவே முடியவில்லை. அவரைப் பற்றி நினைத்தாலே, அவர் எவ்வளவு உற்சாகமான மனிதர் என்பதுதான் நினைவுக்கு வருகிறது. அவர் சோகமாக இருந்து நான் பார்த்ததேயில்லை. அவர் இராணுவத்தில் சேர்த்துக் கொள்ளப்பட்ட செய்தி வந்ததும் அவர் உற்சாகத்தின் உச்சாணிக் கொம்புக்கே சென்று விட்டார். இராணுவத்தில் சேர வேண்டும் என்பதே அவர் வாழ்க்கையின் மிகப் பெரிய இலட்சியம். கால்பந்து நீங்கலாக அவரின் பேராவல் இராணுவம்தான். ரகசியமான குடிகொண்டாட்டங்களின் போது அவர் தன் சட்டையைக் கழற்றி வீசிவிட்டு ‘கண்டபடி’ குத்தாட்டம் போட்டதை எப்படி மறக்க முடியும்? பெண்கள் அவர் மேல் பைத்தியமாக இருந்தார்கள். ஏன், எல்லோருமே அவரை நேசித்தார்கள்!”

சில நாட்கள் கழித்து கர்னல் மிஷ்ரா, தன் மனைவியுடன் டேவிட்டின் குடும்பத்தினரைச் சந்திக்க ஷில்லாங் சென்றார். இது வழக்கமாக எல்லா *C.O*-க்களும் செய்வதுதான். ஓர் அதிகாரியையும் ஒரு மகனையும் இழந்து துக்கத்தில் தவித்துக் கொண்டிருந்த குடும்பத்திற்கு ஆறுதல் சொல்லவே அவர் ஷில்லாங் சென்றார். 'போரில் உயிர் இழப்பது சகஜம்தானே; இதற்குப் போய் துக்கம் விசாரிக்க ஓர் உயர் அதிகாரி தன் மனைவியுடன் போக வேண்டுமா? என்று நினைக்கலாம். இராணுவத்திற்கு வெளியே இருப்பவர்களுக்கு இதெல்லாம் புரியாது.

கர்னல் மிஷ்ரா சொல்கிறார்: "கனத்த இதயத்துடன் டேவிட் *NSG*-க்குத் தேர்தெடுக்கப்பட்டிருப்பதை அவர் பெற்றோரிடம் சொன்னேன். அவரின் இறுதித் தாக்குதல் நடந்து இரண்டு நாட்கள் கழித்து இந்தத் தகவல் கிடைத்தது. அவர் மட்டும் உயிர்த்தியாகம் செய்யாதிருந்தால், இன்னேரம் அவர் *NSG*-ல் சேர்ந்து தன் பயிற்சிக்காலத்தை ஆரம்பித்திருப்பார் என்று நான் அவர்களிடம் சொன்னேன்!"

இதைக் கேட்ட கம்ஜலாம் முறுவலித்தவாறே சொன்னார், "டேவிட் இருந்திருந்தால் இதைக் கேட்டு மிகவும் சந்தோஷப்பட்டிருப்பான். அலுவலக வேலையை அவன் ஒருபோதும் விரும்பியதில்லை. *NSG*-ல் சேர்ந்திருந்தால் அவன் வாழ்நாள் ஆசை பூர்த்தியாகி இருக்கும். கடந்த ஆறு மாத காலமாக அவன் வேறெதைப் பற்றியும் பேசவே இல்லை!"

டேவிட் விதைத்துச் சென்ற உளவாளிகள், நாகாலாந்தில் தீவிரவாதிகளை வேட்டையாட இன்றும் அவர் அணிக்குப் பேருதவியாக இருக்கிறார்கள். அவர் மறைவுக்குப் பின்பும் கால்பந்தாட்டங்கள் இன்றும் அங்கு தொடர்ந்து நடத்தப் படுகின்றன. அவர் நட்டுவைத்த கால்பந்தாட்டச் செடியில், இன்றும் பொதுமக்கள்-இராணுவம் என்ற உறவுப் பூக்கள் பூத்துக் குலுங்குகின்றன. அவர் இறந்து நான்கு நாட்கள் கழித்து,

வட கிழக்கு ஐக்கிய கால்பந்து கழகம் (NEUFC) டேவிட்டை, அவருடைய அசாத்தியமான வீரதீரச் செயலுக்காகப் பாராட்டியது.

கர்னல் மிஷ்ரா நினைவுகூருகிறார்: "கால்பந்து அவர் இரத்தத்திலேயே ஊறிப்போயிருந்தது. அவருக்கு ஏராளமான பெண் ரசிகைகள் இருந்தனர். அவர் மோகோக்சுங்கில் கம்பெனி கமாண்டராக இருந்தபோது அவர் பல பெண் உளவாளிகளை உருவாக்கியிருந்தார். அவர், பெண்கள் நம்பத்தகுந்தவர்கள் என்று உறுதியாக நம்பினார். அவர் கவர்ச்சிமிக்கவராக இருந்ததால் பெண்கள் அவரைப் பெரிதும் விரும்பினார்கள். சட்ட திட்டங்களும் விதிகளும் தன்னைக் கட்டுப்படுத்துவதை அவர் விரும்பவில்லை என்பது எனக்குத் தெரியும்!"

தன் கடைசிச் சில நாட்களில் சிகையழகை அவர் மாற்றிக் கொண்டார். தன் தலையின் ஒரு பாதியை மட்டும் அவர் முழுமையாக மழித்துக் கொண்டார். அதைப் பார்த்து அவர் C.O சிரித்துக்கொண்டே கேட்டார்: "இந்தப் புதிய தோற்றத்தை வைத்துக்கொண்டு என்ன செய்யப் போகிறாய்?"

கண்ணைச் சிமிட்டிக்கொண்டே டேவிட் சொன்னார்: "இது நான் ஒரு வேடிக்கையான மனிதன் என்ற பிம்பத்தை ஏற்படுத்தும் சார். மற்றவர்கள் என்னைப் பற்றி அப்படி நினைத்தால் நல்லதுதானே!"

அவர் இறந்து பல மாதங்கள் கழித்து, ஓர் எதிர்பாராத பிரச்சனை முளைத்தது. அவர் குடும்பம் மணிப்பூரிகள்; அவர்கள் காஷிகள் அல்ல. இந்த விஷயம் அவர் குடும்பம் ஒரு வீடுகட்ட நினைத்தபோது பூதாகரமாக உருவெடுத்தது. அவர் குடும்பம் மேகாலயாவில் பல பத்தாண்டுகள் வசித்த போதும், சட்டப்படி அவர்களால் அங்கே ஓர் அடி நிலம்கூட வாங்க முடியவில்லை. இந்திய இராணுவம் ஷில்லாங்கில் டேவிட்டிற்கு மார்பளவு நினைவுச் சின்னம் எழுப்பியிருந்தது. ஆனாலும் இனம் மற்றும் அரசியல் பிரச்சனைகள் காரணங்களுக்காக

அவர்கள் நிலம் வாங்க அனுமதிக்கப்படவில்லை.

கர்னல் மிஷ்ரா சொல்கிறார்: "டேவிட் தன் உள்ளத்தால் ஷில்லாங்வாசியாகவே மாறிப் போயிருந்தார். அங்கே அவர் ஓர் உள்ளூர் ஹீரோவாகவே மதிக்கப்பட்டார். ஆனாலும், அவரை முழுமையான ஷில்லாங்வாசியாக ஏற்றுக்கொள்ள இனவாத சக்திகளும் அரசியல் சக்திகளும் தயாராக இல்லை. மணிப்பூரிலோ, மேகாலயாவிலோ அவர் குடும்பத்திற்கு நிலம் ஒதுக்கீடு செய்ய இராணுவம் தலைகீழாக நின்று பார்த்தது. ம்ஹூம்... ஒன்றும் நடக்கவில்லை. பல கதவுகளைத் தட்டிய பிறகு, டேவிட்டின் குடும்பம் கௌஹாத்தியில் நிலம் வாங்கி இப்போது வீடு கட்டிக் கொண்டிருக்கிறார்கள்."

2018-ம் ஆண்டு மார்ச் 27 அன்று கம்ஜலாமும், மன்னுஅம்னியாங்கும் இந்தியக் குடியரசுத் தலைவரிடமிருந்து 'கீர்த்தி சக்ரா' விருதினைப் பெற்றுக்கொள்ள டெல்லி சென்றார்கள். அவருக்கு வழங்கப்பட்ட சான்றிதழ் சொல்கிறது: "தன் இறுதிப்போரில் இந்த இளம் அதிகாரி மிகச் சிறப்பான முறையில் தன் வீரத்தையும், தலைமைப் பண்பையும் வெளிப்படுத்தியதற்காக அவருக்கு இந்த விருது வழங்கப் பெறுகிறது."

இராணுவத்தில் சேர்வதற்காக அஸாம் புறப்பட வேண்டிய நாளுக்கு முந்தைய தினம் இரவில் டேவிட் தன் நண்பருடன் குடித்துக் கொண்டிருந்தார். அப்போது, அவர் நண்பர் அவரைக் கேட்டார்: "உண்மையிலேயே இதற்கு நீ தயாராக இருக்கிறாயா? இது ஒன்றும் விளையாட்டல்ல அப்பனே!" கோப்பையிலிருந்த மது முழுவதையும் குடித்துவிட்டு, சிரித்துக்கொண்டே டேவிட் சொன்னார்: " நான் பிறந்த நாளிலிருந்தே தயாராக இருக்கிறேன்!"

5

மேல் தளத்திற்கு ஓடுங்கள்! திரும்ப வராதீர்கள்!

லெப்டினெண்ட் கமாண்டர் கபிஷ் முவால்

லெப்டினெண்ட் மனோரஞ்சன் குமார்

மும்பை

14 ஆகஸ்ட் 2013

அந்தக் குண்டு வெடிப்பு, தெற்கு மும்பையின் கொலாபாவின் மேலிருந்த வானத்தை ஒளிரச் செய்தது. பல மைல்கள் தூரத்திலிருந்தவர்கள் காதைப் பிளக்கும் அதன் ஓசையைக் கேட்க முடியவில்லை. ஆனால் வானம் ஒளிர்ந்ததை அவர்கள் கண்கள் பார்த்தன. பெரும் நெருப்புப் பந்து ஒன்று பெருஞ்சீற்றத்துடனும், மிக வேகத்துடனும் காற்றில் மேலெழும்பியது. உடனே அது வானிலிருந்து பெய்யும் பெரு மழையாக மாறிப் பொழிந்தது. தூரத்திலிருந்து பார்ப்பவர்கள் அதை ஏதோ திருவிழா வாணவேடிக்கை என்று நினைத்துக் கொண்டிருந்தார்கள். அந்த வெடிப்பு சிறிது நேரத்திலேயே பெரும் ஓசையை எழுப்பி, ஒரு பெருங் கூம்பை ஆரஞ்சு வர்ணத்தில் வானத்தில் வடித்தது. அதைப் பார்த்தவர்கள், 'நரகத்தின் பிரம்மாண்டமான கதவுகள்' பூமியிலேயே திறந்து விட்டனவோ என்றெண்ணி அஞ்சி நடுங்கினர். 2013-ம் ஆண்டு, ஆகஸ்ட் 14-ம் தேதியின் பின்னிரவில்தான் மும்பைவாசிகளுக்கு நடந்தது என்னவென்று தெரிந்தது.

அது INS சிந்துரக்ஷக்!

இந்தியக் கடற்படைக்குச் சொந்தமான இந்தத் 'தாக்குதல் நீர்மூழ்கி'க் கப்பல், கடற்படையின் தளத்திலேயே பயங்கர

விபத்தில் சிக்கிக் கொண்டது. அந்தத் தளம் அரபிக்கடலின் நுழைவாயிலிலிருந்தது. நேரம் செல்லச் செல்ல, விபத்தின் விஸ்தீரணம் வெளியே கசிய ஆரம்பித்தது. அந்த விபத்து நடந்தபோது கப்பலுக்குள் பதினெட்டுப் பேர் இருந்தனர். அந்த விபத்து கப்பலின் இரண்டு அடுக்குகளையும் குதறிப் போட்டு, அருகில் நின்றுகொண்டிருந்த கப்பல்களில் அதிர்வலைகளை எழுப்பியது. சிதைந்துபோயிருந்த சிந்துரக்ஷக்கை நாற்பது மணி நேரம் கழித்தே மீட்புப் பணியாளர்கள் நெருங்க முடிந்தது. கப்பற் படையைச் சேர்ந்தவர்கள் பயப்பட்டதைப் போலவே, கப்பலிலிருந்தவர்கள் யாரும் உயிர் பிழைக்கவில்லை. ஒரு டார்பிடோ-வைத் தவறுதலாகக் கையாண்டு, தொடர்ந்து பல தவறுகள் செய்ததே விபத்துக்குக் காரணம் என்று முதல் தகவல் அறிக்கை சொல்லியது!

நடந்துவிட்ட விபத்து இந்தியக் கடற்படையின் பல அடுக்குகளிலும் எதிரொலித்தது. பதினெட்டுப் பேரைப் பழிவாங்கிய அந்த விபத்து, இந்தியக் கடற்படை வரலாற்றில், அமைதிக் காலத்தில் நடந்த மிகப் பெரிய விபத்து. எல்லாவற்றிற்கும் மேலாக அந்த விபத்து, வார்த்தைகளால் விவரிக்க முடியாத பெருஞ் சோகத்தையும் எழுப்பியது. இறந்துபோன பதினெட்டுப் பேரும் நீர்மூழ்கிக் கப்பல் பணியாளர்கள். அவர்களில் பலர் மிக சிக்கலான மிக ஆபத்தான சூழ்நிலைகளை எதிர்கொள்ள பயிற்றுவிக்கப்பட்டவர்கள். மிகத் திறமையான அவர்கள், அஞ்சா நெஞ்சர்கள். போரில் ஈடுபடாமல், தளத்தில் சும்மா வெறுமனே நின்றுகொண்டிருந்த ஒரு நீர்மூழ்கிக் கப்பலை இழந்தது பெரும் சோகம்; பேரிழப்பு! ஏற்கனவே இந்தியக் கடற்படை போதுமான கப்பல்களும், வீரர்களும் இன்றி சவலைப் பிள்ளையாக இருந்தது. ஊட்டச்சத்து குறைபாட்டால், அது இந்தியப் பெருங்கடலின் மிக நீளமான கரையைக் காக்கத் திணறி வந்தது.

விபத்தால் பேரதிர்ச்சிக்குள்ளான இந்தியக் கப்பற்படை, தன் வரலாற்றிலேயே மிக விரிவானதும், ஆழமானதுமான

விசாரணையில் இறங்கி, விபத்துக்கான காரணங்களை ஆராய்ந்து, இனி அப்படிப்பட்ட விபத்துகள் நடக்காதிருக்க மேற்கொள்ளப்பட வேண்டிய நடவடிக்கைகளைப் பற்றிச் சிந்திக்க ஆரம்பித்தது. அது சமயம், தன் அத்தியாவசியமற்ற நடவடிக்கைகளை இந்தியக் கடற்படை சிறிது காலத்திற்கு நிறுத்தி வைத்தது. கப்பற்படைத் தளங்கள், விமானப் படைத் தளங்கள், கப்பல்கள், குறிப்பாக நீர்மூழ்கிக் கப்பல்கள் போன்றவற்றில் இதுவரை விபத்துகள் நடக்காதிருக்க எடுக்கப்பட்ட நடவடிக்கைகளை மீண்டும் ஆராய ஆரம்பித்து திருத்தங்கள் செய்ய ஆரம்பித்தது. அந்த விபத்து... ஏன் அவ்வளவு விரிவான, ஆழமான பாதுகாப்பு விதிகள் ஏற்படுத்தப்பட்டிருந்தன என்று சம்பந்தப்பட்டவர்களுக்கு விளக்கியது. அது மட்டுமல்ல; விதிகளைக் கடைப்பிடிப்பதில் செய்யப்படும் ஒரு மயிரிழை தவறுகூட எப்படிப்பட்ட பேராபத்தை விளைவித்துவிடும் என்பதற்கும் அந்த விபத்து உரத்து ஒலித்த ஓர் எச்சரிக்கை மணி!

மரீன் கமாண்டோ 'டைவர்'கள் சிதைந்துபோன சிந்துரக்ஷக்கை ஆராயும் முயற்சிகளில் இறங்கினார்கள். பல மாதங்களாக அதை அவர்கள் தாங்கள் மேற்கொள்ள வேண்டிய பணிகளின் பயிற்சிக்களமாகப் பயன்படுத்திக் கொண்டனர். விபத்துக்குள்ளான கப்பல் ஒரு வருடத்திற்கு முன்புதான் வெண் கடலில் மேற்கு ரஷ்யாவிலிருந்த சுவிஸ்டோஷ்கா கப்பல் கட்டும் தளத்திலிருந்து திரும்பியிருந்தது. புதிய 'சென்ஸார்'களும், தொலைத் தொடர்பு கருவிகளும், பாதுகாப்பு அமைப்புகளும், நவீன CLUB-S கப்பல் எதிர்ப்புக் கருவிகளும், தரையைத் தாக்கும் ஏவுகணைகளும் பொருத்தப்பட்டு திரும்பி வந்திருந்தது. கடலில் மூழ்கிக் கப்பலுக்கருகில் சென்ற கமாண்டோக்கள் கண்ட காட்சி அவர்களைக் கதிகலங்க வைத்தது. சிதைந்து போயும், வளைந்து போயும் இருந்த கப்பலின் உடல் பல இடங்களில் விரிசல் விட்டிருந்தது. ஆழ்கடலில் சத்தமின்றி எதிரியைத் தாக்க உருவாக்கப்பட்ட கப்பல் எங்கே... இந்த எலும்புக் கூடு எங்கே என்று அவர்கள் திகைத்துப் போயினர்.

2013-ம் வருடம் ஆகஸ்ட் மாதம் கொலாபா கடற்படைத் தளத்திலிருந்த இரண்டு இளம் கடற்படை அதிகாரிகள் அந்தப் பெரும் வெடிச்சத்தத்தைக் கேட்டனர். என்ன நடந்தது என்ற செய்தி விறுவிறுவென்று பரவிவிட்டது. லெப். கமாண்டர் கபிஷ் முவால், லெப். மனோரஞ்சன் குமார் ஆகியோரே அந்த இருவர். அவர்கள் இருவருமே நீர்மூழ்கிக் கப்பலில் பணியாற்றுபவர்கள். அவர்கள் கடற்படைத் தளத்தை நோக்கி விரைந்தனர். விபத்துக்குள்ளான சிந்துரக்ஷக்கில் பணியாற்றியவர்களில் பலர் அவர்களின் நண்பர்கள். அவர்கள் அங்கே சென்றடைந்ததும், அந்த இடம் பாதுகாப்புக் காரணங்களுக்காகத் தனிமைப்படுத்தப்பட்டிருந்ததைக் கண்டனர். இன்னும் வெடிப்புகள் நிகழ வாய்ப்பிருந்தது. ஏனெனில், கப்பலிலிருந்த வெடிபொருட்கள் முழுவதுமாகச் செயலிக்கச் செய்யப்பட்டுவிட்டன என்பதைத் தீர்மானமாகச் சொல்ல முடியவில்லை. அவர்கள் விரைந்து அங்கே இருந்த உணவு விடுதிக்குச் சென்றனர். அங்கே தொலைக்காட்சித் திரையின் முன் நிறையப் பேர் கூடி இருந்தனர். கடற்படைத் தளத்தில் ஆரஞ்சு வண்ணத்தில் எழுந்த பெரு நெருப்பை தொலைக்காட்சி ஊடகங்கள் காண்பிக்கத் துவங்கி இருந்தன.

அசுரத்தனமான அந்தச் சீற்றத்தைத் தொலைக்காட்சி வர்ணனையாளர் விவரித்துக் கொண்டிருந்தபோது அங்கே மயான அமைதி நிலவியது. கபிஷ் தொலைக்காட்சியைப் பார்த்துக்கொண்டிருந்தபோதே அவரின் அலைபேசி சிணுங்கியது. அந்த முனையிலிருந்து பேசியவர் அவர் அப்பா. ஓய்வுபெற்ற கடற்படை அதிகாரியான அவர் டெல்லியிலிருந்து பேசினார்.

அடுத்த பதினைந்து நிமிடங்களுக்கு, அங்கே கூடியிருந்த 'டைவர்'கள் அனைவரின் அலைபேசிகளும் ஒலித்தன. இராணுவத்தில் சுபேதாராகப் பணியாற்றி ஓய்வு பெற்றிருந்த மனோரஞ்சனின் அப்பா ஜம்ஷெட்பூரிலிருந்து அழைத்தார். அழைத்த ஒவ்வொருவரும், தங்கள் தந்தை அல்லது மகன்

அல்லது சகோதரன் அழைப்பை ஏற்க வேண்டுமே என்று வேண்டிக் கொண்டனர்.

லெப். காமாண்டர் கபிஷ் தன் தந்தையிடம் சொன்னார்: "அப்பா, நான் நலமாக இருக்கிறேன். ஆனால் பதினெட்டு பேர் இறந்துவிட்டதாகப் பேசிக் கொள்கிறார்கள். இன்னும் நிச்சயமாக எதுவும் தெரியவில்லை. நாங்கள் காத்துக் கொண்டிருக்கிறோம். அந்த இடத்திற்கு அருகே கூட எங்களில் யாராலும் செல்ல முடியவில்லை!"

லெப். மனோரஞ்சனின் அம்மா ருக்மணி தேவி அலைபேசியில் பேசினார். மனோரஞ்சன் தன் அம்மாவிடம் சொன்னார். "கவலைப்படாதீர்கள் அம்மா! நான் அடிக்கடி உங்களுடன் தொடர்புகொள்கிறேன்!"

நாடெங்கிலுமிருந்த அந்தப் பதினெட்டு வீரர்களின் குடும்பத்தார்கள் செய்த அழைப்புகளை எடுப்பாரில்லை. சிந்துரக்ஷக் கப்பலில் சிக்கிக் கொண்டவர்கள் யார் யார் என்ற விவரம் மறுநாள் வரை தெரியவில்லை. இந்தியக் கடற்படையின் மிகச் சோகமான நாட்களில் ஒன்றாக அந்த நாள் அமைந்தது. சிந்துரக்ஷக் தன் வீரர்களுக்குத் தானே சமாதி கட்டியது. கப்பலிலிருந்த யாரும் உயிர் பிழைக்கவில்லை.

அந்த இளம் அதிகாரிகளுக்கு இந்தச் செய்தி இன்னும் அதிகமான சோகத்தைத் தந்தது. அவர்கள் இருவரும், அதன் சகோதரியான சிந்துரத்னா-வில் பணியாற்றுபவர்கள். அந்த இரண்டு கப்பல்களும் பத்து கிலோ வகைத் தாக்குதல் நிகழ்த்தும் சிறப்பு நீர்முழ்கிக் கப்பல்கள். அவை ரஷ்யாவின் ஷெவ்மாஷ் கப்பல் தளத்தில் கட்டப்பட்டு, 1986லும் 2000-ம் ஆண்டிலும் இந்தியாவிடம் ஒப்படைக்கப்பட்டன. சிந்துரத்னா, சிந்துரக்ஷக்கை விட பத்தாண்டுகள் மூத்தது. சில காலமாக அது கடலுக்குள் செல்லவில்லை. மும்பை கப்பல் தளத்தில் பராமரிப்புப் பணிகளுக்காக அது நிறுத்தப்பட்டு இருந்தது. இன்னுமொரு ஆறு மாதங்களுக்கு அது கடலில் இறங்காது!

லெப். கமாண்டர் கபிஷ் 2011, ஆகஸ்ட் மாதம் சிந்துரத்னாவில் சேர்ந்தார். ஆறு மாதங்கள் கழித்து, ஜனவரி 2012-ல் லெப். மனோரஞ்சன் அதில் சேர்ந்தார். இருவருமே மின் பொறியாளர்கள். கப்பலில் இருக்கும் மிக அதிக எண்ணிக்கையிலான மின் சாதனங்களைக் கண்காணிக்க வேண்டியது இவர்கள் பொறுப்பு. முக்கியமாக, மின்சாரம்-டீசலினால் இயங்கும் அந்தக் கப்பலின் பெரும் மின்கலன்களுக்கு இவர்களே பொறுப்பு.

இப்போது அவர்களுக்கு அவர்கள் கப்பலில் வேலையேதும் இல்லை. எனவே, அவர்கள் நேரம் முழுவதும் சிந்துரக்ஷக்கில் எப்படி விபத்து நடந்திருக்க முடியும் என்று ஆராய்வதிலேயே கழிந்தது.

அந்த விபத்து பற்றியே நீர்மூழ்கிக் கப்பல் மாலுமிகள் பல மாதங்களுக்குப் பேசி வந்தனர். இந்தியக் கப்பற்படையில் சிந்துரக்ஷக்கைப் போல் பத்து நீர்மூழ்கிக் கப்பல்கள் இருந்தன. மற்ற ஒன்பது நீர்மூழ்கிக் கப்பல்களிலிருந்த வீரர்கள் அனைவருமே, சிந்துரத்னாவைச் சேர்ந்த ஒரு மின் பொறியாளர்கள் உட்பட விபத்தைப் பற்றி ஆராயும் பணியில் ஈடுபடுத்தப்பட்டனர். கப்பல் இயங்குவதில் ஏதாவது தவறு நிகழ்ந்து விட்டதா? ஒருவேளை அப்படி ஏதேனும் நிகழ்ந்திருந்தால்... அதே மாதிரி மற்ற கப்பல்களிலும் நிகழ்வதற்கு வாய்ப்பு உண்டா? கிலோ- வகையைச் சேர்ந்த கப்பல்களை இயக்குவதற்கு வகுக்கப்பட்ட விதிமுறைகள் சரியானவைதானா? புதிய நடைமுறைகளைப் பின்பற்றுவதில் ஏதாவது சிக்கலா? அதனால் இதுவரை ஏற்படாத புதிய ஆபத்து ஏதேனும் ஏற்பட்டிருக்குமா? ரஷ்யாவில் பராமரிப்புப் பணியின்போது புதியதாகச் சேர்க்கப்பட்ட கருவிகளால் கப்பலுக்கு ஆபத்து ஏற்பட்டிருக்குமோ? இப்படி நூற்றுக்கணக்கான கேள்விகள் கடற்படையைச் சேர்ந்த அனைவர் மனங்களிலும் எழுந்தன.

இராணுவத்தில், இறந்துபோனவர்களுக்காக துக்கம் அனுஷ்டிப்பதற்கோ, அவர்களை நினைத்து நினைத்துக் கண்

கலங்குவதற்கோ கணமேனும் நேரமில்லை. அன்றாடப் பணிகள் நடந்தே ஆக வேண்டும்; அப்படி வழக்கமான வேலைகளில் மூழ்குவதுகூட ஒரு விதத்தில் சம்பந்தப்பட்டவர்களின் மனக்கவலையைத் தீர்க்கும் அருமருந்துதான். சந்தேகமில்லை. ஆனால், அடுத்த ஆறு மாதங்களுக்குள் இன்னொரு பெரு விபத்து நிகழப்போவதை யாரறிவார்?

2014-ம் வருடம் ஜனவரி மாதம் கபிஷ் தன் இருபத்தொன்பதாவது பிறந்தநாளைத் தன் பெற்றோர்களுடன் கொண்டாட டெல்லி சென்றார். அதற்கு ஒருநாள் முன்புதான், சிந்துரத்னா வகையைச் சேர்ந்த கப்பல்களின் தலைமைக் கப்பல், INS சிந்துகோஷ் மும்பை கடற்படைத் தளத்தை அடைந்து கொண்டிருந்தபோது தரை தட்டியது. காரணம், கடலில் நீரோட்டம் போதுமான உயரத்தில் இல்லை; மேலும் பல மாதங்களாகக் கப்பலின் வெளிப்புறத்தில் படிந்திருந்த உப்பு வண்டல்கள் நீக்கப்படவில்லை. இது மிகப் பெரிய எச்சரிக்கை ஒலிதான் என்ற போதிலும், உயிர்ச்சேதம் ஏதுமில்லாததால் யாரும் இதை ஒரு பெரிய விஷயமாக எடுத்துக் கொள்ளவில்லை; மேலும் கப்பலுக்கு சொல்லிக்கொள்ளும்படியான சேதமும் இல்லை. எனவே, இதை யாரும் கண்டுகொள்ளவில்லை. அந்த நிகழ்வினால் நடந்ததெல்லாம் மீண்டும் ஒருமுறை சம்பந்தப்பட்டவர்களுக்கு ஒரு நீர்மூழ்கிக் கப்பலை இயக்குவது எவ்வளவு சிரமம் என்பதை உணர்த்தியதுதான்.

கபிஷ் வீட்டிற்குச் சென்றிருந்தபோது அவர் இளைய சகோதரர் ஆசிஷ் கேட்டார்: "நீ ஏன் இப்படிப்பட்ட நீர்மூழ்கிக் கப்பல்களில் வேலை செய்ய வேண்டும்?"

"யாராவது அந்த வேலையைச் செய்துதானே ஆக வேண்டும். அது கஷ்டமான வேலைதான்; ஆனால் அதை நானேதான் விரும்பித் தேர்ந்தெடுத்தேன்!"

அவர் அம்மா, தயாவதி சிங் தன் கவலையை வெளிக்காட்டிக் கொள்ளாமல், தன் மகனைத் திருமணம் செய்துகொள்ளும்படி

வற்புறுத்தினார். அவர் பிறந்த நாளான ஜனவரி 19-க்கு முன்பு, அவர் தன் மகனிடம் சில பெண்களின் புகைப்படங்களைக் காட்டவும் செய்தார்.

ஆனால் அவர்கள் மகன் எந்த வலையிலும் சிக்கிக் கொள்ளவில்லை. தன் பெற்றோர்களின் திருப்திக்காக அவர் சில பெண்களைப் பார்த்து வைத்தார். 'சிந்துரக்ஷக் பயங்கரத்திலிருந்து' அவர்கள் மனதைத் திருப்புவது தன்னால் இயலாத காரியம் என்று கபிஷுக்குத் தெரியும். ஆனால் அவர்களுக்கு ஆறுதல் அளிக்கும் செய்தி ஒன்று அவருக்கு விரைவில் கிடைத்தது. அது, அந்த வருடம் ஆகஸ்டில் சிந்துரத்னாவில் அவருடைய மூன்று வருடப் பணிக்காலம் முடிவுக்கு வரும்... அதன் பின் அவர் கப்பற்படையால், மும்பையிலிருக்கும் IIT-க்கு எம்.டெக் படிக்க அனுப்பப்படுவார். இதைக் கேட்டதில் அவர் பெற்றோருக்கு அளவற்ற மகிழ்ச்சி. கடற்படையில் பணியாற்றிய அவரின் அப்பா கமாண்டர் ஈஷ்வர் சிங் தன் மகனின் திறமைகளை நன்கு அறிந்தவர். இந்தியாவின் புகழ்பெற்ற கல்வி நிலையமொன்றில் அவர் மகன் மேல்படிப்பு படிக்கப் போவதை நினைத்து அவர் பெருமைப்பட்டார்.

அந்தச் செய்தி, அவர்களுக்கு இன்னுமொரு விதத்திலும் ஆறுதலைத் தந்தது. கபிஷ் பள்ளியில் படிக்கும்போது படிப்பில் மிகச் சிறந்த மாணவர். அதன் பின் அவர் டெல்லியின் புகழ்பெற்ற செயிண்ட் ஸ்டீபன்ஸ் கல்லூரியில் இளம் இயற்பியல் படிப்பில் சேர்ந்தார். ஆனால் சேர்ந்து ஆறே மாதங்களில் பொறியியல் படிப்பதற்காக அந்தப் படிப்பை விட்டுவிட்டார். ஏனெனில், அவர் ஆசை கடற்படையில் சேர வேண்டும் என்பதே. இந்தியாவின் மிகச் சிறந்த கல்லூரிகளில் சேர வேண்டும் என்பதற்காக அவர் அரும்பாடுபட்டு உழைத்திருந்தார். அப்படி கஷ்டப்பட்டு சேர்ந்த படிப்பை பாதியிலேயே விடுவது சரிதானா என்று அவரின் பெற்றோர்களுக்குச் சந்தேகம் வந்து விட்டது. நேவல் அகாடமியில் மிகச் சிறந்த மாணவனாகத்

தேர்வு பெற்று கடற்படைத் தளபதியின் 'Sword Of Honour' விருது பெற்று தான் எடுத்த முடிவு சரிதான் என்று கபிஷ் நிரூபித்தார். அவரை எம்.டெக் படிப்பு படிக்க தேர்வு செய்ததன் மூலம் இந்தியக் கடற்படை அவர் மேல் வைத்திருந்த மிகப் பெரும் நம்பிக்கையை நிரூபித்தது.

தன் குடும்பத்துடன் ஒரு வாரம் மகிழ்ந்திருந்து, தன் உற்சாகத்திற்கு உரமேற்றிக்கொண்டு, கபிஷ் தன் வேலைக்குத் திரும்பினார்.

சிந்துரத்னாவின் மறு சீரமைப்பு வேலைகள் முடிக்கப்பட்டு, பிப்ரவரி மத்தியில் மீண்டும் கடலில் இறங்கத் தயாராக இருந்தது. விரைவில் தானும் கடலுக்குள் செல்ல விருந்ததால் லெப். மனோரஞ்சனும் குறுகிய விடுப்பில் தன் பெற்றோர்களுடன் இருக்க ஜம்ஷெட்பூர் சென்றார்.

மனோரஞ்சனுக்கு கப்பலில் 'வாட்ச் கீப்பிங் எலெக்ட்ரிகல் ஆபீஸராக' வேலை. அவர் தன் சிறுவயதுக் கனவை வாழ்ந்து கொண்டிருந்தார் என்றே சொல்லலாம். அவர் பெரேலி இராணுவப் பள்ளியில் ஐந்தாவது வகுப்பு படித்துக் கொண்டிருந்தார். இராணுவத்தில் பணியிலிருந்த அவர் அப்பா அங்கு வேலை செய்து கொண்டிருந்தார். பள்ளியில் படித்துக் கொண்டிருந்தபோது, தன் பள்ளியில் குடியரசுத் திருநாளன்று, இந்திய இராணுவம் சில இராணுவ நடவடிக்கைகளைச் செய்து காட்டியதைக் கண்டுகளித்த பின் அவர் தன் வீட்டிற்குத் திரும்பினார். தன் பெற்றோரிடம் தனக்கு இராணுவ சீருடையை அணிவதைத் தவிர வேறெதிலும் விருப்பம் இல்லை என்று சொன்னார். அவர் அப்பா சுபேதார் நவீன் குமார், எல்லா பெற்றோர்களையும் போலவே வழக்கமான அறிவுரைகளை வழங்கினார்: "பள்ளியில் நன்றாகப் படி. அப்புறம் நீ என்ன செய்ய வேண்டும் என்று விரும்புகிறாயோ, அதைச் செய்" மனோரஞ்சன் முதுநிலைப் பள்ளியில், வகுப்பில் முதல் மாணவனாகத் தேறினார். பின் மின் நிறுவனங்களிலும், பொறியியல் நிறுவனங்களிலும் பயிற்சி பெற்றார். 2009-ல்

அவர் இந்தியக் கடற்படையில் சேர்ந்தார். மூன்று வருடங்கள் கழித்து, அவர் சிந்துரத்னாவில் சேர்ந்தார்.

மும்பைக்குத் திரும்பிய அந்த இரண்டு இளம் அதிகாரிகளும் இன்னும் தொண்ணூறு இளைஞர்களுடன் சிந்துரத்னாவில் சேர்ந்தனர். அவர்கள் அனைவரும் தங்கள் கப்பல் கடலில் மீண்டும் இறக்கப்படுவதற்காகக் காத்திருந்தனர். 2300 டன் எடை கொண்ட அந்த உலோக அரக்கன் செயலற்று பல மாதங்கள் தூங்கிக் கொண்டிருந்தது. அதன் மாலுமிகள், கப்பலுக்குள், ‘எப்போதடா மீண்டும் நுழைவோம்?’ என்று காத்துக் கொண்டிருந்தனர்.

மறு சீரமைப்பு வேலைகள் முடிந்து, சிந்துரத்னா கடலில் மீண்டும் இறக்கப்படும் நாளும் வந்தது. பெரும் ஆவலுடன் காத்துக் கொண்டிருந்த அதன் வீரர்கள் மும்பையின் கடற்படைத் தளத்தில் காத்துக்கொண்டிருந்தனர். ஆயிரத்து நானூறு கிலோமீட்டர்கள் தள்ளி, சிந்துரத்னாவின் முன்னாள் பணியாளர் ஒருவர் நிகழ்வுகளை மிக உன்னிப்பாகக் கவனித்துக் கொண்டிருந்தார்.

கமோடர் ரவி திங்ரா தன் ஆழ்கடலில் மூழ்கும் பணியை சிந்துரத்னாவில் தொடங்கினார். தன் முதல் பயிற்சியை அவர் முழுவதுமாக சிந்துரத்னாவில் முடித்தார். 2014-ல் பிப்ரவரியில் அதில் பணியாற்றிய பல இளம் அதிகாரிகள், அவரால் பயிற்சி அளிக்கப்பட்டவர்கள்தான். கடற்படைத் தளத்தின் தலைமையகத்தில் பணியாற்றிய அவரின் வேலை, நீர்மூழ்கிக் கப்பல்களில் நேரிடையாகத் தொடர்பு உடையது. அதனால் அவர் அதன் அன்றாட நிகழ்வுகளைக் குறித்து வைத்துக் கொண்டிருந்தார்.

கமோடர் ரவி சொல்கிறார்: “சிந்துரத்னாவில் பல நாட்களாகப் பழுது பார்க்கப்பட்டு, சீரமைக்கப்படும் பணி மேற்கொள்ளப்பட்டதால், அது மீண்டும் கடலில் இறக்கப்படும் நாட்கள் வரை அதன் மாலுமிகள் பல நாட்களாக இணைந்து

பணியாற்றவில்லை. மீண்டும் பணியில் ஈடுபடும்போது, எந்த விதமான அவசர நிலையையும் எதிர்கொள்ள ஒரு குறுகிய காலப் பயிற்சியை மாலுமிகள் மேற்கொள்ள வேண்டும். அந்தப் பயிற்சி, முதலில் துறைமுகத்தில் துவங்கி, கடலில் முடியும். அவர்கள் மேற்கொள்ளும் பயிற்சிகளில், செயற்கை விபத்துகளும் அடங்கும். கப்பலின் ஏதாவதொரு பகுதியில், செயற்கையாக உருவாக்கப்படும் புகையும் தீயும் இதில் அடங்கும். கப்பலின் பல பகுதிகளையும் சக்தியிழக்கச் செய்வதும் கப்பலை நிலை நிறுத்தலும் இதில் அடங்கும். கப்பலின் எல்லா இயந்திரங்களும் சரியாக இயங்குகின்றனவா என்பதும் உறுதி செய்யப்படும்."

பிப்ரவரி 19-ல் லெப். கமாண்டர் கபிஷூம், மனோரஞ்சனும் தங்கள் சக மாலுமிகளுடன், சிந்துரத்னாவிற்குள் நுழைந்தனர். அப்போது அதன் தலைவராக இருந்தவர் கேப்டன். சந்தீப் சின்ஹா. அடுத்த ஐந்து நாட்களும் அவர்கள் பல்வேறு விதமான பயிற்சிகளில் ஈடுபட்டனர். பிப்ரவரி 24-ல் மீண்டும் துறைமுகத்துக்குள் நுழைந்தது. விதிகளின்படி, அதன் வீரர்கள் தாங்கள் பெற்ற பயிற்சிகளை நிரூபித்துக் காட்ட வேண்டும்.

இதற்காக, நீர்மூழ்கிக் கடற்படையின் (மேற்கு) மூத்த அதிகாரி கமோடர் -Commoder Commonding Submarines (COMCOS)- S. R. கபூர் அவர்களுடன் அதே கப்பலில் ஏறி டாஸ்க்-II எக்ஸாமினேஷன்[8] என்றழைக்கப்படும் தேர்வை நடத்தச் செல்வார். இது கப்பலை மீண்டும் கடலில் விட நடத்தப்படும் முக்கியத் தேர்வாகும்.

---

8 ஒரு நீர்மூழ்கிக் கப்பலை இயக்குவது எவ்வளவு சிக்கலானது, சிரமமானது என்பதை இது விளக்கும். கப்பல் வெற்றிகரமாக இயங்க பல நூற்றுக்கணக்கான நடவடிக்கைகளை ஒன்றிணைக்க வேண்டும். இதில் ஆங்காங்கே சோதனைகளும் அவசியம். நடைமுறைகளில் ஏற்படும் ஒரு சிறிய தவறு கூட ஆழ்கடலில் பேராபத்தை விளைவித்து விடும். 2018-ம் ஆண்டு டிசம்பர் 25-ல் இந்தியக் கடற்படை தன் முதல் ஆழ்கடல் மீட்பு அணியை துவக்கியது. இதில் ஒரு சிறிய நீர்மூழ்கிக் கப்பலும் அடங்கும் இருக்கும். இதன் முக்கிய வேலை ஆழ்கடலில் ஆபத்தில் சிக்கிக் கொண்ட நீர்மூழ்கிக் கப்பல்களிலிருந்து அதன் வீரர்களை மீட்பதாகும்.

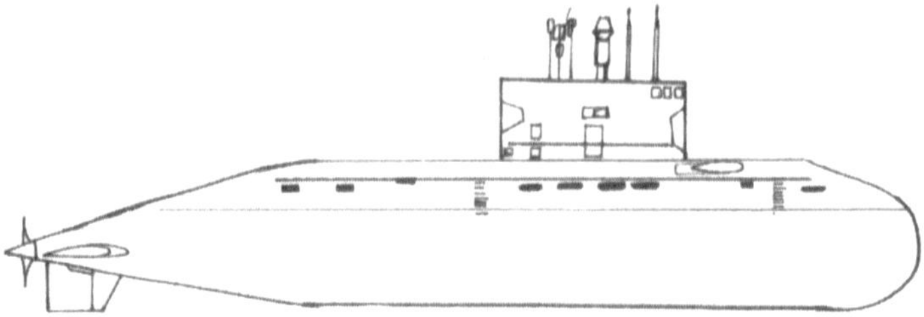

கிலொ க்ளாஸ் நீர்மூழ்கிக் கப்பல்

பிப்ரவரி 25, இரவு 7.30 மணிக்கு, கப்பல் பயணப்படும் முன்பு கபிஷ் தன் பெற்றோர்களை அழைத்தார். ஆனால், அவர்கள் அழைப்பை ஏற்கவில்லை. அவர் மீண்டும் அவர்களை அழைத்தார். அவர்கள் வேறேதாவது வேலையில் ஈடுபட்டிருக்கக்கூடும் என்று நினைத்தார். ஆகவே அவர்களுக்கு ஒரு குறுஞ்செய்தியை அனுப்பினார். அதில் தான் கடலுக்குச் செல்வதால் தன்னை சில நாட்களுக்கு அவர்கள் தொடர்பு கொள்ள முடியாது என்றும் கவலைப்பட வேண்டாம் என்றும் குறிப்பிட்டிருந்தார்.

சிந்துரத்னாவின் மாலுமிகள் அந்த மாலைப் பொழுதில் மிகுந்த உற்சாகத்தில் இருந்தனர். தங்கள் தனித் திறமையைக் காட்டவும், தாங்கள் எப்படி ஒருங்கிணைந்து கப்பலை இயக்க முடியும் என்பதை நிரூபிக்க அது ஒரு வாய்ப்பு என்று அவர்கள் நினைத்தனர்.

கமோடர் ரவி சொல்கிறார்: "டாஸ்க்-II-வின் பிரதான நோக்கம் மாலுமிகள் எந்த அளவிற்குப் பயிற்சியில் தேறியிருக்கிறார்கள் என்பதை செய்முறையில் நிரூபித்துக் காட்டுவதே!" எனவே அந்த 25, பிப்ரவரி மாலையில் காம்கோஸ் கப்பலில் ஏறியிருக்க, சிந்துரத்னா தன் பயணத்தைத் துவங்கியது. அன்று மாலையில் அவர்கள், மும்பை துறைமுகத்தை விட்டு நீங்கும்போதும் அன்று இரவிலும் செயற்கை முறையில் 'ஆபத்து'கள் உருவாக்கப்பட்டு, மாலுமிகளின் திறமைகள் பரிசோதிக்கப்பட்டன. இப்படித்தான் சோதனைகள் நடத்தப்படுவது நடைமுறை.

நீர்மூழ்கிக் கப்பல்களில் அதன் பணியாளர்கள் 'ஷிஃப்ட்' முறையில் பணியாற்றுவார்கள். ஏனெனில், எப்போதும் சிலர் பணியில் இருக்க வேண்டியது அவசியம். இரவு நீண்டு கொண்டிருந்தது. கப்பல் 40 மீட்டர் ஆழத்தில் சென்று கொண்டிருந்தது; அது அரபிக்கடலுக்குள் 140 கி.மீ. தொலைவு சென்றிருந்தது. மாலுமிகளில் ஒரு குழுவினர் தங்களுக்கு ஒதுக்கப்பட்ட குறுகிய இடங்களில் முடங்கிக்கொள்ள இன்னொரு குழுவினர் கப்பலைத் தங்கள் பொறுப்பில் எடுத்துக் கொண்டனர். அடுத்த நாள் கருவிகளும், வீரர்களும் இன்னும் விரிவாக சோதிக்கப்பட இருந்தனர்.

சிந்துரத்னாவின் 3-வது கம்பார்ட்மென்டில் இருந்த ஒரு வீரர் நினைவுகூருகிறார். "அந்தக் கம்பார்ட்மென்டின் மின் பொறியாளரான லெப். மனோரஞ்சன் அப்போது பொறுப்பில் இருந்தார். துணைப் பொறியாளரான லெப். கமாண்டர் கபிஷ் 5-வது கம்பார்ட்மென்டின் பொறுப்பில் இருந்தார். எல்லாமே அமைதியாக இருந்தது!"

40 மீ. ஆழத்தில் சென்று கொண்டிருந்த கப்பலில் மெல்லிய ஓசை. விரைவில் தாளம் மாறப்போகிறது என்று யாருக்கும் தெரியாது.

அடுத்த நாள் காலை 5.30 மணிக்கு மீண்டும் சோதனைகள் துவங்கின. லெப். மனோரஞ்சனின் பொறுப்பிலிருந்த கம்பார்ட்மென்ட் 3-லிருந்து புகை வர ஆரம்பித்தது. 'சவ்தான்' என்பது ஓர் அவசரகால நடவடிக்கை. அது உண்மையான அவசர நிலையிருந்தால் மட்டுமே செயல்படும். செயற்கையாக ஏற்படுத்தப்படும் ஆபத்துகளின்போது அது இயங்காது. ஆனால், இப்போது அது செயல்பட ஆரம்பித்து, எச்சரிக்கை மணி அலறி, கப்பலிலிருந்தவர்கள் அனைவரையும் கதிகலங்கச் செய்தது.

மனோரஞ்சன் சவ்தான் எச்சரிக்கை நடைமுறையை ஆரம்பித்துவிட்டு, கம்பார்ட்மென்ட்டில் புகை வந்த இடத்தை நோக்கி ஓட ஆரம்பித்தார். 3-வது கம்பார்ட்மென்ட்டில் அதிக

அளவில் மின் சாதனங்கள் இருந்தன. எனவே, விஷயம் சிக்கலாகும் முன்பே விரைந்து தான் செயலில் இறங்க வேண்டியதன் அவசியத்தை உணர்ந்தார். கிலோ வகை நீர் மூழ்கிக் கப்பல்களில் கம்பார்ட்மென்ட்டுகள் மிக நெருக்கமாக அமைக்கப்பட்டிருக்கும். ஆகவே தீ விரைந்து பரவி விடும். மனோரஞ்சனும் ஒரு நொடியைக்கூட வீணடிக்கவில்லை.

சில நிமிடங்களிலேயே அங்கே கபிஷ் விரைந்தோடி வந்து சேர்ந்தார். அப்போது புகை இன்னும் அடர்த்தியடைய ஆரம்பித்திருந்தது.

புகை மின் கருவிகளுக்குப் பின்னால் இருந்த 'பேனல்'களையும் உஷ்ணப்படுத்த ஆரம்பித்திருந்தது. கேபிள்களில் சில ஷார்ட் சர்க்யூட் ஆகியிருந்தது. அவை தீப்பற்றி எரிய ஆரம்பித்திருந்தன. இதனால் கம்பார்ட்மென்ட் 3-ன் புகையின் நிறம் மாறி, அடர் கருமையானது.

புகையினூடே புகுந்து வந்த கபிஷ், மனோரஞ்சன் புகையின் ஊற்றுக்கண்ணைக் கண்டுபிடிக்கும் முயற்சியில் ஈடுபட்டிருப்பதைப் பார்த்தார். புகையின் அடர்த்தி அதிகமாக அதிகமாக அந்த இரண்டு அதிகாரிகளும் 3-வது கம்பார்ட்மென்ட்டிலிருந்த மற்றவர்களை உடனே வெளியேறச் சொன்னார்கள். அவர்கள் செய்த முதல் வேலையே அதுதான்.

"அவர்கள் எங்களை வெளியேற்றுவதிலேயே குறியாக இருந்தனர். நான் வெளியேறிக் கொண்டிருக்கும்போது, புகையினூடே அவர்களைப் பார்த்தேன். மனோரஞ்சன் தன் C.O-விடம் தொலைத்தொடர்புக் கருவிகள் மூலமாக பேச முயன்று கொண்டிருந்தார்" என்கிறார் அந்த கம்பார்ட்மென்ட்டைச் சேர்ந்த ஒரு வீரர்.

3-வது கம்பார்ட்மென்ட்டில் சிந்துரத்னாவின் மின்கலங்கள் இருந்தன. அவை இன்னொரு கம்பார்ட்மென்ட்டின் மேல் பாதுகாப்பாக இருந்தன. மின்கலங்கள் நிறைந்த

கம்பார்ட்மென்ட்டுகளில் தீப் பற்றினால் அது பேராபத்தில் முடியும்.

கமாடர் ரவி சொல்கிறார்: "அந்த கம்பார்ட்மென்ட்டில் இருந்த மின்கலங்கள் நிலைமையை இன்னும் சிக்கலாக்கியது. இந்த மின்கலங்கள் 'சார்ஜ்' ஆகும்போது, ஹைட்ரஜன் வாயுவை சிறிதளவு வெளிவிடும். இந்த வாயு எளிதில் தீப்பிடிக்கக் கூடியது. அதன் அளவு கட்டுப்படுத்தப்படாவிட்டால், எளிதில் தீப்பிடிக்கக்கூடிய வாயுவான அது பெரும் ஆபத்தை விளைவித்துவிடும். மின் பொறியாளர்களான கபிஷூம், மனோரஞ்சனும் இதை அறிவார்கள். எனவே அவர்கள் தீ எங்கே இருந்து பரவ ஆரம்பித்தது என்று கண்டுபிடிப்பதில் முனைப்புக் காட்டினர். அதே சமயம் மற்றவர்களை கம்பார்ட்மென்ட்டிலிருந்து வெளியேற்றுவதிலேயே குறியாக இருந்தனர்."

C.0-வான கேப்டன். சின்ஹா, மனோரஞ்சனிடமிருந்து இரண்டாவது அழைப்பு வந்ததுமே நீர்மூழ்கிக் கப்பலை நீருக்கு மேல் கொண்டு செல்ல ஆணை பிறப்பித்தார்.

கேப்டன் ரவி சொல்கிறார்: "அந்த நிலையில் கடல் மட்டத்திற்குக் கப்பலைக் கொண்டு வந்து அதை ஓரிடத்தில் நிலைநிறுத்துவதில் சில நன்மைகள் இருந்தன. அப்படிச் செய்தால் புகை, திறப்புகள் வழியாக வெளியேறும்."

கபிஷூம், மனோரஞ்சனும் தங்கள் சகாக்களான பதினொரு மாலுமிகளை 3-வது கம்பார்ட்மென்ட்டிலிருந்து வெளியே பிடித்துத் தள்ளாத குறையாக வெளியேற்றினர், அவர்கள் ஒவ்வொருவரும் உதவ முன்வந்த போதிலும். அந்த இரண்டு இளம் அதிகாரிகளும் அவர்களை வெளியே வலுக்கட்டாயமாகப் பிடித்துத் தள்ளும்போது, அங்கே மீண்டும் நுழைய முடியாது என்பது அவர்களுக்குத் தெரியும். அவ்வாறு செய்ய அந்தக் குறுகிய இடத்தில் வசதியில்லை.

''அதிகாரிகளுக்கு மற்றவர்களைவிட கடமைகளும், பொறுப்புகளும் அதிகம். கடமைக்குக் கட்டுப்பட்டு, தாங்கள் அந்த இடத்திலிருந்து கொண்டே பிரச்சனையைத் தீர்க்க வேண்டும் என்று அவர்கள் நினைத்திருக்கலாம். அதே சமயம், அங்கேயிருந்து மற்றவர்களை முதலில் வெளியேற்றுவது தங்கள் தலையாய கடமை என்று நினைத்திருக்கலாம்.'' இப்படிச் சொல்வது கமோடர் ரவி.

இரண்டு அதிகாரிகளும், புகையுடன் போராடி அது எங்கிருந்து வருகிறது என்பதைக் கண்டுபிடிக்கத் தொடர்ந்து முயற்சி செய்தனர். ஒவ்வொரு முறை மூச்சுவிடும்போதும், தங்களுக்கு புகை எவ்வளவு தீமை செய்து கொண்டிருக்கிறது என்பதை அவர்கள் உணர்ந்தார்களில்லை. நேரம் நகர நகர, புகையின் அடர்த்தி அதிகமாகிக்கொண்டே போனது.

கமோடர் ரவி தொடர்கிறார்: ''கபிஷையும், மனோரஞ்சனையும் மற்றவர்கள் கடைசியாகப் பார்த்தபோது, அவர்கள் புகையுடனும், தீயுடனும் கடுமையாகப் போராடிக் கொண்டிருந்தனர். சிறிது நேரத்திலேயே, அவர்கள் நினைவிழந்திருக்கலாம்.'' இதற்குள், 3-வது கம்பார்ட்மென்ட் அடுத்த பக்கமிருந்த 'சீல்' செய்யப்பட்டு விட்டது. தொடர்பும் அறுந்துபோனது! மற்ற பதினொரு நபர்களை வெளியேற்றும்போது தாங்கள் எளிதில் தீப்பிடிக்கும் பொருட்களையும் நீக்கிவிட்டதை அந்த அதிகாரிகள் உறுதி செய்து கொண்டனர்.

அவர்கள் இடைவிடாது முயன்றும் தீயை அணைக்க முடியவில்லை. தீயைவிட புகையின் தாக்கம் மிக அதிகமாக இருந்தது. மற்ற கருவிகளை அப்புறப்படுத்தியதன் விளைவாக அவர்கள் தீ பரவுவதைத் தடுத்து விட்டனர்.

சிந்துரத்னா மேலே வந்து கொண்டிருக்கும்போதே, அதன் C.O கீழ்த்தளத்திற்கு இறங்க முயன்றார். ஆனால், உள்ளேயிருந்த ஆபத்தான புகையைத் தொடர்ந்து சுவாசிக்க முடியாமல் அவர் உடனே மேல்தளத்திற்கு வர வேண்டியதாயிற்று. கப்பல்

மேலே வந்ததும், தன் வீரர்களில் சிலரைப் புகையிலிருந்து பாதுகாக்கும் உடைகளை அணிந்துகொள்ளச் செய்து, கீழே இறங்கி அந்த இரண்டு அதிகாரிகளுக்கும் என்னவாயிற்று என்று பார்க்கப் பணித்தார். கப்பலிலிருந்த தொடர்புகொள்ளும் சாதனங்களின் வழியாக அவர்களைத் தொடர்புகொள்ளச் செய்த அனைத்து முயற்சிகளும் வீணாயின.

அவர் 3-வது கம்பார்ட்மென்ட்டிற்கு மூன்று அணிகளை அனுப்பினார். ஆனால், உள்ளே இருந்த அதீத வெப்பம் காரணமாக அவர்களும் உடனே திரும்ப வேண்டியதாயிற்று. அதனருகில் கூட யாராலும் செல்ல முடியவில்லை. ஒரு முன் ஜாக்கிரதை நடவடிக்கையாக, கப்பலின் மின் அமைப்பு வேலை செய்வதிலிருந்து நிறுத்தப்பட்டிருந்தது. எனவே, அவர்கள் தங்களைச் சூழ்ந்து கொண்ட கும்மிருட்டில் தட்டுத் தடுமாறித்தான் நடக்க வேண்டியிருந்தது.

மீட்பு அணியில் சென்ற ஒரு மாலுமி சொல்கிறார்: "எங்களின் முன்னால் எங்கள் கைகளை நீட்டினால்கூட அவற்றைத் தெளிவாகப் பார்க்க முடியவில்லை. கபிஷும் மனோரஞ்சனும் எங்களைக் கட்டாயமாக வெளியேற்றினார்கள்; அவர்களுடன் தங்க எங்களை அவர்கள் அனுமதிக்கவே இல்லை. அது மட்டுமல்ல; தங்கள் வேலை முடியும் வரை அவர்கள் வெளியே வரவும் தீர்மானமாக மறுத்துவிட்டனர். நீங்கள் அந்த அடர்த்தியான புகையைப் பார்த்திருந்தால், அதை சுவாசித்திருந்தால் அதைவிட்டு வெளியே வர அவர்கள் வெளியேற மறுத்துவிட்டனர் என்பதை நம்பவே மாட்டீர்கள்!"

கம்பார்ட்மென்ட் 3-ஐ நெருங்க செய்யப்பட்ட அனைத்து முயற்சிகளும் வீணாயின; அதுமட்டுமல்ல, அவை ஆபத்தானவை என்றும் புரிந்தது.

"இப்போது C.O-வுக்கு மற்றவர்களின் உயிரைக் காப்பாற்றுவது அவசியமாயிற்று. அதுமட்டுமல்ல, நீர்மூழ்கிக் கப்பலையும் காப்பாற்றியாக வேண்டும். இது மனரீதியாக மிகவும்

சிரமமான காரியம்- இருப்பவர்களைக் காப்பாற்றுவதா? இழந்தவர்களைத் தேடுவதா? இரண்டு இளம் அதிகாரிகளைப் பற்றி எந்தத் தகவலும் இல்லை. அவர்கள் கதி என்ன? எதுவும் திட்டவட்டமாகத் தெரியவில்லை. அவர் எடுக்க வேண்டிய முடிவு... எப்படிப் பார்த்தாலும் மனதிற்கு மிகவும் வேதனையான விஷயம்!" என்கிறார் கமோடர் ரவி!

ஒரு கடைசி முயற்சியாக, புகை கிளம்பி நான்கு மணி நேரம் கழித்து, கேப்டன் சின்ஹா தீயின் தீவிரத்தைக் கட்டுப்படுத்தும் ஃபெரான் வாயுவைக் கக்கும் அமைப்புகளைத் திறந்துவிடச் சொன்னார். இப்படிச் செய்தால், நீர்மூழ்கியின் கம்பார்ட்மென்ட்டுகள் அனைத்தும் 'சீல்' செய்யப்பட்டு விடும். அவை ஆக்ஸிஜனை முழுவதுமாக உள்ளிழுத்துக் கொண்டு, புகையின் தீவிரத்தைக் குறைப்பதற்காக, மிக உயர்ந்த அழுத்தத்தில் ஃபெரான் வாயுவை வேகமாக வெளியேற்றும். ஃபெரான் வாயு வெளியேற ஆரம்பித்ததும், ஒரு முன் எச்சரிக்கை நடவடிக்கையாக 3-வது கம்பார்ட்மென்ட் சீல் செய்யப்பட்டது.

சிந்துரத்னா நீருக்கு மேல் வந்தது. ஆனால் அது மிகவும் சிதிலமாகிப் போயிருந்தது அதன் C.O மேற்குக் கடற்படை தலைமையகத்திற்கு அவசர உதவி கேட்டுத் தகவல் அனுப்பினார். ஒரு மணி நேரத்திற்குள்ளாகவே 'SEA KING' ஹெலிகாப்டர் நீர்முழ்கிக் கப்பல் மேல் பறந்தது. அது 3-வது கம்பார்ட்மென்ட்டில் நச்சுவாயுவைச் சுவாசித்திருந்த மூன்று மாலுமிகளைக் கடற்படையைச் சேர்ந்த INS அஸ்வினி மருத்துவமனைக்குக் கொண்டு சென்றது! மிக வேகமாகச் செயல்படும்- Fast Attack Craft (FAC) சிந்துரத்னாவை நோக்கித் திருப்பிவிடப்பட்டது. அது மிச்சமிருந்த புகையால் பாதிக்கப்பட்டவர்களை அழைத்துச் சென்றது.

அந்த நீர்மூழ்கிக் கப்பல் இப்போது ஒரு மிதக்கும் கிளிஞ்சல். பாதுகாப்புக்காக அதன் அனைத்து அமைப்புகளும் இயங்குவது

நிறுத்தி வைக்கப்பட்டிருந்தன. மும்பைக்கு அதை இழுத்துச் செல்ல, கடற்படையைச் சேர்ந்த ஒரு சுகன்யா வகுப்பு கப்பல் வந்து சேர்ந்தது. டெல்லியில் சிந்துரத்னா, கடற்படையின் உயர் மட்டத்தில் அதிர்வலைகளை எழுப்பியது. சிந்துரக்ஷா விபத்து நடந்த ஆறே மாதங்களில் நடந்த விபத்துக்குக் கடற்படைத் தலைவரும், நீர்மூழ்கிக் கப்பல் போரில் நிபுணருமான அட்மிரல் தேவேந்திர குமார் ஜோஷி, பொறுப்பேற்றுக்கொண்டு தன் பதவியை ராஜினாமா செய்தார். அப்படிச் செய்த முதல் இந்தியக் கடற்படைத் தலைவர் அவர்தான். உடனே வைஸ் அட்மிரல் தற்காலிகத் தலைவராகப் பொறுப்பேற்றுக் கொண்டார். இரண்டு மாதங்கள் கழித்து, அவர் கடற்படைத் தலைவராக ஆனார்.

தன் கம்பார்ட்மெண்டுகள் முழுவதுமாக 'சீல்' செய்யப்பட்ட நிலையில், சிந்துரத்னா பிப்ரவரி 27-ம் தேதி, மும்பையின் கடற்படைத் தளத்திற்குத் தட்டுத்தடுமாறி வந்து சேர்ந்தது.

தளத்தில் நிறுத்தப்பட்டதும், நீர்மூழ்கிக் கப்பல் முழுவதுமாக காலி செய்யப்பட்டது. அதன்பின், அதன் கம்பார்ட்மென்ட்டுகள் திறக்கப்பட்டன. அவற்றுள் அதிக அழுத்தத்துடன் காற்று செலுத்தப்பட்டு, அவற்றுள் மீதமிருந்த புகையும் நச்சுவாயுக்களும் முழுமையாக வெளியேற்றப்பட்டன. அன்று மாலை ஒரு கடற்படைக் குழு 3-வது கம்பார்ட்மென்ட்டிற்குள் சென்றது.

3-வது கம்பார்ட்மென்ட்டைத் திறந்தவுடனேயே, அந்த அணியினர் அவர்கள் உடல்களைக் கண்டனர். மின் சாதனங்களுக்கருகில் கபிஷின் உடல் கிடந்தது. மனோரஞ்சன் உடல் தீயின் ஊற்றுக்கண் அருகே கிடந்தது. அவர்கள் தங்கள் இறுதிமூச்சு வரை போராடினர் என்பது தெரிந்தது. அவர்கள் பக்கம் நடந்ததை எடுத்துச் சொல்வது யார்? என்ன நடந்ததென்று நமக்குத் தெரியவே போவதில்லை. நம்மால் அறிய முடிந்ததெல்லாம் அவர்கள் தங்கள் இறுதி மூச்சு வரை போராடினார்கள் என்பது மட்டுமே. அவர்கள் பதினொரு

வீரர்களை வெளியேற்றியிருந்தார்கள். அதே சமயம், அவர்கள் அந்தப் பகுதியை முழுவதுமாகச் சீல் செய்து, தீ மின்கலங்களை நெருங்காமல் செய்ததன் மூலம், கப்பலிலிருந்த 92 பேரின் உயிர்களைக் காப்பாற்றி இருந்தனர். அவர்கள் கப்பலையும் காப்பாற்றி இருந்தனர்.

அவர்கள் இரண்டு பேரும் இறந்து, ஏறத்தாழ முப்பத்தி ஆறு மணி நேரம் கழித்து டெல்லியிலும், ஜாம்ஷெட்பூரிலுமிருந்த அவர்கள் குடும்பத்தினருக்குத் தகவல் தெரிவிக்கப்பட்டது. அதிர்ச்சியிலிருந்து இன்னும் மீளாத நிலையில், இந்தியக் கடற்படை ஒரு விசாரணைக் கமிஷனை உடனே அமைத்தது. அதைத் தலைமையேற்று நடத்த, ரியர் அட்மிரல் சூனில் பொக்ரே நியமிக்கப்பட்டார். அவர் 1988-ல் சிந்துரத்னாவின் முதல் அணியில் பணியாற்றியவர்; அவர்தான் மிக மூத்த அதிகாரியுமாவார்!

இதற்கிடையில், தேசிய ஊடகங்களில் ஒரு சூடான விவாதம் ஓடத் துவங்கியது. சிந்துரத்னா-வின் மின்கலங்கள் மிகப் பழமையானவை; அரசாங்க சிவப்பு நாடா, முக்கியப் பாதுகாப்பு உபகரணங்களைப் புதிதாக வாங்கத் தடை போட்டது. தேர்தலும் நெருங்கிக் கொண்டிருந்ததால் ஆளும் கட்சியும், எதிர்க்கட்சியும் வார்த்தைப் போரில் தங்கள் வலிமையைக் காட்டின. இராணுவத்திற்குள், பாதுகாப்பு அமைச்சகம் வரை இதற்கு யார் பொறுப்பு என்று விசாரிக்கப்பட்டது.

விசாரணையில், 3-வது கம்பார்ட்மென்ட்டில் நடந்த விபத்திற்கு மின்கலக் கோளாறு காரணம் இல்லை என்று தெரிய வந்தது. தீக்குக் காரணம் அதிலிருந்த ஒரு *'Regeneration Unit'* தான் என்று கண்டுபிடிக்கப்பட்டது.

கமோடர் ரவி சொல்கிறார்: "மின்கலங்கள் மிகப் பழையவை என்பது உண்மைதான். ஆனால் இந்த விபத்துக்கு அவை காரணமல்ல; ஒரு நீர்மூழ்கிக் கப்பல் நீருக்குள் இறங்கும்போது, அதனுள்ளே கரியமில வாயு சேரத் துவங்கும். கப்பலை மேலே

கொண்டு செல்ல முடியாதபோது, *'Regeneration Compound'* (RC) கரியமில வாயுவைக் கிரகித்துக்கொள்ளும். இந்நிலை ஏற்படும்போது, வெப்பம் உண்டாகும். அதேசமயம் இப்படி ஏற்படும் வெப்பம் கடல்நீருடன் கலந்தால் அது புகையை ஏற்படுத்தும். நீர்மூழ்கிக் கப்பலுக்குள் கடல் நீர் புகுந்திருக்கலாம். அதனால் புகையும் வெப்பமும் உண்டாயிருக்கலாம். RC பெட்டிகள் நீர்மூழ்கிக் கப்பலின் கேபிள்களுக்கு வெகு அருகில் அமைந்திருக்கும். இந்தப் பெட்டிகளில் ஏதோ ஒன்று திடீரென்று தீப்பிடித்திருக்கலாம். அல்லது வெப்பத்தால் கேபிள்கள் உருகி 'சார்ட் சர்க்யூட்' ஏற்பட்டிருக்கலாம்."

மார்ச் 4-ல் கடற்படைச் செய்தியாளர் சந்திப்பில், காலாவதியாகிப் போன மின்கலங்கள் பிரச்சனைக்கு முற்றுப்புள்ளி வைப்பதற்காக ஓர் அறிக்கையை வெளியிட்டது: சிந்துரத்னாவில் இருக்கும் மின்கலங்கள் இதுவரை 113 சுற்றுகள் முடித்திருக்கின்றன. அவற்றின் வாழ்நாள் 200 சுற்றுகள். எனவே சிந்துரத்னா இயங்கிக் கொண்டிருந்தபோது மின்கலங்கள் நல்ல நிலையிலேயே இருந்தன.[9]

INS சிந்துகோஷின் தலைவராகப் பணியாற்றிய கமோடர் ரவி சொல்கிறார்: "மின்கலங்கள் காரணமில்லையென்றாலும், அவற்றால் எப்போதும் ஆபத்துதான். மின்கலங்களுக்கு வயது ஏற ஏற அவை வெளிவிடும் கரியமில வாயுவின் அளவு அதிகமாகும். கபிஷுக்கும் மனோரஞ்சனுக்கும் இது தெரியும்!"

துறைமுகத்தில் சிந்துரத்னா இரண்டு மாதங்கள் நின்றிருந்தது. புதிய கேபிள்கள் அமைப்பதற்கும் அதன் உட்பகுதிகளைச் சீரமைப்பதற்கும் விரிவான பணிகள் மேற்கொள்ளப்பட்டன. இப்போது அது இயங்கிக்கொண்டிருக்கிறது.

2014-ம் வருடம் ஆகஸ்ட் மாதம் 15-ம் நாள் சிந்துரத்னாவின் இரு இளம் அதிகாரிகளுக்கும், அவர்களின் மரணத்திற்குப்

---

9. https://w.w.w.indiannavy.nic.in/content/accident-on board-ins-sindhurathna

பின் சௌரிய சக்ரா விருது வழங்கப்பட்டது. இது நம் நாட்டில் அமைதிக் காலத்தில், தீரச்செயலுக்காக வழங்கப்படும் இரண்டாவது பெரிய விருது. விருதுடன் வழங்கப்பட்ட சான்றிதழ் அவர்களின் தியாகத்தையும், தீரத்தையும் போற்றுகிறது.

கபிஷுக்கு வழங்கப்பட்ட சான்றிதழ் குறிப்பிடுகிறது: "தன் சகாக்களையும், கப்பலையும் காப்பாற்ற கபிஷ் உயிர்த் தியாகம் செய்தார். இதன் மூலம் அவர் இந்தியக் கடற்படையின் தீரமும், வீரமும் மிக்க பராம்பரியத்துக்கு அவர் இன்னுமொரு சான்று. இராணுவத்தின் வைர வாசகமான, உயிரைவிட சேவைதான் முக்கியம் என்பதற்கு அவர் ஒரு சிறந்த எடுத்துக்காட்டு!"

லெப். மனோரஞ்சனுக்கு அளிக்கப்பட்ட சான்றிதழ் சொல்கிறது: "ஒரு கம்பார்ட்மென்ட்டின் பொறுப்பு அதிகாரியாக அவர் தன் பொறுப்புகளை உணர்ந்து, தன் இன்னுயிரையும் தியாகம் செய்தார். தன் உயிரைவிட தன் சகாக்களும் கப்பலும் முக்கியம் என்று அவர் நினைத்தார். அவரின் செயல்தான் கப்பலுக்கு ஏற்படவிருந்த மிக அதிக அளவிலான சேதத்தைத் தடுத்து நிறுத்தியது. பல உயிர்களைக் காப்பாற்றியது. இந்தியக் கடற்படையின், குறிப்பாக அதன் அதிகாரிகளின் வீரமும், தியாகமும் மிக்க பரம்பரைக்கு அவர் ஒரு சிறந்த எடுத்துக்காட்டு."

ஆனால், அந்த இரண்டு அதிகாரிகளின் குடும்பங்களைப் பொறுத்தவரையில், காலச் சக்கரம் சுழல்வது நின்று போனது.

தேர்ந்த கடற்படை வீரரான கபிஷின் அப்பா, கமாண்டர் ஈஷ்வர் சிங் சொல்கிறார்: "என் மகன் ஓர் உயர்ந்த மனிதன். அவன் தன் வளர்ச்சியின் ஒவ்வொரு கட்டத்திலும் எங்களுக்குப் பெருமை சேர்த்து வந்தான். அவன் எங்கே சென்றாலும், எதைச் செய்தாலும், உண்மையான ஒரு வீரனைப் போலவே நடந்து கொண்டான், கடைசிவரை தன் பொறுப்பிலிருக்கும் வீரர்களின் உயிர்களைக் காப்பாற்றவும், தன் கப்பலைக் காப்பாற்றவும் அவன் தன் உயிரையே தந்தான். தன் வீரத்தையும், தியாகத்தையும்

வெளிப்படுத்த எல்லோருக்கும் இப்படி ஒரு வாய்ப்பு அமையாது. அப்படி ஒரு சந்தர்ப்பம் என் மகனுக்குக் கிடைத்தபோது, அவன் தன் மிகச்சிறந்த குணங்களை வெளிப்படுத்தி தான் ஓர் ஒப்பற்ற வீரன் என்பதை நிரூபித்திருக்கிறான். அவன் ஒரு உண்மையான காவிய நாயகன்!"

தீரச்செயலுக்கான விருது அறிவிக்கப்பட்டவுடனே மனோரஞ்சனின் அம்மா ருக்மணி தேவி பொங்கி வழியும் கண்ணீருடனும், ஆற்றாமையால் பொங்கிய கோபத்துடனும் செய்தியாளர்களின் சந்திப்பின்போது கேட்டார்: "நீர்மூழ்கிக் கப்பல் பாதுகாப்பானதாக இல்லையென்றால் இந்த விருதால் என்ன பயன்.? அரசாங்கம் என்னிடம் எனக்கு என்னதான் வேண்டுமென்று கேட்டால், என் மகன்தான் எனக்கு வேண்டும் என்று சொல்வேன். அவர்களால் அவனை எனக்குத் திருப்பித் தர முடியுமா?"

காலம் இதுபோன்ற காயங்களை ஆற்றுவதில்லை. இன்று மனோரஞ்சனின் அப்பா சுபேதார் நவீன் குமார் சௌத்ரி சொல்கிறார்: "நாங்கள் உயிரோடிருக்கும் வரை இந்தக் காயம் ஆறாது. ஆனாலும், எங்கள் மகன் பல உயிர்களைக் காப்பாற்றி இருக்கிறான் என்று நினைக்கும்போது, எங்கள் உள்ளங்கள் பெருமையால் பூரிக்கின்றன. ஒவ்வொரு நாளும் அவன் இழப்பை நாங்கள் உணர்கிறோம். எங்கள் மகனால் காப்பாற்றப்பட்டு, உயிர் பிழைத்த ஒவ்வொரு வீரரின் மனதிலும் அவன் நீங்கா இடம் பிடித்திருப்பான் என்பது நிச்சயம்!"

மனோரஞ்சனின் இளைய சகோதரர் சுமந்தும் இராணுவத்தில் சேருவதையே விரும்பினார். NDA-வின் எழுத்துத் தேர்வில் அவர் வெற்றி பெற்றிருந்தார். அடுத்தபடியான 'Survice Selection Board' ன் நேர்முகத் தேர்வை அவர் எதிர்கொள்ள இருந்தபோதுதான் இந்தத் துயரச் சம்பவம் நிகழ்ந்தது. இதனால், அவரின் பெற்றோர்கள் அவரை நேர்முகத் தேர்வில் கலந்து கொள்ளவும், இராணுவத்தில் சேரவும் அனுமதிக்கவில்லை.

அவர் மரணத்தின்போது, மனோரஞ்சன் பதவி உயர்வுக்குப் பரிந்துரைக்கப்பட்டிருந்தார்.

தன் இன்னுமொரு கொடூர விளையாட்டாக, கபிஷின் குடும்பத்தை விதி நான்கே மாதங்களில் திரும்பவும் தாக்கியது. அவர்களுடைய இரண்டாவது மகன் ஆஷிஷ் இதயநோயால் இறந்து போனார். மூன்றாவது மகன் மணிஷ், 26 வயதானவர்.

கபிஷின் அப்பா சொல்கிறார்: "கபிஷ் ஒரு அருமையான மகன். எங்களின் முதல் இரண்டு குழந்தைகளும் சிறு வயதிலேயே இறந்த பின், மூன்றாவதாக கபிஷ் பிறந்தான். எனவே, அவனை நாங்கள் மிக ஜாக்கிரதையாக வளர்த்தோம். எங்கள் பாசத்தையெல்லாம் அவன் மேல் கொட்டினோம். அவன் எங்களுக்கு அளவற்ற பெருமையைத் தந்திருக்கிறான். இப்போது, எங்களிடம் மிஞ்சி இருப்பது ஒரே ஒரு பையன் மட்டுமே. இதை நாங்கள் தாங்கிக்கொள்ளத்தான் வேண்டும்; வேறு வழியில்லை!"

ஒவ்வொரு வருடமும், பிப்ரவரி 26-ம் நாள் இரண்டு குடும்பங்களும் தங்கள் மகன்களுக்காக நினைவேந்தலை நடத்துகின்றன. அதே சமயம், அவர்களால் உயிர் பிழைத்த சிந்துரத்னா வீரர்களும் அவர்களை நினைவுகூருகின்றனர். அன்றைய தினம், தங்கள் வேலைகளுக்கிடையில் நேரம் கிடைக்கும்போது அவர்கள் ஒவ்வொருவரும் 3-வது கம்பார்ட்மென்ட்டிற்குச் சென்று வருவார்கள்.

அங்கே வைக்கப்பட்டிருக்கும் இரண்டு சிறிய படங்களுக்கு முன்னால் நின்று அவர்கள் ஒரு நிமிடம் மௌன அஞ்சலி செலுத்துவார்கள்!

6

ஸார்! உள்ளே இன்னும் தீவிரவாதிகள் இருக்கிறார்கள்!

கேப்டன் பவன் குமார்

ஷோபியன், ஜம்மு, காஷ்மீர்

20, பிப்ரவரி 2016

20, பிப்ரவரி, 2016. மணி பிற்பகல் 2.20. தெற்குக் காஷ்மீரின் ஷோபியனிலிருந்த ஒரு தற்காலிக மறைவிடத்தில், உறைய வைக்கும் குளிரில், கேப்டன் பவன் குமார், ஓர் உலோக நாற்காலியில் உட்கார்ந்திருந்தார். இராணுவத்தின் 10 பாரா சிறப்புப் படையைச் சேர்ந்த ஐந்து வீரர்களுடன் ஒரு மணி நேரத்திற்கு முன்புதான் ஒரு ஜீப்பில் அவர் அங்கு வந்திறங்கியிருந்தார்.

ஒரு மாதத்திற்கு முன்புதான் அவர் தன் இருபத்தி மூன்றாவது வயதில் அடி எடுத்து வைத்திருந்தார். ஆனால், தாறுமாறாக இருந்த அவர் தாடியும், வேலைப் பளுவும் அவருக்கு ஒரு வயோதிகத் தோற்றத்தை ஏற்படுத்தியிருந்தன. அங்கே உட்கார்ந்துகொண்டு ஒரு புதிய பணிக்கான உத்தரவை எதிர்பார்த்துக் காத்திருந்தார். அவர் தன் கால் சட்டைப் பையிலிருந்த ஐ-போனை வெளியே எடுத்து அன்றைய செய்திகளை, வழக்கம்போல் நோட்டம் விட்டார். அன்று பிற்பகலில், அவர் போன் சில படங்களை ஒன்றன் பின் ஒன்றாகத் திரையில் காட்சிப்படுத்தியது; அவை அவருக்கு மிகவும் முக்கியத்துவம் வாய்ந்தவை!

முதல் சில படங்களில் கேப்டன் பவன் வீட்டின் அருகே சிலர் கோபத்துடன் சில வாகனங்களைத் தீயிட்டுக் கொளுத்திக்கொண்டும், கண்ணில் பட்டவற்றையெல்லாம் உடைத்து நொறுக்கிக்கொண்டும் இருந்தார்கள். அவர் வீடு ஹரியானாவில், ஜிந்த் மாவட்டத்தில் இருந்தது. ஹரியானாவில் பெரும்பாலானவர்களாக இருந்த ஜாட் இன மக்களால் நடத்தப்பட்டு வந்த கலவரங்களின் ஒரு பகுதிதான் மேலே சொல்லப்பட்ட காட்சி. இந்தக் கலவரங்கள், அரசு வேலைகளில் ஜாட் இன மக்களுக்குத் தனி இடஒதுக்கீடு வேண்டும் என்பதற்காக நடத்தப்பட்டன. பவன் தன் முன்னே விரிந்த காட்சிகளைப் பார்த்தார். அவற்றில் பல அவருக்குப் பரிச்சயமான இடங்களாகத் தோன்றியது. அவர் அங்கேதான் வளர்ந்தார். பள்ளிப் படிப்பை முடித்தபின், இராணுவத்தில் சேருவதற்காகவும் அவர் அங்கிருந்து வெளியே வரவேண்டியிருந்தது.

அடுத்து வந்த சில படங்களில் டெல்லி ஜவஹர்லால் நேரு பல்கலைக்கழகத்தில் மாணவர்கள் நடத்தி வந்த கிளர்ச்சிகளைக் காட்டின. பத்து நாட்களுக்கு முன்பு தொடங்கப்பட்ட அந்தப் போராட்டம், இப்போது வலுவடைந்திருந்தது. சில மாணவர்கள் மூன்று வருடங்களுக்கு முன்பு இறந்துபோன மொஹமது அப்சல் குருவுக்கு ஆதரவாக உரத்த குரலில் கோஷமிட்டனர். அப்சல் குரு காஷ்மீரைச் சேர்ந்த ஓர் இந்திய ஆசிரியர்; அவர் செய்த குற்றங்கள் நிரூபிக்கப்பட்டுத் தூக்கிலிடப்பட்டார். பாகிஸ்தான் தீவிரவாதிகளுக்கு உதவியதே அவர் செய்த குற்றம். அந்தத் தீவிரவாதிகள் 2001-ம் ஆண்டு, இந்திய நாடாளுமன்றத்தைத் தாக்கினர். ஜவஹர்லால் நேரு பல்கலைக்கழகத்தில் நடந்த மாணவர் போராட்டங்கள் நாடெங்கிலும் அவற்றிற்கு ஆதரவாகவும், எதிராகவும் பல்வேறு விவாதங்களை வெடிக்கச் செய்தன. இந்த விவாதங்கள் மக்கள் மத்தியிலும், காட்சி ஊடகங்களிலும் நடந்தன. காரணம், சில போராட்டங்கள் காஷ்மீரை இந்தியாவிடமிருந்து வெட்டி, நாட்டைத் துண்டாடத் துடித்தன. கேப்டன் பவன் அந்தப் பல்கலைக்கழகத்திற்கு

இரண்டு முறைதான் சென்றிருந்த போதிலும் அந்த வளாகம் அவருக்கு மிகவும் பரிச்சயமானதாகத் தோன்றியது. *NDA*-வின் பட்டதாரியான அவர் பட்டம் வாங்க *JNU* சென்றார், கமிஷன்ட் அதிகாரிகளான மற்ற பட்டதாரிகளைப் போலவே! சொல்லப்போனால், அது அவர் கல்வித் தாய்வீடாக மாறிப் போயிருந்தது.

அவர் தன் அலைபேசியை அணைத்துவிட்டுக் கைக்கடிகாரத்தைப் பார்த்தார். அமர்ந்திருந்த இடத்தின் இடது பக்கமிருந்த ஒரு சிறு ஜன்னல் வழியாக வெளியே பார்த்தார். பின் அவர் தன் அலைபேசியை மீண்டும் உயிர்ப்பித்தார். பின் அதை உயர்த்திப் பிடித்து, ஒரு செல்ஃபி எடுத்துக் கொண்டார். ஆனால், அவர் கண்கள் நேராக அலைபேசியின் ஆடியைப் பார்க்கவில்லை. குனிந்த தலையுடன் அவர் முகம் தரையை நோக்கிக் குனிந்திருக்க. அதில் சலிப்பு உணர்ச்சியே தென்பட்டது.

ஒரு நிமிடம் தன் படத்தை உற்றுப்பார்த்த பவன், அதைத் தன் ப்ரொஃபைல் படமாக முகநூலில் பதிவிட்டார். அலைபேசி, அந்தப் படத்திற்கு ஒரு தலைப்பைக் கேட்டபோது, கேப்டன் பவன் ஒரு நிமிடம் சிந்தனையில் ஆழ்ந்தார். பின் அவர் அலைபேசியின் எழுத்துகளை அழுத்தினார்:

> "சிலர் இட ஒதுக்கீடு கேட்கிறார்கள்,
> சிலர் சுதந்திரம் கேட்கிறார்கள்.
> எனக்கோ எதுவும் வேண்டாம்,
> ஒரேயொரு போர்வையைத் தவிர!"

ஒரு நிமிடம் தன் படத்தை உற்றுப்பார்த்த பின் அலைபேசியை அணைத்தார். தன் இருக்கையில் சாய்ந்தவாறே கண்களை மூடினார், அன்று முதல் முறையாக! பிற்பகல் சிறு துயில் கொள்வது அவர் எண்ணம் அல்ல. ஆனால், எந்தவித அசைவுமின்றி அவர் சிறிது நேரம் ஓய்வெடுக்க விரும்பினார். அன்று அவரும், அவர் அணியினரும் ஷோபியன் வந்தபோதே அவர்களுக்குத் தெரியும் தங்கள் வேலை வேட்டையாடுதல்தான் என்று.

அவரின் தற்காலிக வசிப்பிடமான காட்டிற்கு அப்பாலிருந்த கிராமங்கள், ஆயுதமேந்திய உள்ளூர் கிளர்ச்சிக்காரர்களுக்கு மிகவும் பிடித்த புகலிடங்களாக இருந்தன. இவர்களுக்குக் கட்டுப்பாட்டுக் கோடு நெடுகிலுமிருந்த தீவிரவாதக் குழுக்கள் ஆயுதங்களும், நிதியும் தாராளமாக வழங்கி வந்தன. இந்தக் குழுக்கள் பாகிஸ்தானில் தங்கள் தலைமையிடங்களைக் கொண்டிருந்தன. கேப்டன் பவன் எந்த நிமிடமும், தன் அணியின் மேலதிகாரிகளிடமிருந்தோ, கிராமங்களுக்குள் ஊடுருவியிருந்த ஜம்மு, காஷ்மீர் சிறப்புக் காவல்படை– Special Operations Group–(SOG)யிடமிருந்தோ தகவல்கள் வரும் என்று காத்திருந்தார். இவர்கள் தீவிரவாதிகளின் மறைவிடங்களையும் ஆயுதக் குவியல்களையும் தேடி கிராமங்களுக்குள் சென்றிருந்தனர்.

அந்தக் குளிர் மிகுந்த பிற்பகலில் சலிப்பு உணர்வு கேப்டன் பவனை ஆட்கொண்டதில் எந்த ஆச்சரியமுமில்லை. ஆறு மாதங்களுக்கு முன்புதான் அவர், 2015–ஆகஸ்டில், ஜம்மு காஷ்மீருக்கு அனுப்பப்பட்டிருந்தார். அவர் அனேகமாக நாள் முழுக்க நின்றுகொண்டே இருக்க வேண்டியிருந்தது. உடல் சோர்வு தாலாட்டுப் பாட, பவன் அந்த இருக்கையில் அமர்ந்தவாறே ஆழ்ந்த உறக்கத்தில் ஆழ்ந்து போனார். காரணம், காஷ்மீரின் மிகச் சுத்தமான காற்று!

இரண்டு மணி நேரம் கழித்து, 40 கி.மீ தொலைவில் 10 பாரா சிறப்புப் படையின் தலைமையகமான அவந்திபோராவிலிருந்த, கேப்டன் பவனின் அணித்தலைவரான மேஜர் துஷார் சிங் தோமருக்கு ஓர் ஆணை வந்தது, ஸ்ரீநகரிலிருந்த இராணுவத்தின் 15 கார்ப்ஸ் தலைமையகத்திலிருந்து தீவிரவாதிகளுக்கு எதிரான தாக்குதலில் உடனே ஈடுபடுமாறு. தோமருக்கு இப்படிப்பட்ட அழைப்புகள் வருவது வழக்கம்தான். அந்த மாதிரி தாக்குதல்கள்தாம் அவர் உண்ணும் உணவு, குடிக்கும் நீர். ஆனால், இப்போது ஸ்ரீநகரிலிருந்த்கு வந்த தகவல் சற்று வித்தியாசமானது– அவர் நடத்த வேண்டிய தாக்குதல் சிறப்புப் படையின் அளவீடுகளின்படியும் கூட மிகப் பயங்கரமானது!

பிற்பகல் 4.20-க்கு, ஜம்மு காஷ்மீரிலிருந்து 500 CRPF வீரர்களை ஏற்றிச் சென்ற பேருந்துகள் மீது ஒரு பதுங்குத் தாக்குதல் நடத்தப்பட்டது. பாம்போராவிருந்து வந்த ஒரு சிறு தீவிரவாதக் குழு அந்தத் தாக்குதலை நடத்தியிருந்தது. பாம்போரா ஸ்ரீநகரின் புறநகர்ப் பகுதியிலிருந்த ஜீலம் நதியின் கிழக்குக் கரையிலிருந்தது. அந்தப் பிரதேசம், குங்குமப்பூத் தோட்டங்களுக்கு பிரசித்தியானது. அந்தச் சமயத்தில் தீவிரவாதிகள் எத்தனை பேர் என்று தெளிவாகத் தெரியவில்லை. ஆனால் அவர்களில் மூன்று பேர், ஜம்மு காஷ்மீர் அரசின் தொழில் முனைவோர் நிறுவனத்தில் (JKEDI) புகலிடம் தேடிக் கொண்டிருந்தனர். இது ஒரு ஆடம்பரமான நான்கு மாடிக் கட்டிடம். அதிலிருந்த புல்வெளிகள் மிகக் கவனமாகப் பராமரிக்கப்பட்டு வந்தன. அந்தத் தாக்குதலில், இரண்டு CRPF வீரர்களான தலைமைக் காவலர் போலா பிரசாத் சிங்கும், காவலர் ஆர். கே. ராமாவும் கொல்லப்பட்டனர். இன்னும் பல வீரர்கள் படு காயமடைந்தனர். பேருந்துகளில் இருந்து இறங்கிய வீரர்கள் தீவிரவாதிகளைத் திருப்பிச் சுட முயன்றபோது, அவர்கள் தங்கள் நிலைகளை மாற்றிக் கொண்டனர். துப்பாக்கிச் சூடு நடைபெற்றுக் கொண்டிருந்தபோதே மூன்று தீவிரவாதிகளும் சுற்றுச் சுவரைத் தாண்டிக் குதித்து, புல்வெளிகளினூடே விரைந்தோடி, மேலே குறிப்பிட்ட கட்டிடத்தினுள்ளே மறைந்து கொண்டனர்.

அது ஒரு சனிக்கிழமை. CRPF வீரர்கள் தங்களைத் தற்காத்துக் கொள்ளும் நிலைகளில் நின்றுகொண்டனர். வார விடுமுறைக்காக அந்த நிறுவனம் மூடப்பட்டிருக்கும் என்று அவர்கள் நம்பினார்கள். ஆனால், காஷ்மீரைச் சேர்ந்த 100 பொதுமக்கள் கட்டிடத்திற்குள்ளே இருக்கிறார்கள் என்று விரைவிலேயே தெரிந்துபோயிற்று. அவர்கள் வார இறுதி நாட்களில் நடத்தப்பெறும் சிறப்புத் தொழில் முனைவோர் கூட்டத்தில் கலந்து கொண்டிருந்தனர். மூன்று தீவிரவாதிகள் கட்டிடத்தினுள்ளே நுழைந்திருந்தனர். "கடவுளே! என்ன ஒரு பயங்கரமான இரவு!" மேஜர் துஷார் தனக்குத்தானே

சொல்லிக் கொண்டார். அவர் அழைப்பைத் துண்டித்தார். சில வினாடிகள் கழித்து, ஷோபியனிலிருந்த கேப்டன் பவனை அலைபேசியில் அழைத்தார். எல்லாவற்றையும் அப்படியே விட்டுவிட்டு, உடனே பாம்போருக்குச் செல்லுமாறு அவருக்கு ஆணை இட்டார்.

இப்போது லெப்டினென்ட்டாகவும், 10 பாரா சிறப்பு அணியின் துணைத்தலைவராகவும் இருக்கும் துஷார் சொல்கிறார், *"JKE-DI கட்டிடம் சூழப்பட்டுவிட்டதென்றும், ஆனால் உள்ளே செல்ல முடியவில்லை என்றும் எனக்குத் தகவல் கிடைத்தது!"*

அணித் தலைவரான துஷாரின் வீரர்கள் காஷ்மீர் முழுவதும் வியாபித்திருந்தனர். அவர் தன் அணிகளில் இரண்டை உடனே பாம்போருக்குச் செல்லுமாறு பணித்தார். அவற்றில் ஒன்று, கேப்டன் பவன் அணி; இன்னொன்று, தெற்கில் குல்காமிக்கருகில் ஓர் இளைஞரின் தலைமையில் பணியாற்றிக் கொண்டிருந்த அணி!

அந்தப் பிரம்மாண்டமான கட்டிடத்தினுள்ளே நுழையும்முன்பு கேப்டன் பவனும், அவர் அணித்தலைவரும் பாம்போருக்கருகில், ஒரு குறிப்பிட்ட இடத்தில் சந்திப்பது என்று முடிவு செய்து கொண்டனர். அவந்திபோராவிலிருந்து மேஜர் துஷார் புறப்படும்போது, குளிர் கால மழை பெய்யத் துவங்கிவிட்டிருந்தது. இந்த மழை பற்றி அவர் வீரர்களுக்கு நன்கு தெரியும். அது நிற்காது பெய்யும், எலும்பை ஊடுருவிக் குத்தும் மழை.

"நான் அவந்திபோராவை விட்டு நகர ஆரம்பித்ததும், பவன் என்னை அழைத்து, தான் மாட்டிக் கொண்டிருப்பதாகச் சொன்னார். அவரிருந்த இடத்தில் மழை கடுமையாகப் பெய்து கொண்டிருந்தது. அவர் ஏறிவந்த ஜிப்சி ஒரு சிற்றோடையில் மாட்டிக் கொண்டது. பெய்து கொண்டிருந்த மழையினால், சிற்றோடை நீர் சாலையை மூடியிருந்தது!" என்று துஷார் சொல்கிறார்.

உடனே தாங்கள் சந்திக்கும் திட்டத்தை கைவிட்டுவிட்டு துஷார், கேப்டன் பவன் மாட்டிக் கொண்டிருந்த இடத்தை நோக்கி விரைந்தார்.

துஷார் சொல்கிறார்: "நான் அந்த இடத்தை அடைந்தபோது, பவன் தன் காலணிகளைக் கழற்றிவிட்டு, கால்சராயை மேலே சுருட்டி விட்டுக்கொண்டு, பூஜ்யத்திற்கும் கீழே சென்றுவிட்ட சீதோஷ்ண நிலையில், நீரில் நின்றுகொண்டு முழு பலத்தையும் திரட்டி தன் ஜிப்சியைத் தள்ளிக்கொண்டிருந்தார்."

மேஜர் தன் வாகனத்திலிருந்து இறங்கி, ஜிப்சியைச் சேற்றிலிருந்து வெளியேற்றி, அதைச் சாலைக்குக் கொண்டு வர உதவினார். கேப்டன் பவன் தொப்பலாக நனைந்து போயிருந்தார். அருகிலிருந்த ஒரு முகாமிற்குச் சென்று, கேப்டன் பவன் தன் உடைகளை மாற்றிக்கொண்டு சற்றே ஆசுவாசப்படுத்திக் கொண்ட பின்பு, தங்கள் வேலையைத் தொடரலாம் என்று அணித்தலைவர் சொன்னார். ஆனால் கேப்டன் பவன் ஒத்துக் கொள்ளவில்லை.

"நாம் உடனே அங்கே செல்லாவிட்டால் கால விரயம் ஏற்பட்டுவிடும். உடனே நாம் அங்கே செல்வோம்!" என்று அவர் தன் அணித்தலைவரிடம் சொன்னார்.

ஒரு தாக்குதலில் முன்னிலை வகிப்பதில் தனக்கிருந்த ஆர்வத்தை பவன் வெளிப்படுத்துவது இது முதல்முறையல்ல. அவர் தேர்வு செய்யப்பட்டது, 7 டோக்ரா அணிக்காக. ஆனால், தன் ஆர்வத்தாலும், திறமையாலும் அவர் விரைவிலேயே சிறப்புப் படையின் ஓர் அங்கமாகிவிட்டார். 2015, ஏப்ரலில் அவர் 10 பாரா சிறப்புப் படையின் அங்கமானார். அடர் சிவப்பும், பழுப்பும் கலந்த தொப்பியையும் அணியின் 'பேட்ஜை'யும் பெற்றுக்கொண்ட அடுத்த நிமிஷமே அவர் தன் மேலதிகாரியிடம் தன்னை உடனே காஷ்மீருக்கு அனுப்புமாறு கேட்டுக் கொண்டார், களத்தின் நடுவே பணியாற்றச் செல்ல. ஒரு நிமிடத்தையும் வீணடிக்க அவர் விரும்பவில்லை.

10 பாரா அணியில் சேர்ந்து, நான்கு மாதங்கள் கழித்து அக்டோபர் 3-ம் தேதி அவர் புல்வாமாவிற்கு அனுப்பப் பட்டார். அங்கே அவர் நடத்திய தாக்குதலில் இரண்டு தீவிரவாதிகள் கொல்லப்பட்டனர். அந்த இளம் அதிகாரி ஈடுபட்ட இடைவிடாத தாக்குதல்களில் அது முதலாவது!

"ஒவ்வொரு தாக்குதலின் போதும், அதில் கலந்துகொள்ள பவன் தன் ஆர்வத்தை வெளிப்படுத்துவார். அவர் பல தாக்குதல்களில் தன்னை ஈடுபடுத்திக் கொண்டார். அனேகமாக .ஒவ்வொரு நாளும் ஏதாவது ஒரு தாக்குதலில் தன்னை ஈடுபடுத்திக் கொண்டார்" என்கிறார் துஷார்.

மழை நிற்கிறதாகத் தெரியவில்லை. அதிகாரிகள் இரண்டு பேரும், அவர்கள் வீரர்களும் தங்கள் வண்டிகளில் ஏறிக்கொண்டு, பாம்போரை நோக்கி விரைந்தனர். அவர்கள் அங்கே சென்றடைவதற்கும், அந்திச் சூரியன் மறைவதற்கும் சரியாக இருந்தது.

துஷார் சொல்கிறார், "நாங்கள் அந்த இடத்தைச் சென்றடைந்ததும் எங்களை நோக்கிக் கற்கள் வீசப்பட்டன. இதில் ஒன்றும் ஆச்சரியமில்லை. காஷ்மீர் பள்ளத்தாக்கில் தீவிரவாதிகள் மேல் தாக்குதல் நடத்தும் சமயங்களில் நம் வீரர்கள் கல்வீசும் கும்பல்களால் சூழப்பட்டு கற்களால் தாக்கப்படுவது வழக்கமான நடைமுறைதான்!"

ஒரு மாதத்திற்கு முன்பு, புல்வாமாவில் கேப்டன் பவனுக்கு அப்படிப்பட்ட ஒரு கல்வீச்சில் முகத்தில் அடிபட்டது. சிறப்புப் படையினர் தீவிரவாதிகளைத் தேடிக் கொண்டிருக்கும்போது அவர் அணியினர் கற்கள் வீசும் கும்பலொன்றை எதிர்கொள்ள நேர்ந்தது. அந்த நிகழ்ச்சி, பவன் எப்படிப்பட்டவர் என்று அவர் மேலதிகாரிகளுக்கு விளக்கியது!

துஷார் சொல்கிறார், "தன் பிறந்த நாளுக்காக (ஜனவரி 15- அன்றுதான் இராணுவ தினமும் ஆகும்!) பவன்

மூன்று நாட்கள் விடுமுறை எடுத்திருந்தார். ஃபெரொஷ்பூர் சென்று தன் தாய் அணியான 7 டொக்ரா அணியின் ஒரு மீள் சேர்க்கைக் கூட்டத்தில் கலந்துகொள்ள அவர் தன் விடுமுறையைப் பயன்படுத்திக்கொண்டார். அதன் பின் அவர் பள்ளத்தாக்கிற்கு வந்து ஜனவரி 18-ல் மீண்டும் பணியில் சேர்ந்தார். அடுத்த நாளே அவர் ஒரு தீவிரவாதிகள் கும்பலை எதிர்கொள்ள அனுப்பப்பட்டார்; மீண்டும் அதே புல்வாமா. அவர் தாக்குதல் நடத்திவிட்டுத் திரும்பும் வழியில் கடும் கல்வீச்சை எதிர்கொள்ள நேர்ந்தது. ஒரு கல் அவர் முகத்தைத் தாக்கியது. நான் அவருடனேதான் இருந்தேன். ஆனால் கல் தன்னைத் தாக்கியதைப் பற்றி என்னிடம் மூச்சுவிடவில்லை. அவர் எப்போதும் போல நடந்து சென்று கொண்டிருந்தார். பின்னர் இன்னொரு வீரர் மூலமாக அவருக்குக் கல்வீச்சினால் காயம் ஏற்பட்டிருக்கிறதென்றும், காயத்திலிருந்து இரத்தம் ஒழுகுகிறதென்றும் அறிந்துகொண்டேன். நாங்கள் அவருக்கு முதலுதவி அளித்தபோது அதை அரைமனத்துடனேயே ஏற்றுக் கொண்டார். தன் மூன்று பற்கள் உடைந்துவிட்டதைப் பற்றிக் கவலையே படவில்லை. காயத்தின் வழியாக நரம்புகள் தெரிந்தன. எந்த ஊசியையும் அவர் ஏற்றுக்கொள்ள மறுத்தார். அவந்திபுராவில் ஒரு மருத்துவரைச் சென்று பார்க்க நாங்கள் அவரை மிகவும் கட்டாயப்படுத்த வேண்டியிருந்தது. பின் நாங்கள் ஸ்ரீ நகரிலிருந்த ஆரம்ப மருத்துவமனைக்கு அனுப்பி வைத்தோம். அங்கே இருந்த மருத்துவர்கள், அவரைச் சில நாட்கள் மருத்துவ விடுப்பு எடுத்துக் கொள்ளுமாறும், நன்றாக ஓய்வு எடுத்துக் கொள்ளுமாறும் அறிவுரை வழங்கினார்கள். அவர் மருத்துவரை வாரம் ஒரு முறை சந்திப்பதற்கு ஒத்துக்கொண்டார். ஆனால், அவர் திட்டவட்டமாக விடுமுறை எடுத்துக் கொள்ள மறுத்து விட்டார்."

பாம்போரில் கல்வீச்சினூடே மிக கவனத்துடன் நுழைந்து மேஜர் துஷாரும், கேப்டன் பவனும் களத்திற்கு வந்து சேர்ந்த பொழுது, அவர்களை வரவேற்றன அஸால்ட் துப்பாக்கிக் குண்டுகளும், கையெறிகுண்டுகளும்.

தங்கள் வாகனங்களை விட்டு இறங்கிய உடனே, இரண்டு அதிகாரிகளும் களத்தில் தங்கள் சகாக்களைக் கண்டனர். *CRPF* வீரர்களும், *RR* அணியினரும், *JKEDI* கட்டிடத்தைச் சூழ்ந்து கொண்டிருந்தனர். இதனால் கட்டிடத்தின் உள்ளே இருந்த மூன்று தீவிரவாதிகளும் நன்றாக மாட்டிக் கொண்டனர். ஜம்மு காஷ்மீர் காவற்படையின் *SOG* அணியும் அங்கே இருந்தது.

வேகமாக, பெரும் சிக்கலாக மாறிக்கொண்டிருந்த சூழ்நிலையை எப்படிக் கையாள வேண்டும் என்று திட்டம் தீட்டப்பட்டது. உள்ளே சுமார் நூறு குடிமக்கள் மாட்டிக் கொண்டிருக்கின்றபோது கண்டபடி சுட முடியாதல்லவா? அப்படிச் செய்தால் உயிர்ச்சேதம் ஏற்படும். கையெறி குண்டுகளைக் கையாள்வது சாத்தியமே இல்லை. முன் வாசல் வழியாக அந்தக் கட்டிடத்திற்குள்ளே நுழைந்துவிட்ட தீவிரவாதிகளுக்கோ இப்படிப்பட்ட சிக்கல் எதுவும் இல்லை. நான்காவது மாடியில் அவர்கள் சுதந்திரமாக நடமாடியபடி தங்கள் அறைகளைத் தந்திரமாக அடிக்கடி மாற்றிக்கொண்டு அவர்கள் விட்டுவிட்டு நம் வீரர்களைச் சுட்டுக்கொண்டிருந்தனர். இதனால் நம் ஆட்கள் தாக்குதல் நடவடிக்கையைக் கைவிட்டுவிட்டு, தற்காப்பு நடவடிக்கையில் ஈடுபட வேண்டியிருந்தது.

துப்பாக்கிச் சூடு சற்றே நின்றபோது *CRPF* வீரர்கள் கட்டிடத்திற்குள் நுழைந்தனர். அவர்களுக்குத் தெரியாத விஷயம், அவர்கள் வருவதைத் தீவிரவாதிகள் பார்த்துவிட்டதும் தரை தளத்தில் அவர்களை எதிர்கொள்ளத் தயாராக இருப்பதும். *CRPF* வீரர்களின் ஒவ்வொரு அசைவையும் கண்காணித்த தீவிரவாதிகள் அவர்கள் தாழ்வாரத்தை அடைந்ததும், கையெறிகுண்டுகளை வீசினார்கள். இதனால், நம் வீரர்கள் நான்கு பேர் காயமடைந்தனர். இப்படியாக, கட்டிடத்தின் உள்ளே முதல் துப்பாக்கிச் சண்டை ஆரம்பித்தது. ஒரு தீவிரவாதிக்குக் காலில் பலத்த காயம் ஏற்பட்டது. இது அவனையும், மற்ற தீவிரவாதிகளையும் மேல் மாடியில்

தாங்கள் ஒளிந்துகொண்டிருந்த அறைகளை நோக்கி ஓடச் செய்தது. காயம்பட்ட *CRPF* வீரர்கள் அப்புறப்படுத்தப்பட்டனர். இப்போது தீவிரவாதிகள் இயங்கும் எல்லை மேல் தளத்தோடு சுருங்கிவிட்டது. காயம்பட்டவர்களை ஸ்ட்ரெட்சரில் அப்புறப்படுத்தப்பட்டுக் கொண்டிருக்கும்போதே, தீவிரவாதிகள் மீண்டும் சுட ஆரம்பித்து விட்டனர். நிலைமை மிகவும் மோசமாகி விட்டது.

இந்தத் துப்பாக்கிச் சூடால், தீவிரவாதிகளின் கவனம் சிதற, நம் *CRPF* வீரர்கள் அந்தக் கட்டிடத்தின் இன்னொரு வாயில் வழியாக நுழைந்து, அங்கிருந்தவர்களை வெளியேற்றினர். அன்று இரவு முழுவதும் அவர்கள் சிறு சிறு குழுக்களாக– இரண்டு அல்லது மூன்று பேராக வெளியேற்றப்பட்டனர். தீவிரவாதிகள் கண்ணில் மண்ணைத் தூவவே இந்த ஏற்பாடு. இல்லையெனில் அவர்கள் சினம் கொண்டு கட்டிடத்தையே வெடிவைத்துத் தகர்த்துவிடக் கூடும்!

கேப்டன் பவன் கட்டிடத்தை உன்னிப்பாகக் கவனித்தார். லாபியிலிருந்து தீ வெளிவந்தது. சிறிது நேரத்தில் ஒரு கண்ணாடித் தடுப்பு முழுவதுமாக வெடித்துச் சிதறியது. சூழ்ந்திருந்த இருளைக் கிழித்துக்கொண்டு அவ்வப்போது குண்டுகளின் கீற்று வெளிச்சம் தெரிந்தது. பவனுக்குச் சந்தேகமற்றுத் தெரிந்து போயிற்று, எதிரிகள் மிகச் சாதகமான சூழ்நிலையில் இருக்கிறார்கள் என்று. இன்னும் சில பொதுமக்கள் உள்ளே இருந்தனர். தீவிரவாதிகள் அவர்களைப் பணயக் கைதிகளாகப் பிடித்து வைத்துக் கொள்ளும் வாய்ப்பும் இருந்தது.

அடுத்த நடவடிக்கையை, மறுநாள் விடிகாலை தொடங்குவதாக முடிவு செய்யப்பட்டது. ஆனால் இந்தத் திட்டம் பவனுக்குப் பிடிக்கவில்லை. அவர் மேஜரைத் தனியே கூட்டிக்கொண்டு போய்ச் சொன்னார்: “ஸார், இந்த இரவை நாம் வீணாக்கக் கூடாது! இந்தக் கட்டிடத்தை நான் இன்னும் ஆழமாக ஆராய வேண்டும் என்று நினைக்கிறேன். இந்த வேலையை நாம் இரவே முடித்து விடலாம்.”

மேஜர் துஷார் ஒரு நிமிடம் யோசித்தார். பவனின் திட்டம் மிக ஆபத்தானது. தீவிரவாதிகளின் கண்ணில் படாமல், கட்டிடத்தை நெருங்கவே முடியாது!

“நாம் அவர்களுக்கு அளிக்கும் ஒவ்வொரு நிமிடமும் அவர்களுக்குச் சாதகமாகவே முடியும். அவர்கள் புதிது புதிதாக பொறிகளை அமைப்பார்கள்; அதனால் இன்னும் நம் பக்கம் அதிகமாக உயிர்ச்சேதம் ஏற்படும். எனவே கட்டிடத்தை நெருங்க என்னை அனுமதியுங்கள். பின் எதற்காக நாம் இங்கே இருக்கிறோம்? நமக்கு இதைத்தவிர வேறென்ன வேலை?” கேப்டன் பவன் நச்சரித்தார்.

அந்த இளம் கேப்டன் சொல்வதிலும் ஒரு நியாயம் இருந்தது உண்மைதான். இரவுத் தாக்குதல் நடத்துவதற்காகவே சிறப்புப் படை அழைக்கப்பட்டிருந்தது. காரிருளில் அந்தக் கட்டிடத்தை நெருங்க முடியவில்லையானால், பட்டப் பகலில் அதை எவ்வாறு நெருங்க முடியும்? பவன் தீவிரவாதிகளைச் சரியாகத்தான் எடை போட்டிருந்தார்- அவர்கள் நன்கு பயிற்சி பெற்றவர்கள்; அவர்களிடம் சக்தி வாய்ந்த ஆயுதங்களும் இருந்தன. எனவே அவர்கள் மோதலை முடிந்தவரை இழுக்கவே பார்ப்பார்கள். எனவே, முடிந்தவரை இரவிலேயே எதிரிக்கு ஏதாவது சேதம் விளைவித்து விடுவது நல்லது. கேப்டன் பவனின் யோசனைகளைக் கேட்ட பின், மேஜர் தன் எண்ணத்தைக் கைவிட்டார்.

கேப்டன் பவன், தன் அணியிலிருந்து ஐந்து வீரர்களைத் தேர்ந்தெடுத்து ஒரு குழு அமைத்து, அவர்களிடம் தன் திட்டம் பற்றிச் சுருக்கமாகச் சொன்னார். அவர்கள் ஒரு பெரிய வாகனத்தின் பின்புறத்தில் கூடிப் பேசினார்கள். பேசிக்கொண்டிருக்கும்போதே அவர்கள் தாக்குதலுக்கான உடைகளையும் அணிந்து கொண்டனர். அவர்கள் முதலில் பிளாஸ்டிக்கால் ஆன உள்ளாடைகளையும், கையுறைகளையும் அணிந்து கொண்டனர். அடுத்தபடியாக அவர்கள்

ஒவ்வொருவரும், அமெரிக்கத் தயாரிப்பான *AN/ PVS-14* இரவுக் கண்ணாடிகளையும் அணிந்து கொண்டனர். இது அவர்கள் எதிரிகளை இரவில் வேட்டையாட உதவும். கடைசியாக அவர்கள் தங்கள் முக்கியமான ஆயுதமான *Colt M4A1*-கார்பன் கைத்துப்பாக்கிகளையும், அவற்றிற்குத் தேவையான குண்டுகளையும் எடுத்துக் கொண்டனர்.

CRPF, RR, மற்றும் *SOG* அணிகளுடன் திட்டம் பகிர்ந்து கொள்ளப்பட்டது. அவர்கள் கட்டிடத்தின் சுற்றுச்சுவரை ஒட்டி நின்று கொண்டிருக்க, கேப்டன் பவனும் அவர் சகாக்களும் உயரம் குறைந்த சுவரின் மேலேறித் தவழ்ந்து, கட்டிடத்தை நோக்கி நகர்ந்தனர். தன் இரவுக் கண்ணாடி வழியாக, கேப்டன் பவனால் கட்டிடத்தை நன்றாகப் பார்க்க முடிந்தது. அவரால் தாழ்வாரத்தில் இன்னும் எரிந்துகொண்டிருந்த தீயையும் பார்க்க முடிந்தது. தீ அவருக்கு மிகப் பிரகாசமான பச்சை நிறமாகத் தெரிந்தது.

சுற்றுச்சுவர் அருகில் மேஜர் துஷார் தன் போர்க்கால உடையுடன் தயாராக இருந்தார். தேவைப்பட்டால், அவர் இரண்டாவது தாக்குதலுக்குத் தயாராக இருந்தார். கேப்டன் பவனிடம் தொலைத் தொடர்புக் கருவி மூலம் தொடர்ந்து தொடர்பிலிருந்தார். அவரும் தன் இரவுக் கண்ணாடி வழியாக நடப்பவற்றைக் கண்காணித்துக் கொண்டிருந்தார். அவர் அந்த இளம் அதிகாரியின் அணி கட்டிடத்தை நெருங்குவதைப் பார்த்தார்.

“மேல் மாடியிலிருந்த பல ஜன்னல்கள் வழியாகத் தீவிரவாதிகள் இலக்கின்றி சுட்டுக் கொண்டிருந்தனர். ஆனாலும் பவன் மிக அமைதியாக இருந்தார். தனக்குத் தேவைப்பட்ட நேரத்தை எடுத்துக்கொண்ட அவர், அவசரப்படவே இல்லை. அவர் அஞ்சாமல் அந்தக் கட்டிடத்தைக் கவனமாகச் சுற்றி வந்து, சூழ்நிலையை எடை போட்டார். அதன் பின் அவர் தன் திட்டத்தைத் தீட்டினார். அவர் மேல் தளத்தில் தொடங்கி,

ஒவ்வொரு தளமாகத் தான் தாக்கப்போவதாக என்னிடம் சொன்னார்” என்கிறார் மேஜர் துஷார்.

முன் தாழ்வாரம் வழியாக கட்டிடத்திற்குள் நுழைவது முடியாத காரியம். கட்டிடத்தின் முன்பக்கம் இருந்த திறந்தவெளி, உள்ளே நுழைவது யாரென்று தீவிரவாதிகளுக்கு வெளிச்சம் போட்டுக் காட்டிவிடும். பவன் திட்டம் சிறப்பானது- அது தீ அணைப்பு அவசரப் படிக்கட்டுகள் வழியாக மேல்நோக்கிச் செல்வது. இவை கட்டிடத்தின் பின்பக்கம் இருந்தன.

பவன் கட்டிடத்தின் முன்புறத்தில் சுட்டுக்கொண்டிருக்குமாறு ஆணையிட்டார், தீவிரவாதிகளின் கவனம் அங்கேயே குவிந்திருக்கச் செய்வதற்காக. அதே சமயம் பவனும் அவர் சகாக்களும் கட்டிடத்தின் பின்புறத்திற்கு நழுவிச் சென்று, அங்கிருந்த படிக்கட்டுகள் வழியாக மேலேறத் துவங்கினர். எல்லோரும் அவரவர்களுக்கு ஒதுக்கப்பட்ட இடங்களில் நின்று கொண்டிருக்க, தளங்களை ஒவ்வொன்றாகக் கைப்பற்றும் பணி ஆரம்பமானது. நடந்து கொண்டிருப்பது என்னவென்று பவன் அவ்வப்போது, அலைபேசி வழியாக மேஜர் துஷாரிடம் கிசுகிசுத்தார்!

துஷார் சொல்கிறார். “தன் ஐந்து சகாக்களுடன் படிகளில் ஏறிக்கொண்டிருந்த பவன் மிக்க தன்னம்பிக்கையுடன் இருப்பதாகவே அப்போது எனக்குத் தோன்றியது. அந்தக் கட்டிடத்தின் மொட்டை மாடியில் ஓர் உணவகம் இருந்தது. அதை ஒட்டி பல அறைகள் இருந்தன. அவற்றைக் காலி செய்தாக வேண்டும். தான் எடுத்து வைக்கும் ஒவ்வொரு அடியையும் பவன் எனக்கு உடனுக்குடன் தெரியப்படுத்திக் கொண்டே இருந்தார்.”

பவனின் அணி பாதிப்படிகள் ஏறியிருந்த நிலையில், மேல் மாடியிலிருந்து துப்பாக்கி சுடுதல் நின்று போனது. தீவிரவாதிகளின் கவனம் கட்டிடத்தின் முன்பக்கம் திரும்பி விட்டதை உறுதி செய்துகொள்ள வழியில்லாத நிலையில்,

மேஜர் துஷார் கவனமாக முன்னேறும்படி பவனுக்கு அறிவுரை வழங்கினார். அந்த அறிவுரையைக் கவனத்தில் கொண்டு, மெதுவாக பூனை போல் ஒவ்வொரு படியாக ஏறினார், மிகக் கவனத்துடன். ஏதாவது சத்தம் வந்து தீவிரவாதிகள் இருக்குமிடத்தைக் காட்டிவிடாதா என்ற எண்ணத்தில் அவர் செவிகள் பாம்புச் செவிகளாயின.

கடைசிச் சில படிக்கட்டுகள் ஏறிக்கொண்டிருந்தபோது அந்த ஆறு கமாண்டோக்கள் ஒரு சமதளப் பரப்பை எதிர்கொண்டனர். அதில் இரு கதவுகள் இருந்தன. அந்தக் கதவுகளைத் திறந்தால், மேல் மாடி. தன் காதுகளைத் தீட்டிக் கொண்டு, கதவின் அந்தப் பக்கமிருந்து ஏதாவது அரவம் கேட்கிறதா என்று பவன் உற்றுக் கேட்டார். ஆனால் சிறு ஓசை கூட வரவில்லை. அந்த இடம் கும்மிருட்டாக இருந்தது. இருப்பினும் பவனும், அவர் அணியினரும் கதவைத் திறந்து, தங்கள் ஆயுதங்களை ஏந்தியபடி மறுபக்கம் சென்றனர். அவர்கள் இரவுக் கண்ணாடிகளில் ஒரு பச்சை நிற உலகம் தெரிந்தது. அவர்களுக்குத் தெரியும் தாங்கள் இருப்பது மோதல் நடந்துகொண்டிருந்த இடத்திற்கு வெகு அருகில் என்று.

கதவைத் திறந்து, ஒரு குறுகிய பாதை வழியாக மறுபக்கம் சென்றதும் பவன், மேஜரிடம் கிசுகிசுத்தார். “நாங்கள் இப்போது அந்தத் தளத்தில் நுழைந்து கொண்டிருக்கிறோம்!” அந்தக் குறுகிய பாதையின் முடிவில், ஒரு ஜோடிக் கதவுகள் இருந்தன. அவற்றைத் திறந்தால், கட்டிடத்தின் ஒரு பக்கத்தைப் பார்த்தவாறு அமைந்திருந்த சில அறைகள். இப்போது சத்தமின்மைக்கு அவசியமில்லை. அறைகளை ஒவ்வொன்றாகக் காலி செய்தாக வேண்டும். நிசப்தத்திற்கு விடைகொடுத்து விட்டதால், அவர்கள் தாக்கப்படும் வாய்ப்புகள் அதிகம். ஆனால், தாக்குதலை நடத்த இதைவிட்டால் வேறு வழியில்லை!

அமைதியினூடே, கேப்டன் பவன் கதவைத் திறக்குமாறு தன் ஸ்கவுட்டிடம் கிசுகிசுத்தார்.

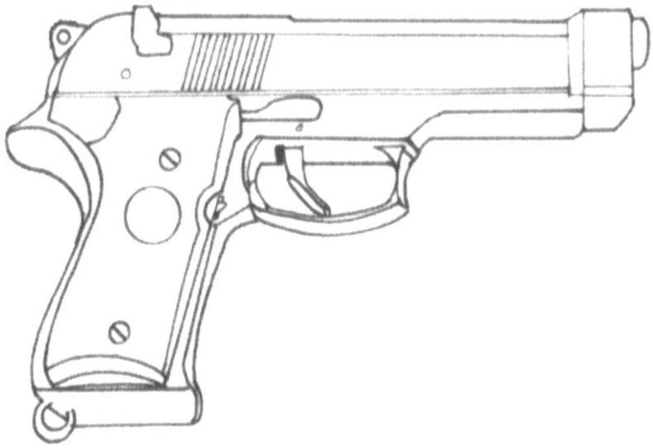

பரேட்டா கைத்துப்பாக்கி

ஸ்கவுட் கதவைத் திறக்க முயற்சி செய்தார்; ஆனால் முடியவில்லை. பவன் முன்னால் விரைவாக ஓடிச் சென்று, கதவை ஓங்கி உதைத்தார். கதவு உடைந்து விழுந்ததும், அறையின் உள்ளே இருந்து குண்டுகள் பாய்ந்து வந்தன. குண்டுகள் வரும் சத்தத்தை மேஜர் தன் செவிக்கருவி வழியாகக் கேட்டார். அண்மைத் தகவலுக்காகக் காத்துக் கொண்டிருந்த மேஜர் தன் ஆட்களிடம் துணை அணியாக கட்டித்தின் உள்ளே நுழையத் தயாராக இருக்குமாறு கேட்டுக் கொண்டார்.

இப்போது கேப்டன் பவனுக்குத் தன் ஒவ்வொரு அசைவையும் மேஜருக்கு அறிவிக்க நேரமில்லை. தீவிரவாதிகள் ஒளிந்து கொண்டிருந்த அறைக்குள் அவர் நுழைந்திருந்தார். இடைவிடாது துப்பாகிகள் சுடும் ஓசையைத் தவிர வேறு ஓசை எதுவுமில்லை. மேஜர் கவனமாக அந்த ஓசையைக் கேட்டுக்கொண்டே, தன்னைப் பின்பற்றுமாறு தன் வீரர்களுக்குச் சைகை செய்துகொண்டே, கட்டிடத்திற்குள் நுழைந்தார்.

துஷார் சொல்கிறார்: "முதல் சில குண்டுகள் பவனைத் தாக்கவில்லை. ஆகவே அவர் உடனே உள்நோக்கிச் சுட்டார். தன்னைச் சுட்ட தீவிரவாதியிடமிருந்து அவர், 2 மீட்டர் தொலைவில்தான் இருந்தார். இரண்டாவது வரிசைக் குண்டுகள் அவர் தோளையும், மார்பையும் தாக்கின. அவர் திகைத்துப்

போனார்; இருப்பினும், அவர் தன்னைச் சுட்ட தீவிரவாதியை நோக்கி இன்னும் ஒரு மீட்டர் முன்னேறி, அவனைச் சுட்டு வீழ்த்தினார்."

துஷார் தொடர்கிறார்: "ஸார் எனக்கு அடிபட்டிருக்கிறது; இருந்தாலும் தொடர்ந்து சுட்டுக்கொண்டிருக்கிறேன் என்று என்னிடம் பவன் சொன்னார்."

பவனின் தோழர்களுக்குத் தெரியாது, அவர் நெஞ்சைத் துளைத்த குண்டு, அவர் இதயத்தின் ஒரு பகுதியைப் பிய்த்து எறிந்துவிட்டதென்று. தன் காயத்திலிருந்து பயங்கரமாக இரத்தம் ஒழுகிக் கொண்டிருந்த போதிலும், அவர் தொடர்ந்து முன்னேறிச் சென்று இன்னொரு அறையில் இரண்டு தீவிரவாதிகள் ஒளிந்து கொண்டிருந்ததைக் கண்டார்.

அவர் அணியின் இரண்டு வீரர்கள் பவனுடன் தொடர்ந்து சுட்டனர். குண்டுகளுக்கிடையில் பாய்ந்து முன்னேறுவதைத் தவிர அவர்களுக்கு வேறு வழியில்லை. முதன்முறையாகத் தீவிரவாதிகள் எத்தனை பேர் என்று தெரிந்தது. பவன் ஒரு தீவிரவாதியைச் சுட்டு வீழ்த்தியிருந்தார். இன்னும் இரண்டு தீவிரவாதிகள் மிச்சமிருந்தனர்.

மேஜர் துஷார் அந்த இளம் அதிகாரியைப் பின் வாங்கிவிடுமாறும் மற்ற வீரர்களை முன்னேறிச் செல்ல வழி விடுமாறும் அறிவுறுத்தினார். ஆனால் இப்போது தனக்கு மிகவும் சாதகமான இடத்தில் தாம் நின்று கொண்டிருப்பதாக அவர் மேஜரிடம் தெரிவித்தார். மேலும் முன்னேறியபோது, இருட்டிலிருந்து மூன்றாவது குண்டு அவரைத் தாக்கியது. இந்த முறை முன்னால் சென்ற ஸ்கவுட்டுகளான சபர்மால் பாஜியும், நாயக் சிங்கும் அவரைக் குண்டுகள் வரும் பாதையை விட்டு அப்பால் இழுத்தனர். இரண்டு வீரர்கள் பாதையில் சுட்டபடி இருக்க, கேப்டன் பவன் ஜாக்கிரதையாகப் படிகள் வழியாகக் கீழே கொண்டு செல்லப்பட்டார், பலவீனமான குரலில் அதை எதிர்த்தபோதும்!

அவர்கள் தரைத்தளத்தை அடைந்ததும், மேஜர் துஷாரின் அணி, படிகள் வழியாக மேலே செல்லத் தயாராயினர்.

துஷார் சொல்கிறார்: "அவர் உடலிலிருந்து இரத்தம் வேகமாக ஒழுகிக் கொண்டிருந்தது. அவர் வயதிற்கு அவர் சராசரி உயரத்தைவிட அதிகமானவர். நல்ல தேகக்கட்டுடையவரும் கூட. மூன்று பேர் சேர்ந்துதான் அவரைத் தூக்க வேண்டியிருந்தது. அந்தக் காட்சியை என்னால் நம்பவே முடியவில்லை. அவர் அசாத்தியமான உடல் வலிமை கொண்டவராக இருந்தார்." NDA-வின் அணியில் பவன் ஒரு கேடட் சார்ஜென்ட் மேஜராக இருந்தார். பவன் அப்போது தன் அசாத்திய உடல் வலிமையை வெளிப்படுத்தினார். அவர் உடன் படித்தவர்கள், அவர் 'க்ராஸ்-கன்ட்ரி' பயிற்சியின் போது, தன் வகுப்புத் தோழர்களைத் தூக்கிக்கொண்டு ஓடுவதைப் பார்த்திருந்தனர்.

இரத்தம் அதிகமாக இழந்துவிட்டதால், பவன் தன் அணித்தலைவரிடம் குழறிக் குழறிச் சொன்னார்: "ஸார்! உள்ளே இன்னும் தீவிரவாதிகள் இருக்கிறார்கள்!"

மற்ற இருவரிடம் என்ன நடந்தது என்று மேஜர் துஷார் விசாரித்துக்கொண்டு இருக்கும்போதே பவனுக்கு நினைவு கண்ணாமூச்சி காட்டியது.

அவர்கள் சொன்னார்கள்: "பவனைத் தீவிரவாதிகள் முதன்முறையாகச் சுட்டபோது குறி தப்பிவிட்டது. அது நேருக்கு நேர் இரண்டே மீட்டர் இடைவெளியில் நடந்த ஒரு மோதல். அவர் குண்டடிபட்டிருந்த போதும், தொடர்ந்து சுட்டுக் கொண்டே இருந்தார். அவருக்கு அடிபட்டது மிகவும் துரதிருஷ்டவசமானது. அவர் தன் எதிரிகளுக்கு மிக அருகில் இருந்தார். அப்படி இப்படி நகர இடமே இல்லை. அவர் செயல் தீரத்திற்கும் அப்பாற்பட்ட ஒன்று!

அவர் செயல், அவரின் வீரத்தையும் தீரத்தையும் வெளிக் காட்டியதோடு மட்டுமல்லாமல், நாங்கள் அந்தக் கட்டிடத்தில்

காலூன்றவும் அடித்தளம் அமைத்தது. இது மிக முக்கியமான, அடிப்படையான விஷயம். அதனால்தான், நாங்கள் எங்கள் திட்டத்தைத் தொடர முடிந்தது." அவர் செயல், தீவிரவாதிகளின் நிலையைத் தலைகீழாகப் புரட்டிப் போட்டு, அவர்களின் இறுதி மூச்சின் நிமிடங்களை எண்ணுமாறு செய்துவிட்டது. இப்போது, தாக்குதல் அணி என்ற நிலையிலிருந்து, தற்காத்துக் கொள்ளும் அணி என்ற நிலைக்கு அவர்கள் தள்ளப்பட்டு விட்டனர்.

"ஒரு சாதாரண வீரன் இப்படி குண்டடிபட்டால், உடனே இறந்து போய்விடுவான்; இவ்வளவு நேரம் அவனால் தாக்குப் பிடிக்க முடியாது. பவன் அந்த ஆபத்தான நிலையிலும் தாக்குதலைத் தொடர வேண்டுமென்றே விரும்பினார்; ஆனால், அவர் உடல் ஒத்துழைக்கவில்லை. இரத்தம் கொட்டிக் கொண்டிருக்க தன்னால் இனி செயல்பட முடியாது என்பதை உணரவே அவருக்கு சற்று நேரம் பிடித்தது."

ஸ்ரீநகரிலிருந்து சில கி. மீட்டர் தொலைவிலிருந்த ஓர் ஆரம்ப மருத்துவமனைக்கு அவரைக் கொண்டு செல்ல ஓர் அவசரகால மருத்துவ ஊர்தி உடனே வருமாறு ஏற்பாடுகள் செய்யப்பட்டன. தாக்குதல் களத்திலிருந்து, அவரை 'ஸ்ட்ரெட்சரில்' கொண்டு செல்லும்போது கூட அவருக்கு நினைவு இருக்க, அவர் தன் அணித் தலைவரிடம் ஏதோ குழறிக்கொண்டே இருந்தார்.

"ஸார் உள்ளே இன்னும் இரண்டு பேர் இருக்கிறார்கள். தாக்குதலைத் தொடர்ந்து நடத்துங்கள்!" இவைதான் அவசர கால மருத்துவ ஊர்தியில் அவர் ஏற்றப்படும் முன்பு சொன்ன கடைசி வார்த்தைகள்.

"ஒரு குண்டால் அவரைச் செயலிழக்கச் செய்திருக்க முடியாது. ஏன், இரண்டு மூன்று குண்டுகளாலும் அது முடியாத காரியம். துரதிருஷ்டவசமாக ஒரு குண்டு அவர் இதயத்தைக் கிழித்துக் குதறியிருந்தது. அது மிக மோசமான காயம். அவர் இதயத்திற்கு மட்டும் அடிபடாமலிருந்தால், அவரே தொடர்ந்து

சண்டையில் ஈடுபட்டு, அந்த இரண்டு தீவிரவாதிகளையும் தீர்த்துக்கட்டியிருப்பார்.”

பாம்போராவில் முற்றுகையிடப்பட்ட அந்தக் கட்டிடத்தில் அடுத்த 48 மணி நேரம் தொடர்ந்து தாக்குதல் நடத்த பவனின் செயலே அடித்தளமிட்டது. அந்தத் தாக்குதல் எவ்வளவு பயங்கரமானது என்று அடுத்த நாள்தான் தெரிய வந்தது. சிதைந்துபோன அந்தக் கட்டிடத்தில் நடந்த தாக்குதலில் சிறப்புப் படையைச் சேர்ந்த கேப்டன் துஷார் மஹாஜனும், லான்ஸ் நாயக் ஓம் பிரகாஷும் தங்கள் இன்னுயிரைப் பலி கொடுத்தனர். அடுத்த சில நாட்களில் பல கேள்விகள் எழுப்பப்பட்டன: யுத்த தந்திரங்கள் தோல்வி அடைந்துவிட்டனவா? வீரர்கள் வலியப்போய் ஆபத்தில் சிக்கிக் கொண்டார்களா? ஆனால், அணியின் தலைவர்கள் தங்கள் வீரர்கள் செய்தது சரிதான் என வாதிட்டனர். அவர்கள் இருந்த நிலையில் அவர்கள் எடுத்தது சரியான முடிவுதான் என அவர்கள் சொன்னார்கள். குறிப்பாக, பவனின் செயல் தாக்குதலுக்கான கதவுகளைத் திறந்துவிட்டு, அதை முடிக்க வழிவகுத்தது என்று உறுதிபடக் கூறினார்கள்.

“கட்டிடங்களின் மீதான தாக்குதல்கள் பகல் நேரத்தில்தான் நடத்தப்படுவது வழக்கம். ஆனால், பவன் விஷயத்தில் தாக்குதல் அதிகாலை 2 மணி அளவில் நடத்தப்பட்டது. அவர் அசாதாரண அமைதியுடனும், தன்னம்பிக்கையுடனும் இருந்தார். கும்மிருட்டில் தாக்குதல் நடத்துவது எப்படி இருக்கும் என்று யோசித்துப் பாருங்கள்!” துஷார் நம்மைப் பார்த்துக் கேட்கிறார்.

அடுத்தபடியாக, பவன் செய்த காரியத்தை ‘அபாயப் புனலைக் கடப்பது’ (Fatal Funnel- ஐ கிராஸ் செய்வது’) என்று குறிப்பிடுவார்கள். மிக நெருக்கமான தாக்குதல் சூழலில், கூம்பு வடிவமுடைய பாதையில் ஒரு பக்கம் தாக்கப்படுவர் (கேப்டன். பவன்) மிக ஆபத்தான சூழலிலும், தாக்குபவர் (தீவிரவாதி) அறைக்குள்ளே மிகப் பாதுகாப்பான சூழலிலும் இருப்பதை Fatal

Funnel என்பர். எதிரி உள்ளே புகுந்ததும், அறையின் உள்ளே இருப்பவர்கள் அவரை *Fatal Funnel*-க்குள்ளேயே வைத்திருக்க தங்களால் ஆன அனைத்தையும் செய்வார்கள். ஏனேனில், அங்கேதான் குண்டுகள் எதிரியை சர்வ நிச்சயமாகத் தாக்கும்.

துஷார் சொல்கிறார்: "பவன் தன் உயிரைக் கொடுத்து வெற்றி கொண்டிருந்தார். முதல் கதவைத் திறந்தால் அது உங்களை நோக்கி எதிரிகள் சுட தங்கமான வாய்ப்பை அவர்களுக்கு ஏற்படுத்தித்தரும். அதற்கப்புறம் நீங்கள் உள்ளே மாட்டிக் கொள்வீர்கள். இது தீவிரவாதிகளுக்கும் தெரிந்த விஷயம்தான். உங்களுக்கு அது தெரியும். முன்பு உங்கள் இருவருக்கும் இடையில் 'கான்கிரீட்' இருந்தது. இப்போதோ எதுவும் இல்லை. உங்களுக்குச் சாதகமான அம்சம் எதுவுமே இல்லை. சொல்லப்போனால் நீங்கள் மரணத்தின் வாசலில் நின்று கொண்டிருக்கிறீர்கள்!"

ஸ்ரீநகரின் மறுபுறமிருந்து ஒரு குரல் சொல்லியது, "நாம் பவனை இழந்துவிட்டோம்!" மேஜர் துஷார் இந்தச் செய்தியை உள்வாங்கிக்கொள்ள மனதளவில் தயாராகத்தான் இருந்தார். ஆனாலும் அவர் மனதின் ஒரு மூலையில் பவன் எப்படியும் பிழைத்துவிடுவார் என்ற மயிரிழை நம்பிக்கை ஒட்டிக் கொண்டிருந்தது. பவனின் இதயம் குண்டுகளால் கிழிக்கப்பட்டது என்று துஷாருக்குச் சொல்லப்பட்டது. ஒருவேளை வேறெங்காவது காயம் பட்டிருந்தால் அவர் கண்டிப்பாக உயிர் பிழைத்திருப்பார்.

"அன்றிரவு முழுவதும் நான் அந்தச் செய்தியை நம்ப முடியாமலே கழித்தேன். பவன் எங்களை விட்டுப் போய்விட்டார் என்பதை என்னால் நம்பவே முடியவில்லை. அவர் ஓர் அசாதாரணமான பலம் கொண்ட, அறிவு மிக்க வீரர். அவர் மிகக் கடுமையான கல் வீச்சுக்கிடையிலேயும் துணிச்சலாக நடந்து சென்றார். தானே தலைமை தாங்கிச் சென்று அந்தக் கதவை உடைத்தார். பாய்ந்து வரும் ஒவ்வொரு குண்டின் மீதும் தன் பெயர் எழுதப்பட்டிருக்கும் என்று அவருக்குத்

தெரியும். ஆனால் அதைப் பற்றியெல்லாம் அவர் கொஞ்சமும் கவலைப்படவில்லை. அவர் ஒரு அசாத்தியமான, அப்பழுக்கற்ற ஒழுக்கமிக்க வீரர்."

பவன் எப்படி இரண்டு ஆயுதங்களை- ஒரு கையில் எம்4ஏ1, இன்னொரு கையில் பரேட்டா கைத்துப்பாக்கி ஏந்திக் கொண்டு எதிரிகளை நோக்கி முன்னேறினார் என்பதை தோமர் குறிப்பிடுகிறார்.

"இது சிறப்புப் படையின் மிக அடிப்படையான விதி. ஆனால், எல்லோரும் இதைத் தாக்குதல் நடக்கும்போது மறந்து விடுவார்கள். பவன் தன் இரு கைகளிலும், இரண்டு ஆயுதங்களையும் இரண்டு மெகஸீன்களையும் வைத்திருந்தார். ஒன்று தீர்ந்து கொண்டிருக்கும்போதே அவர் இன்னொன்றைப் பயன்படுத்த ஆரம்பித்து விட்டார். இந்த அடிப்படை விதிகளை அனேகமாக எல்லோருமே சுலபமாக மறந்துவிடுவார்கள். ஆனால், பவன் மறக்கவில்லை!"

தாக்குதல் ஆரம்பித்து ஏறத்தாழ 48 மணி நேரம் கழித்து, 22 பிப்ரவரியில் அது முடிவுக்கு வந்தது. மூன்று தீவிரவாதிகளும் கொல்லப்பட்டனர். அவர்கள் சந்தேகத்திற்கிடமில்லாமல், பாகிஸ்தானைச் சேர்ந்தவர்கள்தாம். கட்டுப்பாட்டுக் கோட்டைக் கடந்து ஹந்த்வாராவிலும், வடக்குக் காஷ்மீரிலும் அவர்கள் புகுந்திருந்தனர் என்று பின்னால் வந்த உளவுத் தகவல்கள் நிரூபித்தன. அதன்பின் ஜீலம் நதியோரம் அவர்கள் காஷ்மீர் பள்ளத்தாக்குக்குள் புகுந்துவிட்டிருந்தனர்.

பிப்ரவரி 22-ம் நாள், ஸ்ரீநகரிலிருந்த, இராணுவத்தின் பதாமி கண்டோன்மென்ட்டில் மரத்தாலான ஒரு சவப்பெட்டியில் வைக்கப்பட்டிருந்த பவனின் உடலுக்கு ஏராளமான மலர் வளையங்கள் வைக்கப்பட்டன. மேஜர் துஷாரும், அவர் அணியைச் சேர்ந்த பலரும் மலரஞ்சலி செலுத்தப் போக முடியவில்லை. அவர்கள் இன்னும் பாம்போரின் மோதல் களத்திலேயே இருந்தனர்.

கேப்டன் பவனின் சொந்த மாவட்டமான ஜிந்த் உட்பட ஹரியானா முழுவதும் ஜாட் தனி இட ஒதுக்கீடு கிளர்ச்சிகள் நடந்துகொண்டிருந்த சூழலில், கேப்டனின் உடலைச் சாலை வழியாகக் கொண்டு சென்றால் வழிநெடுகிலும் சாலைத் தடைகளைச் சந்திக்க நேரிடும். அது, தேவையற்ற பிரச்சனைகளை உருவாக்கக் கூடும். எனவே, பவனின் சொந்த கிராமத்திற்கு அவர் உடலை எந்தச் சிக்கலும் இல்லாமல் எடுத்துச் செல்ல உதவுமாறு ஹரியானா மக்களுக்கு இராணுவ அதிகாரிகள் மனம் உருகும் வேண்டுகோளை விடுத்தனர். இது இந்திய இராணுவ வரலாற்றில் முன்னெப்போதும் நடந்திராத ஓர் அரிய செயல். இருப்பினும், ஒரு முன் ஜாக்கிரதை நடவடிக்கையாக, பவனின் உடல் இந்திய இராணுவத்தின் துருவ் ஹெலிகாப்டரில் ஸ்ரீநகரிலிருந்து பதான்கோட் வரை கொண்டு செல்லப்பட்டது. அங்கே அவருக்கு இராணுவ மரியாதை மீண்டும் செலுத்தப்பட்டது. பதான்கோட்டிலிருந்து ஹெலிகாப்டரில் அவர் உடல் சொந்தக் கிராமமான பதானாவுக்குக் கொண்டு செல்லப்பட்டது. ஹெலிகாப்டரிலிருந்தவர்கள், கீழே கூடியிருந்த கூட்டத்தைப் பார்த்து அசந்துபோய்விட்டனர்.

இதற்குள் கேப்டன் பவன் இரண்டு நாட்களுக்கு முன் தன் முகநூல் பக்கத்தில் பதிவிட்டிருந்த பதிவை ஊடகவியலாளர்கள் கண்டுபிடித்துவிட்டிருந்தனர். அவர் பதிவு, அப்போது நிலவிய சூழ்நிலையின் முரணைத் தெளிவாக விளக்கியது. சமூக ஊடகங்களில் அவர் தன் இனத்தவரின் கிளர்ச்சிகளை விளையாட்டாக ஒதுக்கித் தள்ளி இருக்கலாம். ஆனால், அவர் அடிமனதில் கிளர்ச்சிக்காரர்களின் மேலான வெறுப்பு கிளைவிட்டுப் படர்ந்திருந்தது.

மேஜர் துஷார் சொல்கிறார்: "அவர் தன் ஐ போனையும், மேக்புக்கையும் மிகவும் நேசித்தார். இந்த இரண்டும் அவரை உலகத்துடன் இணைத்தன. அவர் சமூக ஊடகங்களில் தீவிரமாக இயங்கியதோடு மட்டுமல்லாமல், தன் கருத்துகளையும் உரத்துச் சொல்லி வந்தார். அவர் வெளிப்படையாக

ஹரியானாக்காரர்களுக்குத் தனி இட ஒதுக்கீடு தேவையில்லை என்று சொல்லி வந்தார். மேலும் அவர் இதெல்லாம் வெறும் அரசியல் தந்திரங்கள் என்றும் சொல்லி வந்தார். அவர் ஹரியானா மக்கள் உடல் உறுதியும், வீரமுமிக்கவர்கள் என்றும், விளையாட்டுகளில் தேர்ந்தவர்கள் என்றும் அவர்களைப் புகழ்ந்து வந்தார். ஸார்! இதெல்லாம் சுத்தக் குப்பை!"

"களத்தில் எனக்குக் கடமைகள் இருந்ததால் என்னால் ஜிந்திற்கு உடனே சென்று பவனின் இறுதிச்சடங்கில் கலந்து கொள்ள முடியவில்லை. எங்கள் அணியினர், அவர்கள் எங்கிருந்தாலும் ஜிந்துவுக்குச் சென்று தங்கள் இறுதி மரியாதையைச் செலுத்தினர். எங்கள் C.O அங்கு சென்றார். ஜாட் இன மக்களின் போராட்டம் மிகவும் மோசமாகி இரு பக்கமும் கோபத்தின் விளிம்பில் நின்று கொந்தளித்துக் கொண்டிருந்தது. ஆனால் பவன் பற்றிய செய்தி இதற்குள் -குறிப்பாக ஜிந்திலும், அதன் சுற்றுப்புறமும்- பரவ ஆரம்பித்திருந்தது. சாலையிலிருந்த அனேக தடுப்புகள், பவன் பற்றிய செய்தி பரவ ஆரம்பித்ததும், தடுப்புகள் அகற்றப்பட்டுவிட்டன என்று நான் கேள்விப்பட்டேன். அவர் கிராமத்திற்குச் செல்லும் 3 கி. மீட்டர் தூரம் முழுவதும் மக்கள் அழுதுகொண்டே நின்றிருந்தனர். ஹரியானா மக்கள் தங்கள் போர் வீரர்களை மிகவும் நேசித்தனர். சுற்றுவட்டாரத்தின் பல இடங்களிலிருந்தும் மக்கள் அவருக்குத் தங்கள் இறுதி அஞ்சலியைச் செலுத்தக் கூடிவிட்டனர்."

பவன் குமார் வாழ்க, வாழ்க என்ற கோஷம் விண்ணைப் பிளக்க, அந்தச் சவப்பெட்டி பவனின் வீட்டு முற்றத்திற்கு எடுத்துச் செல்லப்பட்டபோது, அதன் மீது பூ மாரி பொழியப்பட்டது. அவரின் உறவினர்கள் சவப்பெட்டியின் மீது போர்த்தப்பட்டிருந்த துணியை விலக்கியபோது, அவரின் தந்தை அந்தப் பெட்டிக்கருகில் மண்டியிட்டார்.

பெட்டியின் உள்ளே வெண்ணிற ஆடையால் மூடி அவருடைய ஒரே குழந்தையின் உடல் இருந்தது. பவனின் கண்கள் மூடியிருக்க, அவர் முகத்தில் அமைதி பொலிந்தது. தாறுமாறாக இருந்த அவர்

முடியையும், தாடியையும் துணியின் மடிப்புகள் மூடியிருந்தன. கடைசியாக ஒரு முறை தன் மகனைப் பார்த்துக்கொள்ள அவர் அம்மா வீட்டினுள்ளே இருந்து வெளியே அழைத்து வரப்பட்டார். பவனின் கன்னங்களை அவர் வருடியபோது, துக்கத்தை அடக்க முடியாமல் சவப்பெட்டியின் அருகிலேயே அவர் மயங்கி விழுந்தார்.

“எனக்கு இருந்தது ஒரேயொரு குழந்தை. அவனை இராணுவத்திற்கு, நாட்டிற்குக் கொடுத்தேன். எந்த ஒரு தந்தையும் என்னைவிட அதிகமாகப் பெருமைப்பட முடியாது” என்று கேப்டன் பவனின் அப்பா ராஜ்பீர் சிங் தன் சொற்களைக் கேட்கக் காத்துக்கொண்டிருந்த ஊடகவியலாளர்களிடம் கூறினார். அவர் சொற்கள் ஓர் அசாதாரண அமைதியுடன் ஒலித்தன. நாள் முழுக்க நாடு முழுவதும் அவர் வார்த்தைகள் எதிரொலித்து, அதிர்ச்சி அலைகளை எழுப்பின.

“அவர் ஒரே மகன். தன் பெற்றோர்களிடம் அடிக்கடி பேசுவார். அவர்கள் தன்னை நினைத்துக் கவலைப்பட்டுக் கொண்டிருப்பார்கள். ஆனால், அதை வெளிக்காட்டிக் கொள்ள மாட்டார்கள் என்றும் அவருக்குத் தெரியும்.” இராணுவத்தில் சேர பெரும் விருப்பமுடன் இருந்த அவருக்கு, அதில் எந்தப் பிரிவைத் தேர்ந்தெடுப்பது என்று நிச்சயமாகத் தெரியவில்லை. அவர் *NDA*-விலும், *IMA*-விலும் பயின்றார். முதலில் அவர் இராணுவத்திற்குத் தளவாடங்கள் அனுப்பும் பிரிவில் சேர விருப்பமுடையவராக இருந்தார். பின் அவர் காலாட்படையில் சேர முடிவு செய்தார். அவரின் பயிற்சியாளர்களில் ஒருவர் டோக்ரா படைப் பிரிவைச் சேர்ந்தவர். எனவே அவர் 2013, டிசம்பரில் 7 டோக்ரா படைப் பிரிவில் சேர்ந்தார். பின் அவர் சிறப்புப் படை பற்றித் தெரிந்துகொண்டார்.

பாம்போராவிலிருந்து உடனே வெளியே வர முடியாத படியும், அதன் பின் புல்வாராவில் வேறு ஒரு தாக்குதலிலும் ஈடுபட்டிருந்த மேஜர் துஷாருக்குக் கடைசியாக பவன் இறந்து இரண்டு வாரங்கள் கழித்து ஜிந்திற்குச் செல்ல நேரம் கிடைத்தது.

“அதைப் போல ஒரு வீரமிக்க குடும்பத்தை நான் பார்த்ததே இல்லை. அவர்கள் பெருமிதம் உண்மையானது. அது உள்ளத்திலிருந்து மலர்ந்தது; உதடுகளிலிருந்து வரவழைக்கப்பட்டதல்ல. அவர்களின் சோகம், அவர்கள் பெருமிதத்துடன் இணைந்து பயணித்தது. அதை வார்த்தைகளால் விவரிக்கவே முடியாது” என்கிறார் மேஜர் துஷார்.

பவனின் அப்பா சொல்கிறார்: “நாங்கள் அவனுக்காகப் பல திட்டங்கள் வைத்திருந்தோம். அவன் ஒரு பெண்ணைக் காதலித்து வந்தான். அவளை நாங்கள் சந்தித்தோம்; அவளை எங்களுக்கு மிகவும் பிடித்துப் போனது. 2017-ம் வருடம் அவர்கள் திருமணத்தை நடத்தத் திட்டமிட்டிருந்தோம். அவன் உயிரோடிருந்தால் இதற்குள் நான் தாத்தாவாகியிருப்பேன். ஆனால், வாழ்க்கையின் வேகம், எல்லாக் கனவுகளையும் சிதைத்துப் போட்டு விடுகிறது. அவனும் சில திட்டங்களை வைத்திருந்தான். எங்கள் ஜிந்த் வீட்டை விற்றுவிட்டு, பஞ்குலாவில் ஒரு வீடு வாங்க அவன் நினைத்திருந்தான். அது, இதைவிட மிக நல்ல இடம் என்று அவன் சொல்வான். நானும் அவனும்- அப்பாவும், பிள்ளையுமாக பல விஷயங்களைத் திட்டமிட்டிருந்தோம். ஆனால் விதி வேறு திட்டங்களை வைத்திருந்தது.”

பவன் இறந்து ஆறு மாதங்கள் கழித்து, 2016 சுதந்திரத் திருநாளுக்கு ஒருநாள் முன்பு அரசு, பவனுக்கு செளரிய சக்ரா விருதை அறிவித்தது. கேப்டன் துஷாருக்கும், லான்ஸ் நாயக் ஓம் பிரகாஷுக்கும், அவர்கள் செய்த தியாகத்திற்காக செளரிய சக்ரா விருதுகள் வழங்கப்படும் என அறிவிக்கப்பட்டது. தங்களைப் பார்க்க வருபவர்களிடமெல்லாம் பவனின் பெற்றோர்கள் தங்கள் மகனைப் பற்றிப் பேசத் தவறுவதே இல்லை!

பவனின் அப்பா சொல்கிறார், “நாங்கள் இறக்கும்வரை அவன் இழப்பு எங்களைத் தாக்கிக்கொண்டேதான் இருக்கும். அவன் எங்களின் ஒரே குழந்தை. நாங்கள் அடிக்கடி பழைய

புகைப்படங்களைப் புரட்டிப் பார்த்து, எங்களின் பழைய நாட்களின் மகிழ்ச்சியை மீண்டும் மீண்டும் நினைத்துப் பார்ப்போம். எங்கள் வீட்டில் ஓர் அலமாரி இருக்கிறது. அது முழுவதும் அவன் பொருட்கள்தான். அவன் வாங்கிய சௌரிய சக்ரா விருது, அவன் இராணுவச் சீருடை, இராணுவக் காலணிகள் எல்லாம் அதில் வைத்திருக்கிறோம். சில சமயம் அவன் உடைகளை அலமாரியிலிருந்து எடுத்து அவற்றை நானும் என் மனைவியும் எங்கள் கரங்களில் சிறிது நேரம் வைத்திருப்போம்.”

இராணுவத்தில் சேர்ந்த ஒரு வருடமே ஆகியிருந்தபோது, பவன் தனக்குக் கிடைத்த முதல் விடுமுறையைத் தன் வீட்டிற்குச் செல்லப் பயன்படுத்தவில்லை. உலகின் மிக உயரத்திலிருக்கும் வாகனத்தில் செல்லத்தக்கக் கணவாயான, லடாக்கிலிருந்த கர்துங் லாவிற்கு தன் புல்லட்டில் செல்ல அவர் அதைப் பயன்படுத்திக் கொண்டார்.

இப்போது 10 பாரா சிறப்புப் படையின் இரண்டாம் நிலைக் கமாண்டராக பணியிலிருக்கும் மேஜர் துஷார், தன்னால் அந்த இளம் வீரரை மறக்கவே முடியாது என்று சொல்கிறார். மற்றெல்லா விஷயங்களையும் விட ஒரு விஷயத்திற்காக அவரை என்னால் மறக்கவே முடியாது என்கிறார். அது 2015-ம் வருடம், டிசம்பரில் தென் ஸ்ரீநகரின் பனி படர்ந்த ஓர் இடத்தில் நடந்தது.

“நாங்கள் அங்கே ஒரு தாக்குதலை நடத்தச் சென்றிருந்தோம். ஆனால் எங்களுக்குக் கிடைத்த தகவல்கள் பொய்யானவை என்று தெரிய வந்தது. அங்கே எந்தத் தீவிரவாதியும் இல்லை. எனவே எந்தத் தாக்குதலும் நடைபெறவில்லை. அங்கு வானிலை மிக மோசமாக இருந்தது. பனிப்பொழிவு மிகக் கடுமையாக இருந்தது. என் கால்கள் அனேகமாக உறைந்து போய்விட்டன. நான், முகாமிற்குத் திரும்பிவிடுவோம் என்று பவனிடம் சொன்னேன். அவர் சொன்னார். ‘ஸார், நாம்

இங்கே கொஞ்ச நேரம் உட்கார்ந்திருப்போம். எப்படியும் அவர்கள் வருவார்கள்!' அவர் என்னை அன்றிரவு முழுவதும் அங்கே உட்கார வைத்து விட்டார். என் அறிவுக்குத் தெரியும், அங்கே எந்தத் தீவிரவாதியும் இல்லை என்று. அவரும் எந்தத் தீவிரவாதியையும் எதிர்பார்க்கவில்லை. இருப்பினும், பவன் நாங்கள் அங்கேயே இருக்க வேண்டும் என்று நச்சரித்தார். நாங்கள், அந்த இரவை அந்தச் சூழலில் கழிக்க வேண்டுமென்றே அவர் விரும்பினார் என்றே நான் நினைக்கிறேன்!"

7

ஓய்வெடுத்தால், நான் துருப்பிடித்துப்போய்விடுவேன்!

மேஜர் சதிஷ் தாஹியா

ஜெய்ப்பூர்

14 பிப்ரவரி 2017

"வீட்டைவிட்டு வெளியே போகாதே, இன்று ஏதாவது ஒன்று வரும்." சுஜாதா சௌத்ரிக்கு ஆச்சரியமாக இருந்தது, தன் கணவர் எப்போதும் இல்லாத அதிசயமாக ஏன் இவ்வளவு அமைதியாகப் பேசுகிறாரென்று. வடக்குக் காஷ்மீரிலிருந்த குப்வாராவின் இராணுவத் தலைமையகத்தில், தீவிரவாதிகள் எதிர்ப்பு அணியிலிருந்து அவர் கணவர் பேசினார். அங்கே எல்லோரும் மெல்லிய குரலில் பேச வேண்டும் என்பது எழுதப்படாத சட்டம். ஆனாலும், இன்று அவர் அநியாயத்திற்கு மிக மெல்லிய குரலில் பேசுகிறார் என்று தோன்றியது.

தன் கணவர் மேஜர். சதீஷ் தாஹியாவின் அருகே அவர் நண்பர்கள் இருப்பதால், அவர் அவ்வளவு மெல்லிய குரலில் பேசுகிறார் என்று சுஜாதா புரிந்துகொண்டார். அது காதலர் தினம். தன்னிடம் உரத்துப் பேசுவதற்கு அவர் சங்கடப்படக்கூடும் என்று அவர் நினைத்தார்.

முந்தைய தினம் தன் கணவரைச் சீண்டியிருந்தார். அவர்கள் மகள் பிரியாஷா இன்னும் சில மாதங்களில் தன் இரண்டாவது வயதை எட்ட இருந்தாள். தாஹியா தன் மகளுக்கு டவல் போன்ற சில ஆடைகளை ஆன்-லைனில் ஆர்டர் செய்திருந்தார்.

அவை ஜெய்ப்பூரிலிருந்த அவர் வீட்டிற்கு அன்றுதான் வந்து சேர்ந்தன. ஆனால் அவை கைக்குழந்தைக்கு ஆனவை; இரண்டு வயதுக் குழந்தைக்கு அல்ல. இதுதான் சுஜாதா தன் கணவரைக் கேலியும், கிண்டலும் செய்யக் காரணம். அவர் கணவர் அவற்றைத் திருப்பி அனுப்பி, மாற்றிக்கொள்ளும்படி மீண்டும் மீண்டும் வற்புறுத்தியும், சுஜாதா அவற்றைத் திருப்பி அனுப்பவில்லை. அன்று இரவு, தன் கணவருக்கு 'வாட்ஸ்அப்'-பில் ஒரு செய்தி அனுப்பினார். "நாளை என்ன நாள் என்று உங்களுக்கு நினைவு இருக்கிறதா? உங்கள் குழந்தைக்குப் பரிசுகள் அனுப்பியிருக்கிறீர்கள்? உங்கள் மனைவிக்கு?"

அன்றிரவு, சுஜாதாவுக்கு அவர் கணவரிடமிருந்து பதில் ஏதும் வரவில்லை. ஆனால், மறுநாள் அதிகாலை அவர் குரல் அலைபேசியில் கிசுகிசுத்தது: "வீட்டைவிட்டு வெளியே போகாதே!"

சுஜாதா சொல்கிறார்: "அதன் பின் அவர் தொடர்பைத் துண்டித்து விட்டார். நான் வழக்கம் போல் காலையில் வீட்டு வேலைகளைச் செய்துவிட்டு, என் மகளைப் பள்ளியில் விட்டுவிட்டு வந்தேன். பின் மற்ற வேலைகளைச் செய்ய ஆரம்பித்தேன். அப்போது சதீஷ் திரும்பவும் என்னை அழைத்து, நான் எங்கே இருக்கிறேன் என்று கேட்டார். அவர் என்னை வீட்டிலேயே இருக்குமாறு வற்புறுத்திவிட்டு, அன்று நண்பகல் வீட்டிற்கு ஒரு பார்சல் வரும் என்று சொன்னார். அதிகாலை வந்த அழைப்பைப் போலவே இந்த அழைப்பும் மிக சுருக்கமாக இருந்து, முப்பதே வினாடிகளில் முடிந்து போனது. அவர் தொடர்ந்து தான் வெளியே பணியில் இருப்பதாகச் சொல்லிக் கொண்டே இருந்தார்."

நண்பகலுக்குச் சற்று முன்பு சுஜாதா வீட்டிற்கருகிலிருக்கும் பள்ளியிலிருந்து தன் மகளை அழைத்துவரச் சென்றார். அவர் வீட்டிற்குத் திரும்பியவுடன், மேஜர் அன்று மூன்றாவது முறையாக மீண்டும் அழைத்தார்.

“நான் ஏன் வீட்டை விட்டுப் போனேன் என்றும், நான் வீட்டிலில்லாத நேரத்தில் பார்சல் வந்திருந்தால் என்னாவது என்றும் அவர் என்னைக் கேட்டார். குழந்தையைப் பள்ளியிலிருந்து அழைத்துவர வேறு யாருமில்லை என்று அவருக்கு நான் ஞாபகப்படுத்த வேண்டியிருந்தது. அந்தப் பார்சல் எனக்குத்தானா அல்லது வேறு யாருக்காவதா என்று நான் அவரைச் சீண்டினேன். அவர் பதிலுக்கு என்னைச் சீண்டினார். அன்று இந்தப் பார்சல் வேலையைத் தவிர தன்னால் வேறு எந்த வேலையையும் செய்ய முடியவில்லை என்று அவர் பொய்ச் சலிப்புடன் சொன்னார். உடனே, அவர் மீண்டும் அலைபேசியை வைத்து விட்டார்.”

பிரியாஷாவுக்கு மதிய உணவு கொடுத்து, அவளைத் தூங்க வைத்த பின், சுஜாதா அந்தப் பார்சலுக்காகக் காத்துக் கொண்டிருக்க ஆரம்பித்தார். அவர் தன் கணவர் மீண்டும் அழைப்பார் என்று எதிர்பார்த்திருந்தார்.

ஆனால், மேஜர் சதீஷ் அழைத்தபோது மாலை மணி 5.22. இந்த அழைப்பு அவர் அலைபேசியிலிருந்து வரவில்லை என்றும், அது அவர் அணியிலிருந்து வந்தது என்றும் சுஜாதா புரிந்து கொண்டார். இந்த முறை அவர் பார்சலைப் பற்றிப் பேசவே இல்லை. தான் ஒரு தாக்குதல் நடத்தச் செல்வதாக வேகமாகச் சொல்லிவிட்டு, அவர் அழைப்பைத் திடீரென்று துண்டித்துவிட்டார்.

இப்படி நடப்பது வழக்கமானதுதான். RR அணியில் மேஜர். சதீஷ் ஓர் அதிகாரி. அது ஜம்மு, காஷ்மீரில் தீவிரவாதிகளுக்கும் ஊடுருவல்காரர்களுக்கும் எதிராக இயங்கி வரும் தலைமை அணி. 32-வயது மேஜர். சதீஷின் அணியான 30-வது பெட்டாலியன் ஹந்த்வாராவில் இயங்கி வந்தது. அங்கு தீவிரவாதிகள் நீக்கமற நிறைந்திருந்தனர். இவர்களுக்கு பாகிஸ்தானில் பயிற்சி பெற்ற தீவிரவாதிகள் தொடர்ந்து உதவி வந்தனர். அவர்கள் எல்லையினூடே திருட்டுத்தனமாகப் புகுந்து

தாக்குதல்கள் நடத்தி வந்தனர். அவர்களை எதிர்கொள்ள திடீரென்று செல்வது RR அணி வீரர்களுக்கு வழக்கம்தான். என்றாலும், இவற்றிற்குத் தன் மனதைத் தயார்படுத்திக்கொள்ள சுஜாதாவிற்குச் சில காலம் ஆனது.

சுஜாதா அழைத்தபோது மேஜர் ஹந்த்வாரா நகரின் அருகேயேயிருந்த ஹாஜின் ரால்குந்த் கிராமத்திற்குத் தன் அணியினருடன் சென்று கொண்டிருந்தார். ஜீலம் நதியின் மேற்குப் புறத்திலிருந்த அந்த இடத்தில் காஷ்மீரின் அடர்த்தியான காடுகள் சில இருந்தன. தங்கள் இலக்கை நோக்கி நகர்ந்து கொண்டிருக்கும்போது, தன் மனைவியை அழைக்க மேஜர் சதீஷுக்கு நேரமில்லை.

குப்வாராவின் விளிம்பில், தன் இடத்திலிருந்து மேஜர் சதீஷ் கடந்த ஐந்து மணி நேரமாக 33 RR C.O கர்னல் ராஜீவ் சஹாரன்னுடன் தொடர்ந்து தொடர்பிலிருந்தார். மேஜர் சதீஷ் இருந்த இடம் அவர் பெட்டாலியனின் தலைமையகத்திலிருந்து 40 கி. மீட்டர் தொலைவிலிருந்தது.

கர்னல் ராஜீவ் சொல்கிறார்: “அவர் என்னிடம் பேசியபோது மிகத் தெளிவாக இருந்தார். அவர் 2015-ல் எங்களுடன் வந்து சேர்ந்த பிறகு, ஒரு திறமையான தகவலாளி (உளவாளி)யை வளர்த்துவிட்டிருந்தார். அவர் மிகவும் நம்பத் தகுந்தவர். அவரும் சதீஷை மிகவும் நம்பினார். வழக்கமாக உளவு சொல்ல யாரும் முன்வர மாட்டார்கள். ஏனெனில், அவர்கள் குட்டு வெளிப்பட்டுவிடும், வெகு சீக்கிரத்தில். அவர்கள் பழி தீர்த்துக் கொள்ளப்படுவார்கள். சில சமயம் அவர்கள் குடும்பங்களும் பழி வாங்கப்படும். ஆனால், இந்தக் குறிப்பிட்ட தகவலாளி சதீஷ் மேல் அளவு கடந்த நம்பிக்கையை வைத்திருந்தார். ஒரு தகவலாளியைக் கண்டுபிடிப்பது மிகக் கடினமானது; மிக ஆபத்தானதும் கூட. உண்மையில் எங்களிடம் நிறைய தகவலாளிகள் இருந்தார்கள். ஆனால், அவர்களில் பெரும்பாலானோர் நம்பத் தகுந்தவர்கள் அல்லர். இன்னும்

சிலர் இரண்டு பக்கமும் வேலை செய்யும் ஐந்தாம் படை. ஆனால் இந்த நபரிடம் சதீஷ் நூறு சதவீத நம்பிக்கை வைத்திருந்தார். அவனும் அவருக்காக எதையும் செய்யத் தயாராக இருந்தார். 'ஸாப்! உங்களுக்காக நான் எதையும் செய்வேன்!' என்று சதீஷிடம் கூறியிருந்தார். பிப்ரவரி 14-ம் நாள் இந்த நபர் சில அதி பயங்கர பாகிஸ்தான் தீவிரவாதிகளைப் பற்றித் தகவல் சொன்னார். இவர்களை நாங்களும், இன்னும் பல அணியினரும், பல வாரங்களாகத் தேடி வந்தோம். இப்போதுதான் அவர்களைப் பற்றிய நம்பத்தகுந்த, தெளிவான தகவல்கள் கிடைத்தன. அந்தத் தீவிரவாதிகள் பற்றி தன் நண்பர் சொன்ன தகவல்களில்- அவர்களின் இருப்பிடம் மற்றும் அசைவு- பற்றி மேஜர் சதீஷுக்கு எந்த சந்தேகமும் இல்லை!"

'JEM-ஐச் சேர்ந்த 'அஃப்ஸல் குரு ஸ்குவாட்' என்ற பெயரில் மிகவும் பிரசித்தி பெற்ற, இந்தத் தீவிரவாதிகள் குழு அந்த வருடம் பாகிஸ்தான், இந்தியாவிற்குள் அனுப்பிய குழுக்களிலேயே மிகவும் நிபுணத்துவம் வாய்ந்தது. இவர்கள் சும்மா பெயரளவில் செயல்படும் சாதாரண ஊடுருவல்காரர்கள் அல்ல. இவர்கள் அதி பயங்கர கமாண்டோ பயிற்சி பெற்றவர்கள். தங்களை வேட்டையாடும் எந்த இராணுவப் படையுடனும் மோதும் அளவிற்கு இவர்கள் உடல் வலிமையும், சிறப்பான பயிற்சியும் பெற்றவர்கள். இது போதாதென்று இவர்கள் இன்னொரு விதத்திலும் தலைவலியாக இருந்தனர். இவர்கள் 'YSMS' என்ற யுத்த தந்திரத்தைக் கையாள்வதில் வல்லவர்கள். இதில் திறன்பேசிகள் உயர் அதிர்வெண் கொண்ட ரேடியோக்களுடன் இணைக்கப்பட்டு, அதன் வழியாகத் தகவல்கள் பரிமாறிக் கொள்ளப்படும். இப்படி அனுப்பப்படும் தகவல்களை இடைமறித்து அறிந்துகொள்ள முடியாது. 2015-ல் தீவிரவாதிகள் இந்த முறையைப் பயன்படுத்த ஆரம்பித்தனர். இவற்றை இடைமறித்துக் கேட்க இதுவரை எந்த வழியும் கண்டுபிடிக்கப்படவில்லை.

சொல்லப்போனால், இவர்கள் சரியான சண்டைக் கோழிகள். எந்த ஒரு தீவிரவாதிகள் குழுவையும் குறைத்து எடை போட்டுவிட முடியாது; அப்படியிருக்க, இவர்களை..? இந்தக் குழுவைச் சேர்ந்த சிலர்தான், ஹாஜின் ரால்குந்தில் ஒளிந்திருப்பதாக மேஜர் சதீஷின் ஆள் தகவல் தந்தார்.

கர்னல் ராஜீவ் சொல்கிறார்: "சதீஷ் தன் நண்பர் சொன்னதை முழுவதுமாக நம்பி, ஹாஜின் ரால்குந்த் செல்ல அனுமதி வேண்டினார். கிடைத்த தகவல்கள் மிகத் துல்லியமானவை. இரண்டு தனித்தனி வீடுகளில் மூன்று அல்லது நான்கு தீவிரவாதிகள் ஒளிந்து கொண்டிருக்கின்றனர். ஒரு வீடு, கிராமத்தின் விளிம்பில் இருக்க, இன்னொன்றோ கிராமத்தின் மையத்தில் இருந்தது."

மேஜர் சதீஷும், அவர் அணியினரும் தங்கள் இலக்கை நோக்கிச் சென்று கொண்டிருக்கும்போதே, கர்னல் ரவி, குலாம் ஜீலானிக்கு போன் செய்தார். ஜீலானி காவல் துறையில் மூத்த கண்காணிப்பாளர். தீவிரவாதிகளை ஒழித்துக்கட்டுவதில் இவருக்கு இருந்த ஆர்வம் பிரசித்தி பெற்றது. தீவிரவாதிகள் ஸ்ரீநகரிலிருந்த ஜீலானியின் வீட்டின் மேல் கையெறிகுண்டை ஒரு நடு நிசியில் இரண்டு மாதங்களுக்கு முன்பு வீசியெறிந்தனர். நல்ல வேளையாக, அந்தச் சமயத்தில் ஜீலானியோ அவர் குடும்பத்தினரோ வீட்டில் இல்லை.

ஜீலானிக்குக் கர்னல் ராஜீவ் செய்த அழைப்புகளுக்கு பதில் இல்லை. காதலர் தினத்தன்று, ஹந்த்வாராவில் ஜம்மு காஷ்மீர் காவலர் படை ஒரு மகளிர் அணியை ஏற்படுத்தத் திட்டமிட்டிருந்தது. அனேகமாக ஜீலானி அதில் வேலையாய் இருக்கக்கூடும் என்று ரவி நினைத்தார். இருபது நிமிடங்கள் கழித்து ஜீலானி இராணுவ அதிகாரியை அழைத்தார்.

"ஜீலானி என்னை அழைத்தபோது அதே தீவிரவாதிகளைப் பற்றித் தனக்கும் அதே மாதிரி தகவல் வந்திருப்பதாக என்னிடம் சொன்னார். என் ஆட்கள் ஏற்கனவே ஹாஜின் ரால்குந்த்

நோக்கிக் கிளம்பிவிட்டனர் என்று நான் சொன்னேன். தன் ஆட்களை, NSOG ஆட்களுடன் சேர்ந்து தாக்குதல் நடத்த அவர் உத்தரவிட வேண்டுமென்றும் நான் அவரைக் கேட்டுக் கொண்டேன். ஜீலானி உடனே நிலைமையைப் புரிந்து கொண்டு, ஒரு பெரிய படையையே அனுப்பிவிட்டார்." தன் மாருதியில் அமர்ந்தவாறே மேஜர் சதீஷ் தாக்குதல் திட்டத்தை மீள்பார்வை செய்தார். அவருக்கு உதவ ஒரு ட்ரோனும் இருந்தது. கிராமத்தின் மீது பறந்து, ஒரு பறவைப் பார்வையைத் தருவது அதன் வேலை. தன் C.O-வுடன் அவர் ஒரு பாதுகாப்பான 'லைனில்' தொடர்பில் இருந்தார். அந்தச் சமயத்தில் தன் மனைவி சுஜாதாவுடன் தொடர்புகொண்டு பார்சலைப் பற்றிக் கேட்க நினைத்திருந்தாலும் அதற்கான அவகாசம் அவருக்கில்லை.

அங்கே ஜெய்ப்பூரில், சுஜாதா எப்போது பார்சல் வரும் என்று காத்துக் கொண்டிருந்தார். நண்பகலுக்கு முன்பே வந்து விடும் என்று தன் கணவர் சொல்லியிருக்க, அது வர ஏன் இன்னும் தாமதமாகிறது என்று தனக்குத்தானே கேட்டுக்கொண்டார். தொலைக்காட்சிப் பெட்டியை உயிர்ப்பித்து, சிறிது நேரம் மாறி மாறிப் பார்த்துவிட்டு, பின் அதையும் நிறுத்திவிட்டார். தன் வீட்டிற்குள்ளேயே அங்குமிங்கும் நடந்தார். பின் இரவு உணவு தயாரிக்க ஆரம்பித்துவிடலாமா என்று ஒரு கணம் யோசித்தார். ஆனால் 'பார்சலுக்காக இன்னும் சிறிது நேரம் காத்திருக்க முடிவு செய்தார். அவர்கள் ஜெய்ப்பூரிலிருந்த அந்த வாடகை வீட்டிற்குக் குடிவந்து இரண்டு மாதங்கள்தான் ஆகியிருந்தது. இன்னும் மூன்று வாரங்களில் காஷ்மீர் பணி முடிந்து, அந்த நகரத்திற்கு சதீஷ் மாற்றப்படுவார் என்று நம்பப்பட்டது.

"இரவு உணவு சமைப்பதை ஒத்திப்போட்டுவிட்டு அந்தப் பார்சலுக்காகக் காத்திருக்க நான் முடிவு செய்தேன். அவர் ஏன் பார்சலைப் பற்றி பொய் சொல்ல வேண்டும்? ஏன் அவர் தன் அழைப்பை ஏற்கவில்லை? இந்த எண்ணங்களே திரும்பத் திரும்ப என் மனதில் வட்டமிட்டன!" சொல்கிறார் சுஜாதா.

தன் கணவருக்கு ஜெய்ப்பூர் பணி வரும் வரை காத்திருக்க சுஜாதா விரும்பவில்லை. 2009-ல் மேஜர் சதீஷ் ASC- அணியில் சேர்த்துக்கொள்ளப்பட்டார். தளவாடங்கள் வழங்கும் பிரிவில் பணியமர்த்தப்பட்டார். உணவுப் பொருட்கள், ரேஷன்கள், எரிபொருள் இப்படிப் பல பொருட்களைச் சேகரித்து, நாடெங்கிலும் உள்ள 1.2 மில்லியன் இராணுவ வீரர்களுக்கு வழங்குவது இதன் தலையாய பணி. மூன்று வருடங்கள் காஷ்மீரில், 1 பெட்டாலியனில் பணியாற்ற அவர் அனுப்பப்பட்டார். இது நௌகாமில் இயங்கி வந்தது. பணியில் சேர்ந்து ஒரு வருடமே ஆகியிருந்த நிலையில், ஹரியானாவின் மஹேந்திர மாவட்டத்திலிருந்த தன் சொந்த ஊருக்கு ஒரு சிறு விடுப்பில் சதீஷ் வந்திருந்தார். அப்போதுதான் சுஜாதாவைச் சந்தித்தது.

“எங்களுடையது பெரியோர்களால் நிச்சயிக்கப்பட்ட திருமணம்தான். இருப்பினும், திருமணம் செய்துகொள்ள நாங்கள் காத்திருக்க முடிவு செய்தோம். அவரை நான் முதன்முதலில் சந்தித்தபோது நான் திகைத்துப் போனேன். என் பெற்றோர்கள் என்னிடம் தந்திருந்த புகைப்படத்தில், மழுங்க மழுங்கத் தன் முகத்தை ‘ஷேவ்’ செய்துகொண்டு, மிகச் சுத்தமாகவும், மிகவும் அழகாகவும் அவர் காட்சி அளித்தார். ஆனால், இப்போது என் முன்னால் நின்று கொண்டிருப்பது. தாறுமாறான தலைமுடியுடனும், கரடுமுரடான தாடியுடனும் இருக்கும் ஓர் உருவம். என் அதிர்ச்சியை அவர் புரிந்து கொண்டார் என்றே நினைக்கிறேன். இதைப் பற்றிப் பின்னால் நினைத்துப் பார்த்தபோது, எனக்கு மிகவும் தர்மசங்கடமாகப் போய்விட்டது. இரண்டு மாதங்கள் கழித்து, அவர் என்னை மீண்டும் சந்தித்தபோது, அவர் என் பெற்றோர் காட்டிய புகைப்படத்தில் இருந்ததைப் போலவே என் முன்னால் நின்று கொண்டிருந்தார். என் மனம் சொல்லியது, இதுதான் உன் ஆள் என்று” இப்படிச் சொல்வது சுஜாதா.

2011-ல் அவர்கள் திருமணம் நிச்சயிக்கப்பட்டு, 2012 பிப்ரவரி

17—ல், அவர்கள் முதன்முதலில் சந்தித்து, ஏறக்குறைய இரண்டு வருடங்கள் கழித்து, அவர்கள் திருமணம் நடந்தது. அப்போதும் அவர் தாக்குதல் நடத்தப்படும் இடங்களில்தான் பணியில் இருந்தார். தன் புது மனைவியுடன் சேர்ந்திருக்க மேஜர் சதீஷுக்குச் சிறிது கால அவகாசமே கிடைத்தது. தன் திருமணம் முடிந்த சில நாட்களிலேயே அவர் காஷ்மீருக்குத் திரும்பினார். வேலைக்குத் திரும்பியதும் அவர் தீவிரவாதிகளை எதிர்கொள்ளும் பணியில் மூழ்கிப் போனார். 2012 ஜூலை 3-ம் தேதி அவர் ஈடுபட்ட தாக்குதல் இராணுவத் தலைவரின் பாராட்டுப் பத்திரத்தைப் பெற்றுத் தந்தது.

சுஜாதா சொல்கிறார்: "அந்தப் பணியில் ஈடுபட்டிருந்தபோது, அவர் என்னை அலைபேசியில் தொடர்பு கொண்டார். குண்டுகள் பாயும் ஓசை என் காதுகளில் கேட்டது. ஆனால் அவர் எங்கிருக்கிறார் என்று எனக்குத் தெரியவில்லை. அழைப்பை முடித்துவிட்டு, என் கணவர் பேசியது சரியாகக் கேட்காததாலும், பின்னணியில் ஒரே இரைச்சலாக இருந்ததாலும், நான் அழைப்பைத் துண்டித்துவிட்டேன் என்று என் அப்பாவிடம் சொன்னேன். என் அப்பாவிற்கு நான் சொல்வது புரிந்துவிட்டது. தொடர்ந்து செய்திகளைப் பார்த்து வந்த அவர் பின்பு நௌகாமில் மூன்று தீவிரவாதிகள் கொல்லப்பட்டுவிட்டதாகச் சொன்னார். அந்த இரவு, வெகு நேரம் கழித்து என் கணவர் என்னை அழைத்து தனக்குக் காயம் பட்டிருப்பதாகவும், ஆனாலும் பயப்பட ஒன்றுமில்லையென்றும் சொன்னார். பாய்ந்து வந்த குண்டொன்றிலிருந்து, ஒரு சில இன்ச்களில் அவர் தலை தப்பியிருந்தது. எனக்கு என்ன நினைப்பதென்றே தெரியவில்லை!"

சுஜாதா ஒரு நண்பர் மூலம், அவர்கள் சந்தித்துக்கொள்ளும் முன்பு, சதீஷ் பங்கெடுத்துக் கொண்ட ஒரு தாக்குதல் பற்றித் தெரிந்து கொண்டிருந்தார். இளம் லெப். சதீஷ், தனக்கு விடுக்கப்பட்ட எச்சரிக்கையைப் பொருட்படுத்தாமல் ஓர் இடத்திற்குள் புயல் போல் நுழைந்து தாக்கி, ஒரு தீவிரவாதியைக்

கொன்றிருந்தார். அவர்கள், தீவிரவாதிகள் மீது தாக்குதல் நடத்திட சதீஷ் எவ்வளவு வெறியுடன் இருந்தார் என்பதை சுஜாதாவிடம் சொல்லியிருந்தனர். கதிகலங்கிப் போயிருந்த சுஜாதா, சதீஷிடம் இதைப்பற்றிக் கேட்டபோது, அவர் சுஜாதாவைச் சமாதானப்படுத்தினார். என்ன செய்ய வேண்டுமோ அதைத்தான், தான் செய்ததாகக் கூறினார்.

இராணுவத் தலைவரிடமிருந்து கிடைத்த பாராட்டுப் பத்திரம் நம் இளம் அதிகாரிக்கு, தாக்குதல்களை எதிர்த்துப் போராடுவதில் இருந்த பேராவலை மீண்டும் உறுதி செய்தது. தன் மனைவியுடன் பேச அதிக நேரம் கிடைத்தபோது, அவரிடம் தன் பணியைப் பற்றி விவரமாகச் சொல்வார். சுஜாதாவிற்கு இராணுவ வாழ்க்கை புதியது. இதனால் திருமணமான முதல் சில வருடங்களில் தன் கணவரின் வாழ்க்கை முறையைப் புரிந்துகொள்வது அவருக்குச் சற்றுக் கடினமாக இருந்தது.

அவர் சொல்கிறார்: "எங்கள் திருமண நிச்சயதார்த்தம் முடிந்ததும், நாங்கள் மனம்விட்டுப் பேசிக்கொள்ள எங்களுக்கு அதிக நேரம் கிடைக்கவில்லை. அப்போது அவர் சிக்கல் மிக்க பகுதியான காஷ்மீரின் நௌகாமில் பணியிலிருந்தார். அவர் வேறு வேலைகளில் மும்முரமாக இருந்ததால், என்னிடம் பேச அவர் விரும்பவில்லை என்று நான் நினைத்துக் கொண்டேன். பின்னால்தான் தெரிந்தது, அவர் தொடர்பு எல்லைக்கு அப்பால் பணியாற்றிக் கொண்டிருந்தார் என்று. அப்படிப்பட்ட சமயங்களில் நான் அவர் தலைமையகத்தைத் தொடர்பு கொள்வேன். அதிர்ஷ்டமிருந்தால் அங்கிருந்து இரண்டு நிமிடத் தொடர்பில் அவரிடம் பேச எனக்கு நேரம் கிடைக்கும். அது மிக முக்கியமான, பொன்னான நேரம். சில சமயங்களில், அவர் மலைமேல் ஒரு மணி நேரம் கூட நடக்க வேண்டியிருக்கும் அலைபேசியின் தொடர்பு இன்னும் கொஞ்சம் உரத்துக் கிடைக்க. அவர் என்னிடம் மிகவும் கனிவாக இருப்பார். எனக்கு இராணுவ வாழ்க்கை எவ்வளவு கடினமானது என்று புரிந்து போயிற்று!"

2015-ல் அவர் கணவர் மீண்டும் இரண்டு வருடங்கள் RR அணியில் பணியாற்ற வடக்குக் காஷ்மீருக்கு அனுப்பப்பட்டார். சுஜாதாவிற்குக் கொஞ்சம் உள்ளூர நடுக்கம்தான். அவர் குழந்தையை எதிர்பார்த்திருந்தார்; அவர் இன்னும் இராணுவ வாழ்க்கைக்கு முழுவதுமாகத் தன்னைப் பழக்கப்படுத்திக் கொள்ளவில்லை. கர்ப்பிணியான தன் மனைவியைப் பிரிந்து செல்வது மேஜர் சதீஷுக்குக் கஷ்டமாக இருந்தது. ஆனால் காஷ்மீரில் பணியாற்ற நெடுங்காலமாக அவர் ஆவலுடன் காத்திருந்தார். அவர் நௌகாமில் மூன்று வருடங்கள் லெப்டினென்ட்டாகப் பணியாற்றிய பின், நாகாலாந்திலும் பணியாற்றினார். காஷ்மீரை ஊடுருவும் அந்நிய நாட்டுத் தீவிரவாதிகளை எதிர்த்துப் போராடும் வாய்ப்புக்காக ஆவலுடன் காத்திருந்தார்.

30 RR அணியில் சேருவதற்காக மேஜர் சதீஷ் 2015 மார்ச் 30-ந் தேதி குப்வாராவில் வந்திறங்கினார். அவர் C.O. அவர் வரவை எதிர்பார்த்துக் காத்திருந்தார்.

“எங்கள் அணி பணியாற்றிக் கொண்டிருந்த இடத்திற்கருகிலேயே சதீஷ் பணியாற்றிக் கொண்டிருந்தார். எனவே தீவிரவாதிகள் எப்படிச் செயல்படுவார்கள் என்று அவருக்கு நன்றாகத் தெரியும். முதலிலிருந்தே இந்த இளம் வீரர் அஞ்சாநெஞ்சர் என்பதும், தீவிரவாதிகளுக்கு எதிரான தாக்குதலில் சிறப்பாகச் செயல்படக்கூடியவர் என்பதும் எங்களுக்குத் தெரிந்து போயிற்று!” என்கிறார் கர்னல் ராஜீவ்.

சதீஷ் தன் திறமையைத் தீவிரவாதிகளுக்கெதிரான தாக்குதல்களில் சந்தேகத்திற்கிடமின்றி நிரூபித்திருந்ததால், என் அணியில் அவருக்கு காடு (‘ஜங்கிள்’) அணியின் பொறுப்பு ஒப்படைக்கப்பட்டது. 30 RR அணியின் வீரர்கள் நான்கு பிரிவுகளாகப் பிரிக்கப்பட்டிருந்தனர். இதில் இரண்டு அணிகளின் வேலை, சாலை போடுவதும், இராணுவ வண்டிகள் வரிசையாக தேசிய நெடுஞ்சாலை 701-ல் செல்லும்போது அவர்களுக்குப் பாதுகாப்பு வழங்குவதும் ஆகும். இந்த நெடுஞ்சாலை ஸ்ரீநகரை,

பாராமுல்லாவுடனும், குவாராவுடனும் இணைக்கிறது. மற்ற இரண்டு அணிகளும் காட்டு அணிகள். அடர்ந்த காடுகளின் பின்புறம் இவர்கள் தங்கியிருப்பார்கள்.

2016–ல் பணியில் சேர்ந்து ஒரு வருடம் கழிந்த பிறகு மேஜர். சதீஷ், சுஜாதாவையும், தன் கைக் குழந்தையையும் பார்க்க விடுப்பில் சென்றார். விடுமுறை கழிந்து பணிக்குத் திரும்ப வேண்டிய சமயத்தில் அவருக்கு வயிற்றில் பயங்கரமான வலி ஏற்பட்டது. அதனால் வேலைக்குத் திரும்புவதை ஒத்திப்போட வேண்டியதாயிற்று. அவருக்குக் கடுமையான குடல்வால் அழற்சி நோய் ஏற்பட்டிருந்தது. எனவே, அவர் டெல்லியிலிருந்த இராணுவ மருத்துவமனைக்குச் செல்ல வேண்டியதாயிற்று.

கர்னல் ராஜீவ் சொல்கிறார்: “கடுமையான வலி ஏற்பட்டிருந்ததால் நாங்கள் அவருக்கு முப்பது நாட்கள் மருத்துவ விடுப்பு அளித்தோம். ஒரு முறை உங்களுக்கு அறுவைசிகிச்சை நடைபெற்றால், நீங்கள் ஆறு மாதத்திற்குக் களத்தில் இயங்க முடியாது. இப்படிப்பட்ட சூழ்நிலை வரும்போது, சம்பந்தப்பட்ட அதிகாரி தன் தாய்ப் பிரிவிற்கே திருப்பி அனுப்பப்படுவார், வேறொரு முழு உடற் தகுதி வாய்ந்த அதிகாரிக்கு இடம் அளிப்பதற்காக. தாக்குதல் தங்கு தடையின்றி தொடர வேண்டும் என்பதற்காக. ஆனால் ஒரு C.0–வாக நான் சதீஷை இழக்க விரும்பவில்லை. அவர் முழுமையாக உடல் நலம் பெற எவ்வளவு நாட்கள் ஆகும் என்றும் எனக்குத் தெரியவில்லை. ஆனால், இந்த இளைஞர், இன்றில்லாவிட்டாலும் நாளை தன் திறமையை வெளிப்படுத்துவார் என்பதில் எள்ளளவும் எனக்குச் சந்தேகமில்லை. அவரைக் களத்தில் உடனடியாக இறக்க முடியாதென்பதால், நான் அவரை என் அணியில் அட்ஜுடென்ட்டாக நியமித்துக் கொண்டேன்.”

அட்ஜுடென்ட்டாக, மேஜர். சதீஷுக்கு கர்னலின் அலுவலகத்தில் அதிகாரியாகப் பணி. களத்தில் நேரடியாகப் பணியாற்ற மேஜர் சதீஷுக்கு அளவற்ற ஆவல் இருந்தபோதிலும் அவ்வாறு செய்ய முடியாத நிலையில், தன் அலுவலகப்

பணியின் இடையே கிடைத்த நேரத்தைத் தன் அணியின் கமாண்டர்களுக்கு ஆலோசனைகளும், அறிவுரைகளையும் வழங்கப் பயன்படுத்தினார். அதே சமயம் இந்த நேரத்தை, காஷ்மீர் கிராமத்தைச் சேர்ந்த தன் மிகச் சிறந்த தகவலாளியை உருவாக்குவதிலும் செலவிட்டார். இந்த உளவாளி பின் நாட்களில் அதி முக்கியமானதும், மிக நம்பத்தகுந்ததுமான பல தகவல்களைத் தந்தார். களத்தில் இல்லாமலிருப்பது அவருக்கு இன்னொரு வாய்ப்பையும் தந்தது. ஆம்! தன் அழகிய குடும்பத்தை, தன் அணியைப் பார்க்க அவரால் அழைத்து வர முடிந்தது. இதனால் அவரால் ஏன் அடிக்கடி தங்களுடன் பேச முடியவில்லை என்பதை நேரில் பார்த்துத் தெரிந்து கொண்டனர்.

கர்னல். ராஜீவ் சொல்கிறார்: "அவர் மனைவியையும், மகளையும் நேரில் பார்க்க எனக்கு ஒரு சந்தர்ப்பம் கிடைத்தது. அவர் மனைவி சுஜாதா தைரியம் மிக்கவர் என்பதையும், அவர் சதீஷுக்கு உற்ற துணையாக இருக்கிறார் என்பதையும் புரிந்துகொண்டேன். அவர் என்னிடம் ஆர்வமாகப் பல கேள்விகளைக் கேட்டு, தன் கணவரின் வேலையைப் பற்றித் தெரிந்துகொண்டார். மேலும் அவர் தன் கணவரைப் பற்றி மிகவும் கர்வப்பட்டார்.

அந்தச் சந்திப்பு மிகவும் சுருக்கமாக இருந்தது. குப்வாராவைப் போன்ற தாக்குதல்களால் தகித்துக்கொண்டிருக்கும் இடங்களுக்கு இரணுவத்தினரின் குடும்பத்தினர் அனுமதிக்கப் படுவதில்லை. ஆனாலும். மேஜர் சதீஷ் தன் மனைவியைத் தன் அணியினரிடம் அறிமுகப்படுத்தி வைத்தார். சுஜாதாவின் கைகளில்தான் சதீஷ் தன் வாழ்க்கையை ஒப்படைத்திருந்தார். அதேபோல், அணியினர் வாழ்க்கைக்கும் சதீஷே பொறுப்பெடுத்துக் கொண்டிருந்தார். சுஜாதா- *RR* வீரர்கள் சந்திப்பு அவருக்கு நம்பிக்கையையும் ஆறுதலையும் தந்தது.

அவர் குடும்பம் தன் இருப்பிடத்திற்குத் திரும்பிய உடனே, மேஜர் சதீஷ் தன் வேலையில் மீண்டும் முழுமூச்சில் தன்னை

ஈடுபடுத்திக் கொண்டார்.

“தன் உடல்நிலை சரியில்லாத போதும், சதீஷ் மிக்க தன்முனைப்புடன் இருந்தார். களத்தில் இல்லாமலிருப்பது, அவருக்கு அவ்வளவாகத் திருப்தி இல்லை. இருப்பினும் அவர் ஓயாது வேலை செய்து கொண்டே இருந்தார். நான் தாக்குதல் நடத்தச் செல்லும் போதெல்லாம், அவர் கண் விழித்திருப்பார்; நான் திரும்பிய உடனே என்னோடு சேர்ந்து வேலை செய்யத் தொடங்கிவிடுவார். உண்மையைச் சொல்லப்போனால் மனுஷன் எப்போது தூங்குவார் என்றே எனக்குத் தெரியாது.”

2016-ன் பிற்பகுதியில் மேஜர் சதீஷுக்கு மீண்டும் களத்திற்குச் செல்ல அனுமதி வழங்கப்பட்டது. பீஹெக் ஹார்வெட் பகுதியில் அவர் 30 RR அணியின் காட்டுப் படைக்குத் தலைமை தாங்க பணிக்கப்பட்டார். அப்போது அவர் தன் நிலவறையின் முன்னால் ஒரு பலகையைத் தொங்கவிட்டார். அதில் சிவப்பு ‘மார்க்கரால்’ எழுதப்பட்டிருந்த வாசகம்: ‘ஓய்வெடுத்தால், நான் துருப்பிடித்துப்போய்விடுவேன்!’

இது ஏதோ சும்மா தமாஷுக்கு எழுதப்பட்ட வாசகம் என்று நினத்தால் அது அறியாமை. சதீஷும், அவர் அணியினரும் வாழ்ந்து கொண்டிருந்த ஒவ்வொரு நிமிஷத்தையும் அதன் ஒவ்வொரு எழுத்தும் குறிக்கிறது என்பதே உண்மை. அவர் அணியின் C.0-வின் கேள்விக்கு பதில் சொல்லும் சொற்கள் அவை. ஏறத்தாழ 23 சதுர கி.மீட்டர் (30 கிராமங்கள்) பகுதியை அவர்கள் தொடர்ந்து இருபத்தி நான்கு மணி நேரமும் கண்காணிக்க வேண்டியிருந்தது. இதில் பெரும் பகுதி அடர் காடுகள். மேஜர் சதீஷ் பொறுப்பேற்றுக் கொண்டவுடனே JEM அஃப்சல் குரு அணியைச் சேர்ந்த தீவிரவாதிகளின் ஊடுருவல்களைப் பற்றிய பல தகவல்கள் கொட்ட ஆரம்பித்து விட்டன. இடைமறித்த தகவல்களும், உளவுச் செய்திகளும் நான்கு தீவிரவாதிகள் ஊடுருவியிருக்கின்றனர் என்று சொல்லின. அவர்கள் சாத், பாஸ், மாவியா மற்றும் தார்தா!

கர்னல் ராஜீவ் சொல்கிறார்: "இது நிச்சயமாக *JEM*-மின் அப்ஸல் குரு குழுவைச் சேர்ந்த ஒரு தற்கொலைப் படைதான். அவர்கள் மிகச் சிறந்த பயிற்சி பெற்றவர்கள். ஏற்கனவே சில வாகனங்களின் வரிசையைத் தாக்கியிருந்தனர். ஒரு காவல் நிலையத்தின் மீது தாக்குதல் நடத்தி, அங்கேயும் பிற இடங்களிலும் பலரைக் கொன்றிருந்தனர். அவர்கள் பல காவல் படைத் தாக்குதல்களையும், இராணுவத் தாக்குதல்களையும் எதிர்கொண்டு தப்பித்திருந்தனர்."

அதுமட்டுமல்ல; கிடைத்த ஒரு தகவல், அந்தத் தீவிரவாதிகளில் ஒருவன் இந்தியத் தாக்குதல் அணியை எப்படி உடைப்பது என்று திட்டம் தீட்டிக் கொண்டிருக்கிறான் என்றும் சொல்லியது. அவன் சொன்னதான தகவல் "இந்திய அணியை எப்படி சிதறச் செய்வது என்று நான் உங்களுக்குச் சொல்லித் தருகிறேன்!"

இந்தப் பூனை-எலி விளையாட்டு இப்போது ஒரு கௌரவப் பிரச்சனையாக மாறிவிட்டது. 2017-ம் வருடம் காதலர் தினத்தன்று, ஹாஜின் ரால்குந்துவை நோக்கிச் சென்று கொண்டிருந்த மேஜர் சதீஷ் தன் மனத்திற்குள் கடவுளைப் பிரார்த்தித்துக் கொண்டார்: "ஆண்டவனே! எனக்குக் கிடைத்த தகவல் உண்மையானதாக இருக்க வேண்டும்!"

"சதீஷ் இவர்களை வேட்டையாடுவதிலேயே குறியாக இருந்தார். தான் விழித்துக் கொண்டிருக்கும் ஒவ்வொரு மணி நேரத்தையும், அவர் தன் அணியினருடன் ரோந்து சுற்றுவதிலும், பதுங்குத் தாக்குலுக்கான இடங்களைத் தேர்வு செய்து, திட்டங்கள் தீட்டுவதிலும், இன்னும் புதிய புதிய தகவல் தருபவர்களை உருவாக்குவதிலுமே செலவழித்தார். அவரின் பிரதான தகவல் தருபவர் அந்தத் தகவலைத் தந்ததும், அது ஏற்கனவே பல்வேறு வழிகளிலும் சேகரித்து வைத்திருந்த தகவல்களுடன் ஒத்துப் போனது. கடைசியாக அவர் செயலாற்ற ஓர் உறுதியான தகவல் கிடைத்தது."

ஒரு மாதத்திற்கு முன்புதான், அவர் மருத்துவப்

பரிசோதனைக்காகவும் தன் குடும்பத்தைப் பார்ப்பதற்காகவும் ஒரு குறு விடுப்பில் சென்றிருந்தார். எப்போதுமே மேஜர் சதீஷ் தன் குடும்பத்தினருடன் தன் தாக்குதல் பணிகளைப் பற்றி விவரமாகப் பேச மாட்டார். ஆனால், இந்த முறை அவர் சுஜாதாவிடம் தான் வேட்டையாட இருக்கும் தீவிரவாதிகளைப் பற்றி எடுத்துச் சொன்னார்.

சுஜாதா கூறுகிறார்: "இரண்டு மாதங்களாகவே அவர் இந்தத் தீவிரவாதிகளை ஒடுக்கும் பணியில் ஈடுபட்டிருந்தார். தன் அணியினர் நடத்திய பதுங்கு தாக்குதல்கள் பற்றியும், அவர்கள் தப்பித்து விட்டதைப் பற்றியும் என்னிடம் சொன்னார். அவர்களை ஏன் சுடவில்லை என்று கேட்பேன். அதற்கு அவர் சொன்னார், அவசரப்பட்டுத் தாக்கும்போது, என் வீரர்களில் ஒருவருக்குக்கூட ஏதாவது ஆபத்து நேர்ந்து விட்டால், நான் அவர் குடும்பத்திற்கு என்ன பதில் சொல்வேன்? என்னைப் பொறுத்தவரையில், என் வீரர்கள்தான் முக்கியம்!"

காஷ்மீருக்குத் திரும்பிச் சென்ற பின், பல நாட்கள் தன் குடும்பத்தினரை அவர் அழைக்கவே இல்லை. தப்பித் தவறி எப்போதாவது அவர் சுஜாதாவை அழைத்தாலும், அது மிகக் குறுகிய-ஒரு சில வினாடிகளே நீடிக்கக்கூடிய-உரையாடலாகத்தான் இருந்தது.

"காதலர் தினத்தன்றுதான் அவர் பலமுறை என்னை அழைத்தார்" என்கிறார் சுஜாதா.

ஹாஜின் ரால்குந்திலிருந்து சில நூறு மீட்டர் தொலைவிலிருக்கும்போது, மேஜர். சதீஷ் தன் வாகனத்தை சாலையோரத்தில் நிறுத்திவிட்டார். அவர் ஆணையிட்டவுடன் அவர் தோழர்கள் ஜிப்ஸியிலிருந்து கீழே இறங்கி, வண்டியின் பின்னாலிருந்து ஒரு அட்டைப் பெட்டியை வெளியே எடுத்தனர். அது ஒரு ஹெலிகாப்டர் ட்ரோன். அதற்கு சக்தி ஊட்டியபின், அது பறக்க ஆரம்பித்தது. அந்தக் கிராமத்தின் மேலே பறந்தபடி புகைப்படங்கள் எடுத்தது. மிகக் குறைந்த வெளிச்சத்தில் இயங்க

ஏற்றவாறு அதன் காமிரா அமைக்கப்பட்டிருந்தது. மேஜர் சதீஷின் அணியினர் இயக்கி வந்த ஒரு தொலைக்காட்சித் திரைக்கு புகைப்படங்களைத் தொடர்ந்து அனுப்பிக் கொண்டிருந்தது. தொலைக்காட்சிப் பெட்டி புகைப்படங்களை *30 RR* அணியின் தலைமையகத்திற்கு அனுப்பியது. அவற்றை கர்னல் ராஜீவ் தன் அலுவலகத்திலிருந்தவாறு கவனித்து வந்தார். இப்படியாக அவர் உண்மையான கள நிலவரத்தைத் தெரிந்து கொண்டார்.

அங்கே ஜெய்ப்பூரில் சுஜாதா தன் கணவரைத் திரும்பத் திரும்ப அழைத்தவாறு, அந்தப் பார்ஸலை எதிர்பார்த்துக் கொண்டிருந்தார்.

அவர் தன் அம்மாவை அழைத்து, தன் கணவர் இன்னும் தன்னை அழைக்கவில்லை என்றும், தன் அழைப்புகளை அவர் ஏற்க மறுக்கிறார் என்றும் ஆதங்கத்துடன் சொன்னார். அவர் தன் மகளுக்கு ஆறுதல் சொல்லும் விதமாக, சதீஷ் இவ்வாறு அவர் அழைப்பை ஏற்காமலிருப்பது ஒன்றும் புதிதல்லவே என்று கேட்டார்.

மேஜர் சதீஷின் அலைபேசி அவரிடத்தில்தான் இருந்தது. ஆனால் அது அணைத்து வைக்கப்பட்டிருந்தது. அழைப்புகளுக்கு பதில் அளித்துக் கொண்டிருக்க அவருக்கு ஏது நேரம்? கிராமத்தின் எல்லைக்கு வந்து சேர்ந்த பின் அவர் தன் அணியை இரண்டாகப் பிரித்து, இரண்டு பக்கங்களிலிருந்தும் தாக்கும் தன் திட்டத்தை அவர் தன் தோழர்களிடம் விளக்கினார். ட்ரோன் எடுத்த புகைப்படங்களின் உதவியுடன், எடுத்து வைக்கப்படும் ஒவ்வொரு அடியைப் பற்றியும் அணியின் *C.O*-விற்குத் தகவல் தெரிவிக்கப்பட்டது.

"ஆரம்பத்தில் நாங்கள் சற்றே பெரிய வளையமாக கிராமத்தைச் சுற்றி முற்றுகை அமைத்தோம்." சதீஷை தாக்குதல் தளத்திற்கு அனுப்புவதென்று முடிவு செய்யப்பட்ட பின், கிராமத்தைச் சுற்றியிருக்கும் வளையத்தை இறுக்குவது என்று முடிவு

செய்யப்பட்டது. அவரும், அவர் அணியினரும், கிராமத்தின் 'வரைபடத்தை' நன்றாகத் தங்கள் மனதில் பதிய வைத்திருந்தனர். அதில் எவ்வளவு வீடுகள் இருக்கின்றன, ஒவ்வொரு வீட்டிலும் எத்தனை பேர் வசிக்கிறார்கள் என்ற விவரங்கள் அவர்கள் கைவசம் இருந்தன. அப்படியிருந்தும், ஆயுதங்கள் ஏதுமின்றி இருக்கும் அப்பாவி பொதுமக்கள் வசிக்கும் பகுதிகளில் தாக்குதல் நடத்துவது கடினமான, ஆபத்தான செயல். தாக்குதல் களத்தைப் பற்றி ட்ரோன் அனுப்பிய படங்கள் மிகப் பயனுள்ளவை என்பதில் எந்த சந்தேகமும் இல்லை. ஆனால், இன்னும் ஒரு ஜோடிக் கண்கள் அவசியம் வேண்டும். இவை தரையில் இயங்க வேண்டும்; வானத்தில் அல்ல. இவை கிராமத்தின் உட்புறத்தில், ஒரு சாதகமான இடத்திலிருந்து கிராமத்தில் நடப்பவற்றைக் கண்காணிக்க வேண்டும். இந்தக் கண்கள் சதீஷின் நண்பருக்குச் சொந்தமானவை. வார்த்தைகளால் எடுத்துச் சொல்ல முடியாத ஆழமான நம்பிக்கையுடன் அவர் தன் உயிரையும், தன் குடும்பத்தினர் உயிர்களையும் பணயம் வைத்து, தான் கிராமத்தில் பார்த்தவற்றை உடனுக்குடன் சதீஷுக்குத் தெரிவித்து வந்தார். உளவாளிகள் அளிக்கும் தகவல்களில் இப்படிக் களத்திலிருந்து நேரடியாகப் பெறப்படும் தகவல்கள் மிக முக்கியமானவை.

“சதீஷும் அவர் அணியினரும் தங்கள் முற்றுகையை இன்னும் இறுக்குவது என்று முடிவு செய்தபின், நான் வெளிச் சுற்றுக்குப் பொறுப்பேற்றுக்கொண்டு, அதற்காக இன்னொரு அணியை அனுப்புவது என்று முடிவு செய்தேன். உள் சுற்றில் இரண்டு அணிகளிருந்தன. அதில் சதீஷின் அணி, தீவிரவாதிகள் தங்கியிருப்பதாக சந்தேகப்படும் வீட்டைச் சுற்றி வளைத்தது. இந்த வீடு கிராமத்தின் நடுவே இருந்தது. இரண்டாவது அணிக்கு ஒரு ஜூனியர் கமிஷன்ட் அதிகாரி தலைமை ஏற்பது என்று முடிவு செய்யப்பட்டது. இவர் அணி கிராமத்தின் ஓர் ஓரத்திலிருந்த வீட்டைச் சுற்றி வளைக்க வேண்டும்!” என்கிறார் ராஜீவ்.

ஹாஜின் ரால்குந்த் ஒரு சிறிய கிராமம். ஆனாலும், அதில் நிறைய பெண்களும் குழந்தைகளும் இருந்தனர். இவர்களில் நிறைய பேர் தாக்குதல் நடத்தத் திட்டமிட்டிருந்த அந்த இரண்டு வீடுகளுக்கும் அருகில் குடியிருந்தனர். அங்கு வசிக்கும் மக்களை அதிக சிரமத்திற்குள்ளாக்காமல், தாக்குதலை முடிந்த அளவு விரைந்து முடிக்க முடிவு செய்யப்பட்டது. கர்னல் ராஜீவும், மேஜர். சதீஷும், தங்களுக்குக் கிடைத்த தகவல்கள் உண்மையானதாக இருக்க வேண்டும். கிராமத்திலிருந்த மற்ற வீடுகளில் தீவிரவாதிகளைத் தேடி, அவற்றில் சோதனையிட வேண்டிய சூழ்நிலை வந்துவிடக் கூடாது என்று ஆண்டவனைப் பிரார்த்தித்தனர். ஒருக்கால் அப்படி நேர்ந்துவிட்டால், தாக்குதலின் வீச்சு அதிகமாகிவிடும். அதுமட்டுமல்ல; அந்தக் கிராமத்தில் தீவிரவாதிகள் ஒளிந்துகொள்ள அனேக இடங்கள் இருந்தன. நிலைமை இப்படியிருக்க, கிடைத்த தகவல்கள் பொய்யானால் தீவிரவாதிகளை எங்கே என்று தேடுவது? கற்பனையே செய்து பார்க்க முடியாத விஷயம் அது!

கர்னல் ராஜீவ் சொல்கிறார்: “கிராமத்திற்குள் நுழைந்து கொண்டிருக்கும்போது, சதீஷ் தனக்குக் கிடைத்த தகவல்கள் உண்மையானவைதான் என்று மீண்டும் சொன்னார். கிராமத்தின் கோடியிலிருந்த வீடு சுற்றி வளைக்கப்படுவதை மேற்பார்வை செய்துவிட்டு, கிராமத்தின் மையத்திலிருந்த வீட்டை நோக்கி சதீஷ் சென்றார், அதைத் தன் அணியினருடன் சுற்றி வளைக்க.” இதுவரைக்கும் கிடைத்த தகவல்களின் படி, ஒவ்வொரு வீட்டிலும் இரண்டு தீவிரவாதிகள் ஒளிந்திருந்தனர். ஆனால், சதீஷ் தன் இலக்கை நெருங்கிக்கொண்டிருந்தபோது, அவருக்கு ஒரு புதிய தகவல் வந்து சேர்ந்தது:

“ஸார் அந்த இரண்டு தீவிரவாதிகளும் கிராமத்தின் மையத்திலிருந்த வீட்டைவிட்டு நீங்கி, கிராமத்தின் கோடியிலிருக்கும் வீட்டை நோக்கிப் போய்க்கொண்டிருக்கின்றனர்” என்று அவருக்குத் தகவல்கள் அளிப்பவர் சொன்னார்.

உடனே மேஜர் சதீஷ், தன் *C.0*-விடம் அந்தத் தகவலைச் சொன்னார். கர்னல் ராஜீவ் ட்ரோன் அனுப்பிய வீடியோ படங்களைப் பார்த்தார். ஏதாவது புதிய தகவல் அதில் தென்படுகிறதா என்று அவற்றை உற்றுப் பார்த்தார்.

“அந்தத் தீவிரவாதிகள் கோடி வீட்டை நோக்கி நகர்ந்து கொண்டிருக்கிறார்கள் என்பது எங்களுக்குத் தெளிவாகத் தெரிந்துவிட்டது. ஆனால் அந்த வீட்டில் ஏற்கனவே ஒளிந்து கொண்டிருந்ததாக நம்பப்பட்டு வந்த இரண்டு தீவிரவாதிகள் அங்கே இன்னும் இருக்கிறார்களா அல்லது அவர்கள் நகர்ந்து விட்டார்களா என்று எங்களால் உறுதிப்படுத்திக்கொள்ள முடியவில்லை. சதீஷ் என்னைத் தொடர்பு கொண்டபோது, நான் அவரிடம் இன்னொரு வீட்டைச் சுற்றி அமைக்கப்பட்டு இருக்கும் அணியுடன் சேர்ந்து கொள்ளுமாறு சொன்னேன். இதற்குள் *SSP* ஜீலானியும் என் அலுவலகத்திற்கு வந்து விட்டிருந்தார். அவர் என்னுடன் சேர்ந்து தாக்குதலை மேற்பார்வை செய்தார். தாக்குதல் நடக்கும் இடத்திலிருந்த தன் பெரும் அணியுடன் அவர் தொடர்ந்து தொடர்பிலிருந்தார். இவர்கள் முற்றுகையின் ஓர் அங்கமாகவே மாறிப்போயிருந்தனர்.” என்கிறார் கர்னல் ராஜீவ்.

மேஜர் சதீஷின் தகவலாளி சரியான தகவலைத்தான் தந்திருந்தார். தீவிரவாதிகள் கிராமத்தின் மையத்திலிருந்த தங்கள் இருப்பிடத்தை விட்டு நீங்கி, கிராமத்தின் ஓர் ஓரத்திலிருந்த இன்னொரு வீட்டிற்குச் சென்றுவிட்டிருந்தனர். அந்த வீட்டிலிருந்த இரண்டு தீவிரவாதிகளில் ஒருவர் மட்டுமே அங்கிருந்தான். இன்னொருவன் முற்றுகையை ஊடுருவி காட்டுக்குள் சென்று மறைந்து விட்டான். அணியைப் புதிதாகக் கட்டமைத்துக் கொண்ட அப்ஸல் குரு குழுவைச் சேர்ந்த மூன்று தீவிரவாதிகளும் வீட்டிற்குள் தங்கள் தாக்குதல் நிலைகளைத் திருத்தி அமைத்துக் கொண்டனர்.

எனவே எதிர்பாராதவிதமாகத் தாக்கி, தீவிரவாதிகளை அதிர்ச்சிக்குள்ளாக்க வேண்டும் என்ற மேஜர் சதீஷின்

திட்டம் தவிடுபொடியானது. அவர்களை வரவேற்ற ஏ கே 47 துப்பாக்கிகளிலிருந்து பொழிந்த குண்டு மழை இதை உறுதி செய்தது. அந்த வீடு ஒரு சிறிய கிண்ணம் போன்ற நிலப்பரப்பில் அமைந்திருந்தது. மலைகளால் சூழப்பட்டிருந்த அதன் மூன்று புறமும், காடுகள் சரிவாக அமைந்திருந்தன. அதன் முன்புற வாசலுக்குச் சற்றுத் தள்ளி, ஒரு சிறிய ஓடை ஓடிக்கொண்டிருந்தது. வீட்டின் சுற்றுச் சுவருக்குள்ளே அங்கங்கே மணல் மேடுகள் இருந்தன.

சதீஷின் பேன்ட் பையிலிருந்த அலைபேசி தொடர்ந்து அதிர்ந்து கொண்டே இருந்தது. ஆயிரம் கிலோ மீட்டர் தள்ளி சுஜாதா அமைதியின்றி தவித்துக் கொண்டிருந்தார். சூரியனும் மறைந்துவிட்டான். ஆனால் பார்சல் இன்னும் வந்து சேரவில்லை. இதனால்தான் பதற்றமாக இருக்கிறோமோ என்று அவருக்குச் சந்தேகம் வந்து விட்டது. நேரம் செல்லச் செல்ல, கொஞ்சம் கொஞ்சமாக அவர் பதற்றம் இனம் புரியாத பயமாக மாறிக்கொண்டிருந்தது.

இதற்குள் மேஜர் சதீஷ் கட்டிடத்தின் முன்வாயிலை நெருங்கி விட்டிருந்தார். அவருடன் அவர் ஜோடியும் சென்றார். சதீஷ் கட்டிடத்தின் பின்புறம் சில வீரர்களை அனுப்பினார். வீட்டின் பின்வாசல் வழியாகத் தீவிரவாதிகள் தப்பிவிடாதிருக்கவே இந்த ஏற்பாடு.

பயங்கரமான குண்டுப்பொழிவை எதிர்கொண்ட சதீஷும், அவர் சகாக்களும் வேகமாக வாகான இடங்களில் தங்களை நிலை நிறுத்திக் கொண்டனர். முற்றுகை முடிந்தவரை சுருக்கப்பட்டு, இறுக்கப்பட்டுவிட்டதால், வீட்டிற்குள்ளே இருந்த மூன்று தீவிரவாதிகளும் தாங்கள் தப்பிக்க ஒரே வழி, சுட்டுக்கொண்டே முன்னேறுவதுதான் என்று உணர்ந்து கொண்டனர். அப்படிச் செய்யாவிட்டால், வெகு சீக்கிரமாகவே அவர்களிடமிருந்த குண்டுகள் தீர்ந்து போய்விடும்.

வீட்டிலிருந்து சுடப்படுவது ஆறு நிமிடங்களுக்கு நின்றிருந்தது.

இந்தப் பொன்னான வாய்ப்பை பயன்படுத்தி, சதீஷூம், அவர் ஜோடியும் முன்வாசல் வழியாக கட்டிடத்திற்குள் நுழைந்து, ஒரு சிறிய மணல் குன்றின் பின்னால் மறைந்து கொண்டார்கள். அந்தச் சமயத்தில், மூன்று தீவிரவாதிகளும் முன் கதவு வழியாகப் பாய்ந்து வந்து, இலக்கில்லாமல், கண்டபடி சுட்டனர். சதீஷ் உடனே திருப்பிச் சுட்டார். அவர் குண்டுகள் முதல் தீவிரவாதியின் தலையைத் தாக்கியது. அவன் சரிந்து விழுந்தான். மற்ற இரண்டு தீவிரவாதிகளும் உடனே ஒரு மணல் குன்றுக்குப் பின்னால் ஒளிந்து கொண்டனர்.

சதீஷ் தன் தோழர்களிடம் மறைத்த செய்தி, அவருக்கும் குண்டினால் காயம் ஏற்பட்டிருந்தது. அவர் குண்டுகள் துளைக்காத மேலங்கியை அணிந்திருந்த போதிலும், அதன் இரண்டு தகடுகளின் இடையே குண்டுகள் பாய்ந்து, அவரின் முக்கிய இரத்தக் குழாயைத் துளைத்திருந்தது. சில நிமிடங்கள் கழித்து அவர் ஜோடி சதீஷின் உடலிலிருந்து இரத்தம் ஒழுகியதைப் பார்த்தார். அவர் உடனே தாங்கள் பின்வாங்கி, முதலில் அவர் மருத்துவ சிகிச்சை எடுத்துக்கொள்ள வேண்டிய அவசியத்தை வலியுறுத்தினார். ஆனால், இதற்கு மேஜர் ஒத்துக் கொள்ளவில்லை. அவர் தனக்குக் காயம் பலமில்லை என்று சொல்லி தன் தோழரை ஆறுதல் படுத்தினார். மேலும் களத்தை விட்டு நீங்க அது சமயமல்ல என்றும் அவர் வலியுறுத்தினார்.

இப்போது துப்பாக்கிச் சண்டை இரண்டு பக்கமும் வலுவடைந்து ‘நீயா, நானா?’ என்ற நிலையில் வந்து நின்றது. ஒரு சிறிய மணல் மேட்டை தங்கள் மறைவிடமாகக் கொண்டு இரண்டு தீவிரவாதிகளும் மேஜர் சதீஷையும், அவர் சகாவையும் நோக்கிச் சுட்டனர். அவர்கள் இருவரும் ஒரு மணல் மேட்டின் பின்னால் மறைந்திருந்தனர். சுமார் பத்து நிமிடங்கள் சென்றிருக்கும். தீவிரவாதிகள் சுற்றுச் சுவரை நோக்கி கையெறி குண்டுகளை வீசத் துவங்கினர். அங்கே இருந்துதான், உள் சுற்றிலிருந்த நம் வீரர்கள் சுட்டுக் கொண்டிருந்தனர். சிறிது நேரத்திலேயே, தீவிரவாதிகளிடம்

ஏராளமான துப்பாக்கிக் குண்டுகள், கையெறிகுண்டுகள் இருப்பதும் தெரிந்துபோயிற்று. அவர்கள் சண்டையை இழுக்கவே முயல்கிறார்கள் என்பதும் தெளிவாயிற்று. மேஜர். சதீஷுக்குத் தெரியும், சண்டை நீண்டுகொண்டே போனால் அது தீவிரவாதிகளுக்குச் சாதகமான நிலையை ஏற்படுத்தி விடுமென்றும், இதனால் நம் சேதம் அதிகமாகுமென்றும். அப்படி நேர்ந்தால், அவர்கள் முற்றுகையை உடைத்துக்கொண்டு தப்பி, கிராமத்தைச் சுற்றியிருந்த ஹந்த்வாரா காட்டிற்குள் சென்று மறைந்து கொள்வார்கள்.

கடும் துப்பாக்கிச் சண்டை நடந்து கொண்டிருந்தபோதே, முன் வாயிலுக்கு அந்தப் பக்கமிருந்து, தெளிவற்ற அலறலை மேஜர். சதீஷ் கேட்டார். அவருக்குச் சில மீட்டர்கள் தொலைவிலிருந்து, குண்டுகளால் சுட்டு அவருக்குப் பாதுகாப்பு அளித்த வீரர்களில் மூன்று பேர், கையெறி குண்டுகளின் வெடிப்புச் சிதறல்களால் தாக்கப்பட்டு, பலத்த காயம் பட்டிருந்தனர். மேஜர் சதீஷ் அவர்களை உடனே அப்புறப்படுத்த உத்தரவிட்டார். ஆனால் அவர் தன் இடத்தைவிட்டு ஒரு அடிகூட நகர மறுத்துவிட்டார். இதற்குள் அவர் உடலிலிருந்து இரத்தம் வெகுவாக வெளியேறிவிட்டிருந்தது. அரை மயக்க நிலையிலிருந்தார். கடைசி முறையாகத் தன் C.0-வை அழைத்து, தன் மறைவிடத்தை விட்டு வெளியேறி, தீவிரவாதிகளின் பக்கவாட்டில் பாய்ந்து, அவர்கள் மேல் ஒரு புலிப்பாய்ச்சல் தாக்குதலை நடத்தப் போவதாகத் தெரிவித்தார். இதற்குள் கர்னல் ராஜீவ் சண்டை நடந்துகொண்டிருந்த இடத்திற்கு, 30 RR அணியிலிருந்து இன்னும் அதிக வீரர்களுடன் வந்து விட்டிருந்தார்.

கர்னல் ராஜீவ் சொல்கிறார்: "சதீஷ் தீவிரவாதிகளை தான் இன்னும் அருகில் சென்று தாக்கப்போவதாகத் திரும்பத் திரும்பச் சொன்னார். அவர் தான் தாக்குதலை முன்நின்று நடத்துபவர். எனவே அவருக்குத்தான் கள நிலவரம் நன்கு தெரியும். இன்னும் காலம் கடத்தினால், தன் வீரர்களை இழக்க

நேரிடும் என்று அவர் நினைத்தார். அதை அவர் கண்டிப்பாக ஏற்றுக்கொண்டிருக்க மாட்டார்."

ஆனால் அவருக்குத் தெரியாது. கையெறிகுண்டுச் சிதறல்களால் காயம்பட்ட மூன்று வீரர்கள் பலியாகிவிட்டார்கள் என்ற செய்தி. 26- வயதான பாரா ட்ரூப்பர் தர்மேந்திர குமார், 23-வயதான ரைஃபிள் மேன் ரவி குமார், 24 வயதேயான கன்னர் அசோக் குமார் ஆகியோர் காயம் பட்டிருப்பதைப் பார்த்த உடனே தானே முன்னின்று தாக்குதலை நடத்துவது என்ற முடிவுக்கு சதீஷ் வந்துவிட்டார்.

C.0-வுக்குத் தெரியும், அது ஒரு இக்கட்டான சூழ்நிலை என்று. கடும் சண்டையின் நடுவே காயம் பட்டு நின்று கொண்டிருக்கும் ஓர் அதிகாரியுடன் அவர் பேசிக் கொண்டிருந்தார். மேஜர். சதீஷை, அவர் பின்வாங்க விரும்புகிறாரா என்று கேட்டார். ஆனால், மேஜர், தான் தொடர்ந்து களத்தில் இருக்க விரும்புவதாகவும் அதற்குத் தனக்கு அனுமதி அளிக்குமாறும் கேட்டார். மேஜர் சதீஷின் ஜோடிக்கு, வாசலை நோக்கி பின்வாங்குமாறு ஆணையிடப்பட்டது. அவரிடம் மேஜர் சதீஷின் நிலை பற்றி கர்னல் ராஜீவ் கேட்டார்.

"ஸார், அவருக்கு பலத்த காயம் ஏற்பட்டிருக்கிறது. ஆனால் அந்தத் தீவிரவாதிகளைத் தீர்த்துக்கட்டாமல் அவர் திரும்பி வர மாட்டார்!"

காயத்திலிருந்து இரத்தம் அதிகமாக ஒழுகிக் கொண்டிருந்த போதிலும், மேஜர் சதீஷ் தன் பாதுகாப்பான மறைவிடத்தை விட்டு வெளியேறி, தன் முழங்கைகளை ஊன்றித் தவழ்ந்துகொண்டே, இரண்டு தீவிரவாதிகள் மறைந்து கொண்டிருந்த மணல் மேட்டை நோக்கிச் சென்றார். அவர்கள் இன்னும் கட்டிடத்தின் முன்புறம் நோக்கிச் சுட்டுக்கொண்டே இருந்தார்கள். மேஜரின் துப்பாக்கியிலிருந்த குண்டு ஒரு தீவிரவாதியைச் சுட்டு வீழ்த்தியது. இன்னொரு தீவிரவாதி மேஜர் சதீஷை நோக்கி குண்டு மழை பொழிந்தான். அவர்

மயிரிழையில் தப்பினார். அந்தத் தீவிரவாதி குன்றுகளை நோக்கி ஓடினான். இப்படி ஒரு சந்தர்ப்பத்திற்காகவே காத்திருந்த வெளி முற்றுகை அணி அவனைச் சுட்டுத் தள்ளியது.

சண்டை முடிவுக்கு வந்து விட, இரண்டு வீரர்கள் மேஜர் சதீஷைக் கவனிக்க ஓடினார்கள். அவர் இதற்குள் தரை மீது சரிந்துவிட்டிருந்தார்; அவர் நினைவு போய் போய்த் திரும்பி வந்தது. அவர்கள் அவரை முன்வாசலில் நிறுத்தி வைக்கப்பட்டிருந்த டாடா சுமோவில் ஏற்றினார்கள். ஒரு தற்காலிக ஹெலிகாப்டர் இறங்குதளத்திற்கு அவரை அது கொண்டு சென்றது.

சதீஷின் கண்கள் இன்னும் பாதி மூடியவாறு இருந்தன. அவர் ஏதோ சொல்ல விரும்புவது போலவும், ஆனால் அதற்கு அவருக்குத் தேவையான சக்தியில்லாதது போலவும் தோன்றியது. மூன்று வீரர்கள் இறந்துபோன விஷயத்தை அவரிடம் சொல்ல யாருக்கும் தைரியமில்லை. ஹெலிகாப்டரை நோக்கி காரில் எடுத்துச் செல்லப்பட்டிருக்கும்போதே மேஜர் மயக்கமடைந்து விட்டார். ஒரு துருவ் ஹெலிகாப்டர் அவரை ஸ்ரீநகரிலிருந்து 92-வது ஆரம்ப மருத்துவமனைக்குக் கொண்டு சென்றது. பொதுவாக அங்கு அனுமதிக்கப்படும்போது, நோயாளிக்கு நாடித்துடிப்பு மட்டும் இருந்தால் போதும், அவரை மருத்துவர்கள் அரும்பாடுபட்டுக் காப்பாற்றி விடுவார்கள். ஆனால், அன்று இரவு 8 மணிக்கு சற்று நேரம் கழித்து, தான் மிகவும் நேசித்த காஷ்மீர் காடுகள், மலைகளுக்கிடையே ஹெலிகாப்டர் பறந்து கொண்டிருந்தபோது, மேஜர் சதீஷ் தன் இறுதி மூச்சை விட்டார்.

அவர் பாக்கெட்டிலிருந்த அலைபேசி விடாமல் ஒலித்துக் கொண்டிருந்தது.

8.15 மணிக்கு, சுஜாதாவிற்கு இராணுவத்தில் பணியாற்றும் ஒரு பெண் அதிகாரியிடமிருந்து அலைபேசி அழைப்பு வந்தது. அவர் சுஜாதாவிடம் நலம் விசாரித்தார். அவர் பேசி முடித்தவுடன், சுஜாதாவிற்கு மேஜர் சதீஷின் இராணுவ நண்பர்களிடமிருந்து

தொடர்ந்து பல அழைப்புகள் வந்த வண்ணம் இருந்தன. கடைசியில் பொறுக்க முடியாமல், சுஜாதா, சதீஷுடன் படித்த நண்பர் ஒருவரிடம் கேட்டே விட்டார், ஏன் அவர் நண்பர்கள் தன்னைத் தொடர்ந்து அழைக்கிறார்கள் என்று. சில வினாடிகள் மௌனத்திற்குப் பின், அந்த வகுப்புத் தோழர் சுஜாதாவிடம் சொன்னார், அவரின் கணவருக்குக் குண்டடிபட்டிருக்கிறதென்று. அதே சமயம், அவருக்குக் காயம் பலமில்லை என்றும் அவர் உடல் நிலை மருத்துவமனையில் தேறி வருவதாகவும், பயப்படுவதற்கு ஒன்றுமில்லை என்றும் சொன்னார். உடனே, தொடர்பைத் துண்டித்த சுஜாதா C.O.-வை அழைத்தார். அந்தச் சமயத்தில் மேஜர் ராஜீவ், ஹாஜின் ரால்குந்திலிருந்ததால் அவரால் சுஜாதாவின் அழைப்பை ஏற்க முடியவில்லை.

"என் சிறிய பூஜை அறையில் நான் விளக்கேற்றினேன். என் மனமும், இதயமும் அமைதியின்றித் துடித்துக் கொண்டிருந்தன. ஏதோ விபரீதம் நடந்திருக்கிறதென்றும், அதை எல்லோரும் என்னிடமிருந்து மறைக்க முயல்கிறார்களென்றும் எனக்குத் தெரிந்து விட்டது. நான் ஏன் அப்போது பிரார்த்தனை செய்கிறேன் என்று வியந்தவாறே பிரியாஷா என்னிடம் ஓடி வந்து என்னைக் கட்டிக் கொண்டாள். நான் வழக்கமாக தினமும் காலையில்தான் சாமி கும்பிடுவது வழக்கம். கதவு மணி அடிக்க, நான் கதவை நோக்கி வேகமாக ஓடினேன்" என்கிறார் சுஜாதா.

வாசலில் ஒரு 'டெலிவரி மேன்' கையில் ஒரு மலர்க்கொத்துடனும், ஒரு பெரிய சிவப்புப் பெட்டியுடனும் நின்று கொண்டிருந்தார். சுஜாதா இரண்டையும் தன் கைகளில் வாங்கிக் கொண்டு வந்து, சாப்பாட்டு மேஜை மீது அவற்றை வைத்தார். ஒரு நிமிடம் தயங்கினார்; பின் அந்த பார்சலை கவனமாகப் பிரித்தார். இதய வடிவிலான ஒரு கேக்கும், சில மெழுகுவர்த்திகளும் அதனுள் இருந்தன. ஒரு கணம் தாமதித்த பின் அவர் தன் கணவரை

அலைபேசியில் அழைத்தார். ஆனால், மறுமுனையிலிருந்து எந்தப் பதிலும் இல்லை!

“கடந்த இரண்டு வருடங்களாக எனக்குத் தெரிந்த இராணுவ நண்பர்கள் அனவருக்கும் நான் ‘போன்’ செய்தேன். அவர்களிடம் எப்படியாவது சதீஷிடம் தொடர்பு ஏற்படுத்தித் தருமாறு நான் கெஞ்சாத குறையாகக் கேட்டேன். அவர்களில் பெரும்பாலோர் அவர் நலமுடன் இருப்பதாகவே என்னிடம் சொன்னார்கள். அவர்கள் நான் ஸ்ரீநகர் வரவேண்டுமென்றும் சொன்னார்கள். என்ன நடந்தது என்று எனக்கு இன்னும் தெரியவில்லை. என் தந்தை இரவு 10.30 மணிக்கு வந்தபோதுதான் என் இதயம் சுக்கல் சுக்கலாக உடைந்து போனது.”

சுஜாதாவின் அப்பாவிற்கு நடந்தது என்னவென்று தெரிந்திருந்த போதிலும், அவரிடம் எதையும் தெளிவாகச் சொல்லவில்லை. அவர் தன் மகளை அமைதியாக இருக்கும்படியும், எல்லாம் சரியாகிவிடும் என்றும் ஆறுதல் படுத்தினார். அவர் எதையோ செய்து, தொலைக்காட்சி பெட்டி இயங்காமல் செய்துவிட்டார். இரவு 9 மணிக்குச் சற்று முன்பு சமூக வலைதளங்களில் மேஜர் சதீஷ் பற்றிய செய்திகள் வலம் வரத் துவங்கின. இரவு 10 மணியளவில் தொலைக்காட்சிகளிலும் செய்தி வெளிவரத் துவங்கியது.

அடுத்து வந்தவர் 30 RR அணியைச் சேர்ந்த, விடுப்பிலிருந்த ஒரு மேஜர். அவர் அந்தச் சமயம் ஜெய்ப்பூரிலிருந்தார். அவர், சுஜாதாவிடம் அவருக்கு எல்லா விதத்திலும் உதவத் தயாராக இருப்பதாகவும், அவர் கணவரைப் பார்க்க அவரை ஸ்ரீநகருக்கு அழைத்துச் செல்வதற்குத் தயாராக இருப்பதாகவும் சொன்னார்.

சுஜாதா சொல்கிறார்: “யாரும் என்னிடம் எதையும் தெளிவாகச் சொல்லவில்லை. நான் என் அப்பாவிடம் நச்சரித்த போது, சதீஷ் மருத்துவர்களின் தொடர் கண்காணிப்பில் இருப்பதாகச் சொன்னார். அவர்கள் ஒவ்வொருவரும் என்னிடம் உண்மையைச் சொல்லப் பயப்பட்டனர். என்னிடம் சொல்லப்பட்ட தகவல்கள்

உண்மையாக இருக்க வேண்டும், அவருக்கு லேசான காயம்தான் பட்டிருக்க வேண்டும், எப்படியும் மறுநாள் காலை என்னை அழைத்துப் பேசுவார் என்று நான் நம்பிக்கொண்டிருந்தேன்."

அன்று நள்ளிரவில் அவர் வீட்டில் இராணுவத்தைச் சேர்ந்தவர்களும், பக்கத்து வீட்டுக்காரர்களும் குழுமியிருக்க, சுஜாதா தன்னை டெல்லிக்கு அழைத்துச் செல்லுமாறும், அங்கிருந்து ஸ்ரீநகருக்கு மறுநாள் காலை விமானத்தில் செல்ல ஏற்பாடு செய்யுமாறும் தன் அப்பாவிடம் மன்றாடினார்.

"இரவில் நான் சாலையில் பயணித்துக் கொண்டிருந்த போது, பல முறை *C.O*-வைத் தொடர்புகொள்ள முயற்சி செய்தேன். அடுத்த முனையிலிருந்து, அடையாளம் தெரியாத ஒரு குரல் நான் ஸ்ரீநகர் வர வேண்டாம் என அறிவுறுத்தியது. என் பயணத்திட்டம் எப்படியோ அவர்களுக்குத் தெரிந்துவிட்டிருந்தது. பின் *C.O*-வே லைனில் வந்தார். உணர்ச்சியால் அவர் குரல் உடைந்து போயிருந்தது. கடைசியில் அவர் சதீஷ் மறைந்து போனதைச் சொன்னார். நான் இனிமேல் என்னையும், என் மகளையும் பத்திரமாகப் பார்த்துக் கொள்ள வேண்டுமென்றும் அவர் வேண்டிக் கொண்டார்."

சுஜாதாவின் அப்பா வாகனத்தைத் திருப்பி, ஹரியானாவின் நர்னால் கிராமத்திற்கு ஓட்டச் சொன்னார். அங்கேதான் சதீஷின் பெற்றோர்கள் வசித்து வந்தனர்.

"அதற்குப் பிறகு என்ன நடந்தது என்றே எனக்குத் தெரியாது. பிரியாஷா என் மடியில் இருந்தாள், நான் அழவில்லை. நான் திக்பிரமையிலிருந்தேன்" என்கிறார் சுஜாதா.

அப்போது, சுஜாதா தன்னுடன் எதையும் எடுத்துச் செல்லவில்லை- அந்த மலர்க்கொத்தையும், காதலர் தின கேக்கையும் தவிர!

அடுத்த நாள் காலையில், நர்னால் கிராமத்தில் தாஹியா குடும்பம் வசித்து வந்த இடத்திற்குச் செல்லும் சாலையில்,

பெருங்கூட்டம் கூடியிருந்தது. இராணுவத்திலிருந்து பல அதிகாரிகளும், வீரர்களும் வந்திருந்தனர். அன்று மாலை, கோஷங்கள் வானைப் பிளக்க, மேஜர் சதீஷின் உடல் தேசியக்கொடி போர்த்தப்பட்ட சவப்பெட்டியில் எடுத்து வரப்பட்டது.

தங்கள் வீடு இராணுவத்தினராலும், நண்பர்களாலும் சூழப்பட்டபோது, அவ்வளவு நேரம் அமைதியாக இருந்த மேஜர். சதீஷின் குடும்பம் உடைந்து போனது. அன்று மாலை, தாஹியா வீட்டில் தொலைக்காட்சி ஊடகங்கள் குவிந்திருக்க, சுஜாதா கதறிவிட்டார். அவர் அழுகையின் சத்தம் தொலைக்காட்சிகள் வழியாக நாடெங்கிலும் கேட்டது. நடந்து கொண்டிருப்பது என்னவென்றே தெரியாத பிரியாஷாவை, அவர் மாமா ஒருவர் வீட்டிற்கு அருகிலிருந்த எரியூட்டும் இடத்திற்கு தன் தோளில் சுமந்து சென்றார், சிதைக்குத் தீ வைப்பதற்காக!

“தன் அப்பா எங்கோ உயிருடன் இருக்கிறார் என்ற பிரியாஷா நம்பிக் கொண்டிருக்கிறாள். சில சமயம் தன் அப்பா எப்போது திரும்பி வருவார் என்று அவள் என்னிடம் கேட்பாள். சதீஷின் சில ஆடியோக்களும், வீடியோக்களும் என்னிடமிருந்தன. அவ்வப்போது. அவற்றை நான் அவளுக்குப் போட்டுக் காட்டுவேன். அவற்றைப் பார்க்கும் போதெல்லாம், அவள் தன் அப்பாவுடன் நேரிடையாகப் பேசுவதாக நினைத்துக் கொள்வாள். சில சமயம் நான் அவளுக்காக பரிசுப் பொருட்களை ‘ஆன்-லைனில்’ தருவித்து, அவற்றை அவள் அப்பா வாங்கி அனுப்பியிருப்பதாகச் சொல்லிவிடுவேன். இப்போதெல்லாம் அவள் தன் அப்பாவை நேரில் பார்க்க வேண்டும் என்று நச்சரிக்க ஆரம்பித்துவிட்டாள். தற்போது அவளுக்குத் தன் அப்பாவிற்கு என்ன நேர்ந்தது என்பதைப் புரிந்துகொள்ளும் வயதில்லை. இன்னும் ஒரு சில வருடங்கள் கழித்து அவள் புரிந்து கொள்வாள்” சுஜாதா சொல்கிறார்.

பல வாரங்கள் கழித்து, சுஜாதா ஜெய்ப்பூரிலிருந்து டெல்லி சென்றார். அங்கேதான் அவர் தற்போது வசித்து வருகிறார். சீக்கிரம் ஏதாவது வேலையில் சேர்ந்துவிட வேண்டும் என்று அவர் முடிவு செய்திருக்கிறார்.

“அடிக்கடி சதீஷின் சீருடையை என் கைகளில் எடுத்து வைத்துக் கொண்டு அதையே பார்த்துக் கொண்டிருப்பேன். அதில் அவரை நோக்கிச் சுடப்பட்ட குண்டு துளைத்த ஓட்டை இருந்தது. அதை நான் சுத்தம் செய்து துவைத்து, என் அலமாரியில் வைத்திருக்கிறேன்!” கண்கலங்குகிறார் சுஜாதா.

சதீஷ் எரியூட்டப்பட்ட இரண்டு நாட்கள் கழித்து அவர்கள் ஐந்தாவது திருமண நாள் வந்தது. ஏப்ரலில் கோவாவின் டாஜ் விவந்தாவில் நான்கு நாட்கள் விடுமுறையில் கழிக்க தன் கணவர் பதிவு செய்திருந்தார் என்ற விஷயம் ஒரு பயண முகவர் மூலம் சுஜாதாவிற்குத் தெரிய வந்தது. இங்கு செல்ல வேண்டும் என்பது சுஜாதாவின் நீண்ட நாள் ஆசை. அந்த விடுமுறையில்தான் பிரியாஷாவின் இரண்டாவது பிறந்த நாளும் வந்தது. காங்கிரீட் காடுகளுக்கு மத்தியிலேயே வாழ வேண்டி இருந்த அவர்கள், கடலோரத்தில் சில நாட்களைக் கழிக்க பேராவல் கொண்டிருந்தனர்.

ஹாஜின் ரால்குந்த் தாக்குதலுக்குப் பிறகு, அப்ஸல் குரு குழுவைச் சேர்ந்த மற்ற ஆட்களைத் தேடும் பணி இரண்டு வாரங்கள் நடைபெற்றது. நர்னாலில் இருக்கும் மேஜர் சதீஷின் வீட்டிற்குச் செல்ல பனிரண்டு நாட்கள் கழித்தே கர்னல் ராஜீவிற்கு நேரம் கிடைத்தது.

கர்னல் ராஜீவ் சொல்கிறார்: “சதீஷின் அப்பா மிகுந்த மன உறுதி மிக்கவர். சதீஷும் மிக நல்ல மகனாக இருந்திருக்கிறார். அவர் தன் பெற்றோர்களைக் கவனித்துக்கொண்ட விதம் மிகவும் போற்றுதலுக்குரியது. பெற்றோர்களுக்குத் தான் செய்ய வேண்டிய கடமைகளை அவர் நன்கு உணர்ந்திருந்தார். ஒவ்வொரு முறையும், அவர் தன் கிராமத்திற்குச் செல்லும்போது,

கிராம மக்களிடம் ஏதாவது உதவி தேவையா என்று கேட்பார். கிராமத்தில் ஒரு தெருவுக்கும், ஒரு கல்லூரிக்கும் இப்போது அவர் பெயர் சூட்டப்பட்டிருக்கிறது."

ஹாஜின் தாக்குதலில் பங்கெடுத்துக் கொண்ட, 33 RR அணியைச் சேர்ந்த ஒரு லெப்டினென்ட் கர்னல் சொல்கிறார்: "சதீஷ் மட்டும் உயிரோடு இருந்தால் என்ன நடந்திருக்கும் என்று நான் அவ்வப்போது ஆச்சரியப்படுவது உண்டு. அவருக்குத் தன் அணியின் நலம் பற்றி ஒரு வெறியே இருந்தது. அந்தத் தாக்குதலில் மூன்று வீரர்கள் உயிரிழந்த செய்தியை அவர் எப்படி எடுத்துக் கொண்டிருப்பார் என்று தெரியாது. அந்தத் துக்கத்தை அவரால் தாங்கிக் கொண்டிருக்கவே முடியாது. அதனால்தான், அவர் அணி வீரர்கள் அவரைத் தங்களைக் காக்கும் கடவுளாகவே போற்றினர்."

ஹாஜின் தாக்குதல் நடப்பதற்குச் சில வாரங்கள் முன்பு கர்னல் ராஜீவ், காட்டிலிருந்த மிகப் பாதுகாப்பான மேஜர் சதீஷின் இடத்திற்கு வந்தார். அதற்குத் தன் மேற்பார்வையில் தனிப்பட்ட கவனத்துடன் ஐந்து அடுக்குப் பாதுகாப்பை ஏற்பாடு செய்திருந்தார்.

கர்னல் ராஜீவ் சொல்கிறார்: "நான் அவரிடம் சொன்னேன், 33 RR அணியில் நம் பதவிக்காலம் விரைவில் முடியப்போகிறது. அந்த மூன்று தீவிரவாதிகளையும் முடிக்காமல், RR அணியில் நம் பணிக்காலம் முடிந்து போனால் என்ன செய்வது? அதற்கு சதீஷ் சொன்னார், 'நான் அவர்களை முடிக்காமல் வர மாட்டேன்! இவ்வளவு வீரர்களைக் கொன்ற கொடியவர்களை முடிக்காமல் வந்தால் என்னால் எப்படி நிம்மதியாக இருக்க முடியும்?'"

தாக்குதல் நடந்து பல மாதங்கள் கழித்து, மேஜர் சதீஷின் நண்பர் மீண்டும் தலைகாட்டினார். இவ்வளவு நாட்கள் தன் பாதுகாப்புக்காக அவர் தலைமறைவாயிருந்தார். சதீஷின் இடத்திற்கு, அவருக்குப் பின் வரவிருந்த அதிகாரிக்கு அவர் ஏற்கனவே அனுப்பியிருந்த குறுஞ்செய்தி: "சதீஷ் இங்கிருந்து

போய்விட்டால், அல்லது அவருக்கு ஏதேனும் ஆகிவிட்டால் அது காஷ்மீருக்கு பெரிய இழப்பாகிவிடும்!"

அவர் சொன்னார்: "இங்கே தீவிரவாதம் ஒரு முடிவுக்குக் கொண்டுவரப்பட்டு, அமைதி திரும்ப ஸார் தன்னாலான அனைத்தையும் செய்தார். காஷ்மீர் அவரை மறந்துவிடாது என்று நான் நினைக்கிறேன்!"

8

என் மேல் ஏறிக்கொள்ளுங்கள்! நீர்மூழ்கிக் கப்பல் உள்ளே சென்று விடுங்கள்!

லெப்டினென்ட் கமாண்டர் ஃபிர்தௌஷ் மொகல்

அரபிக் கடல். மும்பைக் கடற்கரையிலிருந்து 220 கி.மீ.

30 ஆகஸ்ட் 2010, 6.55 அதிகாலை.

“ஸார்! மூன்று ஆட்கள் மேலே இருக்கிறார்கள்!”

தான் நின்றுகொண்டிருந்த பெரிஸ்கோப் கோபுரத்திலிருந்து எழுபது அடி தொலைவில் லெப். காமாண்டர் ஃபிர்தௌஷ் மொகல், நீர்மூழ்கிக் கப்பலின் பின்புறத்திலிருந்து மூன்று மாலுமிகள் பயங்கரமாக அலையடித்துக்கொண்டிருந்த அரபிக் கடலில் வேகமாகத் தூக்கி வீசப்படுவதைப் பார்த்தார்.

ஆதவன் அப்போதுதான் உதித்திருந்தான். நீர்மூழ்கிக் கப்பல் கடலின் ஆட்டத்தில் சிக்கிக்கொண்டு பயங்கரமாக மேலும் கீழும், பக்கவாட்டிலும் இப்படியும் அப்படியும் ஆடியது. கப்பலின் செயல் அதிகாரிக்குத் தெரிந்து போயிற்று மூன்று தலைகள் தங்களை விட்டு வேகமாக விலகிப் போய்க் கொண்டிருக்கின்றன, ஒரே ஒரு நிமிடம் வீணாக்கினாலும், அவர்களை இழக்க வேண்டியிருக்கும் என்று. தன் ‘வாக்கி-டாக்கி’ வழியாக அவர் நடந்தவற்றைக் கட்டுப்பாட்டு அறைக்குத் தகவல் அனுப்பினார். உடனே அதற்குப் பதில் வந்தது. அனுப்பியது நீர்மூழ்கிக் கப்பலின் C.O அவர் லெப். கமாண்டர் ஃபிர்தௌஷிடம், மேல் தளத்திலிருந்து தவறி விழுந்துவிட்ட மூன்று பேரைக் காப்பாற்ற, இரண்டு மாலுமிகள் அனுப்பி வைக்கப்படுகிறார்கள் என்று சொன்னார்.

“ஸார்! அதுவரை காத்துக் கொண்டிருக்க முடியாது. நானே அவர்களைக் காப்பாற்ற கடலில் குதிக்கப் போகிறேன்.” அவர் அப்படிச் சொல்லிக் கொண்டிருக்கும்போதே, இரண்டு நீர்மூழ்கி வீரர்கள் கட்டுப்பாட்டு அறையிலிருந்து வெளியே வந்து, தன்னுடன் சேர்ந்துகொள்ள ஏணியில் வேகமாக ஏறி வருவதைப் பார்த்தார். அவர்கள் திறப்பைத் திறந்தபோது அவர்கள் தங்களுக்குப் பரிச்சயமான ஓர் அதிர்வை உணர்ந்தனர். அவர்கள் C.O நீர்மூழ்கிக் கப்பலின் இன்ஜின்களை மீண்டும் இயங்க விட்டார், அவசியமேற்பட்டால் மீட்புப் பணியில் உதவ!

அவர்கள் மூன்று பேரும் நீர்மூழ்கிக் கப்பலிலிருந்து, பயங்கரமாகக் கொந்தளித்துக் கொண்டிருந்த கடலில் குதித்தபோது ஃபிர்தௌஷ் தனக்கு மிகவும் பழக்கமான, தான் மிகவும் நேசிக்கின்ற சூழலில் நுழையப்போவதை உணர்ந்தார்.

கடற்படை கப்பல்தளம், மும்பை
பதினைந்து மணி நேரத்திற்கு முன்பு...

நீர்மூழ்கிக் கப்பலின் C.O-வை வரவேற்றுக் கொண்டே, ஃபிர்தௌஷ் சொன்னார்: “ஸார்! எல்லாம் சரியாக இருக்கிறது. நாம் தொடங்கலாம்.” நீர்முழ்கிக் கப்பலுக்குச் செல்லும் பலகையில் ஏறிக்கொண்டே கமாண்டர் கங்கொபோமு முரளி தனக்கு அந்த இளம் அதிகாரி அளித்த மரியாதைக்கு, பதில் மரியாதை செலுத்தினார். தன் மாலுமிகள் அனைவரும் ஏறிக்கொள்ள, நீர்மூழ்கிக் கப்பல் கிளம்பத் தயாரானது. நீர்மூழ்கிக் கப்பலின் தலைவரும், உதவித் தலைவரும், தங்கள் நாற்பது வீரர்களுடன், நீர்மூழ்கிக் கப்பல்கள் மேற்கொள்ளும் ஒரு மிகப் பயங்கரமான பயிற்சியை மேற்கொள்ள கடலில் இறங்கத் தயாராயினர்.

211 அடி நீளமும், இருபத்தி நான்கு வயதுமான INS ஷன்குஷ்,

மும்பை துறைமுகத்தை விட்டு கடலில் சிறிது தூரம் வந்ததும், கடல் மட்டத்தை விட்டு இறங்கி, கடலினுள்ளே செல்லத் துவங்கியது. ஜெர்மனியில் கட்டப்பட்ட 209 வகையைச் சேர்ந்த அந்த நீர்மூழ்கிக் கப்பல், இந்திரா காந்தி அரசால் 1981-ல் வாங்கப்பட்ட நான்கு நீர்மூழ்கிக் கப்பல்களில் ஒன்று. 'கோல்ட்-வார்' கால திரைப்படத்தில் எடுக்கப்பட்ட காட்சி போலிருக்கும் ஒரு சண்டைப் பயிற்சியை மேற்கொள்வதற்காக அது அரபிக்கடலில் சென்று கொண்டிருந்தது.

INS ஷன்குஷ், 'வருணா' என்று சங்கேதப் பெயரிடப்பட்ட, போர்ப் பயிற்சியில் ஒரு ஃப்ரென்ஞ்ச் கப்பலுடன், 'பூனையும் எலியும் போல ஓடிப்பிடித்து விளையாட'த் தயாரானது. ஆகஸ்ட் முதல் வாரத்திலிருந்து இந்த நீர்மூழ்கிக் கப்பல், இரண்டு போர்க் கப்பல்களின், (ஒன்று இந்தியாவைச் சேர்ந்த INS பிரம்மபுத்ரா, இன்னொன்று, ஃப்ரென்ஞ்ச் நாட்டைச் சேர்ந்த FNS தூப்ளே) எதிரிக் கப்பல்களைக் கண்டுபிடித்து, தாக்கும் திறன்களை சோதிக்க வேண்டும். இங்கே INS ஷன்குஷ்தான் எதிரிக் கப்பல். அதைத் துரத்தி அதன் மீது பொய்க் குண்டு மழை பொழிவதுதான் அந்தக் கப்பல்களின் வேலை. இந்த இரண்டு கப்பல்களும் நீர்மூழ்கிக் கப்பல்களைத் தாக்கி அழிக்கும் வகையில் உருவாக்கப்பட்டவை. தங்கள் கப்பலை, அதைத் தாக்கும் கப்பல்களிலிருந்து தப்பித்து ஓடுமாறு செய்வதே ஷன்குஷ் மாலுமிகளின் வேலை. தன் மீது வீசப்படுவது பொய்க் குண்டுகள் என்பதால், ஷன்குஷும் தன் 'டார்பிடோ' குண்டுகளைப் பயன்படுத்தாது. உண்மையான போரில் இந்த மூன்று கப்பல்களின் செயல்திறனைக் கண்டறிவதே வருணா போன்ற இத்தகைய போர்ப்பயிற்சிகளின் நோக்கம். நிஜப்போரில் பங்கெடுத்துக் கொள்வதைப் போல நடிப்பது ஒன்றும் அவ்வளவு பிரமாதமான விஷயம் அல்ல. எதிரிக் கப்பலால் கண்டுபிடிக்கப்பட்டு விட்டால், அவ்வாறு கண்டுபிடிக்கப்பட்ட நீர்மூழ்கிக் கப்பலின் 'சென்ஸார்கள்' எழுப்பும் 'பீப் பீப்' ஒலியும், அதன் 'சோனார் ஸென்ஸார்'கள் எழுப்பும் ஓசையும் எந்த நீர்மூழ்கிக் கப்பலின் மாலுமியையும் கொஞ்சம் நடுங்க வைக்கும்.

அந்த மாலுமி பல வருடங்கள் அனுபவம் பெற்றவராக இருந்த போதிலும்!

ஃபிர்தௌஷ் இந்தியக் கடற்படையின் நீர்மூழ்கிக் கப்பல் பிரிவில் விரும்பிச் சேர்ந்தார். இதில் சேர யாரும் கட்டாயப்படுத்தப்படுவதில்லை; அதே சமயம், இதில் சேருவது அவ்வளவு சுலபமுமல்ல. இராணுவத்தின் சிறப்புப் படைப் பிரிவைப் போலவே, இதில் சேர அசாதாரணத் திறமையும், உடல் மனத் தகுதிகளும் வேண்டும். ஏனெனில், இதன் மாலுமிகள் கரையைவிட்டு, கடலுக்கடியில், தனிமையில், சில சமயம் அச்சுறுத்தும் சூழ்நிலைகளில், தொடர்ந்து பல நாட்களைக் கழிக்க வேண்டும். அவர்கள் பணியின் தன்மை அப்படி. பல சமயங்களில் ஒரு வீரர், இராணுவம், கடற்படை, விமானப்படை, இவற்றில் எதில் சேருவதென்று எளிதாக முடிவு செய்து விடுவார். ஆனால், அவற்றின் உட்பிரிவைத் தேர்ந்தெடுப்பதில் (உதாரணமாக, நீர்மூழ்கிக் கப்பல் படை) திணறிப் போவார். நிலைமை இப்படியிருக்க, ஒருவர் இராணுவப் பள்ளியில் சேரும்போதே, தான் கட்டாயமாக நீர்முழ்கிப் பிரிவில்தான் சேர வேண்டும் என்று உறுதியான முடிவோடு இருப்பது அரிதினும் அரிது. ஃபிர்தௌஷ் அப்படிப்பட்டவர்.

ஃபிர்தௌஷ் புனாவிலிருந்த NDA-வில் சேரும்போதே, தான் நீர்மூழ்கிக் கப்பல் பிரிவில்தான் சேர வேண்டும் என்பதில் மிகத் தெளிவாகவும், உறுதியாகவும் இருந்தார். அவர் அங்கே நீச்சலில் திறன் பெறுவதிலும், ஒரு டைவராகத் தன் திறமையை வளர்த்துக் கொள்வதிலும், நீர்மூழ்கிக் கப்பல் சம்பந்தப்பட்ட விஷயங்களில் நிபுணத்துவம் பெற்றவராகத் தன்னை வளர்த்துக் கொள்வதிலும் அளவற்ற ஆர்வம் கொண்டிருந்தார். அவர் வகுப்புத் தோழர், ஒருநாள் ஃபிர்தௌஷிடம், நீர்மூழ்கிக் கப்பல் பிரிவில் சேருவதற்கு அவர் ஏன் அவ்வளவு ஆர்வம் காட்டுகிறார் என்று கேட்டதற்கு, அவர் சொன்னார்: "உங்களால் வேறெந்தப் பிரிவைத் தேர்ந்தெடுக்க முடியும்?"

INS ஷன்குஷ் நீருக்குள் மூழ்கி, அரபிக்கடலுக்குள் சென்றபோது, அந்த இளம் அதிகாரிக்கு அந்த நாள் மற்றெல்லா நாட்களையும் போலவேதான் இருந்தது. அவர் உடலுக்குப் பரிச்சயமாகிவிட்ட நீர்மூழ்கிக் கப்பலின் டீசல்- மின் இயந்திரங்களின் ஓசையை தன் காதுகளால் கேட்டுக்கொண்டும், மங்கலாக ஒளிரும் விளக்குகளைத் தன் கண்களால் பார்த்துக்கொண்டும், கப்பலின் குறுகிய நடைபாதையில் நடந்தபோது அவர் தன் கனவின் ஒவ்வொரு வினாடியையும் அனுபவித்தார்.

ஃபிர்தௌஷும், அவர் மேலதிகாரியும், தங்கள் வீரர்களுடன் தங்கள் பணிகள் பற்றி இறுதியாக ஒருமுறை விவாதித்தனர். செயல் அதிகாரியான ஃபிர்தௌஷ் கப்பலின் துணைத் தலைவராகப் பணியாற்றினார். *INS* ஷன்குஷ் கடல் மட்டத்திலிருந்து 50 அடி ஆழத்தில் சென்று கொண்டிருந்தது. அந்த இரவில் கப்பலின் நீளம் நெடுக நடந்துகொண்டே, தன் மாலுமிகளிடம் பேசியவாறே இறுதிப் பரிசோதனைகளை மேற்கொண்டார். தன் மிகச் சிறிய அறைக்குத் தன் பணி முடிந்து திரும்பி வந்தபோது, நள்ளிரவு தாண்டிவிட்டது. அடுத்த நாள் வேலைகளைச் செம்மையாகச் செய்வதற்காக, சிறிது நேரம் படுத்துத் தூங்க விரும்பினார்.

INS ஷன்குஷின் பின்புறமிருந்த பிரம்மாண்டமான காற்றாடி, கடலைக் கடைந்துகொண்டே கப்பலை முன்னோக்கித் தள்ளியது. ஒரே இரவில் அது கப்பலை அரபிக்கடலில் வெகுதூரத்திற்கு- அடுத்த நாளான ஆகஸ்டு 30-ல் கப்பல் எங்கிருக்க வேண்டுமோ அங்கே தள்ளிச் சென்று விட்டது. தங்கள் விரோதிகளான இந்தியக் கப்பலும், ஃப்ரென்ஞ்ச் கப்பலும் வரும் வரை அதன் மாலுமிகள் தங்கள் வழக்கமான பயிற்சிகளில் ஈடுபட்டார்கள்.

அங்கே மும்பையில் கர்ஷின் மொகல் விழித்துக் கொண்டே படுத்திருந்தார். ஒரு நீர்முழ்கிக் கப்பலின் மாலுமியின் மனைவியான அவருக்குத் தன் கணவரைப் பல நாட்கள்

பிரிந்திருப்பது வழக்கமானதுதான். சில மணி நேரங்களுக்கு முன், அவர் தன் கணவருடனும், குழந்தையுடனும் கழித்த இரவு உணவுப் பொழுது, அமைதியாகப் போயிற்று. அவர்களின் குழந்தை, யாஷுனுக்கு வயது இருபது மாதங்கள்தான். கர்ஷின் தன் கணவரை இன்னும் அடுத்த பத்து நாட்களுக்குப் பார்க்க முடியாது. அவர்களுக்குத் திருமணமாகி ஐந்து வருடங்கள் உருண்டோடி விட்டன.

இப்போதெல்லாம் அவர் கணவர் பணிக்குச் செல்லும் முன்பு அவர்கள் கடக்கும் சில நிமிடங்கள் அமைதியாகவே கழியும். அந்தச் சமயத்தில் எதைப் பேசுவது? எதைப் பேசாமல் விடுவது? 'வாய்ச்சொற்கள் என்ன பயனுமில' என்ற நேரமது. கதவருகே தன் கணவரைக் கட்டிப்பிடித்துப் பிரியாவிடை கொடுத்த பிறகு கர்ஷின், மகனைப் படுக்கையில் விட்ட பின் அறைக்குத் திரும்பினார், ஒரு புத்தகத்துடன். இரண்டு மணி நேரம் கழித்து அவர் மனம் தானாகவே அவர் கணவர் அப்போது எங்கேயிருப்பார் என்று கணக்குப் போட்டது. அப்படியே தூங்கியும் போனார்.

கர்ஷின் சொல்கிறார், "அவர் பணிக்குத் திரும்பிய அந்த ஞாயிறு மழை பலமாகப் பெய்து கொண்டிருந்தது எனக்கு இன்னும் நன்றாக நினைவிருக்கிறது. காலையில் சீக்கிரமாக எழுந்திருக்கும் பழக்கம் எனக்குக் கிடையாது. ஆனால், மறுநாளான திங்கட்கிழமை நான் காலையில் சீக்கிரமாகவே எழுந்து விட்டேன், முந்தைய இரவில் அதிக நேரம் கண் விழித்திருந்தும்கூட. அன்று ஏனோ என் மனம் நிலைகொள்ளாமல் தவித்தது."

கர்ஷினால் மீண்டும் தூங்க முடியவில்லை. அவர் படுக்கையை விட்டு எழுந்திருந்து அன்றைய வேலைகளைக் கவனிக்க ஆரம்பித்தார். அவர் அன்று ஒரு சிவப்பு மேலங்கியை அணிந்து கொண்டார். திங்கட்கிழமைகளில் அவர் சிவப்பு மேலங்கி அணிந்து கொள்வதுதான் வழக்கம். திரும்பவும் அவர் மனம்

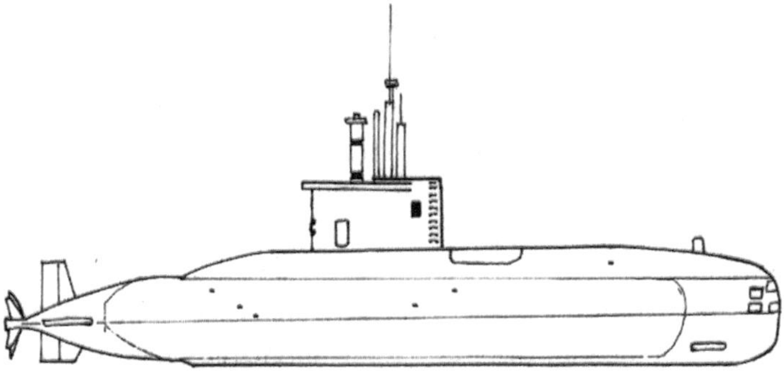

209 வகை தாக்குதல் நீர்மூழ்கிக் கப்பல்

கணக்குப் போட்டது: ஃபிர்தௌஷும், அவர் கப்பலும், கடலில் வெகுதூரம் சென்றிருக்கும்.

ஒரு சிக்கல். மிக ஆபத்தான சிக்கல். அதிகாலையில் அது கண்டுபிடிக்கப்பட்டது. நச்சுவாயுக்களை வெளியேற்றும் ஒரு 'வால்வ்' பழுதாகியிருந்தது. இந்த வால்வ் மின்கலங்கள் வேலை செய்யும்போது வெளிவரும். நச்சுவாயுவை வெளியேற்றும் இது வேலை செய்யாவிட்டால், அந்த வாயு கப்பலுக்குள்ளேயே சுற்ற ஆரம்பித்துவிடும். வால்வைச் சரி செய்யாவிட்டால், அது கப்பலில் உள்ளவர்களின் உயிருக்கே ஆபத்தாக முடியும். பெரிஸ்கோப் ஆழத்தில்கூட தண்ணீருக்கடியில் இருக்கும் இதுபோன்ற இரண்டு வால்வுகளில் ஒன்றுதான் பழுதாகிப் போயிருந்தது. பிரச்சனை என்னவென்று தெரிந்துவிட்டதும், கமாண்டர் முரளி ஒரு வினாடியைக்கூட வீணாக்கவில்லை. உடனே தன் அணியினருக்கு கப்பலை கடல் மட்டத்திற்குக் கொண்டு செல்ல அவர் ஆணையிட்டார்.

அடுத்த சில நிமிடங்களிலேயே 1800 டன் எடை கொண்ட அந்த நீர்மூழ்கிக் கப்பல் நீரின் மேல் தெரிந்தது.

கமாண்டர் முரளி சொல்கிறார்: "நாங்கள் கடல் மட்டத்திற்கு வந்ததும் கடல் பெரும் கொந்தளிப்புடன் இருப்பதைக்

கண்டோம். பழுதான வால்வை உடனே சரிசெய்ய வேண்டியதின் அவசியத்தைப் புரிந்துகொண்டேன். நான் மொகலை அழைத்துக்கொண்டு, சூழ்நிலையை எடை போட மேலே சென்றேன்."

அவர்கள் இருவரும், நீர்முழ்கிக் கப்பலின் மேலிருந்த கோபுரம் போன்ற பகுதிக்குச் செல்ல ஏணியில் ஏறினர். இதில்தான் கப்பலின் பெரிஸ்கோப், தொலைத்தொடர்பு ஆண்டெனாக்கள் மற்ற ஸென்சார்களும் இருக்கும். கப்பல், கடல்மட்டத்திற்குக் கீழே இருந்தபோதிலும், நீருக்கு வெளியே இவை நீட்டிக் கொண்டிருக்கும். அப்போது, கடல் இருந்த நிலையில் பழுதாகிப்போன வால்வை சரிசெய்வது எளிதான காரியமல்ல என்று அவர்களுக்குப் புரிந்து போயிற்று. கமாண்டர் முரளி, தன் செயல் அதிகாரியிடம் துறைமுகத்திற்குத் திரும்பிச் சென்றுவிடலாமா என்று கேட்டார்.

கமாண்டர் முரளி சொல்கிறார்: "ஃபிர்தௌஸ் அங்கேயே, அப்போதே பழுதைச் சரிசெய்ய வேண்டுமென்பதில் உறுதியாக இருந்தார். எதற்கும் ஒரு முயற்சி செய்து பார்க்கலாமே என்று அவர் சொன்னார். நாம் ஒரு முக்கியமான பயிற்சிக்காகச் சென்று கொண்டிருக்கிறோம். ஒரு அந்நிய நாட்டுக் கடற்படையும் இதில் ஈடுபட்டிருப்பதால், இந்தப் பயிற்சி நம் கௌரவப் பிரச்சனை. இப்போது நாம் பின்வாங்கினால், மற்ற நாடுகள் நம் நாட்டை இழிவாகக் கருதுவார்கள். எங்களால் மிகச் சிறப்பாகச் செயலாற்ற முடியும் என்பதை மற்றவர்களுக்குக் காட்ட வேண்டும் என்று அவர் விரும்பினார். நானும் அதற்கு ஒத்துக்கொண்டேன்!"

நாட்டின் கௌரவம் மிக முக்கியமானது. அதேபோல் இந்தியக் கடற்படையின் நீர்மூழ்கிக் கப்பல் அணியின் கௌரவமும் முக்கியம். நீர்மூழ்கிக் கப்பல்கள் நீருக்குள் இருக்கும்போது சரியான பாக்தாத் திருடர்கள். ஆனால், நீருக்கு வெளியே வந்தால், அவை எளிதில் மாட்டிக் கொள்ளும்.

எப்போதும் கொந்தளித்துக் கொண்டிருக்கும் அரபிக்கடலில், சீனாவும், பாகிஸ்தானும் இந்திய நீர்மூழ்கிக் கப்பல்களின் நடமாட்டத்தைத் தொடர்ந்து கண்காணித்துக் கொண்டே இருக்கும். அப்படிப்பட்ட சூழலில், பயிற்சியில் நாம் கலந்து கொள்ளாமல் திரும்பி விட்டால் அவர்கள் நம்மை எள்ளி நகையாடுவார்கள். செயற்கைக் கோள்களின் தொடர் கண்காணிப்பு இருக்கும்போது, நாம் ஓர் அந்நிய நாட்டு கப்பல் பங்குகொள்ளும் பயிற்சியில் பங்குகொள்ளாமல் திரும்பி வந்தால், அது நம் இந்திய நீர்மூழ்கிக் கப்பல் படைக்குத் திறமை ஏதுமில்லை என்று நாமே ஒப்புதல் வாக்குமூலம் கொடுப்பதற்குச் சமம்.

கமாண்டர் முரளி தன் பொறியியல் நிபுணரை அழைத்தார். கடலிலும், கடற்துறையிலும் நீர்மூழ்கிக் கப்பல்களுக்கு ஏதேனும் பழுது ஏற்பட்டால் இவர்தான் சரிசெய்ய வேண்டும். மூவரும் விவாதித்து, பழுதை இருபது நிமிடங்களில் சரிசெய்துவிடலாம் என்ற முடிவிற்கு வந்தனர். பொறியியல் நிபுணர் மூன்று மாலுமிகளை அழைத்து அவர்களுடன் கப்பல் கோபுரத்தின் ஏணிப்படிகளில் இறங்கி, அவர்களைக் கப்பலின் பின்புறத்திற்கு அழைத்துச் சென்றார். மூன்று மாலுமிகளும் பாதுகாப்புப் பட்டைகளை அணிந்துகொண்டு கப்பலின் பக்கவாட்டில் இறங்கினார்கள், பழுதைச் சரிசெய்வதற்காக. ஆனால், அவர்கள் அந்தப் பட்டைகளைக் கழற்றினால்தான் பழுதைச் சரிசெய்ய முடியும் என்று அறிந்து கொண்டார்கள். கப்பலில் பழுதடைந்த வால்வ் அப்படி ஒரு இக்கட்டான இடத்திலிருந்தது. பழுதை பதினைந்து நிமிடங்களில் நீக்கிவிட்டு, அவர்கள் தங்கள் பாதுகாப்புப் பட்டைகளை அணிந்துகொள்ளத் தயாராயினர். ஆனால், அவர்களை நோக்கி எது சீறி வந்து கொண்டிருக்கிறது என்பதை அவர்கள் பார்க்கவில்லை.

“அலைகள் எப்படி நடந்து கொள்ளும் என்பதை நீங்கள் முன்கூட்டியே அறிய முடியாது. பதினைந்து அடி உயரம் கொண்ட இந்த அலை எங்கிருந்து வந்ததென்றே தெரியவில்லை.

மூன்று வீரர்களும் அந்த அலையால் தூக்கி எறியப்பட்டனர்" என்கிறார் கமாண்டர் முரளி. அவர் இதற்குள் ஏணியில் இறங்கி, கப்பலின் கட்டுப்பாட்டு அறைக்கு வந்துவிட்டிருந்தார். பழுது பார்க்கும் வேலையை மேற்பார்வை செய்வதே அவர் நோக்கம். அதே சமயத்தில், கோபுரத்தில் நின்றுகொண்டு என்ன நடக்கிறது என்று அவர் செயல் அதிகாரி ஃபிர்தௌஷ் கவனித்துக் கொண்டிருந்தார்.

கமாண்டர் முரளி சொல்கிறார்: " ஃபிர்தௌஷ் மூன்று தலைகள் நீரில் தெரிவதாகவும், நான்காவது வீரரைக் காணமுடியவில்லை என்றும் சொன்னார். நேரம் மிகக் குறைவாக இருந்ததால்தானே அவர்களை மீட்க கடலில் குதிக்கப் போவதாக என்னிடம் சொன்னார். நீர்மூழ்கிக் கப்பல் நகராமல் ஒரே இடத்தில் நின்று கொண்டிருப்பதால் தான் கடலில் இறங்குவதில் எந்த அபாயமும் இல்லை என்று சொன்னார்."

ஆனால், ஃபிர்தௌஷின் கண்களுக்கு அப்போது ஒரு காட்சி தென்பட்டது. தூக்கி வீசப்பட்ட நான்காவது வீரர் கப்பலின் பக்கவாட்டில் தொங்கிக் கொண்டிருந்தார். அவர் தன் பாதுகாப்புப் பட்டையைப் பிடித்தவாறு அபாயகரமாகத் தொங்கிக் கொண்டிருந்தார். அவருக்கு பலத்த காயம் ஏற்பட்டிருந்தது. அவர் காலில் ஏற்பட்ட காயத்திலிருந்து வேகமாக இரத்தம் வெளியேறிக் கொண்டிருந்தது. அதைப் பார்த்தவுடனே ஃபிர்தௌஷ் கோபுரத்தின் ஏணியிலிருந்து இறங்கி கப்பலின் பக்கவாட்டுப் பகுதிக்கு விரைந்தார். பயங்கரமாக அலையடித்துக் கொண்டிருந்த கடலில் இறங்கி தன் சக்தி முழுவதையும் திரட்டி, அந்த மாலுமியை மேலே தூக்கிவிட முயன்றார். நடக்க முடியாத நிலையிலிருந்த அந்த வீரரைத் தாங்கிப் பிடித்தவாறு, அவர் கோபுரத்தை நோக்கி நடந்து, அவருக்கு சிகிச்சை அளிப்பதற்காக அவரைக் கப்பலினுள்ளே இறக்கினார்.

கமாண்டர் முரளி நினைவு கூருகிறார்: "அவர் அதிகமாக

இரத்தம் இழந்திருப்பதால், உடனே சிகிச்சைக்காக மருத்துவமனைக்கு எடுத்துச் செல்லப்பட வேண்டும் என்று கப்பலின் மருத்துவர் கூறினார். கடல் மிகச் சீற்றமாக இருந்தது; மழையும் கொட்டத் தொடங்கிவிட்டது. சீக்கிரமாக காயம்பட்டவரைக் கரைக்கு அழைத்துச் செல்ல வழியில்லை. அவர் கையைப் பிடித்துக்கொண்டு கொஞ்ச நேரம் தாக்குப் பிடிக்குமாறு சொன்னேன். நான் இப்போது ஒரே சமயத்தில் மூன்று வேலைகளைச் செய்து கொண்டிருந்தேன்; மீட்புப் பணியில் கப்பலை ஈடுபடுத்திக் கொண்டே, காயம்பட்ட வீரரையும் கவனித்துக் கொண்டும், மற்ற வீரர்களையும் எல்லாம் கட்டுப்பாட்டில் இருக்கிறது என்று சமாதானப்படுத்தவும் வேண்டியிருந்தது."

ஒரு வீரரை மீட்டபின், ஃபிர்தௌஷ் கடலில் இன்னும் மூன்று தலைகள் தத்தளித்துக் கொண்டிருப்பதைப் பார்த்தார். இன்னும் இரண்டு டைவர்களைத் தன்னுடன் சேர்த்துக் கொண்டு, அவர் கப்பலின் பின்புறம் ஓடினார். கொந்தளித்துக் கொண்டிருந்த கடலில் கப்பல் அங்குமிங்குமாய் அலையாடியது. பற்றிக்கொள்ள கயிறெதையும் அந்த மூன்று வீரர்களை நோக்கி வீச முடியாத தொலைவிற்கு அவர்கள் சென்றுவிட்டார்கள் என்பதை அவர் உணர்ந்தார். அந்த வினாடியில்தான், அவர்களைக் காப்பாற்ற ஃபிர்தௌஷ் தானே கடலில் குதித்து விட முடிவு செய்தார். இதற்குள் அவர்கள் கப்பலிலிருந்து 100 மீட்டர் தொலைவுக்குச் சென்றுவிட்டிருந்தனர். அவர் கடலில் குதித்தவுடன், இரண்டு டைவர்களும் அவர் பின்னாலேயே கடலில் குதித்தனர்.

கமாண்டர் முரளி கப்பலில் ஒரு சிக்கலான சூழ்நிலையில் இருந்தார். வால்வைப் பழுது பார்ப்பதற்காக கப்பலின் இன்ஜின்கள் நிறுத்தப்பட்டுவிட்டிருந்தன. இல்லையேல் கப்பலின் பிரம்மாண்டமான காற்றாடி கடலில் தத்தளித்துக் கொண்டிருந்தவர்களை உறிஞ்சிவிடக் கூடும்!

"என் வீரர்கள் ஆறு பேர் இப்போது கடலில் இருந்தார்கள். நான் அவர்கள் இன்னும் சிறிது தூரம் செல்லட்டும் என்று

காத்திருந்தேன். அதன் பின், இன்ஜின்களை மெதுவாக இயங்கவிட்டு, கப்பலை மிக மெதுவாக, கடலில் தத்தளித்துக் கொண்டிருந்தவர்களை நோக்கிச் செலுத்தினேன், அவர்களை மீட்பதற்காக!"

கடலிலிருந்த ஆறு ஆட்களை மீட்பதற்காக இன்னும் இருவர் கப்பலின் பின்புறம் சென்றனர். ஃபிர்தௌஷையும், மற்ற இரண்டு டைவர்களையும் நோக்கிச் சென்றபோது, அவர் முதலில் அந்த மூன்று பேரைக் காப்பாற்றச் செல்லுமாறு சைகை செய்தார். இதற்குள், அவர்கள் 200 மீட்டர் தொலைவு சென்றுவிட்டிருந்தனர்.

அந்த மூன்று வீரர்களை நோக்கி, கப்பல் ஃபிர்தௌஷையும், மற்ற இரு வீரரையும் தாண்டிச் சென்றது. கொஞ்சம் கஷ்டத்துடன் அவர்களைக் கப்பலின் மேற்புறம் நோக்கி இழுத்தபோது கடல் அமைதியாகவே இருந்தது.

கமாண்டர் முரளி, இப்போது இன்னும் மூன்று மாலுமிகளை மேலே இழுக்க வேண்டும். காற்றின் வேகம் அதிகரித்து விட, அவர்கள் மூன்று பேரும் கப்பலை விட்டு விலகிச் சென்று கொண்டேயிருந்தார்கள். அவர்கள் மூவரும், திறமையும், அனுபவமுமிக்க மாலுமிகள்தாம். மிக மோசமான வானிலையைத் தாக்குப்பிடிக்கக் கூடியவர்கள்தாம் ஆனால், நேரம் செல்லச் செல்ல அவர்கள் களைத்துப் போவார்கள். எனவே, அவர்கள் சீக்கிரம் மீட்கப்பட வேண்டியது அவசியம். கப்பல் அவர்களை நெருங்கிக்கொண்டிருக்கும்போதே, அவர்கள் ஃபிர்தௌஷை நோக்கி, முதலில் கப்பலில் ஏறிக்கொள்ளுமாறு சைகை செய்தார். ஆனால், அவர் இதற்கு ஒத்துக்கொள்ளவில்லை. அவர் கடைசியில்தான் கயிற்றில் ஏறுவேன் என்று உறுதியாகச் சொல்லிவிட்டார். மற்ற இரண்டு மாலுமிகளும் பத்திரமாகக் கப்பலின் மேலே ஏறிய பின்புதான் தான் மேலே ஏறுவேன் என்று சொல்லிவிட்டார்.

அங்கே மும்பையில், கர்ஷின் மொகல் தன் அலுவலகத்திற்குள் நுழைந்தார்.

அவர் சொல்கிறார்: "நான் அலுவலகத்திற்குள் நுழைந்த பின்னரும் அமைதி அற்றவளாகவே இருந்தேன். அது ஒரு விடுமுறை நாள் என்று என்னுடன் பணி செய்யும் ஒரு பெண்ணிடம் நான் சொன்னது இன்னும் எனக்கு நினைவிருக்கிறது. அன்று காலை எனக்கு வந்த பல தொலைபேசி அழைப்புகளை நான் ஏற்கவில்லை. ஏன் அவ்வாறு செய்தேன் என்று எனக்குத் தெரியவில்லை. எதன் மீதும் ஆர்வமற்றவளாக நான் இருந்தேன். ஏதோ, எங்கோ, சரியில்லை என்று நான் நினைத்தேன். அதை நான் உணரவும் செய்தேன்!"

கப்பலின் மேலிருந்து கமாண்டர் முரளி தன் செயல் அதிகாரியையும், அந்த இரண்டு மாலுமிகளையும் நோக்கிக் குனிந்தார்.

"கடைசியில், ஒருவழியாகக் கப்பலை அவர்கள் அருகில் நான் கொண்டுபோய்விட்டேன். மொகல் அந்த இரண்டு மாலுமிகளையும் பார்த்து, முதலில் மேலேறச் சொன்னார். தான் அவர்களுக்குப் பின்னால் வருவதாகவும் சொன்னார். அவர்கள் ஏறக்குறைய இருபது நிமிடங்கள் கடலில் தத்தளித்துக் கொண்டிருந்தார்கள். களைத்துப் போயிருந்தார்கள்" இப்படிச் சொல்வது கமாண்டர் முரளி.

நீச்சலில் கைதேர்ந்த அந்த இரண்டு மாலுமிகளும், தன்னை விட்டு விலகிப் போய்க்கொண்டிருப்பதைப் பார்த்த ஃபிர்தௌஷ், கயிற்றைத் தன் கைகளில் பிடித்தவாறு அவர்களை நோக்கிச் சென்றார். தன்னை ஒரு மனிதப் பாலமாகப் பயன்படுத்திக் கொண்டு தன் மேல் ஏறிக்கொள்ளுமாறு அவர்களை நோக்கிக் கத்தினார். அவர்களோ, அவரை முதலில் கப்பலில் ஏறிக்கொள்ளுமாறு மீண்டும் வற்புறுத்தினார்கள். தாங்கள் எப்படியாவது சமாளித்துக் கொள்வோம் என்றும் சொன்னார்கள். அவர்கள் கப்பலை விட்டு வேகமாக விலகிச் செல்வதைப் பார்த்த ஃபிர்தௌஷ், அதற்கு வாய்ப்பே இல்லையென்று உணர்ந்தார்.

“இப்போதே நான் சொல்கிறபடி செய்யுங்கள். என் தோள்கள் மேல் தொற்றிக்கொண்டு கப்பலின் மேற்புறத்தை அடையுங்கள்.” நுரை கொப்புளிக்கும் கடலினூடே அவர் கத்தினார்.

இப்போது ஃபிர்தௌஷ் மட்டுமே கடலில் தத்தளித்துக் கொண்டிருந்தார். அவர் சமாளித்துக்கொண்டே, நீர்ப்பரப்பிற்குச் சற்று மேலே வர முயன்று கொண்டிருந்தார்; சரியாக அந்தச் சமயத்தில் ஒரு பெரும் அலை எழுந்து கப்பலை, ‘என்ன சௌக்கியமா?’ என்று கேட்டது. கப்பல் ஃபிர்தௌஷின் தலையிலடித்து அதற்கு பதில் சொன்னது. அந்த அடி அவரை இரத்தக்கடலில் பின்னோக்கித் தள்ளியது. 1800 டன் கனம் கொண்ட கப்பல் தலையில் அடித்தால் எப்படி இருக்கும்?

“அவர் தூக்கியெறிப்பட்டு விட்டார். நான் அவரைக் கப்பலின் மேல் கொண்டுவர எவ்வளவோ முயன்றேன். ஓர் அதிகாரியும், இரண்டு மாலுமிகளும் கப்பலை இன்னும் அவர் அருகே கொண்டு சென்றால், அவரை எப்படியாவது மேலே கொண்டு வர தாங்கள் முயற்சி செய்வதாகச் சொன்னார்கள். அவர் தன் நினைவை இழந்திருந்ததால், அவரை யாராவது கடலில் இறங்கித் தூக்கித்தான் வர வேண்டும். முதலில் கப்பல் மேல் ஏறிய மூன்று மாலுமிகளும் கடலில் இறங்கி அவரை மேலே தூக்கிக்கொண்டுவரத் தயாராக இருந்தார்கள்.”

ஒரு வினாடி தன் முன்னே விதியின் கொடுமையான விளையாட்டை கமாண்டர் நினைத்துப் பார்த்தார்.

நினைவிழந்திருந்த அதிகாரி, காற்றின் சுழற்சியால் தூரமாக அடித்துச் செல்லப்பட்டுக் கொண்டிருந்தார். ஒரு சில நிமிடங்களில், அவர் 300 மீட்டர் தூரம் விலகிச் சென்று விட்டிருந்தார். அவரைக் காப்பாற்ற, கடலில் குதித்த மூன்று மாலுமிகளும் அவர் போலவே அடித்துச் செல்லப்பட்டனர். கப்பலை மிகக் கவனமாகச் செலுத்தினாலும், ஃபிர்தௌஷும், மூன்று மாலுமிகளும் இருந்த இடத்தை அடைந்து, அவர்களைக் காப்பாற்ற முப்பது நிமிடங்களுக்கு மேலாகும்.

சூழ்நிலை மிகவும் சிக்கலாகிவிட்டதால், கமாண்டர் முரளி உதவி கேட்பது என முடிவு செய்தார். கப்பலிலிருந்து, மும்பையிலிருந்த INS ஷிக்ரா ஹெலிகாப்டர் தளத்திற்கு உதவி கேட்டுச் செய்தி பறந்தது. உடனே ஒரு ஹெலிகாப்டரை அனுப்பும்படி அது வேண்டிக்கொண்டது.

கப்பலிலிருந்த மாலுமிகளுக்கு, காயம்பட்ட செயல் அதிகாரியைக் காப்பாற்ற ஒரு ஹெலிகாப்டர் சிறிது நேரத்தில் வரும் என்றும், தேவையான நடவடிக்கைகளுக்குத் தயாராக இருக்கும்படியும் தகவல் சொல்லப்பட்டது. அதிகாலையின் மங்கிய வெளிச்சத்தில் ஹெலிகாப்டர் வந்திறங்கி, ஃபிர்தௌஷை ஒரு 'ஸ்ட்ரெட்சரில்' கட்டி சுமந்துகொண்டு சென்றது. அவர் இன்னும் மயக்கத்திலிருந்தார். இரண்டு மாலுமிகள் ஆபத்து நிறைந்த சூழ்நிலையில், அந்த அதிகாரியைக் காப்பாற்ற, கொந்தளித்துக் கொண்டிருந்த கடலில் இறக்கப்பட்டனர். மீதமிருந்த மற்ற மூவரும், கப்பலினால் மீட்கப்பட்டனர்.

கப்பலிலிருந்து கமாண்டர் முரளி, தன் மேலதிகாரியான கமோடர் மோஹித் குப்தாவைத் தொடர்பு கொண்டார். அவர்தான் அந்தச் சமயத்தில் மும்பையிலிருந்த மேற்குக் கப்பற் படையின் (COMCOS) தலைவராக இருந்தார். அனுமதி கிடைக்கப் பெற்றதும், கமாண்டர் முரளி INS ஷன்குஷை தளத்திற்குத் திரும்ப உத்தரவிட்டார்.

INS ஷன்குஷ் வருணா பயிற்சியிலிருந்து வெளியேறியதால், இன்னொரு கப்பல் அந்தப் பயிற்சியை மேற்கொள்ள அனுப்பப்பட்டது. அனேகமாக இரண்டு கப்பல்களும் ஒன்றையொன்று கடந்து போயிருக்கும்.

இப்போது இந்தியக் கப்பற்படையின் தலைமையகத்தில் ரியல் அட்மிரலாக இருக்கும் கமோடர் மோஹித், INHS அஸ்வினி கப்பற்படை மருத்துமனையில் மோகலை வரவேற்கக் காத்திருந்தார். "அவர் மருத்துவமனைக்குக் கொண்டு வரப்பட்டபோது, அவருக்கு உயிர் இருந்தது.

நான் தீவிர சிகிச்சைப் பிரிவின் வெளிப்புறம் நின்றவாறு காத்துக் கொண்டிருந்தேன். அவர் தன் நகங்களின் நுனிவரை வீரமும், தீரமும் நிரம்பியவர். இப்போது அவர் ஒரு செயற்கரிய செயலைச் செய்திருந்தார். அவர் எப்படியும் பிழைத்துவிடுவார் என்று நான் உறுதியாக நம்பினேன்."

அன்று காலை கர்ஷுன் மொகல் எடுத்த முதல் தொலைபேசி அழைப்பு, இந்தியக் கடற்படையில் அவர் கணவருடன் பணியாற்றி வரும் ஓர் இளைஞரான அதிகாரியிடமிருந்து வந்தது. கடற்படையிலிருந்து வரும் அழைப்புகளை நிராகரிக்க முடியாது என்று அவருக்குத் தெரியும்.

கர்ஷின் சொல்கிறார்: "ஃபிர்தௌஷுக்கு அடிபட்டிருப்பதாகவும், நான் உடனே *INHS* அஸ்வினி மருத்துவமனைக்குச் செல்ல வேண்டும் என்று எனக்கு அறிவுறுத்தப்பட்டது. என்ன நடந்ததென்று எனக்கு விவரமாகச் சொல்லப்படவில்லை. மருத்துவமனைக்கு நான் விரைந்து செல்ல வேண்டும் என்று மட்டுமே எனக்குச் சொல்லப்பட்டது. நான் அப்போது புறநகர்ப் பகுதியில் இருந்தேன். அங்கிருந்து தெற்கு மும்பையிலிருந்த மருத்துவமனையை அடைய இரண்டு மணி நேரமாகும். கோட்டைப் பகுதியில் பணியாற்றிக் கொண்டிருந்த என் அம்மாவிடம், விரைந்து மருத்துவமனைக்குச் செல்லுமாறு நான் சொன்னேன். என் மகன் என் கணவரின் பெற்றோரின் வீட்டிலிருந்தான்."

அலுவலகத்தில் தன்னுடன் பணியாற்றிய ஒருவருடன் கர்ஷின் மருத்துவமனைக்குச் சென்று கொண்டிருந்தபோது, அவர் கடற்படையில் பணியாற்றிக் கொண்டிருந்த தன் கணவரின் நண்பர்களைத் தொடர்ந்து அழைத்துக் கொண்டிருந்தார். ஆனால் எந்தப் பயனும் இல்லை!

"நான் மிகப் பதற்றமாக இருந்தேன். என் மனதில் எதிர்மறை எண்ணங்கள் நிரம்பியிருந்தன. மருத்துவமனையில் என்ன நடந்துகொண்டிருக்கிறது என்று எங்களுக்குச் சொல்லவில்லை.

நான் அங்கே இருக்க வேண்டும் என்று அவர்கள் நினைத்தார்கள் என்று புரிந்துகொண்டேன். நீர்மூழ்கிக் கப்பல்களில் பணியாற்றுபவர்களின் வேலை அபாயகரமானது என்று எனக்குத் தெரியும். ஆனால், இப்படி நடக்கும் என்று நான் கனவிலும் நினைக்கவில்லை. வாழ்க்கையெனும் ஓடம் இதுவரை நன்றாகத்தான் போய்க்கொண்டிருந்தது, இதுவரை எந்தப் பாடத்தையும் கற்றுத் தராமல். அவர்கள் வீரமிக்கவர்கள். அவர்கள் தங்கள் மனைவிமார்களிடம் நடந்தது என்னவென்று முழுமையாகச் சொல்வதில்லை, எப்போதும்!"

INHS-ன் எட்டாவது மாடியில் மருத்துவர்கள் காயம்பட்ட அந்த அதிகாரியை உயிர் பிழைக்க வைக்க அரும்பாடுபட்டுக் கொண்டிருந்தார்கள். ஆனால் எடுக்கப்பட்ட 'ஸ்கேன்கள்' அவருக்குத் தலையில் ஆழமான காயம்- எலும்பு முறிவு- ஏற்பட்டிருந்ததைக் காட்டின. இப்படித் தலைக்காயம் பட்ட எவரும் பிழைத்ததாக சரித்திரம் இல்லை.

ஃபிர்தௌஷ் மருத்துவமனைக்குக் கொண்டுவரப்பட்டு, ஒரு மணி நேரம் கழித்து அவர் இறந்து விட்டார் என்று அதிகாரபூர்வமாக அறிவிக்கப்பட்டது.

"நான் ஹாஜி அலியைக் கடந்து கொண்டிருந்தபோது, ஃபிர்தௌஷுடன் பணிபுரிபவர்களை மீண்டும் அழைத்தேன். அவர்களிடம் என்னிடம் பொய் சொல்ல வேண்டாம் என்று கத்தினேன். என் அம்மா இதற்குள் மருத்துவமனைக்குச் சென்றுவிட்டிருந்தார். அவர் மயங்கி விழுந்துவிட்டார் என்று எனக்குச் சொல்லப்பட்டது. நான் என்னால் முடிந்தவரை வேகமாகச் சென்றேன். என் மனதில் ஏதோ ஒன்று சொன்னது, நான் மருத்துவமனையை அடையும்போது, ஃபிர்தௌஷ் உயிரோடு இருக்க மாட்டார் என்று!"

கமோடர் மோஹித் சொல்கிறார்: "நாங்கள் எங்களால் முடிந்தவரை முயற்சி செய்தோம். ஆனால், வீரம் மிக்க அந்த அதிகாரியை எங்களால் காப்பாற்ற முமுடியவில்லை. அவர்

C.O அறிவார்; அவரின் சக மாலுமிகள் அறிவார்கள்; அவர் குடும்பத்தினர் அறிவார்கள். நான் அறிவேன்- கடலில் மூழ்கிக் கொண்டிருந்த மாலுமிகளைக் காப்பாற்ற அவரே கடலில் குதித்திருக்க வேண்டியதில்லை என்று. ஒரு செயல் அதிகாரியாக அவர் அந்த வேலையைச் செய்திருக்க வேண்டியதில்லை. அவர் செயல் அவர் மனிதருள் மாணிக்கம் என்பதையே காட்டுகிறது."

மும்பையை நோக்கி வேகமாகச் சென்று கொண்டிருந்த INS ஷன்குஷ், சீக்கிரமாகவே தன் வேகத்தைக் குறைத்துக்கொள்ள வேண்டி வந்தது. சில வாரங்களுக்கு முன்புதான் மும்பையின் ஜவஹர்லால் நேரு போர்ட் ட்ரஸ்டிலிருந்து வந்து கொண்டிருந்த INS சித்ரா, MV கலிஜா-3 என்ற வாணிபக் கப்பலுடன் மோதியிருந்தது. மும்பையிலிருந்து 9 கி. மீட்டர் தொலைவில் இந்த விபத்து நடந்தது. அதன் பெரும் கன்டெய்னர்கள் கடல் பரப்பு முழுவதும் அங்கங்கே சிதறிக் கிடந்தன. இது கடலில் கப்பலைச் செலுத்துவதற்கு மிக ஆபத்தான சூழ்நிலை. இதனால் நீர்முழ்கிக் கப்பல் மிக மெதுவாக மிகுந்த ஜாக்கிரதையுடன் செல்ல வேண்டியதாயிற்று.

"காலை சுமார் 9.15 மணியளவில், நாங்கள் மொகலையும், மற்றவர்களையும் காப்பாற்றினோம். அதன் பின் நாங்கள் துறைமுகம் நோக்கிச் செல்லத் தொடங்கி, கப்பல் துறையை இரவு 7 மணியளவில் அடைந்தோம். அங்கே நிறைய பேர் காத்துக் கொண்டிருந்தார்கள். அவர்கள் மொகல் இறந்த செய்தியை எங்களிடம் சொன்னார்கள். அப்போதுதான், நான், என் வீரமிக்க செயல் அதிகாரியை இழந்துவிட்டேன் என்று உணர்ந்தேன்" என்கிறார் கமாண்டர் முரளி.

கமாண்டர் முரளியும், INS ஷன்குஷுவைச் சேர்ந்த மற்றவர்களும் உடனே கடற்படை மருத்துவமனைக்கு விரைந்தனர்.

"நான் அவர் உடலைப் பார்க்க விரும்பினேன். திருமதி மொகலையும் சந்தித்து உண்மையில் என்ன நடந்தது என்று

நேரே சந்தித்துச் சொல்ல விரும்பினேன். ஆனால், நான் போய்ச் சேருவதற்குள் உடலை அவர் வீட்டிற்கு எடுத்துச் சென்றுவிட்டிருந்தனர். அவர்கள் இறுதிச் சடங்கை இரண்டு நாட்கள் கழித்து வைத்துக் கொண்டிருந்தனர். அன்றிரவு, நான் என் மாலுமிகளிடம் பேசினேன். அவர்கள் அன்று பெரும் வீரத்துடன் ஒரு செயற்கரிய செயலைச் செய்திருக்கிறார்களென்று நான் சொன்னேன். அதே சமயம் நாங்கள் ஒரு வீரமிக்க அதிகாரியையும் இழந்து விட்டோம் என்றும், அது ஈடு செய்ய முடியாத இழப்பு, அது பெரும் துன்பம் என்றும் அவர்களிடம் சொன்னேன்" என்கிறார் கமாண்டர் முரளி.

அந்த ஆகஸ்ட் காலையில், ஃபிர்தௌஷைக் கடலில் குதிக்க வைத்தது எது?

"கொஞ்சம் கற்பனை செய்து பாருங்கள். ஃபிர்தௌஷ் கடலில் தத்தளித்துக் கொண்டிருக்கும் மூன்று மாலுமிகளைப் பார்க்கிறார். உடனே, கடலில் குதித்து விடுகிறார். அது தலைசிறந்த தலைமைப் பண்பின் ஒரு மின்னல். அறிவால் இயக்கப்படும் யாரும் அந்தச் செயலைச் செய்ய மாட்டார்கள். கடமையின் ஆன்மாவால் உந்தித் தள்ளப்பட்டுத்தான் அது நிகழ்ந்திருக்க வேண்டும். அவர் தன் உடலால் அந்த மாலுமிகளை மேல் நோக்கி உந்தித் தள்ளினார். சிலரை அவரின் தோள்கள் தாங்கிக் கொண்டிருந்தன. அது ஒரு அசாதாரணமான முயற்சி! மிகச் சிறந்தவர்களால் கூட அப்படிச் செய்ய முடியாது!" என்று புகழ்கிறார் கமாண்டர் முரளி.

இரண்டு நாட்கள் கழித்து அவருக்குத் தன் செயல் அதிகாரியின் உடலைப் பார்க்கவும், அவர் மனைவியைச் சந்திக்கவும் வாய்ப்புக் கிடைத்தது.

"என்னால் பேச முடியவில்லை. என் தொண்டையில் எதோ அடைத்துக் கொண்டது. நான் மெல்லிய குரலில் சொன்னேன், 'நான் அவரைக் காப்பாற்ற எவ்வளவோ முயற்சி செய்தேன். ஆனாலும் என்னால் முடியவில்லை!' அவர்

வீரத்தை வார்த்தைகளால் விவரிக்க முடியாது! அவருடன் இருந்த மற்ற வீரர்கள் அவர்தான் முதலில் மேலேறிச் செல்ல வேண்டும் என்று அவரை வேண்டிக்கொண்டபோது அவர்களைக் கடிந்துகொள்வதை நான் பார்த்தேன். அவர்கள் சொன்னார்கள்: 'ஸார், அவர்தான் முதலில் மேலே செல்ல வேண்டுமென்று நாங்கள் எவ்வளவோ வற்புறுத்தினோம் ஆனால், எங்களுக்குப் பின்னால்தான் வருவேன்' என்று தீர்மானமாகச் சொல்லிவிட்டார். தான் முதலில் மேலேறி, அவர் தன் உயிரைக் காப்பாற்றிக் கொண்டிருக்கலாம் என்று நான் அவர் மனைவியிடம் சொன்னேன். அவர் மனைவியோ, தன் உயிரைவிட தன் சக மாலுமிகளின் உயிரையே தன் கணவர் பெரிதும் மதித்தார் என்று அவர் பதிலிறுத்தார்."

ஃபிர்தௌஷ்-கர்ஷினின் மகனுக்கு, அவன் அப்பா இறந்தபோது வயது இரண்டு. நல்லவேளை நடந்தது என்னவென்று அறியும் வயது அவனுக்கில்லை. பாசமும், நேசமும் மிக்க, அவனைப் போற்றிப் பாதுகாக்கும் ஒரு பார்ஸி குடும்பத்தின் அரவணைப்பில் அவன் வளர்ந்தான். இப்போது, அவனுக்கு வயது பத்து. எப்படியிருப்பார் என்று அறிய முடியாத தன் அப்பாவைப் பற்றி இப்போது ஓயாமல் பேசுகிறான். அவரைப் பற்றிப் பிறர் அதிகமாகப் பேசுவதை அவன் கூர்ந்து கவனிக்கிறான்.

"நான் அவனிடம் என்ன நடந்தது என்று சொல்லக்கூடாது என்று பலரும் சொல்கிறார்கள். ஆனால் என்ன நடந்தது என்று தெரிந்துகொள்ள அவனுக்கு உரிமை இருக்கிறது என்றே நான் நினைக்கிறேன். இன்று அவன் தன் தந்தையைப் பற்றிப் பெருமையாகப் பேசுகிறான். அவனுக்கு நான்கு வயது நடந்து கொண்டிருக்கும்போதே, அவன் தன் தந்தையைப் பற்றிப் பேச ஆரம்பித்து விட்டான். அவன் அப்படித்தான் வளர வேண்டும் என்று நான் நினைத்தேன். எந்த விதத்திலும் அவன் தனிமைப்பட்டுப் போவதை நான் விரும்பவில்லை. அவன் தந்தை ஒரு பெருமைமிக்க பாரம்பரியத்தை விட்டுச்

சென்றிருக்கிறார். அவரின் வீர ஆன்மா சாந்தியடையும் வகையில் நாங்கள் நடந்து கொள்ள வேண்டுமல்லவா?" என்று கர்ஷன் நம்மிடம் கேட்கிறார்.

இந்தியாவின் சிறிய நீர்மூழ்கிக் கப்பல் படையில் ஃபிர்தௌஷின் பெயரை யாரும் அவ்வளவு எளிதில் மறந்துவிட மாட்டார்கள்.

கமோடர் மோஹித் சொல்கிறார்: "அவரை எல்லோரும் ஒரு சூப்பர் ஹீரோவாகத்தான் நினைக்கிறார்கள். நீர்மூழ்கிக் கப்பற்படையில் நீங்கள் யாரை வேண்டுமானாலும் கேட்டுப் பாருங்கள்- அவர் பெயரை யாரும் மறக்கவில்லை என்பதைப் புரிந்து கொள்வீர்கள். ஏதோ நேற்றுதான் நடந்தது போல, அந்தத் துயரச் சம்பவத்தை நாங்கள் நினைவு வைத்திருக்கிறோம்!"

அவருக்கு மரியாதை செய்யும் விதமாக செயற்கையாக உருவாக்கப்பட்ட ஒரு நீர்மூழ்கிக் கப்பல் பயிற்சிக்களத்திற்கு இந்தியக் கடற்படை அவர் பெயரை வைத்திருக்கிறது. திருமணங்கள் நடைபெறும் இடங்களுக்கும், ஒரு மின் பயிற்சிப்பள்ளிக்கும் அவர் பெயர் வைக்கப்பட்டிருக்கிறது. ஆனால் எல்லா இராணுவ வீரர்களின் வாழ்க்கையில் நடைபெறுவதைப் போலவே அவர் வாழ்க்கையிலும் நடந்தது. ஆம்! அவர் குடும்பத்தினர், நண்பர்கள் மட்டுமே அவரை இன்னும் நினைவு வைத்துக் கொண்டிருக்கிறார்கள். இராணுவத்திற்கு வெளியே அவரை நினைத்துப் பார்ப்பவர் யாருமில்லை!

"நீர்மூழ்கிக் கப்பல் மட்டும் சட்டென்று தடுமாறியிருக்காவிட்டால், ஃபிர்தௌஷுக்குத் தலைக்காயம் ஏற்பட்டிருக்காது. அவர் சிறிய காயத்துடன் கப்பலுக்கு வந்திருப்பார். அவர் காயம் குணமடைந்து, இந்நேரம் எங்களுடன் இருந்திருப்பார். அவரைப் பற்றிச் சொல்லப்படும் கதைகளைக் கேட்கும்போது... அவரைப் பற்றி எழுதப்படும் எல்லா கதைகளையும் நான் படித்திருக்கிறேன். அவற்றைப் படிக்கும் ஒவ்வொரு முறையும், நான் நிலைகுலைந்து போகிறேன்! அவர் ஒரு தனி ரகம். அவர் மனிதரே அல்ல; அவர் ஒரு தெய்வப் பிறவி!"

அவர் இறந்த பின், கர்ஷின் மொகல் தன் கணவரைக் கடலை நோக்கித் தள்ளிய சக்தி எது என்று ஆராய்ந்து கொண்டே இருக்கிறார். அவர் இறப்பு அவருக்குத் தாங்க முடியாத இழப்புதானென்றாலும், அன்றிரவு நடந்துவிட்ட சம்பவத்தில் அவருக்கு ஒரு அலாதியான நிம்மதி ஏற்பட்டது.

“நான் நினைத்துப் பார்க்கிறேன். அவர் உயிர் பிழைத்து, வேறு யாராவது இறந்திருந்தால் ஃபிர்தௌஷ் எப்படி உணர்ந்திருப்பார்? அதற்கப்புறம் முன்பிருந்ததைப் போல அவர் ஒருபோதும் இருந்திருக்க மாட்டார். அவர் தன்னை மன்னித்துக் கொண்டிருக்கவே மாட்டார். என் துணைவரை, என் குழந்தையின் தந்தையை நான் இழந்துவிட்டேன். ஆனால், மற்றவர்கள் யாராவது இறந்து போயிருந்தால், மீதமிருக்கும் அவர் வாழ்க்கை நரகமாயிருக்கும். அதன் பின் அவர் ஒருபோதும் பழைய மொகலாக இருந்திருக்க மாட்டார். அவர் குடும்பமும், அவருடன் கடற்படையில் பணியிலிருந்தவர்களும் அவரைத் தன் கீழ் பணிபுரிபவரின் உயிரைக் காப்பாற்றிய உத்தமர் என்றே நினைக்கிறார்கள்.

என் வீரர்கள்தான் என் உலகம் என்று அவர் சொல்வார். எல்லோருமே, தங்கள் உயர் அதிகாரிகளை மதிப்பவர்கள் தான். ஆனால் உண்மையான பெருமை என்பது, உங்கள் கீழ் பணிபுரிபவர்களை நீங்கள் எப்படி நடத்துகிறீர்கள் என்பதில்தான் இருக்கிறது!” என்று பெருமைக்குப் புதிய பொருள் சொல்லுகிறார் கர்ஷின்.

யாஷின் நிறைய புத்தகங்களைப் படிப்பவன். அவன் இந்தியக் கடற்படையின் சஞ்சிகைகளைக் கூட படிக்கிறான். இவற்றை அவன் அம்மா, அவனுக்குச் சேகரித்துக் கொடுத்திருக்கிறார். இதில் அவர் இறந்த விபத்தும் அடக்கம்.

“இந்தக் குழந்தைக்கு ஏன் மன ரீதியான வழிநடத்தல் தேவைப்படவில்லை என்று யாஷினின் ஆசிரியர்கள் வியந்து போகிறார்கள். அவன் ஒரு பெருமிதமிக்க, மகிழ்ச்சியான

பையன். அவன் தன் அப்பாவைப் பற்றிப் பேசுவதை மிகவும் விரும்புகிறான். அதைப் பார்க்கும்போதும், கேட்கும்போதும் எனக்கு மிக நிம்மதியாக இருக்கும்” என்று மகிழ்கிறார் கர்ஷின்.

மும்பையிலிருக்கும் இராணுவத்தின் ஓர் அங்கமாகவே கர்ஷன் தன்னை இன்றும் அடையாளப்படுத்திக் கொள்கிறார். அடிக்கடி, அவருக்கு இந்தியக் கடற்படையிலிருந்து இன்னும் ‘நல விசாரிப்பு’களும். ‘ஏதேனும் உதவி தேவையா?’ என்ற வேண்டுகோள்களும் வந்த வண்ணம் இருக்கின்றன. தான் அழைக்கப்படும் கடற்படை விழாக்களில் அவர் கலந்து கொள்கிறார். மாலை நேர விழாக்களிலும், இரவு விருந்துகளிலும் மட்டும் அவர் கலந்துகொள்ள பணிவுடன் மறுத்துவிடுகிறார்.

“அந்த மாதிரி விழாக்களில் நான் கலந்துகொள்வதில்லை. அங்கே சென்றால், நான் சீருடை அணிந்து கொண்டிருக்கும் அதிகாரிகளைப் பார்க்க நேரிடும். அப்போதெல்லாம், எனக்கு ஒரு காலத்தில் ஃபிர்தௌஷும் இப்படித்தானே இருந்தார் என்ற நினைவு என் மனதில் மேலோங்குவதைத் தவிர்க்க முடியாது. நாங்கள் ஜோடியாக அந்த மாதிரி விழாக்களுக்குச் சென்றிருக்கிறோம்.”

2011, ஜனவரியில், மரணத்திற்குப் பின்னால் தன் கணவருக்கு, வழங்கப்பட்ட தீரச் செயலுக்கான ‘சௌரிய சக்ரா’ விருதை பெற்றுக்கொள்ள கர்ஷன் டெல்லி சென்றார். விருதை பெற்றுக்கொள்வதற்காக, குடியரசுத் தலைவர் மாளிகைக்கு கர்ஷினை ஒரு மூத்த கடற்படை அதிகாரி அழைத்துச் சென்றார்.

அப்போது அந்த அதிகாரி என்னிடம் சொன்னார்... “உங்கள் கணவர் அந்த மாலுமிகளைக் காப்பாற்ற கடலில் குதித்திருக்க வேண்டியதில்லை. அப்போது நான் அவரிடம் சொன்னேன், ‘என் கணவரைப் பற்றி உங்களுக்குத் தெரியாது!’ மீண்டும் அதே மாதிரி ஒரு சூழ்நிலை வந்தால் மீண்டும் அவர் அவ்வாறேதான் செய்வார். சில மனிதர்கள் மாமனிதர்களாகவே படைக்கப்படுகிறார்கள். இப்படித்தான் என்னை நான்

சமாதானப்படுத்திக் கொள்வது வழக்கம். அந்த வீரர்களைக் காப்பாற்றுவதே அவர் இலட்சியமாக இருந்தது. நம்மில் பலர் எந்தவித இலட்சியமும் இல்லாமல் வாழ்கிறோம். ஆனால் ஃபிர்தௌஷுக்கு எந்தவித சலனமோ, சந்தேகமோ இல்லை! தான் என்ன செய்ய வேண்டும் என்பதில் அவர் மிகவும் தெளிவாக இருந்தார். நான் இதைத் திரும்பத் திரும்ப சொல்வேன்: அவர் மீண்டும் அதையேதான் செய்வார் என்று என் உள்ளம் சொல்கிறது!”

சௌரிய சக்ராவுடன் வழங்கப்பட்ட சான்றிதழ் கர்ஷனின் வரவேற்பு அறையில் தொங்கவிடப்பட்டிருக்கிறது. அதில் இவ்வாறு குறிப்பிடப்பட்டிருக்கிறது: “லெப்டினென்ட் கமாண்டர் ஃபிர்தௌஷ் தாராப்ஷா மொகல் மரணத்தின் வாயிலில் அசாத்தியமான வீரத்தையும், அச்சமின்மையையும் வெளிப்படுத்தி, உயிர்த்தியாகம் செய்து, ஆறு வீரர்களின் உயிர்களைக் காப்பாற்றி இருக்கிறார்.”

முதலிலெல்லாம் யாராவது கேள்வி கேட்டால் கர்ஷினுக்குக் கோபம் வரும். ஆனால், இப்போதெல்லாம் அது பழகிப் போய்விட்டது.

“ஒரு சமயம், என்னிடம் ஒருவர் கேட்டார்: ‘உங்கள் கணவர் கடலில் குதித்தபோது, அவர் தன் மனைவியையும், குழந்தையையும் நினைத்தே பார்க்கவில்லையா?’ இல்லை என்று நான் அவருக்குப் பதில் சொன்னேன். ஃபிர்தௌஷை எனக்கு நன்கு தெரியும். தன் ஆட்கள் கடலில் மூழ்கிக் கொண்டிருக்கிறார்கள் என்பதைத் தவிர அவருக்கு அப்போது வேறு சிந்தனையே இருந்திருக்காது!” என்று சொல்கிறார் கர்ஷன்.

9

எப்போது ஆரம்பிக்க வேண்டும் என்று மட்டும் எனக்குச் சொல்லுங்கள் ஸார்!

கேப்டன் பிரதீப் ஷோரி ஆர்யா

பெங்களூரு

10 மே 2017

"எனக்கு ஒரே ஒரு வாக்குறுதியை மட்டும் தாருங்கள், உங்களுக்கு வழங்கப்படும் பதக்கங்களைப் பெற்றுக்கொள்ள நீங்கள் உயிரோடு இருப்பீர்கள் என்று. உங்களுக்குப் பதிலாக நான் அவற்றைப் பெற்றுக்கொள்ளும் நிலை வராது என்று எனக்கு வாக்குறுதி தாருங்கள், பிரதீப்!"

தன் உதடுகளில் புன்னகை எட்டிப்பார்க்க தீபா ஆர்யா கொஞ்சம் நெளிந்தார். அலைபேசியின் அந்த முனையில் மௌனம். ஆனால் அவருக்குத் தெரியும் தன் கணவர் புன்னகை செய்து கொண்டிருக்கிறாரென்று. இந்த மாதிரி சொற்போருக்கு, ஆர்யா தன்னைப் பாதியளவுதான் தயார் செய்து கொண்டிருக்கிறார், கடந்த மூன்றாண்டுகளில்.

அன்று தேதி மே 10, வருடம் 2017. அவர்களுடைய பதின்மூன்றாவது திருமண நாள். அவர்களுடைய பெங்களூரு வீட்டில் தீபாவுடன் அதைக் கொண்டாடலாம் என்று வாக்களித்திருந்தார். ஆனால், மும்பையிலிருந்து அவரை வெளியே கொண்டு சென்ற ஒரு விமானப் பயணம் அவரை நேர் எதிர்த் திசையில் அழைத்துச் சென்றது.

ஜம்மு, காஷ்மீரின் பாரமுல்லா பகுதியின் யூரியிலிருந்த சிறப்புப் படை முகாமிலிருந்த அவர், அந்த அழைப்பைத் துண்டித்தார். தீபாவின் வார்த்தைகளை அசைபோட்டுக்கொண்டே, கேப்டன் பிரதீப் இடநெருக்கடி மிகுந்த தன் வசிப்பிடத்திற்குத் திரும்பினார். அவர் அறையில் அவருடன் இன்னும் மூன்று பேர் வசித்தனர். மற்றவர்களைப் போல், அவரால் அந்த இடத்துடன் ஒன்றிப்போக முடியவில்லை. ஏனெனில், கேப்டன் இராணுவத்தைச் சேர்ந்தவரே அல்ல. அவர் இந்திய வருமான பணியைச் (இந்திய ரெவின்யூ சர்வீஸ்) சேர்ந்த ஓர் அதிகாரி. வருவாய்த் துறையில் மிக சௌகரியமான வாழ்க்கைக்கு அவர் பழக்கப்பட்டுப் போயிருந்தார். அவரை நன்கு அறிந்தவர்களெல்லாம், இந்தப் பணியை அவர் தேர்ந்தெடுத்தது, 'சுத்தப் பைத்தியக்காரத்தனம்' என்றே சொன்னார்கள்.

எட்டு நாட்களுக்கு முன்பு, தன் பலார்ட் அலுவலகத்தில், பிரதீப் ஷோரி ஆர்யா தன் பணி சம்பந்தமான 'ஃபைல்' கட்டுகளை ஓரந்தள்ளிவிட்டு, தனக்கு மிகவும் பிடித்தமான வறுத்த மீன் உணவை, மதிய உணவாகச் சாப்பிட தன் இருக்கையை விட்டு எழுந்தார். சாப்பிட்டுக் கொண்டிருக்கும்போதே, அவர் IMF-ன் பணக் கடத்தல், மற்றும் தீவிரவாதத்திற்குச் செலவிடப்படும் தொகையைப் பற்றிய அறிக்கையை மேய்ந்தார். இது அவருக்கு மிகவும் பிடித்த சப்ஜெக்ட். அவர் சாப்பிட ஆரம்பித்து மூன்று நிமிடங்களுக்குப் பின் அவருக்கு ஒரு தொலைபேசி அழைப்பு வந்தது. அந்த அழைப்பை அவரால் ஏற்காதிருக்கவே முடியாது.

அழைத்தவர் சொன்னார்: "நண்பா. உன் மூட்டை முடிச்சுகளைக் கட்டிக்கொண்டு உடனே கிளம்பி, மும்பைக்கு முதல் விமானத்தைப் பிடித்துப் போ. அங்கே போனவுடன், உனக்கு விவரம் சொல்லப்படும்." கேப்டன் பிரதீப் தன் இருக்கையில் அனிச்சையாக நிமிர்ந்து உட்கார்ந்து, மீனுடன் இருந்த முள்கரண்டியைத் தட்டின் மீது வைத்தார்.

கூப்பிட்டவர், ஜம்மு காஷ்மீரின் யூரி பகுதியிலிருந்த ஒரு பாரா சிறப்பு அணியின் C.O. கட்டுப்பாட்டுக் கோட்டிற்கு அருகில்

இருந்த அந்தப் பகுதி ஓர் எரிமலை. எட்டு மாதங்களுக்கு முன்பு, ஒரு பயங்கரமான தாக்குதலில், தீவிரவாதிகள் 19 இராணுவ வீரர்களைக் கொன்றிருந்தனர். நாட்டையே ஒட்டுமொத்தமாக உலுக்கிப்போட்ட தாக்குதல் அது. 2016-ம் ஆண்டு, செப்டம்பர் 29-ல் நடத்தப்பட்ட 'சர்ஜிகல் ஸ்டிரைக்' கிற்கு இந்தத் தாக்குதல்தான் காரணம்.

இந்தியாவின் அந்த பயங்கரப் பழிவாங்கும் எதிர் நடவடிக்கையில், பாகிஸ்தான் இராணுவ வீரர்கள் மற்றும் தீவிரவாதிகளென முப்பத்தாறு பேர் கொல்லப்பட்டனர்.

கேப்டன் பிரதீப் பதில் சொன்னார்: "இதோ கிளம்பிவிட்டேன் ஸார். ஜெய் ஹிந்த்." விவரங்கள் பின்னால் சொல்லப்படும் என்றால், இப்போது மேற்கொண்டு கேள்விகள் கேட்டுக் கொண்டிருப்பதில் அர்த்தமில்லை; அதற்கு இடமுமில்லை. செய்ய வேண்டியதெல்லாம் உடனே, விரைந்து கிளம்புவதுதான்.

ஆனால், அவரொரு வரித்துறை அதிகாரி!

பிரதீப் ஒரு கூடுதல் வருமானவரி 'கமிஷனராக', சர்வதேச வரிப்பிரிவில் பணியாற்றி வந்தார். ஓர் அழைப்பு வந்தால், எல்லாவற்றையும் போட்டது போட்டபடி, அப்படியே விட்டுவிட்டுப் போக முடியாத வேலை அது. அவர் இந்திய எல்லையோர இராணுவத்தில் ஒரு கேப்டனின் அழைப்பு இராணுவத்திலிருந்து வந்திருந்த போதும், பார்த்துக் கொண்டிருந்த பணியை விட்டுவிட்டுச் செல்ல, அவர் தன் மேலதிகாரியின் அனுமதியைப் பெற வேண்டும்.

இராணுவத்தில் பிரதீப் 2009-ல் சேர்ந்தார். இதன் 'ரிசர்வ்' அணிக்கு ஆட்கள் பல்வேறு துறைகளிலிருந்தும் சேர்த்துக் கொள்ளப்படுவார்கள். இப்படிச் சேருபவர்கள் ஒவ்வொரு வருடமும் குறைந்தபட்சம் இரண்டு மாதங்களுக்காவது, முழு நேர இராணுவ வீரர்களுடன் இணைந்து பணியாற்ற வேண்டும். அதே சமயம், இராணுவம் கூப்பிட்ட குரலுக்கு

ஓடியும் வர வேண்டும். காஷ்மீர் பள்ளத்தாக்கிலிருந்த சிறப்புப் படைப்பிரிவுடன் கேப்டன் பிரதீப் இணைக்கப்பட்டிருந்தார். தன் வழக்கமான வேலையில் அவர் ‘சிவில்’ உடையில் நன்றாக இஸ்திரி செய்யப்பட்ட ‘ஷர்ட்’, ‘பேன்ட்’ ‘ஷூ’க்களுடன் இருப்பார். ஆனால், அவரின் இன்னொரு வேலையிலோ, இந்தியாவில் மிக விரும்பப்பட்ட இராணுவப் பிரிவின் தொப்பியுடன் காட்சி அளிப்பார். கேப்டன் பிரதீப்பால், ஓரிரு நிமிடங்களில் இராணுவத்தின் போர் சீருடைக்கு மாறிவிட முடியும்.

ஆனால், இதற்கெல்லாம் முதலில், அவர் தன் மேலதிகாரியின் அனுமதியைப் பெற வேண்டும்.

பிரதீப், தான் படித்துக் கொண்டிருந்த *IMF*-ன் அறிக்கையைத் தன் மேஜை இழுப்பறைக்குள் கடாசினார். தீவிரவாதிகளுக்கு எப்படி, எங்கேயிருந்து பணம் போகிறது என்பதைப் பற்றியும் அதைத் தடுத்து நிறுத்தும் வழிகளைப் பற்றியும் ஆராயும் அறிக்கை அது. இந்த மாதிரி விஷயங்களில் பிரதீப் நிபுணத்துவம் பெற்றிருந்தார். எனவே, அவரைப் பொறுத்தவரையில், அது முக்கியமான அறிக்கை. *2017* ஜனவரியில், அந்த இளம் அதிகாரிக்கு இப்படிப்பட்ட விஷயங்களில் இருந்த ஆர்வமும், அறிவுத்திறனும் அங்கீகரிக்கப்பட்டது. ஆம். ஜம்மு, காஷ்மீரில் தீவிரவாதிகளுக்கு பணம் எங்கிருந்து வருகிறது என்பது பற்றியும், அரசுக்கு எதிரான நடவடிக்கைகள் பற்றியும் ஒரு மிகப் பயனுள்ள அறிக்கையை அவர் தயாரித்துத் தந்ததற்காக, அவருக்கு, ‘*Chief Of Army Staff*’-ன் பாராட்டுப் பத்திரம் கிடைத்தது. அவர் தற்போது படித்துக் கொண்டிருந்த அறிக்கை அவரின் பல சந்தேகங்கள் சரியானவையே என்று உறுதி செய்தது. அவர் *C.O*-வின் அழைப்பு, அந்த அறிக்கையை மீண்டும் படிக்க வேண்டும் என்று சொல்லாமல் சொல்லியது.

அவர் விரைந்து செயல்பட்டார். முதலில் டெல்லிக்கு ஒரு விமான டிக்கெட் பதிவு செய்ய வேண்டும். அதுமட்டுமல்ல; பெங்களூருவிலிருந்த தன் மனைவியையும் அவர் சமாதானப்படுத்த

வேண்டும். அவர்களின் எதிர்வரும் பதின்மூன்றாவது திருமண ஆண்டு விழாவிற்கு அவருடன் இருக்கப்போவதில்லை என்பதற்காக. அதுமட்டுமல்ல, தன் நண்பர்களுடன் பலமுறை திட்டமிட்ட தள்ளிப் போய்க்கொண்டேயிருந்த கொலாபாவில் கொண்டாட நினைத்திருந்த விருந்தை, மீண்டும் தள்ளிப்போட வேண்டியிருப்பதை நண்பர்களிடம் சொல்லி சமாதானப்படுத்த வேண்டும். ஆனால், உண்மையிலேயே சிக்கலான விஷயம், அவர் மேலதிகாரியின் அனுமதியைப் பெறுவதுதான். அவர் மேலதிகாரி ஷரண்ஜீத் குலாதி, வருமான வரி கமிஷனர். அனுமதியைப் பெற அவருக்கு வலுவான காரணம் இருந்தது; காஷ்மீரில் பணிபுரிய இராணுவத்தின் அழைப்பு. இருப்பினும், தன் மேலதிகாரியைச் சம்மதிக்க வைப்பது மிகச் சிக்கலான விஷயம் என்று அவருக்குத் தெரியும். அவர் அறையின் கதவைத் தட்டும்போது, தான் சொல்லப்போகும் விஷயத்தை அவர் அவ்வளவாக விரும்ப மாட்டார் என்றே அவருக்குத் தோன்றியது.

மேலதிகாரி கேட்டார்: "என்னப்பா, மீண்டும் இரண்டு மாதமா? இதைக் கொஞ்சமும் நம்ப முடியவில்லையே!" அவர் நக்கலடித்தார்.

கேப்டன் பிரதீப் சொன்னார்: "ஸார். இதற்கு ஒரு வழி கண்டுபிடிக்கலாம் என்று நான் நினைக்கிறேன்." அவர் மனம் சீக்கிரம் இந்த உரையாடல் முடிந்து வீட்டிற்குச் சென்று, தன் பொருட்களை மூட்டை கட்ட வேண்டும் என்று நினைத்தது.

"நீ இப்படி அடிக்கடி காஷ்மீர் கிளம்பி விட்டால், இங்கே உன் வேலையை யார் செய்வது? நீ ஏன் ஒரு நீண்ட விடுமுறையை எடுத்துக்கொண்டு இராணுவத்தில் உன் கடமையை முடித்துவிட்டு வரக்கூடாது, ஆர்யா?" மேலதிகாரி கடிந்து கொண்டார்.

"ஸார்! C.O-வே என்னை அழைத்து நான் யூரிக்கு உடனே வர வேண்டும் என்று சொன்னார். காஷ்மீரில் நிலைமை

பற்றி உங்களுக்குத் தெரியாதா?" மன்னிப்புத் தொனி தன் குரலில் தெரிய கேப்டன் பிரதீப் கேட்டார். அவர் மேலதிகாரியின் எரிச்சலிலும், கோபத்திலும் ஒரு நியாயமிருந்தது. ஒரு இராணுவ 'ரிஸர்வு'க்குத் தேவையான குறைந்த பட்ச காலத்தைவிட, கேப்டன் பிரதீப் சிறப்புப் படையில் அதிக காலத்தைச் செலவிட்டிருந்தார். கடந்த இரண்டு வருடங்களில், குறைந்தபட்சத் தேவையான இரண்டு மாதங்கள் என்றில்லாமல், அவர் இராணுவத்துடன் நான்கு மாதங்கள் முதல் ஆறு மாதங்கள் வரை செலவிட்டிருந்தார்.

சலிப்புடன் அவர் மேலதிகாரி கேட்டார்: "நீ எப்போது கிளம்ப வேண்டும்?"

"நாளை ஸார். முடிந்தவரை விரைவில்."

பலார்ட் எஸ்டேட்டிலிருந்து, மலபார் ஹில்லிருந்த அரபிக்கடலைப் பார்த்தவாறு அமைக்கப்பட்டிருந்த கேப்டன் பிரதீப்பின் வீட்டிற்குச் செல்ல 20 நிமிடங்கள் பிடிக்கும். வழியில் அவர் பெங்களூருவிலிருந்த தன் மனைவிக்கும், முந்தைய இரவு 'ஹேங் ஓவர்'-ல், அரை மயக்கத்திலிருக்கும் தன் நண்பர்களுக்கும் போன் செய்ய வேண்டும். அன்று இரவு உணவை சீக்கிரமாகவே முடித்துவிட்ட பிரதீப், இருட்டில் தன் அறை கூரையை உற்றுப் பார்த்தவாறு, தான் அவ்வளவு அவசரமாக அழைக்கப்பட்ட காரணம் என்னவாக இருக்குமென்று யோசித்துக் கொண்டிருந்தார். காஷ்மீரில் பணிபுரிந்து கொண்டிருந்த தன் சிறப்பு அணியின் சகாக்களைப் பற்றியும் அவர் மனம் எண்ணியது. இவர்களுக்கு ஒரு முழு இரவுத் தூக்கம் என்பது எட்டாக் கனி. அவர் நினைத்துக் கொண்டார், அந்த இரவுதான் தன் முழு இரவுக் கடைசித் தூக்கம் என்று. மறுநாள் அதிகாலை விமானத்தைப் பிடித்து அவர் டெல்லி சென்றார். அவர் மனம் அவர் செய்யப்போகும் புதிய 'சாகஸத்தை' எண்ணி அமைதியின்றி தவித்துக்கொண்டிருந்தது.

“என் C.O அதைப்பற்றி ஒரு வார்த்தைகூடப் பேசவில்லை. எதற்காக என்னை அழைத்திருக்கிறார்கள் என்றும் எனக்குத் தெரியவில்லை. அங்கே சென்று அது என்ன வேலை என்று அறிந்துகொள்வதுவரை எனக்கு அமைதியில்லை” என்கிறார் கேப்டன் பிரதீப்.

கட்டுப்பாட்டுக் கோட்டிலிருந்த தீவிரவாதிகள் முகாமின் மேல் 2016 செப்டம்பரில் நடத்தப்பட்ட சர்ஜிகல் ஸ்ட்ரைக்[10] கிற்குப் பிறகு அவர் C.O - இவர் ஓர் இராணுவ கர்னல்- ஒரு குட்டிக்கடவுளாகவே மாறிவிட்டிருந்தார். அதற்காக அவருக்கு யூத் சேவா பதக்கம் வழங்கப்பட்டது. பின்வரும் மாதங்களில் அந்தத் தாக்குதல் சாதாரண மக்களிடையே பெரும் பரபரப்புக்குள்ளானது. இராணுவத்திலும், அரசியலிலும் அது பேசுபொருளாகிவிட்டது.

கர்னலின் பொறுப்பிலிருந்த சிறப்புப் படை இத்துடன்தான் கேப்டன் பிரதீப் இணைக்கப்பட்டிருந்தார்- எதிரிகளின் மேல் நடத்திய அந்த மின்னல் மறைமுகத் தாக்குதல், அடிக்கடி இந்தியாவைச் சீண்டும் பாகிஸ்தானின் அட்டகாசத்திற்கு இந்தியாவால் திருப்பி ஓங்கி அடிக்க முடியும் என்று உலகிற்கு வெளிச்சம் போட்டுக் காட்டியது. அது மட்டுமல்ல; அது இந்தியாவின் இராணுவ பலத்தையும் உலகிற்கு உரத்த குரலில் சொல்லியது. கட்டுப்பாட்டுக் கோட்டுக்கு அப்பாலிருந்த தீவிரவாதிகளின் முகாம்களின் மேல் எவ்வளவு பலமான தாக்குதலை இந்தியா நடத்த முடியும் என்று உலகு உணர்ந்து கொண்டது.

டெல்லியிலிருந்து ஸ்ரீநகருக்குச் செல்லும் விமானத்தைப் பிடித்த கேப்டன் பிரதீப் தன் இருக்கையில் அமர்ந்தவாறே பயண நேரமான 40 நிமிடங்களைத் தூங்கிக் கழிக்க முடிவு

10 2016 சர்ஜிகல் ஸ்ட்ரைக்கின் முதலாவதும், அதிகாரபூர்வமானதுமான விவரங்கள் இந்தப் புத்தகத்தின் தீரமிக்க இந்தியர்கள்: தொகுதி-1-ல் தரப்பட்டுள்ளன.

செய்தார். விமானத்தை விட்டு இறங்கி தான் வரவழைக்கப்பட்ட தளத்திற்குச் சென்றுவிட்டால், தூக்கம் எட்டாக் கனியாகிவிடும் என்று அவருக்குத் தெரியும்.

மிகத் தனிமையான, மிக இருட்டான யூரியிலிருந்த அந்த இடத்திற்குச் சென்றதும் அவருக்கு மிகவும் பரிச்சயமான நறுமணங்கள் அவரை வரவேற்றன. சினார் மரங்களிலிருந்து நறுமணத்தை மென் தென்றல் எடுத்து வந்தது. நீள் முடியும், நீண்ட தாடியும் கொண்ட இந்திய இராணுவத்தின் மிகச் சிறந்த (காஷ்மீரில் பணியாற்றும் பாரா கமாண்டோக்கள் பெரும்பாலும் இப்படித்தான் இருப்பார்கள்) சிலரையும் அங்கே அவர் பார்த்தார்.

கேப்டன் பிரதீப் ஜீப்பை விட்டு இறங்கிய உடனே, ஓர் அதிகாரி கடிந்து கொண்டார்: “ஏன் இவ்வளவு நேரம்? இன்னும் சீக்கிரமாகவே வருவீர்கள் என்று நாங்கள் எதிர்பார்த்தோம்!”

“ஸ்ரீநகருக்கு அருகிலிருந்த குன்மோவில், 106 பாரா காலாட்படை அணியினரைச் சந்திக்க நான் இறங்கினேன். இதுதான் என் அணி” என்கிறார் கேப்டன் பிரதீப்.

“C.O எப்போது வேண்டுமானாலும் வந்து விடுவார். அவர் உதாம்பூரிலிருந்து வந்து கொண்டிருக்கிறார்” என்றார் அந்த அதிகாரி.

“நான் அவரைச் சந்திக்கத் துடித்துக் கொண்டிருக்கிறேன். ‘டைகரை’ச் சந்திக்கக் காத்துக் கொண்டிருக்கிறேன்” பதில் சொன்னார் பிரதீப்.

இராணுவத்தின் வடக்குப் பிரிவின் தலைமையகம் உதாம்பூரிலிருந்தது. பாகிஸ்தான் கட்டுப்பாட்டுக் கோடு நெடுகவும், பணியாற்றி வந்த இராணுவத்தின் செயல்பாடுகள் அனைத்தும் இதன் கீழ்தான் இருந்தன. சிறப்புப் படையின் C.O–க்களும், மற்ற அணிகளின் C.O–க்களும் அடிக்கடி உதாம்பூருக்கு வரவழைக்கப்படுவார்கள். மூத்த அதிகாரிகளுக்குத்

தாக்குதல்கள் பற்றியும், திட்டங்கள் பற்றியும் விவரிப்பதுதான் இதன் நோக்கம்.

சில நிமிடங்களுக்குள் C.O-வின் வாகனம் அங்கே வந்து 'கிறீச்'சிட்டு நின்றது. ஏறத்தாழ ஆறடி உயரமுள்ள, கட்டுடல் கொண்ட அந்த அதிகாரி தன் வாகனத்திலிருந்து கீழே இறங்கினார். தன் அணியினரால் மிகவும் மதிக்கப்பட்ட அவரின் வசீகரம் 2016 ன் சர்ஜிகல் ஸ்ட்ரைக் 'மின்னல் தாக்குதலு'க்குப் பிறகு எட்டா உயரத்திற்குச் சென்று விட்டது. தன் போர் சீருடையில் அவர் தோற்றம் கம்பீரமாக இருந்தது. கண்ணுக்கு புலப்படாத ஓர் ஆளுமை 'ஒளி வட்டம்' அவரைச் சூழ்ந்திருந்தது.

கேப்டன் பிரதீப்பை ஒரு வன்முறுவலுடன் வரவேற்றார்: "நீங்கள் திரும்பி வந்ததில் மிகவும் மகிழ்ச்சி. நீங்கள் ஆர்வமுடன் இருக்கிறீர்கள் இல்லையா? நீங்கள் எப்போதும் சாகஸம் செய்ய விரும்புபவர்; இப்போது அதற்கு ஒரு பொன்னான வாய்ப்பு." வேறெதுவும் பேசாமல், கர்னல் முகாமிலிருந்த தன் இருப்பிடத்தை நோக்கிச் சென்றார்.

மேலதிக விவரங்களைச் சொல்லுமாறு அவரை வற்புறுத்துவதில் எந்தப் பயனும் இல்லையென்று கேப்டன் பிரதீப்புக்குத் தெரியும். C.O தயாராக இருந்தபோது அவர் அழைக்கப்பட்டிருக்கிறார்– ஒரு வினாடிகூட அதற்கு முன்னால் அல்ல. அதிர்ஷ்டவசமாக அவர் இரவு உணவு வரை காத்துக்கொண்டிருந்தால் போதும். அதற்கு மேல் அவர் காத்திருக்க வேண்டியதில்லை.

இரவு உணவு உண்ணும்போது C.O கேப்டன் பிரதீப்பிடமும், மற்றவர்களிடமும் விஷயத்தை விவரித்தார்.

அந்த வாரம், கட்டுப்பாட்டுக் கோட்டருகே அசாதாரண நடவடிக்கைகள் தென்படுவதாக உளவுத் தகவல் வந்திருந்தது. காஷ்மீருக்குள் நுழைய, இராணுவம் போன்ற ஓர் ஊடுருவலை நிகழ்த்த தீவிரவாதிகள் காத்திருந்தனர். கிடைத்த தகவல்

உறுதியானது; நம்பத்தகுந்தது. நன்றாகத் திட்டமிட்ட, அதே சமயம் மிகக் கவனமான ஓர் அவசரகால நடவடிக்கைதான் உடனடித் தேவை. இதைச் செய்து முடிக்கும் பொறுப்பு, கேப்டன். பிரதீப்பிடம் ஒப்படைக்கப்பட்டது.

எட்டு மாதங்களுக்கு முன்னால், யூரியிலிருந்த இராணுவத்தினர் மேல் நடத்தப்பட்ட தாக்குதலின் அவல நினைவுகள் அவர் முன்னால் விரிந்தன. நான்கு தீவிரவாதிகள் குழு, கட்டுப்பாட்டுக் கோட்டை ஊடுருவி வந்து, பயங்கரத் தாக்குதல் நடத்தி, பத்தொன்பது இராணுவ வீரர்களைக் கொன்றிருந்தது. அது ஓர் அதிகாலைத் தாக்குதல். மலைகளால் சூழப்பட்டிருந்த சிறப்புப் படை முகாமின் கொல்லைப்புறத்திலேயே அந்தத் தாக்குதல் நடத்தப்பட்டது. அதன் தாக்கம் இன்னும் இந்திய இராணுவத்தில் எதிரொலித்துக் கொண்டிருந்தது.

சில நாட்கள் கழித்து இந்தியா திருப்பி அடித்தும், பாகிஸ்தான் தன் தீவிரவாத நடவடிக்கைகளை இன்னும் கொதிநிலையிலேயே வைத்திருந்தது.

இன்னும் சில நாட்கள் அல்லது சில வாரங்கள் கழித்து, தீவிரவாதிகள் காஷ்மீருக்குள் ஊடுருவலாம் என்று கேப்டன் பிரதீப்பின் C.O அவரிடம் சொன்னார்.

“C.O ஒரு செயல்திறன் மிக்க தகவலளிக்கும் அணியை உருவாக்க எனக்கு ஆணையிட்டார். அதே சமயம், தீவிரவாதிகள் நம் மண்ணில் கால் வைக்கும் முன்பு, அவர்கள் மேல் ஒரு பதுங்குத் தாக்குதலை நடத்திடுமாறும் எனக்கு ஆணை இடப்பட்டது” என்று கேப்டன் பிரதீப் சொல்கிறார்.

இதைச் சொல்வது எளிது. ஆனால், செயலில்? பிரதீப் பல்வேறு வழிகளிலும் வந்த தகவல்களை ஒருங்கிணைக்க வேண்டும். அதன் பின் அவற்றை வடிகட்ட வேண்டும். அதற்கும் பின், அவர் தன் அணியினருடன் செயலில் இறங்க வேண்டும். இவற்றில் எதுவும் சாதாரணமானது அல்ல. பாகிஸ்தான்

இராணுவமும், அதன் ஐஎஸ்ஐ-யும் உதவிக்கொண்டிருக்கும் தீவிரவாதிகள், அடிக்கடி தங்கள் செயல் திட்டங்களையும், ஊடுருவல் இடங்களையும் மாற்றிக்கொள்வார்கள். இதனால் இந்திய அணியினருக்குக் கடைசி நிமிடம் வரை அவர்கள் திட்டம் என்னவென்று தெரியாது.

சில சமயம் அவர்கள் நம் அணியினர் சற்றும் எதிர்பாராத இடங்களில், எதிர்பாராத நேரத்தில் தாக்குதல் நடத்துவார்கள். இதன் விளைவுகள் எவ்வளவு பயங்கரமாக இருக்கும் என்று சொல்லத் தேவையில்லை!

அன்று பின்னிரவில் கேப்டன் பிரதீப் தன் படைவீட்டிற்குத் திரும்பியபோது அவர் மனதில் ஒரேயொரு எண்ணம்தான் ஓடியது: எந்த நொடியிலும் மரணம் நிகழக்கூடிய ஒரு களத்திற்குத் தம்மை எப்படித் தள்ளிக் கொண்டு வந்துவிட்டது? காஷ்மீர், எப்படி தொடர்ந்து ஒரு கலவர பூமியாக இருக்கிறது. அது அமைதியான வாழ்க்கையிலிருந்து எவ்வளவு தூரம் தள்ளிப் போய்க் கொண்டிருக்கிறது" என்று சிந்தித்தார். பல்வேறு கலவரங்கள் தொடர்ந்து நிகழ்ந்து கொண்டிருக்கும் ஓர் இடத்தில் அவர் பணி ஒரு சிறு புள்ளி. ஆனால் ஒரு சிறு புள்ளியைக் கவனிக்காமல் விட்டுவிட்டால், அது பெரும் ஓட்டையாக மாறிவிடும் என்று யாரோ என்றோ சொல்லியதை அவர் மனம் இப்போது நினைத்துப் பார்த்தது.

அது மே மாதம். அந்த எல்லையோர மாகாணம் ஓர் இருண்ட ஆண்டை எதிர்கொள்ளவிருந்தது. பாகிஸ்தான் இராணுவத்தால் பயிற்சியளிக்கப்பட்ட தீவிரவாதிகள் கண்டபடி இயங்கிக் கொண்டிருந்த நேரமது. கடந்த ஆண்டு இந்தியாவால் நடத்தப்பட்ட சர்ஜிகல் ஸ்ட்ரைக் மின்னல் தாக்குதலின் அவமானத்திலிருந்து பாகிஸ்தான் இன்னும் மீளவில்லை; அதை மறக்கவும் இல்லை. இதனால் பாகிஸ்தான் இராணுவம் காஷ்மீரில், அதன் அமைதியைக் குலைக்க தன்னாலான அனைத்து முயற்சிகளையும் தொடர்ந்து செய்து கொண்டிருந்தது.

இதற்காக, அது கமாண்டோ பயிற்சி பெற்ற தீவிரவாதிகளை பா.ஆ.காஷ்மீருக்குள் அனுப்பிக் கொண்டிருந்தது. இதற்கு வேண்டிய பயிற்சியையும், பணத்தையும் அது தாராளமாக வழங்கி வந்தது.

"அவர்கள் மீண்டும் வாலாட்டத் தொடங்கிவிட்டார்கள். ஆனால், அவர்கள் வாலை ஒட்ட நறுக்க நாங்கள் துணிந்து விட்டோம்!" அந்த இரவைக் கழிக்க தன் நிலவறைக்குச் செல்லும்போது கேப்டன் பிரதீப் நினைத்துக் கொண்டார்.

அந்த முகாமில் இருந்த சிறப்புப் படையைச் சேர்ந்த நிலவறையில் விசேஷமாக ஒன்றும் இல்லை, அங்கு இருந்தவர்களைத் தவிர! கேப்டன் பிரதீப்பின் அறையில் இன்னும் மூவர் தங்கியிருந்தனர். அதிலிருந்த ஒரே 'ஆடம்பரம்' அதனுடன் இணைக்கப்பட்ட கழிவறைதான்! மும்பையின் மிக ஆடம்பரமான பகுதிகள் எங்கே... இது எங்கே? ஆனால், பிரதீப் இரண்டு 'உலகங்களிலும்' வெகு இயல்பாக சஞ்சாரம் செய்தார். ஆனால், அதே சமயம் அவர் மனதின் ஒரு பகுதி இட நெருக்கடி மிகுந்த அந்த இடத்தையும், அவர் தோழர்களையும் மிக விரும்பியது! 2015-ல் அவர் அணியில் சேர்த்துக்கொள்ளப்பட்டதிலிருந்து, தன்னுடன் பணிபுரிபவர்களை நேசித்து வந்தார். அவர் மேல் வைத்திருந்த மரியாதை அவர்கள் மனதில் எழுந்த ஒரு கேள்வியில் வெளிப்பட்டது: "வரித்துறையில் மிகவும் வசதியான வாழ்க்கைக்குப் பழக்கப்பட்ட இந்த மனிதர் ஏன் சிறப்பு அணியில் பணிபுரிய விரும்பினார்?"

எல்லோருக்குமே அந்தக் கதை தெரியும் என்றாலும் கூட!

அந்தக் கதை ஆரம்பித்தது ஓர் உரையாடலில். உரையாடல் நடந்த இடம் டெல்லியிலிருந்த மிகப் பிரசித்தி பெற்ற 'நேஷனல் டிபென்ஸ் காலேஜ்'. உரையாடியவர்கள், இராணுவத்தின் லெப்.ஜெனரல் சுப்ராதா சாஹா மற்றும் ஒரு மூத்த IRS அதிகாரி. முன்னவர் அப்போது ஸ்ரீநகரிலிருந்த 15 இராணுவ அணியின் தலைவராக இருந்தார். மேலே குறிப்பிடப்பட்டுள்ள

கல்லூரியில்தான் இராணுவ அதிகாரிகளும், சிவிலியன் அதிகாரிகளும் உயர் தலைமைப் பொறுப்புகளுக்குத் தயார் செய்யப்படுவார்கள்.

மூன்று நட்சத்திர அந்தஸ்து பெற்றவரும், மெத்தப் படித்தவருமான லெப். ஜெனரல் சுப்ராதா ஷா, இராணுவ-சிவில் கூட்டுறவு பற்றிப் பேசி முடித்தபோதுதான் மூத்த சிவில் அதிகாரி ஒருவர் அவரிடம் தன்னை அறிமுகப்படுத்திக் கொண்டார்.

"ஜெனரல், உங்களுக்குத் தெரியுமா? எங்கள் அதிகாரி ஒருவர் எல்லை இராணுவப் படையில் பணியாற்றிக் கொண்டிருக்கிறாரென்று? அனேகமாக நீங்கள் அவரைச் சந்திக்கக்கூடும். அவரின் நிபுணத்துவத்தைச் சிறந்த வழியில் பயன்படுத்திக் கொள்ளுங்கள்." லெப். ஜெனரல் சுப்ராதாவிற்கு மகிழ்ச்சி கலந்த ஆச்சரியம். ஆனால் அவருக்குத் தெரியாது அந்த அதிகாரி இராணுவத்தால் ஒதுக்கப்பட்டவர் என்று. அவர் இந்த விஷயத்தைத் தன் மனதில் ஒரு முடிச்சு போட்டு வைத்துக் கொண்டார். அவர் பிரதீப்பைப் பற்றிய விவரங்களைச் சேகரித்தபின் சில நாட்கள் கழித்து, ஸ்ரீநகரிலிருந்த பதாமி பாக் கண்டோன்மெண்டிற்கு வந்து தன்னைச் சந்திக்குமாறு பிரதீப்புக்கு அழைப்பு விடுத்தார்.

அவர் வந்ததும் ஜெனரல் நேரடியாக விஷயத்திற்கு வந்துவிட்டார்.

"பிரதீப், நீங்கள் ஏன் பணம் கடத்தப்பட்டு, தீவிரவாதிகளுக்கு அனுப்பப்படுவதைப் பற்றிய ஆராய்ச்சியில் இறங்கக் கூடாது? இதை எப்படித் தடுக்கலாமென்றும் நீங்கள் ஆராயலாமே. இதனால் காஷ்மீரில் நடக்கும் சட்டத்திற்குப் புறம்பான பல விஷயங்கள் நமக்குத் தெரிய வருமே!"

"எப்போது ஆரம்பிக்க வேண்டும் என்று மட்டும் எனக்குச் சொல்லுங்கள் ஸார்!" என்றார் பிரதீப்.

ஒரு சில வாரங்களில் அலுவலக நடைமுறைகள் எல்லாம்

முடிந்தபின் அந்தப் பகுதியை 'எடை' போடுவதற்காக கேப்டன் பிரதீப் காஷ்மீர் சென்றார். லெப். ஜெனரல் சுப்ராதா இராணுவத்தின் இரு தலைவர்களில் ஒருவராக இருக்க டெல்லிக்கு மாறுதல் செய்யப்பட்டார். அதன் பின் கேப்டன் பிரதீப் சிறப்புப் படையில் இணைக்கப்பட்டார். அவர் செய்ய வேண்டிய பணியில் இது அடுத்த கட்டம். அதுமட்டுமல்ல; தீவிரவாதிகள் பற்றிய உளவுத்தகவல்கள் சேகரிப்பதும் அவர் வேலை. சிறப்புப் படையின் C.O கேப்டன் பிரதீப்பை பற்றிக் கேள்விப்பட்டதும், தன் இரண்டு கைகளிலும் அவர் அந்த வாய்ப்பை அள்ளிக் கொண்டார். "இந்த மனிதர் எனக்கு மிகவும் உபயோகமாக இருப்பார்!" என்று நினைத்தார்.

"ஏட்டுக் கல்வி எனக்கு போதுமான அளவு இருந்தது. ஆகவே, என் அணியுடன் நான் நேரடியாகக் களத்திலிறங்கி கடுமையானதும், சிக்கலானதுமான தாக்குதல்களில் ஈடுபட விரும்பினேன். அதிலிருந்த ஆபத்தும், சாகசமும் என்னைச் சுண்டியிழுத்தன!" என்கிறார் கேப்டன் பிரதீப்.

ஒரு வீரரின், தாக்குப் பிடிக்கும் எல்லையைக் கண்டறிய நடத்தப் பெறும் பிரசித்தி பெற்ற மூன்று மாத கடும் பயிற்சியை அவர் எடுத்துக் கொண்டார். அது முடிந்ததும் அவர் சிறப்பு அணியில் எல்லைக் காவல் படையில் அதிகாரியாகச் சேர்த்துக் கொள்ளப்பட்டு, அதன் தாக்குதல்களில் ஈடுபட அவருக்கு அனுமதி வழங்கப்பட்டது. இது அவர் மீது வைக்கப்பட்ட நம்பிக்கையின் உச்சக்கட்டம். சிறப்புப் படை சாதாரணமாக வெளியாட்களைச் சேர்த்துக் கொள்வதில்லை. ஆனால், கடுமையான பயிற்சிக்குப் பின் தேர்ந்தெடுக்கப்பட்டிருந்த பிரதீப்பை அதன் வீரர்கள் வரவேற்றார்கள். அந்த வரித்துறை அதிகாரி, தனக்களிக்கப்பட்ட கடுமையான பயிற்சியில் தேறி, தன் அறிவாற்றலையும், உடல் பலத்தையும் நிரூபித்தார்.

"நான் அந்தப் பயிற்சியில் தெரிந்துகொண்ட மிக முக்கியமான விஷயம் நம் சக்தியின் எல்லை நம் கையில் இருக்கிறது என்பதுதான். எனக்குப் பயிற்சியளித்தவர்கள்

இரக்கமற்றவர்கள்தான். ஆனால் அவர்கள் என் சக்தியின் எல்லை எது என்று என்னை உணர வைத்தார்கள். அதன் உச்சத்தில் நான் இயங்குமாறு எனக்குப் பயிற்சி அளித்தவர்கள் அவர்களே" என்கிறார் பிரதீப். 5' 9" அங்குல உயரமுள்ள பிரதீப்பை அந்தப் பயிற்சி மில்லிமீட்டர் மில்லிமீட்டராகச் செதுக்கியிருந்தது.

2009-ல் எல்லைக் காவல் படையில் சேர்ந்தது முதலே காஷ்மீர் பிரதீப்பின் மனதில் நீங்கா இடம் பிடித்திருந்தது. அவர் எங்கே பணிக்கு அனுப்பப்பட்டாலும், காஷ்மீரின் மேல் ஒரு கண் வைத்திருந்தார். அவர் நாட்குறிப்புகள் எப்படி காஷ்மீர் எப்போதும் கொதிநிலையிலேயே இருந்தது என்பதைக் காட்டுகின்றன. அதுவும் ஜூலை 2016-ல் ஹிஜ்புல் முஜாஹிதீனின் தலைவன் புர்ஹான் வாணி கொல்லப்பட்டதும் நிலைமை கைமீறிப் போய்க்கொண்டிருந்தது. 2017 ஏப்ரலில் ஸ்ரீநகர், அனந்நாக் மக்களவைத் தொகுதிகளில் நடக்கவிருந்த இடைத்தேர்தல்களை ஒட்டி உரசல்கள் உச்சத்தைத் தொட்டுக் கொண்டிருந்தன. பிரதீப்பின் உற்ற நண்பன் போன்ற அவரின் நாட்குறிப்பு, தீவிரவாதிகளின் இறுதிச் சடங்குகளில் கூடும் பெருங்கூட்டமும், பாதுகாப்புப் படையினர் மீது நடத்தப்படும் கல்வீச்சும் நிலைமை கட்டுங்கடங்காமல் போய்க்கொண்டிருப்பதை வெளிச்சம் போட்டுக் காட்டின. அதிலும் இளைஞர்கள் அடிக்கடி காவல் வீரர்களுடன் மோதினர்.

தன் நாட்குறிப்பின் பக்கங்களைப் புரட்டிக்கொண்டே பிரதீப் சொல்கிறார்: "காஷ்மீர் நாசகாரத் தீயில் வெந்து கொண்டிருக்கிறது என்பதை இன்னும் பூசி மெழுகுவதில் அர்த்தமில்லை!"

இந்தப் பின்னணியில்தான் பிரதீப் உடனே காஷ்மீருக்கு வரவழைக்கப்பட்டிருந்தார். நடப்பது என்னவென்று அவருக்கு இரண்டாம் முறை சொல்ல வேண்டிய அவசியம் ஏற்படவில்லை.

இராணுவத் தாக்குதல்களுக்கு மிக அடிப்படையான, மிக முக்கிய விஷயம் உளவுத் தகவல்கள்தான். தகவல்களைச் சேகரிப்பதும், அலசி ஆராய்வதும் மிகச் சிக்கலான சிரமமான செயல். அதற்கு விடாமுயற்சியும், திறமையும் அளவற்ற பொறுமையும் அவசியம். ஒரு தாக்குதலின் வெற்றி உளவுத் தகவல்களின் உணமைத் தன்மையைப் பொறுத்தே அமையும்.

தன் *C.O*-வின் வாயிலிருந்து வார்த்தைகள் வெளிப்பட்ட மறுகணமே, பிரதீப் தன் வேலையின் முக்கியத்துவத்தையும், அதன் கடினத்தன்மையையும் உணர்ந்து கொண்டார். பெருங்காற்று சுழன்று அடித்துக் கொண்டிருந்த அந்த இரவில், நிலவறையிலிருந்த தன் படுக்கையில் தலையைச் சாய்க்கும் முன்பு, பிரதீப் அடுத்த நாள் தான் செய்ய வேண்டிய வேலைகளைத் தன் நாட்குறிப்பில் குறித்து வைத்தார். அதில் முதலாவதாக இடம் பெற்றிருந்தது, கவனமாகக் கட்டமைக்கப்பட்டிருந்த ஓர் உளவுத் தகவல் வலைப்பின்னலை மீண்டும் உயிர்ப்பிப்பதுதான். மேலும், பல்வேறு விதமான தகவல்களைச் சேகரிக்கும் அணிகளுடன்-மின்னணுவியல், தொழில்நுட்பவியல், தகவல் தொடர்பு, மற்றும் மனிதர்கள்-பிரதீப் சேர்ந்தியங்க வேண்டியிருந்தது. இந்தத் தகவல்களை ஒன்றிணைத்து, தாக்குதல் எப்படி, எங்கே நடத்த வேண்டும் என்பது பற்றி அவர் ஓர் இறுதி முடிவுக்கு வர வேண்டும். தகவல்கள் எவ்வளவுக்கு எவ்வளவு உறுதியாக இருக்கிறதோ, அவ்வளவுக்கு அவ்வளவு தாக்குதல் வெற்றிகரமானதாக இருக்கும்.

தாக்குதலுக்கு கமாண்டோக்களைத் தயார்படுத்தும் வேலை பிரதீப்பின் பட்டியலில் கடைசி இடத்தில் இருந்தது. ஏனெனில், சிறப்புப் படையினர் பல்வேறு விதமான தாக்குதல்களுக்கு பயிற்சி அளிக்கப்பட்டிருந்ததால், அவர்கள் எப்போதும் எங்கேயும் எந்தவிதமான தாக்குதலுக்கும் தயாராக இருந்தனர். தாக்குதலின் வெற்றியை நிர்ணயிக்கும் முக்கியமான விஷயங்களில் ஒன்று, கட்டுப்பாட்டுக் கோட்டை ஒட்டி

இருக்கும் பாகிஸ்தான் ஊடுருவல்காரர்கள் வரும் வழிகளை அடைப்பதுதான். இதற்குக் கண்காணிப்பைக் குவிப்பதும், விரிவுபடுத்துவதும் அவசியம். இராணுவம் எவ்வளவுதான் தடைக்கற்களை ஏற்படுத்தினாலும், காஷ்மீரின் மலைகளின் அமைப்பு அவர்களுக்குப் படிக்கற்களை அமைத்துக் கொடுத்தன. அதன் வழியாக அவர்கள் காஷ்மீருக்குள் எட்டிப் பார்த்தனர்.

இது பாகிஸ்தான் சம்பந்தப்பட்ட விஷயம் என்பதால், நம் இராணுவத்தினர் தீவிரவாதிகளை மட்டுமின்றி, அவர்களுக்கு பல்வேறு விதங்களிலும் உதவி வந்த பாகிஸ்தான் இராணுவ அணிகளையும் எதிர்கொள்ள வேண்டியிருந்தது. பாகிஸ்தான் தீவிரவாதிகள் பயிற்சிப் பள்ளியில், ஊடுருவல் வேலையைச் செய்வதுதான் மிக உயர்ந்த பதவி.

கேப்டன் பிரதீப்புக்கு, தன் அணியைச் சேர்ந்த மற்ற வீரர்களைப் போலவே தன் எதிரிக்கு இருமுகங்கள் இருப்பது தெரியும். ஒன்று மிகக் கவனமாக, பாகிஸ்தான் இராணுவத்தால் தீவிரவாதத்தை நோக்கி திசை திருப்பப்பட்ட காஷ்மீர் இளைஞர்கள். கட்டுப்பாட்டுக் கோடு நெடுகிலும் இருந்த பாகிஸ்தான் இராணுவ முகாம்கள் தீவிரவாதிகளுக்குப் போக்குவரத்து போன்ற வசதிகளைச் செய்து கொடுத்துக் கொண்டிருப்பதைப் புறந்தள்ளிவிட முடியாது.

“ஒரு விரிவான திட்டத்தில் பல்வேறு விஷயங்களையும் கவனிக்க வேண்டும். நாங்கள் இன்னும் அடக்கித்தான் வாசித்துக் கொண்டிருந்தோம். காரணம், நாங்கள் இன்னும் நெடுந்தொலைவு செல்ல வேண்டியிருந்தது. எதிரிகள் உஷாராகாதிருக்கும் பொருட்டு, நாங்கள் கொஞ்சம் அடக்கித்தான் ‘வாசி’க்க வேண்டியிருந்தது” என்கிறார் பிரதீப்.

அடுத்த மூன்று வாரங்களையும், பிரதீப் தன் பட்டியலில் குறித்து வைத்திருந்த ஒவ்வொரு விஷயத்தையும் செய்து முடிப்பதில் கழித்தார். மேலும். ஒரு சில நாட்களில் அவரிடம் வந்து குவிந்திருந்த தகவல்களையும் அவர் வடிகட்டினார். இது ஒரு

திடீர் தாக்குதல் அல்ல என்று அவருக்குத் தெரியும். வெற்றி என்பது பல இராணுவ அணியினர் சேர்ந்தியங்குவதில்தான்–முக்கியமாக மின்னணுவியல் துறை- இருக்கிறது. இதன் முக்கியப் பணி, கட்டுப்பாடு நெடுகிலும் தீவிரவாதிகளுக்கிடையே நடைபெறும் உரையாடல்களை இடைமறித்துக் கேட்பது. அவர்கள் தங்கள் உதவி முழுமையாகக் கிடைக்கும் என்று பிரதீப்பிற்கு உறுதி அளித்தார்கள்.

அவர் யூரி வந்தபோது, இராணுவத்தால் பயிற்சியளிக்கப்பட்ட தற்கொலைப்படை(கள்) ஊடுருவி இருக்கின்றன என்று தொடர்ந்து செய்திகள் வந்த வண்ணம் இருந்தன. இவர்கள் பாகிஸ்தானின் இராணுவத்தைச் சேர்ந்த முஜாஹித் அணியால் பயிற்சியளிக்கப்பட்டவர்கள். இப்படிப்பட்ட நிகழ்வுகள் வழக்கமானவைதான். ஆனால், இவற்றை வைத்துக் கொண்டு ஒரு வெற்றிகரமான தாக்குதலை நடத்த முடியாது என்று பிரதீப் அறிவார். கடலளவு தகவல்கள் வந்தாலும், அதில் கடுகளவுதான் பயனுள்ளதாக இருக்கும் என்பது முதுமொழி! இது பிரதீப்புக்கும் தெரியும். அப்படியிருக்க அவற்றை வைத்துக்கொண்டு எப்படி ஒரு வெற்றிகரமான தாக்குதலை நடத்த முடியும்?

“நாங்கள் தகவல்கள் சூழ் உலகத்தில் இருந்தோம். எங்களைச் சுற்றித் தகவல்கள் இறக்கை கட்டிக்கொண்டு பறந்தன. பத்து தகவல்கள் கிடைத்தால், அவற்றில் ஒன்றிரண்டுதான் தேறும். அதற்காக, கிடைக்கும் எந்தத் தகவலையும் ஒதுக்கித் தள்ளிவிடவும் முடியாது!” என்கிறார் பிரதீப்.

ஒரு பெரிய ஊடுருவலின் வரைபடத்தைச் சரியாக வரைய பிரதீப் ஏகப்பட்ட புள்ளிகளை இணைக்க வேண்டியிருந்தது. அப்போதுதான் எங்கே, எப்போது, முக்கியமாக எவ்வளவு பேர் ஊடுருவப் போகிறார்கள் என்று தெரியும். தன் முன்னே கடல் போல் விரிந்து கிடந்த தகவல்களை அலசி ஆராய்ந்து, அவற்றை வேறு வழிகளில் (முக்கியமாக, கட்டுப்பாட்டுக் கோட்டின் இருபுறமுமிருந்த தகவலாளிகள் மூலம்) தனக்குக் கிடைத்த

தகவல்களுடன் ஒப்பிட்டுச் சரிபார்த்துக் கொண்டார். வழி ஏதாவது புலப்படாதா என்று அவர் கடவுளை வேண்டிக் கொண்டார்.

மே மாதம் 10-ந் தேதி தன் மனைவியை அழைத்து திருமண நாள் வாழ்த்துச் சொன்னார். அதன்பின் தங்குமிடத்தில் தன் நண்பர்களுடன் சிறிதுநேரம் பேசிக்கொண்டிருந்தார். பின் அவர் தன் 'போர் அறை'க்குத் திரும்பி, தகவல்களைச் சேகரிக்க ஆரம்பித்தார். அன்று மதியம், ஒரு தெளிவான படம் கிடைத்தது. கட்டுப்பாட்டுக் கோட்டில் சகோதி என்ற இடத்திலிருந்த பாகிஸ்தான் இராணுவத்தின் 652 முஜாஹித் பெட்டாலியன் (மலைப் புலிகள்) தான் ஊடுருவலை நடத்தப் போவதாகத் தகவல் கிடைத்தது. பிரதீப் இடைமறித்துக் கேட்ட தகவல்கள் பாகிஸ்தானின் அதி பயங்கர தீவிரவாத அணிகளான, LET மற்றும் JeM -அமைப்பைச் சேர்ந்த மிகப் பிரசித்தி பெற்றவர்கள் சுகுணா 'போஸ்ட்'-லிருந்து சரியான சமயத்தில் யூரிக்குள் நுழையப் போகிறார்கள்.

போர் அறையில் மின்னணுவியல் துறையிடமிருந்தும் பிரதீப்புக்குத் தகவல்கள் கிடைத்தன.

"நம் விருந்தாளிகள் வருகிறார்கள்; அவர்களைக் கவனிக்க ஏற்பாடுகளைச் செய்யுங்கள்" பாகிஸ்தானின் இராணுவ முகாமிலிருந்து தீவிரவாதிகளின் தாக்குதல் ஏவுதளத்துக்கு அனுப்பப்பட்ட ஆடியோ செய்தியை இடைமறித்து கேட்டபோது; ஊடுருவல் ஏற்பாடுகள் தீவிரமாக நடைபெற்றுக் கொண்டிருக்கின்றன என்பதைச் சுட்டிக் காட்டின.

கிடைத்த தகவல்கள் வடிகட்டப்பட்டு, அவற்றை நுண் நோக்கியதில் தாக்குதல்காரர்கள் வந்து கொண்டிருக்கிறார்கள் என்பது தெளிவாயிற்று. அவர்கள் எந்த வழியில் வரப் போகிறார்கள் என்றும் ஓரளவுக்குத் தெளிவாகத் தெரிந்து போயிற்று. ஆனாலும், எதுவும் கடைசிவரை நிச்சயமில்லை.

எவ்வளவுதான் தகவல்கள் கிடைத்தாலும், அவற்றை வைத்துக்கொண்டு, ஊடுருவல் சரியாக எத்தனை மணிக்கு நடைபெறுமென்றோ, எப்படி நடைபெறுமென்றோ சொல்ல முடியாது. தீவிரவாதிகள் கடைசி நிமிடத்தில் கூட தங்கள் திட்டங்களை மாற்றிக் கொள்வார்கள். இப்போது ஒன்று மட்டும் நிச்சயம்: ஊடுருவல் நடக்கப் போகிறது.

தினமும் செய்வதைப் போலவே பிரதீப் தன் C.O–வைச் சந்தித்து அன்றைய தகவல்களை அவருடன் பகிர்ந்துகொண்டு, அனைத்து வழிகளிலும் தனக்குக் கிடைத்த தகவல்களின் அடிப்படையில் ஒரு செயல் திட்டத்தை அவரிடம் விவரித்தார். மே மாத இறுதியில் அந்த அழையா விருந்தாளிகள் வரப்போகிறார்கள் என்று அவரிடம் பிரதீப் சொன்னார்.

அடிப்படை முகாமில், சிறப்பு அணியினர் எப்போதும் போல தங்கள் வழக்கமான பணிகளில் ஈடுபட்டிருந்தனர். மிகச் சிக்கலான தாக்குதல்களில், மிக மோசமான சூழ்நிலைகளில் எப்படி இயங்க வேண்டும் என்பதற்கான பயிற்சிகள் அவை. பயிற்சியின் போது, தினமும் ஒவ்வொரு கமாண்டோ வீரரும் பல நூற்றுக்கணக்கான ரவுண்டுகள் சுட வேண்டியிருப்பதை பிரதீப் நினைவு கூர்ந்தார். தாக்குதல் நடந்தாலும், நடக்காவிட்டாலும் இந்தச் சுடுதல் நடக்கும். எப்போதும் போருக்குத் தயார்நிலையிலிருப்பது மிகக் குறைந்தபட்ச தேவை. ஒரு தாக்குதல் நடத்த முடிவு செய்துவிட்டால், பயிற்சியில் ஈடுபட நேரமிருக்காது.

ஒவ்வொரு அணியிலும் ஆறு வீரர்கள் கொண்ட மூன்று அணிகள் உருவாக்கப்பட்டன. நடக்கவிருக்கும் தாக்குதலில் இவர்கள் பிரதீப் அணியில் செயல்பட வேண்டும்.

பின்னாலிருந்து உதவி செய்ய இரண்டு அணிகள் உருவாக்கப்பட்டன. தாக்குதல் அணியின் தலைவராக இருந்த பிரதீப்பிடம் வேண்டிய தகவல்கள் இருந்தன. அவர் தன் அணியினரிடம் செய்ய வேண்டியதைச் சுருக்கமாக விவரித்தார்.

"சுகுணா போஸ்ட்டிலிருந்து விருந்தாளிகள் கிளம்பி வருவது அனேகமாக நிச்சயமாகிவிட்டது. அங்கிருந்து கிளம்பி வந்த பின் *KDK* சிற்றோடை வழியாக அவர்கள் கட்டுப்பாட்டுக் கோட்டைக் கடப்பார்கள் என்று எதிர்பார்க்கப்பட்டது. நாம் அவர்களை அங்கே எதிர்கொண்டு கதையை முடித்துவிடுவோம்!" என்று பிரதீப் சொன்னார். மணல் கொண்டு தயாரிக்கப்பட்ட ஒரு யூரி நகர 'மாடலை' வைத்துக்கொண்டு அவர்களுக்குப் பாடம் எடுத்துக் கொண்டிருந்தார். அதில் குன்றுகளும், காடுகளும், ஏன், தீவிரவாதிகளின் புகலிடமான *KDK* சிற்றோடையும் கூட அப்படியே சிறிய வடிவத்தில் இருந்தன.

மணல் மாடல் தாக்குதல் நடக்கும் இடத்தின் அமைப்பைப் புரிந்துகொள்ள மிகவும் உதவியாக இருந்தது. சிறப்புப் படையினர் அந்தப் பகுதி முழுவதும் நன்றாக அறிந்திருந்த போதிலும் இது அவர்களுக்குப் பெரும் உதவியாக இருந்தது. உண்மையில் தாக்குதல் நடத்தப்பட வேண்டிய இடம் அவர்களின் கொல்லைப்புறம் என்றே சொல்லலாம். இருந்தாலும் ஒரு சிறு தவறுகூட நடந்துவிடக் கூடாதல்லவா? ஏனெனில் நடத்தப்போகும் தாக்குதல் அவ்வளவு சிக்கலானது. அவ்வளவு பயங்கரமானது!

பிரதீப் தன் அணியினரிடம் சொன்னார்: "அவர்கள் எப்போது பா.ஆ.காஷ்மீரை விட்டுக் கிளம்புவார்கள் என்று இன்னும் தெளிவாகத் தெரியவில்லை. இருந்தாலும் நாம் நம் வேலையை ஆரம்பித்து விடுவோம்!"

அந்தப் பகுதி முழுவதும் இரவு பகலாக ரகசியமாகக் கண்காணிக்கப்பட்டு வந்தது. ஊடுருவல் எந்தத் தேதியில் எந்த நேரத்தில் நடக்கும் என்று தெளிவாகத் தெரியாததால், கேப்டன் பிரதீப் எந்த 'ரிஸ்க்'-கையும் எடுக்க விரும்பவில்லை! மே மாதம், 22-ம் தேதி, சிறப்புப் படையின் முதல் குழுவை கட்டுப்பாட்டுக் கோட்டை ஒட்டியிருந்த பதுங்குத் தாக்குதல் நடத்தப்பட வாய்ப்பிருந்த இடத்திற்குச் செல்லுமாறு ஆணையிட்டார். அது

இந்திய இராணுவத்தின் சாபக் 'போஸ்ட்' அருகில் இருந்தது. ஊடுருவல்காரர்கள் திடீரென்று தாக்கி நம்மை நிலைகுலைய வைக்காமல் இருக்கவே இந்த ஏற்பாடு.

அவர்கள் ஏறிச் சென்ற ஜீப் அவர்களை ஓரிடத்தில் இறக்கிவிடும். கட்டுப்பாட்டுக் கோட்டை அடைய அங்கிருந்து அவர்கள் மேலேறிச் செல்ல வேண்டும். வண்டிகள் ஓசை மிகக் குறைந்த அளவே இருக்க வேண்டும். எதிரிகளின் நடமாட்டத்தை ஒரு மைல் தூரத்திலிருந்து கூட மோப்பம் பிடிப்பதில் புகழ்பெற்ற பாகிஸ்தானின் சிறப்புப் படையினரின் நடமாட்டம் அறிந்தவர்கள்.

இரத்தச் சிவப்பேறிப் போயிருந்த கண்களுடனிருந்த பிரதீப்பை அவர் கண்களில் ஏற்பட்டிருந்த வலி, அன்று காலை எழுப்பியது. ஒரு குழு ஏற்கனவே கட்டுப்பாட்டுக் கோட்டு களத்திற்குக் கிளம்பிப் போயிருந்தது. பிரதீப்பின் அடுத்த நடவடிக்கை பற்றிய தகவல்களுக்காக அவர் C.O காத்திருந்தார். பிரதீப்பிற்கு 'மெட்ராஸ் ஐ' வந்திருந்தது. என்ன நோய்... என்ன நேரம்!

"பிரதீப் என்னருகே வராதே. அணிகளிலிருந்து பத்து மைல்கள் தள்ளி இரு. இன்னும் தாக்குதலுக்குத் தலைமை தாங்க விரும்பினால், நீ உடனே சென்று ஒரு மருத்துவரைப் பார்" அவர் C.O அலறினார்.

அவர் சொல்வதில் உண்மையிருக்கிறதென்று பிரதீப்புக்குத் தெரியும். மருத்துமனைக்குச் செல்லும் வழியில் சோகத்துடன் அவர் நினைத்துக் கொண்டார்: "என்னைப் பொறுத்தவரை, தாக்குதல் துவங்காமலே முடிந்து போனது!" மருத்துவர், ஒரு சிறு மருந்துப்பையுடன் அவரைத் திருப்பி அனுப்பினார். பிரதீப் மிகவும் எதிர்பார்த்த, "நோய் சீக்கிரமே குணமாகிவிடும்" என்ற உறுதிமொழியையும் மருத்துவர் தந்தார்.

"அது ஒரு பயங்கரம். இப்படிக் கண் நோய் வந்து, களத்திலிறங்காமல் இருப்பதற்காகவா இவ்வளவு தூரம் பயணம்

செய்து யூரிக்கு வந்தேன்? அட ஆண்டவா!" என்று அவர் நினைத்துக் கொண்டார். ஆனால், அதிர்ஷ்டவசமாக அந்த நோய்த்தொற்று அன்று மாலையே அகன்று விட்டது.

மே 22-லிருந்து பதுங்குத் தாக்குதலுக்கான வேலைகள் முழு மூச்சில் துவங்கிவிட்டன. சிறப்புப் படைக்குத் தேவையான ஆயுதங்களும், உடல் பாதுகாப்புக் கவசங்களும் வழங்கப்பட்டு, குழுக்கள் சுழற்சி முறையில் கண்காணிப்பது என்று முடிவு செய்யப்பட்டது. KDK சிற்றோடையை ஒட்டிய பகுதி முழுவதும் கண்காணிப்புக்குள் கொண்டு வரப்பட்டது.

"சிறப்புப் படை ஒரு பதுங்குத் தாக்குதல் நடத்தக் காத்திருக்கிறதென்றால், அவர்கள் அசையாமல் ஓரிடத்தில் அமர்ந்திருக்கிறார்கள் என்றல்ல பொருள். அமர்வதும் நடப்பதுமாக நாங்கள் இருப்போம். இதனால் ஒரு விரிவான பகுதியை எங்களால் கண்காணிக்க முடியும்" என்கிறார் கேப்டன் பிரதீப்.

எடுத்து வைக்கும் ஒவ்வொரு அடியையும் கவனமாக எடுத்து வைக்க வேண்டும். ஏனெனில், அந்தப் பகுதி முழுவதும் கண்ணி வெடிகள் புதைக்கப்பட்டிருந்தன. 1965, 1971, மற்றும் 1999-ல் நடந்த கார்கில் போரின் வாரிசுகள் இவை! இராணுவம் பெரும்பாலும் இவை இருக்குமிடத்தைக் கண்டுபிடித்துவிடும்; ஆனால், திடீர் திடீரென்று மாறிவரும் பருவநிலை அவற்றின் இருப்பிடத்தைக் கண்டுபிடிப்பதைக் கடினமாக்கியது. அது மட்டுமல்ல, அடிக்கடி நிகழும் மலைச் சரிவுகளும் நிலைமையை இன்னும் சிக்கலாக்கின. கட்டுப்பாட்டுக் கோட்டை ஒட்டியுள்ள பகுதிகளில் வீரர்கள் கண்ணிவெடிகளில் அடிக்கடி சிக்கிக் கொள்வார்கள். குறிப்பாக பாரமுல்லா பகுதியில், இவற்றில் இருந்து எப்படித் தப்பிப்பது என்று அவர்களுக்குப் பயிற்சி அளிக்கப்பட்டிருந்த போதும்.

கண்ணிவெடிகள் நண்பர்கள், விரோதிகள் என்று வித்தியாசம் பார்ப்பதில்லை. இவை வீரர்களுக்குப் பெரும் ஆபத்து. அவர்கள்

மிக ஜாக்கிரதையாக ஒவ்வொரு அடியையும் எடுத்து வைக்க வேண்டும்.

அடுத்த வேலை, ரேடியோவால் கட்டுப்படுத்தப்படும் IED–க்களை, எதிரி வருவான் என்று எதிர்பார்த்த வழிகளில் வைத்து, 'சிக்னல்களின்' பலத்தை ஆய்வு செய்வது. இது தூரத்திலிருந்து வெடிகளை வெடிக்கச் செய்யப்படும் யுக்தி. இரவின் போர்வையில் இது நடைபெற்றது. கமாண்டோக்கள் எதிரியின் கண்களில் படாதிருக்க மிகுந்த கவனத்துடன் செயல்பட்டார்கள்.

அடுத்ததாக கட்டுப்பாட்டுக் கோடு நெடுக ரோந்துப் பணி பல சுற்றுகளில் நடத்தப்பட்டது. ஸ்கவுட்டுகளும் களத்தில் இறக்கப்பட்டனர். அணிகள் இரவு நேர ரோந்துப் பணிகளில் ஈடுபடுத்தப்பட்டனர். பகல் நேரங்களில் இவர்கள் பிறர் கண்ணில் படாதவாறு மறைந்திருந்தனர்.

"இந்தப் பகுதியில் எங்களுக்கு உண்மையிலேயே பிரச்னை இருந்தது. கட்டுப்பாட்டுக் கோடு நெடுக, அந்தப் பக்கம் இருந்த மரங்களின் இலைகள் ஊடுருவல்காரர்கள் மறைந்துகொள்ள பேருதவி செய்தன. இந்தப் பக்கம் எங்களுக்கு அந்த வசதி இல்லை" என்கிறார் கேப்டன் பிரதீப்.

நான்கு நாட்கள் தொடர் கண்காணிப்புக்குப் பிறகு, மே மாதம் 20–ம் தேதி பின்னிரவில் கேப்டன் பிரதீப்பிற்கு ஒரு தொலைபேசி அழைப்பு வந்தது. அழைத்தவர் பிரதீப் முழு நம்பிக்கை வைத்திருந்தவர். இவரை இரண்டு வருடங்களாக பிரதீப் அரும்பாடுபட்டு உருவாக்கியிருந்தார். இவரிடமிருந்து ஏதாவது செய்தி வரும் என்று பிரதீப் எதிர்பார்த்திருந்தார். இந்தத் தகவலாளி, கட்டுப்பாட்டுக் கோட்டின் இருபுறமும் இயங்கி வந்தார். இருப்பினும் பிரதீப் அவரை முழுமையாக நம்பினார்.

அழைத்தவர் மெதுவான குரலில் சொன்னார்:

"ஊடுருவல்காரர்கள் பாகிஸ்தான் இராணுவத்தின் சுகுணா போஸ்ட்டிலிருந்து வழிநடத்தப்படுகிறார்கள். கட்டுப்பாட்டுக் கோட்டை அனேகமாக அவர்கள் மே மாதம் 28 அல்லது 29-ல் கடக்கக்கூடும்." இது பிரதீப்பும், அவர் அணியினரும் கடந்த இரண்டு வாரங்களாக சேகரித்து வந்த உளவுத் தகவல்களை உறுதிப்படுத்தியது. அதுமட்டுமல்ல, அவர் தன் திட்டத்தைக் கூர்தீட்டிக்கொள்ள தேவையான தகவலை அது தந்தது. இரண்டு நாள் கழித்து, ஊடுருவல்காரர்கள் தங்கள் திட்டத்தைச் செயல்படுத்தப்போகிறார்கள் என்ற தகவல்தான் அது. இரண்டு நாள் அவகாசம் என்பது பொன்னான வாய்ப்பு. பொய்யும் மெய்யும் கலந்த தகவல் கடலில் அந்த உண்மைத் தகவல் அளவற்ற மதிப்பு வாய்ந்தது. தன் தகவலாளிக்கு நன்றி சொன்னபின் பிரதீப் அழைப்பைத் துண்டித்தார். அடுத்த நாள் காலை, சௌபக் போஸ்ட்டிற்குச் செல்லத் தயாராக இருக்கும்படி தன் இரண்டு அணியினருக்கும் அவர் ஆணையிட்டார். சிறப்புப் படையின் அடிப்படை முகாமிலிருந்து அந்த இடம் 90 நிமிட கால தூரத்தில் இருந்தது.

அது வேகமாகச் செயல்பட வேண்டிய நேரம். அவர் தம் மனைவியிடம் தாம் களத்திற்குச் செல்லப் போவதாகவும், இன்னும் சில நாட்களுக்குத் தம்மைத் தொடர்புகொள்ள முடியாது என்றும் களத்திலிருந்து தாம் திரும்பியதும் அவரை அழைப்பதாகச் சொன்னார். தீபா ஆர்யா சில நொடிகள் அமைதியாக இருந்துவிட்டு, சில நாட்களுக்கு முன் அவரிடம் தாம் சொன்ன வார்த்தைகளை அவருக்கு மீண்டும் நினைவூட்டினார்: " நான் உங்கள் பதக்கங்களை வாங்கச் செல்ல மாட்டேன்!"

ஏற்கனவே திட்டமிட்டிருந்தபடி, இரண்டு அணிகள் சௌபாக்கில் இருக்க வேண்டும் என்றும், மற்ற இரண்டு அணிகள் மே 22-ல் ஏற்கனவே KDK சிற்றோடையில் முகாமிட்டிருந்த அணியுடன் சேர்ந்துகொள்ள நடந்து செல்ல வேண்டும் என்றும் முடிவு செய்யப்பட்டது. KDK சிற்றோடையருகே முகாமிட்டிருந்த

அணி பாகிஸ்தானின் முஜாஹிதீன் பட்டாலியனின் நேர் எதிரே இருந்தது. ஆனால், எல்லாம் எதிர்பார்த்தபடி நடந்து கொண்டிருக்க, அடுத்த நாள், மே 27-ல் திடீரென்று ஒரு சிக்கல் முளைத்தது. அது தாக்குதலில் ரகசியத் தன்மையையே கேள்விக்குறியாக்கியது.

ஹிஜ்புல் முஜாஹிதீன் கமாண்டரும், புர்ஹான் வாணிக்குப் பின் அவர் இடத்திற்கு வந்தவருமான சப்ஜார் பத், பாதுகாப்புப் படையினருடன் நடந்த ஒரு துப்பாக்கிச் சண்டையில் முதல் நாள் பின்னிரவில் தெற்குக் காஷ்மீரில் எப்போதும் அமைதியின்றி இருக்கும் ட்ராலில் சுட்டுக் கொல்லப்பட்டார். ட்ரால் ஹிஜ்புல் அமைப்பு ஓய்வின்றி இயங்கும் களம். இதனால், காஷ்மீர் முழுவதும் கிளர்ச்சிகள் வெடித்தன.

“பத் கொல்லப்பட்டதும், அதைத் தொடர்ந்து நடந்த வன்முறைகளும் எதிர்பாராதவை. அடிப்படை முகாமிலிருந்து வெளியே வருவது இப்போது இயலாத காரியம்-இன்னும் அதிக விழிப்புடன் இருக்கும் எதிரிகள் கண்களில் பட்டுவிடக்கூடும் என்பதால். ஆனாலும் நாங்கள் எப்படியோ சமாளித்து, மே 27-ம் தேதி, இரவில் சௌபாக் அடைந்து விட்டோம்” என்கிறார் கேப்டன் பிரதீப்.

சிறப்புப் படை வீரர்களிடம் பலவிதமான ஆயுதங்கள் இருந்தன. இவற்றில் அவர்கள் எப்போதும் வைத்திருக்கும், இஸ்ரேல் தயாரிப்பான *Tavor TAR 21* ரைஃபிளும் அடக்கம். இது தவிர, அவர்களிடம் *colt MA 41* கார்பைன்கள், சத்தமில்லாமல் இயங்கும் *uzi submachine* துப்பாக்கிகள், *Pul-lemyot Kalashnikov* துப்பாக்கிகள், பயன்படுத்திவிட்டு தூக்கி எறிந்துவிடக்கூடிய ராக்கெட் லான்ஞ்சர்கள், *UBGL, 9 mm* கைத் துப்பாக்கிகளும் இருந்தன. சில கமாண்டோக்கள் அவர்கள் விருப்பப்படி இரண்டு கைத் துப்பாக்கிகளை வைத்திருந்தனர். ஒவ்வொரு வீரரும் ஆறு கையெறிகுண்டுகளையும், நான்கு மெகஸீன்களையும் வைத்திருந்தனர். அவர்கள் பரபரப்பானதும் விறுவிறுப்பானதுமான ஒரு சண்டைக்குத் தயாராயிருந்தனர்.

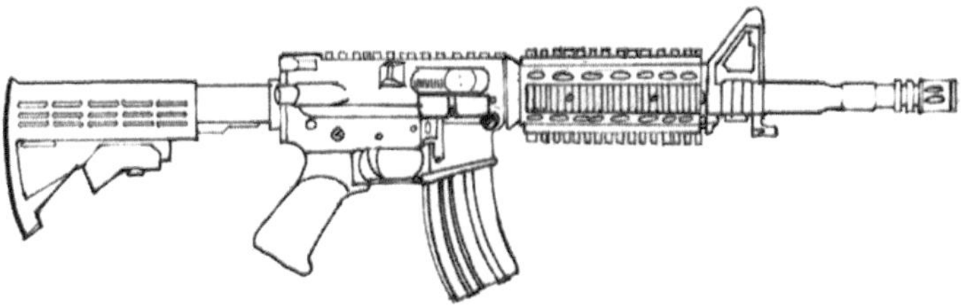

கோல்ட் எம் 4 ஏ 1 கார்பைன்

சௌபாக் போஸ்டிலிருந்து, நடு கோடைகாலச் சூறாவளிக் காற்று வேகமாக வீசியது. இதனால், எளிதாக வழுக்கிவிடும் செங்குத்தான வழிகளில் கட்டுப்பாட்டுக் கோட்டை நோக்கி நகர்ந்து கொண்டிருந்த இரண்டு அணிகள் மீதும் மழை கொட்டொ கொட்டென்று கொட்டியது!

“இன்றிரவு நாம் தீவிரவாதிகளைத் தொடர்பு கொள்ள முடியுமா?” கேட்டவர் கேப்டன் பிரதீப்பின் ஜோடி. அவர் ஒரு ஹவில்தார். அவரை அவர் அதிகாரி ‘ஹீரோ’ என்று அன்புடன் அழைப்பார்.

“அது நடக்கலாம். எவ்வளவு சீக்கிரம் அது நடக்கிறதோ அவ்வளவுக்கவ்வளவு நமக்கு நல்லது!” கேப்டன் பதிலிறுத்தார். அவர் தகவலாளி அடுத்த இரவு ஏதாவது நடக்கலாம் என்று சொல்லியிருந்தார். ஹவில்தார் கேள்வி கேட்டதில் எந்த ஆச்சரியமும் இல்லை. ஆயுதங்களுடன் எதிரியை எதிர்பார்த்துக் காத்திருக்கும் வீரர்கள் மனதில் ‘அவர் எப்போ வருவாரோ?’ என்ற கேள்வியே நிறைந்திருக்கும். எவ்வளவு சீக்கிரம் முடியுமோ அவ்வளவு சீக்கிரத்தில்.

சந்திப்பு நடைபெற இருந்த இடத்தை அடைந்தபோது, பெரு மழை தூறலாக வலுவிழந்திருந்தது. ஐந்து நாட்களுக்கு முன்பு அங்கு அனுப்பப்பட்ட முதல் அணி, கட்டுப்பாட்டுக் கோட்டிலிருந்து ஏறக்குறைய 100 மீட்டர் தொலைவில் காத்திருந்தது.

“ஸார். இன்னும் நடமாட்டம் எதுவும் தெரியவில்லை. அந்தப் பக்கம் ஒரே மயான அமைதி” கமாண்டோக்களில் ஒருவர் கேப்டன் பிரதீப் அந்த இடத்திற்கு வந்ததும் சொன்னார்.

கேப்டன் பிரதீப்பின் தகவலாளி ஊடுருவல் மே 28 அல்லது 29-ல் நடக்கும் என்று சொல்லியிருந்தார். ஆனால் எதிராளி தன் திட்டத்தை மாற்றிக் கொண்டிருக்கலாம், யார் கண்டது? இரவு முழுவதும் உளவு அணிகள் தங்கள் பணியைச் செய்து கொண்டிருந்தன. மலைகளுக்கிடையே சூரியன் உதிக்கும் முன்பே அவர்கள் தங்களுக்கென்று ஒதுக்கப்பட்ட மூன்று நிலைகளுக்குச் சென்று விட்டிருந்தனர். இரவில் கமாண்டோக்கள் ரோந்து சுற்றுவார்கள். பகல் பொழுதுகளிலோ, அவர்கள் தங்கள் மறைவிடத்தை விட்டு இப்படி அப்படி அசைய மாட்டார்கள்!

“பகல் பொழுதுகளில் நாங்கள் அனேகமாகச் செயலற்றே இருப்போம். ஏதாவது சிறிய தவறு நிகழ்ந்து விட்டாலும் விளைவுகள் பயங்கரமாக இருக்கும். சேகரித்த உளவுத் தகவல்கள் எல்லாம் நொடியில் பயனற்றுப் போய்விடும்” என்கிறார் கேப்டன் பிரதீப். கட்டுப்பாட்டுக் கோட்டிலிருந்து 100 மீட்டர் தொலைவில் அவர் நிலவறை இருந்தது. சிறிய அளவில் நடந்த ரோந்தைத் தவிர, பெரிதாக அன்று ஒன்றும் நடக்கவில்லை.

“பகல் பொழுதை நாங்கள் விரும்புவதே இல்லை. இரவுகளில்தான், நாங்கள் தாக்குதலில் ஈடுபடுவோம்” என்கிறார் தாக்குதலில் பங்கெடுத்துக் கொண்ட வீரர் ஒருவர்.

மே 28-ந் தேதி, அந்திச் சூரியன் மறைந்த பிறகு, கேப்டன் பிரதீப் தன் அணியினரைக் கூட்டி, செய்ய வேண்டிய வேலைகள் பற்றிச் சுருக்கமாக எடுத்துரைத்தார். இரண்டு அணிகள் மிகக் கூரிய அறிவுடன் கண்காணித்துக் கொண்டு, எதற்கும் தயாராக இருக்க வேண்டும். மூன்றாவது அணி சற்றுத் தொலைவில், இன்னும் அதிக பரப்பைக் கண்காணித்துக் கொண்டிருந்தது. தன் தகவலாளி அளித்த தகவல்கள் சந்தேகத்திற்கிடமில்லாமல் உண்மையானவையே என்று அவர் உள்மனம் சொல்லியது.

இரண்டு மணி நேரம் கழித்து அவர் நினைத்தது சரிதான் என்பதை அவர் அருகிலிருந்த வீரர் ஒருவரின் கையிலிருந்த வெப்பப் படம் *(Thermal Imager)* நிரூபித்தது.

இரவு 10.30 மணிக்கு அடர்த்தி மிகுந்த அகச்சிவப்பு *(Infra Red)* படமொன்று ஓர் ஊடுருவல்காரரின் நடமாட்டத்தைக் காட்டியது. பருவநிலை மிகக் குளிர்ச்சியாயிருக்க, அவரின் உடலிலிருந்து வெளிப்பட்ட வெப்பம் அவரைத் துல்லியமாகக் காட்டியது. KDK நள்ளாவிலிருந்து, அந்த உருவம் குனிந்தவாறே எதிர்பார்த்த திசையில் முன்னேறி வந்து கொண்டிருந்தது. அடுத்த சில நிமிடங்களில், இன்னொரு உருவமும் தெரிந்தது. அதன் பின் மூன்றாவது; அதற்கப்புறம் நான்காவது. சிற்றோடையில், 200 மீட்டர் தொலைவில் இன்னும் இரண்டு தீவிரவாதிகளின் உருவங்கள் தெரிந்தன.

கேப்டன் பிரதீப் தன் தகவலாளியை மனதிற்குள் வாழ்த்தினார். இதற்கு முன், அவர் அளித்த தகவல்கள் வீண்போகவில்லை! இப்போதும் அப்படியே.

இரண்டு அணிகளும் பார்த்திருக்க ஆறு ஊடுருவல்காரர்கள், முன்னேறி வந்து கொண்டிருந்தனர், கட்டுப்பாட்டுக் கோட்டை எப்படியாவது அந்த நிலவில்லா இரவில் கடந்துவிட முடியும் என்ற நம்பிக்கையில். ஒவ்வொரு தீவிரவாதியும், 12 அடி இடைவெளி விட்டு நடந்து வந்தனர். ஒருவேளை பதுங்குத் தாக்குதல் ஏதாவது நடைபெற்றால், விளையும் சேதத்தைக் குறைப்பதற்காக. சில நிமிடங்கள் கழித்து, முதலில் வந்து கொண்டிருந்த நான்கு தீவிரவாதிகள் கட்டுப்பாட்டுக் கோட்டைக் கடந்தனர். வெப்பப் படத்தில் அவர்கள் சில நிமிடங்கள் தயங்குவது தெரிந்தது. இது, எதிரிக்குத் தங்கள் நடமாட்டத்தைப் பற்றி ஏதாவது தெரிந்திருக்கிறதா என்று எடைபோட. இந்திய வீரர்கள் தங்கள் மூச்சை இறுக்கிப் பிடித்தவாறு காத்திருக்க, அந்த நான்கு தீவிரவாதிகளும் தங்கள் வேலையைப் பாதியில் விட்டுவிட்டு ஓடிவிடக்கூடாது ஆண்டவனே என்று பிரதீப்

பிரார்த்தித்தார். தீவிரவாதிகள் இப்படிப் பாதியில் ஓடிவிடுவது வழக்கமாக நடைபெறுவதுதான். கடந்த காலத்தில் இப்படி எத்தனையோ முறை நடந்திருக்கின்றன. நல்லவேளையாக, இந்தத் தடவை தீவிரவாதிகள் அப்படிச் செய்யவில்லை. அவர்கள் முன்னேறிச் சென்று கொண்டிருந்தார்கள்.

அவர்கள் நம் பகுதிக்கு வந்ததும், கேப்டன் பிரதீப் தன் வீரர் ஒருவரிடம் முதல் IED-யை வெடிக்கச் செய்யுமாறு சைகை செய்தார். அதன் பின் அடுத்தது. இரண்டு குண்டு வெடிப்புகள் தீவிரவாதிகள் அருகே நிகழ்த்தப்பட்டன. சிறந்த முறையில் பயிற்சி பெற்ற மற்ற ஐந்து தீவிரவாதிகள், உடனே எதிர்வினை ஆற்றினர். உடனே அவர்கள் தங்களை மூன்று குழுக்களாகப் பிரித்துக்கொண்டு, அடர்ந்த இலைகளிடையே மறைந்து கொண்டனர், நம் வீரர்களை ஒரு வழி பண்ணுவதற்காக!

குண்டுகள் வெடித்ததால் ஏற்பட்ட புகை மண்டலம் நீங்கியதும், தாக்குதல் களம் மீண்டும் வெப்பப் படமாக தெளிவாகத் தெரிந்தது. காயம்பட்ட தீவிரவாதி அசைவின்றி இருக்க, அவனை இரண்டாவது தீவிரவாதி அந்த இடத்தை விட்டு இழுத்து வெளியேற்ற முயன்று கொண்டிருந்தான். அவன் இருட்டில் இலக்கின்றிச் சுட்டுக் கொண்டு இருந்தான். நம் அணியினர் இன்னும் ஒரு துப்பாக்கிக் குண்டைக்கூட வெளியேற்றவில்லை! கேப்டன். பிரதீப் தன் 'அஸால்ட் ரைஃபிளால் ஒரே குண்டில் அவனைச் சுட்டுத் தள்ளினார். காயம்பட்ட தீவிரவாதி, அசைவின்றிக் கிடந்தான். அவன் அனேகமாக இறந்திருக்கலாம். ஆனாலும், நம் அணியினர் ஜாக்கிரதையாக இருக்கவே விரும்பினர்.

மீதமிருந்த நான்கு தீவிரவாதிகளும், நம் சிறப்புப் படையினரை நோக்கி சரமாரியாகச் சுட்டனர். இதற்குள் நம் அணியினர் இரண்டிரண்டு ஆட்கள் கொண்ட மூன்று அணியினராகப் பிரிந்துவிட்டிருந்தனர். இவர்களுக்கிடையே சிறிது இடைவெளியும் இருந்தது. பல் திசைகளிலிருந்தும் அவர்கள் ஊடுருவல்காரர்களை நோக்கிச் சுட்டனர். கேப்டன் பிரதீப்

திருப்பிச் சுட்டார். அவரின் இரு பக்கமும் துப்பாக்கிக் குண்டுகள் சீறிப்பாய்ந்த வண்ணம் இருந்தன. அப்போதுதான் அவர் உணர்ந்தார் ஹீரோ தன்னை விட்டு விலகி, தன்னைத் தனிமைப்படுத்திக் கொண்டிருந்ததை. திருப்பிச் சுட்டதால் தீவிரவாதிகளுக்கு நம் கமாண்டோக்கள் இருக்குமிடம் தெரிந்து போயிற்று. அவர்களின் குண்டுகள் நம் அணியினரைத் தாக்கும் வாய்ப்புகள் இப்போது கணிசமாக அதிகரித்துவிட்டன. அவர்கள் இலைகளினூடே மறைந்து இயங்குவதால், நம் வீரர்களின் குண்டுகள் அவர்களைத் தாக்குவதும் சுலபமான காரியமில்லை.

கேப்டன் பிரதீப் சொல்கிறார்: "நான் ஒரு டஜன் தீவிரவாதிகளைக்கூட சுட்டுத் தள்ளி விடலாம்; ஆனால், என் வீரர் ஒருவரை இழந்து விட்டாலும், என்னைப் பொறுத்தவரை தாக்குதல் தோல்விதான்!"

ஹீரோ குப்புறப்படுத்தபடி தொடர்ந்து சுட்டுக் கொண்டிருந்தார். அவரைச் சுற்றிலும் ஏ கே 47 துப்பாக்கிக் குண்டுகள் பாய்ந்து சென்ற வண்ணம் இருந்தன. தன்னை நோக்கிப் பொழியும் குண்டு மழையை ஹவில்தார் அறிந்திருந்ததால், அதன் பாதையிலிருந்து விலகிச் சென்றுவிட அவர் முயன்றார். சரியாக அந்தச் சமயத்தில், கேப்டன் பிரதீப் தன் மறைவிடத்திலிருந்து பாய்ந்து, குண்டுகள் வந்து கொண்டிருந்த பாதையை நொடியில் தாண்டி, விழுந்து கிடந்த ஒரு பெரிய மரத்தின் பின்னே ஒளிந்து கொண்டார். அங்கே அவர் தரைமீது படுத்துக் கொண்டார். கண்ணிவெடிகள் நிறைந்திருந்த அந்தப் பகுதியில், கொஞ்சம் கவனக்குறைவாக இருந்தாலும், அவர் உடல் சிதறிப்போகும். இந்த ஆபத்து அவருக்குத் தெரியாததல்ல. ஆனாலும், அவர் தன் ஜோடியின் உயிர் தன் உயிரைவிட முக்கியம் என்று நினைத்தார்.

தன்னைப் பாதி மறைத்திருந்த மரத்தின் பின் ஒளிந்துகொண்டு, கேப்டன் பிரதீப் அந்த இரண்டு ஊடுருவல்காரர்களை நோக்கிச் சுட்டார். அவர்கள் ஹீரோவைக் குறிவைத்திருந்தனர். அவரை

நோக்கி Kalashnikov துப்பாக்கிகளிலிருந்து குண்டுகள் சீறிவந்தன. அவர்கள் தங்களுக்கு மிகச் சாதகமான இடத்திலிருந்தனர். அந்த நிலையிலும் ஹவில்தார் திருப்பிச் சுடுவதை நிறுத்தவில்லை! அவரை நோக்கி வந்துகொண்டிருந்த 7.62 mm குண்டுகளிலிருந்து மயிரிழையில் தப்பினார். இருந்தாலும் பயப்படாமல் தன் சுடுதலைத் தொடர்ந்தார். அவர் சண்டையிலிருந்து பின் வாங்க வழியே இல்லை.

“ஹீரோ! ஒளிந்து கொள்ளுங்கள்! எல்லாம் சரியாகத்தான் போய்க் கொண்டிருக்கிறது. ஒன்றும் பயப்பட வேண்டாம்!” கேப்டனின் குரல் குண்டுகளின் அதிரும் ஓசையை மீறிக் கேட்டது.

குண்டுகள் ஏகே 47 துப்பாக்கிகளிலிருந்து கிளம்பியபோது ஏற்பட்ட கீற்றொளி அந்த இரண்டு தீவிரவாதிகளின் இருப்பிடத்தை வெளிச்சம் போட்டுக் காட்டி விட்டது. ஒரு முறை தன் மூச்சுக் காற்றை உள்ளிழுத்து, வெளியே விட்டு, தன்னைச் சமன்படுத்திக்கொண்டு, கேப்டன் பிரதீப் தன் ஆயுதத்தால், கும்மிருட்டில் குண்டுகள் புறப்பட்டு வந்த புள்ளியைக் குறிபார்த்தார். இலைகளை நோக்கிச் சுட்டு, அவர் ஒரு வெடிமருந்துகளைக் காலி செய்தார். இப்போது Kalashnikov அமைதியாயின. அந்த இரண்டு தீவிரவாதிகளும் கொல்லப்பட்டிருக்க வேண்டும் அல்லது தொடர்ந்து சுட முடியாதவாறு பலத்த காயமுற்றிருக்க வேண்டும். ஹவில்தாரை பாதுகாப்பான ஒரு மறைவிடத்திற்கு அப்புறப்படுத்த கேப்டன் தன் மறைவிடத்தை விட்டு மீண்டும் திறந்தவெளிக்கு வந்தார்.

கேப்டன் பிரதீப் சொல்கிறார்: “என் அணியிலிருக்கும் ஒவ்வொரு வீரருக்கும் தெரியும். தன்னைக் காக்க, தன் நண்பர்கள் தன்னைச் சுற்றிலும் எப்போதும் இருப்பார்களென்று. தான் எப்போதும் தனி ஒருவன் இல்லை என்பது அவர்களுக்குத் தெரியும். ஆழமான இந்த நம்பிக்கைதான் கடுமையான, ஆபத்தான தாக்குதல்களில் எங்களை அச்சமின்றிச் செயல்பட வைக்கிறது!”

முதல் *IED* வெடிக்க வைக்கப்பட்ட இருபது நிமிடங்கள் கழித்து, நான்கு தீவிரவாதிகள் செயலிழக்க வைக்கப்பட்டிருந்தார்கள். அவர்கள் ஒன்று இறந்திருந்தார்கள்; அல்லது, படுகாயமடைந்திருந்தார்கள். இரவு 10.50-க்கு துப்பாக்கிச் சண்டை அனேகமாக முடிந்து போனது என்று சொல்லலாம். அடுத்த சில நிமிடங்கள் விட்டுவிட்டு குண்டுச் சத்தம் கேட்டது. நம் சிறப்பு அணியினர், மீதமிருந்த இரண்டு தீவிரவாதிகளிருந்த திசையை நோக்கி, ஆறு திசைகளிலிருந்து சுட்டனர்.

தீவிரவாதிகள் சுடுவதும், பின்பு சுடுவதை நிறுத்துவதுமாகவும் இருந்தனர். அவர்கள் சரக்கு தீர்ந்து போய்விட்டது தெளிவாயிற்று. அவர்கள் நாங்கள் திருப்பிச் சுடுவதற்காகவும், எங்கள் மறைவிடங்களைத் துல்லியமாகக் கண்டறிவதற்காகவும் அவ்வாறு செய்து கொண்டிருந்தனர். இது வழக்கமான இராணுவ நடவடிக்கைதான். ஆனால் கேப்டன் பிரதீப் இன்னொரு வித்தியாசமான விஷயத்தையும் கவனித்தார்.

குண்டுகள் பாய்ந்து வந்த முறையைப் பார்க்கும்போது, அவை ஏகே 47-லிருந்து வந்த மாதிரி தெரியவில்லை! அவர்கள் நீளம் குறைக்கப்பட்ட *Kalashnikov* களைப் பயன்படுத்துகிற மாதிரி தெரிந்தது. அவற்றின் குழல்கள் குறைந்த நீளம் கொண்டவையாக இருந்ததால், அவற்றின் குண்டுகள் அகலமாகப் பாய்ந்தன. ஒரே சமயத்தில் குண்டுகள் தாக்கும் பரப்பை விரிவுபடுத்துவதே இதன் நோக்கம். இதனால், அதிக இந்திய வீரர்களைத் தாக்க முடியும் என்று அவர்கள் நம்பினார்கள்.

சுடுதல் விட்டுவிட்டு நடைபெற்றதால், தீவிரவாதிகள் தங்கள் இலைப் போர்வைகளிலிருந்து வெளியே வந்து, மலையிலிருந்த பாறை இடுக்குகள் வழியே மறைந்தோடி, சமதளத்தை அடைந்தனர். அதன் பின், அவர்கள் கட்டுப்பாட்டுக் கோட்டை நோக்கி ஓடத் துவங்கினர். அவர்கள் பாகிஸ்தானுக்குத் தப்பித்துச் செல்லவே முயல்கிறார்கள் என்பதை இது தெளிவாகக் காட்டியது. அவர்கள் ஓடிக்கொண்டிருக்கும்போதே, இந்திய வீரர்களை நோக்கிச் சுடவும் செய்தனர். ஆனாலும், இறுதிவரை

போராட அவர்கள் விரும்பவில்லை என்பதும் தெளிவாகியது.

“இன்னொரு நாள் திரும்பி வந்து தாக்குவதற்காக அவர்கள் உயிர் பிழைக்க வேண்டும் என்பது அவர்கள் எண்ணம். ஆனால் நாங்கள் அவர்களுக்கு அந்த வாய்ப்பை வழங்குவதாக இல்லை!” என்றார் கேப்டன் பிரதீப்.

தாங்கள் மறைந்திருந்த இடங்களை விட்டு வெளியே வந்த நம் பன்னிரண்டு கமாண்டோக்கள் மலையில் கீழிறிங்கி, எதிரிகள் பின்வாங்கிய பாதையில் அவர்களைப் பின்தொடர்ந்தனர். *Kalashnikov*வ் துப்பாக்கிகள் இன்னும் தொடர்ந்து சுட்டுக் கொண்டிருந்ததால் நம் வீரர்கள் மலை இடுக்குகளில் ஒளிந்து ஒளிந்து சென்றனர். ஆறு வரிசைகளில் சுட்டுக்கொண்டே கேப்டன் பிரதீப்பும், அவர் அணியினரும், தீவிரவாதிகளை நெருங்கிக்கொண்டிருந்தனர். இப்போது அவர்கள் கட்டுப்பாட்டுக் கோட்டிலிருந்து 60 மீட்டர் தொலைவிலேயே இருந்தனர் என்பது தெளிவாயிற்று. அவர்கள் அந்தக் கோட்டை கடந்துவிட்டால், அவர்களை எதுவும் செய்ய முடியாது. கோட்டின் அந்தப் பக்கம் பாகிஸ்தானின் இராணுவம் தீவிரவாதிகளுக்கு எல்லா வழிகளிலும் உதவத் தயாராக இருந்தது.

தன் அருகிலிருந்த வீரர்களை நோக்கி கேப்டன் பிரதீப் கத்தினார்: “அந்த இரண்டு ஊடுருவல்காரர்களையும் தப்பிக்க விட்டுவிடாதீர்கள்!” தங்கள் நிலைகளை மாற்றி அமைத்துக் கொள்ளவும், தங்கள் துப்பாக்கிகளில் புதிய வெடிமருந்துகளை நுழைத்துக் கொள்ளவும், இரண்டு அணியினரும் சில வினாடிகள் சுடுவதை நிறுத்திவிட்டு, கட்டுப்பாட்டுக் கோட்டின் கடைப்பகுதியை நோக்கி ஓடிக்கொண்டிருந்த தீவிரவாதிகளைக் குறிபார்த்தனர். கடைசி முறை சுட்டபோது, தீவிரவாதிகள் சுருண்டு விழுந்தனர். அப்போது, இரவு மணி 11.15. திருப்பிச் சுடுதல் ஏதும் நிகழவில்லை. கடைசி குண்டுகளின் ஒலி மலைகளில் எதிரொலித்தது.

ஆனால், சண்டை இன்னும் முடியவில்லை!

“தீவிரவாதிகள் அனைவரும் இறந்துவிட்டனர் என்பதை நாங்கள் உறுதி செய்து கொண்டாக வேண்டும். அவர்கள் வேறெங்காவது ஒளிந்துகொண்டிருக்கக் கூடாதல்லவா? அதிகாலையின் முதல் வெளிச்சம் வரும்வரை நாங்கள் காத்திருந்தோம். இது வழக்கமான நடைமுறைதான்” என்கிறார் கேப்டன் பிரதீப்.

பொழுது விடிந்ததும் அந்த ஆறு தீவிரவாதிகளின் உடல்கள் கண்டெடுக்கப்பட்டன. அவர்களிடமிருந்த ஏகே 47 ரைஃபிள்களும், ஒரு டஜன் பயன்படுத்தப்படாத வெடிபொருள்களும், கையெறிகுண்டுகளும், ஒரு செயற்கைக்கோள் தொலைபேசியும், சீனத் தயாரிப்பான கைத்துப்பாக்கிகளும் கண்டெடுக்கப்பட்டன. இவை அனைத்தும் தீவிரவாதிகளிடம் வழக்கமாக இருப்பவைதாம்.

நான்கு கமாண்டோக்கள் இன்னும் தீவிரவாதிகள் இருக்கிறார்களா என்று தேடிக்கொண்டிருக்க, கேப்டன் பிரதீப் தன் மற்ற வீரர்களை அழைத்து அவர்களிடம் சுருக்கமாக உரையாற்றினார். காயங்களோ, உயிர்ச்சேதமோ ஏற்படாத வகையில் தாக்குதலை நடத்தியதற்காக அவர்களைப் பாராட்டினார். திரும்பும் வழியில் அவர் தன் கர்னலுக்கு தாக்குதல் வெற்றிகரமாக நடத்தப்பட்டதைப் பற்றி ஒரு குறுஞ்செய்தி அனுப்பினார். ஏறக்குறைய மூன்று மாதங்கள் தூக்கமின்றிக் கழித்த பிறகு, தாக்குதல் வெற்றிகரமாக 45 நிமிடங்களில் முடிந்தது. கேப்டன் பிரதீப்புக்குக் கிடைத்த உளவுத் தகவல்களின் ஒவ்வொரு சொல்லும் உண்மை என்பது நிரூபணமாயிற்று. ஏராளமான மனித வெடிகுண்டுகளை வைத்திருக்கும் பாகிஸ்தானுக்கு எதிரான தாக்குதலில் இது ஒரு சிறிய வெற்றிதான். இருப்பினும் வெற்றி வெற்றிதானே, அது எவ்வளவு சிறியதாக இருந்த போதும்?

சிறப்புப்படையின் முகாமில் ஏற்கனவே கொண்டாட்டம் ஆரம்பித்துவிட்டது. கேப்டன் பிரதீப் தனக்கென ‘ஓல்ட் மாங்க்’ ஒரு பாட்டில் எடுத்துக் கொண்டார். அவர் குடித்து பல

வருடங்கள் ஆகிவிட்டிருந்தன. அவர் ஒரு கேக்கையும் ஆர்டர் செய்திருந்தார். அடுத்த நாள் மே 30. பிரதீப்பின் பிறந்த நாள்.

பெங்களூருவில், தீபா நீண்ட காலம் காத்துக் கொண்டிருந்த அலைபேசி அழைப்பும் கடைசியாக வந்தது. அவர்கள் மகள்கள், தீர்த்தி, தீக்ஷா தூங்கிய பின்னும் அவர் விழித்துக் கொண்டிருந்தார். கடந்த 48 மணி நேரமாக அவர் தூங்கவே இல்லை. களைப்பாக இருந்தபோதும் அவர் தன் கணவர் தாக்குதல் பற்றி விவரித்ததை ஒரு சொல் விடாமல் கேட்டார். அவர் பத்திரமாக இருப்பதையும் தன் முகாமிற்குத் திரும்பி விட்டதையும் அறிந்து அவர் நிம்மதிப் பெருமூச்சுவிட்டார்.

“கமாண்டோ செயல்பாடுகள் எனக்குப் புதியவை. நான் ஒரு IRS அதிகாரியைத்தான் திருமணம் செய்து கொண்டிருப்பதாக நினைத்துக் கொண்டிருந்தேன். அவரிடம் நான் இதை எதிர்பார்க்கவில்லை என்று நான் சொன்னேன். அவருக்கு இராணுவச் சீருடையின் மீது அளவற்ற காதல். ஆனால் அவர் இப்படி ஒரு வழியைத் தேர்ந்தெடுப்பார் என்று நான் கனவிலும் நினைக்கவில்லை. ஓர் இராணுவ அதிகாரியின் மனைவியாக இருப்பது மிகக் கஷ்டமான விஷயம். இந்த வாழ்க்கையில் ஏற்றத்தாழ்வுகள் இருக்கின்றன. அதில் பெருமிதமும் இருக்கிறது; வலியும் இருக்கிறது. தான் சில நாட்கள் தொடர்பு எல்லைக்கு அப்பால் இருக்கப்போவதாக பிரதீப் சொல்லும் ஒவ்வொரு முறையும் என் இதயத்துடிப்பு ஒரு கணம் நின்றுபோகும். இருப்பினும் நான் அவரை நினைத்துப் பெருமைப்படுகிறேன். எனக்கு எந்த வருத்தமும் இல்லை. சீருடைதான் அவர் முதல் காதலி. அவர் விருப்பத்திற்கு நான் எந்த வழியிலும் குறுக்கே நிற்கக் கூடாது என்று நான் முடிவு செய்துவிட்டேன்!” என்கிறார் தீபா.

கட்டுப்பாட்டுக் கோட்டு நிகழ்வு நடந்து எட்டு மாதங்கள் முடிந்த பிறகு, கேப்டன் பிரதீப்பிற்கு அமைதிக் காலத்தில் வழங்கப்பெறும் மூன்றாவது மிகப் பெரிய விருதான சௌரிய சக்ரா 2018-ம் வருடம், குடியரசுத் திருநாளுக்கு முந்தைய

மாலையில், அவரின் வீரதீரச் செயலுக்காக வழங்கப்பட்டது. அவருக்கு வழங்கப்பட்ட சான்றிதழ், தன் பாதுகாப்பைப் பற்றிக் கவலைப்படாமல் அவர் காட்டிய அசாதாரணமான வீரத்தையும், தன்முனைப்பையும், மற்றவர்களை ஊக்குவிக்கும் அவரின் தலைமைப் பண்பையும் புகழ்கிறது.

2018-ம் வருடம், ஏப்ரல் 23-ம் தேதி, குடியரசுத் தலைவர் ராம்நாத் கோவிந், கேப்டன் பிரதீப்புக்கு விருது வழங்கிய சிறிது நேரத்தில், குடியரசுத் தலைவர் மாளிகை ட்வீட்டியது: "தீவிரவாதிகள் கடும் துப்பாக்கிச் சண்டையில் ஈடுபட்ட போது, இவர் தன் உயிரையும் பொருட்படுத்தாமல், அசாதாரணமான தீரத்தைக் காட்டி கடமைக்கு அப்பால் சென்று, ஆறு தீவிரவாதிகளைக் கொன்றிருக்கிறார்!"[11]

தன் 46 வயதில், இந்திய வருமானத் துறையில், இராணுவத்தின் பிரிகேடியர் பதவிக்குச் சமமான ஓர் அதிகாரியாகப் பணியாற்றி வந்த பிரதீப், அன்று மாலை குடியரசுத் தலைவர் மாளிகையில், விருதுபெற வந்தவர்களில் வயதில் மூத்தவர். இராணுவத்தில் இராணுவ அகாடமியில் பயிற்சி பெற்ற அதிகாரிகள் தங்கள் 21 அல்லது 22 வயதில் சேர்த்துக் கொள்ளப்படுவார்கள். ஆனால் எல்லைப் படையில், தன்னார்வலர்கள் நாற்பத்தி இரண்டு வயது வரை சேர்த்துக்கொள்ளப்படுகிறார்கள். நாற்பத்தாறு வயதான ஒருவரை சிறப்புப் படையில், மிக ஆபத்தான ஒரு தாக்குதலுக்குத் தலைமை தாங்க அனுப்பி வைத்தது, அந்த அதிகாரியின் திறமைகள், மற்றும் வீரத்தின் மேல் இராணுவம் வைத்திருக்கும் நம்பிக்கையின் எடுத்துக்காட்டு. "அவர் அரசு அலுவலர். வருமானத் துறையின் அதிகாரி. திடீர் திடீரென்று தன் மூட்டை முடிச்சுகளைக் கட்டிக்கொண்டு தீவிரவாதிகளை ஒழிக்கக் கிளம்பிவிடுவார். சகல சௌகரியங்களுடன் இராணுவத்திற்கு வெளியே சுகமான வாழ்க்கை வாழ்ந்து கொண்டிருப்பவர்களை, அவர்களுடைய 'சுகக் கூட்'டிலிருந்து

11 https://bit.ly 2EUxOe8

வெளியே வரவழைப்பது எளிதான காரியமல்ல. அவர் மும்பையில் சௌகரியமாக இருந்திருக்கலாம். ஆனால், அவர் இங்கே இருக்கிறார். அவர் யாரும் அவ்வளவாக விரும்பாத ஒரு மலைப்பகுதியில் பணியாற்றினார். நீங்கள் அந்த அடியை எடுத்து வைக்கத் தயாராக இருந்தால், உங்களுக்குள் ஏதோவொன்று ஒளிந்திருக்கிறது என்று பொருள்!" சொல்கிறார் பிரதீப்புடன் பணியாற்றும் ஓர் அதிகாரி.

அவருக்குப் பிறர் தன்னை கேப்டன் பிரதீப் என்றழைப்பதே பிடிக்கும். அவர் அணியில் இருக்கும் மற்றவர்களுக்கு இது ஒன்றும் அதிசயமில்லை.

"ஓர் அலுவலக அதிகாரி, போர் உடை தரித்துக்கொண்டு களத்தில் இறங்குவது மிக அரிதான செயல். இந்தியாவில் இராணுவத்தில் சேர இளைஞர்கள் அவ்வளவாக விரும்புவதில்லை. அதுமட்டுமல்ல, சிறப்புப் படை தனித்துவம் வாய்ந்ததும் தேசத்தின் சொத்தும் ஆகும்!" என்கிறார் ஒரு சிறப்புப் படை அதிகாரி.

அந்தத் தாக்குதலும், சௌரிய சக்ரா விருதும் அந்த அதிகாரியின் வாழ்க்கை முறையைப் பல விதங்களிலும் மாற்றி விட்டது. இராணுவத்தினர் அவரைத் தங்களில் ஒருவராகவே மதித்தனர்.

ஆனால் சில விஷயங்கள் மாறவே இல்லை. கேப்டன் பிரதீப்பின் நேரம், வருமானவரிக் கணக்குகளைச் சரிபார்ப்பதிலும், தீவிரவாதிகளுக்கு எப்படி பணம் வருகிறது என்பதை ஆராய்வதிலும் கழிகிறது.

தனக்கு மிகவும் பிடித்த இந்திப் பாடலான, 'மேய்ன் ஜிந்தகி கா சாத்...' பாடலை அடிக்கடி கேட்பது அவர் வழக்கம்.

அவர் தொடர்ந்து, அடுத்த அழைப்புக்காகக் காத்திருக்கிறார், இன்றும்!

10

ஒருவரின் உயிரைக் காப்பாற்றுவதைவிட வேறு எது முக்கியம்?

கேப்டன். P ராஜ்குமார்

அரபிக் கடல், கேரளா

1, டிசம்பர் 2017, இரவு மணி 7

"ஸார்! லேசர் ஒளி! இடது பக்கம்!"

திசையறிவாளர் தன் 'பைலட்டு'களைப் பார்த்துக் கத்தினார். இதனால் சடக்கென்று ஹெலிகாப்டரை இடது பக்கம் திருப்பி, 200 அடிகள் கீழே புயல் கடைந்து கடைந்து காரிருளாகிப் போன அரபிக்கடலை நோக்கி இறங்க வேண்டி வந்தது. இந்தியக் கடற்படையின் SK 528 என்ற ஒரு பழைய சாம்பல் நிற 'SEA KING' ஹெலிகாப்டரில் சுழன்றடித்துக் கொண்டிருந்த ஒக்கிப் புயலினூடே அவர்கள் தேடிக் கொண்டிருந்தது, கடைசியில் அவர்கள் கண்களில் சிக்கியது.

காற்றால் கடையப்பட்டு, புயலால் கொந்தளித்துக் கொண்டிருந்த கடலை நோக்கி ஹெலிகாப்டரின் 'ஃப்ளைட் கமாண்டர், கண்களுக்குத் தெளிவாகத் தென்படாத அந்த மிக மெல்லிய 'லேசர்' ஒளிக்கற்றை மேல் தன் கண்களை ஓடவிட்டார். மணிக்கு 150 கி. மீட்டர் வேகத்தில் காற்றடித்துக் கொண்டிருக்க, ஹெலிகாப்டரை அந்தப் பச்சை ஒளியின் மேல் ஒரு கண் வைத்தவாறே கவனமாக ஓட்ட அவர் திணறித்தான் போனார். லேசர் கதிர் மறைவதும், மீண்டும் தோன்றுவதுமாகக் கண்ணாமூச்சி காட்டிக் கொண்டிருந்தது. ஃப்ளைட்

கமாண்டருக்குத் தெரியும் ஒரு வினாடி அதைப் பார்க்காமல் விட்டுவிட்டாலும், குறைந்தபட்சம் ஒரு உயிரையாவது இழக்க வேண்டிவரும் என்று.

குறைந்தபட்சம் ஒரு உயிர்!

SK 528 கொஞ்சம் கொஞ்சமாகக் கடல் மட்டத்தை நோக்கி, காரிருளில் கீழே இறங்கிக்கொண்டிருந்தது. அதன் 'தேடும் விளக்'கிலிருந்து கூம்பு வடிவ ஒளிக்கற்றை வீசிக்கொண்டிருந்தது. ஆனால், வீசிக்கொண்டிருந்த சூறாவளிக் காற்றால், அது பயனற்றுப் போனது. 50 அடி உயரத்தில், ஃப்ளைட் கமாண்டர் வானில் ஹெலிகாப்டரை ஓரிடத்தில் ஒரு சில வினாடிகள் நிலைநிறுத்தினார். சுழன்றடிக்கும் புயலின் ஓசையும் விடாது பெய்யும் பெருமழையின் ஓசையும், ஹெலிகாப்டரின் காற்றாடி சுழலும் ஓசையை அமுக்கிவிட்டது. அதிலிருந்த மற்ற நால்வரும் அவர் முகத்தைப் பார்த்தனர். அவர்களுக்கு, அவரின் குழப்பம் புரிந்தது. ஹெலிகாப்டரை இன்னும் கொஞ்சம் கீழே இறக்கினால், அவ்வளவுதான்! ஆனால் சில வினாடிகளுக்குப் பிறகு, ஹெலிகாப்டர் மீண்டும் கீழே இறங்கத் துவங்கியது. கீழே இறங்க இறங்க புயலின் ஆக்ரோஷமும், மழையின் வேகமும் அதிகரித்தன. அதிலிருந்தவர்களால் தங்கள் ஹெலிகாப்டர் காற்றாடியின் விளிம்பைக்கூட பார்க்க முடியவில்லை!

ஹெலிகாப்டர் 50 அடியிலிருந்து 40 அடிக்கு இறங்கி, 30 அடி உயரத்திற்கு வந்ததும், லேசர்கதிர் தான் ஒரேயடியாக மறைந்து விடுவேன் என்று மிரட்டியது. இறுதியாக ஹெலிகாப்டர் 20 அடி உயரத்திற்கு இறங்கியது. இப்போது கடல் அலைகள் அதன் வயிற்றை முத்தமிடப் பேரார்வம் காட்டின. மிக ஆபத்தான சூழ்நிலையில் சிக்கிக்கொண்டிருக்கும் நிலையில், தனக்கிருப்பது ஒரு சில நிமிடங்களே என்பதை ஃப்ளைட் கமாண்டர் உணர்ந்தார். ஹெலிகாப்டரின் தேடும் விளக்கின் ஒளிக்கற்றை ஒரு சிறு இடத்தின் மேல் பட்டபோது அவர் அதைக் கண்டார்.

"இலக்கைக் கண்டுபிடித்து விட்டோம்!" அவர் ஹெலிகாப்டரின் டாக் பேக்கில் கத்தினார்.

வானில் தள்ளாடிக்கொண்டிருந்த ஹெலிகாப்டருக்குக் கீழே, தத்தளித்துக் கொண்டிருந்த, அவர்கள் இதுவரை தேடிக்கொண்டிருந்த பொருள் அவர் கண்களுக்குத் தென்பட்டது.

ஆறு மணி நேரத்திற்கு முன்பு!

தன் பச்சைச் சீருடையில், கேப்டன் ராஜ்குமார் *SK 528 SEA KING* ஹெலிகாப்டரை நோக்கி மென் ஓட்டம் ஓடினார். *INS* கருடா கப்பலின் மேல்தளம் அவருக்காகத் தயாராக இருந்தது. கொச்சியில் இருந்த இந்தியக் கடற்படையின் தளம் உஷார்படுத்தப்பட்டிருந்தது. கேப்டனுடைய குழுவினர் அவருக்காகக் காத்திருந்தனர். இந்த ஹெலிகாப்டர், கேப்டன் ராஜ்குமார் மற்றும் அவர் குழுவினர், இந்தியக் கடற்படையின் *INAS 336* அணியின் ஓர் அங்கம். நீர்மூழ்கிக் கப்பல்களை எதிர்த்துப் போராடுவதே இவர்களின் முக்கிய வேலை. ஆனால், அந்த டிசம்பர் பிற்பகலில், அவர்கள் ஒரு வேட்டைக்காக அழைக்கப்பட்டிருந்தனர். அவர்கள் இப்போது எந்த நீர்மூழ்கிக் கப்பலையும் தேட அழைக்கப்படவில்லை. அவர்கள் தேட வேண்டியது, சக மனிதர்களை!

டிசம்பர் 1-ம் தேதி, ஒக்கி புயல் கேரளக் கடற்கரைக்கு அப்பால், தன் அதிபயங்கர வடிவத்தை எடுப்பதற்கு இன்னும் சில மணி நேரங்களே இருந்தன. இந்தியக் கடற்படையின் சிறந்த விமானியான கேப்டன் ராஜ்குமார் கடந்த காலங்களில் பல அதிபயங்கர பயணங்களை மேற்கொண்டிருக்கிறார். அண்டார்டிகாவில் சிக்கிக்கொண்டிருந்த நம் விஞ்ஞானிகளை மீட்டு வந்ததும் அவற்றுள் ஒன்று. அது நடந்து முப்பது வருடங்கள் உருண்டோடி விட்டன. ஆனால், அடுத்த ஆறு மணி நேரம் அவர் கனவிலும் நினைத்திராத பயங்கரத்தை அவருக்குப் பரிசாகத் தர காத்திருந்தது. அன்று பிற்பகல், அவர்

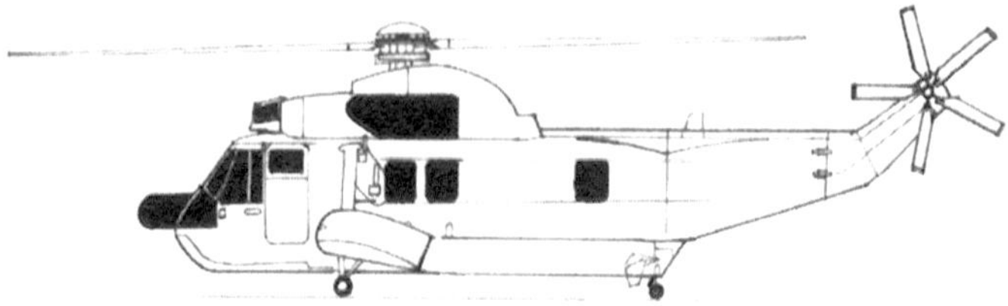

சீ-கிங் ஹெலிகாப்டர்

SK 528-ல் ஏறி தன் இருக்கை பட்டையை அணிந்துகொண்டு அதன் இரண்டு 'Rolls Royce Gnome' இன்ஜின்களையும் ஓட விட்டார். அப்போது, அவருக்குக் காத்திருக்கும் அபாயத்தைப் பற்றித் துளிகூடத் தெரியாது!

"இதற்காகத்தான் எங்களுக்குப் பயிற்சி அளிக்கப்பட்டிருக்கிறது. ஆனாலும் ஒருவர் எல்லாவற்றிற்கும் நூறு சதவீதம் தயாராக இருக்க முடியாது. இராணுவத்தில் நாங்கள் விதியை நம்புகிறோம். நான் இன்னும் மோசம், ஏனெனில் நான் ஒரு மலையாளி! நம் நாட்டின் இந்தப் பகுதியில் நாங்கள் எப்போதும் புயல்களின் தீவிரத்தை உணர்ந்ததில்லை. வானியல் வல்லுநர்கள் ஒக்கி புயலைப் பற்றிக் கத்து கத்தென்று கத்தலாம்; ஆனால் இந்தியாவின் மேற்குக் கடற்கரையில் புயல்கள் அரிதானவையே. கிழக்குக் கடற்கரைதான் அவற்றுக்கு மிகவும் பிடித்த இடம். புயல் தாக்கும்போதுதான் அது என்னவென்றும், எப்படிப்பட்டதென்றும் உங்களுக்குப் புரியும். அந்தப் புரிதல் அப்படியொன்றும் ரசிக்கக் கூடியதல்ல."

கேப்டன் ராஜ்குமார் அன்று வானில் பறந்தபோது, அவருடன் சக விமானியாக லெப். கமாண்டர் அப்ஜீத் கருடும், திசையறிவாளரும், பொறியாளருமான லெப். கமாண்டர் மயூர் சௌஹானும், இரண்டு இளம் 'டைவர்'களான சுமித் ராஜும், தீபக் சைனியும் இருந்தனர். கேரளாவின் தலைநகரான திருவனந்தபுரம் நோக்கிச் செல்லும் அந்த 200 கி. மீட்டர்

தூரப் பயணத்தில், சில மாலுமிகளும் இணைந்திருந்தனர். அவர்களை வேறொரு பணியில் ஈடுபடுத்த அங்கே இன்னொரு விமானம் காத்துக் கொண்டிருந்தது.

நிலப்பரப்பின் மேல் தென்திசையில் பறந்தபோது SK 528 ஹெலிகாப்டரிலிருந்தவர்கள் மழைநீர் சூல்கொண்டிருந்த மேகத்திரளைத் தங்கள் வலது பக்கம் பார்த்தனர். அது கரையை நோக்கி நகர்வதையும் அவர்கள் பார்த்தனர். இரண்டு நாட்களுக்கு முன் ஒக்கி தாக்கியிருந்தது. அது ஒரு மிகப் பயங்கரமான புயலாக அவதாரமெடுக்கத் தன்னைத் தயார்படுத்திக் கொண்டிருந்தது. மீனவர்கள் கடலுக்குச் செல்ல வேண்டாம் என அறிவுறுத்தப்பட்டிருந்தது. ஆனால் கேரள மீனவர்கள் புயல் தங்களையும் தாக்கும் என்பதை நம்பவில்லை. பெரிதாக எதுவும் நடந்துவிடாது என்று அவர்கள் ஆழமாக நம்பினர். எனவே பல மீனவர்கள் கடலுக்குள் துணிந்து சென்றனர். அதே சமயம் ஒக்கி புயல், அவர்களை விழுங்கி ஏப்பம் விட தன் அகன்ற வாயைத் திறந்து வைத்துக் கொண்டிருந்தது.

திருவனந்தபுரத்தில் ஹெலிகாப்டரின் இறக்கைகள் இன்னும் சுழன்றுகொண்டிருக்கும்போதே அந்த மாலுமிகள் இறக்கிவிடப்பட்டனர். ஒரு வினாடியையும் வீணடிக்க கேப்டன் ராஜ்குமார் விரும்பவில்லை. தன் ஹெலிகாப்டரில் எரிபொருள் நிரப்பப்பட்ட உடனே அவர் கிளம்பி மீண்டும் கடல் மேல் பறக்க ஆரம்பித்தார்.

சாதாரண நாட்களில் பிற்பகல் 2 மணி வானில் பறக்க மிக உகந்த நேரம். அப்போது வானம் தெளிவாக இருக்கும். அடர்த்தி மிகுந்த கடற்காற்று, ஹெலிகாப்டரை விரைவாக மேலே உந்தித் தள்ளும். மேகங்களற்ற நீல வானத்தில் தெளிவாக நெடுந்தூரம் பார்க்க முடியும். ஆனால், அன்று, கேப்டன் ராஜ்குமார் தன் ஹெலிகாப்டரை அரபிக் கடல் மேல் முன்னோக்கிச் செலுத்தியவுடனேயே, அவர்கள் புயலுக்குள்

நுழைந்துவிட்டனர். சுழன்றடிக்கும் காற்றும், பெரு மழையும் கொட்டின. சில நிமிடங்களுக்கு முன்னால் அவர்கள் வெகு தொலைவிலிருக்கும் பொருட்களைக் கூட தெளிவாகப் பார்க்க முடிந்தது. ஆனால் இப்போது?

“ஒக்கி போன்ற புயல்களில் காற்றின் வேகம் அதிகரித்துக்கொண்டே போகும். காற்று, கடலை மத்துபோல் கடைய ஆரம்பித்துவிடும். வெகு அசாதாரணமான வானிலையை நாங்கள் சந்திக்கப் போகிறோம் என்று எங்களுக்குத் தெரிந்து போய்விட்டது. மழை அடுக்குகளாகக் கொட்டியது! எதிரே இருந்த எதையும் எங்களால் பார்க்க முடியவில்லை!” நினைவுகூருகிறார் ராஜ்குமார்.

ஆம்! எதையும்!

சீறிக்கொண்டிருந்த கடல் மேல் 100 அடி உயரத்தில் பறந்து கொண்டிருந்த SK 528-ல் இருந்தவர்களால் சுத்தமாக எதையும் பார்க்க முடியவில்லை. அவர்கள் பார்வைத்திறன் ஹெலிகாப்டரின் முன்பக்கக் கண்ணாடிகளுக்கு அப்பால் ஒரு சில அடிகளுக்குள்ளேயே சுருண்டு போனது. அதன் ‘சென்ஸார்’கள் ஏதாவது நீர்மூழ்கிக் கப்பல் தென்படுகிறதா என்று பார்க்கும் வகையில் அமைக்கப்பட்டிருந்தன. அவை, கடல் மீது ஏதாவது மிதக்கிறதா - மீன்பிடிப் படகுகள், உயிருக்குப் போராடிக்கொண்டிருப்பவர்கள் யாராவது தென்படுகிறார்களா என்று பார்க்கும் வகையில் அமைக்கப்பட்டவையல்ல. நல்லவேளை! அவர்கள் மேல் இன்னொரு ஜோடிக் ‘கண்களும்’ இருந்தன.

1000 அடி உயரத்தில் புயல் மேகங்களினூடே இந்தியக் கடற்படையச் சேர்ந்த ஒரு போயிங் 737, B 81 ரக விமானமும் பறந்துகொண்டிருந்தது. மிகத் திறனுள்ள ‘சென்ஸார்’களும் எவ்வளவு மோசமான வானிலையையும் ஊடுருவி, மிகச் சிறிய பொருள்களையும் புகைப்படமெடுக்கும் கேமராக்கள் அதில் பொருத்தப்பட்டிருந்தன. இவற்றைப் பற்றிக் கீழே

பறந்துகொண்டிருந்த ஹெலிகாப்டரால் கனவு மட்டுமே காணமுடியும். *B 81*-னின் தாடையில், குமிழ் போன்ற அமைப்பில் பொருத்தப்பட்டிருந்த மிகச் சிறிய கேமரா அகச் சிவப்பு படங்களை எடுக்கவல்லது. அது கடல் பரப்பை 'அளந்து' கொண்டிருந்தபோது, ஒரு அதிகாரிகள் குழு அது எடுத்த புகைப்படங்களை அலசி, ஆராய்ந்து கொண்டிருந்தது. அவர்கள் கண்கள் திண்டாடும் படகு ஏதாவது தென்படுகிறதா என்று ஆராய்ந்தன.

ஏதாவது மனிதத் தலை தென்படுகிறதா என்றும் அவர்கள் உன்னிப்பாகப் பார்த்தார்கள்.

மூன்று மணி நேரம் ஹெலிகாப்டரும், அதன் மேல் பறந்து கொண்டிருந்த விமானமும், கேரளா கடற்கரையிலிருந்து ஏறக்குறைய 70 கி. மீட்டர் தொலைவிலிருந்த கடல் பரப்பை சல்லடை போட்டு சலித்துக் கொண்டிருந்தன. மூன்று மணி நேரமாகத் தேடியும் எதுவும் அகப்படவில்லை!

"*B-81*-ல் இருந்தவர்களுக்கும் எனக்கும் தெரியும். நேரம் செல்லச் செல்ல எங்கள் வேலை கடினமாகிவிடும் என்று. கண்காணித்துக் கொண்டிருக்கும் இடத்தை விட்டு வேறெங்காவது தேடலாமென்று முடிவு செய்தபோது, *B-81*-ன் கமாண்டர் ரேடியோவில் என்னைத் தொடர்பு கொண்டார்" என்கிறார் கேப்டன் ராஜ்குமார்.

"ஒரு படகு தென்படுகிறது, கவிழ்ந்த நிலையில்! அதில் நிச்சயமாக நான்கு ஆட்கள் இருக்கிறார்கள் என்றார் *B-81*-ன் விமானி! நான் தேட வேண்டிய இடத்தை ஒரு நாற்கரப்புள்ளிகளாகவும் அவர் காட்டினார்." பகல் வெளிச்சம் வேகமாக மங்கிக்கொண்டு வந்தது. ஹெலிகாப்டரிலிருந்தவர்கள் துளி நேரத்தையும் வீணாக்க விரும்பவில்லை! 100 அடி உயரத்தில் பறந்து கொண்டிருந்த *SEA KING* சிரமப்பட்டு தன் திசையை மாற்றிக் கொண்டு, நாற்கரம் நோக்கி வேகமாகப் பறந்தது. அங்கே ஒரு சராசரி அளவுள்ள மீன்பிடிப் படகு கவிழ்ந்திருந்தது.

“முப்பது, நாற்பது வருடங்களுக்கு முன் என்றால் கட்டுமரங்களிலும், பழைய மீன்பிடிப் படகுகளிலும் அடிப்பாகம் ஆழமாக இருக்கும். அதனால் அவை எளிதில் கவிழாது! ஆனால் தொழில் நுட்பத்துடன் கட்டப்படும் நவீன படகுகளில் அவற்றின் மேல் பகுதி கனமாக இருக்கும். அவை ஃபைபர் இழையால் கட்டப்பட்டவை! கடல், சீற்றம் கொண்டால். அவை எளிதில் கவிழ்ந்துவிடும்” விளக்குகிறார் ராஜ்குமார். அவர் மீனவ கிராமங்களுக்குச் சென்றபோது, இந்தச் சிறிய, ஆனால் முக்கியமான விஷயத்தைக் கண்டுபிடித்தார். சீறிக்கொண்டிருக்கும் கடலின் மேலே பறந்து கொண்டிருந்தபோது, இரண்டு முக்கிய விஷயங்களைப் பற்றிச் சிந்தித்தார்: 1) கடலில் சிக்கித் தத்தளித்துக் கொண்டிருக்கும் படகை மீட்க இருக்கும் நேரம் மிகவும் குறைவு! 2) நேரம் செல்லச் செல்ல அவர்களைக் கண்டுபிடிப்பது கடினமாகிவிடும்!

இந்த, ‘வைக்கோல் போரில் ஊசியைத் தேடும்’ பணியில், நல்லவேளையாக, அவர்களுக்கு மேலே பறந்து கொண்டிருந்த விமானம், படகு இருந்த இடத்தை ஓரளவிற்குச் சுட்டிக் காட்டியிருந்தது. நவீனத் தொழில்நுட்பம் மட்டும் இல்லாவிடில், இப்படித் தேடும் பணி கடினமாகிவிடும் என்று அவருக்குத் தெரியும். நவீனத் தொழில் நுட்பத்திற்கு அவர் தன் மனதில் நன்றி சொன்னார்.

மங்கலான பகல் வெளிச்சம் வேகமாக மறைந்து கொண்டிருந்தது. ஆனால், விமானம் போட்டுக் காட்டிய நாற்கரத்தை நெருங்கும்போது, B-81 கொடுத்த தகவல்கள் மிகப் பயனுள்ளவை என்று ராஜ்குமார் உணர்ந்தார். அங்கே கடலில், கவிழ்ந்த மீன்பிடிப் படகு ஒன்று கீழே போவதும் மேலே வருவதுமாக தத்தளித்துக் கொண்டிருந்தது. கவிழ்ந்த படகின் மேல் நான்கு பேர் இருந்தனர். அதிர்ஷ்டவசமாக, அவர்கள் நல்ல நிலையில் இருந்தார்கள். இதனால், அந்தப் படகு, கடலுக்கு வந்து ஒரு நாளைக்கு மேல் ஆகியிருக்காது என்று தெரிந்தது.

"நாங்கள் கடல்மட்டத்திற்கு மேல் முப்பது அடிக்கு இறங்க முடிவு செய்தோம். பருவநிலை மோசமாகிக் கொண்டே வந்தது. எங்களுடன் இருந்த இரண்டு 'டைவர்கள்' வடத்தைக் கீழே இறக்கினார். அதைப் பிடித்துக்கொண்டு ஒவ்வொருவராக நான்கு பேரும் மேலே இழுக்கப்பட்டனர். இது அதிக நேரமெடுக்கும் வேலை- நேரத்தின் பங்கு இங்கே மிக முக்கியம். மேலும் பகல் வெளிச்சமும் குறைந்துகொண்டே வந்தது" நினைத்துப் பார்க்கிறார் கேப்டன் ராஜ்குமார்.

நான்கு மீனவர்கள் ஹெலிகாப்டரில் ஏறிக்கொண்டதும், SK 528 கரையை நோக்கிப் பறந்தது. அது திருவனந்தபுரத்தை அடைந்தபோது, சூரியன் மறைந்து வெகு நேரம் ஆகிவிட்டிருந்தது. கடலில் தத்தளித்துக் கொண்டிருந்த மீனவர்களை மீட்டுக்கொண்டு வந்தது ஓர் அரிய செயல், அதுவும் புயல் சூழ்ந்த சூழலில். இப்போது ஹெலிகாப்டரின் இயந்திரங்களை நிறுத்திவிட்டு, ஓய்வெடுக்க வேண்டிய நேரம். பெரும் உதவி செய்த B 81- விமானமும் தளத்திற்குத் திரும்பி விட்டது. அது இல்லாமல் தேடுதலைத் தொடர்வது நடக்காத காரியம். வெற்றியுடன் முடிந்த அந்த நாள் ஒரு கடினமான நாள்தான், சந்தேகமில்லாமல்!

ஆனால், கேப்டன் ராஜ்குமார் மனதில் ஏதோ நெருடியது. SK 528 எரிபொருள் நிரப்பிக்கொண்டு, மீண்டும் புறப்படத் தயாரானபோது, அணியினர் அவர் ஆணைக்காகக் காத்திருந்தனர்.

"என் ஆட்கள் என்னை நன்கு புரிந்து வைத்திருந்தனர். அவர்களிடம் நான் அதிகமாகப் பேச வேண்டியதில்லை. யார், எங்கே தத்தளித்துக் கொண்டிருக்கிறார்கள் என்று எதுவும் எங்களுக்குத் தெரியாது. எங்களிடம் எந்தத் தடயமும் இல்லை. நாங்கள் மேலெழும்பி, இரண்டாவது முறையாகக் கடலை நோக்கிச் சென்றோம். என் மனதில் ஏதோ ஒன்று என்னைச் செலுத்தியது. நான் மனதிற்குள் பிரார்த்தனை செய்து

கொண்டேன். 'கடவுளே, யாராவது கடலில் தத்தளித்துக் கொண்டிருக்க, நாங்கள் அவரைக் காப்பாற்ற வேண்டும்!'" சாதரணமாகத் துணிச்சலுக்கும், முட்டாள்தனத்திற்கும் உள்ள இடைவெளி மிகச் சிறியது. அதே போல், இராணுவத்தில் தீரச் செயலுக்கான விருதுக்கும், இராணுவ நீதிமன்ற விசாரணைக்கும் இடையே இருக்கின்ற இடைவெளியும் மிகச் சிறியதுதான்!

கேபினில், டைவர் தீபக் சைனி கேப்டனின் மனதில் ஓடும் எண்ணங்களைப் புரிந்துகொண்டார். சிறிது வினாடிகள் கழித்து, அவர் அந்தச் சொற்களைக் கேட்டார்.

ஃப்ளைட் கமாண்டர் சொன்னார்: "நாம் மீண்டும் தேடத் தொடங்குவோம்! நம் உடலில் கடைசிச் சொட்டு இரத்தம் இருக்கும் வரையில், நம் ஹெலிகாப்டரில் கடைசிச் சொட்டு எரிபொருள் இருக்கும் வரை!"

"நாங்கள் யார் கண்ணுக்காவது தேவதைகளாகத் தெரிவோம் என்று எங்கள் கேப்டன் உறுதியாக நம்பினார். அவர் தேடுவதை நிறுத்தத் தயாராக இல்லை. அவர் வார்த்தைகள் எங்களுக்கு உற்சாகம் அளித்தன" இப்படிச் சொல்பவர் முப்பதியொரு வயதான சைனி. 2004-ல் கடற்படையில் சேர்ந்த அவர், 2010-ல் கமாண்டோ டைவராகப் பயிற்சி எடுத்துக் கொண்டார். இப்படித்தான் அவர் கடற்படையில் மிக அரிதானதும் அதிக ஆபத்துகள் நிறைந்ததுமான ஒரு பணியின் அங்கமானார்.

நான்கு மீனவர்கள் மீட்கப்பட்டு ஒருமணி நேரத்திற்குப் பின் கேரளக் கடலில் எல்லாமே மாறிவிட்டது. இப்போது சுத்தமாக வெளிச்சமே இல்லை. ஹெலிகாப்டரிலிருந்தவர்களுக்குக் கிடைத்த ஒரே வெளிச்சம், அதன் தாடைப்பகுதியில் பதிக்கப்பட்டிருந்த 'ஸ்பால் லைட்' டிலிருந்தும், ஃப்ளட் லைட்டுகளிருந்தும் வந்த வெளிச்சம் மட்டுமே!

"துரதிருஷ்டவசமாக, கடும் மழையில் இவற்றை ஒளிரவிட்டால் அவை விமானி அறைக்குள்ளேயே பிரதிபலிக்கும். இதனால்

பறப்பது கடினமாகிவிடும். இரவில் கடும் மழை கொட்டிக் கொண்டிருக்கும்போது கடல் மேல் பறப்பது சவாலான வேலை” சொல்கிறார் ராஜ்குமார். கடலும், வானமும் கட்டித் தழுவிக் கொள்ளும்போது அடர் கருமை அளவில்லாமல் வியாபித்திருக்கும். *SK 528* -ஹெலிகாப்டரின் விமானிகள் அதைக் கருவிகளின் உதவியுடனேயே இயக்கினர். அதில் முக்கியமானது ரேடியோ ஆல்டிமீட்டர். அதுதான் கடலுக்கும் அவர்களுக்கும் இடையே உள்ள உயரத்தை அவர்களுக்குக் கணக்கிட்டுக் காட்டியது.

SK 528 இருளினூடே பறந்து கொண்டிருந்தது. முதலில் இருந்த பருவநிலை, இப்போது விடாமல் கொட்டும் பயங்கர மழையாக மாறிப்போய்விட்டிருந்தது. பயங்கரமாகக் கொந்தளித்துக் கொண்டிருந்த கடலில், ஒரே வெளிச்சம் அவ்வப்போது தெரியும் சிறிய ஒளிக்கற்றைதான். ஒரு ஹெலிகாப்டர் பறப்பதற்கு இதைவிட பாதகமான சூழ்நிலை வேறு இருக்க முடியாது!

“நாங்கள் எங்கள் கண்களை மூடிக்கொண்டு வேட்டையில் இறங்கினோம். திக்குதிசை தெரியாமல் திண்டாடிக் கொண்டிருதோம். எங்களால் எதையும் பார்க்க முடியவில்லை. இது வைக்கோல் போரில் ஊசியைத் தேடுவதைவிடக் கடினமானது!”

கேப்டன் ராஜ்குமார் நினைத்துப் பார்க்கிறார்.

சூழ்நிலையின் அவலம் ஹெலிகாப்டரிலிருந்தவர்களிடமும் தாக்கத்தை ஏற்படுத்தியது. என்னவென்றே தெரியாத ஏதோ ஒன்றை அவர்கள் தேடிக் கொண்டிருந்தார்கள். அதுமட்டுமல்ல; அதன் மீதே பறந்த போதிலும் அவர்களால் அதைப் பார்க்க முடியாது. இருந்தாலும் அவர்கள் தொடர்ந்து பறந்தார்கள். ஐந்து பேர் குத்துக்காலிட்டு உட்கார்ந்தவாறு, எல்லா திசைகளிலும் ஊடுருவிப் பார்த்துக் கொண்டிருந்தனர், ஏதாவது தங்கள் கண்களில் சிக்காதா என்ற நம்பிக்கையில்! அவர்கள் மனதில் ஏதோவொன்று சொல்லியது: ‘கடலில் இன்னும் சிலர்

தத்தளித்துக் கொண்டிருக்கிறார்கள், யாராவது வந்து தங்களை மீட்பார்கள் என்ற நம்பிக்கையில்!'

தேடுதல் வேட்டை ஒருமணி நேரம் தொடர்ந்தது, எந்த விதப் பலனுமில்லாமல். காற்றின் வேகம் அதிகமாக அதிகமாக, வேட்டையின் சிக்கலும் அதிகமாயிற்று. தன் சக விமானி ஹெலிகாப்டரை இயக்கும் பொறுப்பை ஏற்றுக்கொள்ள, கேப்டன் ராஜ்குமார் சிந்திக்க ஆரம்பித்தார். அப்பொழுது, ஒரு சீனக் குரல் ஒலித்தது!

பெரும் அவலத்துடன் ஒலித்த அந்தக் குரல் என்ன சொல்கிறது என்று எங்களுக்குப் புரியவில்லை. அது வந்ததோ 1,00,000 டன் எடையுள்ள MV காஸ்கோ பெய்ஜிங் என்ற ஒரு மால்டா கப்பலிலிருந்து. அது அரபிக் கடலைக் கடந்து கொண்டிருந்தது. தகவல் சேனல் 16 வழியாக, 156.8 மெகாஹெர்ட்ஸ் அதிர்வெண் காட்டியது. இது வாணிபக் கப்பல்கள் பயன்படுத்தும் அதிர்வெண்ணாகும். திருவனந்தபுரத்தில் எரிபொருள் நிரப்பிக் கொண்டிருந்தபோது, கேப்டன் ராஜ்குமார் தன் ஹெலிகாப்டரிலிருந்த VHF இயங்கவிட்டிருந்தார். வாணிபக் கப்பல்கள் ஆபத்துதவி கேட்கலாம் என்ற நினைப்பில். உதவி கேட்டு அலறிய சீனக்குரல் மிக உரத்து ஒலித்தது.

"கவிழ்ந்த படகு! மீன்பிடிப் படகு! காப்பாற்றுங்கள்!" சேனல் 16 வழியாக MV காஸ்கோ பெய்ஜிங் வந்த குரல் அலறியது. ஹெலிகாப்டரின் ராடார் திரையில் கப்பல் அடையாளம் காணப்பட்டது. கேட்ட குரல், கேப்டனின் உள் மனது சொல்லியது சரிதான் என்று நிரூபித்தது. அவர் உடனே தான் கேட்ட குரலுக்குப் பதிலிறுத்தார். கப்பலை நோக்கித் தான் வந்து கொண்டிருப்பதாகச் சொன்னார்.

கடலில் கண்டபடி சிதறிக்கிடந்த பொருட்களினூடே, புயலில் பறந்து கொண்டிருந்த 'SEA KING ' SK 528 வில் இருந்தவர்கள், MV காஸ்கோ பெய்ஜிங் ஒரு கவிழ்ந்த படகைப் பார்த்திருக்கிறது என்று புரிந்துகொண்டனர். அவர்கள் ஒரு

லேஸர் ஒளிக்கற்றையைக் கொண்டு அதன் இருப்பிடத்தை அறிய முயல்வதையும் புரிந்துகொண்டனர்.

துணை விமானியான லெப். கமாண்டர் கரூட் உடனே செயலில் இறங்கினார். அவர் அந்த வாணிபக் கப்பலுக்கு பதில் அனுப்பினார்: "இது இந்திய கடற்படைக்குச் சொந்தமான ஒரு ஹெலிகாப்டர். இது தேடுதல் பணியிலும், மீட்புப் பணியிலும் தற்போது ஈடுபட்டிருக்கிறது. நாங்கள் நீங்கள் சுட்டிக்காட்டிய இடத்தை நோக்கி வந்து கொண்டிருக்கிறோம்."

துணை விமானி, தொடர்ந்து வாணிபக் கப்பலுடன் தொடர்பிலிருக்க, கேப்டன் ராஜ்குமார் கப்பலிருக்கும் திசையை நோக்கி ஹெலிகாப்டரைத் திருப்பினார்.

"நாங்கள் எங்கள் ராடாரில் அந்தப் பிரம்மாண்டமான கப்பலைக் கண்டபின் அதை நோக்கி விரைந்தோம். அந்தக் கப்பல் நகராமல் நின்றுவிட்ட போதிலும், சுழன்றடித்துக் கொண்டிருந்த காற்றினால் அப்படியும் இப்படியும் புரண்டு கொண்டிருந்தது. கடலில் அது கண்ட மீன்பிடி படகுக்கும், அதற்கும் இருந்த ஒரே தொடர்பு, அந்த லேஸர் ஒளிக்கற்றைதான். அந்தக் கப்பல், படகிற்கு அருகிலேயே வர முடியாது. அப்படிச் செய்தால், படகிலிருப்பவர்களுக்கு ஆபத்தாக முடியும். கப்பல், படகிலிருந்து 'பாதுகாப்பான' தூரத்தில் இருந்ததும், கொட்டும் மழையும், லேசர் ஒளிக்கற்றை அதன் இலக்கை அடைவதிலிருந்து தடுத்தன. மேலும், பொங்கியெழுந்த பெரும் அலைகளும் படகை அவ்வபோது மறைத்துக் கண்ணாமூச்சி காட்டின."

சில நிமிடங்களுக்குள்ளாகவே அந்தப் பெரிய கப்பலின் மேல் பறக்கத் துவங்கிய ஹெலிகாப்டர் அதைச் சுற்றிக் கொஞ்சநேரம் வட்டமடித்தது. கவிழ்ந்து கிடந்த படகை நோக்கிச் செலுத்தப்பட்ட லேஸர் ஒளிக்கற்றையை அது கண்டுபிடிக்க முயன்று கொண்டிருந்தது. கடல் இப்போது மிகவும் கொந்தளிக்கத் தொடங்கிவிட்டது. படகும் வெகு தூரம் போய்விட்டது. இந்திய ஹெலிகாப்டர் படகைத் தொடர்ந்து

தேட முயலும்போதே லேசர் ஒளிக்கற்றையும் தன் வேலையைச் செய்து கொண்டிருந்தது.

“சாதாரணமாக, இந்த மாதிரி சூழ்நிலைகளில் யாரும் இவ்வளவு நேரம் பறக்க மாட்டார்கள். நாங்கள் தொடர்ந்து ஆறு மணி நேரம் பறந்து கொண்டிருந்தோம். ஆட்டோ பைலெட் வசதியையும் நாங்கள் பயன்படுத்தவில்லை. இந்த மாதிரி சமயங்களில் உங்கள் அட்ரினலின்தான் உங்களை இயக்கும். மனம், உடலை வெல்லும் சமயம் அது. பின்னால் உங்களுக்கு உடல் களைப்பு ஏற்படலாம்; ஆனால் அந்தச் சமயத்தில் உங்களுக்கு எந்த சலிப்புணர்ச்சியும் தோன்றாது. உங்கள் மனம் கடிவாளமில்லா குதிரையைப் போல ஓடும். நீங்கள் ஒரு வினாடியையும் வீணாக்க முடியாது” நினைவு கூருகிறார் கேப்டன் ராஜ்குமார்.

“200 அடி உயரத்தில் பறந்து கொண்டிருக்கும் ஹெலிகாப்டரிலிருந்து கவிழ்ந்துவிட்ட படகைத் தேடுவதைவிட, கப்பலின் மேல் தளத்திலிருந்து அதைத் தேடுவது சுலபம்” என்கிறார் கேப்டன் ராஜ்குமார். கொதித்துக் கொண்டிருக்கும் ஒரு கருப்புக் கொப்பரையாக மாறிவிட்ட கடலில் ‘பார்வைத் தெளிவு’ என்பது பூஜ்யம்.

“நான் கப்பலின் மேல் 10-15 சுற்றுகள் சுற்றியிருப்பேன். லேசரோ, படகோ கண்ணில் தென்படவில்லை. கடைசியில், என் திசையறிவாளர் குருட்டாம் போக்கில் பச்சை நிற லேசர் ஒளிக்கற்றை ஒன்றைக் கண்டார்.”

“எனது திசையறிவாளர் லெப். கமாண்டர் சௌஹான் கத்தினார்: ‘ஸார்! லேசர் ஒளி! இடது பக்கம்!’ இதைத்தான், நாங்கள் இவ்வளவு நேரம் தேடிக் கொண்டிருந்தோம்.” 1.00.000 டன் எடை கொண்ட மால்டாவைச் சேர்ந்த சரக்குக் கப்பலிலிருந்து புறப்பட்ட ஒற்றை லேசர் கற்றை. அந்தக் கப்பல் கேரளக் கடற்கரையிலிருந்து 80 கி.மீ தொலைவில் இருந்தது. 2017-ம் வருடத்தின் மிக மேசமான புயல்களிலொன்று அப்போது

வீசிக்கொண்டிருந்தது. அந்த ஒற்றை லேசர் ஒளிக்கற்றையைத் தவிர எங்களுக்கு வழிகாட்ட வேறு எதுவுமில்லை.

“SEA KING, நீர்மூழ்கிக் கப்பல்களை வேட்டையாடும் ஹெலிகாப்டர். அதனால் அது கடல் மட்டத்திற்கு வெகு அருகில் பறக்க முடியும். இந்த வித்தையெல்லாம் இப்போது இருக்கும் சூழ்நிலையில் ஒன்றும் வேலைக்காகாது. இப்போது நாங்கள் மிக மெதுவாகக் கீழிறங்கி, எங்கள் கண்கள் கொண்டு அந்தப் படகைத் தேட வேண்டும். கண்கள் படகைத் தேடிக்கொண்டிருக்க, கைகளோ, ஹெலிகாப்டரை இயக்க வேண்டும்! ஆட்டோ பைலைட்டை பயன்படுத்த வாய்ப்பே இல்லை. எல்லாம் மனிதப் பிரயத்தனம்தான்” என்கிறார் ராஜ்குமார்.

அந்தக் குறைந்த உயரத்தில் நான் வெளியே கடலையும், உள்ளே கருவிகளையும் மாறி மாறிப் பார்க்க வேண்டும். நாங்கள் மிகவும் சாய் கோணத்தில் பறந்து கொண்டிருந்தோம். SEA KING போன்ற ஒரு பெரிய ஹெலிகாப்டரில் நீங்கள் மிகவும் சாய்வாகப் பறந்தால் (30 டிகிரிக்கும் கீழே) உங்கள் மேலெழும்பும் திறன் கணிசமாகக் குறைந்துவிடும். இந்த மாதிரி சமயங்களில் விமானியின் வேலை மிகவும் சவாலானதாகிவிடும். என்னால் என் கருவிகளையும் கண்டுகொள்ளாமல் இருக்க முடியாது. இங்கே யந்திரம் பாதி, ஆள் பாதி.

இப்போது லேசர் ஒளிக்கற்றை நன்றாகக் கண்ணுக்குத் தெரிந்ததால், அதை நோக்கி ஹெலிகாப்டர் நேராகப் பறந்து மெல்ல மெல்லக் கீழே இறங்கியது. இழப்பதற்கு நேரமில்லை என்றாலும், தவறான ஒரேயொரு செயல் கூட ஹெலிகாப்டரில் இருப்பவர்களின் உயிருக்கு ஆபத்தை ஏற்படுத்திவிடும்.

சாதாரணமாக நாங்கள் 50 அடி உயரத்திற்குக் கீழே பறக்க மாட்டோம். அப்படிச் செய்வதில் நிறைய ஆபத்துகள் இருக்கின்றன. ஹெலிகாப்டரின் மேழெலும் சக்தி குறைவதும், கடல்நுரையால் ஏற்படும் சிக்கலும் இதில் அடக்கம். அப்போது

நிலவிய சூழ்நிலையில், 50 அடி என்ற பேச்சுக்கே இடமில்லை. ஏனெனில் எங்கும் எங்களை கடல்நுரை சூழ்ந்திருந்தது. ஆனால் 50 அடி உயரத்தில் மீட்புப் பணியைச் செய்யவும் முடியாது. ஆகவே நாங்கள் மிகக் கவனமாகவும், மிக மெதுவாகவும் இறங்கி, 20 அடி உயரத்திற்கு வந்தோம். பொங்கிக்கொண்டிருக்கும் கடலின் மேல் இவ்வளவு குறைந்த உயரத்தில் பறப்பது மிகவும் ஆபத்தான வேலை. நாங்கள் தொடர்ந்து கீழே இறங்குவதும் மேலே ஏறுவதுமாக இருந்தோம். கடல் மேழெலும்பும்; பின் கீழே போகும்! நாங்கள் தொடர்ந்து படகுக்கும், ஹெலிகாப்டருக்கும் இடையிலான உயரத்தைக் கடைப்பிடிக்க வேண்டியிருந்தது. என் கலெக்டிவ் லீவரை[12]- க் கவனமாக இயக்காவிட்டால், கொதித்துக்கொண்டிருக்கும் கடல் என் ஹெலிகாப்டரின் வால் பகுதியிலிருக்கும் காற்றாடியைச் சேதப்படுத்திவிடும். இது பேராபத்தில் முடியும்- இதுதான் என் முக்கியக் கவலையாக இருந்தது. ஆகவே ஹெலிகாப்டரை இயக்குவதில் நாங்கள் மிகக் கவனமாக இருக்க வேண்டியிருந்தது.

பொங்கும் கடலில் 20 அடி உயரத்தில் கேப்டன் ராஜ்குமார் கடைசியில் அதைக் கண்டார்; அது ஒரு சிறு ஒளிப் புள்ளி!

“என்னால் உண்மையில் நம்பவே முடியவில்லை. வெறும் அதிர்ஷ்டம் என்பதைத் தவிர அதை வேறென்னவென்று சொல்வது? அது ஃபைபர் கிளாசால் செய்யப்பட்ட ஒரு நீல வண்ணப் படகு. அதிலே ஒரு கயிற்றைப் பிடித்துக் கொண்டு ஒரு மனிதன் உயிருக்குப் போராடிக்கொண்டிருந்தான். ஒரேயொரு மனிதன். 20 அடி உயரத்திலிருந்து பார்த்தபோது, அந்த மனிதன் அசையவில்லை என்பது தெளிவாகத் தெரிந்தது.” நினைவு கூருகிறார் கேப்டன் ராஜ்குமார்.

“ஒரேயொரு வினாடி அவனிடமிருந்து என் பார்வையைத்

12 ஹெலிகாப்டரில் இருக்கும் ‘கலெக்டிவ் லீவர்’-தான் அதன் பிரதான காற்றாடி இயங்கும் கோணத்தை நிர்ணயித்து, ஹெலிகாப்டரை மெலெழுப்பவோ, கீழிறக்கவோ செய்கிறது.

திருப்பினாலும், எல்லாம் முடிந்து போகும். நாங்கள் செய்து கொண்டிருந்தது மிக அபாயகரமான வேலை. கடல் மட்டம் எங்கே ஆரம்பிக்கிறது என்றே எங்களுக்குத் தெரியவில்லை. கொஞ்சம் ஏமாந்தாலும் போதும், கொந்தளித்துக் கொண்டிருக்கும் கடல் ஹெலிகாப்டரின் வயிற்றுப் பகுதியை முத்தமிட்டு அதன் வால்பகுதியிலிருந்த காற்றாடியை வருடி, 'என்ன சேதி?' என்று கேட்கும். பகலில், கடலின் மேல் தொடுவானம் ஓரளவு தெளிவாகத் தெரியும் அதாவது கடலும் வானமும் சந்திக்கின்ற கோடு! ஆனால் இரவில்..? நாங்கள் எங்களிடமிருந்த 'புள்ளியை' வைத்துக்கொண்டே பறக்க வேண்டியிருந்தது."

அந்தப் புள்ளி- மேலும் கீழும், அப்படியும் இப்படியும் ஆடிக்கொண்டே இருந்தது. படகை மட்டுமே பார்த்தவாறே ஹெலிகாப்டரை ஓட்டினால் நான் அதன் கட்டுப்பாட்டை இழந்து விடுவேன். ஒவ்வொரு வினாடியும் படகையும், என் கருவிகளையும் மாறி மாறிப் பார்த்துக் கொண்டிருந்தேன். கருவிகளை மட்டும் நெடு நேரம் பார்த்துக் கொண்டிருந்தால், படகு என் கண்ணிலிருந்து மறைந்துவிடும். இப்படித்தான் நாங்கள் பறந்து கொண்டிருந்தோம், வினோதமாக.

அபாயகரமான குறைந்த உயரத்தில் பறந்துகொண்டிருந்த நிலையில், கேப்டன் ராஜ்குமார் தன் சிந்தனையை ஒருமுகப்படுத்தினார். படகிலிருந்த மனிதன் அசையவே இல்லை. ஹெலிகாப்டரின் வருகை அவனிடம் எந்தவித மாற்றத்தையும் ஏற்படுத்தவில்லை. ஒன்று அந்த மனிதன் சுயநினைவை இழந்திருக்க வேண்டும் அல்லது அவன் பயங்கர அதிர்ச்சிக்கு உள்ளாகியிருக்க வேண்டும். அவன் மூன்று நாட்களுக்கு மேல் உண்ண உணவு, குடிக்க நீரின்றி, காலூன்றி நிற்க நிலமின்றித் தவித்துக்கொண்டிருக்கலாம் என்ற உண்மையும் எங்கள் கன்னத்தில் அறைந்தது.

மூன்று நாட்களாகத் தவித்துக் கொண்டிருந்த அந்த மனிதன், தான் பிடித்துக் கொண்டிருந்த கயிற்றை விடத் தயாராக

இல்லை என்றும் நாங்கள் உணர்ந்தோம். அவன் தோற்றுப் போயிருந்தான் மனதளவிலும், உடலளவிலும்!

டைவர் சைனி அந்த ஒற்றை மனிதன் தவித்துக் கொண்டிருந்ததை தான் பார்த்த அந்தக் கணத்தை இன்னும் மறக்கவில்லை.

மிக உயரமான அலைகளும், பொங்கிக் கொண்டிருந்த கடலும் அந்தப் படகை அலைக்கழித்தன. அதனால் அதன் மேல் ஹெலிகாப்டர் நேராகப் பறக்க முடியாமல் போனது. ஆகையால், ஒரு டைவரைக் கீழே குதிக்க அனுமதிக்குமாறு நான் கேப்டனைக் கேட்டுக் கொண்டேன். நாங்கள் இரண்டு டைவர்கள் இருந்தோம்- நாங்கள் இருவருமே குதிக்கத் தயாராக இருந்தோம். ஆனால் கொந்தளித்துக் கொண்டிருக்கும் கடலில் குதிப்பது மிக ஆபத்தான செயல் என்பதால் அவர் அதற்கு ஒத்துக்கொள்ளவில்லை. அந்த மனிதன் எங்களை உற்றுப் பார்த்தான். தன்னை யாராவது காப்பாற்ற மாட்டார்களா என்ற நம்பிக்கை இழையுடன். படகு மேல் பறந்தபோது அந்த மனிதை எப்படிக் காப்பாற்றுவது என்று நாங்கள் விவாதித்துக் கொண்டிருந்தோம்.

ஆனால் அவனை எப்படி மேலே கொண்டு வருவது?

“ஹெலிகாப்டரை மேலும் கீழே இறக்க வழியே இல்லை. ஹெலிகாப்டரின் காற்றாடிகள் சுழலும் வேகம் கடல் நீரை இன்னும் கொந்தளிக்க வைத்தன. அவை அவனைத் தாக்கிவிடவும் கூடும். அது நடந்து விட்டால் அவன் கதி அதோ கதிதான்” சொல்கிறார் கேப்டன் ராஜ்குமார். அவர் கரங்கள் ஹெலிகாப்டரைப் பறக்கச் செய்யும் விசையின் மீது இருக்க அவர் கண்கள், தள்ளாடும் படகிலிருந்த அந்த மனிதனையே உற்றுப் பார்த்த வண்ணமிருந்தன. அவர் ஹெலிகாப்டரை ஒரு பாதுகாப்பான உயரத்தில் தொடர்ந்து பறந்துகொண்டிருக்குமாறு செய்தார்.

மிகப் பயங்கரமான, தொடர்ந்து சட்டென்று முடிவெடுக்க

முடியாத பல கணங்களுக்கு அதுதான் பிள்ளையார் சுழி போட்டது.

“நீங்கள் உங்கள் அறிவு கொண்டு சிந்திக்கிறீர்கள்; நீங்கள் கற்ற தர்க்க சாஸ்திரத்தையும் பயன்படுத்துவீர்கள். உங்கள் அனுபவ அறிவும் உங்களுக்கு உதவி செய்யும். ஆனால், இதற்கெல்லாம் அப்பாற்பட்ட இன்னதென்று சொல்ல முடியாத ஏதோவென்று சில சமயம் உங்களை இயக்கும். முடிவெடுக்க முடியாத பல சமயங்களில் இதுதான் உங்களைச் சரியான பாதையில் செலுத்தும். நான் என் தர்க்க அறிவையும், பகுத்தறிவையும் பயன்படுத்திப் பல சமயம் முடிவெடுத்திருக்கிறேன். ஆனால், அவற்றை அப்போது பயன்படுத்தி இருந்தால், அடுத்து நான் செய்த காரியத்தைச் செய்திருக்கவே முடியாது. நான் செய்யப்போகும் வேலையில் ஆபத்துகள் மிக அதிகம். ஆனால் நான் அதைச் செய்துதான் ஆகவேண்டும்; வேறு வழியே இல்லை” நினைவுகூருகிறார் கேப்டன் ராஜ்குமார்.

ஆனால் நான் நினைத்ததைச் செயல்படுத்த ஒரு நிமிடம் இருக்கும்போது, ஹெலிகாப்டரிலிருந்த டைவர்களில் ஒருவர் கத்தினார்: “ஸார்! என்னைக் குதிக்க அனுமதியுங்கள்!”

“அப்படிக் கத்தியவர் தீபக் சைனி-இருந்த இரண்டு டைவர்களில் அவர்தான் இளைஞர். அவர் ஏற்கனவே தன் கறுப்பு நிற ‘டைவிங் ஸூட்’ டை அணிந்திருந்தார். இன்னொரு டைவரான சுமித் ராஜ் வடத்தையும், கொக்கியையும் பிணைத்துக் கொண்டிருந்தார். இரண்டு டைவர்களும் குதிக்க அனுமதி கிடைக்க, காத்துக்கொண்டிருந்தனர்.”

கேப்டன் நினைத்துப் பார்க்கிறார். “அதைப்பற்றிப் பேசும்போது இப்போதும் கூட நான் உணர்ச்சிவசப்பட்டுவிடுகிறேன். ஏனெனில், அப்படி ஒரு முடிவை நான் எடுத்தேனா என்று எனக்கே சந்தேகமாக இருக்கிறது. நான் எடுத்த மிகக் கடினமான முடிவு சைனியைக் கீழே குதிக்க அனுமதித்ததுதான். மீட்பதற்கு அது ஒன்றுதான் வழி. வேறெந்த வழியும் இல்லை. அவர் ஓர்

இளைஞர். தன் வேலையிலுள்ள ஆபத்துகளைப் பற்றி அவருக்குத் தெரிந்திருக்க வாய்ப்பில்லை. அவர் தன் அறியாமையினாலும், ஆபத்தில் சிக்கியிருப்பவரை எப்படியாவது மீட்டாக வேண்டுமே என்ற மனிதாபிமானத்தாலும் உந்தப்பட்டு, தான் கீழே குதிப்பதற்குத் தயாராக இருப்பதாகச் சொல்லியிருக்கலாம். அதில் இருக்கும் ஆபத்துகள் என்னவென்று எனக்குத் தெரியும். ஏதாவது தவறு நேர்ந்துவிட்டால், எனக்கு மன்னிப்பே கிடையாது.

அவரைக் கீழே அனுப்ப நான் முடிவு செய்த அந்தக் கணம் என் வயிற்றைக் கலக்கியது; இருந்தாலும் என்னுள் ஏதோ சொல்லியது, நான் எடுத்த முடிவு சரிதானென்று! நான் இருவரையும் இழந்துவிடக் கூடும்- ஒருவர் என் 'டைவர்', இன்னொருவர் படகில் தத்தளித்துக் கொண்டிருக்கும் அந்த ஜீவன். சைனியை நான் கீழே அனுப்பிவிட்டால், அவரை மீண்டும் நான் பார்க்காமலேயே போய்விடலாம் என்பதும் எனக்குத் தெரியும். ஹெலிகாப்டரில் ஒரு சின்னப் பழுது ஏற்பட்டாலும்- அவசர கால எச்சரிக்கை விளக்கு எரிந்தாலும், அல்லது கீழே இருப்பவர்களை மேலே இழுக்கும் வடம் சரியாக இயங்காவிட்டாலோ, ஹெலிகாப்டரில் ஏதாவது அதிர்வு ஏற்பட்டாலோ, தண்ணீரில் தத்தளித்துக் கொண்டிருக்கும் அந்த இருவரையும் என்னால் மீட்க முடியாமல் போய்விடும். அவர்களைக் கடலில் தத்தளிக்க விடுவதைத் தவிர எனக்கு வேறு வழியில்லை. இது எவ்வளவு ஆபத்தான விஷயம் என்று எடுத்துச் சொல்ல வார்த்தைகள் இல்லை."

கேப்டன் ராஜ்குமார் ஒரு கணம் தயங்கி, தன் பின்னாலிருக்கும் இரண்டு டைவர்களையும் பார்த்தார். அவர்கள் உயிர்களைப் பற்றி அவருக்கு இருந்த அச்சம், துணை விமானி கருடும், திசையறிவாளர் சௌஹானும், வேறு வழியில்லை என்று அவருக்கு எடுத்துச் சொன்னபோது அவர் தயக்கம் விலகியது.

தன் கருவிகளை மீண்டும் பார்த்த கேப்டன் ராஜ்குமார், அதன் பிறகு ஒரு கணமும் வீணாக்கவில்லை.

“ரோஜர், டைவரை கீழே இறக்குங்கள்!” ஹெலிகாப்டரை வானில் நிலைநிறுத்திக் கொண்டிருந்த ஃப்ளைட் கமாண்டர் ஆணை இட்டார். அவர் கீழே இறக்கப்பட்டதும் படகைப் பிடித்துக் கொண்டிருக்குமாறும், மீனவருடன் சேர்ந்து வடத்தைப் பிடித்துக் கொள்ளுமாறும் அவருக்கு அறிவுறுத்தப்பட்டது.

எப்பாடுபட்டாவது அந்த மீனவரைக் காப்பாற்றியே ஆக வேண்டும் என்று நான் அப்போது முடிவு செய்தேன். அந்த மாதிரி சமயங்களில் நீங்கள் உங்களைப் பற்றிச் சிந்திக்க மாட்டீர்கள். உங்களைப் பற்றி நீங்கள் எப்படிச் சிந்திப்பீர்கள், ஓர் உயிரைக் காப்பாற்றக்கூடிய வாய்ப்பு உங்களுக்குக் கிடைத்திருக்கும்போது? இத்தனை வருடங்களாக எனக்களிக்கப்பட்ட பயிற்சியையும், அதற்காக செலவழிக்கப்பட்ட பெரும் தொகையையும் பயன்படுத்த ஓர் அருமையான வாய்ப்பு. இந்த மாதிரி ஒரு வாய்ப்புக்காகத்தான் நான் ஒரு ‘தேடும் டைவராக’ப் பயிற்றுவிக்கப்பட்டேன். உணர்ச்சிவசப்பட இது சமயமல்ல. இது என் வேலை. வேறுவிதமாகச் செயல்பட முடியாது” என்று நினைத்தார் சைனி.

“அந்த பலவீனமான மீனவரிடம் இன்னும் எவ்வளவு சக்தி மிஞ்சியிருக்கிறது என்று எனக்குத் தெரியாது. SEA KING நீர் மீது எழுப்பும் நுரை அவருக்கு பயங்கர ஆபத்தாக முடியலாம். இரவில் அவர் தன் பிடியை விட்டுவிட்டால், அதற்கப்புறம் அவரைக் கண்டுபிடிக்கவே முடியாது” என்கிறார் ராஜ்குமார்.

கொந்தளித்துக் கொண்டிருக்கும் கடலை நோக்கி சைனி இறக்கப்பட்டார். அவரின் ஒரு கை மீட்பு வடத்தைப் பிடித்திருக்க, அவரின் இன்னொரு கையில், மங்கலாக ஒளிரும் குச்சி ஒன்று இருந்தது. கடல் மட்டத்தைத் தொட்டதும் படகை நோக்கி நீந்தி, தன் கைகளில் அந்த மீனவரைப் பிடித்து, மீட்பு வடத்துடன் அவரை இறுகக் கட்டினார். அதன்பின், இன்னொரு டைவரைப் பார்த்து, தம்ஸ் அப் சைகை காட்டினார். இது மீனவரை மேலே இழுப்பதற்கான சைகை!

சைனி சொல்கிறார்: "நான் படகை நோக்கி நீந்திச் சென்றபோது, அவர் தன் பிடியை விட்டுவிடத் தயாராக இல்லை. அவர் மிகுந்த குழப்பத்தில் இருந்தார். அச்சத்தின் அடிச்சுவடுகள் அவர் முகத்தில் ஆழமாகப் பதிந்திருந்தன. காற்றின் ஓசையை மீறிக்கொண்டு நான் அவரைப் பார்த்துக் கத்தினேன். ஹெலிகாப்டரின் காற்றாடி வேறு பலத்த ஓசையை எழுப்பியவாறு சுழன்று கொண்டிருந்தது. நான் அவரை அமைதிப்படுத்த முயன்றேன். அவரைக் காப்பாற்றவே நாங்கள் வந்திருப்பதாக அவரிடம் நான் சொன்னேன். அது ஒரு கனவு என்றே அவர் நினைத்திருக்க வேண்டும்!"

"நான் ஹெலிகாப்டரை நிலைநிறுத்தியவாறே சைனி அந்த மனிதரை மீட்பு வடத்துடன் இணைத்துக் கட்டுவதைப் பார்த்தேன். இன்னும் எவ்வளவோ தூரம் பயணிக்க வேண்டிய இந்த இளம் 'டைவர்' தனக்கு ஏற்படும் ஆபத்தைப் பற்றி ஒரு துளியும் சிந்திக்கவில்லை. அந்த விமானப் பயணத்தின் தலைவனாக நான் அவரை இழக்க விரும்பவில்லை. அதைப்பற்றி நினைக்கவே நான் பயந்து நடுங்கினேன். ஆனாலும் எனக்குப் பெருமிதமாகவும் இருந்தது" சொல்கிறார் ராஜ்குமார்.

மீனவரை மேலே இழுக்க ஆரம்பித்தபோது, சைனி ஒளிரும் குச்சியைத் தன் ஒரு கையில் வைத்துக்கொண்டு, இன்னொரு கையால் படகைப் பிடித்துக் கொண்டிருந்தார். அப்போது இன்னொரு புதிய ஆபத்து வந்தது.

மீனவர் பிடித்துக் கொண்டிருந்த வடம் பாதி உயரத்தில் பயங்கரமாக ஆட ஆரம்பித்துவிட்டது. இன்னொரு டைவர் அவரைப் பத்திரமாக ஹெலிகாப்டருக்குக் கொண்டு சேர்க்க முயன்று கொண்டிருந்தார். அவர் தலை ஹெலிகாப்டரின் அடிப்பாகத்தில் மோதிவிடாமல் அவர் பார்த்துக்கொள்ள வேண்டும். நல்லவேளை, கொஞ்சம் கஷ்டப்பட்டாலும் அவர் பத்திரமாக ஹெலிகாப்டரின் உள்ளே இழுக்கப்பட்டார்.

"ஹெலிகாப்டரினுள்ளே அவர் வந்ததும், அவரைப்

பிணைத்திருந்த வடத்தை அகற்றி சற்று ஆசுவாசப்படுத்தினோம். அதன்பின் மீட்பு வடத்தைக் கீழே இறக்கி சைனியையும் நாங்கள் மேலே கொண்டு வந்தோம். அவர் ஒரு தேர்ந்த மாலுமியாகவும், நல்ல உடல் நலத்துடனுமிருந்ததால் இது கஷ்டமில்லாமல் போயிற்று. ஏதாவது ஆபத்து நேர்ந்து, அவர் காணாமல் போயிருந்தால்...?" நம்மைக் கேட்கிறார் ராஜ்குமார்.

"தலைகீழாகக் கவிழ்ந்திருந்த படகின் மீது நான் என்னை நிலை நிறுத்திக் கொண்டேன். என் மனதை நேர்மறை எண்ணங்களால் நிறைத்துக்கொண்டு, அமைதியாக இருந்தேன். மீட்பு வடம் கடல் மட்டத்தைத் தொட்டதும் அதைக் கெட்டியாகப் பற்றிக் கொண்டேன். சுமித் ராஜ் என்னை ஹெலிகாப்டருக்குள் இழுத்துக் கொண்டார்; எங்கள் மனங்களில் ஆனந்த வெள்ளம் பெருக்கெடுத்து ஓடியது. இருப்பினும் நாங்கள் அமைதியாகவே இருந்தோம்.

மீட்கப்பட்ட மீனவர் இன்னும் பயங்கர அதிர்ச்சியில் உளறிக் கொண்டிருந்தார். அவர் உடலிலிருந்து நீர் அதிக அளவில் வெளியேறி இருந்தது."

அவர் ஏறக்குறைய உயிரற்ற சடலம் போல் இருந்தார். உடலைவிட, அவர் உள்ளம் மிகக் களைப்படைந்திருந்தது. தான் உயிர் பிழைப்போம் என்று அவருக்குக் கிஞ்சித்தும் நம்பிக்கை இல்லை. அவர் மேலே வந்ததும் இதை நாங்கள் புரிந்துகொண்டோம். எந்தவித உணர்ச்சியும் இன்றி அவர் ஒரு மரக்கட்டையைப் போலிருந்தார். அவருக்கு நாங்கள் தண்ணீரும், 'குளுகோஸ் பிஸ்கட்'டுகளும் கொடுத்தோம். அவரால் சரியாகச் சாப்பிடக்கூட முடியவில்லை. தொண்டை மிகவும் வறண்டு போயிருந்ததால், நாங்கள் உணவு ஊட்டினோம். அவர் கடலில் மூன்று நாட்களைக் கழித்திருந்தார். அதே சமயம் சூழ்நிலை தன்னை வெல்வதையும் அவர் அனுமதிக்கவில்லை!

எல்லாம் சுபமாக முடிந்துவிட்டதால், SK 528 தன் கதவுகளை மூடிக்கொண்டு மேலேற ஆரம்பித்து, உடனே கரை நோக்கிப்

பறக்க ஆரம்பித்தது. அப்போது நிலவிய பருவநிலையில் இருபது அடி உயரத்தில் ஒரு சில நிமிடங்கள் பறப்பதுகூட அதிக ஆபத்தானது. அந்தப் பருவநிலையில் கேப்டன் ராஜ்குமாரும் அவர் சகாக்களும் மிகக் குறைந்த உயரத்தில், சில நிமிடங்கள் அல்ல, ஏறக்குறைய 28 நிமிடங்கள் கடல் மேல் ஒரே இடத்தில் தங்கள் ஹெலிகாப்டரை நிலைநிறுத்தியிருந்தார்கள்.

200 அடி உயரத்தைத் தொட்டதும், ஹெலிகாப்டர் திருவனந்தபுரத்தை நோக்கிப் பறந்தது. பறக்கும் வழியில் ரேடியோ வழியாக, MV காஸ்கோவைத் தொடர்புகொண்டு கேப்டன் ராஜ்குமார் செய்தி சொன்னார். அவர்கள் சொன்ன மிக உபயோகமான தகவல், ஓர் உயிரைக் காப்பாற்றி இருக்கிறது என்று நன்றி சொன்னார்.

MV காஸ்கோ மட்டும் அந்தப் படகைக் கண்டிருக்காவிட்டால், நடுக்கடலில் தத்தளித்துக் கொண்டிருந்த ஓர் உயிரைக் காப்பாற்ற முடியாமலேயே போயிருக்கும். அவர்கள் மட்டும் அவரைக் கண்டுபிடித்திருக்காவிட்டால், அவர் உயிர் பிழைத்திருக்க வாய்ப்பு, ஒரு மில்லியனில் ஒன்றுகூட இல்லை. அவர்களின் செயல் மனிதாபிமானத்தின் உச்சம்.

சற்று நேரம் கழித்துக் கரை இறங்கியதும், அந்த மீனவர் மருத்துவ சிகிச்சைக்காக அனுப்பி வைக்கப்பட்டார்.

“ஒரு தமாஷான விஷயம். அந்த மீனவரின் பெயர் என்னவென்றே இந்த நிமிடம் வரை எனக்குத் தெரியாது. அதைக் கேட்கக்கூட எனக்கு நேரமில்லை. தரையில் இறங்கியதும் அவரை நாங்கள் மருத்துமனைக்கு அனுப்பிவிட்டோம். அவர் பெயரைக் கேட்கக்கூட எனக்குத் தோன்றவில்லை. என்னைப் பொறுத்தவரை, அவர் ஒரு மனிதர். நாங்கள் எங்கள் கடமையைச் செய்தோம். அவ்வளவே!” என்கிறார் கேப்டன் ராஜ்குமார்.

SK 528 ஹெலிகாப்டர் தொடர்ந்து 7 மணி நேரம் இயங்கிக் கொண்டிருந்தது. எங்களுடைய அன்றைய கடமை ஒருவாறு

முடிந்துவிட்டது என்றே சொல்லலாம். ஆனால் புயல், கேரளா கரையோரம் ஏழு நாட்கள் தொடர்ந்து கோர தாண்டவம் ஆடியது. ஒக்கி புயலால், 661 பேர் காணாமல் போயிருந்தனர். அவர்களில் இன்னும் 261 பேரைக் கண்டுபிடிக்க முடியவில்லை. கேரளாவில் மட்டும் ரூ. 15,000 கோடி அளவிற்குச் சேதம் ஏற்பட்டிருப்பதாக அதிகாரபூர்வத் தகவல்கள் குறிப்பிடுகின்றன.

"அது ஒரு கூட்டு முயற்சி. ஹெலிகாப்டரிலிருந்த அனைவரும் ஒத்துழைத்தனர். ஹெலிகாப்டர், போர் விமானம் போன்றதல்ல. திறமை மிகுந்த துணை மாலுமியும், சுறுசுறுப்பான திசையறிவாளரும், துணிச்சல்மிக்க டைவர்களும் என்னுடன் இல்லையென்றால் இது சாத்தியமாகியிருக்காது" என்கிறார் கேப்டன் ராஜ்குமார்.

அனுபவமிக்க ஒரு ஹெலிகாப்டர் விமானியை-பேராபத்துகளைத் தவிர்க்கப் பயிற்றுவிக்கப்பட்டவரை- எது, பேராபத்தான அந்த முடிவை நோக்கித் தள்ளியது?

"மேலே எங்கோ இருப்பவர் எழுதிய நாடகம் அது. அதில் அந்த மனிதன் பிழைக்க வேண்டும் என்று எழுதியிருப்பார் போலிருக்கிறது. நான் அதில் ஆற்றியது ஒரு சிறு பங்கே. இப்படிப்பட்ட ஒரு காரியத்தைச் செய்து முடித்துவிட்டால், உங்கள் உள்ளத்தில் உணர்ச்சி அலைகள் கொந்தளித்துக் கொண்டே இருக்கும். எனக்கும் அப்படித்தான். தரையிறங்கியதும், நான் நடுங்கிக்கொண்டிருந்தேன். பறக்கும்போது உங்கள் எண்ணங்கள் ஒரே செயலில் குவிந்திருக்கும்" என்கிறார் கேப்டன் ராஜ்குமார்.

அன்று அவருடன் பறந்தவர்களைவிட கேப்டன் ராஜ்குமாருக்கு அனுபவம் அதிகம். ஆபத்து மிக்க சூழ்நிலையில் பறப்பது அவருக்குப் புதிதல்ல! 1989-ல் அவருக்கு, வீரதீரச் செயலுக்கான *'Nao Sena Medal'* (NM) கிடைத்தது. அது அவருடைய முதல் பதக்கம். அண்டார்டிகாவில் இந்தியக் கப்பற்படை மேற்கொண்டிருந்த ஓர் ஆராய்ச்சிப் பயணத்தின் போது எதிர்பாராமல் ஆபத்தில்

சிக்கிக்கொண்ட நான்கு விஞ்ஞானிகளைக் காப்பாற்றியதற்காக அவருக்கு அது வழங்கப்பட்டது.

“நான் அதைத்தான் சவால்கள் மிக்க பயணமாகக் கருதியிருந்தேன். பனிப்புயல் தொடர்ந்து வீசிக்கொண்டிருக்கும் வெள்ளை வெளேரென்ற பரப்பில் நான் இயங்க வேண்டியிருந்தது. ஒக்கி புயலில் சிக்கிக்கொண்டவர்களை மீட்டபோது காரிருள் மிக்க சூழ்நிலையில் நான் இயங்க வேண்டியிருந்தது” என்கிறார் கேப்டன் ராஜ்குமார்.

“நான் பத்திரமாக ஒரு முழு வட்டம் சுற்றியிருந்தேன் என்று சொல்லலாம்!”

அன்றிரவு, கேப்டன் ராஜ்குமாருக்கோ அவர் குழுவினருக்கோ கொண்டாட்டத்தில் ஈடுபட நேரம் இருக்கவில்லை. மீட்புப்பணி, அவர்களின் மனதையும், உடலையும் சலிப்படையச் செய்திருந்தது. அடுத்த நாள், அவர்கள் சூறாவளி சுழன்றடித்த அரபிக்கடலின் மேல் மீண்டும் மீட்புப் பணிக்காகப் பறந்தார்கள். அவர்கள் எட்டு மீனவர்களைக் காப்பாற்றினார்கள். பல நாட்கள் கழித்த பின்பே, அவர்கள் தாங்கள் செய்த வேலையை எண்ணிப் பார்க்க நேரம் கிடைத்தது. அதுதான், இந்தியாவில் ஒரு ஹெலிகாப்டரால் இரவில் நடத்தப்பட்ட முதல் மீட்புப் பணி!

சைனியின் குடும்பத்தினர் ஹரியானாவின் பிவாணி கிராமத்தில் வசிக்கிறார்கள். எல்லா இராணுவ வீரர்களின் குடும்பங்களைப் போலவே அவர்களும் கவலையும், பெருமிதமும் கொண்டவர்களாக இருக்கிறார்கள். சைனி சொல்கிறார்: “அந்தப் பயணம் என் வாழ்க்கையில் மிகச் சிக்கலான பயணம். ஆனால் வாய்ப்பு வந்தால், அதையே நான் இன்னொரு முறையும் செய்வேன்!”

“ஒரு மனிதனின் உயிரைக் காப்பதைவிட பெரிய சாதனை வேறென்ன இருக்க முடியும்?”

2018-ம் வருடம் சுதந்திரத் திருநாளன்று இந்தியக் கடற்படை, சைனிக்கு அவரின் தீரச் செயலுக்காக *Nao Sena Medal* வழங்கப்படுவதாக அறிவித்தது. அவருக்கு வழங்கப்பட்ட சான்றிதழ், அவர் ஆபத்து நிறைந்த சூழ்நிலையில் அசாதாரணமான வீரத்தையும், சமயோசிதத்தையும் வெளிப்படுத்தினார் என்று அவரைப் புகழ்கிறது.

அதே நாள் இந்தியக் கடற்படை, கேப்டன் ராஜ்குமாருக்கு இந்தியாவின் அமைதிக் காலத்தில் வழங்கப்பெறும் மூன்றாவது பெரிய விருதான 'சௌரிய சக்ரா' விருது வழங்கப்படும் என்று அறிவித்தது. அவர் சான்றிதழ் இப்படிக் குறிப்பிடுகிறது: "வெகு அசாதாரணமான, ஆபத்துகள் நிறைந்த சூழ்நிலையில் இந்த இளம் அதிகாரி எடுத்த துணிச்சல் மிக்க முடிவால், ஓர் உயிர் காப்பாற்றப்பட்டது. இந்த அதிகாரியின் துணிச்சலும், தைரியமும், சிக்கலான சூழ்நிலையிலும் அவரின் விரைந்து முடிவெடுக்கும் ஆற்றலும் அரும்பாடுபட்டாவது ஒரு உயிரைக் காப்பாற்றியாக வேண்டும் என்ற அவரின் அரிதான மன உறுதியும் போற்றுதலுக்குரியவை."

உண்மையில், கொச்சியில் இதைக் கொண்டாட நேரமில்லை. 2018 ஆகஸ்டில், கேரளா அதுவரை வரலாறு கண்டிராத புயல்களைத் தொடர்ச்சியாகச் சந்தித்தது. இதனால் இந்தியாவின் தெற்குக் கடற்படை தன் வழக்கமான அனைத்துப் பயிற்சிகளையும் அப்படியே விட்டுவிட்டு மீட்புப் பணிகளில் தன் முழு பலத்தையும் காட்ட வேண்டி இருந்தது. *Opereation Madad'* என்று சங்கேதப் பெயரிடப்பட்ட இந்தத் தாக்குதலில் கேப்டன் ராஜ்குமாரும், அவருடைய நம்பிக்கைக்குப் பாத்திரமான *SEA KING 42 B* யும் இருந்தது.

ஆகஸ்ட் 16-ம் தேதி தேசிய ஊடகங்கள், இந்தியாவின் முன்னாள் பிரதமர் அடல் பிஹாரி வாஜ்பாயியின் மறைவு பற்றிய செய்திகளுக்கும், கேரளா புயல் சேதங்கள் பற்றிய செய்திகளுக்கும் இடையே தங்கள் நேரத்தை எப்படி

பங்கீடு செய்வது என்று திணறிப் போயின. கவனத்தில் கொள்வதைத் தவிர்க்கவே முடியாத புயல் பற்றிய செய்திகளை, முன்னாள் பிரதமருக்கு வழங்கப்பட்ட அரசு மரியாதைகள் ஊடகங்களிலிருந்து இருட்டடிப்பு செய்துவிட்டன என்றே சொல்லலாம்.

அடுத்த நாளான ஆகஸ்ட் 17-ம் தேதி கேப்டன் ராஜ்குமாரும், ஐந்து பேர் கொண்ட அவர் அணியினரும் கொச்சியில் பெருமழை கொட்டிக் கொண்டிருந்தபோது, தங்கள் வேலையைப் பார்க்க மேலே கிளம்பினர். அப்போது அவர்களுக்குத் தெரியாது, வானிலிருந்து மீட்கும் பணியில், தாங்கள் ஓர் உலகச் சாதனையை நிகழ்த்தப் போகிறோமென்று.

கொச்சியில் வெள்ளம் சூழ்ந்த புறநகர்ப் பகுதிகளிலிருந்து, அவர்கள் பதினேழு பேரை மீட்டனர். அதன் பின் அவர்கள் வெகு சீக்கிரமாக எரிபொருள் நிரப்பிக் கொண்டு, வெள்ளத்தில் சிக்கிக்கொண்ட குடும்பங்களைத் தேடி மீண்டும் வானத்தில் பறந்தனர்.

“பருவநிலை, பறப்பதற்கு ஓரளவுதான் ஏற்றதாக இருந்தது. மேகங்கள் அடிவானத்திலிருந்து குறைந்த உயரத்திலிருக்க, மழையும் பெய்து கொண்டிருந்தது. இதனால் எங்களால் எதையும் தெளிவாகப் பார்க்க முடியவில்லை. ஏறத்தாழ ஒரு மணி நேரம் பறந்த பிறகு, நாங்கள் பதினைந்து பேரைக் கண்டுபிடித்து மீட்டோம். நாங்கள் கொச்சிக்குத் திரும்பிக் கொண்டிருந்தபோது, ஒரு மனிதர் ஒரு வீட்டின் கூரையின் மேல் நின்றுகொண்டு தன் கைகளை வேகமாக ஆட்டிக் கொண்டிருப்பதைப் பார்த்தோம். அந்தக் கூரை மிகவும் தாழ்வாக இருந்தது. அதுமட்டுமல்ல, அதைச் சுற்றிலும் நிறைய மரங்கள் வேறு இருந்தன. வெளிச்சம் மிகக் குறைவாக இருந்த அந்தச் சமயத்தில், வீட்டை நோக்கிக் கீழே இறங்குவது கடினமென்றும், ஆபத்தானது என்றும் எங்களுக்குத் தெரிந்து போயிற்று.”

கேப்டன் ராஜ்குமார் வீட்டின் கூரையை நோக்கித் தன் ஹெலிகாப்டரைக் கீழே இறக்கியபின் ஒரு 'டைவரை'யும் கீழே இறக்கினார். பதினொரு ஆட்கள் காத்துக் கொண்டிருப்பதாக டைவர் கேப்டனுக்குத் தகவல் அனுப்பினார். ஹெலிகாப்டரில் ஏற்கனவே பதினைந்து பேரும், கேப்டனின் சகாக்கள் ஐந்து பேர் என ஆக மொத்தம் இருபத்தியொரு ஆட்கள் இருந்தனர். விமானி மிகவும் இக்கட்டான சூழ்நிலையிலிருந்தார். போதாக்குறைக்கு வெளிச்சம் வேறு குறைந்துகொண்டே வந்தது. சிக்கிக்கொண்டிருப்பவர்களை மீட்காமல் தளத்திற்குத் திரும்பிவிட்டால், அவர்கள் மறுநாள் வரை காத்திருக்க வேண்டும். ராஜ்குமாருக்குத் தெரியும் எட்டு மாதங்களுக்கு முன் தான் கையாண்ட, கற்பாறை போன்று உறுதியான தன் ஹெலிகாப்டர், இப்போது கரைக்குத் திரும்ப வேண்டிய நிலையிலிருந்தது என்று.

அதுமட்டுல்ல, சில அடி தூரத்திலிருந்த மரங்கள் வேறு பயமுறுத்திக்கொண்டிருந்தன.

"நான் மிக கவனமாக ஹெலிகாப்டரை உயர்ந்த மரங்களுக்கிடையில் நிலைநிறுத்தினேன். ஒவ்வொருவராகக் கீழே இறங்க நேரமாகும். அதே சமயம் நான் ஹெலிகாப்டரையும் நிலைநிறுத்தியாக வேண்டும். இப்படி ஒரே இடத்தில் வெகு நேரம் ஹெலிகாப்டரை நிலைநிறுத்துவது, அதன் வலுவை-தாங்கும் திறனை சோதிப்பதாகவும் அமைந்து விடும்" என்கிறார் கேப்டன் ராஜ்குமார்.

நீரால் மூழ்கிப் போயிருந்த அந்தப் பதினொரு பேரும் ஹெலிகாப்டருக்குள் வந்ததும், அவர்களுக்கு இடமளிக்க அதில் ஏற்கனவே இருந்த பதினைந்து பேரும், ராஜ்குமாரின் சகாக்களால் இடம் மாற்றி உட்கார வைக்கப்பட்டனர். ஆட்களை எழுப்பி அவர்களை மீண்டும் இடம் மாறி உட்கார வைத்ததால், ஒரே இடத்தில் 'பறந்து' கொண்டிருந்த ஹெலிகாப்டர் சற்றுத் தடுமாறியது. அது எந்நேரமும் மரங்களின் மீது மோதலாம்.

மன உளைச்சல் மிக்க சில நிமிடங்களுக்குப் பிறகு, கேப்டன் மிக ஜாக்கிரதையாக ஹெலிகாப்டரை மரங்களை விட்டு விலக்கி கொச்சியை நோக்கி ஓட்டினார். அப்போது அவருக்குத் தெரியாது, அவர் மேற்கொண்ட இந்தப் பயணம்தான்- இந்த சாகசம்தான்- ஹெலிகாப்டர், ஒரு பயணத்தில் மிக அதிக ஆட்களை மீட்டு வந்த, உலக சாதனையாகப் பதிவு செய்யப்படுமென்று. SEA KING, ஒரு இராணுவ ஹெலிகாப்டர்- அது அவ்வளவு ஆட்களை ஏற்றிச் செல்வதற்காகக் கட்டப்பட்டதல்ல. அன்றிரவு, அவருக்கு அந்தத் தகவல் சொல்லப்பட்டது.

ஆனால் இதையெல்லாம் நினைத்துப் பெருமிதம் கொள்ள கேப்டன் ராஜ்குமாருக்கோ, அவர் சகாக்களுக்கோ நேரமில்லை. அவர்கள், அடுத்த நாள் விடிகாலை இன்னொரு மீட்புப் பணிக்காக வானில் பறந்துகொண்டிருந்தார்கள்.

மீட்புப் பணி முடிந்து கணக்குப் போட்டுப் பார்த்தபோது கேப்டன் ராஜ்குமார் 114 ஆட்களை மீட்டிருந்தார்.

11

என் முகத்தில் பாதி என் கைகளில்!

மேஜர் ரிஷி ராஜலெக்ஷ்மி

ட்ரால், ஜம்மு, காஷ்மீர்

4 மார்ச் 2017

“அம்மா! அனேகமாக நான் திரும்பி வர மாட்டேன். ஆனால், என்ன நடந்தாலும் என்னை நினைத்து நீ பெருமைப்பட வேண்டும்! எனக்கு சத்தியம் பண்ணு!”

தெற்குக் காஷ்மீரின் ட்ரால் பகுதியில் ஹஃபூ கிராமத்திலிருந்த ஒரு வீட்டின் முன்னால் நின்றுகொண்டு, மேஜர் ரிஷி ஒரு கையில் அலைபேசியைத் தன் காதோரம் வைத்துப் பேசிக் கொண்டிருந்தார். அவருடைய இன்னொரு கையில் 15 கிராம் எடையுடைய பிளாஸ்டிக் வெடிகுண்டு இருந்தது. அது தயார் நிலையில் இருந்தது. அங்கிருந்து ஏறக்குறைய 3,500 கி. மீட்டர் தொலைவில், கேரளத்தின் ஆழப்புழாவில் வசித்து வந்த அவர் அம்மா அலைபேசியை எடுத்ததே ஆச்சரியம்தான். ஏனெனில், அப்போது நேரம் நள்ளிரவைத் தாண்டி ஏழு நிமிடங்கள்.

பின்னணியில் அஸால்ட் ரைஃபிள்களின் ஓசையைக் கேட்டு ராஜலெக்ஷ்மி உறைந்துபோனார். அலைபேசி அவர் கையை விட்டு நழுவி, தரையில் விழுந்தது. அவர் அதை உற்றுப் பார்த்தார்; தன் மகனின் சத்தம் அதனுள்ளிருந்து வருவதை அவரால் இன்னும் கேட்க முடிந்தது. அவர் தன் அம்மாவிடம், தன் குரலைக் கேட்க முடிகிறதா என்று கேட்டார். சில நொடிகள் கழித்து மீண்டும் அழைப்பதாகச் சொல்லிவிட்டு,

பாதியில் தன் பேச்சைத் துண்டித்துவிட்டார். ராஜலெக்ஷ்மி தரையில் கிடந்த அலைபேசியை எடுக்க வேகமாகக் குனிந்தார். தன் மகனின் எண்ணை மீண்டும் அழைத்தார். மேஜர் ரிஷி தன் அலைபேசியை அணைத்துவிட்டு, அதைத் தன் போர் சீருடை பேன்ட் பாக்கெட்டில் வைத்தார். தன் கைகளில் வெடிகுண்டுடன் அவர் இருட்டில் கவனமாக முன்னேறினார். வழியில் கிடந்த இடிபாடுகளை மிதித்துக்கொண்டே தன் கண்ணெதிரே தெரிந்த வீட்டை நோக்கி நடந்தார்.

2017-ம் ஆண்டு ஒரு வசந்தகால இரவில், வீட்டினுள் நின்று கொண்டிருந்த அந்த 31 வயது அதிகாரியின் உலகம் மூன்று நிமிடங்கள் கழித்து, சுக்குநூறாகப் போகிறது. அவர் அன்றிரவு தன் அம்மாவை அழைத்தார். காரணம் அன்றிரவு மரணத்தை ஆறத் தழுவிக்கொள்ள தயாராகவே அவர் அங்கே வந்திருந்தார். ஆனால், அவர் கனவிலும் நினைத்திராத பயங்கரம் அவர் முன்னே எல்லைகளற்று விரிந்தது.

2017, மார்ச் மாதம், அந்தச் சனிக்கிழமை அதைவிட வேறுவிதமாக விடிந்திருக்க முடியாது. 42 RR அணியைச் சேர்ந்த மேஜர் ரிஷியும், அவர் அணியினரும் ட்ரால் கிராமத்தில் ஒரு மருத்துவ முகாமை நடத்திக்கொண்டிருந்தனர். உள்ளூர்வாசிகளின் நல்லெண்ணத்தைப் பெறுவதற்காக, மனிதாபிமான அடிப்படையில், இராணுவம் இப்படிப்பட்ட முகாம்களை நடத்துவது வழக்கம். அன்று காலை முகாம் சுறுசுறுப்பாக இருந்தது. ட்ரால் கிராமத்திலிருந்து ஏறக்குறைய ஆயிரம் பேர் பல விதமான நோய்களுடன் அங்கு வந்து சிகிச்சைக்காக வரிசையில் காத்திருந்தனர். முகாமிலிருந்த மருத்துவர்கள் தேவையானவர்களுக்கு ஊசி போட்டனர்; டானிக்குகளும், மாத்திரைகளும் அடங்கிய பைகளும் கொடுக்கப்பட்டன. வரிசையில் நின்று கொண்டிருந்தவர்களிடம் மேஜர் ரிஷி பேச்சுக் கொடுத்தார். அவர்களில் பெரும்பாலானோர், ரிஷியின் பொறுப்பிலிருந்த கிராமங்களைச் சேர்ந்தவர்கள். சிலர் அவருக்கு ஏற்கனவே நன்கு பழக்கம். அவர்கள் குழந்தைகளுடன் அவர்

விளையாடியிருக்கிறார்; அவர்கள் வீடுகளில் சாப்பிட்டும் இருக்கிறார். அவர்கள் அவருக்கு ஒரு செல்லப் பெயரையும் வைத்திருந்தனர்.

'கான்' என்று அவரை அன்புடன் அழைத்தனர்.

தம்ளர்களில் சூடாக டீ-யை வரிசையில் நின்றவர்களுக்குக் கொடுத்துக் கொண்டே நின்றிருந்தவர்களின் முகங்களைப் பார்த்தார். இளைஞர்களும், முதியவர்களும் அதில் இருந்தனர். சிலரின் முகங்களில் புன்முறுவல் பூத்தது. சிலரின் முகங்களில் திகில் அப்பிக் கிடந்தது. ஆனால் எல்லோருமே அவரைப் பார்த்ததும் நிம்மதிப் பெருமூச்சு விட்டனர். 42-வது RR அணியைச் சேர்ந்த மேஜர் ரிஷி தன் சொந்த மாநிலமான கேரளாவிலிருந்து வெகு தொலைவிலிருந்தார். காஷ்மீர் நகரமான ட்ரால், பயங்கரவாதிகளுக்கும், பாகிஸ்தான் தீவிரவாதிகளுக்கும் ஒரு வசந்த மாளிகையாக இருந்தது. ஆனால் இரண்டு வருடங்களுக்கு முன்பு அங்கே கால் வைத்தது முதல் அந்த மலையாளிக்கு அந்த இடம் மிகவும் பிடித்துப் போனது. அவர் அங்கு வெகு சௌகரியமாக உணர்ந்தார்.

அந்த வருடம் ட்ராலில் அசாதாரண அமைதி நிலவியது. எட்டு மாதங்களுக்கு முன்புதான், அதன் மிகப் பிரபல்யமான தீவிரவாதி ஹிஜ்புல் முஜாஹிதீனின் இளம் கமாண்டர் புர்ஹான் வாணி ஒரு என்கவுன்ட்டரில் சுட்டுக் கொல்லப்பட்டிருந்தான். இது நடந்தது தெற்கே 60 கல் தொலைவில் கோகர்நாகில். அவன் மரணத்தால் பல இடங்களில் கலவரங்கள் வெடித்தன. பல இடங்களில் பழிவாங்குதலும் நடந்தது. ஆனால் வாணியின் சொந்தக் கிராமத்தில்- இங்கேதான் மேஜர் ரிஷி பணியாற்றிக் கொண்டிருந்தார்- பெரிதாக எதுவும் நடக்கவில்லை. ஒரு சில கலவரங்களைத் தவிர அந்தப் பகுதியில் ஒரு வினோத அமைதி நிலவியது.

நேரம் செல்லச் செல்ல, மருத்துவ முகாம் பற்றிய செய்தி பரவியது. கிராமங்களிலிருந்து வரும் கூட்டமும் கணிசமாக

அதிகரித்தது. இதனால் மருத்துவர்கள் முகாம் நேரத்தை நீட்டித்து, வந்தவர்கள் அனைவரையும் பரிசோதித்து முடித்தனர். அன்று பிற்பகல் 3.30 மணியளவில் மேஜர் ரிஷிக்கு ஒரு தொலைபேசி அழைப்பு வந்தது. அழைத்தவர், கர்னல் நீரஜ் பாண்டே. அவர் 42 RR அணியின் C.O–வாகப் பொறுப்பேற்றிருந்தார்.

“அக்யூப் மொல்வி பற்றி உளவுத் தகவல் ஒன்று தனக்கு வந்திருப்பதாகச் சொன்னார். ஒரு தீவிரவாதி கமாண்டரான இவனை நாங்கள் நெடுங்காலமாகத் தேடிக் கொண்டிருந்தோம். இவன் பலமுறை எங்களிடமிருந்து தப்பித்திருந்தான். செய்தி எனக்கு வந்தபோது, நான் மருத்துவ முகாமில் இருந்தேன். ஆகாவே உடனே விரைந்து செயலாற்றும் படையைத் திரட்டிக் கொண்டு ஹஃபூ கிராமத்தை நோக்கி விரைந்தோம்.”

அந்தப் படை தன் அடிப்படை முகாமிற்குத் திரும்பிச் செல்ல வேண்டிய அவசியமேற்படவில்லை. ஏனெனில், RR அணிகள் எப்போதுமே தாக்குதலுக்கும், முற்றுகைக்கும் தேவையான ஆயுதங்களுடனும், மற்ற கருவிகளுடனுமே பயணம் செய்வார்கள். துப்பாக்கிகள், வெடிபொருட்கள் துப்பாக்கிக் குண்டுகள் துளைக்காத அங்கிகள், தலைக் கவசங்கள், IED–வெடிகுண்டுகள் உருவாக்கத் தேவையான பொருட்கள் இவற்றுள் அடங்கும்.

அக்யூப் மொல்வி என்றழைக்கப்பட்ட ஹஃபிஜ் முஹமத் அக்யுப் ஒரு சாதாரண தீவிரவாதியல்ல. புர்ஹான் வாணியைப் போலவே அவன் ஒரு இளம் முஜாஹிதீன் கமாண்டர். அருகிலிருந்த அவந்திபோராவைச் சேர்ந்த அவன், ஒரு தீவிரவாதக் குழுவில் சேர்ந்து, மளமளவென்று மேலே வந்தவன். அவன் செயல்பாடுகளும், பழக்கவழக்கங்களும் வாணியின் போக்கையே ஒத்திருந்தன. சமூக வலைதளங்களை அவன் இந்திய அரசுக்கு எதிராகப் பிரசாரம் செய்வதற்கும், காஷ்மீர் இளைஞர்களின் மனதைத் தீவிரவாதத்தின்பால் திருப்பவும் நன்றாகப் பயன்படுத்திக் கொண்டிருந்தான். இது

வாணியின் மறைவுக்குப் பிறகு, மிகவும் அதிகரித்தது. ஹிஜ்புல் ஆள் சேர்ப்பு விளம்பர 'போஸ்டர்'களில், கையில் ஏ கே 47 துப்பாக்கியுடன், போர் சீருடையில் அவன் நிற்கும் புகைப்படம் வெகு பிரசித்தம். அவன் தாக்குதல் கட்டமைக்கும் விதம் மிகச் சிறப்பானது; தனித்துவமானது. எந்த வலையிலும் சிக்காத அவன் சாமர்த்தியம் பாகிஸ்தான் இராணுவத்தின் கவனத்தை ஈர்த்தது. இதனால்தான், மேஜர் ரிஷியும், அவர் அணியினரும் ஹஃபூ கிராமத்தை நோக்கிச் சென்று கொண்டிருந்தபோது, அவன் தனியாக இல்லையென்ற தகவல் சொல்லப்பட்டது. பாகிஸ்தானைச் சேர்ந்த *JEM* தீவிரவாதி உஸ்மா என்கிற சைஃபுல்லா அவனுடன் இருக்கிறான் என்று அவருக்குத் தகவல் சொல்லப்பட்டது.

வெகு நாட்களாகவே, பாகிஸ்தான் தீவிரவாதிகள், உள்ளூர் ஹிஜ்புல் முஜாஹிதீன் குழுவுடன் கைகோத்துக் கொண்டு, காஷ்மீர் பள்ளத்தாக்கில் தாக்குதல்கள் நடத்த இருப்பதாக உளவுத்தகவல்கள் சொல்லின. அக்யூபுடன் ஒரு ஜெய்ஷ தீவிரவாதியும் இருக்கிறான் என்ற உளவுத்தகவல் இதை உறுதிப்படுத்தியது. ஹஃபூக்கு அருகிலிருக்கும் ஒரு கிராமத்தில் அக்யூப்பின் வீட்டில் இருவரும் சந்தித்துக் கொண்டதாக உளவுத் தகவல் சொல்லியது. மேஜர் ரிஷியும், அவர் அணியினரும் அங்கே சென்றபோது, அவர்களை எதிர்கொள்ள, தீவிரவாதிகள் இருவரும் கற்கள் வீசும் கும்பல்களையும், எதிர்ப்பாளர்களையும் தயாராக வைத்திருந்தனர். இந்தச் சந்தர்ப்பத்தைப் பயன்படுத்தி, ஹஃபூ கிராமத்தின் ஓர் ஓரத்திலிருந்த வீட்டிற்குத் தப்பிச் செல்வது அவர்கள் திட்டம்.

மேஜர் ரிஷி சொல்கிறார்: "நாங்கள் அங்கே சென்றடைந்ததும் கல்வீச்சு தொடங்கிவிட்டது. உடனேயே அவர்களைச் சமாளிக்க ஜம்மு காஷ்மீர் காவல் படையைச் சேர்ந்தவர்களும், *CRPF* வீரர்களும் விரைந்து அங்கே வரவழைக்கப்பட்டனர், நாங்கள் இடையூறு ஏதுமில்லாமல் வேட்டையைத் தொடர ஏதுவாக!"

மேஜர் ரிஷிக்குத் தெரியும் இது ஒரு சிக்கலான வேலை என்று. கல் வீசுபவர்கள் அவரையும், அவர் அணியினரையும் தடுத்து நிறுத்திவிட்டால், அக்யூப் மொல்வி மீண்டும் தப்பி ஓடி, தப்பி ஓடுதலில் ஒரு ரிகார்டையே ஏற்படுத்திவிடுவான். வேகமாக முன்னேறி ரிஷியும், அவர் அணியைச் சேர்ந்த ஒரு வீரரும் ஒவ்வொரு வீடாகத் தேட ஆரம்பித்தனர்.

அடுத்த முப்பது நிமிடங்கள் அவர்கள் தேடினர். கடைசியில் மேஜர் களைத்துப் போனார். அந்த இரண்டு தீவிரவாதிகளும் எந்தத் திசையில் வேண்டுமானாலும் சென்றிருக்கலாம். கிராமத்தின் விளிம்பிலிருந்த தெருவின் கோடியில் நின்றுகொண்டு, காவல் படை கல் வீச்சாளர்களைத் தடுத்து நிறுத்திக் கொண்டிருப்பதை அவர் பார்த்தார். அவர் நின்று கொண்டிருந்த வீட்டுக்கருகில், ஒரு சிறிய குழு ஒரு வீட்டின் வெளியே நிற்பதைப் பார்த்தார். இந்த மாதிரி இக்கட்டான சூழ்நிலையில் உள்ளூர்க்காரர்கள் யாராவது வந்து உதவ மாட்டார்களா என்று ஏங்கினார். அவர் அந்த வீட்டிற்கு வெளியே நின்று கொண்டிருந்தவர்களைப் பார்த்தபோது, அவர்கள் தன்னையே உற்றுப் பார்த்துக் கொண்டிருந்ததை உணர்ந்தார். அப்போது, ஒரு ஜோடிக் கண்கள் 200 அடி தூரத்தில், எதிர்த் திசையில் பார்த்துக் கொண்டிருப்பதையும் கவனித்தார். மேஜர் ரிஷி சற்றுத் திரும்பி, அந்தப் பார்வை சென்ற பாதையில் தன் கண்களை நகர்த்தினார். அவர் மீண்டும் இந்தப் பக்கம் திரும்பியபோது, அந்தக் கண்களுக்குச் சொந்தக்காரர் தன் தலையை மிக மெதுவாக அசைப்பதை ரிஷி பார்த்தார்.

மேஜர் ரிஷி தன்னைப் பின்தொடருமாறு தன் அணியினருக்குக் கட்டளை இட்டுக்கொண்டே, அந்த வீட்டை நோக்கி ஓடினார். அதே சமயம் அதைச் சுற்றி வளைக்குமாறும் கட்டளை இட்டார். அந்த இரண்டு தீவிரவாதிகளும் அந்த வீட்டிற்குள் ஒளிந்து கொண்டிருந்தால், அவர்களிடம் கண்டிப்பாக ஆயுதங்களும் இருக்கும். வீட்டைச் சுற்றியிருந்த உயரம்

குறைவான சுற்றுச்சுவரை தங்கள் பாதுகாப்பு அரணாகப் பயன்படுத்திக்கொண்டு மேஜர் ரிஷியும், அவர் அணியினரும் அந்த வீட்டைச் சுற்றி வளைத்தனர்.

“வீட்டை விட்டு வெளியே வந்து விடுமாறும், நாங்கள் அவர்களைச் சுட மாட்டோம் என்றும் நான் பல முறை கத்தினேன். அந்தச் சமயத்தில் அவர்கள் வீட்டிற்குள் இருக்கிறார்களா என்று எனக்கு நிச்சயமாகத் தெரியாது. எப்படியிருந்தாலும், அவர்கள் சரணடைய மாட்டார்கள் என்று எனக்குத் தெரியும். எந்தச் சூழ்நிலையிலும் சரணடையக் கூடாது என்றுதான் அவர்களுக்குப் போதிக்கப்பட்டிருக்கிறதே தவிர, சரணடைய அல்ல. இருப்பினும், நான் அவர்களுக்கு ஒரு வாய்ப்பினைத் தந்தாக வேண்டும். நாங்கள் அவர்களைச் சுடமாட்டோம் என்று சொன்ன அடுத்த நிமிடத்தில், வீட்டின் இரண்டாவது மாடியிலிருந்து துப்பாக்கிக் குண்டுகள் பாய்ந்து வந்தன.”

கடும் துப்பாக்கிச் சண்டை நடந்தது. இரண்டாவது மாடியில், அக்யூப், உஸாமா தங்கள் நிலைகளை மாற்றிக்கொண்டு, எங்கள் அணியை நோக்கி ஏ கே 47 துப்பாக்கிகளால் சுட்டனர். காவலர்களும் எங்களுடன் சேர்ந்து கொண்டனர். ஏறத்தாழ, மூன்று மணி நேரமாக சண்டை விட்டுவிட்டு நடந்தது. சிறிது நேரம் சண்டை நடக்கும்; பின் சில நிமிடங்களுக்கு அமைதி. இந்த நேரத்தில் அவர்கள் தங்கள் துப்பாக்கிகளைக் குண்டுகளால் நிரப்பிக் கொண்டனர். அல்லது இந்த நேரத்தை தங்கள் நிலைகளை மாற்றிக்கொள்ள அவர்கள் பயன்படுத்திக் கொண்டனர்.

தீவிரவாதிகளிடமிருக்கும் குண்டுகள் தீர்ந்து போகாதவரை, சண்டை ஓயப்போவதில்லை. அவர்களிடமிருந்து, தொடர்ந்து குண்டுகள் வந்ததைப் பார்க்கும்போது அந்த வீட்டில் அவர்கள் குண்டுகள் போன்றவற்றை ஏராளமாக வைத்திருப்பார்களென்றே எண்ணத் தோன்றியது. பல மணி நேரச் சண்டைக்கு அவர்கள் தயார் என்பது தெளிவாகத் தெரிந்தது.

ஆனால் எவ்வளவு நேரம்? இந்த மாதிரி சண்டைகளில், இராணுவத்தினர் பகல் வெளிச்சம் இருக்கும்போதே சண்டையை முடிக்க முயல்வார்கள். இரவு வந்துவிட்டால், அது தன் கூட்டாளிகளையும் கூட அழைத்து வந்துவிடும். இரவு, தீவிரவாதிகளின் உற்ற நண்பன். அவர்கள் முற்றுகையை ஊடுருவி, வேகமாகவும், எளிதாகவும் தப்பிச் சென்று விடுவார்கள். எனவே இருட்டில் நடத்தப்பெறும் தேடுதல் வேட்டைகள் வெற்றி பெறுவது அரிதினும் அரிது. ஆகவே, இருள் சூழ்வதற்குள் ஏதாவது செய்தேயாக வேண்டும்.

“நான் C.O-வை அழைத்தேன். அவரிடம் எங்களுக்கு உதவி தேவைப்படுகிறது என்று சொன்னேன். எப்படியாவது வீட்டிற்குள் நுழைந்துவிட வேண்டும்; அதற்குச் சிறந்த வழி IED-தான் என்று சொன்னேன்; அவர் ஒத்துக் கொண்டார். நான் அடுத்த நடவடிக்கையை ஆரம்பித்தேன்.”

மேஜர் ரிஷி தன் அணியிலிருந்த வெடிகுண்டுகள் நிபுணரிடம், அதிக சக்தி வாய்ந்த 15 கிலோ IED-யைத் தயாரிக்கச் சொன்னார். கடைசிக்கும் முந்தைய இரவில் மாலை 6.00 மணியளவில், அவர் அதைத் தயாரித்தார். அதன் பின், இரண்டு வீரர்கள் பாதுகாப்பளிக்க, மேஜர் ரிஷி துப்பாக்கிக் குண்டு துளைக்காத அங்கியை அணிந்துகொண்டு, மெதுவாகச் சுவரேறிக் குதித்து, வீட்டை நோக்கி நடந்தார். அவரைத் தொடர்ந்து அவரின் ஜோடி, லான்ஸ் நாயக் அவெஷ் குமார் சென்றார். அவர் அவ்வப்போது இரண்டாம் மாடியை நோக்கிச் சுட்டுக்கொண்டே மெதுவாக வீட்டின் முன்புறக் கதவை நோக்கி நகர்ந்தனர்.

“அவர்கள் இன்னும் தொடர்ந்து சுட்டுக் கொண்டிருக்க, நாங்கள் எங்கள் பாதுகாப்புக்காக பக்கவாட்டில் நகர்ந்தோம். நான் வீட்டிற்கு வெளியே, முன்புறம் IED-யைப் புதைத்தேன். ஒரு நிமிடம் தீவிரவாதிகள் சுடுவதை நிறுத்தினார்கள். தங்களைப் பாதுகாத்துக்கொள்ள அவர்கள் தங்கள் நிலையை மாற்றிக் கொண்டிருக்கிறார்கள் என்பது தெளிவாயிற்று. நாங்கள் என்ன

செய்து கொண்டிருக்கிறோம் என்று அவர்களுக்குத் தெரிந்து போயிருக்கலாம்.”

கை சைகைகள் வழியாக அந்த வீரர் தாம் குண்டு வெடிக்கப் போவதை வீட்டைச் சுற்றி நின்று கொண்டிருந்த தன் நண்பர்களிடம் தெரிவித்தார். அதன் பிறகு அவர் குண்டு வெடிக்கும் விசையை இயங்க வைத்தார், தூரத்திலிருந்து. குண்டு பயங்கர சத்தத்துடன் வெடித்து, முன் சுவரில் ஒரு பெரிய துவாரத்தை ஏற்படுத்தியது. இதனால் பாதிச் சுவர் இடிந்து விழுந்தது. அப்போது ஒரு பெரிய கல் மேஜர் ரிஷியின் தலையின் பக்கவாட்டில் தலைக்கவசத்திற்குச் சற்றுக் கீழே தாக்கியது.

“பாய்ந்து வந்த கல், ஒரு நரம்பைத் தாக்கியது. உடனே என் காயத்திலிருந்து இரத்தம் வர ஆரம்பித்து விட்டது. என் ஜோடி என்னை மருத்துவ சிகிச்சைக்காக அந்த இடத்தை விட்டு, வெளியே அழைத்துப் போவதாகச் சொன்னார். இரத்தம் வெளியேறுவதைப் பற்றிக் கவலைப்பட வேண்டாம்; அது ஒரு சிறிய காயம்தான். அதை நான் உணரவே இல்லை என்று அவரிடம் சொன்னேன்.”

இப்போது ஏறக்குறைய பாதி வீடு இடிந்துபோய்விட்டது. வீட்டின் சுற்றுச்சுவருக்கு வெளியே தங்கள் நிலைகளை நோக்கி, மேஜர் ரிஷியும், லான்ஸ் நாயக் அவெஷ¬ம் கவனமாகவும் மெதுவாகவும் நகர்ந்தனர். பதினைந்து நிமிடங்கள் கழித்து சுடுதல் மீண்டும் ஆரம்பித்தது. தீவிரவாதிகள் ஒருவேளை குண்டுவெடித்ததில் கலங்கிப் போயிருந்தால் அதைப்பற்றிய எந்த அறிகுறியையும் அவர்கள் இதுவரை வெளிப்படுத்தவில்லை. இரண்டு வரிசைகளில் குண்டுகள் பாய்ந்து வந்ததால், அக்யூப்பும் உஷாமாவும் உயிரோடு இருக்கிறார்கள் என்பது தெரிந்து போயிற்று. அது மட்டுமல்ல; அவர்கள் துப்பாக்கிகளை இயக்கும் அளவிற்குத் தெம்பாக இருக்கிறார்கள் என்றும் தெளிவாயிற்று.

“ஒரு வீரர் இரத்தம் ஒழுகுவதை நிறுத்துவதற்காக எனக்குத்

தலையில் கட்டுப் போட்டார். துப்பாக்கி சுடுதல் மீண்டும் ஆரம்பித்துவிட்டதால், இந்த வேலையைச் செய்ய, நாங்கள் சிறிது தூரம் தள்ளிப் போக வேண்டியதாயிற்று. IED, வீட்டிற்குள் செல்ல எங்களுக்கு ஒரு வழியை ஏற்படுத்திக் கொடுத்தது. ஆனால் அக்யூப்பும், உஷாமாவும் வீட்டை இன்னும் தங்கள் கட்டுப்பாட்டில்தான் வைத்திருந்தனர்."

இருள் சூழ்ந்தபோது மேஜர் ரிஷி தன் அணியினருக்கு தான் மீண்டும் வீட்டை நோக்கிச் செல்வதாகத் தகவல் சொன்னார். இந்த முறை 'MOLOTOV COCKTAILS' என்ற பாட்டில் குண்டுகள் தயாராயின. இவற்றில் பெட்ரோலும், மண்ணெண்ணெயும் அடைக்கப்பட்டிருக்கும். துணியாலான திரியும் அவற்றில் இருக்கும். இவை கலகக்காரர்களின், கொரில்லா போர்வீரர்களின் ஆயுதங்களாக 'உலகப் புகழ்' பெற்றிருந்தன. இந்த 'எளிய ஆயுதம்' எப்போது கண்டுபிடிக்கப்பட்டது என்று சரியாகத் தெரியவில்லை. ஆனால் சோவியத் நாட்டின் வெளியுறவுத் துறை அமைச்சரான வியாசெஸ்லாவ் மால்டோவ்-வின் பெயர் அதற்குச் சூட்டப்பட்டிருக்கிறது, ஒரு 'மரியாதை நிமித்தமாக'. 1939-ல் இரண்டாம் உலகப்போர் துவங்கும் முன்பு, பின்லாந்திற்கும், சோவியத் யூனியனுக்கும் இடையே ஒரு போர் நடந்தது, இதற்குக் குளிர்காலப் போர் என்று பெயர். இந்தப் போரின் போது, பின்லாந்து, சோவியத் யூனியனுக்குத் தன் 'பரிசாக' வழங்கியதுதான் 'MOLOTOV COCKTAILS'. அந்தப் போரில், பின்லாந்தை சோவியத் யூனியன் தாக்க முற்பட்டபோது, பின்லாந்து, சோவியத் கவச வாகனங்களைத் தாக்க இவற்றைப் பயன்படுத்தியது. ஏறத்தாழ எண்பது வருடங்கள் கழித்து, காஷ்மீரின் அந்தச் சிறிய கிராமத்தில் அதே மாதிரி வெடிகுண்டுகள் தயாரிக்கப்பட்டன.

மேஜர் ரிஷியின் அணியினர் எப்படியாவது அந்த இரண்டு தீவிரவாதிகளையும் வெளியே இழுக்க வேண்டிய கட்டாயத்தில் இருந்தனர். இதற்கு MOLOTOV COCKTAILS தான் சரியான வழி. அவர்கள் தயாரித்த இந்த வெடிகுண்டுகள், பாதி நிரப்பிய ரம்

பாட்டில்களும், மண்ணெண்ணெயில் முக்கியெடுக்கப்பட்ட பழைய சணல் துணிகளும் கொண்டு தயாரிக்கப்பட்டன.

மேஜர் ரிஷி சொல்கிறார்: "நான் சுற்றுச்சுவரைத் தாண்டிச் சென்று, ஒரு *MOLOTOV* வெடிகுண்டை வீட்டின் சமையலறையை நோக்கி வீசினேன். உடனே அந்த இடம் தீப்பிடித்துக் கொண்டது. உள்ளே தரை கம்பளங்களால் மூடப்பட்டிருக்க, அதன் சுவர்களில் மரப்பலகைகள் பதிக்கப்பட்டிருந்தன. அதனால் உடனே தீ மளமளவென்று பரவியது. நான் இன்னும் சில பாட்டில் வெடிகுண்டுகளை வீசினேன். அவை வெடித்தபோது நிறைய புகையும் சூழ்ந்தது. இப்போது தீ மிக நன்றாகப் பிடித்துக் கொண்டது. தீவிரவாதிகள் ஒன்று வெளியே வருவார்கள். அல்லது தப்பி ஓடிவிடுவார்கள். அவர்களை ஒழித்துக்கட்ட அதுதான் சரியான சந்தர்ப்பம்."

ஆனால் அக்யூப்பும், உஷாமாவும் உள்ளேயே இருந்தனர். 20 நிமிடங்கள் சுடுதல் தொடர்ந்து நடந்தது. இதனால் வீட்டின் பல பகுதிகள் எரிந்து போயின. அந்த இரண்டு தீவிரவாதிகளிடம் மிக அதிகமாயிருந்த தாக்குப்பிடிக்கும் திறன், அவர்கள் இராணுவத்தால் மிகச் சிறந்த முறையில் பயிற்சிய ளிக்கப்பட்டிருக்கிறார்கள் என்பதைத் தெளிவாகக் காட்டியது. பா.ஆ. காஷ்மீரில் இருக்கும் இராணுவ முகாம்களில் ஹிஜ்புல் முஜாஹிதீன் தீவிரவாதிகள் தீவிரப் பயிற்சி பெற்றவர்கள், அங்கே அடிப்படைத் தாக்குதல் முறையான 'தாக்கு-ஓடு' முதல், சிறந்த கமாண்டோ பயிற்சிகள் வரை குறைவின்றி அளிக்கப்பட்டு வருகிறது. இப்போது தெளிவாகத் தெரிந்து போயிற்று, அக்யூப்பும், உஷாமாவும் அவர்கள் பயிற்சி பெற்ற அணியிலேயே மிகச் சிறந்தவர்களாக இருக்க வேண்டும் என்று.

தீ எரிந்து அணைந்து போனதும், தீவிரவாதிகளை அழிக்கச் செய்யப்பட்ட இன்னொரு பெரிய முயற்சியும் தோல்வியில் முடிந்து போனதென்று ரிஷிக்குத் தெரிந்து போயிற்று. நேரம் செல்லச் செல்ல தாக்குதல் தோல்வியில் முடிந்து போனதை அவர் மனம் ஒப்புக்கொள்ள மறுத்தது.

"நள்ளிரவில் என் C.O-வை மீண்டும் அழைத்தேன். இதற்குள் அவர் தாக்குதல் களத்திற்கு வந்துவிட்டார். EID-யைக் கொண்டு இன்னொரு முயற்சி செய்து பார்க்கலாம் என்று அவரிடம் சொன்னேன்." என்கிறார் ரிஷி.

கர்னல் நீரஜ் அவர் சொல்வதைக் கேட்டார். வீட்டிற்குள் நுழைய இன்னொரு முறை IED-யைப் பயன்படுத்த எது அவரைத் தூண்டியது என்று நான் வியந்து போனேன். அவர் தலையில் போடப்பட்டிருந்த கட்டு, ஒழுகிக்கொண்டிருந்த இரத்தத்தால் முழுவதுமாக நனைந்து போயிருந்தது. ஆனால், இரத்தம் இழந்ததால், அந்த அதிகாரி களைப்புற்றிருப்பதற்கான எந்த அறிகுறியும் அவரிடம் இல்லை. வீட்டினுள் செல்ல அவர் நிஜமாகவே விரும்புகிறாரா என்று கர்னல் அவரிடம் மீண்டும் மீண்டும் கேட்டார். அந்த வேலையைச் செய்ய கண்டிப்பாக இன்னொருவரை அனுப்ப முடியும். ஆனால் மேஜர் ரிஷி இதற்கு ஒத்துக்கொள்ளவே இல்லை. இரண்டாவது IED -யுடன் தானே வீட்டிற்குள் மீண்டும் செல்ல விரும்புவதாக உறுதிப்படச் சொன்னார்.

"எனக்கு எந்தக் களைப்புணர்ச்சியும் இல்லை ஸார். நான் அதிக அட்ரினலை உற்பத்திச் செய்து கொண்டிருக்கிறேன். நான் ஒரு ஹீரோ என்று சொல்லவில்லை. ஆனால், நீங்கள் உங்கள் அணியினருடன் ஒரு தாக்குதலில் ஈடுபட்டிருக்கும் போது-குறிப்பாக நீங்கள் அதன் நடுவில் இருக்கும்போது, உங்களுக்கு எந்த வலியும் தெரியாது ஸார். என்னுடைய தலைக்காயத்தை முற்றிலுமாக மறந்து விட்டேன்" என்றார் மேஜர் ரிஷி.

மேஜர் ரிஷி வெடிகுண்டுகள் நிபுணரை அழைத்து இரண்டு 15 கிலோ IED-க்களைத் தயார்படுத்தச் சொன்னார். அவை தயாரானதும், தன் அணியினரிடம் சுருக்கமான ஓர் உரை ஆற்றினார். "வெடிகுண்டுகள் ஒருவேளை தீவிரவாதிகளைக் கொல்லாமல் போனாலும், அவர்கள் ஒளிந்துகொள்ள இடமில்லாமல் செய்துவிடும். அப்போது அவர்கள் அங்கிருந்து

வெளியேறி, முற்றுகையை ஊடுருவி, தப்பிக்க முயல்வதைத் தவிர வேறு வழியில்லை. எந்தச் சூழ்நிலையிலும் அவர்களைத் தப்பிக்க மட்டும் விடக் கூடாது!"

இரண்டு IED-க்களும் மேஜர் ரிஷியிடம் கொண்டு வந்து தரப்பட்டன. அதில் ஒன்றைக் கையிலெடுத்தபோது, அவருக்குள் ஒரு மாதிரி உணர்ச்சி தோன்றியது. இந்த மாதிரி சூழ்நிலைகளில், தீவிரவாதிகளை எதிர்ப்பது ஒரு ஜீவ- மரணப் போராட்டம்தான். ஆனால், இன்று தனக்கு ஏதோ நிகழப்போவதாக அவருக்குத் தோன்றியது. அதனால்தான், கேரளாவிலிருந்த தன் அம்மா தூங்கிக் கொண்டிருப்பார் என்று அவருக்கு நன்கு தெரிந்த போதும், அவரை அந்த நேரத்தில் அழைத்தது.

"என் அம்மாவிற்கும் அவர் ஆழ்மனதில் ஏதோ தோன்றியிருக்கலாம். அதனால்தான், இரவு அவ்வளவு நேரமான போதிலும், அலைபேசியை எடுத்தார். நான் அவர் குரலைக் கேட்க விரும்பினேன். வீட்டிற்குள் இருந்து குண்டுகள் வெடிக்கும் ஓசையைக் கேட்டதும், அதிர்ச்சியில் அவர் தன் அலைபேசியைக் கீழே போட்டுவிட்டார். அவரைச் சமாதானப்படுத்த நான் சில வார்த்தைகளாவது சொல்ல வேண்டும் என்று விரும்பினேன். ஆனால் அவரால் என் குரலைக் கேட்க முடியவில்லை. நான் அலைபேசியை வைத்துவிட்டு, இரண்டாவது IED-யை என் கரங்களில் எடுத்தேன். வீணாக்க ஒரு நொடிகூட இல்லை. அங்கே வீட்டில் என் அம்மா அன்றிரவு முழுவதும் பிரார்த்தனை செய்துகொண்டே இருப்பார் என்று எனக்குத் தெரியும்."

எப்போதும் போல் இடைவெளியில்லாமல், குண்டுகள் தொடர்ந்து இரண்டாவது மாடியிலிருந்து வந்து கொண்டிருந்தன. இரண்டு தீவிரவாதிகளும் மாறி மாறி சுட்டுக்கொண்டே இருந்தார்கள். ஒருவர் துப்பாக்கியில் குண்டுகளை நிரப்ப அவகாசம் எடுத்துக் கொண்டிருக்கும்போது, இன்னொரு தீவிரவாதி சுட ஆரம்பித்து விடுவான். அவர்கள் நம்பிக்கையிழந்த

நிலையில் விரக்தியின் உச்சியில் நின்று கொண்டிருந்தார்கள் என்று தெளிவாகத் தெரிந்தது. இரண்டாவது மாடியில், மிஞ்சியிருந்த இடத்தில் அவர்கள் 'சிக்கி'க் கொண்டிருக்க வேண்டும். அவர்கள் அன்று மாலை நடந்துகொண்ட விதமும், அவர்களின் மனநிலையும், அவர்கள் இன்னும் அதிக ஆபத்தானவர்களாக மாறிவிட்டிருந்தனர் என்பதைத் தெளிவாகக் காட்டியது.

மேஜர் ரிஷி சொல்கிறார்: "என் இரண்டு கைகளிலும் IED-க்களைப் பிடித்துக்கொண்டு உள்ளே சென்றேன். நிறைய துப்பாக்கிச் சூடு நடந்தது. நான் உள்ளே போனதும், என் 'வாக்கி-டாக்கியைப் பயன்படுத்தி லான்ஸ் நாயக் அவெஷூடன் பேசினேன். அவரை, நான் ஏற்கனவே வீட்டின் வெளியே நிற்குமாறு சொல்லியிருந்தேன். IED-க்களைப் புதைப்பதற்காக அவர் என்னுடன் வருவதாக வற்புறுத்திச் சொன்னார். ஆனால் அவருக்கு ஏதாவது நேர்ந்து விட்டால், அப்புறம் என் வாழ்நாள் முழுவதும் என்னால் நிம்மதியாக இருக்கவே முடியாது."

2015-ல் 42 RR-அணியின் தலைவராக மேஜர் ரிஷி பொறுப்பேற்றுக் கொண்டபோது, அணி தன் இருண்ட காலத்தில் இருந்தது என்றே சொல்லலாம். அந்த வருடம் ஜனவரி மாதம் 27-ந் தேதி, அந்த அணியின் அப்போதைய தலைவராக இருந்த கர்னல் முனீந்திர நாத் ராய், ட்ராலில் தீவிரவாதிகளை எதிர்த்து நடத்தப்பட்ட ஒரு தாக்குதலில் கொல்லப்பட்டார். அவர்தான் தாக்குதலுக்கு தலைமை ஏற்றார். தீவிரவாதிகள் ஒளிந்திருந்த இடத்தை விட்டு வெளியேறித் தப்பி ஓட முனைந்தபோது சுட்டதில், அவர் தலையில் குண்டடி பட்டது. தாக்குதலைத் தலைமையேற்று நடத்தியதற்காக அவர் இராணுவத்திற்கு அப்பாலும் நினைவுகூரப்பட்டார். அவர் இறந்து இரண்டு நாட்களுக்குப் பின்பு சமாதானப்படுத்த முடியாத பதினொரு வயதான அவர் மகள் அல்காவின் புகைப்படம் சமூக வலைதளங்களில் 'வைரல்' ஆனது. அதில், அவர் தன் தந்தைக்கு வீரவணக்கம் செலுத்திக்கொண்டே, தன் அப்பாவின் தாய்

வீடான கூர்கா ரைஃபிள்களின் பாடல் வரிகளை; 'இந்தப் பையன் கூர்கா ரெஜிமெண்டைச் சேர்ந்தவனா, இல்லையா?' என்று பாட, அந்தக் கேள்விக்கு பதில் சொல்லும் விதமாக அவர் தந்தையின் சகாக்கள், 'ஆம்!ஆம்!ஆம்! அவர் எங்கள் ஆள்! அவரை நினைத்து நாங்கள் பெருமைப்படுகிறோம்!' என்ற வரிகளைத் திரும்பத் திரும்பச் சொன்னார்கள். அவர்களுடன் சேர்ந்து அவளும் அந்த வரிகளைப் பாடினாள். கூர்காக்களின் இரத்தத்திலேயே ஊறிப்போன அச்சமின்மையை கர்னல் முனீந்திரா தன் குழந்தைகளிடம் எப்படி சிறுவயது முதலே வளர்த்து வந்திருக்கிறார் என்பதை இராணுவத்திற்குள்ளும், வெளியேயும் இது காட்டுகிறது.

நேர்ந்துவிட்ட இழப்பை எண்ணி சோகத்தில் ஆழ்ந்துபோக, 24 RR- அணியினருக்கு நேரமேது? ஆனால் ரிஷி, அந்த அணிக்கு வந்தபோது, அவர்கள் மனதில் கொஞ்சம் வருத்தம் இருக்கத்தான் செய்தது. ரிஷி அவர்களிடம் நம்பிக்கை ஏற்படுத்தும் விதமாகப் பேசினார்: "நண்பர்களே! நான் உயிரோடு இருக்கும்வரை, எந்த ஆபத்தும் உங்களை அண்ட விடமாட்டேன். கவலைப்படாதீர்கள். நான் உங்களை உடைந்த கை கால்களுடனோ, உயிரற்ற உடல்களாகவோ திருப்பி அனுப்ப மாட்டேன். என் மேல் குண்டுகள் பாயலாம். நான் இறந்தும் போகலாம். நீங்கள்தான் என் பாதுகாப்பு என்ற போதிலும், ஒரேயொரு குண்டுகூட என்னைக் கடந்து உங்களைத் தாக்க நான் விட மாட்டேன் ஒருபோதும். இது சத்தியம்." உண்மையில், அந்த அணி கொஞ்சம் நொறுங்கித்தான் போயிருந்தது. C.O-வின் இறப்பிற்கு முன், தாக்குதலில் இரண்டு வீரர்கள் இறந்து போயிருந்தனர். வீரர்கள் அமைதியின்றித் தவித்தனர் என்பது உண்மைதான்; ஆனால் அவர்கள் கவனம் கொஞ்சமும் சிதறவில்லை. இப்படிப்பட்ட சூழ்நிலைகளைக் கடந்துவர எங்களுக்குச் சிறப்பான பயிற்சி அளிக்கப்பட்டிருந்தது.

இரண்டு வருடங்கள் கழித்து, அதே அரங்கம். ட்ரால். ஹஃபூ கிராமத்தில் பாதி இடிந்துபோன அந்தக் கட்டிடத்தின் உள்ளே

இரண்டு தீவிரவாதிகள் இருந்தனர். முற்றுகை ஆரம்பித்து ஒன்பது மணி நேரம் ஓடிவிட்ட போதிலும் அவர்கள் தாங்கள் தப்பிக்கும் கடைசி வழியைப் பற்றி இன்னும் சிந்தித்துக் கொண்டிருக்கலாம்.

"முதல் IED ஏற்படுத்தின பெரிய ஓட்டை வழியாக, நான் இரண்டு IED-களுடன் நுழைந்தேன். இடிந்து போகாமல் மிச்சமிருந்த ஓரிடத்தில் IED-க்களைப் புதைத்தேன். அதன் பின் நான் என் இடம் நோக்கி, தவழ்ந்து சென்றேன்."

வீட்டிற்கு வெளியே வந்ததும், அவர் தன் ஜோடியை வாக்கி-டாக்கி வழியாகத் தொடர்பு கொண்டு, இன்னும் 30 செகண்டுகள் கழித்து IED-யை வெடிக்குமாறு சொன்னார். மேஜர் வீட்டை விட்டு வெளியேறியதும், 'கவுண்ட் டவுன்' தொடங்கியது. முதல் IED- வெடிக்கப்பட்டதை விட சேதம் இப்போது இரண்டு மடங்கு. ஏனெனில், வெடிக்கப் போவது இரண்டு IED-க்கள். குண்டுகளை வெடிக்கச் செய்ய 10 செகண்டுகள் இருக்கும்போது, ரிஷி தன் ஜோடியிடம் அந்த வேலையைச் சற்றுத் தள்ளிப் போடச் சொன்னார்.

"IED-க்கள் இன்னும் வீட்டின் உள்ளே புதைக்கப்பட்டால் சேதம் இன்னும் அதிகமாக ஏற்படுமே என்று எனக்குத் தோன்றியது. என் ஆட்களிடம் சற்றுத் தாமதிக்குமாறு சொல்லிவிட்டு, IED-க்களை எடுக்க நான் வீட்டிற்குள் சென்றேன். அந்தச் சமயத்தில், வீட்டின் உள்ளே, இடிந்துபோன மாடிப்படிகளின் அருகே நிழலொன்று நகர்வதைப் பார்த்தேன். உடனே அங்கிருந்து குண்டுகள் பாய்ந்து வந்து, என்னை நிலை தடுமாறச் செய்தன. நான் உடனே அந்த நிழலைப் பார்த்துச் சுட்டேன். தொடர்ந்து பெய்த குண்டு மழை அவனைத் தாக்கி, கீழே விழச் செய்தது."

மேஜர் ரிஷியை மூன்று குண்டுகள் தாக்கிவிட்டிருந்தன. அவற்றில் ஒன்று அவர் தலைக் கவசத்தைத் தாக்கி, அதைத் தூக்கி வீசியது. மற்ற இரண்டு குண்டுகளில் ஒன்று, அவர் மூக்கையும்,

இன்னொன்று அவர் தாடையையும் தாக்கிவிட்டிருந்தன. இதனால், அவர் முகம் பாதிக்கு மேல் சிதைந்து போயிற்று!

“குண்டுகள் தாக்கிய வேகத்தில் பல அடி தூரம் தள்ளி விழுந்தேன். இருந்தாலும் என்னால் தெளிவாகச் சிந்திக்க முடிந்தது. எவ்வளவு அடிபட்டிருக்கிறதென்று என்னால் சொல்ல முடியாவிட்டாலும், என்னால் பேச முடியவில்லை என்பதையும், என் கண் பார்வை மங்கிக்கொண்டு வருவதையும் என்னால் உணர முடிந்தது. ஆனால், என்னால் வலி எதையும் உணர முடியவில்லை. நான் வீட்டின் வெளிப்புறம் நோக்கி மெதுவாக ஊர்ந்து செல்ல ஆரம்பித்தேன். அந்தச் சமயத்தில் நான் ‘ஆக்‌ஷன்’ திரைப்படங்களைப் பற்றி நினைத்துப் பார்த்துக் கொண்டிருந்தேன் என்பது இப்போது என் நினைவுக்கு வருகிறது. இந்த மாதிரி படங்களில் வருபவர்கள் குண்டடி பட்ட பின்பும், தொடர்ந்து செயல்படுவார்கள். அது சாத்தியமானதுதான் என்று நான் உங்களுக்குச் சொல்கிறேன். நான் பலவீனமாக உணரவில்லை. சொல்லப்போனால், அப்போதுதான் நான் மிக்க சக்தி உள்ளவனாக உணர்ந்தேன்.”

மேஜர் ரிஷி, வீட்டை விட்டு வெளியேறிக் கொண்டிருந்தபோது, லான்ஸ் நாயக் அவெஷ் தன்னை நோக்கி ஓடிவருவதைப் பார்த்தார். உடனே அவரை நிறுத்த ரிஷி தன் கையை உயர்த்தினார். இரண்டாவது தீவிரவாதி என்ன ஆனான் என்று இன்னும் தெரியவில்லை. அவன் இன்னும் மேல் மாடியில் உயிரோடிருக்கக்கூடும். தன் சகாக்கள் பொழிந்த குண்டு மழை தனக்குப் பாதுகாப்பாக அமைய, அந்த அதிகாரி, ஒரு மீட்டர் உயரமுள்ள மேடான இடத்திலிருந்து கீழே விழுந்து, வீட்டை விட்டு வெளியேறி, வெளிப்புறச் சுற்றுச் சுவரை நோக்கி, தன் முழங்கைகளை ஊன்றியவாறே நகர்ந்தார். அவர் பாதி தூரம் கடந்ததும் லான்ஸ் நாயக் அவேஷும், இன்னும் இரண்டு வீரர்களும் சுற்றுச் சுவரை நோக்கிப் பாய்ந்து சென்று, அவரை வெளியே இழுத்தனர். அவர் எழுந்து நின்றார். அவர் முகத்தை அவர் சகாக்கள் பார்த்தனர்- திகைத்து நின்றனர்.

“என்னால் பேச முடியவில்லை- என் முகத்தில் பாதிக்கு மேல் கிழிந்து தொங்கியது. என் நண்பர்களைப் பார்த்து, இரண்டாவது தீவிரவாதி இன்னும் வீட்டிற்குள் இருக்கக் கூடும் என்று சைகை செய்தேன்.”

நம் அணியினருக்குத் தெரியாது, ஜெய்ஷ் அமைப்பைச் சேர்ந்த தீவிரவாதி உஷாமா வெடிகுண்டுத் தாக்குதலில் அடிபட்டு, மேல்தளத்தில் அசைய முடியாமல் கிடக்கிறான் என்ற விஷயம். இன்னும் சற்று நேரத்தில் அவன் இறந்துவிடுவான்.

தாக்குதல் களத்திலிருந்து பாதுகாப்பாக வெளியேற்றப்பட்டு, மேஜர் ரிஷி ஒரு ஜீப்பில் அருகிலிருந்த ஹெலிகாப்டர் தளத்திற்குக் கொண்டு செல்லப்பட்டார். அவருடன் பயணம் செய்த இராணுவ மருத்துவரால் ஒன்றும் செய்ய முடியவில்லை- அவர் காயங்களை உற்று நோக்குவதைத் தவிர. கைவசமிருந்த அவசரகால உபகரணங்களுடன் தன்னால் ஒன்றும் செய்ய முடியாது என்று அவருக்குத் தெரியும். ரிஷிக்கு நிபுணர்களின் சிகிச்சை தேவை. அவர் கண்கள் திறந்திருந்தாலும், அவற்றின் ஒளிமங்கிக் கொண்டிருந்தது. அவர் நிமிர்ந்து உட்கார்ந்திருந்த போதும், அவர் முகத்திலிருந்து இரத்தம் ஒழுகிக்கொண்டிருந்தது. எலும்புகளும், சதையும் தெரிய அந்த முகம் பார்க்கவே பயங்கரமாக இருந்தது. ஹெலிகாப்டர் அவரை ஸ்ரீநகரிலிருந்த 92 ஆரம்ப மருத்துவமனைக்குக் கொண்டு சென்றது.

ஸ்ரீநகரை நோக்கி ஹெலிகாப்டர் தாழ்வான உயரத்தில் பறந்து கொண்டிருந்தபோதே, மேஜர் ரிஷியின் அணியிலிருந்து ஒருவர் அவர் மனைவி அனுபமா ரிஷிக்கு அலைபேசினார். அவரும் ஓர் இராணுவ அதிகாரி. அவர் 92 ஆரம்ப இராணுவ மருத்துவமனையில் ஓர் இராணுவ செவிலியராகப் பணிபுரிந்து வந்தார். அந்த அழைப்பு வந்தபோது, அவர் விழித்துக்கொண்டுதான் இருந்தார். அப்போது அவர் தன் கணவரின் வருகைக்காகக் காத்திருந்தார். ஆனால் கணவர் வரவில்லை; ‘கால்’தான் வந்தது. தன் கணவர் பயங்கரமாக அடிபட்டு மருத்துவமனைக்கு வந்து கொண்டிருக்கிறார் என்ற

செய்தியைக் கேள்விப்பட்ட உடனே அவர் ஆடை மாற்றிக் கொண்டு மருத்துவமனைக்கு விரைந்து சென்றார். அங்கே தன் கணவருக்காகக் காத்துக்கொண்டிருக்க ஆரம்பித்தார்.

"நான் மருத்துவமனையை அடைந்தபோது, அங்கே அனுபமா எனக்காகக் காத்துக்கொண்டிருப்பதைப் பார்த்தேன். என்னைப் பார்த்தபோது, என்னைப் பரிசோதித்த மருத்துவர் திகைத்துப் போனார். அவர் முகத்தைப் பார்த்த உடனே நான் தெரிந்து கொண்டேன், அந்த மருத்துவமனையில் எனக்குச் சிகிச்சை அளிக்கப் போதுமான வசதிகள் இல்லை என்று. இரத்தம் அதிகமாக இழந்திருந்ததால் என் கண்கள் மூடிக்கொள்ள ஆரம்பித்தன. ஆனால் எனக்கு நினைவு இருந்தது. மருத்துவர் மீண்டும் மீண்டும் என்னிடம் கேட்டார்: "நீங்கள் நினைவுடன் இருக்கிறீர்களா?" என்னால் பதில் சொல்ல முடியவில்லை. எனவே நான் 'தம்ஸ் அப்' சைகை காட்டி என் நிலையை விளக்கினேன். அவர் கையைப் பிடித்துக் கொண்டு, அவரிடம் என் உடல் நிலையை எடுத்துச் சொல்ல முயன்றேன்."

நம் நாட்டின் மிகச் சிறந்த மருத்துவர்களில் சிலர்-இவர்கள் ஏறக்குறைய போய்விட்ட உயிரை மீட்டு வருவதில் பயிற்சி பெற்றவர்கள்- அந்த அதிகாரியைப் பார்த்ததும் திகைத்து நின்று விட்டனர். அவரின் காயங்களைப் பார்த்தவுடனே அவருக்கு நினைவிருக்க வழியில்லை என்றுதான் நினைத்தார்கள். ஆனால் மேஜர் ரிஷி நல்ல நினைவுடன் இருந்தது மட்டுமல்லாமல், நல்ல தெளிவுடனும் இருந்தார். மருத்துவர்கள் அவரிடம் தொடர்ந்து பேச்சுக் கொடுத்துக் கொண்டே, அவரைப் பதற்றப்படாமல் இருக்குமாறு கூறினார்கள். அவருக்குத் தன் காயங்களின் உண்மை நிலை தெரிந்துவிட்டால்- அவை உண்மையில் அவர்கள் முதலில் நினைத்ததை விட மிக மோசமாக இருந்தன- அவர் அட்ரினலின் இன்னும் அதிகமாக சுரக்க ஆரம்பித்து, அவரின் இரத்த இழப்பை வேகமாக்கிவிடும்.

இரத்த இழப்பைத் தடுத்து நிறுத்த அவசரகால நடவடிக்கைகளை மேற்கொண்டபின் 92 ஆரம்ப மருத்துவமனை மருத்துவர்கள்,

அவரை டெல்லியிலிருந்த இராணுவத்தின் மிகச் சிறந்த ‘ *Premier Research and Referral Hospital*’க்குக் கொண்டு செல்லுமாறு பரிந்துரைத்தனர்.

அடுத்த நாள் காலை மேஜர் ரிஷியும் அவர் மனைவியும் டெல்லிக்கு இந்திய விமானப் படையைச் சேர்ந்த *AN -32* விமானத்தில் அழைத்துச் செல்லப்பட்டனர்.

அன்றே ஜம்மு காஷ்மீரில் இந்தியாவிற்கு எதிரான தீவிரவாதிகளின் நடவடிக்கைகளுக்குப் பாதை போட்டுத் தந்து, அவர்களின் கையையும் பிடித்து அழைத்துச் செல்லும் பாகிஸ்தானின் ‘யுனைடெட் ஜிஹாத் கவுன்சில்’ இரண்டு தீவிரவாதிகளுக்காக இரங்கல் செய்தி வெளியிட்டது. கொல்லப்பட்ட இரண்டு தீவிரவாதிகள் ஹஃபிஸ் மொஹமது அக்யூப், சைஃபுல்லா என்றழைக்கப்படும் உஸ்மா என்றும் அது அவர்களை அடையாளப்படுத்தியது. ஒளிரும் நட்சத்திரங்கள் என்று அவர்களைப் போற்றி, அவர்கள் தியாகம் எப்போதும் மறக்கப்படாது என்றும் அது உறுதியாகச் சொல்லியது.

புர்ஹான் வாணியின் இறுதி ஊர்வலத்திற்கு பெருங்கூட்டம் கூடியதைப் போலவே அக்யூப்பின் இறுதி ஊர்வலத்திலும் பெரிய கூட்டம் கூடியது. அவனைக் கொன்றவர், தன் படுக்கையில் எழுந்து உட்காரும் நிலையை அடைந்ததும், அவரிடம் அந்தப் புகைப்படம் காட்டப்பட்டது.

மேஜர் ரிஷி சொல்கிறார்: “நான் நாற்பத்தைந்து நாட்கள் பேச முடியாமல் கிடந்தேன். என் வாயாலோ, நாசியாலோ என்னால் சுவாசிக்க முடியவில்லை. என் தொண்டையில் ஒரு குழாய் செருகப்பட்டிருந்தது. என் உணவும் ஒரு குழாய் வழியாகவே செலுத்தப்பட்டது. ஒரு சில வாரங்களிலேயே நான் 20 கிலோ எடை குறைந்து, எலும்பும் தோலுமாகிவிட்டேன்.”

சில வாரங்கள் கழித்து ராஜலெக்ஷ்மி தன் மகனை மருத்துவமனையில் பார்த்தபோது, அவர் எதுவும் பேசவில்லை.

ஆம்! அவர் மருமகள் அவரிடம் தன் கணவரின் முன்னால் அழுது அவரை அச்சப்படுத்த வேண்டாம் என்று கேட்டுக் கொண்டிருந்தார்.

மேஜர் ரிஷியின் காயம், காஷ்மீரில் அவர் செயல்களுக்கு திடீரென்று ஒரு முற்றுப்புள்ளியை வைத்து விட்டது. அதே சமயம், அவரின் முகம் பாதிக்கு மேல் சிதைந்து போய்விட்டதால், அது அவர் மனதில் இன்னொரு விளைவையும் ஏற்படுத்திவிட்டது.

"சில காயங்கள் மனதின் ஆழத்தில் ஏற்பட்டு விட்டன. நான் ஒரு மாடலாக விரும்பினேன் என்று என் அன்பிற்குகந்தவர்களுக்கு நன்றாகத் தெரியும். இதனால்தானோ என்னவோ, என் முன்னால் யாரும் அழவேண்டாமென்று அனுபமா அவர்களிடம் சொல்லியிருக்கலாம். அனுபமா மன உறுதி மிக்கவர். பலமுறை நாங்கள், நான் மாடலாவதற்கு இராணுவத்தின் அனுமதியைப் பெறுவது என்று சிரித்துக்கொண்டே விவாதித்திருக்கிறோம். ஆனால் இப்போது முற்றிலும் சிதைந்துபோன முகத்துடன்..."

மேஜர் ரிஷியை முதலில் வந்து பார்த்தவர்களில் முக்கியமானவர், இராணுவத்தின் தலைமைத் தளபதி ஜெனரல் பிபின் ராவத். இளம் அதிகாரியின் வீரத்தையும், அவருக்கு ஏற்பட்டிருந்த காயம் பற்றியும் கேள்விப்பட்ட அவர், நேரில் சந்திக்க விரும்பினார்.

"அவரைப் பார்த்ததும் என் கண்களிலிருந்து கண்ணீர் வழிந்தது. என் முன்னால் என் தலைமை அதிகாரி நின்று கொண்டிருக்கிறார்; அவருக்கு எழுந்து நின்று மரியாதை செய்ய முடியவில்லை என்னால்..." மனம் உடைந்துபோனார் ரிஷி.

ரிஷியுடன் ஜெனரல் பேசிக்கொண்டிருக்கும்போதே, அவர் இராணுவத்தில் எப்படி சேர்ந்தார் என்பது பற்றி அவரிடம் சொல்லப்பட்டது. ஓர் அரசு அதிகாரியாக பாதுகாப்பான, சௌகரியமான வாழ்க்கை வாழ்ந்து வந்த அவர், அதை விட்டுவிட்டு, நாட்டிற்குச் சேவை செய்ய இராணுவத்தில் சேர்ந்தார்.

ரிஷி சொல்கிறார், "இப்போது உங்களுக்கு வினோதமாகத் தோன்றலாம். ஆனால், சிறுவயது முதலே, ஆயுதம் ஏந்தி, நாட்டிற்காகப் போர் புரிய வேண்டும் என்பது என் ஆசையாக இருந்தது" ரிஷிக்கு எட்டு மறுசீரமைப்புச் சிகிச்சைகள் நடந்தன. அவர் இன்னும் முழுமையாகக் குணமடையவில்லை. "இப்போதும் தேசிய கீதம் பாடப்படுவதைக் கேட்கும் போதெல்லாம் நான் சிலிர்த்துப் போகிறேன். எதனால் எனக்கு அப்படித் தோன்றுகிறது என்று எனக்குத் தெரியவில்லை- நான் தேசத்தைக் காக்க விரும்புகிறேன், என் உயிரைக் கொடுத்தேனும்" பெருமிதத்துடனும் நெகிழ்ச்சியுடனும் சொல்கிறார் ரிஷி.

கேரளாவில் ஒரு கல்லூரியில் ரிஷி பொறியியல் படித்தார். படிப்பு முடிந்ததும் அவர் கேரள மின் வாரியத்தில் உதவிப் பொறியாளராகப் பணியில் சேர்ந்தார். ஒரு வருடம் கழித்து ஏர் இந்தியா நிறுவனத்தில் நேரடியாகச் சேருவதற்காக ஒரு சிறப்புத் தேர்வு எழுதி, தேர்ச்சி பெற்றார். மும்பை சர்வதேச விமான நிலையத்தில் அவர் பணியில் அமர்த்தப்பட்டார். ஆனாலும் அவர் மனதில் அமைதியில்லை- சிறுவயது முதலே துளிர்த்து, வளர்ந்து வந்த இராணுவக் கனவு, இப்போது அவர் மனதில் விஸ்வரூபம் எடுக்க, டேராடூனிலிருந்த IMA-வில் சேர்ந்தார். கேரளாவில் படிப்பு முடித்த பின் அவருக்கு இப்போதுதான் மனதில் நிம்மதி ஏற்பட்டது. தன் வாழ்க்கையின் இலட்சியத்தை நோக்கி, தான் நடப்பதாக உணர்ந்தார். 2010-ல் இராணுவத்தின் காலாட்படையில் (இயந்திரப் பிரிவு) சேர்த்துக் கொள்ளப்பட்டார். அதில் அவர் ஆயுதங்கள் பொருத்தப்பட்ட வாகனங்களில் பணிபுரிய அமர்த்தப்பட்டார்.

அடுத்த ஐந்து வருடங்களுக்கு, அவர் இராஜஸ்தான் பாலைவனத்தில் பணிபுரிந்தார். அதன் பின் காங்கோவில் பணியாற்றி வந்த ஐ.நா அமைதிப் படையின் இந்தியப் பிரிவில் பணிபுரிய அனுப்பி வைக்கப்பட்டார். அப்போது கிடைத்த ஒரு மாத விடுமுறையில் அவர் அனுபமாவைத் திருமணம் செய்து கொண்டார். இந்தியா திரும்பியதும் அவர் கனவுப் பாதையான

'காஷ்மீர்- நோக்கி' நடக்க அவருக்கு வாய்ப்புக் கிடைத்தது. உடனே RR அணியில் சேர்ந்து பணியாற்றுவதற்கான தன் விருப்பத்தைத் தெரிவித்து 2015-ல் ஸ்ரீநகர் வந்து இறங்கினார்.

"நான் என் மேலதிகாரியிடம் சொன்னேன்; 'சார் தயவுசெய்து என்னை அலுவலகப் பணிக்கு அனுப்பி விடாதீர்கள். என்னைத் தாக்குதல் களத்திற்கு அனுப்புங்கள். என்னுடைய ஆயுதத்தை விட்டுப் பிரிய எனக்கு மனமில்லை. என் அம்மா சொல்வார், 'நீ இராணுவத்தில் சேர வேண்டுமானால் ஓர் அதிகாரியாகத்தான் ஓர் அணிக்குத் தலைவராகத்தான் சேர வேண்டும். உனக்குக் காயம் பட்டாலும், அவர்களை நீ தலைமை தாங்கி நடத்திச் செல்ல வேண்டும்!' அவர் வார்த்தைகள் எப்போதும் என் காதுகளில் ரீங்காரமிட்டுக் கொண்டே இருக்கும். அதனால்தானோ என்னவோ, அன்றிரவு நான் என் அம்மாவை அழைத்தேன்" என்கிறார் ரிஷி.

ஓர் அணிக்குத் தலைமையேற்க ட்ராலுக்கு அனுப்பப்பட்ட ரிஷி, அங்கே சென்றதும் அன்றாடப் பணிகளில் மூழ்கிப் போனார். இவை எதிர் ஊடுருவல்களை நடத்துவதும், 14 தீவிரவாதிகளின் தாக்குதல்களை எதிர்ப்பதுமாகும். அவர் தன் பின்னால் விட்டுச் சென்ற உலகத்திலிருந்து இது முற்றிலும் மாறுபட்டது.

அவர் C.O அடிக்கடி அவர் முதுகைத் தட்டிச் சொல்வது வழக்கம்: "தம்பி! வாழ்க்கையில் நீ எதையாவது பார்த்துப் பயந்தாக வேண்டும். பயப்படக் கற்றுக்கொள்."

மேஜர் ரிஷிக்கு நன்கு தெரியும், நாட்டிலேயே சிக்கல்கள் நிறைந்த ஒரு பிரதேசத்தில் தான் பணியாற்றிக் கொண்டிருப்பது. அவர் இராணுவத்தில் சேருமுன்பே காஷ்மீர் பற்றி நன்கு அறிந்து வைத்திருந்தார். ஆனால், களத்தில் இறங்கிப் போராடுவது இன்னும் சிக்கலானது என்று உணர்ந்துகொண்டார். தீவிரவாதிகளுக்கு எதிராகப் போராடவே இராணுவத்தில் சேர்ந்திருந்தாலும், காஷ்மீர் மக்களின் அன்பைப் பெறுவதே

முக்கியமானதும் கடினமானதுமான வேலை என்று புரிந்து கொண்டார். அவர் அனுப்பப்பட்ட இடம் ட்ரால்-ஹிஜ்புல் முஜாஹுதீன் தீவிரவாதிகளின் சொர்க்கபுரி. அதேபோல், அங்கு மக்கள் அரசுக்கெதிரான மனநிலையிலும் இருந்தனர்.

“ட்ராலில் காலடி எடுத்து வைத்த அந்தக் கணம் முதலே, நான் அந்த இடத்தை விரும்பத் தொடங்கிவிட்டேன். அந்த இடத்திற்கு ஏதோ மந்திர சக்தி இருக்கிறது” என்கிறார் ரிஷி.

மேஜர் ரிஷி தாக்குதலை அதிகம் விரும்பாதவராகவும், மக்களுடன் அதிகம் சிரித்து மகிழ்பவராகவும் இயல்பிலேயே இருந்தார். அவர் தன் வீரர்களுடன் ரோந்து போகும்போதெல்லாம், உள்ளூர் மக்களுடன் நட்புறவுடன் உரையாடினார்; உறவாடினார். அதுமட்டுமல்ல; அவர்களின் அன்றாட பிரச்சனைகளையும் தன்னால் முடிந்தவரை தீர்த்து வைத்தார்.

2016-ன் பிற்பகுதியில், ரோந்து சென்றபோது, அவர் ட்ரால் பகுதியிலிருந்த கிராமமான தாதாசாரவிற்குச் செல்ல நேர்ந்தது. ஹிஜ்புல் முஹாஹுதீனின் புகழ்பெற்ற கமாண்டரின் சொந்த ஊர் அது. அவர்கள் புர்ஹான் வாணியின் வீட்டைச் சோதனையிட்டபோது, அவன் தந்தை முஸாபர் அஹமத் வாணி (இவர், ஓர் உயர்நிலைப் பள்ளியின் முதல்வர்) முன்னால் வந்து ரிஷியை வரவேற்றார்.

“அவர் நான் அருந்த ஜம் ஜம்[13] கிணற்று நீரும் கொடுத்து தானும் என்னுடன் சேர்ந்து அருந்தினார். நான் என்னைச் சிறியவனாக உணர்ந்தேன். அவர் மகனைப் பற்றித் தகவல்கள் சேகரிக்கவே நாங்கள் அங்கு சென்றிருந்தோம். அவனைப்

13 ஜம் ஜம் கிணறு, இஸ்லாமியர்களின் புனித ஸ்தலமான மெக்காவிலிருக்கும் மஸ்ஜித் அல்–ஹாரத்தின் உள்ளே இருக்கிறது. இந்தக் கிணறு, கடவுளிடமிருந்து தண்ணீர் கொண்டுவர நிகழ்த்தப்பட்ட ஒரு தேவ அதிசயமென இஸ்லாமியப் புராணங்கள் சொல்கின்றன. ஹஜ் யாத்திரையின் போதோ, உம்ராவின் போதோ இலட்சக்கணக்கானவர்கள் இதன் தண்ணீரைக் குடிக்கின்றனர்

பற்றி நாங்கள் அவரிடம் விசாரிக்கவும் செய்தோம், அவர் மிகப் பணிவுடனும், பண்புடனும் எங்கள் கேள்விகளுக்குப் பதில் சொன்னார்" மனம் நெகிழ்கிறார் ரிஷி.

உள்ளூர்வாசிகள் இதற்குள் ரிஷியை, 'கான்' என்றழைக்க ஆரம்பித்திருந்தனர். அவர் ஹிந்தியில் மலையாள வாசனை அடித்தது. அவர் உள்ளூர் மொழியைக் கற்றுக்கொள்ள தொடர்ந்து முயன்று கொண்டிருக்கும்போதே, தன் இந்தி உச்சரிப்பையும் சீர்செய்துகொள்ள முயன்று வந்தார்.

"ட்ரால் மக்களுடன் நாங்கள் நல்லுறவைப் பேணி வந்தோம். எங்கள் செயல்பாடுகள் தொடர்ந்த போதும், எங்கள் முகாம் ஒருமுறை கூடத் தாக்கப்படவில்லை. நாங்கள் ரோந்து சென்றபோது, பிற இடங்களில் நடப்பது போல் ஒரு முறைகூட எங்கள் மீது கல்லெறிதல் நடைபெறவில்லை. பதற்றம் இருந்தது என்று எங்களுக்குத் தெரியும். ஆனாலும், ஒரு சிலரையாவது, நாங்கள் நண்பர்கள்; நல்லது செய்ய, எல்லோருடைய பாதுகாப்பிற்காகவும் வந்திருக்கிறோம் என்று நம்ப வைத்தோம்" என்கிறார் ரிஷி.

அந்தத் துரதிருஷ்டம் பிடித்த காலை வேளையில் ஏற்பாடு செய்யப்பட்ட மருத்துவ முகாம்கள் போலவே அடிக்கடி பல முகாம்கள் நடத்தப்படுவது உண்டு. எல்லாவற்றிலும், ரிஷி குழந்தைகள் சிகிச்சை பெறும் இடங்களிலேயே இருந்து அவர்களை மகிழ்விப்பார்.

"நான் குழந்தைகளுடன் இரண்டறக் கலந்து, அவர்கள் தீவிரவாதிகளுடன் சேர மாட்டார்கள் என்று அவர்களிடம் எப்படியாவது சத்தியம் வாங்கி விடுவேன். இது விளையாட்டுக்குத்தான் என்றாலும், உறவுப்பாலங்கள் உறுதியாகக் கட்டப்படுவதை நான் உணர்ந்தேன். அவர்களுடைய கைகளைப் பிடித்துக்கொண்டு நான் விளையாடும்போது!

அதே கைகளுக்கு எப்படி என் மீது கல்லெறிய மனம் வரும்?

அவர்கள் நல்ல குழந்தைகள்; அவர்கள் சுய கௌரவம் மிக்கவர்கள்."

2016-ன் ஆரம்ப கட்டத்தில், ட்ராலிலிருந்த ஒரு கிராமத்தில் பெரிய கலகம் வெடித்தது. மின்சக்தி விநியோகத்தில் தொடர்ந்து ஏற்பட்ட கோளாறுகளை எதிர்த்துப் பெரும் போராட்டம் வெடித்தது. இந்தப் பகுதி மேஜர் ரிஷியின் கட்டுப்பாட்டில் இருந்தது. ஊழல் பெருச்சாளிகள் நிறைந்த மின்வாரியத்தை அவரால் எதுவும் செய்ய முடியாது, ஏனெனில் அது அவருடைய நேரடிக் கட்டுப்பாட்டில் இல்லை.

மேஜர் ரிஷி சொல்கிறார்: "மக்கள் மிக்க கொந்தளிப்புடன் இருப்பதால் நான் அங்கே செல்ல வேண்டாம் என்று எனக்கு அறிவுறுத்தப்பட்டது. மக்களுக்குத் தொடர்ந்து பல நாட்களாக மின்சாரம் கிடைக்காமலிருந்தால், போராட அவர்களுக்கு எல்லா உரிமையும் இருக்கிறது என்று நான் நினைத்தேன். என் ஆட்களுடன் நான் நேராக அங்கே சென்றேன். போராடிக் கொண்டிருந்தவர்கள் என்னைப் பார்த்ததும் ஒரு அதிசயம் நிகழ்ந்தது. அவர்கள் சாலைத்தடைகளை அகற்றினார்கள். பெரியவர்கள் அவர்களைக் கலைந்து போகுமாறு செய்தார்கள். அந்தப் பெரியவர்களிடம் நான் சொன்னேன்: 'உங்கள் பிரச்சனை எதுவாக இருந்தாலும் அது தீரும் வரை நான் இந்த இடத்தைவிட்டுப் போக மாட்டேன்' அவர்கள் தங்கள் மின் சிக்கலைப் பற்றிச் சொன்னதும், நான் உடனே மாவட்ட ஆட்சியருக்குப் போன் செய்து, விஷயத்தைச் சொல்லி, பிரச்னையைத் தீர்க்க ஒரு பொறியாளரை உடனே அனுப்புமாறு கேட்டுக் கொண்டேன். அவர் சிறிது நேரத்திற்குள்ளேயே அங்கு வந்து பிரச்சனையைத் தீர்த்து வைத்தார். நான் அவர்களிடையே வாழ்கிறேன், நான் அவர்களுக்காகப் பணியாற்ற விரும்புகிறேன் என்று அவர்கள் புரிந்துகொள்ள வேண்டும் என்று ஆசைப்பட்டேன்!"

இப்படி ஏற்படுத்தப்படும் நட்புறவுகள், சில சமயம் தர்மசங்கடத்தில் முடிவதும் உண்டு. மேஜர் ரிஷி நட்பு

பாராட்டிய பல பெரியவர்களின் மகன்கள் நன்றாக அறியப்பட்ட தீவிரவாதிகளாக இருந்தனர். அவர்களைப் பற்றிய உளவுத்தகவல்கள் கிடைத்ததும், தன் நட்பையெல்லாம் அவர் ஒருபுறம் ஒதுக்கி வைக்க வேண்டியிருந்தது. ஆனால் அவர் அதை மிகுந்த கண்ணியத்துடன் செய்தார்.

"நான் அனாவசியமாக அவர்களுக்குத் தொல்லை தரமாட்டேன் என்று அவர்களுக்குத் தெரியும். தகவல் மிகக் குறிப்பாக, தெளிவாக இருந்தால் மட்டுமே, நான் அவர்களைத் தொந்தரவு செய்வேன் என்றும் அவர்களுக்குத் தெரியும். என் நிலைமையைப் புரிந்துகொண்டிருந்தார்கள். சில சமயம் அவர்களாகவே முன்வந்து தகவல் தெரிவித்தார்கள்- தங்கள் தீவிரவாதி மகன் தங்களை வந்து பார்த்ததாகவும், அதன் பின் எங்கே போகிறான் என்று தங்களிடம் சொல்லாமலேயே அவன் சென்று விட்டதாகவும் சொல்வார்கள். எங்களுடன் நன்றாக ஒத்துழைத்தார்கள். நாங்கள் அவர்களை ஒருபோதும் அனாவசியமாகத் தொந்தரவு செய்ததே இல்லை!"

தனக்கு நடக்க வேண்டிய அறுவைசிகிச்சைகளின் காரணமாக மேஜர் ரிஷி டெல்லியை விட்டுச் செல்ல முடியவில்லை. அவருக்கு, மொத்தம் எட்டு அறுவைசிகிச்சைகள் (ஒவ்வொன்றும் பதினான்கு மணி நேரம்) நடந்தன. அவர் முகம் உலோகப் பட்டைகள் கொண்டு சீரமைக்கப்பட்டது. அவர் காலெலும்பிலிருந்து ஒரு துண்டு வெட்டியெடுக்கப்பட்டு, அவருக்கு புதிய தாடை உருவாக்கப்பட்டு, பொருத்தப்பட்டது.

"ஒவ்வொரு அறுவைசிகிச்சையிலிருந்தும் முழுவதுமாக மீண்டு வர எனக்கு இரண்டு மாதங்கள் பிடித்தன. ஒரு அறுவை சிகிச்சை முடிந்து ஓய்வு காலத்திற்குப் பின், என்னால் நன்றாக எழுந்து நிற்க முடியும்போதுதான், அடுத்த அறுவை சிகிச்சை நடக்கும்" விளக்குகிறார் மேஜர் ரிஷி.

பதினெட்டு மாதங்களில் அவருக்கு இன்னும் பல அறுவைசிகிச்சைகள் நடந்தன. அப்புறம் கூட அவருக்குப்

போருக்கான தகுதிச் சான்றிதழ் வழங்கப்படும் என்பது நிச்சயமில்லை.

அவர் சொல்கிறார்: "நான் ஐந்து மணி நேரத்திற்கு மேல் தூங்கியதே இல்லை. அப்படிப்பட்ட வாழ்க்கை வாழ்ந்து விட்டு, மயக்கமருந்தும் அதுவுமாக இப்படியும் ஒரு வாழ்க்கை!"

2017 ஆகஸ்டில், ஒரு கறுப்புத் துணி அவர் முகத்தின் கீழ்ப் பகுதியை மூடியிருக்க, மேஜர் ரிஷி தீரச் செயலுக்கான 'சேனா பதக்கத்தை' சுதந்திரத் திருநாளன்று பெற்றுக்கொண்டார். ஆனால் அவர் எதிர்காலம்? அது ஒரு கொடுமையான கேள்விக் குறி!

"நான் மீண்டும் காஷ்மீர் செல்ல விரும்புகிறேன். அங்கு சென்று தாக்குதலில் பங்கு பெற விரும்புகிறேன். NSG உள்பட எனக்கிருக்கும் வாய்ப்புகள் அனைத்தையும் முயன்று பார்ப்பேன். நான் அங்கே சென்றாக வேண்டும், கையில் ஆயுதத்துடன்!" என்கிறார் ரிஷி.

தாக்குதல் நடந்த அடுத்த நாள் காலை ட்ரால் கிராமவாசிகளிடமிருந்து மேஜர் ரிஷியின் மேலதிகாரிகளுக்கும், அவர் தோழர்களுக்கும் எண்ணற்ற தொலைபேசி அழைப்புகள் வந்தன. அவரின் காயங்கள் பற்றிய செய்தி இதற்குள் எங்கும் பரவிவிட்டது. அழைத்தவர்கள் எல்லோருமே அவர் உயிர் பிழைத்து விடுவாரல்லவா என்று ஆவலுடன் கேட்டார்கள். அவர்களில் ஒருவன், ஒரு பதின்பருவப் பையன். அவன் போனிலேயே அழுது விட்டான். தப்பும் தவறுமான இந்தியில் அவன் மன்றாடினான்: " சாஹேப்! கான் சாரை எங்களிடம் திருப்பி அனுப்புங்கள்! நாங்கள் அவரை எப்படியும் குணப்படுத்திவிடுவோம்!"

12

மீண்டும் சொல்கிறேன்! என் காக்பிட்டில் தீ!

ஸ்குவாட்ரன் லீடர் அஜீத் பாஸ்கர் வசானே

குஜராத்தின் மேலிருக்கும் வான்பரப்பு

10. அக்டோபர் 2011

போர் விமானிகள் அந்த இடத்திற்கு அருகிலேயே பறக்கக் கூடாது என்று எச்சரிக்கப்பட்டிருக்கிறார்கள். அதை, அவர்கள் தொடுவானில் பார்த்துவிட்டார்களென்றால், அவர்கள் உடனே தங்கள் விமானங்களைத் திருப்பிக்கொண்டு வர வேண்டும். அதிலிருந்து 2 கி.மீட்டர் தூரத்திற்கு அவர்கள் செல்லவே கூடாது. அந்தப் பாதுகாப்பு எல்லையைத் தாண்டிப் பறந்தால் அவர்கள் பணி வாழ்க்கை பாதிக்கப்படும். ஆனால், அந்த 2011, அக்டோபரில் அந்த இடம் கண் முன்னால் விரிந்ததுமே 10,000 அடி உயரத்தில், MIG-29 விமானத்தில் பறந்துகொண்டிருந்த ஸ்குவாட்ரன் லீடர், அஜீத் பாஸ்கர் வசானேக்குத் தெரிந்து விட்டது, தான் முடிவெடுக்க ஒரு சில வினாடிகளே உள்ளனவென்று.

அந்த மாதிரி ஒரு முடிவை எடுக்க வேண்டிய கட்டாயம் இதுவரை எந்தவொரு இந்திய விமானப்படை விமானிக்கும் ஏற்பட்டதே இல்லை.

அந்த இளம் விமானி பறக்கக்கூடாத வான்பரப்பு, விமானங்கள் பறப்பதற்கு ஆபத்தான இடம். அங்கேதான் உலகின் மிகப்பெரிய எண்ணெய் சுத்திகரிப்பு ஆலை இருக்கிறது.

குஜராத்தின் கட்ச் வளைகுடாவின் ஜாம்நகருக்கு வெளியே அந்த 'ரிலையன்ஸ் இண்டஸ்ட்ரீஸ் காம்ப்ளெக்ஸ்' இருக்கிறது. பிரம்மாண்டமான 7,500 ஏக்கர் பரப்பளவில் அமைந்துள்ள அதனருகில் ஏதாவது விமானம் நொறுங்கி விழுந்தால், அந்த இடமே தீக்காடாகிவிடும். அதுபோல் ஒரு காட்சியை இந்தியா இதுவரை கண்டதில்லை. அங்கே ஒரு நாளைக்கு ஒரு மில்லியன் பீப்பாய்களுக்கும் அதிகமான பெட்ரோல் கடலிலிருந்து எடுக்கப்படுகிறது. அங்கே வானிலிருந்து, தீ விருந்தாளி வந்தால், அது இந்தியாவின் பொருளாதாரத்தை ஆட்டம் காண வைப்பதோடு மட்டுமல்லால், எப்போதும் மாறிக்கொண்டே இருக்கும் எண்ணெய் சந்தையிலும் அதிர்வலைகளை எழுப்பிவிடும்.

அஜீத்தின் மனம் நிலைகொள்ளாமல் தவித்தது. சற்று முன்தான் விதி விளையாடியிருந்தது- அவர் தன் ஜெட் விமானத்தைக் கட்டுப்படுத்த முடியாமல் திணறிக்கொண்டிருந்தார். காக்பிட்டிலிருந்த வரைபடங்கள், அவர் தன் தளத்திற்கு மிகக் குறைந்த தூரமுள்ள வழியில் செல்லவேண்டுமானால், அந்த 2 கி.மீ. தடையை மீறுவதைத் தவிர வேறு வழியில்லை என்றும்; அப்படிச் செய்தால், அவர் எண்ணெய் சுத்திகரிப்பு ஆலை மீது பறந்தே ஆக வேண்டும் என்றும் சுட்டிக்காட்டின. அவர் தடையை மீறாமல் பறந்தாலும், அப்போதும் அவர் தன் விமானத்தின் கட்டுப்பாட்டை இழக்க, அதே ஆபத்தான இடத்தை நோக்கி அது தானாகவே சென்றுவிடலாம். அவருக்கிருந்த மூன்றாவது வாய்ப்பு, சுற்றுப்பாதையில் சென்று தன் தளத்தை அடைவது.

என்ன செய்வது என்று லீடர் திகைத்துக் கொண்டிருந்தபோது, தன் விமானம் இன்னும் எவ்வளவு நேரம் தாங்கும் என்று சிந்தித்தார்- அது துண்டு துண்டாகச் சிதறிப்போகாமலிருக்குமா, தனக்கு சுய நினைவு இருக்குமா என்றெல்லாம் யோசித்தார். அவர் கடந்த பத்தாண்டுகளில் 600 மணி நேரம் பறந்திருந்தார். ஆனால், இப்படி ஓர் ஆபத்தான நிலையிலிருந்த காக்பிட்டில் அவர் சிக்கிக்கொண்டதே இல்லை!

ஒன்பது நிமிடங்களுக்கு முன்பு, 3.30 மணிக்கு, ஜாம்நகர் விமானத்தளத்திலிருந்து அஜீத் தன் MIG -29 விமானத்தில் விண்ணைச் சாடினார். ஜாம்நகர் தான் நாட்டின் மேற்குக் கோடியிலிருந்த விமானத்தளம். இன்னொரு MIG-29 விமானத்தில் ஸ்க்வாட்ரன் லீடர் ரோஹித் சிங், சில வினாடிகள் கழித்து அவரைத் தொடர்ந்தார். இந்திய விமானப் படையின் 29 அணி, ஒரு 'சூப்பர் ஸானிக் இன்டெர்செப்ஷன்' பயிற்சியை வானில் மேற்கொள்ள இருந்தது. இது ஒரு செயற்கைத் தாக்குதல். நிஜ சூழலில் விமானியின் செயல்திறனைக் கண்டறிய இப்படிப்பட்ட சோதனைகள் நடத்தப்படுவது வழக்கம். பாகிஸ்தான் போர் விமானங்கள் இந்திய வான் எல்லைக்குள் அத்துமீறி நுழைந்தால்,[14] அவற்றை எப்படி எதிர்மறித்துத் தாக்குவது என்பதற்காகவே முக்கியமாக இந்தப் பயிற்சி!

இரண்டு போர் விமானங்கள் 80- 100 கி.மீ. இடைவெளியில் பறந்தன. 36,000 அடி உயரத்தில் அவர்களின் போர்க்களம் நிர்ணயிக்கப்பட்டிருந்தது. அங்கே அஜீத் ஒரு செயற்கை ஊடுருவலை நிகழ்த்துவார். அவர் 'விங் மேன். ஒரு செயற்கைத் தாக்குதலை நடத்துவார். தேவைப்பட்டால் அவர் 'சுட'வும் செய்வார். இவையெல்லாமே மின்னணு முறையில் நடைபெறும்! ஒரு நிஜ வான் போரில், ரோஹித் வேறு வழியில்லாமல் ரஷ்யத் தயாரிப்பான VYMPEL R 73-ஐ (வானிலிருந்து, வானிலிருப்பதைத் தாக்கும் ஏவுகணை) அழையா விருந்தாளியை வரவேற்க அனுப்பி வைப்பார்.

ஜாம்நகரில், விமானப் போக்குவரத்திற்குப் பொறுப்பான ஓர் இளம் ஃப்ளைட் லெப்டினென்ட் மேலே குறிப்பிடப்பட்ட

---

14 ஊடுருவல்கள் அரிதானவை; அதற்காக அவை நடக்கவே நடக்காது என்று சொல்ல முடியாது! 1999, ஆகஸ்டில், கார்கில் போர் நடந்து முடிந்த சிறிது காலம் கழித்து, பாகிஸ்தான் கடற்படையின் அட்லாண்டிக்-2 உளவு விமானம் இந்திய வான்பகுதியில், குஜராத் கடலோரத்தில் ஓர் ஊடுருவலை நிகழ்த்தியது. அதை இந்திய மிக்-21 ஜெட் விமானம் ரான் ஆஃப் கட்ச் பகுதியில் சுட்டு வீழ்த்தியது.

இரண்டு விமானங்கள் பறப்பதற்கு அனுமதி வழங்கினார். 28-வது அணியிடம் 29 MIG விமானங்கள் இருந்தன. இந்த அணிக்கு, 'முதல் சூப்பர்ஸானிக் அணி' என்ற சங்கேதப் பெயர் வைக்கப்பட்டிருந்தது. ஒலியின் வேகத்தையும் மிஞ்சும் வேகத்தில் பறக்கக்கூடிய இந்த விமானங்கள் 1960–களின் கடைப்பகுதியில் இந்திய விமானப்படையில் சேர்த்துக்கொள்ளப்பட்டன. இந்த விமானங்களால் ஒலியின் வேகத்தைவிட இரு மடங்கு வேகத்தை எளிதாக எட்ட முடியும். இந்திய விமானப் படை இந்த விமானங்களை மக்கள் நெருக்கம் மிக்க பகுதிகளில் பறக்க அனுமதிப்பதில்லை- ஒலி எல்லையைத் தாண்டும்போது அவற்றிலிருந்து புறப்படும் காதைக் கிழிக்கும் ஓசை, தரையிலிருக்கும் ஜன்னல் கண்ணாடிகளை உடைத்து, மக்களைப் பதற வைத்துவிடும்.

ஜாம்நகரிலிருந்து 120 கி.மீட்டர் தூரம் கொண்ட ஒரு நீண்ட வளைவுப் பாதையில் ஸ்குவாட்ரன் லீடர் தன் ஜெட் விமானத்தைச் செலுத்தினார். அவர் மேலே செல்லச் செல்ல, குத்துக்காலிட்டு உட்கார்ந்து கொண்டார். அவர் விமானத்தை சூரியன் மேல் மோதுவது போல் நேராகச் செலுத்தினார். இதனால் அவரின் காக்பிட்டை கண்ணைக் கூசும் சூரிய ஒளி நிறைத்தது. விமானி தன் ஆக்ஸிஜன் முகமூடியைச் சரிசெய்து கொண்டு, தன் தலைக்கவசத்திலிருந்த முகப்புக் கண்ணாடியைக் கீழே இழுத்துவிட்டுக் கொண்டார், சூரிய ஒளியிலிருந்து தன்னைக் காத்துக்கொள்வதற்காக.

MIG 29–ன் முன்பக்கமிருந்த ' Head Up Display' (HUD எனப்படும் இது, விமானத்தின் 'டேஷ் போர்டில்' பதிக்கப்பட்டிருக்கும். விமானத்தின் கருவிகளில் தெரியும் பல 'எண்களையும்' விமானியின் பார்வைக்குத் தெளிவாக எடுத்துக்காட்டும்!) திடீரென்று மின்னி, அணைந்து விட்டது. HUD இருப்பதால் விமானி தன் முன்னால் தெரியும் வானத்திலிருந்து கண்களை எடுக்காமலேயே, தன் அறையிலிருக்கும் கருவிகளையும், வரைபடங்களையும் பார்க்க முடியும். HUD அணைந்து

போனால் பெரிய பிரச்சனை ஒன்றும் இல்லை. கருவிகளையும், வரைபடங்களையும் விமானி நேரிடையாகவே பார்த்துக் கொள்ள முடியும். ஏன் அது திடீரென்று அணைந்து போனது என்பதற்கான காரணம் இதுவரை யாரும் கேள்விப்பட்டிராத ஒன்று. உலகின் எந்த ஒரு மூலையிலும், இதுவரை *MIG -29* விமானத்தில் இப்படி நிகழ்ந்தது என்று யாரும் கேள்விப்பட்டது கூட இல்லை.

30,0000 அடியிலிருந்து ஸ்குவாட்ரன் லீடர் ஜாம்நகர் விமானக் கட்டுப்பாட்டு அறையிலிருந்த இளம் ஃப்ளைட் லெப்டினென்ட்டை அழைத்தார்.

"*Finback* விமான அறை *1* ல் தீ!" அஜீத் ரேடியோ மூலமாகச் சொன்னார். அவர் இதைப் பதற்றமற்ற குரலிலேயே சொன்னார். அனாவசியமாக அவர் பதற்றத்தை உண்டுபண்ண விரும்பவில்லை. ஆனால், அதே சமயம் உண்மையிலேயே விமானி அறையில் பதற்றம் நிலவுகிறது என்றால் அது இப்போதுதான்.

ராடார் கன்ட்ரோலுக்குப் பொறுப்பாயிருந்தவருக்கு இதைக் கேட்டதும் பதற்றத்தில் வேர்த்துக் கொட்டியது. பின் தொடரும் *1* ல் அஜீத்தின் ரேடியோ அழைப்பின் குறியீடு!

"*Finback 1* தீ... மீண்டும் உறுதி செய்ய முடியுமா?"

அஜீத் பதில் சொன்னார்: "மீண்டும் சொல்கிறேன்! என் அறையில் தீ!"

"தீ என்ஜினிலிருந்து வருகிறதா?"

"இல்லை! நான் மீண்டும் சொல்கிறேன். தீ காக்பிட்டில்தான். நான் தளத்திற்கு அவசரமாகத் திரும்பிக் கொண்டிருக்கிறேன்! நான் கீழே இறங்க அனுமதியும், வழிகாட்டுதலும் தேவை!"

"*Finback 1 BASE 08085 [80* டிகிரிகள், *85* கி. மீட்டர் தூரம்] நீங்கள் அந்த இடத்தை விட்டு, உங்கள் வீட்டிற்குத் திரும்பி வாருங்கள்!"

அஜித்தின் இடது பக்கம் அவருடைய விங்மேன் ஸ்குவாட்ரன் லீடர் ரோஹித் 60 கி. மீட்டர் தொலைவில் பறந்து கொண்டிருந்தார். அவர் ரேடியோவும் அதே அதிர்வெண்ணில் இயங்கியதால் இந்த விஷயங்களையெல்லாம் அவரும் கேட்டார். தரையிலிருந்து அனுமதி வாங்கிக்கொண்டு, தன் நண்பரை நோக்கி வேகமாகச் செல்ல அவர் தன் விமானத்தை வலது பக்கம் திருப்பினார். அவர், Finback 1-ஐ நெருங்கியபோது தன் நண்பனுக்கு தன்னால் எவ்வாறு உதவ முடியும் என்று திகைத்துப் போனார்.

HUD அணைந்தவுடனேயே அஜீத் அதற்கான காரணத்தைக் கண்டுபிடித்துவிட்டார். அதன் அடியில் சிறிய அளவில் தீ தெரிந்தது. முதலில் அவர் இதை வெறும் பிரமை என்று நினைத்தார். ஆக்ஸிஜன் தரும் கருவியில் ஏற்பட்ட சிறிய கோளாறால் ஆக்ஸிஜன் கிடைப்பது தடைபட்டு, தனக்கு ‘ஹைபோக்ஸியா’ ஏற்பட்டிருக்கலாம் என்று அவர் நினைத்தார். இது பெரும் ஆபத்தை விளைவிக்கக்கூடும். உதாரணமாக, போர் விமானியின் அறிவு சுத்தமாக வேலை செய்யாமல் போகலாம். அவர் கற்பனை தறிகெட்டு ஓடலாம் அல்லது அவருக்கு திசையறியும் திறன் இல்லாமல் போகலாம். இதனால், ஆபத்தான சூழ்நிலையில், அவரால் சரியான முடிவுகளை எடுக்க முடியாமலும் போகலாம்.

“காக்பிட்டில் தீ? இருக்கவே முடியாது!” அந்த நாளைப் பற்றி நினைவுகூரும்போது சொல்கிறார் அஜீத்!

‘ஹைபோக்ஸியா’ என்னைக் குழப்புகிறது என்று நினைத்தேன். யாரோ ஒருவர் ஒரு தீக்குச்சியை உரசி, எனக்கு சிகரெட் பற்ற வைக்கத் தந்திருப்பார் என்று நினைத்தேன்” என்கிறார் அஜீத்.

“தீ முதலில் சிறியதாகத்தான், ஒரு சுட்டுவிரல் அளவே இருந்தது. ஆனால் அது தொடர்ந்து பெரிதாகிக் கொண்டே வந்தது. சிறிது நேரத்திலேயே, அது அடர் கரும்புகையால் காக்பிட்டை முழுவதுமாக நிறைத்தது. விமானத்தின் உடலிலும்,

இறக்கைகளிலும், வரிசையாக அமைக்கப்பட்டிருந்த அதன் 'டேங்கு' களில் 4,000 லிட்டர் எரிபொருள் இருந்தது. அங்கு தீ பரவினால்...?"

தான் செய்ய வேண்டிய முதல் வேலை, ஆக்ஸிஜன் தனக்கு ஒழுங்காக வந்து கொண்டிருக்கிறதா என்று பார்ப்பதுதான் என ஸ்குவாட்ரன் லீடருக்குத் தெரியும். அடர்ந்த புகைக்கிடையிலேயும் அவரால் சுவாசிக்க முடிந்தது. ஆனால், நீண்ட நேரத்திற்கல்ல. அவர் ஹைபோக்ஸியாவிலிருந்து வெளியே வர வேண்டும் என்பது மிக முக்கியம். அப்பொழுதுதான் அவர் மேற்கொண்டு செய்ய வேண்டிய வேலைகளைச் செய்ய முடியும். அதற்கென்று உள்ள பரிசோதனைகளை அவர் அடுத்து செய்ய வேண்டும். அவர் தன் தலையை இடது பக்கம் திருப்பி, ஆக்ஸிஜன் கட்டுப்பாட்டுக் கருவியைப் பார்த்தார். அதில் ஏதும் பிரச்சனை இருப்பதாகத் தெரியவில்லை. அந்த அமைப்பு, ஆக்ஸிஜனைத் தொடர்ந்து சீராகத் தந்து கொண்டிருந்தது. ஆகவே இது ஹைபோக்ஸியா அல்ல. எனவே காக்பிட்டில் உண்மையிலேயே தீ இருக்கிறது. அதுமட்டுமல்ல, அது வேகமாகவும் பரவிக் கொண்டிருக்கிறது.

ஸ்க்வாட்ரன் லீடர் சொல்கிறார், "ஒரு நல்ல செய்தி, எனக்கு பிரமை பிடிக்கவில்லை; ஒரு கெட்ட செய்தி, காக்பிட்டில் தீ! அதை ஏதாவது செய்தாக வேண்டும், நிலைமை கையை மிஞ்சிப் போகும் முன்னால்!"

ஒரு சில வினாடிகளிலேயே, தீ HUD யுடன் இணைக்கப்பட்டிருந்த முகப்புக் கண்ணாடிக்குப் பரவிவிட்டது. காக்பிட்டில் வேகமாகப் பரவிக்கொண்டிருந்த புகை, அதனுடன் பிளாஸ்டிக் எரியும் நாற்றத்தையும் கூட்டிக்கொண்டு வந்தது, இலவச இணைப்பாக! இதைவிட மோசம், விமானத்தின் முகப்புக் கண்ணாடியின் மீது கரும்புகை அடர்த்தியான படலமாகப் படர்ந்தது. இதனால் விமானியால் தன் முன்னால் பார்க்க முடியவில்லை.

தீயை முதலில் பார்த்த கணத்துக்கும், மீட்பு நடவடிக்கை

ஆரம்பிப்பதற்கும் இடையே இருந்த நேரம், 60 வினாடிகளுக்கும் குறைவுதான். வானில் இருக்கும்போது ஒரு நிமிட நேரம் கூட உங்களுக்கு எல்லையற்றதாகத் தோன்றும். வேண்டுமானால், எந்தப் போர் விமானியையும் கேட்டுப் பாருங்கள். அவர்கள் சொல்வார்கள். 'ஒரு இக்கட்டான நிலையில், வானில் அந்தக் கணம், தரையில் ஒரு வருடத்திற்கும் அதிகமான நீ...ள...ம்'

ஜாம்நகரிலிருந்த ரேடியோ கட்டுப்பாட்டாளர் வழிகாட்ட, ஸ்குவாட்ரன் லீடர் தன் ஜெட் விமானத்தைக் கவனமாக தன் தளத்தை நோக்கிச் செலுத்தினார். அவரால் சுத்தமாகத் தன் கண்களால் வெளியே பார்க்க முடியவில்லை. அவர் மிகச் சிரமப்பட்டு, தன் முன்னால் இருந்த கருவிகளைப் பார்க்க முயன்றார். அடுத்த ஒன்பது நிமிடங்களுக்கு, அவர் தீப்பிடித்து எரிந்து கொண்டிருந்த விமானத்தை ஓட்ட வேண்டும், பாதுகாப்பாகத் தன் தளத்தை அடைய! அங்கே, ஏற்கனவே விமானத்தை அவசரமாகத் தரையிறக்குவதற்கான ஏற்பாடுகள் ஆரம்பிக்கப்பட்டுவிட்டன.

விமானத்தின் நிலையை அறிந்ததும், மேலும் அதிக அதிகாரிகள் ஜாம்நகரிலிருந்த கட்டுப்பாட்டு அறையை நோக்கி விரைந்தனர். ஆனால், அவர்கள் செய்வதற்கு ஒன்றுமில்லை. அஜீத் தொடர்ந்து தன் நிலைமையைப் பற்றி, கீழே இருந்தவர்களுக்குத் தகவல் அனுப்பிக் கொண்டே இருந்தார். அவருக்கும், கீழே இருந்தவர்களுக்கும் தெரியும் அடுத்த சில நிமிடங்களில் ஒரு பயங்கரம் நிகழலாம் அல்லது இந்திய விமானப் பாதுகாப்புக் கையேட்டில், புதியதாக ஒரு அறிவுரை சேர்க்கப்படும் என்று. எப்படிப் பார்த்தாலும் இப்போது அறிவுரை எதுவும் வழங்க முடியாது; ஏனெனில், இப்படிப்பட்ட ஒரு நிலை இதுவரை ஏற்பட்டதே இல்லை. விமானிக்குத் தெரியும் நிலைமையைத் தான் மட்டுமே சமாளிக்க வேண்டும் என்று.

நிலைமை மிகச் சிக்கலாக, மிகப் பயங்கரமாக இருந்தபோதும், அஜீத்திற்கு ஒரு விஷயம் நிச்சயமாகத் தெரிந்தது: என்ன நடந்தபோதும், அவர் விமானத்தை விட்டுக் கீழே குதிக்க

மாட்டார். கீழே குதித்துவிடுமாறு தரையிலிருந்து அவருக்கு ஆலோசனை வழங்கப்பட்டபோதும், அதை அவர் பணிவுடன் மறுத்துவிட்டார். விமானத்திலிருந்து தன்னை வெளியே தள்ளும் விசையை அழுத்தினால், அவர் பத்திரமாகத் தப்பித்து, உயிர் பிழைத்துவிட முடியும். ரஷ்யாவில் தயாரிக்கப்பட்ட Zvezda K 36 வெளி உந்தும் இருக்கை, அவரை MIG 29-லிருந்து வெளியே தள்ளிவிடும். ஆனால்...

அடுத்த சில நிமிடங்களில் Finback 2 சிக்கலில் சிக்கிக்கொண்ட MIG 29-ன் அருகில் தோன்றியது. ரோஹித்திற்கு இன்னும் தெரியவில்லை, தன் நண்பர் அவர் விமானத்தில் என்ன செய்துகொண்டிருக்கிறார் என்று. அவர் தன் விமானத்திலிருந்து Finback 1-ல் என்ன நடந்து கொண்டிருக்கிறது என்று அறிந்துகொள்ள வெளியே எட்டிப் பார்த்தார். விஷயங்கள் கட்டுப்பாட்டில்தான் இருக்கின்றன என்று யாராவது சைகை காட்டமாட்டார்களா என்று அவர் ஏங்கினார். அவர் கண்ட காட்சி பயங்கரமாக இருந்தது.

ரோஹித் சொல்கிறார்: "என்னால் வசானேயைப் பார்க்க முடியவில்லை! காக்பிட் முழுவதும் புகை! அதன் முன்புறக் கண்ணாடி முழுவதும் சாம்பல் அடர்த்தியாகப் படர்ந்திருந்தது. அவர் விமானத்தினுள்ளே எப்படி இன்னும் உட்கார்ந்திருக்கிறார், எப்படி அதைச் செலுத்திக்கொண்டிருக்கிறார் என்று எனக்குப் புரியவில்லை!"

அவர் நினைத்தது சரிதான். அஜீத் பரவும் தீயை எப்படியாவது கட்டுப்படுத்த முயன்று கொண்டிருந்தார். அவரின் சில முயற்சிகள் பைத்தியக்காரத்தனமாகக்கூட தோன்றின. முதலில் அவர் தன் கைகளைக் கொண்டு தீயை அணைக்க முயன்றார். ஆனால் அந்த முயற்சி பயனளிக்கவில்லை. உருகின பிளாஸ்டிக் இழைகள் நெருப்பை எதிர்க்கும் அவர் கையுறைகள் மேல் ஒட்டிக் கொண்டன. அவற்றின் வெப்பம் அவர் விரல்களைச் சுட்டது.

ஸ்குவாட்ரன் லீடர் கூறுகிறார்: "என்னுடைய கையுறைகளை நான் வேகமாகக் கழற்றிவிட்டேன். என் திட்டம் எதுவும் வேலை செய்யவில்லை! நேரம் செல்லச்செல்ல, தீயின் உக்கிரம் அதிகமாகிக் கொண்டே வந்தது. என் கைகள் மோசமாக வெந்து கொண்டிருந்தன!"

புகை ஏற்படுத்திய கண் எரிச்சல், வினாடிக்கு வினாடி அதிகரித்துக் கொண்டே இருந்தது. அவருடைய தலைக்கவசத்தினால் பெருகி வரும் புகையிலிருந்து அவரைக் காக்க முடியவில்லை. அவர் ஆக்ஸிஜன் முகக்கவசத்தை அணிந்திருந்ததினால், இதுவரை அவருக்கு சுவாசப் பிரச்னை எதுவும் ஏற்படவில்லை. ஆனால், அவரால் சுத்தமாகப் பார்க்க முடியவில்லை. அவரால் பார்க்க முடிந்ததெல்லாம் ஒரு சாம்பல் நிறப் போர்வையை மட்டுமே. பிரகாசமாக இருந்த காக்பிட் பேனலைக் கூட அவரால் பார்க்க முடியவில்லை.

"என் பார்வை மங்கலாகிக் கொண்டே வந்தது. விமானத்தின் முன் கண்ணாடியை அடர் சாம்பல் நிறம் அடர்த்தியாகப் போர்த்தியிருந்தது. ஏறக்குறைய, ஒரு குருடனாக நான் விமானத்தை ஓட்டிக்கொண்டிருந்தேன்."

ஜாம்நகரிலிருந்து 40 கி. மீட்டர் இருக்கும்போது, 10,000 அடி உயரத்திற்கு இறங்குமாறு அஜீத்திற்குக் கட்டுப்பாட்டு அறையிலிருந்து அறிவுரை வழங்கப்பட்டது. அப்போதிருந்த நிலையில், விமானத்தில் திடீரென்று எந்தச் செயலையும் மேற்கொள்ள முடியாது. விமானி, தன் முன்னாலிருந்த 'குச்சி'யை மெதுவாக முன்னால் தள்ளினார். விமானம் மெதுவாகக் கீழே இறங்கியது. விமானத்தின் உட்பகுதியைத் தீ தீண்ட ஆரம்பித்து விட்டால், அதன் பறக்கும் திறன் கணிசமாகக் குறைந்துவிடும். போர் விமானங்கள் உலகிலுள்ள சில மிகக் கடினமான பொருட்களால் செய்யப்பட்டவைதான். இருந்தாலும், அவை தீயின் முன்னால் நீண்ட நேரம் தாக்குப் பிடிக்காது. அதுமட்டுமல்ல; அந்த நிலையில் விமானம் விமானியின் கட்டுப்பாட்டிலிருந்து விலகிப் போய்விடும் முற்றிலுமாக.

தன் முன்னால் இருக்கும் வாய்ப்புகளை விமானி எடை போட்டுப் பார்த்தபோது, அவர் மனம் விமானத்தின் கூட்டை திடீரென்று கீழே தள்ளிவிடுவதைப் பற்றி யோசித்தது. அப்படிச் செய்தால், உடனடியாக புகைசூழ் விமான உலகிலிருந்து தப்பித்துக்கொள்ளலாம். ஆனால் அப்படிச் செய்தால், பேராபத்தில் மாட்டிக்கொள்ளவும் நேரலாம். விமானம் மணிக்கு 600 கி. மீட்டர் வேகத்தில் பறந்துகொண்டிருக்கும்போது, அவ்வாறு செய்தால் காற்று பெரும் ஓசையை எழுப்பும்.

“அந்த ஓசையில் என்னால் ராடார் வழியாகக் கட்டுப்பாட்டு அறையையோ, என் சக விமானியையோ தொடர்புகொள்ள முடியாது. நான் தன்னந்தனியனாக விமானத்தை இயக்க வேண்டும். புகை ஏறக்குறைய என்னைக் குருடாக்கிவிட்டதால், அப்படிச் செய்தாலென்ன என்று நான் ஒரு கணம் யோசித்தேன். ஆனால், அப்படிச் செய்தால் தரையிலிருந்து எனக்கு எந்த உதவியும் கிடைக்காது!” என்கிறார் அஜீத்.

திடீரென்று காற்று வேகமாக உள்ளே நுழைந்தால், அது தீயை இன்னும் வேகமாகப் பரவச் செய்து விமானத்தின் மற்ற பகுதிகளையும் எரிக்க ஆரம்பித்துவிடும். ஆகவே, அந்தத் திட்டத்தைச் செயல்படுத்த முடியாது. முடிந்தவரை தாக்குப் பிடித்து, விமானத்தை அப்படியே ஓட்டுவதைத் தவிர வேறு வழியில்லை. தன் ராடார் கட்டுப்பாட்டாளரின் துணை கொண்டு, ‘கண்ணை’ மூடிக்கொண்டு விமானத்தை ஓட்டினார்.

காக்பிட்டிலிருந்த ‘பேனல்’களில் தீ வேகமாகப் பரவியதால், நச்சுத்தன்மை வாய்ந்த பிளாஸ்டிக் புகை இன்னும் அடர்த்தியானது. பரவிய தீ அதிலிருந்த கருவிகளையும் எரித்தது. நிலைமை இப்போது தாங்க முடியாததாகிவிட்டது. விமானியின் ஆக்ஸிஜன் முகக்கவசத்திலிருந்த சிறு துளைகள் வழியாக புகை அவர் நாசிக்குள் சென்று அவரை இருமவும், தும்மவும் வைத்தது. அவர் மீண்டும் தன் கையுறைகளைக் கொண்டு தீயை அணைக்க முயன்றார். ஆனால் தீ தன்

சுயத்தை இறுக்கமாகத் தீர்மானித்திருந்தது. அதை அணைக்க முயன்ற அனைத்து முயற்சிகளும் தோல்வி.

“ஒரு போர் விமானத்தின் ‘காக்பிட்’ டை கற்பனை செய்து பாருங்கள். அதன் மிகச் சிறிய இடத்தில் ஏராளமான கருவிகள் இருக்கும், விமானி உட்பட! இப்போது அழையா விருந்தாளியாக அக்னி பகவான். அவர் வேகமாக எல்லாவற்றையும் ஒரு வழி பண்ணிவிடுவார்!” இப்படிச் சொல்வது அஜீத்.

பிரச்சனை ஆரம்பித்து, ஏழு நிமிடங்கள் ஆனபோது, ரேடியோ கண்காணிப்பாளர் மீண்டும் அழைத்தார். விமானத்தின் முக்கியக் கருவிகளைத் தீ ஏதாவது தீண்டிவிட்டதா என்று அறிந்துகொள்ள விரும்பினார். தீ எரிபொருள் ‘டேங்கு’களை இதுவரை பதம் பார்க்காவிட்டாலும், விமானம் சீராக இயங்குவதற்கும். அதன் என்ஜின்களை ஓட வைப்பதற்குமான அதிமுக்கியமான மின்னணு கருவிகளை அது சீக்கிரம் ஒருவழி பண்ணிவிடும். கருவிகளைத் தீ தீண்டி விட்டால், *Finback 1* வானத்திலிருந்து விழுவதை வெறுமனே பார்த்துக் கொண்டிருப்பதைத் தவிர விமானியால் வேறு எதுவும் செய்ய முடியாது.

அஜீத் சொல்கிறார்: “விமானம் வெடிக்காமலிருந்தால் அதிர்ஷ்டம் என்று நினைத்தேன். ஆனால் அதிர்ஷ்டம் என்னைப் பார்த்துப் புன்முறுவல் பூப்பதாகத் தெரியவில்லை. தீ எப்போதும் நமக்கு உதவி செய்வதில்லை. தீ என் கருவிகளை அழித்துவிட்டால், என்னால் என்ன செய்ய முடியும்? என் பார்வைத் திறனும் போய்விட்ட நிலையில், நான் பறந்து கொண்டிருக்கும் உயரம் பற்றியோ, எவ்வளவு வேகமாகப் பறந்துகொண்டிருக்கிறேன் என்றோ என்னால் அறிந்து கொள்ள முடியாது. அதே போல், என்ஜின்கள் இயங்குவது பற்றியோ விமானத்தை கீழே இறக்கும் கருவிகள் இயங்கும் விதம் பற்றியோ நான் அறிந்துகொள்ள வழியே இல்லை!”

Finback 1 -னின் ‘காக்பிட்’-டின் அப்போதைய நிலையில் எந்த விமானியும் வேலை செய்ய முடியாது, அவர் எவ்வளவு

பயிற்சி பெற்றவராக இருந்த போதிலும், எவ்வளவு அனுபவம் பெற்றவராக இருந்த போதிலும். *MIG-29* விமானத்தின், இரண்டு *Klimov RD -33* என்ஜின்களில் ஒன்று இயங்காமல் போனாலும், காக்பிட்டில் முன்னெச்சரிக்கை கருவிகள் எதுவும் வேலை செய்யாது. இந்தக் கருவிகள்தான், என்ஜின்கள் இயங்கும் வேகம் பற்றியும் (சுழல்கள்/ நிமிடம்) விமானிக்குத் தகவல் கொடுக்கும்.

“பதற்றம் ஏற்பட இதைவிட தேவையான சூழல் இல்லை!” என்கிறார் அஜீத்.

இந்த இக்கட்டான சூழ்நிலையில், 10,000 அடிக்கு இறங்குவது மிக முக்கியமானது. காக்பிட்டிலிருந்து புகையை வெளியேற்ற, ‘வென்டிலேஷன்’ அமைப்பை விமானி இயக்க அவருக்கு வாய்ப்பிருந்தது.

“விமானத்திலிருந்த குளிர்சாதன அமைப்பு இரண்டு விதங்களில் வேலை செய்யும். ஒன்று, மிதமானது, இன்னொன்று, வேகமானது. அதை வேகமாக இயங்குமாறு செய்தால், இன்னும் அதிக காற்று காக்பிட்டின் உள்ளே பாயும். ஆனால் அவ்வாறு செய்ய நான் 10,000 அடிக்கும் கீழே இறங்கியாக வேண்டும்” என்கிறார் அஜீத்.

சூரியன் பின்னால் சுட்டெரிக்க, *Finback 1* தொடர்ந்து கீழே இறங்கிக் கொண்டிருக்க, *Finback 2* அதன் வலது புறத்தில் மேலே பறந்துகொண்டிருந்தது.

“என் விமானத்திற்குக் கீழே வசானேயின் விமானத்தை நான் பார்த்தேன். ஆனால் உள்ளே என்ன நிகழ்ந்துகொண்டிருக்கிறது என்று எனக்குத் தெரியவில்லை! *MIG-29*-ன் கையேடு, பலவித அவசரகால நிகழ்வுகளையும், அவற்றை எவ்வாறு சமாளிப்பது என்றும் விளக்குகிறது. அவற்றுள், விமான என்ஜின்கள் செயலற்றுப் போவது, எரிதல், எண்ணெய் அழுத்தம் குறைவது ஆகியவை அடங்கும். அவற்றை எப்படிச் சமாளிப்பது என்று எங்களுக்குத் தெரியும். ஆனால் காக்பிட்டில் தீ புதுசு! இதுவரை

எப்போதுமே ஏற்படாத ஒரு சிக்கலை எப்படிச் சமாளிப்பது?" என்று கேட்கிறார் ரோஹித்.

ஒரு ஜோடி *MIG-29* விமானங்கள் ராடார் கண்காணிப்பு உதவியுடன் ஜாம்நகர் நோக்கிப் பறந்துகொண்டிருக்கும் போது, காக்பிட் தீ பயங்கர சொரூபத்தை அடைந்தது. சிக்கல் ஆரம்பித்ததிலிருந்து, முதல்முறையாக அஜீத் கீழே குதிப்பதுதான் ஒரே வழியா என்று யோசிக்க ஆரம்பித்தார். நவீன விமானங்களின் கீழே குதிக்க வைக்கும் ஆற்றலின் வெற்றி சதவீதம் 90. ஆனால் குதிக்கும்போது, முதுகெலும்பு அடிபடுவதற்கான சாத்தியக்கூறுகள் அதிகம். காக்பிட்டிலிருந்து, வெளியே அதிவேகமாகத் தள்ளப்படுவதால் இப்படி ஏற்படுகிறது.

புகை விமானியைத் திக்குமுக்காடச் செய்து கொண்டிருந்த நிலையிலும் கீழே குதிப்பது நினைத்துப் பார்க்க முடியாத விஷயமாக இருந்தது. தொடுவானத்தில் ரிலையன்ஸ் நிறுவனத்தின் எண்ணெய் சுத்திகரிப்பு அமைப்புகள் ஜாம்நகரின் தென்மேற்குத் திசையில் தெரிய ஆரம்பித்தன. காக்பிட்டிலிருந்த வெப்பம் மூச்சு விட முடியாமல் செய்தது. எந்தச் சூழ்நிலையிலும், உயிர் பிழைத்தே ஆக வேண்டும் என்கிற மனிதனின் பேராவல், இந்தச் சூழ்நிலையில் ஒரு விமானியைக் கீழே குதிக்க வைத்துவிடும். மனித உணர்ச்சிகளிலேயே, உயிர் பிழைக்க வேண்டும் என்பதுதான் தலையாயது; முக்கியமானது. இந்தச் சூழ்நிலையில் எரிந்து கொண்டிருக்கும் விமானம், ஒரு ஏவுகணையைப் போல் தீப்பிழம்பாய் எண்ணெய் சுத்திகரிப்பு நிலையத்தின் மேல் விழுந்தால், வரலாற்றுச் சிறப்புமிக்க நரகப் பெருநெருப்பாக சரித்திரத்தில் அது நீங்கா இடம் பிடித்துவிடும்.

ராடார் கட்டுப்பாட்டாளர், தளம் எவ்வளவு தூரம் இருக்கிறது, எப்படி நான் பயணிக்க வேண்டும் என்பதைப் பற்றி தொடர்ந்து ஆலோசனை வழங்கிக் கொண்டிருந்தார். "வானில் நான் இருந்த இடத்திலிருந்து, தளத்திற்குச் செல்ல ஒரு நேர்க்கோடு வரைந்தால், அது எண்ணெய் சுத்திகரிப்பு நிலையத்தின் நேர் மேலே சென்றது. ஜாம்நகரிலிருந்து நான் மூன்று வருடங்களாக

இயங்கிக் கொண்டிருக்கிறேன். எனக்கு நன்றாகத் தெரியும், நான் மிக ஆபத்தான பிரதேசத்தில் இருக்கிறேன் என்று. அங்கே, உங்கள் விமானத்தை, ‘டமால்’ என்று ‘மோத’ விட முடியாது. எந்தச் சூழ்நிலையிலும், 2-கி. மீ. விதியை மீற முடியாது. எந்த வினாடியிலும், விமானம் வெடித்துச் சிதறலாம் என்ற நிலையிலும் என்னால் இந்த விதியை மீற முடியாது. எனவே, வேறு வழியே இல்லையென்ற நிலை வந்தாலொழிய நான் விமானத்திலிருந்து கீழே குதிப்பது இல்லையென்று முடிவு செய்து கொண்டேன். அதுமட்டுமல்ல, அந்தச் சூழ்நிலைக்கும், எனக்கும் இப்போது வினாடிகள் ‘தொலை’வுதான் இருக்கிறது என்றும் புரிந்துகொண்டேன்.”

எண்ணெய் சுத்திகரிப்பு நிலையத்தின் மேல் விமானம் விழுந்தால், விளைவுகள் எப்படி இருக்குமென்று நன்றாக அறிந்த *Finback 1* -ன் விமானி, தன் பறக்கும் வாழ்க்கையின் மிகக் கடினமான முடிவை எடுத்தார். ரேடியோ கட்டுப்பாளரிடம் தான் விரைவில் விமானத்தின் கட்டுப்பாட்டை இழந்துவிடுவேன் என்று சொன்ன அஜீத் வலது பக்கம் திரும்பினார்- இப்போது அவருக்கும் எண்ணெய் சுத்திகரிப்பு ஆலைக்கும் இடையே இருந்த தூரம் பத்தே கி.மீட்டர்தான்! தன் தளத்தை அடைய சுற்றுப்பாதையில் செல்ல அவர் முடிவெடுத்ததால், வானில் அவர் பறக்கும் நேரம் அதிகரித்தது.

அஜீத் சொல்கிறார்: “தரையில் ஒரு பெரும் விபத்தைத் தவிர்க்க இதைவிட்டால் எனக்கு வேறு வழி தெரியவில்லை. எண்ணெய் சுத்திகரிப்பு ஆலைகள்தான் என் ஆகப்பெரும் கவலையாக இருந்தது. திடீரென்று விமானம் இடது பக்கம் திரும்பி என் கட்டுப்பாட்டிலிருந்து விலகிப் பறக்க ஆரம்பித்து விட்டால் அது சில வினாடிகளிலேயே ஒரு ஆலையின் மேல் விழுந்து நொறுங்கி கனவிலும் நினைத்துப் பார்க்க முடியாத பயங்கரத்தை ஏற்படுத்திவிடும். எப்படியாவது, சீக்கிரமாக விமானத்தைக் கீழே இறக்கி விட வேண்டுமென்று நினைத்தேன்.”

மெதுவாக விமானத்தை *10,000* அடிக்கு இறக்கி, அஜீத் குளிர்சாதன இயந்திரத்தை வேகமாக இயங்கச் செய்தார். அப்படிச் செய்தால் காக்பிட்டை விட்டு புகை வெளியேறும் என்று நினைத்தார். அப்படி நடக்கவில்லை. ஆனால், காக்பிட்டில் புகை மேலும் அடர்த்தியாவதை அது குறைத்தது. இப்போது விமானம் மெதுவாகக் குலுங்கியது. இது விமானத்தினுள்ளே ஏதோ கோளாறு என்பதன் அறிகுறி. ஆனால் இன்னும் அஜீத்திற்கு குதிக்க விருப்பமே இல்லை. தேவைப்பட்டால், அந்த முடிவை எடுக்க எந்த வினாடியிலும் அவர் தயாராக இருந்தார். போர் விமானிகள் சிக்கலின் ஆரம்ப அறிகுறிகள் தென்பட ஆரம்பித்ததுமே குதித்து விட மாட்டார்கள். பயிற்றுவிக்கப்பட்ட செய்முறைகளை அவர்கள் ஒன்றன் பின் ஒன்றாகச் செய்ய வேண்டும், அநாவசியமான ‘சேதாரங்களைத்’ தவிர்ப்பதற்காக. இவை பெரும்பாலும் தரையைத் தொடும்போது ஏற்படும். இப்படித் தாமதிப்பது சில சமயம் அவர்கள் உயிருக்கே கூட ஆபத்தாக முடியலாம். ஆனாலும் அவர்கள் சொல்லிக்கொடுக்கப்பட்ட நடைமுறைகளை ஒன்றன்பின் ஒன்றாகக் கடைப்பிடித்தேயாக வேண்டும்.

தரையிலிருந்து வழிகாட்டப்பட *Finback 1* தொடர்ந்து கீழே இறங்கியது. இப்போது ஜாம்நகர் தளம் தொடுவானத்தில் நன்றாகத் தெரிந்தது. ஆனால் அஜீத்தின் கண்களுக்கு அல்ல. அவரும், அவர் சகாவும் பலமுறை அதே வான்பரப்பில் பறந்திருக்கிறார்கள். அவர்களுக்கு, பதினைந்து நிமிடங்களுக்கு முன்பு அவர்கள் புறப்பட்ட ஜாம்நகர் களத்தினருகே, தரையில் இருக்கும் அடையாளங்கள் நன்கு தெரியும்.

அஜீத் இன்னும் குருட்டாம்போக்கில் விமானத்தை ஓட்டிக்கொண்டே, விமானத்தின் கீழ் இறங்கும் விசையைத் தொடர்ந்து இயக்கினார். சிறிது நேரத்தில், அவர் விமான ஓடுதளத்தைக் கண்டார். *HUD*-ன் மேலே, புகைப்படலத்திலிருந்த ஒரு சிறு வெண்புள்ளி வழியாக அவர் வெளிஉலகத்தை முதன்முதலில் பார்த்தார், நீண்ட நேரத்திற்குப் பிறகு உள்ளத்தில்

கொப்புளித்த தன்னம்பிக்கையுடன், அவர் விமானத்தின் வேகத்தை மணிக்கு 280 கி. மீட்டர் அளவிற்குக் குறைத்தார். *Finback 1* தனக்கும், ஓடுதளத்திற்கும் இருந்த உயரத்தில் கடைசி சில மீட்டர்கள் கடந்து, ஜாம்நகர் ஓடுதளத்தை முத்தமிட்டது.

விமானம் ஓடுதளத்தில் ஓடத் தொடங்கியதும், அஜீத் அதன் கடைக்கோடியில் அவசரகால உதவி ட்ரக்குகள் நின்று கொண்டிருப்பதைப் பார்த்தார். அவற்றிலிருந்து வெகு வேகமாக தண்ணீர் பீய்ச்சி அடித்து, விமானத்தின் தீயை அணைக்க முயலும். ரோஹித் அந்த *MIG -29* மெதுவாக ஓடி, கடைசியில் ஒரு நிலைக்கு வந்து நின்றதைப் பார்த்தார்.

ரோஹித் சொல்கிறார்: "கடைசியில், நான் நிம்மதிப் பெருமூச்சு விட்டேன். எரிந்துகொண்டிருக்கும் ஒரு விமானத்தைப் பத்திரமாகத் தரையிறக்க அசாத்திய துணிச்சலும், சமயோசிதமும், அசாதாரணத் திறமையும் தேவை. வானில் வட்டமடித்தபடியே வாழ்த்துச் செய்தி அனுப்பினேன்."

Finback 1-ன் காக்பிட் கடைசியில் திறந்துகொண்டபோது, இன்னும் தீ எரிந்து கொண்டுதானிருந்தது. ஆனால், காக்பிட் திறந்ததினால், புகை வேகமாக வெளியேறியது. விமானி தன் 'ஸீட் பெல்ட்' டை வேகமாகக் கழற்றிவிட்டு, விமானத்தை விட்டு வெளியே குதித்தார். கரும் இருளினூடே அவர் ஒன்பது நிமிடங்கள் பறந்திருந்தார். கீழே இறங்கியதும், தன் சிகரெட் பெட்டியைத் தேடினார். தன் மூத்த அதிகாரிகளைச் சந்தித்து நடந்ததை விளக்குவதற்காக, அவர் ஜீப்பில் செயலறைக்குத் திரும்பியபோது, ஒரு சிகரெட்டை பற்ற வைத்தார். அவர் அதிகாரிகளில் யாரும் இப்படிப்பட்ட சூழ்நிலையைச் சந்தித்ததில்லை.

விமானங்களின் கணக்குப் புத்தகத்தில், அந்த *MIG-29* 'இனி பயன்படுத்த முடியாத விமானங்கள்' பட்டியலில் சேர்க்கப்பட்டது. அடுத்த இரண்டு மணி நேரத்தில் அஜீத், தன் ஃப்ளைட் கமாண்டர், *C.O, Chief Operations Officer*, ஜாம்நகர்

போர் விமானத் தளத்தின் தலைமை அதிகாரி, ஏர் கமோடர் போன்றவர்களுக்கு அந்த ஒன்பது நிமிடங்களில் நடந்ததைப் பற்றி விளக்கினார். அப்படி ஒரு நிகழ்வை, இதுவரை எந்த ஒரு இந்திய விமானியும் சந்தித்ததில்லை. அவர்தான் முதல். அவர் தன் உயிரையும் பாதுகாத்துக் கொண்டு, விமானத்தை அந்த நிலையிலும் பத்திரமாகத் தரை இறக்கியிருந்தார். அவர் விமானத்திலிருந்து குதித்திருந்தாலும் யாரும் அவரைக் குறை சொல்லியிருக்க மாட்டார்கள். அவர் அப்படிச் செய்திருந்தால், தீக்கான காரணத்தைக் கண்டுபிடித்திருக்கவே முடியாது! அப்படி நிகழ்ந்திருந்தால், விமானப்படை விமானங்களின் பாதுகாப்பு அம்சங்கள் கேள்விக்குறியாகி இருக்கும்.

மேலதிகாரிகளிடம், தனக்கேற்பட்ட அனுபவத்தை விளக்கிய பிறகு, *MIG -29* விமானங்களின் விமானிகள் இரண்டு மணி நேரம் ஓய்வெடுத்துக் கொண்டனர்.

அஜீத் சொல்கிறார்: "நான் பொறியாளர் குழுவிடம் எல்லாவற்றையும் விளக்கினேன்; அப்போதுதான், அவர்களால் நடந்தவற்றிற்கான காரணத்தைக் கண்டுபிடிக்க முடியும். அது இனி, அவர்களுடைய பொறுப்பு. இனிமேல் இப்படி ஒரு நிகழ்வு மீண்டும் நடக்காமல் பார்த்துக்கொள்வது அவர்கள் பொறுப்பு."

அந்த இளம் விமானி செய்யாத ஒரு வேலை, தன் மனைவியை அழைக்காததுதான். அவர் மனைவி, ஸ்குவாட்ரன் லீடர் ராஜீவ் கௌர் விமானப்படையில் ஓர் அதிகாரி. அவர் ஜாம்நகரில் பணியிலிருந்தார். மூன்று வருடங்களுக்கு முன் அவர்கள் சந்தித்துக்கொண்டபோது அவர்களிடையே காதல் மலர்ந்தது. பஞ்சாபிலிருந்த ஆதம்பூரில் இருவரும் பணிபுரிய அனுப்பப்பட்டபோதுதான் இது நடந்தது. அவர்கள் விமானப் படையில் அதிகாரிகளாகச் சேர்ந்தபோது அவர்கள் பஞ்சாபில்தான் முதன்முதலில் பணிபுரிய அனுப்பப்பட்டனர். ஸ்குவாட்ரன் லீடர் தீ விபத்திலிருந்து தப்பிப் பிழைத்தபோது, அவர்களுக்குத் திருமணம் ஆகி ஒரு வருடம்தான் ஆகியிருந்தது.

ஸ்குவாட்ரன் லீடர் ராஜீவ் இந்திய விமானப் படையின் கணக்கியல் பிரிவில் ஓர் அதிகாரி. அன்று மாலை 4 மணிக்கு ராஜீவ் ஒரு கோப்பு விஷயமாகத் தன் அதிகாரியின் அலுவலகத்திற்குச் சென்றார். அப்போதுதான் தன் கணவரின் தீப்பிடித்த MIG 29 விமானம் ஒரு சில நிமிடங்களுக்கு முன்புதான் தரையிறங்கியதைப் பற்றி அங்கிருந்தவர்கள் சப்தமின்றிப் பேசிக் கொண்டிருந்ததை அவர் கேட்டார்.

விமானியின் மனைவி சொல்கிறார்: "காத்திருக்கும் அறையில், கமாண்டரின் நேர்முக உதவியாளர் என்னிடம் விஷயத்தைச் சுருக்கமாகச் சொன்னார். நான் அவரிடம் மேலதிக விவரங்களைக் கேட்டேன். ஆனால், அவர், 'கவலைப்பட ஒன்றுமில்லை' என்று பதில் சொன்னார். அப்போது என் கணவரின் விங் கமாண்டர் சேகர் யாதவ் அறைக்குள் நுழைந்தார். அவரிடம் நான் அதே கேள்வியைக் கேட்டேன். 'எதுவும் பயப்படுகிற மாதிரி இல்லை!' என்று அவரும் சொன்னார். அதன்பின், அவர் தள கமாண்டரைப் பார்க்கச் சென்று விட்டார்."

தன் கணவருக்கு என்ன நடந்ததோ என்ற கவலையில், அவர் தன் கணவருக்கு போன் செய்தார். தரையில் இறங்கியதுமே தன் கணவர் தனக்கு போன் செய்யவில்லையே என்ற ஆதங்கத்துடனும், கோபத்துடனும அவர் போன் செய்தார். பல முறை முயற்சி செய்த பின்பே, அவர் கணவர் பேசினார். அவருக்கு என்ன நேர்ந்தது, ஏன் யாரும் அவரைப் பற்றிப் பேச மறுக்கிறார்கள் என்று சத்தம் போட்டார்.

முறுவலித்துக்கொண்டே அஜீத் சொன்னார்: "எனக்கு எதுவும் நேரவில்லை. யார் இதையெல்லாம் உன்னிடம் சொன்னது? நான் இப்போது என் அணியினருடன் தேநீர் அருந்திக் கொண்டிருக்கிறேன். கவலைப்படாதே. நடந்ததெல்லாம் நன்மைக்கே."

தன் கணவர் தரைக்குப் பத்திரமாகத் திரும்பி வந்தது அவருக்கு

மகிழ்ச்சியே. ஆனால் யாரும் அவரிடம் எந்த விவரமும் சொல்லாததில் அவருக்கு வருத்தம்தான். அன்று இரவு உணவின்போது அவர் தன் கணவரை இன்னும் கொஞ்சம் அதிகக் கேள்விகளால் துளைத்தெடுத்தார். நடுவானில் என்ன நடந்தது என்று தன் கணவர் இன்னும் விவரமாக ஏன் பேச மறுக்கிறார் என்று அவருக்குப் புதிராக இருந்தது.

சாப்பாட்டு மேஜையின் மேல் அவர், அவள் கையைப் பிடித்துக்கொண்டே சொன்னார்: "அது ஒரு வழக்கமான பயணம். இதோ இப்போது நான் உன் முன்னால் உட்கார்ந்து கொண்டிருக்கிறேன். எல்லாம் ஓ.கே. வேறெதைப் பற்றியாவது பேசலாமா?" ஸ்குவாட்ரன் லீடர் ராஜீவிற்கு தற்செயலாகத்தான் நடந்தது என்னவென்று தெரிந்தது. ஜாம்நகர் தள கமாண்டரும் அவர் மனைவியும் தங்கள் திருமண நாளைக் கொண்டாடுவதற்காக வைத்த ஒரு விருந்தில்தான் அவர் விஷயத்தை முழுமையாக அறிந்தார். அந்த நிகழ்ச்சியில், தளத்தின் தலைமைத் தள அதிகாரியான ஒரு குரூப் கேப்டன், அவர் கணவர் ஐந்து நாட்களுக்கு முன் ஓட்டிச்சென்ற விமானத்தை அவர் பார்த்தாரா என்று கேட்டு குட்டை உடைத்து விட்டார்.

அவர் சொன்னார்: " நீங்கள் இன்னும் அதைப் பார்க்கவில்லை என்றால் இப்போதே சென்று பாருங்கள்." இதற்குள் ராஜீவ் அந்த விஷயத்தை மறந்தே போயிருந்தார்.

ராஜீவ் சொல்கிறார்: "அப்போதுதான் அந்தப் பயங்கரத்தை உணர்ந்தேன். என்னிடம் விவரம் சொல்லாததற்காக என் கணவரைக் கோபித்துக் கொண்டதை நினைத்துப் பார்த்தேன். அவர் எப்படி என்னிடம் உண்மையை மறைக்கலாம்? ஆனால் பின்னால் நான் உணர்ந்துகொண்டேன், நான் பயப்படாதிருக்கவே அவர் என்னிடம் உண்மையைச் சொல்லவில்லை என்பதை. ஆனால் கவலைப்படுவதை யாராலும் தடுத்து நிறுத்த முடியாது. போர் விமானிகள்

கிறுக்குப் பிடித்தவர்கள் போல் நடந்துகொள்வார்கள்- அவர்கள் வினோதமானவர்கள். அதிலும் என் ஆள், ஹூம்!"

அந்த அக்டோபர் மதியம் என்ன நடந்தது என்பதைத் தன் கணவர் தன்னிடம் விளக்கிய பின்பே ராஜீவ் அவர் கணவரைத் தூங்க அனுமதித்தார்.

"என் மேலதிகாரிகளிடம் தெரிவித்ததை விட என் மனைவியிடம் மேலதிகத் தகவல்களைச் சொன்னேன்!" ஒப்புக்கொள்கிறார் அஜீத். இந்திய விமானப்படையில் எல்லோரும் ஒரு வாரமாக *Finback 1*-ஐ பற்றியே பேசிக் கொண்டிருந்தனர். அஜீத்திற்கு ஓய்வு தேவை என்றால், அவரிடம் அதற்கான அறிகுறி எதுவும் இல்லை. *MIG 29*-ன் காக்பிட்டில் அடுத்த நாளே அஜீத் அமர்ந்திருந்தார், இன்னொரு பயிற்சியை மேற்கொள்வதற்காக.

"நான் என்னுடைய வேலையைத்தான் செய்துகொண்டிருந்தேன். அது, தினமும் பயிற்சி செய்வதுதான். நான் செய்த காரியம் கொண்டாட்டத்திற்குத் தகுதியானதல்ல. என்னைக் காப்பாற்றியதற்காக கடவுளுக்கு நன்றி சொல்லும் அளவுக்கும் அது பெரியதல்ல. என்னைப் பொறுத்தவரை அது ஒரு பெரிய விஷயமே இல்லை." அடக்கத்துடன் சொல்கிறார் அஜீத்.

அஜீத்திற்கு வேண்டுமானால் அது பெரிய விஷயமில்லாமல் இருக்கலாம். ஆனால், இந்திய விமானப் படை அதை அப்படிக் கருதவில்லை. தன்னைப்பற்றி எல்லோரும் பேசுவது அறிந்து அஜீத் சங்கடத்தில் நெளிந்தார். தன் வீரதீரச் செயலுக்கு, தனக்கு பத்து மாதங்கள் கழித்து 'சௌரிய சக்ரா' விருது கிடைக்கும் என்று அவருக்குத் தெரியாது.

அந்த விபத்து நடந்து சில மாதங்கள் கழித்து, அஜீத் விமானப் பயிற்சியாளராகத் தமிழ்நாட்டிலிருக்கும் தாம்பரத்திற்கு பணிமாற்றம் செய்யப்பட்டார். அவர் தன் சகாக்களுடன் இரவு உணவு அருந்தச் செல்லும்போதுதான் விருது பற்றிய தகவல் அவருக்குக் கிடைத்தது.

அவர் சொல்கிறார்: "நான் அதைப்பற்றி முழுவதுமாக மறந்துவிட்டேன். நான் என் வேலையைப் பார்த்துக் கொண்டிருந்தேன். இப்போது எனக்கு வாழ்த்துகள் தொடர்ந்து வந்துகொண்டிருக்கின்றன. எனக்கு மிக மகிழ்ச்சியாக இருந்தது. அதே சமயம், நான் என் வேலையைத் தொடர்ந்து செய்து கொண்டிருப்பேன்."

2012-ம் வருடம், சுதந்திரத் திருநாளுக்கு முந்தைய மாலையில், இரும்பைப் போல் உறுதியான மனம் படைத்தவருக்கு, தனக்கு அளிக்கப்பட்ட வேலையில் இம்மியளவும் கவனக் குறைவின்றிப் பணியாற்றியதற்காகவும், இதுவரை MIG-29 விமானத்தில் ஏற்பட்டிராத ஒரு சிக்கலை அவர் கையாண்ட விதத்திற்காகவும் அந்த விமானிக்கு 'சௌரிய சக்ரா' வழங்கப்படுவதாக அரசு அறிவித்தது.

அவர் தன் மனைவியிடமோ, நண்பர்களிடமோ தன் அனுபவத்தைப் பற்றி அதிகம் பேசவில்லை. ஆனால், அவரின் சான்றிதழ் அவர் தீரச் செயலை வெளிச்சம் போட்டுக் காட்டிவிட்டது:

"தீ வேகமாகவும், அடர்த்தியாகவும் படர்ந்துகொண்டிருக்கும்போது, தன் உயிரைப் பற்றிச் சிறிதும் கவலைப்படாமல், தன் விமானத்தைக் காப்பாற்ற இவர் முனைந்தார். அசாதாரணமான சமயோசித அறிவாலும், அச்சமின்மையாலும், இவர் எண்ணெய் சுத்திகரிப்பு ஆலைகள் மீது பறப்பதைத் தவிர்த்தார். நீண்ட நேரம் எடுக்கும் சுற்றுப்பாதையில் பறந்ததால் இவர் உயிருக்கு பேராபத்து ஏற்பட இருந்தது. கரிப்புகை படர்ந்திருந்ததால், இவருடைய பார்வைத் திறனும் கணிசமான அளவிற்குக் குறைந்திருந்தது. இருப்பினும் இவர் தன் MIG 29-ஐ மிகத் திறமையாகக் கையாண்டு, பதற்றம் சற்றுமின்றி, அதைப் பத்திரமாகத் தரை இறக்கினார். இந்திய விமானப்படையின் வீர தீர பரம்பரைக்கு இவர் ஒரு சிறந்த எடுத்துக்காட்டு!"

இன்னொரு காரணத்திற்காகவும் அந்த 2012 ஆகஸ்ட்

முக்கியமானது. அஜீத்திற்கும், ராஜீவிற்கும், சௌரிய சக்கரா விருது அறிவிப்பு வருவதற்கு பதினொரு நாட்களுக்கு முன்பு, ஒரு ஆண் குழந்தை பிறந்தது. குட்டிப் பையன் ரிஷானுக்கு இன்னும் விஷயம் முழுமையாகத் தெரியாது. அவன் விரைவில் தெரிந்துகொள்வான் என்று அவன் அம்மா சொல்கிறார்.

ஜாம்நகரில் விமான நிபுணர்கள் தீ எப்படித் தோன்றியது என்று கண்டுபிடிப்பதில் முனைந்தார்கள்.

மஹாராஷ்டிராவிலிருந்து வந்த ஒரு நிபுணர் குழு, *HUD*-யில் இருக்கும் 'ஒருமுறை பயன்படுத்திவிட்டுத் தூக்கியெறியக்கூடிய ஒரு பொருளில் ஏற்பட்ட ஷார்ட் சர்க்யூட்'தான் இதற்குக் காரணம் என்று கண்டுபிடித்தது. ஒரு விமானத்தின் மிகச் சிறிய பொருள் கூட எவ்வளவு முக்கியமானது, அது சரியாக இயங்காவிட்டால் எவ்வளவு பெரிய ஆபத்து நிகழும் என்பதற்கு இது ஓர் எடுத்துக்காட்டு என விமானப்படையினருக்கு அது எச்சரிக்கை விடுத்தது.

இந்தக் கண்டுபிடிப்புகள் நாடெங்கிலும் உள்ள *MIG 29* தளங்களுடன் பகிர்ந்துகொள்ளப்பட்டன. ஜாம்நகர் விபத்து ஏற்பட்ட மூன்று மாதங்கள் கழித்து அதேபோல் ஒரு விபத்து, இன்னொரு *MIG 29* விமானத்தில் ஏற்பட்டது. அந்த விமானம் ஆதம்பூர் தளத்தைச் சேர்ந்தது. நல்லவேளை, விமானம் அப்போது தரையில்தான் நின்றுகொண்டிருந்தது. அஜீத்தின் விமானத்திற்கு ஏற்பட்டதைப் போலவே, இன்னொரு விபத்தும் ஏற்பட்டதால், டெல்லியிலிருந்த விமானப்படையின் தலைமையகம் பிரச்சனையை இன்னதென்று கண்டுபிடித்து, அதைச் சரிசெய்யும் வழிகளை ஆராய்வதற்காக எல்லா மிக் விமானங்களையும் கடுமையான சோதனைக்கு உள்ளாக்க வேண்டும் என்று ஆணையிட்டது. அதற்கப்புறம் கடந்த ஏழு வருடங்களாக அந்த மாதிரி விபத்து திரும்பவும் நிகழவில்லை; இருப்பினும், விமானப் பராமரிப்புப் பிரிவு ஆட்கள் தொடர்ந்து தயார்நிலையிலேயே வைக்கப்பட்டிருக்கிறார்கள்.

ஸ்க்வாட்ரன் லீடர் அஜீத்திற்கு ஏற்பட்ட பயங்கரமான அனுபவத்திற்கு நான்கு வருடங்களுக்கு முன்பு, 2007–ல் இந்திய அரசாங்கம் தன் MIG- 29 அணியை மேம்படுத்த முடிவு செய்தது. புதிய என்ஜின்களும், ராடார்களும், ஆயுதங்களும் நவீன காக்பிட்டுகளும் பொருத்த முடிவு செய்யப்பட்டது. இந்த 78 விமானங்களைச் சீரமைக்கும் பணி, இப்போது முடிவடையும் தறுவாயில் இருக்கிறது. இருந்தபோதிலும், இந்திய விமானப்படை இன்னும் சவலைப் பிள்ளைதான். MIG–21 போர் விமானங்களை இன்னும் வைத்திருக்கும் விமானப்படை, உலகிலேயே இந்திய விமானப்படை மட்டும் தான்! அவற்றிற்குப் பதிலாக தேஜாஸ், ரஃபேல் போன்ற ஃப்ரான்ஸ் நாட்டுப் போர் விமானங்களைச் சேர்க்கவும், நம் நாட்டிலேயே தயாரிக்கப்பட்ட நவீன போர்விமானங்களைச் சேர்க்கவும் திட்டமிடப்பட்டுள்ளது.

தொடர்ந்து வரும் அரசுகள் இந்திய விமானப் படையை நவீனப்படுத்த முயன்றாலும், அந்த முயற்சிகள் செயல்பாட்டுக்கு வரும்வரை விமானிகள் பழைய விமானங்களைத்தான் பயன்படுத்தவேண்டியிருக்கிறது.

நாட்டின் கிழக்கில் இருக்கும் ஒரு தளத்தில் பயிற்சியாளராகவும், தற்போது விங் கமாண்டராகவும் இருக்கும் அஜீத் அடிக்கடி பயிற்சி விமானிகளுடன் பறக்கிறார். இவர்களில் பெரும்பாலோர் ஜாம்நகரில் நடந்ததைப் பற்றிக் கேள்விப்பட்டவர்கள். பலர் அவரிடம் அதைப்பற்றி விசாரிக்கவும் செய்கிறார்கள். அவர் பதில் எப்போதும் சுருக்கமாகவும், ஒரே மாதிரியும் இருக்கும்: “உங்களிடம் இருப்பது எல்லாவற்றையும் வைத்துக்கொண்டு பறந்திடுங்கள்!”

13

கொலைக்களத்திற்கு அவர்கள் வரும் வரை... உஷ்!

மேஜர் பிரீதம் சிங் குன்வார்

பதோரிக்கு அருகில், பா.ஆ.காஷ்மீர்

23 மே 2017, காலை மணி 10

மலையின் ஒருபுறம் கட்டப்பட்டிருந்த அந்த நிலவறையிலிருந்து ஆறு ஆட்கள், ஒவ்வொருவராக வெளியே வந்தார்கள், ஒருவருக்கொருவர் ஒரு நிமிட இடைவெளிவிட்டு. அப்பொழுதுதான் தொடங்கியிருந்த கோடை காலம், பனிச் சிற்றோடைகளை உருவாக்க ஆரம்பித்திருந்தது. ஆனாலும், பனியின் ஆதிக்கம் அங்கங்கே இன்னும் இருக்கத்தான் செய்தது. அவர்கள் தங்கள் பர்தாக்கள் மேல் ஷால்களைச் சுற்றிக் கொண்டிருந்தனர், தங்கள் உடல்களை வெப்பமாக வைத்துக் கொள்வதற்காக. அவர்கள் போர் சீருடைகளையும், போர் காலணிகளையும் அணிந்திருந்தனர். மலைப்பக்கமிருந்து நீட்டிக் கொண்டிருந்த ஒரு சமதளத்தின் மீது அவர்கள் பத்து நிமிடம் நின்று தேநீர் அருந்தினர். அவர்களுக்குப் பின்னால் வலது பக்கம், 3,700 அடி உயரமுள்ள பதோரி மலை. அதன் மேல் இரண்டு பாகிஸ்தான் போஸ்ட்டுகள் இருந்தன. மலையின் உயரம் அவர்கள் யூரி பகுதியை நன்று கண்காணிக்க உதவியாக இருந்தது. நின்றுகொண்டிருந்த இடத்திலிருந்து அவர்கள் செல்ல வேண்டிய இடம் 5 கி.மீ. தூரத்திலிருந்தது.

கட்டுப்பாட்டுக் கோடு.

இந்திய இராணுவ வீரர் ஒருவர் குப்புறப் படுத்தபடி இரண்டிற்கும் குறைவான சிறிய முக்காலி மீது பொருத்தப்பட்டிருந்த ஒரு செவ்வக வடிவ கருவியின் ஊடே பார்த்துக் கொண்டிருந்தார். தன் முன் விரிந்து கிடந்த நிலப்பரப்பை அவர் உற்று நோக்கிக் கொண்டிருந்தார். கருவியின் 'லென்சை' தன் முன்னே தொலைவில் தெரியும் காட்சிகள் தெளிவாகத் தெரிவதற்கு ஏற்றவாறு, சரிசெய்து கொண்டிருந்தார். அவர் கருவியின் L E D- திரையில் அந்த ஆறு பேரும் தெளிவற்ற புள்ளிகளாகத் தெரிந்தனர். அவர் கருவியிலிருந்த 'தெர்மல் இமேஜர்' அந்தப் புள்ளிகளின் அசைவை, அடர்ந்த வெப்பப்புள்ளிகளாக வெள்ளைப் பின்புலத்தில் காட்டியது. வீரர் தன் கருவியின் கோணத்தை சற்றுக் கீழே இறக்கிவிட்டு, தன் கண்களை விலக்கி நேரே கட்டுப்பாட்டுக் கோட்டைப் பார்த்தார். அந்தப் புள்ளிகள், அவர் நினைத்துக்கொண்டிருந்தவர்கள்தான் என்றால், அவர்கள் எதிர்பார்க்கப்பட்ட காலத்திற்கு ஒரு மாதம் முன்பே வந்துவிட்டிருந்தனர். வீரர், தன் தொலைத் தொடர்புக் கருவியைக் கொண்டு தன் தளத்திற்கு சங்கேத மொழியில் தகவல் அனுப்பினார். அந்தத் தகவல் அங்கிருந்து மற்ற தளங்களுக்கு அனுப்பப்பட்டது. அந்தத் தகவல்: "பதோரி அருகில் ஆறு பேர், ஐந்து கி.மீ. உள்ளே. சந்தேகிக்கப்பட்ட ஊடுருவல்காரர்கள் அணியாக இருக்கலாம், கண்காணிப்பு தொடர்கிறது."

யூரி பகுதியின் ஒரு முன்னணி 'போஸ்ட்'-டில் பணியாற்றிக் கொண்டிருந்த 4-வது பட்டாலியனைச் சேர்ந்தவர் அந்த வீரர். இராணுவத்தின் தனிச்சிறப்பு வாய்ந்த காலாட்படை அணிகளில் ஒன்றான கர்வால் ரைஃபிள்களைச் சேர்ந்த அணி அது. 1962-ல் இந்தியா-சீனா யுத்தத்தின் போது, வடகிழக்கில் இந்த அணி பெரும் சீனப்படையுடன் மோதி அதற்குக் குறிப்பிடத்தகுந்த அளவில் சேதம் விளைவித்திருந்தது. இதனால், அதற்கு ஒரு அரிதான பட்டப் பெயர் கிடைத்தது. அந்தச் சாதனைக்குப்

பின் அதற்கு நுரா நாங் பட்டாலியன் என்ற பெயர் கிடைத்தது. அருணாசலப் பிரதேசத்திலிருந்த நுராநாங்கில் அந்த அணி வீரர்கள் சிறப்பாகப் போர் புரிந்ததால் இந்தப் பட்டப் பெயர். 55 வருடங்களுக்குப் பிறகு அதே அணி இப்போது ஜம்மு காஷ்மீரில் எல்லை நெடுகக் கண்காணித்துக் கொண்டிருந்தது. இப்போது நிலைமை வெகு பதற்றமாக இருந்தது.

எட்டு மாதங்களுக்கு முன்னால், இந்திய இராணுவத்தின் சிறப்புப் படைப் பிரிவு யூரியிலிருந்த கட்டுப்பாட்டுக் கோட்டைக் கடந்து ஊடுருவல்காரர்கள் மீது தாக்குதலை நடத்தியது. யூரியின் பிரிகேட் தலைமையகத்தின் மீது நடத்தப்பட்ட தீவிரவாத தாக்குதலுக்கு இது பதிலடி. இவை, பாகிஸ்தான் வளர்த்து வந்த L E D அணியினரால் நடத்தப்பட்டவை. இதில் பத்தொன்பது வீரர்கள் கொல்லப்பட்டனர். நம் பழிவாங்குதல் நடவடிக்கையில் முப்பத்தாறு தீவிரவாதிகளும், இரண்டு பாகிஸ்தான் இராணுவ வீரர்களும் கொல்லப்பட்டனர். இவர்கள் நான்கு ஊடுருவல் ஏவுதளங்களில் 'குடி' கொண்டிருந்தனர். அடுத்து வந்த எட்டு மாதங்கள் கடுங்குளிரின் கொடுங்கோல் ஆட்சி. சர்ஜிகல் ஸ்ட்ரைக்கால் பாகிஸ்தான் தன் தீவிரவாதச் செயல்பாட்டை நிறுத்திக்கொள்ளும் என்று இந்திய இராணுவம் கனவு ஏதும் காணவில்லை. பிரச்சனை என்னவென்றால், எப்போது மீண்டும் தீவிரவாத நடவடிக்கைகள் தொடங்கும் என்பதே. கருவியிலிருந்த வெப்பப் புள்ளிகள் இதுதான் அந்தச் சமயம் என்று சொல்லின.

யூரியின் ரஸ்தம் போஸ்டிலிருக்கும் ஆல்ஃபா கம்பெனி அணியின் அடிப்படைத் தளத்திலிருந்த, முப்பத்து நான்கு வயது மேஜர் ப்ரீதம் குமார் தனக்கு வந்த தகவல்களை ஊன்றிக் கவனித்தார். அவர் அணியினர் ஓய்வெடுத்தே பல வாரங்கள் ஆகிவிட்டன. பத்து நாட்களுக்கு முன்பு, உளவுத் தகவல்கள் வரத் துவங்கின. அவை 10 கி. மீட்டருக்குள்ளேயே, சகோத்தி பகுதியில் கட்டுப்பாட்டுக் கோட்டை ஒட்டியே ஊடுருவல்கள் நடக்கலாம் என்று சொல்லின. அதே பகுதியில், ஊடுருவல்காரர்களைத்

தடுத்து நிறுத்தும் நடவடிக்கைகளும் தொடங்கப்பட்டிருந்தன. பதோரி மலைப்பகுதி அருகே காணப்பட்ட மேலும் ஆறு ஊடுருவல்காரர்கள் கண்டுபிடிக்கப்பட்டது ஒரு விஷயத்தை உறுதிப்படுத்தியது. அதாவது, 2017 மே-ல், (2016 சர்ஜிகல் ஸ்டிரைக்)[15] *ஊடுருவல்கள் பெரும் அளவில் நடக்க இருக்கின்றன.*

"கண்காணிப்பு அணியினர் ஐந்து முதல் ஆறு பேரைக் கண்டிருந்தனர். இவர்களைப் பற்றி, ரேடியோ மூலம் தகவல் தெரிவித்து விட்டனர்.[16] *எங்கள் C.O கர்னல் சமர்ஜித் ரே கட்டுப்பாட்டுக் கோட்டிலிருந்த அதே அணியிடம் அவர்கள் இன்னும் அங்கேயே இருக்கிறார்களா என்று கேட்டார். அவர்கள் இன்னும் சந்தேகத்திற்கிடமான வகையில் நகர்ந்துகொண்டிருக்கிறார்களா என்றும் கேட்டார். மே 23-ல் காலை 10 மணிக்கு எதிரிகளின் நடமாட்டத்தை முதன் முதலில் பார்த்த ஜவான், தான் பார்த்ததை அந்தப் பகுதியிலிருந்த எல்லோரிடமும் சொன்னார். அதே இடத்தில் தொடர்ந்து இருக்குமாறும் அவர்களைத் தொடர்ந்து கண்காணித்து வருமாறும் ஆணையிடப்பட்டது."*

அன்று மதியம் கட்டுப்பாட்டுக் கோட்டிலிருந்த கண்காணிப்புக் குழுவிடமிருந்து இன்னுமொரு தகவல் வந்தது. வெப்பப் படம் இப்போது இன்னும் மேலதிகத் தகவல்களைத் தந்தது. ஆனால், அவர்கள் என்ன செய்து கொண்டிருக்கிறார்கள் என்பதைப் பற்றி இன்னும் தெளிவான தகவல்கள் கிடைக்கவில்லை. தகவல் சொன்ன வீரர், அவர்களிடம் ஆயுதங்கள், கருவிகள் ஏதாவது இருக்கிறதா என்று தன்னால் தெளிவான தகவல்களைத் தர முடியவில்லை என்று சொன்னார். ஆனால், அவர்கள்

---

15 2016-ல் மேஜர் தலைமையேற்று நடத்தின :சர்ஜிகல் ஸ்டிரைக்' பற்றிய உண்மையான தகவல்கள் அடங்கிய அறிக்கை இந்தியாவின் நெ.1 வீரர்கள் முதல் பகுதியில் தரப்பட்டிருக்கிறது. இந்தப் புத்தகம் வெளிவரும் சமயத்தில் இந்தத் தகவல்கள் ஒரு முக்கிய 'வெப்' தொடராக வெளிவர ஏற்பாடுகள் செய்யப்பட்டுக்கொண்டிருந்தன

16 அத்தியாயம் 9-ஐ பார்க்கவும்.

ஒரு 'தோக்'-லிருந்து அடிக்கடி வெளியே வருவதும், உள்ளே போவதுமாக இருக்கிறார்கள் என்று சொன்னார்.

பிற்பகல் 12.30 மணிக்கு, C.O கர்னல் சமர்ஜித் அணியின் கம்பெனி கமாண்டர்களுக்கு (ரஸ்தமிலிருந்த மேஜர் ப்ரீதம் உட்பட), அதிக எச்சரிக்கையுடன் இருக்குமாறு தகவல் அனுப்பினார். ரஸ்தம் போஸ்ட் பனி மூடிய ஒரு மலையின் மேலிருந்தது. மற்ற போஸ்டுகள் அதற்கு முன்னாலிருந்த மலை முகடுகளில் அமைந்திருந்தன.

மேஜர் ப்ரீதம் சொல்கிறார்: "எதிர்ப்பக்கம் ஏதோ சந்தேகத்திற்கிடமான செயல்கள் நடைபெறுகின்றன. கட்டுப்பாட்டுக் கோட்டை ஒட்டி என்ன நடக்கிறது என்று முடிந்தவரை எங்களைத் தகவல்கள் சேகரிக்குமாறு கர்னல் ரே சொன்னார்."

மேஜர் ப்ரீதம் அழைத்த முதல் ஆள் கட்டுப்பாட்டுக் கோட்டுப் பகுதியிலிருந்த ஒரு தகவலாளியை. பதோரி மலையின் நிழலில் ஒளிந்து கொண்டிருக்கும் அந்த ஆறு பேர் யாரென்று, சீக்கிரம் கண்டுபிடித்து அவர்கள் அசைவுகள் பற்றித் தனக்குத் தகவல் சொல்லும்படி கேட்டுக் கொண்டார். காத்திருக்கும் நேரத்தில் தனக்குத் தெரிந்த உள்ளூர் வாசிகளையும் உளவாளிகளையும் முடுக்கிவிட்டார். இந்தப் பகுதியில், பாகிஸ்தான் இராணுவத்தாலும் தீவிரவாதக் குழுக்களாலும் இயக்கப்பட்டு வரும் உளவுப்பின்னலை விட நம்முடையது சற்று பலவீனமானதுதான். ஒரு குறிப்பிட்ட குழுவின் நடவடிக்கைகள் பற்றி தகவல் கேட்டால், அது சில சமயம் எதிரியை உஷார்படுத்தியும் விடும்.

ஒரு மணி நேரம் கழித்து, கட்டுப்பாட்டுக் கோட்டிலிருந்த மேஜர் ப்ரீதமின் ஆள் அவரை அழைத்தார். ஹாஜி பிர் கணவாயை ஒரு குழு கடந்திருப்பதாகத் தகவல் தந்தார். கட்டுப்பாட்டுக் கோட்டைக் கடந்து காஷ்மீர் பள்ளத்தாக்கிற்குள் நுழைவதற்கு இந்தக் கணவாய் தோதான வழி. பூன்ஞ்சுக்கும்

யூரி பகுதிக்கும் இடையில் அமைந்திருக்கும் இதை ஏறக்குறைய அரை நூற்றாண்டுகளுக்கு முன்பு, 1965 போரில் இந்திய இராணுவம் கைப்பற்றியது. ஆனால், தாஷ்கண்ட் சமாதான ஒப்பந்தத்தின்படி அடுத்த வருடமே இந்தியா அதை பாகிஸ்தானிடம் திருப்பிக் கொடுத்துவிட்டது. இந்த முடிவு இன்றும் இராணுவத்திலும், போர் வல்லுனர்களிடத்திலும் முணுமுணுப்பையும், வருத்தத்தையும் ஏற்படுத்திக்கொண்டுதானிருக்கிறது. ஏனெனில் இந்த ஹாஜி பிர் கணவாய் வழியாகத்தான் காஷ்மீர் பக்கமிருந்து கட்டுப்பாட்டுக் கோட்டை ஒட்டிய பெரும்பாலான ஊடுருவல்கள் நிகழ்த்தப்படுகின்றன.

மேஜர் ப்ரீதம் சொல்கிறார்: "ஒரு குழு கணவாயைக் கடந்திருக்கிறது. ஆனால் எதற்காக என்று தெரியவில்லை. என் தகவலாளி சொன்ன தகவல்கள் மற்ற வழிகளில் கிடைத்த தகவல்களுடன் ஒப்பிட்டுச் சரிபார்க்கப்பட்டன. இன்னுமொரு வழியாகத் தகவல் ஏதேனும் வருமா என்று காத்திருக்க வேண்டிய அவசியம் எங்களுக்கு ஏற்படவில்லை!"

அன்றிரவு கட்டுப்பாட்டுக் கோட்டிலிருந்த அணி தன் வெப்பப் புகைப்படக் கருவிகளை இதுவரை கண்காணித்து வந்த இடத்தை நோக்கியே திருப்பி இருக்குமாறு செய்தது. அன்று இரண்டாவது முறையாக, அந்த ஆறு பேரும், தோக்கிலிருந்து வெளியே வந்தார்கள். இந்தப் புதிய விஷயம், உடனே தளத்திற்குத் தெரிவிக்கப்பட்டது. C.O தன் சந்தேகங்கள் தீர்ந்துவிட்டதாக உணர்ந்தார். அவர், ஊடுருவல் எதிர்ப்பு அணிக்கு கண்காணிப்பு இன்னும் இறுக்கப்பட வேண்டும் என்று உத்தரவிட்டார். இதனால், ரோந்து அணிகள் தங்கள் தயார்நிலையை இன்னும் மேம்படுத்திக் கொண்டன.

"நாங்கள் ஊடுருவல் எதிர்ப்பு போஸ்டுகளை இன்னும் அதிகப்படுத்தினோம். இன்னும் எங்கள் ரோந்துகளை அதிகப்படுத்தினோம். அன்றிரவு, நாங்கள் தூங்கவே இல்லை. அணியிலிருந்த எல்லோருக்கும் சந்தேகம்: சர்ஜிகல் ஸ்டிரைக் நடந்து முடிந்த பின் இந்த எட்டு மாதங்கள் நிலவிய தூக்கத்தை

இது உடைக்குமா?"

அடுத்த நாள் 24 மே, C.O கர்னல் ரே, ரஸ்தம் போஸ்டிற்கு வந்தார். அவர் அலுவல் அறையில் மேஜர் ப்ரீதமையும் இன்னொரு இளம் அதிகாரியையும் சந்தித்தார். இவர் கதாக்[17] ப்ளட்டூனின் கமாண்டர். ஒரு மடிக்கணினியின் திரையில் அந்த அதிகாரிகளுக்கு ஒரு வீடியோ கிளிப்பிங்கைக் காட்டினார். இது முதல்நாள் கண்காணிப்பு அணி தன் வெப்பப் புகைப்படக் கருவியில் எடுத்தது.

மேஜர் ப்ரீதம் சொல்கிறார்: "C.O நான் என்ன நினைக்கிறேன் என்று கேட்டார். மே மாதம் இவர்களுக்கு இங்கே என்ன வேலை என்று கேட்டேன். உடுருவல்காரர்கள் ஜூன் மாதத்தில் பனி உருகிய பின்தான், இங்கே தலைகாட்டுவது வழக்கம். அவர் நான் சொல்வதை ஆமோதித்தார். கட்டுப்பாட்டுக் கோட்டைக் கடக்க ஊடுருவல்காரர்கள் பல வழிகளையும் பயன்படுத்தலாம் என்ற தகவலையும் அவர் சொன்னார்."

2017, மே மாதத்தில் இராணுவ அணிகள் தினமும் பெரும் பணியைச் சுமக்க வேண்டியிருந்தது. அதுவும் யூரியிலிருந்த அணியின் பொறுமை மிகவும் சோதனைக்கு உள்ளாகியது. டெல்லியில் எழுந்த அரசியல் ஓசைகள், பாகிஸ்தான் இந்தியாவின் பொறுமையுடன் விளையாடிவிட்டது என்று கொந்தளித்தன. இதனால் யூரியிலிருந்த அணியின் பொறுப்புணர்வு மிகவும் அதிகமாகியது. கண்காணிப்பில் ஏதேனும் ஒரு சிறு தவறு நேர்ந்துவிட்டால்... கட்டுப்பாட்டுக் கோட்டில் தினமும் அரங்கேறும் ஜீவ- மரண நடனத்தில் நாட்டின் கௌரவமும் ஒட்டிக்கொண்டிருந்தது. இதை அரசியல்வாதிகள் ஊதிப் பெரிதாக்கினார்கள்.

---

17 இந்தியாவின் ஒவ்வொரு காலாட்படை பட்டாலியனிலும், கதாக் பளட்டூன் அணிப்பிரிவு இருக்கிறது. இவர்கள் சிறப்புச் செயல்பாடுகளிலும், உளவு வேலைகளிலும் பயிற்சி பெற்றவர்கள். பெரும்பாலும் இவர்கள் தான் ஒரு தாக்குதலுக்கு தலைமையேற்று, அதிர்வலைகளை எழுப்புவர்.

அவர்கள், பாகிஸ்தானின் மிஸ்அட்வென்சருக்குப்[18] பதிலடி கொடுக்க இராணுவத்திற்கு எந்த அளவிற்குச் சுதந்திரம் கொடுக்கப்பட்டிருக்கிறது என்று முழங்கினார்கள்.

தன் தளத்தை விட்டு நீங்கி, ஒரு உளவு பார்க்கும் அணிக்குத் தலைமை தாங்கி கட்டுப்பாட்டுக் கோட்டிற்குச் செல்வது என்று ப்ரீதம் முடிவு செய்தார். எட்டு வீரர்களுடன் புறப்படும் முன்பு, தன் தகவலாளிகளுடன் அவர் மீண்டும் தொடர்புகொண்டு தனக்குக் கிடைத்த தகவல்களை உறுதிப்படுத்திக் கொண்டார். இவை உள்ளூரிலும், கட்டுப்பாட்டுக் கோட்டுக்கருகிலும் இருந்தன. அவருக்குக் கிடைத்த ஒவ்வொரு தகவலும் வெப்பப் படத்தில் காணப்பட்ட ஆறு ஆட்களும் 2016 சர்ஜிகல் ஸ்ட்ரைக்குக்குப் பின் நடைபெறும் முதல் ஊடுருவலை நடத்தப் போகிறார்கள் என்ற உறுதியான தகவலைத் தந்தன.

“நான் அந்தப் பகுதியில் பதினெட்டு மாதங்களுக்கு மேல் கம்பனி கமாண்டராக இருந்திருக்கிறேன். அந்தப் பிரதேசம் முழுவதும் என் உள்ளங்கையைப் போல் நான் அறிவேன். ஊடுருவல்காரர்கள் எந்தெந்த வழிகளில் வருவார்கள், அங்கே சந்திரன் எப்போது எந்தெந்த வடிவங்களில் தோன்றும் என்பது உட்பட எல்லாம் எனக்கு அத்துப்படி. என் ஆட்களுடன் கலந்தாலோசித்து எந்தெந்த வழிகளில் ஊடுருவல்காரர்கள் வருவார்கள் என்றும், எங்கெங்கே அதிக கண்காணிப்பு தேவைப்படுகிறது என்றும் உறுதிப்படுத்திக் கொண்டேன். அப்படிப்பட்ட இடங்கள், சிற்றோடைகள் இவற்றின் முக்கியமானவற்றின் சுருக்கமான ஒரு பட்டியலைத் தயாரித்தோம். 161 காலாட்படை பிரிகேட் முழுவதும் (இது 4 கர்வால் ரைஃபிள்கள் பட்டாலியனின் ஒரு பிரிவு) உச்சபட்ச ஜாக்கிரதையில் இருந்தது.

---

18 ‘மிஸ்அட்வென்சர்’ என்ற இந்தச் சொல்லை டிசம்பர் 2016-ல் தன் புதிய பொறுப்பை ஏற்றுக்கொண்ட சில நாட்களில், ஜெனரல் பிபின் ராவத் முதன் முதலில் பயன்படுதினார். அதன்பின், அந்தச் சொல்லை அவர் பல முறை பயன்படுத்தினார்.

மே மாதம் பிற்பகல் 3 மணிக்கு மேஜர் ப்ரீதமும் அவர் அணியினரும் தங்கள் போஸ்ட்டிலிருந்து வெளியேறி, நான்கு மணி நேரம் கழித்து கட்டுப்பாட்டுக் கோட்டிலிருந்து 500 மீட்டர் தொலைவிலிருக்கும் இடத்தை அடைந்தனர். அவர்கள் உடனே அந்தப் பிரதேசத்தை நன்றாகப் பார்க்க, பரந்து விரிந்து தங்கள் நிலைகளை அமைத்துக் கொண்டனர்.

"பதோரி மலையின் அடிவாரத்தில் ஊடுருவல்காரர்கள் இருக்கும் பட்சத்தில், அவர்கள் தேர்ந்தெடுக்கும் வழிகளில் இதுவும் ஒன்று. இந்தப் பகுதியில் இரண்டு, மூன்று சிற்றோடைகள் இருக்கின்றன. என் அணியில் என்னுடன் இன்னும் எட்டு வீரர்கள் இருந்தனர். எங்களிடம் போதுமான ஆயுதங்களும் இருந்தன." என்கிறார் மேஜர் ப்ரீதம்.

ஒரு பெரிய தாக்குதலுக்குத் தயாராகவே அந்த அணி வந்திருந்தது. அவர்களிடம் ஏ கே 47 அசால்ட் ரைஃபிள்கள், M G L கள், U P G L கள், இரவுக் கண்ணாடிகள், கையெறிகுண்டுகள், Motorola ரேடியோ கருவிகள், சில நாட்களுக்குத் தேவையான உணவுப் பொருட்கள் இருந்தன. சூரியன் மறைந்ததும் அவர்கள் தங்கள் இரவுக் கண்ணாடிகளை அணிந்து கொண்டார்கள். இவை ஒரு கிலோ மீட்டர் வரை ஊடுருவிப் பார்க்கும் திறன் கொண்டவை.

மேஜர் ப்ரீதம் சொல்கிறார்: "மிகப் பெரிய பரப்பளவு எங்கள் கண்களில் படும்படியான இடங்களில் நாங்கள் எங்களை நிலைநிறுத்திக் கொண்டோம். கட்டுப்பாட்டுக் கோட்டில் ஒரு கிலோ மீட்டர் தொலைவு வரை நானும், என் அணியினரும் எங்கள் இரவுக் கண்ணாடிகள் வழியாகப் பார்த்தோம். அங்கே இரண்டு சிற்றோடைகள் இருந்தன. மே 24-ல் நாங்கள் இரவு முழுவதும் உட்கார்ந்துகொண்டிருந்தோம்; எதுவும் எங்கள் கண்களில் படவில்லை!"

கண்காணிப்புக்கும், சிறு தூக்கத்திற்கும் இடையே அணி பயணம் செய்து கொண்டிருந்தது. மே மாதம் 25-ம் தேதி,

கண்காணிப்பு அணியிடமிருந்து ஒரு ரேடியோ தகவல் வந்தது. இந்த அணிதான், ஊடுருவல்காரர்களை முதன் முதலில் கண்டறிந்தது.

“ஆறு பேர் பதோரி அடிவாரத்தை விட்டு நீங்குகிறார்கள். அவர்கள் கட்டுப்பாட்டுக் கோட்டை நோக்கி நகர்கிறார்கள். முடிந்தவரை நாங்கள் அவர்களைக் கண்காணித்து வருகிறோம்” என்றது அந்தச் செய்தி.

பதோரி மலையின் அடிவாரம் ஒரு மலைச்சரிவில் அமைந்திருந்தது. அங்கிருந்து ஊடுருவல்காரர்களை நன்றாகப் பார்க்க முடியும். ஆனால் அவர்கள் நகர ஆரம்பித்து விட்டால், மலைகளின் அடுக்குகள் அவர்களுக்குப் பாதுகாப்பு அளிக்கும். கூடவே அடர்ந்த இலைகள். எல்லையின் அந்தப் பக்கமிருந்து அவர்கள் சிற்றோடையைக் கடப்பதைத்தான் நாங்கள் கடைசியாகப் பார்த்தது.

கட்டுப்பாட்டுக் கோட்டிலிருந்து சிறிது தொலைவில் கதோக் ப்ளாட்டூன் இன்னொரு ஊடுருவல் பாதையைக் கண்காணித்துக் கொண்டிருந்தது. அன்று காலையின் பிற்பகுதியில் மேஜர் ப்ரீதம் இன்னும் தன் முன்னால் தெரிந்த கட்டுப்பாட்டுக் கோட்டுப் பகுதியைப் பார்த்துக்கொண்டே, ரஸ்தம் போஸ்ட்டிலிருந்த தன் *C.O*-விடம் பேசினார்.

ப்ரீதம் சொல்கிறார்: “கட்டுப்பாட்டுக் கோட்டை இன்னும் நெருங்கிச் செல்ல நான் அவரிடம் அனுமதி கேட்டேன். நான் இருக்குமிடத்திலிருந்து அவர்களைத் தெளிவாகப் பார்க்க முடியாது என்று எனக்குத் தெளிவாகத் தெரிந்துபோனது. நாங்கள் கண்காணித்துக்கொண்டிருக்கும் கட்டுப்பாட்டுக் கோட்டை இன்னும் நன்றாகப் பார்க்க வேண்டியது அவசியம். கர்னல் சமர்ஜித், ‘அது நல்ல யோசனை! நீங்களும், உங்கள் அணியினரும் முன்னேறிச் செல்லலாம்.’ ஆனால், அவர் ஒரு விஷயத்திற்காகக் கவலைப்பட்டார்.”

கட்டுப்பாட்டுக் கோடு நெடுகிலும், இரண்டு பக்கங்களிலும்

கண்ணிவெடிகள் புதைக்கப்பட்டிருந்தன. பல வருடங்களாக, இரண்டு நாட்டு இராணுவங்களும் இவற்றைப் புதைத்திருந்தன. யாரும் கட்டுப்பாட்டுக் கோட்டைத் தாண்டிவிடக் கூடாது என்பதற்காகவே, இந்த ஏற்பாடு.

கர்னல் சமர்ஜீத், தன் *Motorola* ஹேண்ட்செட் வழியாகச் சொன்னார்: "தேவைப்பட்டால் முன்னேறிச் செல்லுங்கள். ஆனால், கண்ணிவெடிகள் பற்றி ஜாக்கிரதை. கண்ணிவெடிகளால் உயிரிழப்பு ஏதும் ஏற்பட்டுவிடக் கூடாது. தாக்குதல் தொடங்கும் முன்பே எந்த உயிரிழப்பும் கண்டிப்பாக நேர்ந்துவிடவே கூடாது. நீங்கள் ஒவ்வொருவரும் கவனமாகக் காலடி எடுத்து வையுங்கள்."

மேஜர் ப்ரீதமும் அவர் அணியினரும் கண்ணிவெடிகளிலிருந்து பாதுகாக்கும் காலணிகளை அணிந்திருந்தனர். அதன் அடிப்பாகம் பல அடுக்குகள் கொண்டது. இதனால், கண்ணிவெடிகளால் ஏற்படுத்தும் ஆபத்து கணிசமாகக் குறையும். ஆனால் இவை மிகக் கனமானவை. இவற்றை அணிந்துகொண்டு வேகமாக நடக்க முடியாது.

மேஜர் ப்ரீதம் சொல்கிறார்: "இந்தக் கனமான காலணிகளை அணிந்துகொண்டு, வேகமாக நடப்பது கடினம். சாதாரண காலணிகளை அணிந்துகொண்டு வேகமாக நடப்பதைப் போல, இவற்றை அணிந்துகொண்டு வேகமாக நடக்க முடியாது!"

கண்ணிவெடிகள் உண்மையிலேயே ஆபத்தானவை. இவை எங்கெங்கிருக்கின்றன என்று தெரிவிக்கும் வரைபடம் இராணுவத்திடம் உள்ளது. ஆனால் அடிக்கடி மாறிவரும் நிலப்பரப்பு, இவற்றின் 'குடியிருப்பை' மாற்றிவிடும். இவற்றின் இருப்பிடத்தைக் குறிப்பிட்டுச் சொல்ல முடியாததால், காலாட்படை வீரர்களுக்கு இவற்றால் ஏற்படும் ஆபத்து மிக அதிகம். 2016 சர்ஜிகல் ஸ்டிரைக்கின் போது, சிறப்புப் படையைச் சேர்ந்த ஒரு லான்ஸ் நாயக்கிற்குக் கண்ணிவெடிகளால் காலில் பலத்த காயம் ஏற்பட்டது. தாக்குதலிலிருந்து திரும்பி வரும்போது

அவருக்கு இந்தக் காயம் ஏற்பட்டது. இரண்டு மாதங்கள் கழித்து ப்ரீதமின் அணியைச் சேர்ந்த ஒரு வீரருக்கு கண்ணிவெடியால் இடது காலில் காயம் ஏற்பட்டது. அதே பகுதியில் இப்படிக் காயம் ஏற்பட்டதை ப்ரீதம் தன் கண்களாலேயே பார்த்திருந்தார்.

கர்னல் சமர்ஜீத் சொல்கிறார்: "கண்ணிவெடிகள் மிக ஆபத்தானவை. தாக்குதல் தொடங்குவதற்கு முன்பே இரத்தம் சிந்தக் கூடாது என்பதில் நான் தெளிவாகவும், உறுதியாகவும் இருந்தேன். எங்கள் வீரர் ஒருவரை இழந்து இன்னும் ஒரு வருடம் கூட ஆகவில்லை!"

"நான் அந்தக் காட்சியை இன்னும் மறக்கவே இல்லை. என் ஆட்களும் அப்படித்தான். எங்கள் மனங்களிலிருந்து அது இன்னும் நீங்கவே இல்லை. எனவே, C.O கண்ணிவெடிகளைப் பற்றிப் பேசும்போது, அவர் விஷயம் தெரிந்துதான் பேசினார்!" என்கிறார் ப்ரீதம்.

அன்று மாலை ஏற்பட்ட தயக்கம் உண்மையானது. கட்டுப்பாட்டுக் கோட்டருகில் தன் அணியை அழைத்துச் செல்ல வேண்டுமானால், ப்ரீதம் கண்ணிவெடிகள் புதைக்கப்பட்ட பரப்பைக் கடந்தே ஆக வேண்டும். அதுமட்டுல்ல; அவர்கள் வேகமாகவும் சென்றாக வேண்டும். அவர் அணியில் எட்டே எட்டுப் பேர் மட்டுமே இருந்ததால், அவர்களில் யாரையும் அவர் இழக்க முடியாது.

எப்படி தூரம் குறைவான வழியில், கண்ணிவெடிகள் நிறைந்த பிரதேசத்தைப் பாதுகாப்பாகக் கடப்பது என்று யோசித்துக் கொண்டிருக்கையில் தானாகவே ஒரு வழி தோன்றியது. அந்த வழி ஓர் ஆறு அடி மரக்கட்டை.

"என் ஜோடி வீரர் லான்ஸ் நாயக் சுக்பால் சிங் அந்த மரக்கட்டையைப் பார்த்தவுடன் அவர் மனதில் ஒரு மின்னல். அது ஓர் எளிய கண்டுபிடிப்பு. அவர் அந்தக் கட்டையை எடுத்துவந்து என்னிடம் காட்டி, அதை நாங்கள் ஒரு பாலமாகப் பயன்படுத்தலாம் என்று சொன்னார்."

எந்த ஒரு வீரரையும் 'தியாகம்' செய்து விட முடியாது. ஆனால் ஒரு தாக்குதலை உயிர்சேதத்தை எதிர்பார்த்தே நடத்த வேண்டும். அப்படிச் செய்தால்தான், செயல்படுத்தக் கூடிய இலக்கை மையமாகக் கொண்ட தாக்குதலை நடத்த முடியும். லான்ஸ் நாயக் சுக்பால் சிங் தன் 'ஐடியா'வை எங்களுக்குச் செயல்படுத்திக் காட்டினார்.

"பலகையின் மறுபக்கத்தை நாம் தரையின் மீது வைக்கப் போவதில்லை. அதை அந்தப் பக்கம் இருக்கும் ஏதாவது ஒரு சிறு கல் மீது வைப்போம். அதை ஒரு பாலம் போல் அமைப்போம். அதன் பின் ஒவ்வொருவராக அதன் மீது நடந்து, கண்ணிவெடிகள் நிறைந்த தரையின் மீது கால் வைக்காமலேயே அந்தப் பக்கம் போய்விடுவோம்" என்றார் அவர்.

இது நல்ல புத்திசாலித்தனமான ஐடியாதான். ஆனால், கொஞ்சம் சிக்கலானது. இதைவிட்டால் வேறு வழியில்லை. எனவே மேஜர் தன் அணியினருக்கு, உடனே செயலில் இறங்குமாறு உத்தரவு இட்டார்.

செயலில் இறங்கும் முன்பு மேஜர் லான்ஸ் நாயக் சுக்பால் சிங்கின் தோள்மீது தன் கையை வைத்து அவர்கள் இருவரும் ஒரே சமயத்தில் மரணத்தை உற்று நோக்கியதை நினைவுகூர்ந்தார். 2011-ம் வருடம், வடக்குக் காஷ்மீரிலிருந்த கட்டுப்பாட்டுக் கோட்டின் கீரன் பகுதியில், அப்போது கேப்டனாக இருந்த ப்ரீதம், சுக்பால் சிங் என்ற இளம் சிப்பாயின் உயிரை ஒரு தீவிரவாத எதிர்த்தாக்குதலின்போது காப்பாற்றி இருந்தார். ஏற்கனவே அவர்களிடமிருந்த பலமான நட்பை இது மேலும் பலப்படுத்தியது.

25 மே, அதிகாலையில், மரக்கட்டையின் துணைகொண்டு, 4 கர்வால் ரைஃபிள்களைச் சேர்ந்த ஆல்பா கம்பெனி கண்ணிவெடிக் களத்தில் இறங்கியது.

அது ஒரு பதற்றமிக்க நடவடிக்கை. அந்த குளிர் அடர்ந்த

உயரத்திலும் ஒவ்வொருவருக்கும் வேர்த்தது. கட்டை கண்ணிவெடிகளின் மேல் பட்டுவிடக் கூடாது என்று அவர்கள் ஆண்டவனைப் பிரார்த்தித்தனர். கண்ணிவெடிகள் மீது கால் வைக்கும் வாய்ப்பைக் கட்டை கணிசமாகக் குறைத்துவிட்டது. ஆனால் முழுமையாக அல்ல.

“கட்டை மேல் நடப்பது பாதுகாப்பானதுதான். ஆனால் அது நாங்கள் செயல்படும் வேகத்தை வெகுவாகக் குறைத்து விட்டது. நாங்கள் ஒரு நத்தை போல்தான் ஊர்ந்தோம். ஒவ்வொரு வீரராக அந்த ஆறுடியைக் கடந்தோம். 350 முதல் 400 மீட்டர் வரை தொலைவுள்ள தூரத்தைக் கடக்க எங்களுக்கு 5 மணி நேரம் பிடித்தது. கண்ணிவெடிகள் பற்றிய நினைப்பு எங்கள் மனதில் இருந்துகொண்டே இருந்தது. கட்டுப்பாட்டுக் கோட்டை அடைந்ததும், மேஜர் ப்ரீதம் எங்கே நாங்கள் பாதுகாப்பாக ஒளிந்துகொள்ள முடியும், எங்கிருந்து பார்த்தால் எதிரில் மிக அதிகமான பரப்பைக் காண முடியும் என்று நோட்டம் விட்டார்” என்கிறார் ஒரு வீரர்.

“அன்று நண்பகலில் நம் அணி, கண்ணிவெடி பிரதேசத்தைக் கடந்து, புதிய நிலைகளில் தன்னை நிலைநிறுத்திக் கொண்டது” என்கிறார் ஒரு வீரர். சில நிமிடங்கள் கழித்து மேஜர் ப்ரீதமின் ரேடியோ ‘கரகர’த்தது.

“நேராக முன்னால் இருக்கும் சிற்றோடையில் இரண்டு ஆட்கள் தெரிகிறார்கள்!” இப்படிச் சொன்னவர், சற்றே உயரமான இடத்தில் நின்றுகொண்டு தன் ‘பைனாகுலர்’ வழியாக எதிரே பார்த்துக்கொண்டிருந்த ஒரு வீரர்.

அந்த வீரர் பார்த்த இரண்டு ஆட்கள் கட்டுப்பாட்டுக் கோட்டிலிருந்து 75 மீ. தொலைவிலிருந்தனர். மேஜர் ப்ரீதம் எட்டுப் பேர் கொண்ட தன் அணியினரை நான்கு ஜோடிகளாகப் பிரித்திருந்தார். ஒவ்வொரு ஜோடிக்கும் இடையே 30 மீட்டர் இடைவெளி இருந்தது. இதனால் ஒவ்வொரு ஜோடியும், சுமார் 90 மீட்டர் விரிந்த பரப்பைக் கண்காணிக்க முடிந்தது.

மேஜர் ப்ரீதம் சொல்கிறார்: "அந்தத் தகவல் கிடைத்ததும் நான் என் நிலையை மாற்றிக்கொண்டு, அவர் இருக்குமிடத்திற்கருகில் சென்றேன். இவ்வளவு அருகிலிருந்து தீவிரவாதிகளின் செயல்பாடுகளை நான் பார்ப்பது இதுவே முதல்முறை. என் உடலில் அட்ரீனலின் பெருக்கெடுத்துப் பாய்ந்தோடியது. நான் சொல்லும்வரை சுட வேண்டாம் என்று என் அணியினருக்குக் கட்டளை இட்டேன். நாங்கள் எங்கள் நிலைகளில் உட்கார்ந்துகொண்டு, அவர்களைக் கண்காணித்தோம். அந்த இருவரும் கொஞ்சதூரம் பின்வாங்கிச் சென்றார்கள்."

மேஜர் ப்ரீதம் தன் ஜோடியான லான்ஸ் நாயக்கை அழைத்து, அவர்கள் இருவரும் கட்டுப்பாட்டுக் கோட்டை இன்னும் 40 மீட்டர் தொலைவிற்கு நெருங்கப் போவதாகச் சொன்னார். மற்ற மூன்று ஜோடிகளுக்கு, அவர்களுடைய தற்போதைய நிலைகளிலேயே இருக்க வேண்டும் என்றும் சொன்னார்.

நாங்கள் மரக்கட்டை இல்லாமலேயே நகர முடிவு செய்து விட்டோம்; ஏனெனில், இருக்கும் நேரம் மிகக் குறைவு. மேலும் சரிவுகளில் கண்ணிவெடிகள் ஒட்டிக் கொண்டிருக்க வாய்ப்பு மிகவும் குறைவு. கட்டுப்பாட்டுக் கோட்டிற்கு மிக அருகிலிருந்த எங்கள் புதிய இடத்திலிருந்து, அந்த இரண்டு ஆட்களையும் எங்களால் நன்றாகப் பார்க்க முடிந்தது. அதுமட்டுமல்ல; இன்னும் மூன்று பேரையும் நாங்கள் பார்த்தோம். ஆகவே மொத்தம் ஐந்து பேர். அவர்களில் மூன்று ஆட்கள் ஆயுதங்கள் வைத்திருந்தனர். இதிலிருந்து, இவர்கள்தான் பதோரி மலையடிவாரத்திலிருந்து முதல் நாள் இரவு கிளம்பியவர்கள் என்பது உறுதியாயிற்று. இவர்கள் இப்போது கட்டுப்பாட்டுக் கோட்டை நோக்கிச் சென்று கொண்டிருந்தார்கள்.

மேஜர் ப்ரீதம் தன் *C.O*-வை ரேடியோ வழியாகத் தொடர்பு கொண்டார். கர்னல் சமர்ஜீத் இந்தத் தகவலைக் கேள்விப்பட்டதுமே, அவர் மேஜர் ப்ரீதமையும், லான்ஸ் நாயக் சுக்பால் சிங்கையும் அவர்கள் முன்பிருந்த நிலைகளுக்கே உடனே திரும்பிச் செல்லுமாறு உத்தரவிட்டார். *Q R D* அணியை

அமைத்துக்கொண்டு அவர் கட்டுப்பாட்டுக் கோட்டை நோக்கி விரைந்தார். அங்கே கடும் சண்டை நிகழப்போவதற்கான சூழ்நிலை நிலவியது.

மேஜர் ப்ரீதம் தன் மேலதிகாரியிடம் சொன்னார்: "மூன்று சிற்றோடைகளில் ஏதாவது ஒன்றின் வழியாக அவர்கள் நம் பக்கம் வர முயல்வதாகத் தெரிகிறது!"

பிறபகல் 3 மணிக்கு, திடீரென்று அந்த மூன்று தீவிரவாதிகளும் பின்வாங்கி, பார்வையிலிருந்து மறைந்து போயினர். கர்னல் சமர்ஜித், மேஜர் ப்ரீதம் அணியினரை இன்னும் பின்னே போகச் சொன்னார். அவர்கள், கண்ணிவெடிகள் நிறைந்த பகுதியைக் கடந்து முன்பிருந்த நிலைக்கே செல்ல வேண்டும் என்று சொன்னார். அதே மரக்கட்டையை மீண்டும் பயன்படுத்தி தாங்கள் முன்பிருந்த நிலைக்கே திரும்பினர். பின்மாலைப் பொழுதின் மங்கலான வெளிச்சத்தில் ஆரம்பித்த இந்தப் பயணம் இரவில் முடிந்தது.

அங்கே நாங்கள் இரவு முழுவதும் காத்துக் கிடந்தோம். குளிர் பயங்கரமாக இருந்தது. மீண்டும் நாங்கள் இடைவிடாமல் கண்காணித்துக் கொண்டிருந்தோம்.

ரஸ்தம் 'போஸ்ட்'லிருந்து கிளம்பியதிலிருந்து இந்த அணியினர் 48 மணி நேரத்திற்கும் மேலாக நடுக்கும் குளிரைத் தாக்குப்பிடித்துக் கொண்டு தங்கள் பணியைச் செய்து கொண்டிருந்தனர். அடுத்த நாளான மே 26-ல் வெளிச்சம் தென்பட ஆரம்பித்ததுமே, மேஜர் ப்ரீதம் தன்னுடன் ஐந்து பேரைக் கூட்டிக்கொண்டு, அதே மரக்கட்டையைப் பயன்படுத்தி, கண்ணிவெடி பூமியைக் கடந்து கட்டுப்பாட்டுக் கோட்டை நோக்கிச் செல்ல ஆரம்பித்தார், மூன்றாவது முறையாக. முதல் நாள் இரண்டு தீவிரவாதிகள் 'கண்டுபிடிக்கப்பட்ட' இடத்திலேயே மற்ற இரண்டு வீரர்கள் விட்டுச் செல்லப்பட்டனர்.

நேரம் ஓடிக் கொண்டிருந்தது. ஆனால் 24 மணி நேரத்திற்கு

முன் தென்பட்ட தீவிரவாதிகள் மீண்டும் தென்படுவதற்கான அறிகுறிகளே காணோம். கடைசியில், மாலை 4 மணிக்கு மூன்று தீவிரவாதிகள் தென்பட்டனர்.

“அவர்கள் ஆயுதங்களுடனும், தோல்பைகளுடனும் திடீரென்று தோன்றி, கட்டுப்பாட்டுக் கோட்டைக் கடக்க முயன்றனர். அவர்கள் எங்களிடமிருந்து 40 மீட்டர்களுக்கும் குறைவான தொலைவிலேயே இருந்தனர். அவர்கள் எவ்வளவு பேர் என்று இன்னும் எங்களுக்குச் சரியாகத் தெரியாததால், நாங்கள் அவர்களைச் சீண்டவில்லை.”

40 மீட்டர். மேஜர் ப்ரீதமும் அவர் ஆட்களும் இருப்பதைத் தீவிரவாதிகள் கண்டுபிடித்துவிட்டார்கள் என்பதற்கு எந்த அறிகுறியும் தெரியவில்லை. அவர்கள், ப்ரீதம் அணியினர் குறி தவறாமல் சுட்டுவிடும் தூரத்திலேயே இருந்தனர். ஆனாலும், அதிகாரி காத்திருந்தார். அதற்குச் சரியான காரணம் இருந்தது.

நாற்பதே மீட்டர்கள். அவர்கள் சிற்றோடையைக் கடக்கும்போது, அவர்கள் கால்கள் நீரில் எழுப்பும் ஓசை தெளிவாகக் கேட்டது.

“நாங்கள் மூன்று ஆட்களை மட்டுமே பார்த்தோம். ஆனால், அவர்கள் ஆறு அல்லது எட்டுப் பேர்களாக இருந்தால், சண்டை ஆரம்பித்ததுமே பின்வாங்கிவிடுவார்கள். முழு குழுவும் தன்னை வெளிப்படுத்திக் கொள்ளும்வரை காத்திருக்க முடிவு செய்தேன்.” அவர்கள் ஆறு அல்லது எட்டு அல்லது பத்து ஆட்கள் இருக்கக்கூடும். எத்தனை பேர் இருக்கிறார்கள் என்று தெளிவாகத் தெரியவில்லை. நாங்கள் பார்க்கும் மூன்று பேரைச் சுட ஆரம்பித்தால், மற்றவர்கள் தப்பிவிடுவார்கள் எளிதாக. அதில் எங்களுக்கு விருப்பம் இல்லை. அப்படி நடந்துவிட்டால் தாக்குதலின் ‘திடீர்த்தன்மை’ மறைந்துபோக, 500 மீட்டர் தொலைவிலிருக்கும் பாகிஸ்தான் இராணுவமும் உஷாராகிவிடும். அது மட்டுமல்ல; ஊடுருவல்காரர்கள் நடத்தும் சண்டைக்கு பாகிஸ்தான் இராணுவம் சகல விதங்களிலும் உதவும்.

கர்னல் சமர்ஜித், மேஜர் ப்ரீதமுக்கும் அவர் அணியினருக்கும் பழைய நிலைக்குத் திரும்பிச் செல்லுமாறு ஆணையிட்டார். C.O-வும் அவர் அணியினரும் அருகிலிருந்த ஒரு போஸ்ட்டிற்கு ஏற்கனவே வந்துவிட்டிருந்தனர். ஊடுருவல்காரர்கள் வரும் இன்னொரு வழியை அடைக்கவே இந்த ஏற்பாடு.

"நாங்கள் பழைய நிலைகளுக்கு விரைந்து திரும்ப நினைத்ததால், இந்த முறை மரக்கட்டையைப் பயன்படுத்தவில்லை. ஆபத்தை எதிர்கொள்ளவும் தயாராகவே இருந்தோம். 4 அல்லது 5 மணி நேரத்தை வீணடிக்கும் நிலையில் நானில்லை. கண்ணிவெடிப் பிரதேசத்தைக் கடந்தவுடனே, C.O-வும் அவர் அணியினரும் இருந்த இடத்தை அடைந்து அவர்களுடன் சேர்ந்து கொண்டோம். தீவிரவாதிகள் நாங்கள் இப்போது இருந்த இடத்தைக் கடந்து சென்றே ஆக வேண்டும், எந்த வழியில் வந்தாலும்."

சிற்றோடையைக் கடந்து வந்த மூன்று தீவிரவாதிகளும் அதைக் கடந்த பின்பு, சற்று நின்று தங்கள் முன்னால் விரிந்த கட்டுப்பாட்டுக் கோட்டை உற்றுக் கவனித்தார்கள்.

மேஜர் ப்ரீதம் சொல்கிறார்: "அவர்கள் சிற்றோடையைக் கடந்துவிட்டார்கள் என்று என் C.O-விடம் சொன்னேன். மேலும், ஊடுருவலை நிகழ்த்தப்போகும் தீவிரவாதிகள் நின்று கொண்டிருக்கும் இடத்திலிருந்து எந்த வழியாக ஊடுருவப் போகிறார்கள் என்று இன்னும் தெளிவாகத் தெரியவில்லை; அவர்கள் முன்னால் இன்னும் இரண்டு சிற்றோடைகள் இருக்கின்றன. இதனால், அவர்களுக்கு ஊடுருவ இரண்டு வழிகள் கிடைத்திருக்கின்றன. இருப்பினும், அந்த இரண்டு வழிகளையும் நாங்கள் கண்காணித்து வருகிறோம். அவர்கள் ஊடுருவக்கூடிய அனைத்து வழிகளும் கண்காணிப்புக் குள்ளாக்கப்பட்டிருக்கின்றன!"

கர்வால் ரைஃபிள்கள் அணியினர், ஊடுருவல்காரர்கள் கட்டுப்பாட்டுக் கோட்டைக் கடப்பதற்காகவும். அவர்கள்

எத்தனை பேர் என்று தெரிந்துகொள்ளவும் காத்திருந்தனர்.

ப்ரீதம் சொல்கிறார்: "நானும் என் ஜோடியும் சிற்றோடையின் ஒரு பக்கமிருக்க, இன்னொரு பக்கம் எங்கள் C.O இருந்தார். அந்தப் பகுதி முழுவதும் கண்காணிப்புக்குள்ளாக்கப்பட்டிருந்தது. மாலை சுமார் 6.30. சூரியன் மறைந்து கொண்டிருக்கும் வேளையில், நாங்கள் அந்த ஐவரையும் பார்த்தோம். அவர்களின் ஒரு கையில் துப்பாக்கிகள் இருக்க, இன்னொரு கையிலோ மலையேற உதவும் குச்சிகள் இருந்தன. அவர்கள் முதுகுகளில் தோல் பைகள் இருந்தன.

ஐந்து ஆட்கள் முப்பது மீட்டர் தொலைவில்.

மேஜர் ப்ரீதம் தன் C.O கர்னல் சமர்ஜித்திற்கு உடனே ரேடியோ மூலம் தகவல் சொன்னார். அவர், ப்ரீதமிடருந்து ஆணை வரும்வரை யாரும் சுடக் கூடாது என்று ஆணையிட்டார். ஏனெனில், அவர்தான் தீவிரவாதிகளுக்கு மிக அருகிலிருந்தார்.

கட்டுப்பாட்டுக் கோட்டை நெருங்கிக் கொண்டிருக்கும் அந்த ஐந்து பேரையும் மேஜர் ப்ரீதமும், லான்ஸ் நாயக் சுக்பாலும் தங்கள் இரவுக் கண்ணாடிகள் வழியாக உற்றுப் பார்த்தனர். அப்போது இன்னொரு தீவிரவாதியும் அவர்கள் பின்னால் தோன்றினான்.

"இப்போது அவர்கள் ஆறு பேர். ஆறாவது ஆள், அவர்களுக்கு மிகப் பின்னால் இருந்தான். முதல் ஐந்து ஆட்களில் ஒவ்வொருவரும் ஐந்து மீட்டர் இடைவெளியில் நடந்து கொண்டிருந்தனர். ஆனால், ஆறாவது ஆள் அவர்களிடமிருந்து 20 மீட்டர் இடைவெளி விட்டு நடந்துகொண்டிருந்தான். ஆறாவது ஆள் இன்னொரு அணியைத் தலைமையேற்று நடத்தலாம் என்று நினைத்தேன். ஒரு டஜன் தீவிரவாதிகளை நாங்கள் எதிர்கொள்ள நேர்ந்தாலும் நேரலாம் என்று நான் நினைத்தேன்" என்கிறார் மேஜர் ப்ரீதம்.

பெருங்குழப்பம். ஆறாவது தீவிரவாதி ஏன் அவ்வளவு தூரம்

தள்ளி வந்து கொண்டிருக்கிறான்? மேஜர் ப்ரீதம் அவர்கள் ஆறு பேரும் சிற்றோடையைக் கடந்து வரும்வரை சுட வேண்டாம் என்று தன் அணியினருக்குக் கட்டளை இட்டார். அவர்கள் ஒரு மேட்டின் மேல் ஏறினார்கள். இரண்டாவது சிற்றோடையைக் கடக்க அவர்கள் அந்த மேட்டிலிருந்து கீழே இறங்கித்தானாக வேண்டும். அங்கேதான் அவர்களுக்காக கர்னல் சமர்ஜித் காத்துக் கொண்டிருந்தார். சிற்றோடையைக் கடந்ததும், அவர்கள் நம்முடைய இரண்டு அணிகளின் நடுவில் சிக்கிக்கொள்வார்கள்.

தீவிரவாதிகள் இரண்டாவது சிற்றோடையைக் கடந்ததும் ஆறாவது ஆள் தண்ணீரில் இறங்கி, அவர்களுடன் சேர்ந்து கொள்ள வந்தான். அவர்கள் ஐவரும் ஒருவருக்கொருவர் ஐந்து மீட்டர் இடைவெளி விட்டு நடந்து கொண்டிருந்தார்கள்.

இரண்டாவது சிற்றோடையைக் கடந்ததும், அந்தத் தீவிரவாதி ஒரு கணம் நின்றான். அவர்கள் நிலைகள் இப்போது முழுவதுமாக மாறிவிட்டன.

மேஜர் ப்ரீதம் சொல்கிறார்: “நாங்கள் பார்த்துக் கொண்டிருக்கும்போதே அவர்கள் சிற்றோடையைக் கடந்து தாக்குதலுக்கேற்ற இடங்களில் நின்று கொண்டனர். அவர்கள் இப்போது தங்கள் ஆயுதங்களைத் தாக்குதல் ஆரம்பிக்க ஏற்றவாறு வைத்துக் கொண்டனர். அவர்கள் ஒவ்வொருவரும் தங்கள் முன்னாலிருந்த பிரதேசத்தை உற்று கவனித்தனர். தாங்கள் திடீரென்று தாக்கப்படலாமென்று அவர்கள் எதிர்பார்த்திருக்கலாம். அப்படி ஏதாவது நடந்தால் திருப்பித் தாக்கவும் அவர்கள் தயாராக இருந்தார்கள் என்று எனக்குத் தோன்றியது. ஆபத்தான பகுதிகளில் தாங்கள் இருப்பது அவர்களுக்குத் தெரியும். ஆனால், நாங்கள் அவர்களை வரவேற்கக் காத்துக் கொண்டிருக்கிறோம் என்று அவர்களுக்குத் தெரியாது. ஆனாலும் ஒரு கணம் கூட அஜாக்கிரதையாக இருக்கக் கூடாது என்று என் அணியினருக்கு எடுத்துச் சொல்லப்பட்டிருந்தது.”

அணியின் C.O-வான கர்னல் சமர்ஜித் தன் ஆயுதத்தைத் தாக்குதலுக்குத் தயாராக வைத்திருந்தார். வேறெதைப் பற்றியும் அவர் சிந்திக்கவில்லை. அதே சமயம், 2016 சர்ஜிகல் ஸ்ட்ரைக்கிற்குப் பிறகு வரும் முதல் ஊடுருவல் குழு இதுதான் என்றும் அவரால் எண்ணாமல் இருக்க முடியவில்லை. எனவே, அவர்கள் ஏதோ ஒரு சிறு தாக்குதலை நடத்திவிட்டுப் போக வரவில்லை. அவர்களை எப்பாடுபட்டாவது தடுத்து நிறுத்தியே ஆக வேண்டும்.

கர்னல் சமர்ஜித் சொல்கிறார்: "அவர்களை ஊடுருவவிட்டால், அவர்கள் பலரைத் தங்கள் அணியில் சேர்த்துக் கொண்டு நேராக காஷ்மீர் சென்று அங்கே பெரும் கலவரத்தைத் தூண்டி விடுவார்கள். எனவே எப்பாடுபட்டாவது அவர்களைத் தடுத்து நிறுத்தியே ஆக வேண்டும்."

மேஜர் ப்ரீதமும், அவர் ஜோடியும் இப்போது இரண்டு சிற்றோடைகளையும் கண்காணிக்க வசதியாக நின்று கொண்டிருந்தனர். அந்த இடத்தில் இரண்டு சிற்றோடைகளும் ஒன்றாகக் கலந்து ஒரு பெரிய ஓடையாக மாறி இருந்தது. இருட்டில், இரவுக் கண்ணாடிகள் வழியாக ஆறு தீவிரவாதிகளும் நடுவிலிருந்த சிற்றோடை வழியாக நம் எல்லைக்குள் பிரவேசிப்பதை நம் வீரர்கள் பார்த்தனர். மேலும் அவர்கள் ஒரு மேட்டின் மேலேறி மேஜர் ப்ரீதமையும், அவர் ஜோடியையும் கடந்து செல்வதையும் பார்த்தனர்.

மேஜர் ப்ரீதம் சொல்கிறார்: "அவர்கள் என்னையும், என் ஜோடியையும் கடந்த அந்தக் கணத்தில் நான் கடிகாரத்தைப் பார்த்தேன். அப்போது மணி இரவு 7.13. அந்தக் கணத்தில் சுட ஆரம்பிக்குமாறு என் அணிகளுக்குக் கட்டளையிட்டேன், ரேடியோ வழியாக."

நம் ஆட்கள் கடந்த இரண்டு நாட்களாகத் தீவிரவாதிகளைக் கல்லெறி தூரத்திலிருந்து கண்காணித்துக் கொண்டிருந்தனர். ஆனாலும், அவர்கள் இதுவரை ஒரு குண்டைக் கூட

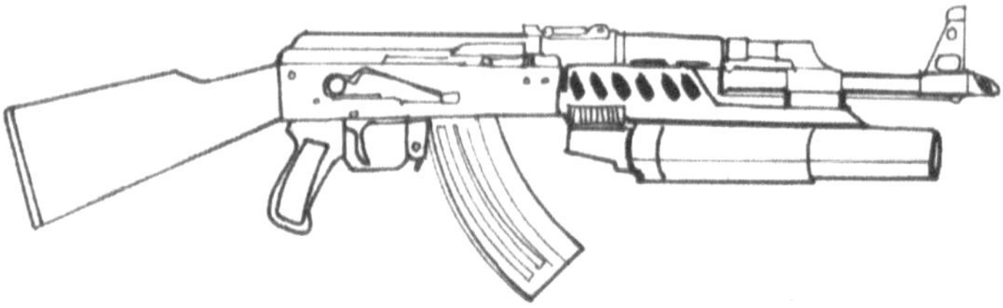

ஏகே–47 துப்பாக்கி (கிரேனடு லாஞ்சருடன்)

செலவழிக்கவில்லை. கடைசியாக, சுடுவதற்கான ஆணை அவர்களுக்குக் கிடைத்தது.

மேஜர் ப்ரீதம் சொல்கிறார்: "ஒவ்வொரு வீரரும் இதற்காகத்தான் காத்துக்கொண்டிருந்தனர்!" அவர் ஆறு தீவிரவாதிகளை நேராகப் பார்த்து தன் ஏகே–47 துப்பாக்கியால் சுட்டார். "முதல் ஜோடியைத் தீவிரவாதிகள் கடந்ததும், சுட ஆரம்பித்து விடுவது என்று நாங்கள் ஏற்கனவே முடிவு செய்து விட்டோம். அதே போல் மற்ற ஜோடிகளும், அவர்களைத் தீவிரவாதிகள் கடக்கும்போது சுடுவார்கள். தீவிரவாதிகள் அனைவரும் இப்போது எங்களின் சுடும் எல்லைக்குள் வந்து விட்டிருந்தனர். அவர்கள் ஒரு மேட்டின் மேல் ஏறிக்கொண்டிருந்ததால், எதிர்வினையாற்ற அவர்களுக்குப் போதுமான நேரம் கிடைக்கவில்லை. ஆனால் அவர்கள் கமாண்டோக்களைப் போல நன்றாகப் பயிற்றுவிக்கப்பட்டவர்கள் என்பதை நாங்கள் மறக்கவில்லை." என்கிறார் மேஜர் ப்ரீதம்.

ஆறு தீவிரவாதிகளும் தாங்கள் நகர்வதை நிறுத்திக்கொண்டு, தங்களை மறைத்துக் கொண்டார்கள். இருவர் இருட்டில் சுட்டார்கள். இந்திய அணியினர் தங்களை நன்கு மறைத்துக் கொண்டார்கள். எனவே அந்த இரண்டு தீவிரவாதிகளால் இலக்கின்றித்தான் சுட முடிந்தது.

தாக்குதல் முடிவுக்கு வர வேண்டுமானால் தான் முன்னேறிச் செல்ல வேண்டும் என்பதைப் ப்ரீதம் உணர்ந்தார்.

"நான் ஒளிந்து கொண்டிருந்த மறைவிடம் எனக்குப் போதிய

பாதுகாப்பை அளிக்கவில்லை. இந்த இடத்திலிருந்துதான் அவர்கள் என்னையும் என் ஜோடியையும் கடந்து போவதைப் பற்றி என் அணியினருக்குத் தகவல் தந்தேன். அவர்கள் எங்களைக் கடந்ததும் எங்கள் இடங்களை மாற்றிக்கொள்ள வேண்டும் என்பதுதான் திட்டம்."

பதுங்குத் தாக்குதலின் ஆரம்பத்திலேயே ஊடுருவல் அணியின் தலைவனும், அவனுக்குப் பின்னால் வந்தவனும் கொல்லப்பட்டார்கள். மூன்றாவது நான்காவது தீவிரவாதிகள் ஒரு பாறைக்குப் பின்னால் புகலிடம் தேடிக்கொண்டு, மேஜர் ப்ரீதமின் கண் பார்வையிலிருந்து மறைந்து கொண்டனர். மற்ற அணியினர் ஐந்தாவது ஆறாவது தீவிரவாதிகளை நோக்கிச் சுட்டனர். இப்போது சண்டை முழுவீச்சில் தொடங்கிவிட்டது.

"சுக்பாலும் நானும் 25 மீட்டர் தவழ்ந்து சற்றே மேடான இடத்தை அடைந்தோம். பாறைகளின் பின்னால் ஒளிந்திருக்கக்கூடிய தீவிரவாதிகளை ஒரு வழி பண்ணவே இந்த ஏற்பாடு. அடர்த்தியான கிளைகள் சூழ்ந்த மரத்தின் பின்னால் நாங்கள் ஒளிந்துகொண்டோம். இப்போது எங்களால் தீவிரவாதிகளை நன்றாகப் பார்க்க முடிந்தது. அவர்கள் எங்களைச் சுட தங்கள் துப்பாக்கிகளை நீட்டியபோது, அவற்றின் குழல்கள் மின்னுவதை எங்களால் பார்க்க முடிந்தது" என்கிறார் மேஜர் ப்ரீதம்.

கடும் துப்பாக்கிச் சண்டை நடந்துகொண்டிருக்கும்போதே, மேஜர் ப்ரீதம் மற்றும் அவர் தோழர் இருக்குமிடத்தை ஆறாவது தீவிரவாதி நெருங்கிக் கொண்டிருப்பதைப் பார்க்க முடிந்தது. அவன் ஓசையின்றி அவர்களை நோக்கித் தவழ்ந்து வந்து கொண்டிருந்தான், அவர்கள் மேல் திடீரென்று பாய்ந்து கொல்வதற்காக.

"அவன் எங்கிருந்து குண்டுகள் பாய்ந்து வருகின்றன என்று கண்டுபிடித்துவிட்டான். அதாவது, நாங்கள் இருக்குமிடத்தை" என்கிறார் மேஜர் ப்ரீதம்.

தீவிரவாதி திடீரென்று எழுந்து, மேஜரும் அவர் ஜோடியும் இருக்கும் இடம் நோக்கி ஓடி வந்தான். அவர்கள் தங்கள் நிலைகளிலிருந்து நகர முற்பட்டபோது, பாறைகளின் பின்னால் ஒளிந்துகொண்டிருந்த ஒரு தீவிரவாதி வீசிய கையெறிகுண்டு சில மீட்டர் தொலைவில் வெடித்தது.

மேஜர் ப்ரீதம் சொல்கிறார்: "அவர்களைச் சுட எங்கள் மறைவிடத்திலிருந்து துப்பாக்கிகளை நீட்டியபோது, அவர்கள் எங்களைப் பார்த்திருக்க வேண்டும். சில நிமிடங்கள் குண்டுச்சத்தம் காதைச் செவிடாக்கியது. கொஞ்ச நேரம் என்னால் எதையும் பார்க்கவோ, கேட்கவோ முடியவில்லை. குண்டுச் சிதறல்கள் என் காதருகே பறந்தபோது, அவற்றின் சத்தத்தை என்னால் கேட்க முடிந்தது. சுக்பாலை நோக்கி நான் கத்தினேன், அவர் பத்திரமாக இருக்கிறாரா என்று தெரிந்து கொள்வதற்காக. அவர் என்னிடம் அதே கேள்வியைத் திரும்பக் கேட்டார். ஆக, நாங்கள் இருவரும் பத்திரமாக இருந்தோம்."

அவர்களை நோக்கி ஓடிவந்துகொண்டிருந்த ஆறாவது தீவிரவாதியை இன்னொரு ஜோடி சுட்டது. அவன் எழுந்தபோதே அவனைப் பார்த்துவிட்டிருந்தனர். இப்போது மூன்று தீவிரவாதிகள் கொல்லப்பட்டிருந்தனர். இன்னும் மூன்று பேர் உயிரோடிருந்தனர். இந்தச் சமயத்தில், மேஜர் ப்ரீதம் விரைவாக தன் மறைவிடத்தை விட்டு வெளியே வந்து பாறைக்கு அருகில் சென்றார். அதன் பின்னால், இன்னும் இரண்டு தீவிரவாதிகள் ஒளிந்துகொண்டிருந்தனர்.

மேஜர் ப்ரீதம் சொல்கிறார்: "15 மீட்டர் தொலைவிலிருந்து அவர்கள் மீது நான் ஒரு கையெறிகுண்டை வீசினேன். அதை வீசிய பின்பும், நான் தொடர்ந்து அந்தத் திசையில் சுட்டுக் கொண்டிருந்தேன். சுக்பாலும் அவ்வாறே செய்தார். பாறையின் பின்னாலிருந்து சுடுவது சுத்தமாக நின்றுபோனது!"

இப்போது மீதமிருப்பது ஒரேயொரு தீவிரவாதி மட்டும்தான். அவன் கர்னல் சமர்ஜித்தின் அணியை நோக்கிச் சென்று

கொண்டிருந்தான். இத்தகவலை ப்ரீதம் தன் *C.O*-விடம் உடனே தெரிவித்து, கையெறிகுண்டுகளை வீசும்படி சொன்னார். கர்னல் சமர்ஜித்தின் ஜோடி உடனே அவனை நோக்கி ஒரு கையெறிகுண்டை வீசியெறிந்தார். மற்றவர்கள் அவனை நோக்கிச் சுட்டனர். *C.O*-வின் அணியிருந்த இடத்தை நோக்கி கடைசி சில அடிகளை வைத்து அவன் ஓட முயன்றபோது, நிலத்தில் வீழ்ந்தான்.

ஆறு தீவிரவாதிகளும் கொல்லப்பட்டுவிட்டனர். அவர்கள் கொலைக்களத்திற்கு இழுத்துவரப்பட்டு, பதினைந்தே நிமிடங்களில் கொல்லப்பட்டனர். அவர்கள் எங்கே இருந்தாலும், குறைந்தபட்சம் ஒரு ஜோடிக் கண்களிலாவது படும்படி இருந்தனர். தாக்குதல் நடந்து முடிந்த பின், வானம் கருத்து மழை பெய்ய ஆரம்பித்தது.

மேஜர் ப்ரீதம் சொல்கிறார்: "என் அணியினரை ரேடியோ மூலம் தொடர்புகொண்டு அனைவரும் பத்திரமாக இருக்கிறார்கள் என்று தெரிந்துகொண்டேன். என் *C.O*-வும் அதே வேலையைத்தான் செய்து கொண்டிருந்தார். என்னையும் சேர்த்து என் அணியில் எட்டுப் பேர்; *C.O*-வின் அணியில், அவருடன், *Q R T* ஆட்களும் சேர்த்து மொத்தம் எட்டுப் பேர் இருந்தனர்." ஒரு கிண்ணம் போலிருந்த அந்த இடம் பதினேழு பேரால் சூழப்பட்டிருந்தது. உயரம் எங்களுக்குச் சாதகமாக இருந்தது. தாக்குதல் நடத்தப்பட்ட இடம் மிகக் கவனமாகத் தேர்ந்தெடுக்கப்பட்டிருந்தது. நாங்கள் எதிர்பார்த்த பலன் எங்களுக்குக் கிடைத்துவிட்டது. இருப்பினும், நாங்கள் இன்னும் ஜாக்கிரதையாகத்தான் இருந்தோம். இன்னும் சில தீவிரவாதிகள் இருக்கலாம், ஒருபோதும் திட்டவட்டமாகச் சொல்ல முடியாது. கட்டுப்பாட்டுக் கோட்டுப் பகுதியிலிருந்த கண்காணிப்பு அணியைத் தொடர்ந்து தீவிர கண்காணிப்பில் இருக்க அறிவுறுத்தினோம். எங்கள் அணிகள் தொடர்ந்து மறைவிடங்களிலேயே இருந்தன.

அதன் பின் நாங்கள் ட்ரோன்களைக் களமிறக்கினோம். வெப்பப்

புகைப்படக் கருவிகள் பொருத்தப்பட்ட அவை, அந்தப் பிரதேசத்தை சல்லடை போட்டு சலிக்க, களமிறக்கப்பட்டன. மேலே இருந்து எதுவும் பிரச்சனை இல்லை என்ற தகவல் வந்த பிறகு, அணிகள் இரவைக் கழிக்க மலைப்பகுதிகளில் தங்கின.

மே 27-ம் தேதி முதல் வெளிச்சம் தென்பட்ட உடனே தாக்குதல் நடத்தப்பட்ட பகுதியில், இறந்துபோன ஆறு தீவிரவாதிகளின் உடல்களை 4 கர்வால் ரைஃபிள்கள் அணியினர் தேடத் தொடங்கினர். வழக்கமாக இந்த நடைமுறையைக் கடைப்பிடித்தே ஆக வேண்டும்.

மேஜர் ப்ரீதம் சொல்கிறார்: “நாங்கள் முதலில் அவர்கள் தலைகளைப் பார்த்துச் சுட்டோம், அவர்கள் உயிரிழந்து விட்டார்கள் என்பதை உறுதிப்படுத்துவதற்காக. பல சமயங்களில் பாகிஸ்தானால் பயிற்சியளிக்கப்பட்ட தீவிரவாதிகள் தங்கள் உடல்களையே தொடு வெடிகளாக மாற்றி இருப்பார்கள். உடல்களைத் தொட்டதும் வெடித்துச் சிதறும். அதனால் நாங்கள் முதலில் கொக்கிகளை வீசுவோம். சில சமயம் நாங்கள் அருகே சென்று உடலைக் கட்டி 25 மீட்டர் தொலைவிலிருந்து இழுப்போம். உடலுக்கடியில் கையெறிகுண்டு இருந்தால் அது வெடிக்கும்.”

நண்பகல் வரை உடல்களைச் ‘சேகரிக்கும்’ பணி நடைபெற்றது. இந்த வேலை முடிந்ததும் வீரர்கள் ஒருவரையொருவர் பார்த்துக் கொண்டனர். பின் அவர்கள் அணியின் கமாண்டரைப் பார்த்தனர். இந்தப் பணியில், இரண்டு ஜோடி சிறப்புக் கண்காணிப்பு அணி வீரர்கள் ஈடுபட்டனர்.

“தரையின் மீதிருந்த அணிக்குத் தலைவராக இருந்த என்னுடைய கவலையும் கவனமும் என் வீரர்கள் மேல் சிறு கீறல் கூட ஏற்பட்டுவிடக் கூடாது என்பதுதான். இது ஒரு மிக ஆபத்தான தாக்குதல். ஓர் அணியாக நாங்கள் எப்போதும் உற்சாகத்தின் உச்சியிலேயே இருந்தாக வேண்டும். எங்கள் அணியின்

ஸ்கவுட்டை நினைத்துப் பாருங்கள். அந்த இடம் முழுவதும் கண்ணிவெடிகள் புதைக்கப்பட்டிருக்கின்றன என்று அவருக்குத் தெரியும். ஆனாலும் என் மீது வைத்திருந்த நம்பிக்கையால் நான் சொன்னதைக் கேட்டார். உங்கள் சகாக்கள் உங்களை நம்பவில்லை என்றால் உங்களால் எதுவும் செய்ய முடியாது. என் வீரர்கள் என் மீது வைத்திருந்த அளவற்ற நம்பிக்கைதான் என்னை மிகக் கவனமாகவும் யாருக்கும் கொஞ்சம் கூட காயம் ஏற்படாத வகையிலும், என்னைத் திட்டமிட வைத்தது."

'சலிக்கும்' வேலை முடிந்ததும் அணியினருக்கு ரஸ்தம் 'போஸ்ட்'டுகுத் திரும்ப ஆணை பிறப்பிக்கப்பட்டது.

கர்னல் சமர்ஜித் சொல்கிறார்: "இது கத்திமுனையில் நடந்த தாக்குதல். இந்தப் பிரதேசம் மிகவும் 'போக்கு' காட்டக்கூடியது. கண்ணிவெடி ஆபத்து நிஜம். தீவிரவாதிகள் நன்கு பயிற்சி பெற்றவர்கள். இருப்பினும், எங்கள் வீரர்கள் ஒருவருக்குக்கூட ஒரு கீறல் கூட ஏற்பட்டுவிடாத அளவிற்கு நாங்கள் இந்தத் தாக்குதலை நடத்தி முடித்திருந்தோம். மேஜர் ப்ரீதமும் அவர் ஜோடியான சுக்பாலும், மிகுந்த ஆபத்துகளை எதிர்கொண்ட போதிலும், அது ஒரு மிகக் கச்சிதமான தாக்குதல். தீவிரவாதிகளைத் தொடர்ந்து மிக அருகில் இருந்து கண்காணித்தும், அடிக்கடி தன் நிலைகளை மாற்றிக்கொண்டும், மிக புத்திசாலித்தனமாக இந்தத் தாக்குதல் நடத்தப்பட்டது."

சில மணி நேரம் கழித்து மேஜர் ப்ரீதம், கர்னல் சமர்ஜித் மற்றும் சிலர் ரஸ்தம் போஸ்டிலிருந்த அலுவல் அறையில் நடந்தவற்றைக் கணக்கெடுப்பதற்கும், என்னவெல்லாம் சாதித்திருக்கிறோம் என்று பார்ப்பதற்கும் கூடினார்கள். எல்லோரும் ஏகமனதாக ஒத்துக்கொண்ட ஒரு விஷயம், துப்பாக்கி சுடுதலில் கடைப்பிடிக்கப்பட்ட ஒழுங்கு.

"உங்கள் தாக்குதலில் திடீர்த்தன்மை இல்லையென்றால், அது தோல்வியில் முடிவதற்கான வாய்ப்புகளும் அதிகம். நான் சொல்லும்வரை யாரும் சுடக்கூடாது என்று தெளிவாக

ஆணையிட்டிருந்தேன். இரண்டு அல்லது மூன்று ஆட்கள் உங்கள் முன்னால், சில மீட்டர்கள் தொலைவில் இருப்பதை நீங்கள் பார்க்கிறீர்கள். ஒன்று நீங்கள் அவர்களைக் கொல்ல வேண்டும்; அல்லது அவர்கள் உங்களைக் கொன்றுவிடுவார்கள். இப்போது நீங்கள் சூழ்நிலையை உங்கள் கட்டுப்பாட்டில் கொண்டுவர வேண்டும். அட... எதிரி எதிரே தெரிகிறானே என்று நீங்கள் உடனே சுட்டுவிட முடியாது. ஒருவேளை அன்று அப்படிச் செய்திருந்தால், எங்களால் மூன்று தீவிரவாதிகளை மட்டுமே கொன்றிருக்க முடியும். அப்படி நடந்திருந்தால் மற்றவர்கள் தப்பியிருப்பார்கள். சுடுதலில் ஒழுங்கு எவ்வளவு முக்கியமென்பது, யாரும் உணர்ச்சிவசப்பட்ட நிலையில், மிக எளிதாக மறந்துவிடும் ஒரு விஷயம்."

இப்போது மேஜர் ப்ரீதம் சுடும் ஒழுங்கு பற்றி ஆணையிடுபவராக இருக்கலாம். ஆனால், இரண்டு ஆண்டுகளுக்கு முன்பு அவர் இப்படி ஒரு முடிவு எடுப்பதில் கண நேரம் தயக்கம் காட்டியதால், ஏழு தீவிரவாதிகள் தப்பிவிட்டனர். அப்போது அவர் இராணுவத்தின் 28 டிவிஷனில், குப்வாராவில் பணியாற்றிக் கொண்டிருந்தார். சரியான நேரத்திற்குச் சிறிது நேரத்திற்கு முன்பு சுட்டதால் ஒரு மிகப் பெரிய தீவிரவாதக் குழு கட்டுப்பாட்டுக் கோட்டிற்கு அந்தப் பக்கம் விரைந்து சென்று மறைந்துவிட்டது. நம் அணியினர் 92 மணி நேரம் காத்திருந்தனர். ஆனால், சற்றே முன்னால் சுட ஆரம்பித்ததால் எல்லாம் விழலுக்கு இறைத்த நீராயிற்று.

எல்லாம் ஒரு சில நிமிடங்களில் நடந்து முடிந்துவிட்டது. தப்பிச்சென்ற தீவிரவாதிகள் கண்டிப்பாக மீண்டும் தாக்குவார்கள். அன்று, மேஜர் ப்ரீதம் அதே தவறை இன்னுமொரு முறை தான் செய்வதில்லை என்று முடிவெடுத்தார்.

கூட்டத்தில் விவாதிக்கப்பட்ட இன்னுமொரு முக்கிய விஷயம், மிகவும் சிக்கலான அந்தத் தாக்குதல் கட்டமைக்கப்பட்ட விதம். எவ்வளவு தீவிரவாதிகள், எப்பொழுது எங்கே எப்படி தோன்றுவார்கள் என்றே சொல்ல முடியாத நிலை. அவர்கள்

என்னென்ன ஆயுதங்கள் வைத்திருக்கிறார்கள் என்றும் திட்டவட்டமாகத் தெரியாது. தாக்குதல் ஆரம்பித்த பின் அவர்கள் எத்தனை குழுக்களாகப் பிரிவார்கள் என்றும் சொல்ல முடியாது. தப்பித்துச் செல்ல முடியாத ஒரு இடத்திற்கு அவர்களை 'இழுப்பது' மிகவும் கடினமான செயல். இப்படி நிச்சயமற்ற விஷயங்கள் நிறைய இருந்த நிலையில், தாக்குதல் நடந்து கொண்டிருக்கும்போதே தந்திரங்களை மாற்றிக்கொள்ள வேண்டிய நிலையில், ஒரு திட்டத்தை நம் ஆட்களின் மேல் ஒரு சிறு கீறல் கூட விழாமல் செயல்படுத்துவது எவ்வளவு கடினமான செயல். இரவில்தான் தாக்குதல் நடக்கும் என்பது மட்டுமே நிச்சயமான விஷயம். நம் ஆட்கள் அதற்குத் தயாராகவே இருந்தனர். ஆனால் ஊடுருவல்காரர்களை எதிர்கொள்ள அவர்கள் அதிகமாக இன்னுமொரு 'அடி' எடுத்து வைக்க வேண்டும்.

"நிலா வெளிச்சமும் அதிகமில்லை. இருள் அதிகமாக இருந்தது. துப்பாக்கிச் சண்டை கடுமையாக நடந்துகொண்டிருந்தது. அந்த இருளில் எப்படி என் துணையைக் கண்டுபிடிப்பது? நாங்கள் *Motorola* ரேடியோ செட்கள் வழியாகப் பேசிக் கொள்ளலாம்தான். ஆனால் அவர் இருக்குமிடத்தை நான் துல்லியமாகத் தெரிந்துகொள்ள வேண்டிய அவசியம் ஏற்பட்டால்? எங்களிடம் இரவுக் கண்ணடிகள் இருந்தன. அவற்றின் பக்கவாட்டில் இருக்கும் ஒரு பொத்தானை அழுத்தினால், அகச்சிவப்பு ஒளி வரும். அகச்சிவப்பு ஒளி அசைவின்றி இருக்கும் இரவுக் கண்ணாடிகளில்தான் தெரியும். நீங்கள் ஒரு சிவப்புப் புள்ளியைப் பார்க்கலாம். எனவே, சிவப்புப் புள்ளி தெரிந்தால், அது என் அணி வீரர்தான் என்ற முடிவுக்கு நான் வரலாம். இப்படி, யார், எங்கே இருக்கிறார்கள் என்று அறிய முடியும். அதுமட்டுமல்ல; இருளில், தீவிரவாதிகளைச் சரியாக இனம் காணுவதும் கடினமான செயல்."

"நாங்கள் ஒவ்வொருவரும், 'லேஸர் பாய்ன்டர்'களையும் வைத்திருந்தோம். உங்கள் ஜோடி ஒரு எதிரியைப் பார்த்து

விட்டார்; ஆனால், உங்களால் அவனைப் பார்க்க முடியவில்லை என்று வைத்துக் கொள்வோம். நீங்கள் எதிரியைப் பார்க்க ஏதுவாக அவர் தன் லேஸரை அவனை நோக்கித் திருப்புவார். இப்படித்தான் ஐந்தாவது தீவிரவாதி கொல்லப்பட்டான். ஜோடிகளில் ஒருவர் தன் லேஸர் ஒளியை அவனை நோக்கித் திருப்ப C.O-வின் ஜோடி ஒரு கையெறிகுண்டை வீசி அவனைக் கொன்றார். இது ஒரு எளிய திட்டம். எங்களில் யாரும் எங்களை நோக்கி லேஸர் ஒளிக்கற்றையைப் பாய்ச்ச மாட்டார்கள். நான் ஒரு லேஸரை அனுப்பினால், எதைப்பற்றியும் சிந்திக்காமல், ஒரு நொடியும் தாமதிக்காமல் அது காட்டும் இடத்தைச் சுட வேண்டும். அவ்வளவே!"

அன்றிரவு கொல்லப்பட்ட ஆறு தீவிரவாதிகளும் பாகிஸ்தானின் L e T-யைச் சேர்ந்தவர்கள். ஒரு பெரிய தாக்குதலுக்கான உணவும், வெடிபொருட்களும் அவர்கள் முதுகுப்பைகளில் இருந்தன. இவற்றைக் கொண்டு யூரி பிரிகேட் தலைமையகத்தில் செப் 2016-ல் நடத்தப்பட்ட பெரிய தாக்குதலைவிட இன்னும் பெரிய தாக்குதலை அவர்களால் நடத்த முடியும். தாக்குதல் விரைவாக நடந்து முடிந்துவிட்டது. தீவிரவாதிகளுக்கு உதவியிருக்க வேண்டிய, அந்த இடத்திலிருந்த, பாகிஸ்தான் இராணுவம் ஒரு குண்டைக்கூட இழக்கவில்லை. எதனால் இப்படி நடந்தது என்று தெரியவில்லை.

ஆனால், ரஸ்தம் தளத்தில் அன்று மாலை பட்டாலியனில் மீதமிருந்தவர்கள் அணிகள் திரும்புவதற்காகக் காத்திருந்தனர். கொண்டாட்டங்கள் ஆரம்பித்து விட்டன. ஆனால் அவை சுருக்கமாக முடிக்கப்பட வேண்டிய நிலை. ஏனெனில், கட்டுப்பாட்டுக் கோட்டருகில் இன்னும் தங்கியிருந்த கண்காணிப்பு அணி, இன்னும் ஊடுருவல்கள் நடக்கலாம் என்று செய்தி அனுப்பியிருந்தது. அந்த எச்சரிக்கை உண்மைதான் என்று அடுத்த நாள் நிரூபணமாயிற்று. ரஸ்தம் போஸ்ட்-ன் பொறுப்பிலிருந்த கட்டுப்பாட்டுக் கோட்டுப் பகுதியிலிருந்து மேற்கே பத்து மீட்டர் தொலைவில் அது நடந்தது.

ஐந்து நாட்கள் கழித்து, காஷ்மீர் பள்ளத்தாக்கிற்கு வந்த இராணுவத்தின் தலைவர் ஜெனரல் பிபின் ராவத் ஒரு ஹெலிகாப்டரில் ரஸ்தம் போஸ்ட்டிற்குச் சென்றார், 2016 சர்ஜிகல் ஸ்ட்ரைக்கிற்குப் பிறகு நடத்தப்பட்ட முதல் ஊடுருவலை வெற்றிகரமாக முறியடித்த வீரர்களை நேரில் சந்தித்துப் பாராட்டுவதற்காக. டெல்லியிலிருந்த இராணுவத் தலைமையகத்தில் *'VICE CHIEF'* பொறுப்பில் இருந்த அவர் சர்ஜிகல் ஸ்ட்ரைக்கில் முக்கியப் பங்கு வகித்தவர்.

2017-ம் வருடம் ஆகஸ்ட் மாதம் 14-ம் தேதி, அரசு மேஜர் ப்ரீதம் சிங் குன்வாருக்கு இந்தியாவில் அமைதிக் காலத்தில் வழங்கப்படும் இரண்டாவது மிகப் பெரிய விருதான கீர்த்தி சக்ராவை வழங்குவதாக அறிவித்தது. அடுத்த நாள்தான் அது பற்றி அவருக்குத் தெரிய வந்தது.

சில நாட்களுக்கு முன்புதான் ஆகஸ்ட் மாதத்தில் அணியைச் சேர்ந்த வீரர், குல்தீப் சிங் ராவத் பாகிஸ்தான் இராணுவம் நடத்திய மோதலில் கொல்லப்பட்டார். மே 26 தாக்குதல் நடந்த இடத்திற்கு அருகிலேயே இது நடந்திருந்தது. அணியிலிருந்த ஒவ்வொருவரும் இதற்குப் பழிவாங்கத் துடித்துக் கொண்டிருந்தனர். சாதாரணமாக, இதுபோன்ற பழிவாங்கும் உணர்ச்சிகள் பெரிய அளவு தாக்குதலாக உருமாறுவதில்லை.

மேஜர் ப்ரீதம் சொல்கிறார்: "எங்கள் தோழன் கொல்லப்பட்டதற்கு பழிவாங்கத் துடித்தோம். ஆகஸ்ட் 14 இரவில் ரோந்துப் பணியில் ஈடுபட்டிருந்தேன். ஆகஸ்ட் 15 முதல், நான் கீர்த்தி சக்ரா விருது பெற்றதற்காக எனக்கு வாழ்த்துச் செய்திகள் வரத் துவங்கின. அது ஒரு நல்ல நாள். அதே நாளில், நாங்கள் பாகிஸ்தான் இராணுவத்தைச் சேர்ந்த மூன்று வீரர்களைக் கொன்றிருந்தோம். அது ஒரு மிகச் சிறப்பான சுதந்திரத் திருநாள். எனக்கு இரட்டிப்பு மகிழ்ச்சியான நாள், ஏனெனில், நாங்கள் பழிவாங்கியிருந்தோம்."

கர்னல் சமர்ஜித் சொல்கிறார்: "என் வீரர்கள் பழிவாங்கத்

துடித்துக்கொண்டிருந்தனர். அதனாலேயே, அவர்கள் பாகிஸ்தான் வீரர்கள் இறந்த தீவிரவாதிகளின் உடல்களை அப்புறப்படுத்த விடவில்லை! இராணுவத்தினரைத் தவிர மற்றவர்களால் புரிந்துகொள்ள முடியாத ஆழமான பாசப் பிணைப்பு அது. பாகிஸ்தான் இரணுவத்தினர் உடல்களை அப்புறப்படுத்த முயன்றால், நம் வீரர்கள் உடனே சுட ஆரம்பித்து விடுவார்கள். அவர்கள் பல முறை முயன்றும், தங்கள் முயற்சி பலனளிக்காது போகவே, கடைசியில் தங்கள் முயற்சியைக் கைவிட்டனர். கடைசியில் பாகிஸ்தானின் ‘டைரக்டர் ஜென்ரல் மிலிடரி ஆபரேஷன்ஸ்’ தன் இந்திய சக அதிகாரியை அழைத்து வேண்டிக் கேட்டுக் கொண்டதன் பின்பே அது சாத்தியமாயிற்று.”

ப்ரீதம் பெற்ற கீர்த்தி சக்ரா சான்றிதழ் இப்படிக் குறிப்பிடுகிறது: “இந்திய இராணுவத்தின் மிக உயர்ந்த பாரம்பரியத்திற்கு இவர் ஒரு சிறந்த எடுத்துக்காட்டு!” மற்ற எல்லா உண்மையான ‘ஹீரோ’க்களைப் போலவே ப்ரீதமும் மிக அடக்கமாக அது ஒரு சாதாரண விஷயம் என்றே கருதுகிறார். அவர் சொல்கிறார்: “அது ஒன்றும் அசாதாரண விஷயம் இல்லை. இந்த வேலையைச் செய்வதற்காகத்தானே நான் பணியில் சேர்ந்தேன்; என் பணியைத்தான் செய்தேன்.”

ஆனால், சேனா பதக்கம் கிடைக்கப் பெற்ற கர்னல் சமர்ஜித் வேறுவிதமாக உணர்கிறார்:

“அன்றிரவு, ஒருவரின் மரணத்திற்குப் பின் வழங்கப்படும் அசோக சக்ரா விருதிற்கு வெகு அருகில் ப்ரீதம் வந்து விட்டிருந்தார். ஊடுருவல்காரர்கள் அனைவரையும் கொன்றுவிட, அவர் அந்த அளவிற்கு ஆபத்தின் எல்லைக்கே சென்றுவிட்டார். அவர்களிடமிருந்து சில மீட்டர்கள் தூரத்திலேயே நின்று கொண்டிருந்தார். அன்றிரவு நாங்கள் ப்ரீதமை இழந்திருந்தால், எங்கள் அணியில் யாரும் ஆச்சரியப்பட்டிருக்க மாட்டார்கள். அவர் தைரியம் அசாதாரணமானது!”

தாக்குதலில் தங்கள் வீரத்தைக் காட்டியதற்காக மேஜர் ப்ரீதமின் ஜோடி லான்ஸ் நாயக் சுக்பால் சிங்கும், கர்னல் சமர்ஜித்தின் ஜோடி ஹவில்தார் பிரிஜேந்திர லாலும் சேனா பதக்கங்களைப் பெற்றனர்.

டொராடூனில் மேஜர் ப்ரீதமின் அப்பா, நரேந்தர் சிங்-இவர் கர்வால் ஸ்கவுட்ஸ் அணியைச் சேர்ந்த ஓய்வு பெற்ற வீரர்- தன் மகனின் வீரச் செயலை எண்ணி அகமகிழ்ந்து போனார். மே 27 மாலை ப்ரீதம் தன் மனைவி மேகாவைத் தொலைபேசியில் அழைத்தபோது -அவர் தன் மனைவியுடன் பேசி மூன்று நாட்களாகிவிட்டிருந்தன- தாக்குதல் பற்றிச் சொன்னார். அதைக் கேட்டதும் அவர் நிம்மதி அடைந்தாலும், மனம் உடைந்து அழுதார். இதயம் நொறுங்கிய அதிர்ச்சியுடன் அவருடைய அப்பா, தன் மகளை நோக்கி ஓடி வந்தார். அழுது கொண்டிருந்த தன் மகளின் கைகளிலிருந்து போனை வாங்கிய அவர் அடுத்த முனையிலிருந்த வந்த குரலைக் கேட்டதும் நிம்மதிப் பெருமூச்சு விட்டார்.

மேகா சொல்கிறார்: "அந்தத் தாக்குதல் நடந்த அன்று நான் ஏனோ மன நிம்மதி இல்லாமல் தவித்துக் கொண்டிருந்தேன். அன்றிரவு முழுவதும் என்னால் தூங்க முடியவில்லை. என் கணவர், ஏதோ சிக்கலில் மாட்டிக் கொண்டிருக்கிறார் என்று என் உள்மனம் சொல்லியது. என்னை அழைத்து, தான் சௌக்கியமாக இருப்பதாக அவர் சொன்னதும் நான் உடைந்து போனேன். என் அப்பா என்னைக் கட்டிப்பிடித்துக்கொண்டு சொன்னார், நாட்டிற்காக உன் கணவர் செய்த காரியத்தை நினைத்து நீ பெருமைப்பட வேண்டும்!"

தன் கணவர் காஷ்மீருக்கு அனுப்பப்பட்ட நாள் முதல் மேகா தன் வீட்டின் பூஜை அறையில் அமர்ந்து தினமும் இரண்டு முறை - காலையிலும், மாலையிலும் - தியானம் செய்வதாக மேகா குன்வார் சொல்கிறார்.

"நான் தாக்குதலுக்கு முன்பு மேகாவிடம் பேசினேன். எனக்கு

இன்னும் அதிகமான பொறுப்புகள் அளிக்கப்பட்டிருக்கிறதாகவும் நான் சில நாட்களுக்குத் தொடர்பு எல்லைக்கு அப்பால் இருப்பேன் என்றும் அவரிடம் சொன்னேன். ஒரு தாக்குதலை நடத்தப் போகும் முன்பு, நான் இப்படித்தான் அவரிடம் சொல்வது வழக்கம். நான் மே 27-ல் திரும்பி வந்தபோது என் அலைபேசியில் தவறவிட்ட நாற்பது அழைப்புகள் இருந்தன. அதுமட்டுமல்ல; வண்டி வண்டியாக 'வாட்ஸ் அப்' குறுஞ் செய்திகள்- அனைத்தும் மேகாவிடமிருந்து. நீங்கள் உங்கள் குடும்பத்தினரிடம் எல்லாம் நலமே என்று சொல்லலாம்தான். ஆனால், ஒருபோதும் உங்களால் அவர்களை நம்ப வைக்க முடியாது.

எங்கள் பதுங்கு குழிகளில் உட்கார்ந்துகொண்டு, கிடைக்கும் கொஞ்ச நேரத்தில் தூங்க முயலலாம், அடுத்த நாள் சிறப்பாகப் பணியாற்ற வேண்டும் என்பதற்காக. ஆனால், அப்போது எங்கள் குடும்பங்கள், எங்கோ தொலைவில் தூங்கா இரவுகளை அனுபவித்துக் கொண்டிருப்பார்கள். தாக்குதல் முனையில் இருக்கும்போது இந்த நினைப்பு உங்கள் நெஞ்சை விட்டு அகலவே அகலாது!" என்கிறார் மேஜர் ப்ரீதம்.

மேகா சொல்கிறார்: "அவர் ஒவ்வொரு முறையும் என் அழைப்பை ஏற்காதபோது நான் உடைந்துபோவேன். ஒருநாள் அவர் அணியிலிருந்த ஒருவர் சொன்னார்: 'மேடம், உங்கள் அழைப்பை உங்கள் கணவர் ஏற்காவிட்டால், அதற்காக வருத்தப்படாதீர்கள்! அதற்குப் பதிலாக அவருக்காக பிரார்த்தனை செய்யுங்கள்!' அன்று தாக்குதலுக்குப் பின் அவர் என்னை அழைத்தபோது அவர் வேறொரு எண்ணிலிருந்துதான் அழைத்தார். அடுத்த முனையில் அவர் குரல் கேட்க வேண்டும் என்று நான் ஆண்டவனை வேண்டிக்கொண்டேன். அவர் குரலைக் கேட்கும்வரை மனம் கசிந்துருகி கடவுளிடம் எப்படி வேண்டிக்கொண்டிருந்தேன் என்று இன்னும் எனக்கு நினைவிருக்கிறது."

“ஒவ்வொரு நாளும் நாங்கள் அவர்களை நினைத்துப் பெருமைப்படுகிறோம் என்பது உண்மைதான். ஆனால் எங்களுக்கு அச்சமே இல்லை என்று யாராவது சொன்னால் அது முட்டாள்தனம். ஒரு இராணுவ அதிகாரியின் மனைவியாக இருக்கும் எனக்கு அச்சமென்பது எப்போதும் அகலாத ஒன்று. ஒவ்வொரு மணி நேரமும், அனுதினமும் ஒரு மனிதன் சுவாசித்தலைப் போல அது நாங்கள் தேர்ந்தெடுத்துக் கொண்ட வாழ்க்கையின் தவிர்க்க முடியாத அங்கம்!”

நான்கு வயதான அவர்கள் மகன் அபிராஜிவிற்கு அவன் தந்தையின் வீரச் செயலைப் பற்றிச் சொல்லப்பட்டிருக்கிறது.

மேஜர் ப்ரீதம் சொல்கிறார்: “அவன் என்னை அடிக்கடி கேட்பான், அப்பா! நீங்கள் எப்படி ஆறு பேரைக் கொன்றீர்கள்?”

கர்னல் சமர்ஜீத் சொல்கிறார்: “எனக்கு குன்வாரிடம் ஆச்சரியமளித்த விஷயம்... அவர் எப்படி எந்தச் சூழ்நிலையிலும் தன்னிலை இழக்காமல் இருக்கிறாரென்பதே. தீவிரவாதிகளின் வெகு அருகே நின்றுகொண்டு அவர் அனுப்பும் செய்திகளில் கூட பதற்றம் துளியேனும் இருக்காது. அச்சமென்பதற்கே, அவர் குரலில் இடமில்லை. கடும் சண்டை நடக்கும்போதும் அவர் பதற்றப்பட்டதே இல்லை. அப்படி இயங்கும் ஒரு மனிதனின் நரம்புகள் இரும்பால்தான் செய்யப்பட்டிருக்க வேண்டும். அவர் அப்படி பதற்றப்படாமல் இருந்திருக்கவில்லையெனில், அவர் தன் ஜோடி சுக்பாலை இழந்ததோடு, தன் உயிரையும் பறிகொடுத்திருப்பார். தீவிரவாதிகள் அவரிடமிருந்து ஐந்து மீட்டருக்கும் குறைவான தூரத்தில் நின்றுகொண்டிருந்தாலும் அவர் கற்பனையே செய்து பார்க்க முடியாத ஒரு நிலையை எடுத்திருந்தார். சந்தேகத்திற்கிடமில்லாமல் அவர் அசாத்திய வீரமுடையவர்தான். அச்சம் என்பதே அவர் அகராதியில் இல்லை!”

இந்தப் புத்தகம் எழுதப்பட்டிருக்கும்போது, 4 கர்வால் ரைஃபிள்கள் அணி, காஷ்மீரில் தன் பணியை முடித்துவிட்டது.

அது வெப்பப் பிரதேசமான அந்தமான், நிகோபார் தீவுகளுக்கு அனுப்பப்பட்டது. அங்கே பனிப்பொழிவு இல்லை. மின்னும் நட்சத்திரங்கள் அங்கே இரவையும் பகலாக்கும். ஆனால் ப்ரீதமிற்கு அங்கே போவதில் விருப்பமில்லை. காரணம் நமக்குத் தெரிந்ததுதான்.

"உண்மையை நான் சொல்லியே ஆகவேண்டும். எனக்கு காஷ்மீரை விட்டுப் போக விருப்பமே இல்லை. அங்கேதான் நான் பணிபுரிய ஆசைப்பட்டேன். அதற்காகவே, நான் இராணுவத்தில் சேர்ந்தேன்."

2017 குடியரசுத் தலைவர் மாளிகையில் அவர் கணவர் கீர்த்தி சக்ரா விருதைப் பெறும்போது, மேகா அரங்கில் அமர்ந்து கொண்டு கடவுளிடம் வேண்டிக் கொண்டிருந்தார்: "நான் என் அடிமனதின் ஆழத்திலிருந்து ஆண்டவனுக்கு நன்றி சொன்னேன். இந்த விழாவில், என் கணவருடன் நான் கலந்துகொள்ளுமாறு செய்ததற்காக. தங்கள் குடும்ப அங்கத்தினர்களை இழந்த எத்தனையோ பேர் அங்கே வந்திருந்தார்கள், மரணத்திற்குப் பின் வழங்கப்படும் விருதுகளை வாங்கிக்கொள்வதற்காக. அப்படிபட்ட ஒரு சூழ்நிலையைக் கற்பனை செய்து பார்ப்பது எவ்வளவு கடினமான விஷயம். நம் கற்பனை தறிகெட்டுப் பறந்து, ஒவ்வொரு நிமிடமும் ஏன்... ஒவ்வொரு வினாடியும் நம்மை சித்திரவதை செய்யும் இல்லையா?"

குடியரசுத் தலைவர் மாளிகையிலிருந்து வெளியே வந்து, தங்கள் காருக்காகக் காத்துக்கொண்டிருந்தபோது, மேகா தன் கணவரின் கையை இறுகப் பிடித்துக்கொண்டு காதுகளில் கிசுகிசுத்தார்: "நீங்கள் காஷ்மீரில் பணியாற்றியது போதும். இனி நீங்கள் காஷ்மீர் போகக் கூடாது. என்ன, நான் சொல்வது காதில் விழுகிறதா?"

மேஜர் ப்ரீதம் சிரித்துக்கொண்டே, தன் மனைவியை இறுக அணைத்துக் கொண்டார்.

14

மரண பயத்தை உங்களால் தாங்க முடியாது!

ஃப்ளைட் லெப்டினென்ட் குணாத்ரியா ரமேஷ் கர்செ

தமிழ்நாட்டின் மேலுள்ள வான்பரப்பு

6 பிப்ரவரி 2012

"நீங்கள் எப்படி உயிரை விட விரும்புகிறீர்கள், கொழுந்து விட்டெரியும் தீப்பந்தின் நடுவில் மாட்டிக்கொண்டா? அல்லது சிதிலமடைந்துவிட்ட விமானத்தில் சிக்கிக்கொண்டா?"

K-3060-ன் கோ-பைலெட் ஸ்குவாட்ரன் லீடர் அதிதீ பங்கோன்கர் அந்தக் கேள்வியைக் கேட்டவுடன் தன் முகத்தில் புன்சிரிப்பு படர்வதை உணர்ந்தார். தன் இடது பக்கம் காக்பிட்டில் அமர்ந்திருந்த ஃப்ளைட் கேப்டனைத் திரும்பிப் பார்த்தார். அவர் வார்த்தைகள் பதற்றத்தைச் சற்றே தணித்தன, ஒரு சில வினாடிகளுக்கேனும்! அவர் தன் மென் சிரிப்பின் ஓசையை ஹெட்செட்டில் படரவிட்டார். சோவியத் நாட்டில் கட்டப்பட்ட இரண்டு என்ஜின்கள் கொண்ட அந்த விமானத்தில், அதன் காற்றாடி சுழலும் பயங்கர சத்தத்தை மீறி அப்படித்தான் ஒருவர் பேசுவதை இன்னொருவர் கேட்க முடியும். ஆனால், புன்சிரிப்பு சிந்தும் நிலையில், அவர்கள் இல்லையென்று அவரின் சக விமானியான ஃப்ளைட் லெப்டினென்ட் குணாத்நியா ரமேஷ் கர்செவுக்குத் தெரியும்.

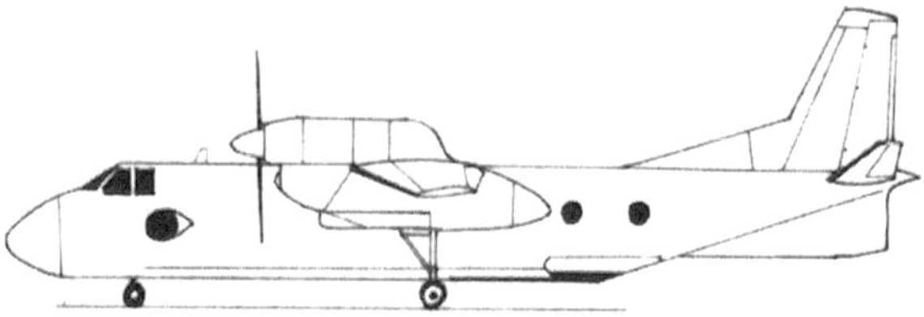

ஏஎன் -32 இராணுவ போக்குவரத்து விமானம்

உண்மையில் பிரச்சனை எளிமையானதுதான். விமானத்தால் தரை இறங்க முடியாது அவ்வளவே. அவர் கேப்டன் ஜோக்கடித்தது போல் ஒன்று அது தீப்பந்தாக ஒளிரும்; அல்லது துண்டு துண்டாகச் சிதறும். இந்த உண்மையை ஜீரணிக்க *Antonov* விமானத்திலிருந்தவர்களுக்குச் சில மணித்துளிகள் தேவைப்பட்டன.

குணாத்நியாவின் 'ஜோக்' விமானத்திற்குள் ஒரு இறுக்கத்தை ஏற்படுத்தியது. இரண்டு மணி நேரத்திற்கு முன் அவர்கள் புறப்பட்ட தளத்தைக் கடந்து குணாத்நியா விமானத்தை ஓட்டிச் சென்றார். K- 3060-ன் நிலையை ஆராய அவருக்குச் சிறிதுகால அவகாசம் தேவைப்பட்டது. அவர் விமானத்தைச் செங்கோணத்தில் வலது பக்கம் திருப்பியதால், கீழே தளம் அவர்கள் கண்களுக்கு நன்றாகத் தெரிந்தது. விமானிகளும், திசையறிவாளரும் அதை உடனே பார்த்தனர்.

விமானக் கட்டுப்பாட்டு கோபுரத்திற்குக் கீழே ஒரு பெரிய கூட்டமே நின்றிருந்தது. 2012 பிப்ரவரி, அந்தச் சுறுசுறுப்பான திங்கட்கிழமை காலையில் எல்லோருமே தாங்கள் செய்து கொண்டிருந்த வேலைகளை அப்படியே போட்டுவிட்டு, ஓடு பாதைக்கு அருகே கூடியிருந்தனர். 'டார்மக்' அருகில் மூன்று க்ராஷ் டிரக்குகள் நின்றுகொண்டிருப்பதையும் விமானிகள் பார்த்தனர். அப்போது விமானத்தின் விளக்குகள் ஒளிர்ந்து கொண்டிருக்க, அதன் என்ஜின்கள் ஓடிக்கொண்டிருந்தன.

இரண்டே மணி நேரம். எல்லாம் மாறிப்போய்விட்டது.

அன்று காலை 11 மணிக்கு, தமிழ்நாட்டின் பழம் பெருமை வாய்ந்த கோயம்புத்தூருக்கருகிலிருந்த சூலூர் விமானப்படை தளத்திலிருந்து K-3060 வானில் ஏறியபோது விமானிகள், "ஆஹா! என்ன ஓர் அருமையான பருவநிலை" எனப் புளகாங்கிதம் அடைந்தனர். சோவியத் Antonov A N -32 போக்குவரத்து விமானம் எப்போதும் போல்தான் இருந்தது. அது தன் வழக்கமான உறுதியுடன், வழக்கமான ஒலியை எழுப்பிக் கொண்டு இருந்தது. விமானிகளான ஃப்ளைட் லெப். குணாத்நியா, ஸ்குவாட்ரன் லீடர் அதிதீ இவர்களுடன், திசையறிவாளர் சௌமித்ரா மிஸ்ரா, ஃப்ளைட் என்ஜினீயர் சார்ஜென்ட் சைலேந்திர சிங் ஆகியோரும் விமானத்தில் இருந்தனர். ஓடுபாதையில் ஓடிக்கொண்டிருந்த போது, அந்த 20 டன் எடை கொண்ட விமானத்தை அதன் விமானிகள் 1000 அடி உயரத்திற்கு மெதுவாக உயர்த்தி, சீரான உயரத்தில் பறக்க ஆரம்பித்தார்கள். அதில் பயணித்தவர்கள், 33 ஸ்குவாட்ரனைச் சேர்ந்தவர்கள். அதன் செல்லப் பெயர், 'ஸோரிங் ஸ்டோர்க்ஸ்'. அப்போது விமானம் தன் வழக்கமான உயரத்தை விட குறைந்த உயரத்தில் பறந்துகொண்டிருந்தது, ஒரு முக்கிய விஷயத்திற்காக. அந்த முக்கிய விஷயத்திற்காக, அவர்கள் வழக்கமான உயரத்தைவிட, குறைந்த உயரத்திலேயே பறந்து, தங்கள் விமானத்தின் பறக்கும் திறனைச் சோதிக்க, பல சோதனைகளைச் செய்ய வேண்டியிருந்தது.

"அது ஒரு அற்புதமான நாள். மேகங்கள் இல்லை. குளிர்ந்த பருவநிலை. வானில் பறக்க மிக அற்புதமான நேரம்." அந்த 2012 பிப்ரவரி காலை பற்றி குணாத்நியா நினைவுகூருகிறார்.

1000 அடி உயரத்தில் பறந்துகொண்டிருந்தபோது, அவர்கள் விமானத்தைத் தெற்குத் திசையில் திருப்பினர். கோயம்புத்தூர் நகரின் மையப் பகுதியிலிருந்து விலகி, விமானம் அவ்வளவாக மக்கள் நெருக்கமாக வசிக்காத இடங்களில் பறந்தது. நகரம் அவர்களின் மேற்குப் பக்கத்தில் இருந்தது. தமிழ்நாட்டின் தலை

நகரமான சென்னைக்கு அடுத்தபடியாக, மிகப் பெரிய நகரம் கோவைதான். இராணுவ விமானங்கள் பறக்கும் பாதை, மக்கள் நெருக்கமாக வசிக்காத இடங்களின் மேலிருக்குமாறு கவனமாக அமைக்கப்பட்டிருந்தது. அன்று, K-3060 மிகத் தாழ்வாகப் பறக்க வேண்டி இருந்ததால், அதன் பாதை இன்னும் கவனமாகத் தேர்ந்தெடுக்கப்பட்டிருந்தது.

தாழ்வாகப் பறப்பதில் எந்தச் சிக்கலும் இல்லை. ஆபத்தான குறைந்த உயரத்தில் பல முறை பறந்து அந்த AN -32 வகை விமானம் பலமுறை தன் திறனை நிரூபித்திருந்தது. வடக்கு மற்றும் வடகிழக்கிலிருக்கும் முன்னணித் தளங்களுக்கு இந்த வகை விமானங்கள்தான் போர் வீரர்களையும், தளவாடங்களையும் ஏற்றிச் செல்லும். அப்படிச் செல்லும்போது, குறுகிய பள்ளத்தாக்குகள் வழியாகவும், மலை முகடுகளுக்கு மேலேயும் அவற்றை அனாயாசமாக இயக்க முடியும். சிலர் சொல்வார்கள், அதன் குறுகிய உடலுடனும், பருமனான இறக்கைகளுடனும், AN -32 பார்ப்பதற்கு அவ்வளவு அழகாக இல்லையென்று. ஆனால், ஒருமுறை அதை ஓட்டியவர்கள், வேறெந்த விமானத்தையும் ஓட்ட விரும்பார்.

K-3060-க்கு வயது இருபது வருடங்களுக்கு மேலிருக்கும். இருப்பினும், அதன் உடல் மிக உறுதியானது. அதன் உறுதி, அதன் விமானிகளுக்கு, இதுவரை எந்தத் தொல்லையும் தந்ததில்லை. அதை மேம்படுத்த வேண்டிய நேரமும் வந்து விட்டது. ஜூன் 2009-ல் இந்திய அரசாங்கம், உக்ரெய்னைச் சேர்ந்த ஒரு நிறுவனத்தை 105 இந்திய விமானப் படையைச் சேர்ந்த AN 32-களை மேம்படுத்தவும், புதிய என்ஜின்களையும், நவீன திசையறி கருவிகளையும், புதிய சென்ஸார்களையும், நவீன காக்பிட்டுகளையும், விமானி இருக்கைகளையும் பொருத்த ஒப்பந்தம் செய்தது. இந்த விமானங்களின் ஆயுட்காலத்தை இன்னுமொரு பதினைந்து வருடங்கள் நீட்டிக்கத் திட்டம். மேம்படுத்தப்படுவதற்காக, K- 3060 வகை விமானங்கள்

வரிசையில் நின்று கொண்டிருந்தன. இருப்பினும், இது அவற்றின் அன்றாட பறக்கும் பணியை எந்த விதத்திலும் பாதிக்கவில்லை.

“நாங்கள் மூன்று மணி நேரம் பறக்கத் திட்டமிட்டிருந்தோம். எல்லாம் நல்லபடியாகவே போய்க்கொண்டிருந்தது. நாங்கள் தளத்திற்குத் திரும்பிச் செல்லும் நேரம் வரும் வரை” என்கிறார் குணாத்நியா.

அவர்கள் வேலை முடிந்ததும், குணாத்நியா தன் ஆட்களிடம் விமானம் தளத்திற்குத் திரும்ப வேண்டிய ஏற்பாடுகளைச் செய்யுமாறு சொன்னார். ஏற்கனவே குறைந்த உயரத்தில் பறந்துகொண்டிருந்த விமானம் இன்னும் குறைந்த உயரத்திற்கு -800 அடிக்கு- இறக்கப்பட்டது. சூலூரை நோக்கி விமானம் திருப்பப்பட, அதன் விமானிகள் அதன் உயரத்தை மெதுவாகக் குறைத்தனர். ரேடியோ வழியாக, துணை விமானி, அதிதீ விமானக் கட்டுப்பாட்டாளருக்குத் தங்கள் திட்டத்தை அறிவித்தார். இப்போது விமானத்தைத் தரை இறக்கும் திட்டம் தெளிவாகிவிட்டதால், அதன் சக்கரங்களைக் கீழே இறக்க வேண்டிய நேரம் வந்துவிட்டது. AN- 32 விமானத்திற்கு மூன்று சக்கரங்கள் உண்டு. அவற்றில் இரண்டு மிக உறுதியான பிரதான கீழிறங்கும் சக்கரங்கள். அவை என்ஜின்கள் கீழே இருந்து வெளியே வரும். மூன்றாவது, விமானத்தின் மூக்கின் கீழ் இருக்கும் சிறிய சக்கரம். இது, தரையில் விமானத்தைத் திருப்ப உதவும். குணாத்நியா, காக்பிட்டில் செவ்வக வடிவத்திலிருந்த ஒரு வெள்ளைப் பொத்தானை அழுத்தினார். இது ஒரு தொடர்வினையாக, பல சக்கரங்களை மெல்லிய நடனமாட வைத்து, விமானம் இறங்குவதற்கான அமைப்பைச் செயல்படுத்தும்.

அப்பொழுதுதான்...

“விமானத்தின் இறங்குவிசை செயல்படுவதைக் காட்ட காக்பிட்டிலிருக்கும் விளக்குகள் ஒளிருவதற்காக நான்

காத்துக் கொண்டிருந்தேன். இந்த விளக்குகள் ஒரு முக்கோண வடிவத்தில் அமைக்கப்பட்டிருக்கும். விமானத்தின் மூக்குக்குக் கீழ் இருக்கும் சக்கரம் வெளியே வந்து விட்டது; நல்லது. வலதுபக்க சக்கரமும் வெளியே வந்துவிட்டது. நல்லது. ஆனால் இடது பக்கச் சக்கரத்திற்கான, காக்பிட்டிலிருந்த விளக்கு ஆரஞ்சு வர்ணத்தில் ஒளிர்ந்தது: பச்சை வர்ணத்தில் அல்ல!" குணாத்நியா சொல்கிறார்.

இதைப் பார்த்ததும், இது மின்சாரக் கோளாறு என்றே குணாத்நியா நினைத்தார். இப்படி நடப்பது அரிதுதான்; ஆனாலும் நடக்கவே நடக்காது என்று சொல்ல முடியாது. பழைய விமானங்களில் இப்படி மின்கசிவினால் நிகழ்வது உண்டு. இடது பக்கச் சக்கரம் கீழே வந்திருந்து, அதற்கான மின் சமிக்ஞைகளைத் தூண்டாதிருக்கலாம். குணாத்நியா விரைந்து திரும்பி இடது சக்கரத்தில் ஏதும் பிரச்சனையா என்று தெரிந்துகொள்ள அந்தப் பக்கக் கண்ணாடி வழியாகப் பார்த்தார். ஆனால், அவர் அமர்ந்திருந்த இடத்திலிருந்து எதையும் தெளிவாகப் பார்க்க முடியவில்லை. எனவே, அவர் தன் ஃப்ளைட் என்ஜினீயர் ஷைலேந்திராவிடம் ஃப்ளைட் கேபினுக்குச் சென்று, அங்கிருக்கும் சிறிய ஜன்னல்கள் வழியாகப் பார்க்கச் சொன்னார். அவர் திரும்பி வந்து, குணாத்நியா பயந்தது உண்மைதான் என்று சொன்னார். எதிலோ மாட்டிக்கொண்ட அந்தச் சக்கரம், வெளியே வரவே இல்லை.

ஸ்குவாட்ரன் லீடர் எல்லா சக்கரங்களையும் மீண்டும் மேலே ஏற்றிவிட்டு, திரும்பவும் கீழே இறக்கிப் பார்க்கலாம் என்று சொன்னார். அப்படிச் செய்தால் எல்லா சக்கரங்களும் கீழே இறங்கிவிடும் என்று அவர் நம்பினார். அது கணினிவியலில் பயன்படுத்தக்கூடிய ஒரு பழைய நடைமுறையின், விமானவியல் வடிவம். அதாவது 'ரீ பூட்' செய்வது. ஏதாவது 'ஹைட்ராலிக்' பிரச்சனை இருந்தால், இப்படிச் செய்தால் சக்கரங்கள் கீழே இறங்கிவிடும். சக்கரங்களை மேலே மீண்டும் இழுத்தபின், குணாத்நியா பதினைந்து வினாடிகள் தாமதித்தபோது,

விமானத்திலிருந்தவர்கள் தங்கள் மூச்சை இறுகப் பிடித்தவாறு காத்திருந்தனர். சக்கரங்கள் மீண்டும் கீழே இறங்கியபோது, 'உய்ங்' என்ற சத்தம் மீண்டும் கேட்டது. குணாத்நியா, தன் ஃப்ளைட் இன்ஜினீயரைப் பார்த்தபோது. அவர் தன் கட்டை விரலைக் கீழே நீட்டி, 'ஒன்றும் பிரயோசனமில்லை' என்று சைகை காட்டினார்.

"சக்கரங்களை முழுமையாகக் கீழே இறக்க நாங்கள் எங்களால் முடிந்த அனைத்து முயற்சிகளையும் செய்து பார்த்தோம். கடைசியில் தற்போது இருக்கும் நிலையிலேயே அவற்றை விட்டுவிடுவது என்ற முடிவு செய்தோம். பிரச்சனையை எதிர்கொள்வதைத் தவிர வேறு வழியில்லை என்று எங்களுக்குத் தெரிந்த பிறகு இந்த முடிவுக்கு நாங்கள் வந்தோம்!" என்கிறார் அதிதீ.

குணாத்நியா சொல்கிறார், "இது உண்மையிலேயே ஒரு 'பறக்கும்-பிரச்சனை'. சக்கரங்கள் இறங்கவில்லை என்ற தகவலை நாங்கள் உடனே கட்டுப்பாட்டு அறைக்குத் தெரிவித்தோம். என்ன செய்வது என்று யோசித்துக்கொண்டிருக்கிறோம் என்றும் சொன்னோம்!"

குணாத்நியாவும், அதிதீயும் ஒருவரையொருவர் பார்த்துக் கொண்டனர், பெருமூச்சுகளை விட்டவாறு. இப்படிப்பட்ட ஒரு பிரச்சனை விமானப்படையில் இதற்கு முன் வந்ததில்லை என்று இருவருக்குமே தெரியும். காலம் கடந்துகொண்டிருக்கிறது, எரிபொருள் தீர்ந்துகொண்டிருக்கிறது என்பதும் அவர்களுக்குத் தெரியும். அதுமட்டுமல்ல; பிரச்சனைகளை ஒவ்வொன்றாகத்தான் தீர்க்க வேண்டும் என்பதும் அவர்களுக்குத் தெரியும்.

இன்னும் முறுவலித்துக்கொண்டே ஸ்குவாட்ரன் லீடர் அதிதீ சொன்னார், "ஸார் முதலில் இதைச் சரிசெய்வோம்!"

எட்டு வருடங்களுக்கு முன்பு, அதிதீ போர் விமானங்களை ஓட்டுவதைப் பற்றிக் கனவு கண்டார். ஆனால், ஹைதராபாத் அருகில் இருந்த விமானப்படை பயிற்சிப் பள்ளியிலிருந்து

தேறி அவர் வெளியே வந்ததும், போக்குவரத்து விமானங்களை ஓட்டுவதுடன் அவர் திருப்திப்பட்டுக்கொள்ள வேண்டியதாயிற்று, ஏனெனில், பெண்கள் போர் விமானங்களை ஓட்ட அனுமதிக்கப்படுவதில்லை. ஒரு பத்திரிகையாளர் சந்திப்பின்போது, அவரைக் கேட்டார்கள்: "இந்தியாவில் பெண்கள் போர் விமானங்களை ஓட்ட அனுமதிக்கப்படுவார்களா?" "அது கூடிய விரைவில் நடக்கும்!" என்று நம்பிக்கையுடன் பதில் சொன்னார். அவர் சொன்னது அப்படியே பலித்தது. ஆம். ஐந்து வருடங்கள் கழித்து எந்தப் பள்ளி அவரை *AN 32* காக்பிட்டில் உட்கார வைத்ததோ, அதே பயிற்சிப் பள்ளி தன் முதல் பெண் போர் விமானிகளின் அணியைக் களத்திற்கு அனுப்பியது, அரசு தன் விதிகளில் மாற்றங்களைக் கொண்டு வந்ததால்.

அவர் கனவு கண்டது போல், அதிதீயினால் போர் விமானங்களை இயக்க முடியவில்லைதான். அவர் ஒரு 'ஷார்ட் சர்வீஸ் கமிஷனர் ஆபீஸராக' விமானப்படையில் சேர்ந்து எட்டு ஆண்டுகள் உருண்டோடி விட்டன. ஆனாலும், இன்னும் அவர் கனவுக்கு 'உயிர்' இருக்கிறது. அவர், ஆண் விமானிகள் நிறைந்த இராணுவப் போக்குவரத்து விமானத் துறையில் பணியாற்றிக் கொண்டிருந்தார். அதுவும் சவால்கள் நிறைந்த வேலைதான். அன்று காலை, *K- 3060*-ன் 'காக்பிட்' டில் அவரும், அவரின் சக விமானியும் அந்த *20* டன் விமானத்தை, சக்கரங்களின்றி எவ்வாறு பாதுகாப்பாகக் கீழே இறக்கப் போகிறோம் என்று சிந்தித்துக் கொண்டிருந்தபோது, தன் போர் விமானக்கனவு பற்றி அவர் மீண்டும் நினைத்துப் பார்த்தார். விமானத்தில் இருந்த மற்ற விமானிகளைப் போலவே அதுவே தன் கடைசி 'இறங்குதலாக' இருக்கலாம் என்றும் அவர் நினைத்தார்.

ஆனால், அவர்களால் இறங்க முடியுமா?

ஸ்குவாட்ரன் லீடர் சொல்கிறார்: "இப்போது அதை நினைத்துப் பார்த்தால் நாங்கள் மரணம் நிச்சயம் என்றுதான்

நினைத்துக் கொண்டிருந்தோம் என்பது ஞாபகம் வருகிறது. ஆனால், பெருமளவு விவாதித்துக்கொண்டுமிருந்தோம்! விமானத்திலிருந்தவர்கள், ATC, எங்கள் C.O, எல்லோரும் RT-ல் வந்தார்கள். நாங்கள் அனைத்து விஷயங்களைப் பற்றியும் விவாதித்தோம். இதனால், காக்பிட் நேர்மறைச் சிந்தனைகளால் நிரம்பி வழிந்தது."

சூலூர் தளத்தில் தள அதிகாரி, குரூப் கேப்டன் R. C. மொஹலி ATC கோபுரத்திற்கு விரைந்தார், K 3060-ன் விமானிகளுடன் தொடர்புகொள்வதற்காக. தற்போது தளத்தைச் சுற்றிச் சுற்றி வந்து கொண்டிருக்கும் விமானத்தின் விமானிகள் மிகுந்த அனுபவசாலிகள் என்று அவர் அறிவார். அவரே ஒரு அனுபவமிக்க AN-32 விமானி. சிக்கலில் இருக்கும் விமானிகளை அவரால் வழிநடத்த முடியும். ஆனால் ஆண்டாண்டு காலமாகப் பின்பற்றப்பட்டு வரும் நடைமுறைகளின்படி, சிக்கலில் இருக்கும் விமானத்தின் கேப்டன்தான் முடிவெடுக்க வேண்டியவர். பிறர், அவருக்கு ஆலோசனை வழங்கலாம்; இறுதி முடிவை அவர்தான் எடுப்பார். இங்கே ஃப்ளைட் லெப். குணாத்நியா. அவர் எடுக்க வேண்டியது ஒரு கடினமான முடிவு.

"ஹைட்ராலிக்ஸ்கள் எப்படி இருக்கின்றன?" ரேடியோ வழியாக மொஹலியின் குரல் கேட்டது.

AN-32-ன் கையேடு, சக்கரங்கள் கீழே இறங்காவிட்டால் என்ன செய்ய வேண்டும் என்று சொல்லியிருக்கிறது. அது சொல்கிறது: ஏதாவது ஒரு சக்கரம் கீழே இறங்காவிட்டால், எல்லா சக்கரங்களையும் மேலேற்றிவிட்டு, விமானத்தின் வயிற்றுப்பகுதி தரையில் படும்படி, அதைத் தரை இறக்க வேண்டும். தரையைத் தொடும் முன்பு, தரையிலிருந்து 50 அடி உயரத்தில் இருக்கும்போது, விமானத்தின் என்ஜின்கள் நிறுத்தப்பட வேண்டும். தரையில் மோதும்போது விமானம் தீப்பிடிக்கும்-அதனால் ஏற்படும் ஆபத்தைக் குறைக்கவே இந்த ஏற்பாடு.

குணாத்நியா சொல்கிறார்: “கையேடு விமானத்தை மெதுவாக இறக்க வேண்டும்; இறங்கு விசையை பின்னால் இழுக்க வேண்டும்; 50 அடி உயரத்தில் என்ஜின்களை நிறுத்த வேண்டும் என்று அறிவுறுத்தியது. தரைக் கட்டுப்பாட்டு அறை, அப்படித்தான் ரஷ்யர்கள் அறிவுறுத்தி இருக்கிறார்கள் என்று சொன்னது.”

தன்னைத் தவிர மற்ற அனைவரும், ‘50 அடி உயரத்தில் விமானத்தை நிறுத்தினால் எல்லாரும் சாக வேண்டியதுதான்’ என்று நினைத்ததாக குணாத்நியா சொல்கிறார்.

அவர் சொல்கிறார்: “நடு வானில் விமானத்தின் இரண்டு என்ஜின்களையும் ஒரே சமயத்தில் நிறுத்துவது என்பது அவ்வளவு நல்ல யோசனை அல்ல. என்ஜின்கள் சக்தி இல்லாவிடில் விமானம் கண்டபடி பறக்க ஆரம்பித்து விடும். நீங்கள் என்ஜின்கள் இயங்குவதை நிறுத்திவிட்டால், AN 32- ஒரு சமநிலை இழந்த பெரும் உலோகக்கூடு ஆகிவிடும். அப்போது அதைக் கட்டுப்படுத்துவது மிகக் கடினமான வேலையாகிவிடும். அந்த நிலையில், அதிலிருப்பவர்கள் அனைவரும் இறந்து போவதைத் தவிர வேறு வழியில்லை. இது, ஏறக்குறைய விமானத்தைத் தரையில் மோதுவதற்குச் சமம். என் மனம் முழுக்க இந்த நினைவே நிறைந்திருந்தது.”

அந்த 30 வயது விமானி, விமானப் பாதுகாப்புக் கையேட்டை தூக்கிக் குப்பைக் கூடையில் கடாசிவிடத் தயராக இருந்தார். தரைக் கட்டுப்பாட்டு அறையிலிருந்து நடுவானில் ஏற்பட்ட பிரச்னையை எப்படி விதிமுறைகளுக்குட்பட்டு, தீர்க்க வேண்டும் என்று ஓயாது வழிமுறைகள் வழங்கப்பட்டுக் கொண்டிருந்தன. கடைசியாக, குணாத்நியா தரைக் கட்டுப்பாட்டாளரிடமும் தன் சக விமானிகளிடமும் சொன்னார், மிகவும் பணிவான அதே சமயம் உறுதியான குரலில் தான் ரஷ்யர்கள் சொன்னபடி கேட்கப் போவதில்லை என்று.

பனிப்போர் காலத்தைச் சேர்ந்த விமானமான AN-32 மிகவும் நம்பத்தகுந்த, மிக வலிமையான விமானம். அதானாலேயே வேறு வழியே இல்லையென்றால்தான் கையேடு, விமானத்தின் கீழ்ப்பகுதியைத் தரையில் மோதி கீழே இறங்க அறிவுறுத்துகிறது. சந்தேகமில்லாமல் விமானம் மிக வலிமையானதுதான். ஆனால், கடைசி 50 அடியில் விமானத்தின் என்ஜின்களின் இயக்கத்தை நிறுத்திவிட வேண்டும் என்ற விஷயம்தான் குணாத்நியாவை யோசிக்க வைத்துக் கடைசியில் அதைக் கைவிடுமாறும் செய்துவிட்டது. 50 அடி உயரத்தில், மிகப் பலமாக வீசும் காற்று, சக்தியற்று வானில் 'மிதந்து' கொண்டிருக்கும் விமானத்தை எப்படி தள்ளாட வைக்கும் என்று சொல்ல முடியாது. அது விமானத்தை நிலத்தில் மிகச் சுலபமாக தூக்கி வீசிவிடும்.

ஆனால், குணாத்நியா சொன்ன மாற்று வழி இன்னும் பயங்கரம்.

"சிக்கலைத் தீர்க்க ஒவ்வொருவரும் ஒரு வழியைச் சொன்னார்கள்; ஆனால் விமானம் இருந்ததோ என் பொறுப்பில். எனவே, ஒற்றைச் சக்கரத்துடன் விமானத்தைத் தரையிறக்கி தாக்குப் பிடிக்கப் போவதாக அவர்களிடம் சொன்னேன்."

விமானம் ஒரு மூன்று சக்கர மிதிவண்டியாக இருந்தால், குணாத்நியா சொல்வது சரிதான்.

குணாத்நியா சொன்னதைக் கேட்டு, கட்டுப்பாட்டு அறையிலிருந்து எந்தப் பதிலும் இல்லை, சில வினாடிகளுக்கு. அதில் இருந்தவர்கள், அந்த இளம் விமானி ஓரளவு ஆபத்துகள் நிறைந்த திட்டத்தைக் கை விட்டுவிட்டுத் தற்கொலைக்கு ஒப்பான ஒரு திட்டத்தைச் செயல்படுத்தப் போவதாகச் சொல்கிறாரே என்று திகைத்துப் போயினர். குணாத்நியா தன் தலையைத் திருப்பி மற்றவர்களைப் பார்த்தார், அவர்கள் என்ன நினைக்கிறார்கள் என்பதைத் தெரிந்துகொள்ள. அவர்கள் உடனே தலையசைத்து தங்கள் சம்மதத்தைத் தெரிவித்தார்கள்:

"நாம் இதைச் செய்து பார்ப்போம்."

குணாத்நியாவின் திட்டம் மிக ஆபத்தானது. அது வெற்றிகரமாகச் செயல்பட, விமானத்தின் பல நூற்றுக்கணக்கான பாகங்கள் செயல்பட வேண்டும். திட்டத்தை ஒத்திகைப் பார்ப்பதற்கும் வழி இல்லை. K- 3060-லிருந்தவர்களுக்கு இருந்தது ஒரே ஒரு வாய்ப்புதான். அதற்கான காரணம் வினோதமானது. விமானத்தில் இருபது நிமிடம் பறப்பதற்குத் தேவையான எரிபொருள் இருந்தது. சாதாரண சமயங்களில் இந்த அளவு எரிபொருளை வைத்துக்கொண்டு சில முறை ‘இறங்குதல்’ ஒத்திகை பார்க்க முடியும். ஆனால், குணாத்நியா முடிவு செய்திருந்த முறையில் ஒத்திகை என்ற பேச்சுக்கே இடமில்லை. எனவே ஒரே ஒருமுறை விமானத்தை இறக்கத் தேவையான எரிபொருள் மட்டுமே அதில் இருக்க வேண்டும். அதிக எரிபொருள் இருந்தால், அது விமானம் தரையில் மோதும்போது, அதை ஒரு தீப்பந்தாக மாற்றிவிடும். அதே சமயம் ஓர் அவசர காலத்தில் விமானத்திலிருந்து எரிபொருளை வெளியே பீச்சியடித்து வெளியேற்றவும் வழியும் இல்லை. எனவே ஒரேயொரு முறை இறங்கத் தேவையான எரிபொருள் மட்டுமே விமானத்தில் இருக்கும்வரை அதை ஓட்டியாக வேண்டும்.

“தீப்பந்தில் சிக்கி பஸ்பமாகிவிடக் கூடாது என்பதில் நாங்கள் அனைவரும் உறுதியாக இருந்தோம்!”

K–3060, இன்னும் 18 நிமிடங்கள் வானத்தில் இருந்தாக வேண்டும். குணாத்நியா அதை ஒரு நீள்வட்டப் பாதையில் செலுத்தினார், விமானத்தின் எரிபொருள் தேவையான அளவுக்குக் காலியாகும் வரை. காக்பிட்டிலிருந்து அவர் இரண்டு ஓடுபாதைகள் சந்தித்துக்கொள்ளும் ‘X’ வடிவம் பிற்பகல் சூரிய ஒளியில் ஒளிர்வதைப் பார்த்தார். கீழே கூடியிருந்த கூட்டத்தைப் பார்த்தபோது சூலூர் விமானத் தளமே அங்கு கூடியிருப்பதாக அவருக்குத் தோன்றியது. K –3060–ன் கதியைப் பற்றி எல்லோருமே கேள்விப்பட்டுக் கூடிவிட்டார்கள்.

AN-32 வட்டமடித்துக் கொண்டிருந்தபோது, அதைத் தளத்தின் தலைமை அதிகாரியும், இன்னும் சிலரும் 'பைனாகுலர்' வழியாகப் பார்த்தனர்.

"நாங்கள் என்ன செய்ய வேண்டும் என்று அவர் எங்களுக்கு அறிவுறுத்த, நாங்கள் என்ன செய்யப் போகிறோம் என்று அவரிடம் நாங்கள் சொன்னோம். எங்கள் முடிவை அவர் 'சரி' என்றோ, 'தவறு' என்றோ சொல்லவில்லை. அந்த நிலையில் அவர் இல்லை. தரையிலிருந்தவர்கள் பிரமாதமாகச் செயலாற்றினார்கள், அவர்கள் எங்களுக்கு அனைத்து வகையிலும் நம்பிக்கை தந்து கொண்டிருந்தனர். விமானத் தளம் முழுவதுமே ஓடுபாதையில் கூடியிருப்பதை நாங்கள் வானத்திலிருந்து பார்த்தோம். அனைத்து வகையான பாதுகாப்பு ஊர்திகளும் நிறுத்தப்பட்டிருந்தன. அனைத்து ஏற்பாடுகளும் அப்பழுக்கின்றி செய்யப்பட்டிருந்தன. ஆம். விமானப்படை இயங்கும் விதம் அப்படித்தான்."

ATC கோபுரத்திலிருந்த *'Soaring Storks'* அணியைச் சேர்ந்த ஓர் அதிகாரி சொல்கிறார்: "அது ஒரு மனதைப் பிசையும் காட்சி. குணாத்நியா சொன்னதைக் கேட்பது ஒரு விஷயம்; ஆனால் ஒற்றைச் சக்கரத்துடன் விமானம் இறங்குவதைப் பார்ப்பது முற்றிலும் வேறு விஷயம்." ஒற்றைச் சக்கரத்துடன் தரையை நோக்கி வந்த விமானத்தைப் பார்த்த அனைவரும் அதிர்ச்சியில் உறைந்துபோயினர்.

அடுத்த 18 நிமிடங்கள் குணாத்நியா தன் முடிவு சரிதானா என்று யோசித்தார். விதிகள் புத்தகத்தில் சொல்லப்பட்டிருந்த அனைத்தையும் அவர் மீறியிருந்தார். அதுமட்டுமல்ல; கட்டுப்பாட்டு அறையிலிருந்து சொல்லப்பட்ட அனைத்து அறிவுரைகளையும் அவர் மீறி இருந்தார். தளத்தின் தலைமை அதிகாரி சொன்ன அறிவுரைகளும் இதில் அடக்கம். இது அவர் எடுத்த முடிவு. அவர் சொன்னதை அவர் கூட பறந்து கொண்டிருந்தவர்கள் ஒத்துக்கொண்டனர். ஆனாலும்,

இதற்குத் தான் மட்டுமே முழுப் பொறுப்பு என்பதையும் அவர் உணர்ந்திருந்தார்.

குணாத்நியா சொல்கிறார்: "பறக்கும்போது சந்தேகம் தோன்றினால், அது உங்களை முடக்கிப் போட்டு விடும். உங்கள் கவனத்தையும் அது திசை திருப்பிவிடும். ஆனால், என் உள் மனதில் ஏதோ சொல்லியது நான் எடுத்த முடிவு சரிதான் என்று."

ஸ்குவாட்ரன் லீடர் அதிதீ அவரைப் பார்த்தார்.

அவர் சொல்கிறார்: "என் மனம் எனக்குத் தெளிவாகச் சொல்லியது, நாங்கள் சாகப்போவதில்லை என்று. அன்று, மரணம் நேரலாம் என்று நான் நினைக்கவே இல்லை. நான் சொல்வதை உங்களால் நம்ப முடியாமல் போகலாம். எனக்கு ஏன் அப்படித் தோன்றியது என்பதற்கு என்னிடம் எந்த விளக்கமும் இல்லை. ஆனால் நான் மிகுந்த நம்பிக்கை உடையவளாக இருந்தேன். இதற்கு நான் அமைதியாக இருந்தேன் என்று பொருள் அல்ல."

"நானும், என் சக விமானியும் ஒரே அலைவரிசையில் இயங்கினோம். அவர் என்னை முழுமையாக நம்பினார். என் உடன் பயணித்தவர்களின் உயிர் என் கைகளில். நான் ஒரு வினாடிகூட பயத்தையோ, தடுமாற்றத்தையோ வெளிக்காட்டிக் கொள்ள முடியாது. அப்படிச் செய்தால், அது மற்றவர்களையும் தொற்றிக்கொள்ளும்." பிரச்சனை வெளிச்சத்திற்கு வந்தவுடன் அதிதீ புன்சிரிப்பு சிரித்துக்கொண்டே சொன்னார், "ஓ கே. இது புதுசு. இதைச் சமாளிப்போம். நம் அணி திறமையானது." சொல்கிறார் குணாத்நியா.

தனக்கு ஏதேனும் பதற்றம் ஏற்பட்டிருக்குமாயின், அதை குணாத்நியா வெளிப்படுத்திக் கொள்ளவில்லை. பணியில் சேர்ந்து சில வருடங்களே ஆன நிலையில், அவர் தன் அணிக்குத் தலைமையேற்று, மரணம் எதிரே நின்றிருந்த

சூழலில், மற்றவர்களின் உணர்ச்சிகளைக் கட்டுபடுத்த வேண்டிய பொறுப்பில் இருந்தார்.

"உங்களால் மரணபயத்தை ஒரு மணி நேரம் கூட தாங்க முடியாது. காலம் காலமாக மக்கள் நம்பிக்கொண்டிருக்கும் ஒரு விஷயம் உண்மைதான். உங்கள் கடைசி நிமிடங்களில், உங்கள் வாழ்க்கையில் அதுவரை நடந்ததெல்லாம் உங்கள் மனதில் வேகமாக ஓடும். நான் மற்றவர்களைப் பார்த்தேன்; அவர்கள் பதற்றத்துடன் இருந்தார்கள். ஏனெனில், எதுவும் அவர்கள் கட்டுப்பாட்டில் இல்லை. நாங்கள் அனைவரும் ஒரே அணியைச் சேர்ந்தவர்கள்தாம். ஆனால் ஒரு விமானத்தில் பறக்கும்போது, உங்கள் கேப்டனை நீங்கள் முழுமையாக நம்புவதைத் தவிர வேறு வழியில்லை. நாங்கள் அனைவருமே உள்ளத்தால் இசைந்திருந்தோம். அவர்கள் என்னை தைரியப்படுத்தினார்கள்; நான் அவர்களை தைரியப்படுத்தினேன்" சொல்கிறார் குணாத்நியா.

அவர் சிந்தனைகளினூடே அதிதீயின் குரல் பாய்ந்தது.

குணாத்நியாவின் வெளிக்காட்டிக் கொள்ளாத பதற்றத்தை உணர்ந்தவராக அதிதீ சொன்னார், "நம் ஐடியா வேலை செய்யும். நம் முயற்சியின் இறுதிக் கட்டத்திற்கான நேரம் வந்து விட்டது."

விமானத்தின் எரிபொருள் அளவு அதன் கடைசிக் கட்டத்தை நெருங்கிவிட்டது. இப்போது தவறு செய்வதற்கான வாய்ப்பு பூஜ்யம். K 3060 கடைசி முறையாகக் கச்சிதமற்ற முறையில் தென்மேற்கிலிருந்து திரும்பி, 800 அடி உயரத்திலிருந்து மெதுவாகத் தரையை நோக்கிக் கீழிறங்கியது. விமானம் கீழே இறங்க இறங்க காற்றின் வேகம் அதிகரித்தது. அதன் உடல் தள்ளாடியது. காரணம், அதன் ஒற்றைச் சக்கரம்தான்.

"நாங்கள் கடைசிக் கட்டதை அடைந்தபோது, கட்டுப்பாட்டு அறையை அழைத்தோம். 1000, 800, 500 அடி என விமானம்

கீழே இறங்கும்போது விமானிகள், கட்டுப்பாட்டு அறையை அழைத்து, "மூன்று பச்சை, இறங்க அனுமதி தேவை" என்று சொல்வதுதான் வழக்கம். ஆனால், நாங்கள், "இரண்டு பச்சை, ஒரு பழுப்பு" என்றோம்.

தரைக் கட்டுப்பாட்டு அறை எங்கள் வேண்டுகோளைப் பதிந்துகொண்டது, ஓர் ஆவணமாக. தரையிறங்க இப்படி ஓர் அனுமதியை, யாரும் முன்னெப்போதும் கேட்டதில்லை."

40 வினாடிகளில் சூலூர் ஓடுதளம் நன்றாகத் தெரிந்தது. 100 அடி உயரத்தில் விமானம் வந்து கொண்டிருந்தபோது, அதன் விமானிகள் அதன் ஃப்ளாப்புகளைக் கீழே இறக்கினார்கள். அதன் வேகத்தை மணிக்கு 250 கி. மீட்டருக்குக் குறைப்பதற்காக அவர்கள் இவ்வாறு செய்தனர். விமானத்தின் பறக்கும் விசையைக் கட்டுப்படுத்தக்கூடிய குச்சியை குணாத்நியா தன் கைகளால் கெட்டியாகப் பிடித்துக்கொண்டு தன் சக விமானியைப் பார்த்தார். அதிதீ இறுதியாக ஒரு முறை தலையசைத்து தன் சம்மதத்தைத் தெரிவித்தார். இப்பொழுது விமானம் 50 அடி உயரத்திற்கு வந்துவிட்டது.

"என் வேகம் இப்போது மணிக்கு 250 கி.மீ. அப்போது நான் மறந்துவிட்ட ஒரு விஷயம்; விமானம் சீரான கட்டுப்பாட்டில் இல்லை. ஒரு சக்கரம் இயங்கவில்லையெனில், அந்த அளவிற்கு விமானம் இழுக்கப்படும் விசை குறைந்துவிடும். இதைச் சரிசெய்ய விமானத்தின் சுக்கானை இயக்க வேண்டும். இந்தச் சூழ்நிலையில் 'ஆட்டோ பைலட்' வேலை செய்யாது" என்கிறார் குணாத்நியா.

ரஷ்யப் புத்தகத்தில் சொல்லியிருப்பதைப் போல குணாத்நியா செய்யாமல் இருந்ததற்கு இன்னொரு காரணமும் இருந்தது.

"விமானம் குறைந்த வேகத்தில் பறந்து கொண்டிருக்கும்போது நாங்கள் ஏரோ டைனமிக் சக்திகளைக் குறைத்தாக வேண்டும், அதன் இழுவைத் திறனை அதிகப்படுத்த. என்ஜின்கள்

இயங்கினால்தான் இது சாத்தியமாகும். எனவே ரஷ்யப் புத்தகம் சொல்வதைப் போல், என்ஜின்களை நிறுத்துவது என்ற பேச்சுக்கே இடமில்லை. அப்படிச் செய்தால் விமானத்தின் இழுவைத்திறன் பூஜ்யமாகிவிடும். எனக்கு இழுவைத்திறன் மிக அவசியம். அது எங்கள் உற்ற நண்பன்; அது இல்லையென்றால், விமானத்தை எங்களால் கட்டுப்படுத்த முடியாமல் போய்விடும்."

மற்ற நாட்களாக இருந்தால், குணாத்நியா தன் விமானத்தை, ஓடுபாதையின் இந்தக் கோடியில், அந்தக் கோடியில் அல்லது நடுவில், இப்படி எங்கே வேண்டுமானலும் அவர் இஷ்டத்திற்கு முத்தமிட வைக்கலாம். ஏனெனில், கீழே இறங்கிய பின் தன் வேகத்தைக் குறைத்துக்கொள்ள, அது நீண்ட தூரம் ஓட வேண்டியதில்லை. இப்போது நிச்சயமாகத் தெரிந்த ஒரு விஷயம் என்னவென்றால், *K-3060* தரையைத் தொட்டவுடன் தாறுமாறாக ஓட ஆரம்பித்து, ஓடுபாதையை விட்டு விலகிவிடும். குணாத்நியா விமானத்தை ஓடுபாதையின் ஒரு கோடியில் தரை இறக்கினாரென்றால், அது ஓடுபாதையை விட்டு விலகி ஓடி, தளத்திலிருந்த கட்டிடங்கள் மேல் மோதிவிடக்கூடும். அல்லது இடது பக்கம் நிறுத்தப்பட்டிருந்த விமானங்கள் மீது மோதிவிடும். ஒருவேளை, விமானம் இடது பக்கத்தை விட்டு விலகி ஓடுமானால் அதை அங்கே இருந்த செம்மண் தரையை நோக்கித்தான் ஓடச் செய்ய முயல வேண்டும். இந்தப் பகுதி, ஓடுதளத்தின் ஆரம்பத்தில் இருந்தது.

விமானம் தரையிலிருந்து 20 அடி உயரத்திலிருந்த போது, குணாத்நியாவும் அதிதீயும் ஓடுதளத்தை முழுமையாகப் பார்த்தார்கள். தூரத்தில் ஆபத்துதவி வண்டிகளின் விளக்குகள் மின்னுவதையும் அவர்கள் பார்த்தனர். ஓடுபாதையைத் தொடும் முன்பு, விமானத்திலிருந்தவர்கள் கடவுளிடம் வேண்டிக் கொண்டனர் கடைசி முறையாக.

ஸ்குவாட்ரன் லீடர் அதிதீ நினைவுகூருகிறார்: "ஒரு விமானத்தைக் கீழே இறக்குவதுதான் மிகக் கடினமான வேலை.

நாங்கள் எக்கச்சக்கமான நேரம் வானில் செலவழித்திருக்கிறோம். நாங்கள் பலமுறை இதை ஒத்திகையும் பார்த்திருந்தோம். இப்போது, ஒரு 'மீண்டு வர முடியாத நிலைக்கு' நாங்கள் வந்து விட்டிருந்தோம்."

தரைக் கட்டுப்பாட்டு அறையிலிருந்து ஒரு வீடியோ கேமரா விமானம் கீழே இறங்குவதைப் பதிவு செய்து கொண்டிருந்தது. K- 3060, தன் வலதுபுறமிருந்த ஒற்றைச் சக்கரத்துடன் தரையை நெருங்கி வர வர, கட்டுப்பாட்டு அறையிலிருந்தவர்களும் மற்றும் தளத்தில் அங்கங்கே நின்று கொண்டிருந்தவர்களும் மூச்சுவிட மறந்து, மரக்கட்டைகள் போல் நின்று கொண்டிருந்தனர். விமானத்திலிருந்தவர்களின் ஒரே குறிக்கோள்; விமானத்தின் மூக்கு மேல்நோக்கி நீட்டிக்கொண்டிருக்க, அதை ஓடுபாதையின் நடுவில் இறக்கி அதைத் தாக்கும் இயற்பியல் சக்திகளைச் சமாளிப்பதுதான்.

சில வினாடிகளுக்குப் பின், சக்கரம் தரையைத் தொட்டது. சில நொடிகள் விமானம் தடுமாற, நின்று கொண்டிருந்தவர்கள் நடுநடுங்கினர். மொத்தக் கூட்டமுமே பெருமூச்சு விட்டது.

"நாங்கள் பார்த்ததை எங்களால் நம்ப முடியவில்லை. ஒரு சில வினாடிகள் விமானம் ஒற்றைச் சக்கரத்தில் ஓடிக் கொண்டிருந்தது. அதுவும், மணிக்கு 250 கீ. மீட்டர் வேகத்தில்" இப்படிச் சொல்வது, ஓடுதளத்தின் கடைக்கோடியில் நின்றுகொண்டு, விமானம் தரை இறங்குவதை வீடியோ படம் எடுப்பதற்காக நியமிக்கப்பட்ட ஒரு விமானப்படை சார்ஜென்ட்.

குணாத்நியா சொல்கிறார்: "விமானம் ஒற்றைச் சக்கரத்துடன் சீறிக்கொண்டு பாய்ந்தபோதே, நாங்கள் அபாயத்தை உணர்ந்தோம். AN -32-ன் 'Cantylever' காற்றாடிகள் 180 டிகிரி திரும்பி, பெரும் அபாயத்தை ஏற்படுத்தலாம். அது உடைந்து துண்டுதுண்டாகச் சிதறிப் போகலாம். பதற்றம் மிக்க அந்தச் சில நொடிகளில் எது வேண்டுமானாலும் நடக்கலாம். நான்

என் ஒவ்வொரு துளி சக்தியையும் விமானத்தை நிலைப்படுத்த செலவழித்தேன்!"

விமானம், ஓடுபாதையில் உறுமிக்கொண்டு ஓடியது. ஆனால் இழுவைச் சக்தி குறையக் குறைய விமானம், தன் பாதையை விட்டு பயங்கரமாக விலகி ஓட ஆரம்பித்து விட்டது. குணாத்நியா விமானத்தின் காற்றாடிகளின் இயக்கத்தை உடனே நிறுத்துமாறு தன் துணை விமானியைப் பார்த்துக் கத்தினார்.

"தரையைத் தொட்ட இரண்டாவது வினாடியில், விமானத்தின் கட்டுப்பாட்டை இழந்துவிட்டதை உணர்ந்தேன். காற்றின் வேகம் குறைந்து போய்விட, கூடவே விமானத்தைக் கட்டுப்படுத்தும் எங்கள் திறனும் போய்விட்டது. நின்று கொண்டிருக்கும் ஒரு காரின் ஸ்டீயரிங்கைத் திருப்புவதைப் போல, அதிதீ காற்றாடிகளை நிறுத்தினார். அந்த நிலையில் நாங்கள் செய்வதற்கு ஒன்றுமில்லை, நம்பிக்கையுடன் காத்திருப்பதைத் தவிர!" என்கிறார் குணாத்நியா.

இப்போது விமானத்தைக் கட்டுப்படுத்தும் சக்திகள் குணாத்நியாவின் கைகளில் இல்லை. ஐந்து முழு வினாடிகள் விமானம் தன் வலதுபுறச் சக்கரத்தில் ஓடியவாறே பயங்கரமாகத் தள்ளாடியது. விமானிகள் அதன் வேகத்தைக் குறைக்கவும், அதை நிலைப்படுத்தவும் முயன்றனர். திடீரென்று விமானம் பயங்கரமாகக் குலுங்கி, எதிர்பார்த்தபடியே இடது பக்கம் ஓட ஆரம்பித்து விட்டது.

"கார்ஷே நன்றாக விமானத்தை ஓட்டினார். அவர் ஒரு சாதனையையே புரிந்துகொண்டிருந்தார். நான் விமானக் கட்டுப்பாட்டு விசைகளை இயக்கிக்கொண்டிருந்தேன்." என்கிறார் அதிதீ.

குணாத்நியா நினைவு கூருகிறார்: "நான் என் சகாக்களிடம் சொன்னேன், விமானம் தரையில் மோதியதும் முதலில் ஃப்ளைட் என்ஜினீயர் அவசரகால வழியாக வெளியே குதிக்க

வேண்டும். அதன் பின் திசையறிவாளர்கள், அப்புறம் அதிதீ, கடைசியில் நான். AN -32-ன் அவசரகால வழி, ஒரு சிறிய சதுர வடிவத் திறப்பு. அதன் வழியாக ஒரு சமயத்தில் ஒருவர்தான் வெளியேற முடியும்!”

விமானம் ஓடுபாதையை விட்டு விலகி, தாறுமாறாக வளர்ந்திருந்த செடிகொடிகள் நிறைந்த பகுதியை நோக்கி ஓடியபோது குணாத்நியா கடைசி முறையாக ஆண்டவனைப் பிரார்த்தித்தார். மிச்சமிருக்கும் எரிபொருள் இப்போது தீப்பொறிகளை எழுப்பினால், விமானத்திலிருப்பவர்கள் அதை விட்டு வெளியேற ஒரு சில வினாடிகளே கிடைக்கும், அதாவது தீ அவசரகால வெளியேறும் வழியைச் சேதப்படுத்தாமல் இருந்தால். மீட்பு வாகனங்கள் விமானத்தை அடைய எப்படியும் 2 நிமிடங்கள் ஆகும்.

இப்போது, குணாத்நியா செய்ய ஒன்றுமில்லை என்றபோதும், அவர் கைகள் இன்னும் விமானத்தின் கட்டுப்பாட்டு விசையை இறுகப் பிடித்துக் கொண்டிருந்தன. அவர் மனதில் திகிலுடன் விமானம் இடது பக்கம் தறிகெட்டு ஓடுவதையும் அதன் ஒரு காற்றாடி தரையில் உராய்வதையும் பார்த்தார். தீப்பொறிகள் பறந்ததையும் அவர் கண்கள் கண்டன. விமானம் கடைசியில் நிற்கும் முன்பு, இன்னுமொரு 50 அடிகள் ஓடியது.

குணாத்நியாவுக்கு உடனே ரேடியோ வழியாகத் தகவல் வந்தது. மூன்று ஆபத்துதவி வண்டிகள் அவர்கள் விமானத்தை நோக்கி விரைந்து கொண்டிருப்பதாக. ஃப்ளைட் என்ஜினீயர் சைலேந்திராவின் குரலும், தரைக் கட்டுப்பாட்டு அறையும் அதையே உறுதிப்படுத்தின. ஆச்சரியகரமாக, எங்கும் தீ இல்லை. தன் விமானத்தின் கருவிகள் அனைத்தையும் நிறுத்திய பின்பு, குணாத்நியா தன் சகாக்களுக்கு, அவசரகால வழியில் விமானத்திலிருந்து குதிக்க அனுமதி அளித்தார்.

குணாத்நியா சொல்கிறார்: “முதல் சில நிமிடங்களுக்கு யாரும் எதுவும் பேசவில்லை. நாங்கள் அமைதியாக விமானத்தை

விட்டு வெளியேறிச் சில அடிகள் நடந்து, எங்கள் விமானத்தைத் திரும்பிப் பார்த்தோம். அது தன் தொந்தியைத் தரையில் படுமாறு, குப்புறப்படுத்துக் கொண்டிருந்தது; அதன் இடது இறக்கை தரையைத் தொட்டுக் கொண்டிருந்தது."

உடனே, குணாத்நியாவின் அலைபேசி ஒலித்தது. அழைத்தது அவரின் அன்பு மனைவி, ஸ்ருதி. மும்பையில் அவர்கள் குடும்பத்திற்குச் சொந்தமான வீட்டில் அவர் வசித்து வந்தார். அவர் கணவர் மட்டுமே சூலூரில், '*Soaring Storks*' அணியுடன் தங்கி இருந்தார். குணாத்நியா தன் மனைவியின் பதற்றமிக்க குரலை அலைபேசியில் கேட்டார்.

"நீங்கள் எங்கே இருக்கிறீர்கள்? நான் ரொம்ப நேரமாக உங்களைக் கூப்பிட்டுக் கொண்டிருக்கிறேன். உங்கள் விமானப் பயணம் இதற்குள் முடிந்து போயிருக்க வேண்டுமே... என்ன நடந்தது?" சுருதி கேட்க, அவர் கணவர் மென் சிரிப்பு சிரித்து, தான் நன்றாக இருக்கிறதாகச் சொல்லி அவர் அச்சத்தை அகற்றினார். சுருதி அவர் என்ன செய்தார் என்பதைப் பின்னால்தான் அறிந்து கொண்டார்.

மருத்துவர் குழு ஒன்று விரைந்து, விமானத்திலிருந்தவர்களைச் சோதித்து யாருக்கும் எந்தக் காயமுமில்லை என்று சான்றளித்துப் பிறகு ஒரு ஜோடி ஜீப்புகள், குணாத்நியாவையும் அவர் அணியினரையும் அலுவல் அறைக்குக் கூட்டிச் சென்றன. அங்கே அவர்களைச் சந்திக்க, தளத்தின் தலைமை அதிகாரியும் மூத்த அதிகாரிகளும் காத்திருந்தனர். சூலூரிலிருந்த ஒவ்வொரு ஜீவனும் குணாத்நியாவும் அவர் அணியினரும் சரித்திரம் படைத்திருந்தார்கள் என்று அறிந்திருந்தது. இவர்கள் மரணத்தின் நெருப்பு வாசலைத் தொட்டுவிட்டு வந்தவர்கள் என்றும் அவர்கள் அறிவர். வானில் ஒவ்வொரு வினாடியும் என்ன நடந்தது என்பது விமானப்படை அதிகாரிகளுக்குத் தெரிந்தே ஆக வேண்டும். *K -3060*-ன் ஒவ்வொரு 'போல்ட்'டையும், ஒவ்வொரு மி.மீட்டர் 'வயரை'யும் பரிசோதித்தாக வேண்டும்.

அதே சமயம், விமானக் கையேட்டைப் புறக்கணிப்பது என்ற குணாத்நியாவின் முடிவு உண்மையிலேயே போற்றுதலுக்குரியதா அல்லது தண்டனைக்குரியதா என்றும் ஆராயப்பட வேண்டும். ஆனால், அன்றைய தினம் பிற்பாடு, விமானப் 'பயணிகள்' தங்கள் சீருடைகளை மாற்றிக்கொண்டபின், கொண்டாட்டத்திற்கான நேரம் வந்தது.

அன்றிரவு K- 3060 பயணிகள் 'மறுபிறவி' எடுத்ததைக் கொண்டாட ஒரு பெரிய கேக், சக்கரவண்டியில் உணவு விடுதிக்குத் தள்ளிக்கொண்டு வரப்பட்டது.

"நாங்கள் மிக உற்சாகமாக இருந்தோம். ஒரு விமான விபத்தில் காயம் ஏதும் ஏற்படாமல் ஒரு விமானி தப்பித்து விட்டால், அது அவரின் பிறந்த நாளாகக் கொண்டாடப்படுகிறது. உண்மையில், அது இன்னொரு பிறந்த நாள். நாங்கள் அன்று கேக் வெட்டி மிக உற்சாகமாக இருந்தோம். எங்களிடம் மகிழ்ச்சி இருந்தது உண்மைதான். ஆனால், நடந்ததை நினைக்க நினைக்க நாங்கள் பாதுகாப்பாக இருப்பது 'நிஜந்தானா' என்று சந்தேகமாகவும் இருந்தது. எங்களுக்கும், எங்களை 'வரவேற்ற'வர்களுக்கும் அது நம்ப முடியாத விஷயமாகவே இருந்தது" குணாத்நியா சொல்கிறார்.

குணாத்நியா வானில் செய்த சாகஸம் அற்புதமாக முடிந்திருக்கலாம், உயிருக்கோ உடலுக்கோ ஆபத்து ஏதுமின்றி. அதேபோல் விமானமும் பெரிய சேதம் எதுவுமின்றித் தப்பித்திருக்கலாம். ஆனால், அவருக்கு மறுநாள் இராணுவ விசாரணைக்கு ஆஜராகும்படி சம்மன் வந்தது. இது ஒரு வழக்கமான நடைமுறை. ஆனால் இப்போது சிக்கலில் இருப்பது, ஒரு இளம் விமானியின் பறக்கும் வாழ்க்கை. ஆம்! குணாத்நியா பணியில் சேர்ந்து ஐந்து வருடங்களே ஆகியிருந்தன.

ஏர் மார்ஷல் அந்தஸ்தில் இருந்த அதிகாரியொருவர், அருகிலிருந்த கேரளாவிலிருந்து பிப்ரவரி 7-ம் தேதி காலையில் சூலூரில் இறங்கினார். அவர் முன்னெப்போதும் இந்திய விமானப்படை

வரலாற்றில் நடந்திராத ஒரு விசாரணையைத் துவக்கி வைத்தார். அதன் பின், ஒரு மாத காலம் குணாத்நியாவிடம் துருவித்துருவி நூற்றுக்கணக்கான கேள்விகள் கேட்கப்பட்டன. அவர் ஆழமாகக் குறுக்கு விசாரணையும் செய்யப்பட்டார், என்ன நடந்தது என்பதை வெளிக்கொண்டுவருவதற்காக. விசாரணை பத்து நாட்கள் நடந்த பிறகு, அவர் வானில் மீண்டும் பறக்க தற்காலிகமாக அனுமதிக்கப்பட்டார்.

"அவர்கள் தீர்மானிக்க வேண்டிய அடிப்படை விஷயம், என் முடிவு சரியானதா அல்லது தவறானதா? வருங்காலத்தில் தெளிவான நடைமுறைகள் வகுக்கப்படுவதற்கே இவ்வளவு விரிவான விசாரணை. பத்து நாட்களுக்குப் பிறகு வானில் பறக்க எனக்கு தற்காலிக அனுமதி வழங்கப்பட்டதற்கு நான் நன்றி சொல்ல வேண்டும். இதற்கு நான் தவறு செய்யவில்லை என்றல்ல பொருள். ஒரு விமானியாக என் பணியைச் செய்ய அனுமதிக்கப்பட்டேன், அவ்வளவே." என்கிறார் குணாத்நியா.

விசாரணைக் கமிட்டி, விமானத்திலிருந்த மற்றவர்களையும், சூலூரின் விமானக் கட்டுப்பாட்டு அறையிலிருந்தவர்களையும், '*Soaring Storks*' அணியின் மூத்த அதிகாரிகளையும் விசாரித்தது. விசாரணை முடிந்த பின் குணாத்நியா தீர்ப்புக்காகக் காத்திருந்தார்.

"எனக்கு எப்படியும் சிக்கல் வரும் என்று தெரியும். ஏனெனில், நான் வழக்கமான நடைமுறைகளை மீறி இருந்தேன். ஆனால் எந்த விதியையும் நான் மீறவில்லை. அது ஒரு சிக்கலான விஷயம். நான் ரஷ்ய நடைமுறைகளை மீறியிருந்தேன். நான் அந்தச் சூழ்நிலையில் எது சிறந்தது என்று நினைத்தேனோ அதைத்தான் செய்தேன். என்னால் முடிந்தவரை, என் முடிவை நான் விசாரணை அதிகாரிகளிடம் விளக்கிவிட்டேன். பல காலமாக, பலமுறை சோதிக்கப்பட்டு சிறந்தது என்று தேர்ந்தெடுக்கப்பட்ட ஒரு நடைமுறையை மீறுவது ஒன்றும் சிறுபிள்ளை விளையாட்டல்ல. இது மிகவும் மோசமான செயல்

என்றும் எடுத்துக்கொள்ளப்படலாம். எனக்கு பெரும் சிக்கலும் வரலாம்” என்கிறார் குணாத்நியா.

விசாரணை முடிந்து மூன்று நாட்களான பிறகு, குணாத்நியா மீண்டும் வானில் பறப்பதற்காகச் சென்று கொண்டிருந்த போது அவர் அலைபேசி ஒலித்தது.

அழைத்தது, அவர் குரூப் கேப்டன் மொஹிலி. அவர் சொன்னார், “கர்ஷே, உனக்குச் சொல்ல என்னிடம் இரண்டு செய்திகள் இருக்கின்றன. ஒன்று நல்ல செய்தி; இன்னொன்று கெட்ட செய்தி! உனக்கு எதை நான் முதலில் சொல்லட்டும்!”

குணாத்நியா சொன்னார், “முதலில் கெட்ட செய்தி.”

“ஓ.கே! விசாரணைக் கமிஷன் உன் முடிவு சரியானதல்ல என்ற முடிவுக்கு வந்திருக்கிறது” மொஹிலி சொன்னார்.

குணாத்நியா திகைத்துப்போய் அப்படியே நின்றுவிட்டார். சக விமானிகளையும், விமானத்தையும் காப்பாற்றியதற்காக, தான் ‘சிலுவை’ சுமக்க வேண்டுமா என்று ஒருகணம் கலங்கிப் போனார்.

சிறிது நேரம் கழித்து அவர் கேட்டார். “நல்ல செய்தி?”

“உங்கள் மேல் எந்த நடவடிக்கைக்கும் நீதிமன்றம் பரிந்துரைக்கவில்லை. நீங்கள் ‘சுத்தமானவர்’ என்று அது தீர்ப்பு வழங்கியிருக்கிறது. வாழ்த்துகள்! நல்லபடியாக பறந்துவிட்டு வாருங்கள்.” மொஹிலி சொன்னார். விசாரணை, K– 3060–க்கு எதிர்கொண்ட சிக்கலைப் பற்றி ஆராய்ந்து பல முடிவுகளை எடுத்தது.

குணாத்நியாவுக்குத் தெரியாத ஒரு விஷயம்: சூலூருக்கும், டெல்லியிலிருந்த தெற்கு விமானப்படை தலைமையகத்திற்கும் இடையே சக்கரங்கள் சுழன்று கொண்டிருந்தன என்பது. K–3060–க்கு ஏற்பட்ட பிரச்சனை, விமானிகள், இந்திய விமானப்

படையின் மூத்த அதிகாரிகள் இவர்களுக்கிடையே பெரும் விவாதங்களைக் கிளப்பிவிட்டது. விசாரணை குணாத்நியா செய்ததை ஒப்புக்கொள்ளாவிட்டாலும், அவர் பெயர் அமைதிக் காலத்தில் இந்தியாவில் வழங்கப்படும் மூன்றாவது மிகப் பெரிய விருதான செளரிய சக்ரா விருதிற்கு, அவரின் தீரச் செயலுக்காக மார்ச் இறுதியில் பரிந்துரைக்கப்பட்டது.

“பறத்தல் கையேடுதான் விமானப் படையின் வேத புத்தகம் நான் அதைத்தான் பின்பற்றி இருக்க வேண்டும் என்றும் விசாரணைக் குழு கருதுகிறது. இதற்குக் காரணம், அதைப் பின்பற்றாவிட்டால் தான் எடுக்க வேண்டிய முடிவுகளைப் பற்றி ஒவ்வொரு விமானிக்கும் சந்தேகம் வந்துவிடும். அதன்பின் அவர் தன் மனம் போன போக்கில் செயலாற்ற ஆரம்பித்துவிடுவார். என் முடிவை ஆமோதிக்காமல், அதே சமயம் எனக்குத் தண்டனை ஏதும் வழங்காமல், என்னை விருதிற்குப் பரிந்துரைத்ததன் மூலம் தான் எவ்வளவு மன முதிர்ச்சி பெற்ற ஸ்தாபனம் என்று இந்திய விமானப்படை நிரூபித்தது. என் முடிவில் இருந்த நியாயத்தை உணர்ந்து, என் செயல் விருதிற்குத் தகுதியானது என்று அது நினைத்தது” என்று சொல்கிறார் குணாத்நியா.

பல வாரங்கள் கழித்து, *AN- 32* விமானங்களை மேம்படுத்தும் குழுவின் ஓர் அங்கத்தினராக குணாத்நியா உக்ரெய்ன் சென்றார். அங்கே அவருக்கு, *Antonov* கம்பனி ‘டெஸ்ட்’ விமானிகளுடன் உரையாட சந்தர்ப்பம் கிடைத்தது.

“நாங்கள் கொஞ்சம் தத்துவார்த்தமாகப் பேசினோம். அவர்கள் என் செயலை ஒப்புக்கொண்டார்கள். கையேடுகள் இருக்கின்றனதான். ஆனால் விமானத்தில் நீங்கள் இருக்கும்போது, ஒரு சிக்கலைச் சந்திக்க நேர்ந்தால், நீங்கள் எடுக்கும் முடிவுதான் இறுதியானது. ‘பறத்தல் கையேடுகள்’ சொல்வதெல்லாம் அப்புறந்தான். என் முடிவே அந்தச் சூழ்நிலையில் சிறந்த முடிவாக இருக்கலாம் என்று அவர்கள்

அபிப்பிராயப்பட்டார்கள்” என்று சொல்கிறார் குணாத்நியா.

ஸ்குவாட்ரன் லீடர் அதீதி விமானப் படையிலிருந்து ஓய்வுபெற்று, தற்போது புனேயில் வசித்து வருகிறார். அந்த விமானம் தரை இறங்கும் காட்சி, அவர் அலைபேசியில் இன்றும் இருக்கிறது. அதை அவ்வப்போது பார்க்கிறார்.

“பல சமயங்களில், பறக்கும்போது விமானத்தில் ஏற்படும் சிக்கல்கள் உடனுக்குடன் களையப்பட வேண்டும். என்ஜினில் தீயாக இருந்தாலும் சரி, அல்லது திடீரென்று என்ஜின் இயங்காமல் போனாலும் சரி, சிந்திக்கக்கூட நேரமில்லாமல், விமானத்திலிருப்பவர்கள் விரைந்து முடிவெடுக்க வேண்டும். அந்த மாதிரி சூழ்நிலைகளை எதிர்கொள்ள நாங்கள் தீவிர பயிற்சியில் ஈடுபடுவோம். ஆனால், அன்று நாங்கள் சந்தித்த பிரச்சனை முற்றிலும் வேறானது. நாங்கள் அதிக நேரம் வானில் பறக்க வேண்டி இருந்தது. எரிபொருளை முழுவதுமாகத் தீர்த்துவிட்டு, விமானத்தின் எடையை எவ்வளவு குறைக்க முடியுமோ, அவ்வளவு குறைத்து, அதைத் தரை இறக்க வேண்டியிருந்தது. இப்படிப்பட்ட ஒரு பிரச்சனையை எதிர்கொள்ள நாங்கள் பயிற்சி பெற்றிருக்கவில்லை. இந்த மாதிரி ஒரு சூழலில், விமானத்திலிருப்பவர்கள் அதிக நேரம் வானில் பறக்க வேண்டும். யாராவது பதற்றப்பட்டால் விஷயம் கைமீறிப் போய்விடும். எனவே, பதற்றப்படாமல் இருப்பது மிக முக்கியம். கார்ஷெயும் நானும் மாறி மாறி, விமானத்தை இயக்கினோம், களைப்படையாதிருப்பதற்காக. நாங்கள் ஒருவருக்கொருவர் பேசிக்கொண்டும், கட்டுப்பாட்டு அறையுடன் பேசிக்கொண்டும் இருந்தோம். நான் ஃப்ளைட் என்ஜினீயரிடம் அவ்வப்போது விமானத்திலிருக்கும் பல்வேறு மீட்டர்களைப் பார்த்து, அவை என்ன சொல்கின்றன என்று எனக்குச் சொல்லுமாறு சொன்னேன். திசையறிவாளர், எரிபொருள் இருப்பையும் கண்காணித்துக் கொண்டு, விமானத்தின் தாங்கும் சக்தியின் மேலும் ஒரு கண் வைத்திருந்தார். எல்லோரையும் ஏதாவது வேலையில் ஈடுபடுத்துவதே இதன் நோக்கம். வேலையற்ற மனது

சாத்தானின் பட்டறையல்லவா? இந்தச் சூழல் எங்களுக்கு முற்றிலும் புதிது. ஆனால், கடைசியில் குழு மனப்பான்மையே வென்றது" என்கிறார் அதிதி.

அடுத்த கேள்வி, விமானத்திற்கு எவ்வளவு சேதம் ஏற்பட்டிருக்கிறது என்பதுதான். ஒற்றைச் சக்கரத்துடன் இறங்கி, ஓடுபாதையில் தாறுமாறாக ஓடி, பின் அதை விட்டு விலகி சதுப்பு நிலத்தில் இறங்கியிருந்ததால் அது செம அடி வாங்கியிருக்க வேண்டும் என்றுதான் எல்லோரும் எதிர்பார்த்தார்கள். ஆனால், ஆச்சரியமாக அப்படி எதுவும் நேரவில்லை. கான்பூரிலிருந்து சூலூர் வந்த 'டெஸ்ட் பைலட்டுகள்' விமானத்தின் தாங்கும் திறனையும், கருவிகளையும் மிக விரிவாகச் சோதித்தார்கள். சூலூரில் சில சில்லறை 'டிங்கரிங்' வேலைகள் முடிந்த பின், விமானம் இன்னும் விரிவாகச் சோதனையிடப்பட கான்பூருக்குக் கொண்டு செல்லப்பட்டது. பல மாதங்கள் கழித்து அது மீண்டும் சேவைக்குத் திரும்பியது.

"அது ஒரு விந்தையான விமானம். ஆப்பிரிக்காவிற்கு ஐ.நா. அமைதிப்படையில் பணியாற்றச் சென்றபோது அதே விமானத்தை நான் ஓட்டினேன்" என்கிறார் குணாத்நியா.

ஆறு மாதங்கள் கழித்து, இந்திய சுதந்திரத் திருநாளன்று, அப்போது ஸ்குவாட்ரன் லீடராகப் பதவி உயர்வு பெற்றிருந்த குணாத்நியா, குடியரசுத் தலைவரிடமிருந்து 'சௌரிய சக்ரா' விருதினைப் பெற்றுக்கொள்ள டெல்லிக்குச் சென்றார். K 3060-ல் அவர் நிகழ்த்திய சாதனையை, விருதுடன் வழங்கப்பெற்ற சான்றிதழ் இப்படி விரிவாகக் குறிப்பிடுகிறது:

"ஃப்ளைட் லெப். ஜி.ஆர் கார்ஷெ வலது பக்கச் சக்கரத்தையும், முன் சக்கரத்தையும் கொண்டே தன் விமானத்தை பத்திரமாகத் தரை இறக்கினார். விமானத்தின் இயக்கம் மிகுந்த தீரத்துடனும், துணிச்சலுடனும் கட்டுப்படுத்தப்பட்டது. இதனால், விமானத்திற்குக் குறைந்த அளவே சேதம் ஏற்பட்டது. விமானம், தரை இறங்கிய பின், அதிலிருந்தவர்கள் ஃப்ளைட்

லெப். கார்ஷெயின் மேற்பார்வையில் மிகப் பத்திரமாகக் கீழே இறக்கப்பட்டனர். அவருக்குக் குறைந்த அனுபவம் இருந்தபோதிலும், அவர் மிகச் சிறப்பாகப் பணியாற்றினார். அவர் செயல், தன்னுடன் பயணித்தவர்களுடைய உயிரைக் காப்பாற்றியது மட்டுமல்லாமல், விமானத்திற்கும் அதிக சேதம் ஏற்படாமல் பார்த்துக் கொண்டது. ஒரு மிக அரிதான ஆபத்து மிக்க சூழ்நிலையைச் சாதுரியமாகவும், அதீதப் பொறுமையுடனும் எதிர்கொண்டதற்காக, ஃப்ளைட் லெப். குணாத்நியா ரமேஷ் கர்ஷெவுக்கு செளரிய சக்ரா விருது வழங்கப்படுகிறது.”

“அன்று இரண்டு விஷயங்கள் நடந்ததை என்னால் மறக்கவே முடியாது. ஒரு விஷயம்: நாங்கள் *K-3060*-ஐ பத்திரமாகத் தரை இறக்கினோம். இன்னொன்று? அதுவும் எங்களைப் பத்திரமாக உயிருடன் தரை இறக்கியது!”

நன்றி...

தீரமிக்க இந்தியர்கள் புத்தகம் வெளிவந்து ஆண்டுகள் உருண்டோடிவிட்டன. இந்த ஆண்டுகளில் நாங்கள் தெளிவாகத் தெரிந்துகொண்ட ஒரு விஷயம்: இது ஒரு புத்தகத் தொடராக மட்டுமே இருக்கப்போவதில்லை. ஒவ்வொரு நாளும் உலகெங்கிலுமுள்ள வாசகர்களிடமிருந்து வரும் அழைப்புகளிலிருந்து, இந்தக் கதைகள் காகிதத்தில் எழுதப்பட்ட வெறும் எழுத்துகள் மட்டுமல்ல; அதற்கும் மேலே, இவற்றுக்கென்று ஓர் ஆன்மா இருக்கிறது.

இந்தத் தொகுதியின் இரண்டாவது பாகத்திற்காக, மற்ற எல்லோரையும் விட, நம் இராணுவத்தின் முப்படைத் தளபதிகளான- ஜெனரல் பிபின் ராவத், *Air Chief Marcel* பிரேந்தர் சிங் தனொ, அட்மிரல் லன்பா ஆகியோருக்கு நாங்கள் பெரிதும் கடமைப்பட்டிருக்கிறோம். அவர்களுக்கு, எங்கள் நெஞ்சார்ந்த நன்றியைத் தெரிவித்துக் கொள்கிறோம். இந்தத் தொகுதியின் முதல் பாகம் வாசகர்களிடம் பெற்ற வரவேற்பை அவர்கள் நன்கு அறிவார்கள். அவர்கள் எங்களுக்கு இன்னும் மேலதிக ஒத்துழைப்பை நல்கி, எங்களுக்கு உற்சாகம்

ஊட்டினார்கள். மேஜர் ஜெனரல் ஏ.கே. நரூலாவும், *ADG-PI* அலுவலகத்தில் பணிபுரியும் அவர் அணியினர் மற்றும் குரூப் கேப்டன் அனுபம் பானர்ஜீ, கேப்டன் தலீப் குமார் ஷர்மாவிற்கும் நாங்கள் நன்றிக்கடன் பட்டிருக்கிறோம்.

பெங்குவின் இரண்டாம் ஹவுஸில் எங்கள் ஆசிரியர் ஸ்வாதி சோப்ரா, எங்களைப் போலவே, நீங்கள் படிக்கப்போகும் இந்த ஹீரோக்களின் கதைகளில் இரண்டறக் கலந்து போனார். அவருக்கு நாங்கள் எப்படித்தான், என்னவென்று நன்றி சொல்வது?

எங்கள் குடும்பத்தினர்- தொரூல், தல்வீன், ஆர்யமான், அகஸ்தியா, மீரா மற்றும் எங்கள் பெற்றோர்கள்-இவர்கள் நாங்கள் இந்தப் புத்தகத்தை செதுக்குவதற்கான சூழலை எங்களுக்கு ஏற்படுத்திக் கொடுத்தார்கள்.

சந்தீப் உன்னிநாதா, எங்கள் பிரிய நண்பனே! உனக்கு எங்கள் நன்றி. தகவல்களின் களஞ்சியமல்லவா நீ. இப்பொழுது தீரமிக்க இந்தியர்களின் ஒரு பகுதியாகவே நீ மாறிவிட்டதைக் கண்டு எங்களுக்கு மட்டற்ற மகிழ்ச்சி.

சிறிதும், பெரிதுமாக பல வகைகளிலும் உதவிகள் புரிந்த அதிகாரிகள், வீரர்கள், மருத்துவர்கள் அனைவருக்கும் எங்கள் நன்றி. அவர்கள் இன்னும் பணியிலிருப்பதால் அவர்கள் பெயர்களை எங்களால் வெளியிட முடியவில்லை. நண்பர்களே நீங்கள் யாரென்றும், இந்தப் புத்தகத்திற்காக நீங்கள் என்னவெல்லாம் செய்திருக்கிறீர்களென்றும் உங்களைவிட நன்றாக யாரறிவர்?

வாசகர்களே, 'தீரமிக்க இந்தியர்கள்'-க்கு நீங்கள் கொடுத்த அன்பும், உற்சாகமும் கலந்த மனமார்ந்த வரவேற்பிற்கு நன்றி சொல்ல எங்களிடம் வார்த்தைகள் இல்லை. இப்பொழுதும் கூட, நீங்கள் எங்களுக்கு அனுப்பும் உங்கள் அன்பார்ந்த சொற்களை, நாங்கள் வீரர்களுக்கும், அவர் தம்

குடும்பத்தினருக்கும் அனுப்பி வைத்துக் கொண்டிருக்கிறோம். இந்தப் புத்தகத்தை வாசித்துவிட்டு, நீங்கள் அனுப்பும் அன்பார்ந்த வார்த்தைகளுக்காக எங்களால் அதிக நாட்கள் காத்திருக்க முடியாது. எனவே, விரைந்து 'செயல்'படுங்கள்.

மற்றெல்லோரையும் விட, வீரர்களுக்கும் அவர்கள் குடும்பத்தினருக்கும் நாங்கள் பெரும் நன்றிக்கடன் பட்டிருக்கிறோம். எளிதில் புரிந்துகொள்ள முடியாத அதே சமயம் எங்களைப் பெரும் ஆச்சரியத்தில் ஆழ்த்தும் ஒரு விஷயம்: மிக அசாதாரணமான சாதனைகளை நிகழ்த்திய ஆண்களும், பெண்களும், தாங்கள் எதுவுமே செய்யாதது போல், வெகு சாதாரணமாக நடமாடுகிறார்கள். அவர்களின் எளிமையும், பேரன்பும், பெருங்கருணையும் எங்களைத் தினமும் திகைக்கவைத்துக் கொண்டிருக்கின்றன. அந்த வீரர்களுக்கும், அவர்கள் குடும்பத்தினருக்கும் நாங்கள் நன்றி சொல்லும் சிறந்த வழி, நாங்கள் நிறுத்தாமல் எழுதிக்கொண்டிருப்பதுதான்!

ஷிவ் அரூர்

‘இண்டியா டுடே’ தொலைக்காட்சியின் ஆசிரியர் மற்றும் நெறியாளர். இந்திய இராணுவ நடவடிக்கைகள் பற்றி செய்தி சேகரித்து வழங்குவதில் பத்தாண்டுகளுக்கும் மேலான அனுபவம் இவருக்கு உண்டு! பல கலவரப் பகுதிகளைப் பற்றிய– காஷ்மீர் பள்ளத்தாக்கு, இந்தியாவின் வடகிழக்குப் பகுதி, ஸ்ரீலங்கா மற்றும் லிபியா உட்பட– செய்திகளைச் சேகரித்து வழங்கியவர். லிபியாவின் கலவரப் பகுதிகளில் போர் செய்திகள் சேகரித்ததற்காக இரண்டு விருதுகள் பெற்றவர். அரூர், ’லைவ் ஃபெஸ்ட்’ என்ற இராணுவம் பற்றிய மிகப் பிரபலமான செய்தி மற்றும் ஆய்வு நிகழ்ச்சியை நடத்தி வருகிறார். இது ஒரு விருது பெற்ற நிகழ்ச்சியாகும். இதில் அடிக்கடி அரூர் இந்திய வீரர்களின் வீரசாகஸங்களைப் பற்றி எடுத்துச் சொல்வது வழக்கம்.

ராஹுல் சிங்

பத்தாண்டுகளுக்கும் மேலாக, ‘ஹிந்துஸ்தான் டைம்ஸ்’ ஸில் பாதுகாப்பு மற்றும் இராணுவம் சம்பந்தப்பட்ட செய்திகளைச் சேகரித்து வழங்குபவர். இவர் பதினெட்டாண்டுகளாகப் பத்திரிகைத் துறையில் இருக்கிறார். உலகெங்கிலும் நடக்கும் இந்திய இராணுவத்தின் செயல்பாடுகளை விரிவாகவும், ஆழமாகவும் எடுத்துச் சொல்வதில் இவர் வல்லவர். பல ‘திடுக்’ செய்திகளைத் தந்து, இந்தியத் தொலைக்காட்சிகளில் செய்திகள் பகுதி எப்படி இயங்க வேண்டும் என்பதற்கு இலக்கணம் வகுத்தவர். பல கலவரப் பகுதிகளிலிருந்து செய்திகள் சேகரித்து அனுப்பியவர். இவற்றுள், காஷ்மீர் பள்ளத்தாக்கு, இந்தியாவின் வட கிழக்குப் பகுதி மற்றும் இடைவிடாத போர்களில் சிக்கிச் சின்னாபின்னப்பட்டுக் கொண்டிருக்கும் காங்கோவும் அடக்கம்.

www.ingramcontent.com/pod-product-compliance
Ingram Content Group UK Ltd.
Pitfield, Milton Keynes, MK11 3LW, UK
UKHW042138021026
15589UKWH00003B/914